AF900657

കെ.വേണു

സാമൂഹികപ്രവർത്തകൻ, എഴുത്തുകാരൻ. 1945ൽ കൊടുങ്ങല്ലൂരിലെ പുല്ലൂറ്റിൽ ജനനം. ശാസ്ത്രത്തിൽ ബിരുദാനന്തരബിരുദം. ഗവേഷണ വിദ്യാർത്ഥി. രണ്ടു ദശകത്തിലധികം നക്സലൈറ്റ് പ്രസ്ഥാനത്തിലെ മുൻനിര പ്രവർത്തകൻ. 1991ൽ തീവ്രവാദരാഷ്ട്രീയത്തോടു വിടപറഞ്ഞു. തുടർന്ന് ജനാധിപത്യപ്രസ്ഥാനങ്ങളുമായി സഹകരണം.1996ൽ ജെ.എസ്.എസ്. സ്ഥാനാർത്ഥിയായി കേരള നിയമസഭയിലേക്ക് മത്സരിച്ചു തോറ്റു. പിന്നീട് പാർട്ടികളിലൊന്നിലും ചേരാതെ സ്വതന്ത്ര സാമൂഹികപ്രവർത്തകനായി തുടരുന്നു. പ്രപഞ്ചവും മനുഷ്യനും (1970), വിപ്ലവത്തിന്റെ ദാർശനിക പ്രശ്നങ്ങൾ (1979), ഒരു കമ്യൂണിസ്റ്റുകാരന്റെ ജനാധിപത്യസങ്കല്പം (1992), ഒരു ജനാധിപത്യവാദിയുടെ വീണ്ടുവിചാരങ്ങൾ (ലേഖനസമാഹാരം - 2004), ജനാധിപത്യത്തിന്റെ മനുഷ്യാനുഭവങ്ങൾ (കരുണാകരനുമായി സംഭാഷണം - 2010), ജനാധിപത്യവും സിവിൽ സമൂഹവും (ലേഖനസമാഹാരം - 2012), സി.പി.എം. ഫാസിസത്തിന്റെ പാതയിൽ (ലേഖനസമാഹാരം - 2012), സാമുദായികരാഷ്ട്രീയം ഇന്ത്യയിലും കേരളത്തിലും (ലേഖനസമാഹാരം - 2015), തീവ്രവാദത്തിന്റെ രാഷ്ട്രീയവും പ്രത്യയശാസ്ത്രവും (ലേഖനസമാഹാരം - 2016), ഇന്ത്യൻ ജനാധിപത്യത്തിന്റെ ഗതിവിഗതികൾ (ലേഖനസമാഹാരം - 2017) എന്നിവയാണ് പ്രധാനകൃതികൾ.

വിലാസം: ഒളരി, പി.ഒ. പുല്ലഴി, തൃശൂർ. പിൻ - 680012.
Email: kvenu.olari@gmail.com

Malayalam Language
Theranhedutha Lekhanangal
(Essays)
by
K Venu

♦

Published in September 2019
by Kairali Books Private Limited
Thalikkavu Road, Kannur.
Ph : 0497-2761200
E-Mail : Kairalibooksknr@gmail.com

♦

Cover Design
Rajesh Chalode

♦

© All rights reserved
No part of this publication may be reproduced, stored in or introduced into a retrieval system, or transmitted, in any form, or by any means, electronic, mechanical, photocopying, recording or otherwise without the prior written permission of the publisher.

29/19-20/Sl.No.1099/1000/NS 18.6
ISBN.978-93-89250-15-2

തെരഞ്ഞെടുത്ത ലേഖനങ്ങൾ

കെ. വേണു

കൈരളി ബുക്സ്

ഉള്ളടക്കം

ആമുഖം

തീവ്രവാദ രാഷ്ട്രീയം ഉപേക്ഷിച്ചതിനു ശേഷം കഴിഞ്ഞ മൂന്നു പതിറ്റാണ്ടോളം കാലം പത്രങ്ങളിലും ആനുകാലികങ്ങളിലുമായി ഞാൻ പ്രസിദ്ധീകരിച്ച ലേഖനങ്ങൾ അധികവും ഏതാനും വിഷയാധിഷ്ഠിത സമാഹാരങ്ങളായി പ്രസിദ്ധീകരിക്കപ്പെട്ടിട്ടുണ്ട്. തീവ്രവാദ രാഷ്ട്രീയം, സാമുദായിക രാഷ്ട്രീയം, ഇന്ത്യൻ രാഷ്ട്രീയം, കേരള രാഷ്ട്രീയം, സി.പി.എം.ലേഖനങ്ങൾ, സിവിൽ സമൂഹവും ജനാധിപത്യവും, സംഭാഷണങ്ങൾ എന്നിങ്ങനെ വിവിധ രീതിയിൽ വേർതിരിച്ചാണ് അവ പ്രസിദ്ധീകരിക്കപ്പെട്ടിട്ടുള്ളത്.

കൈരളി ബുക്സ് പ്രസിദ്ധീകരിക്കുന്ന ഈ സമാഹാരമാകട്ടെ ഇത്തരം വിഷയാധിഷ്ഠിത വേർതിരിവുകളില്ലാതെ എന്റെ മൊത്തം പ്രസിദ്ധീകൃത ലേഖനങ്ങളിൽ നിന്ന് തിരഞ്ഞെടുക്കപ്പെട്ടവയാണ്. അതുകൊണ്ട് അങ്ങേയറ്റം വൈവിദ്ധ്യമാർന്ന വിഷയങ്ങൾ കൈകാര്യം ചെയ്യുന്ന ലേഖനങ്ങളാണ് ഈ സമാഹാരത്തിലുള്ളത്. ആദ്യ രണ്ട് ലേഖനങ്ങൾ തീവ്രവാദ രാഷ്ട്രീയത്തിന്റെ ആദ്യഘട്ടത്തിൽ എഴുതപ്പെട്ട ദാർശനിക സ്വഭാവമുള്ള ലേഖനങ്ങളാണ്. തുടർന്നുള്ളവ ജനാധിപത്യരാഷ്ട്രീയത്തിലേക്ക് ഞാൻ എത്തിയത് മുതല്ക്കുള്ളവയാണ്. അതുകൊണ്ട് വിഷയവൈവിധ്യമുള്ളപ്പോൾ തന്നെ അവയെയെല്ലാം ബന്ധിപ്പിക്കുന്ന മതേതരജനാധിപത്യ രാഷ്ട്രീയത്തിന്റെ ഒരന്തർധാര അവയിലെല്ലാം കാണാം.

ആദ്യത്തെ ലേഖനം ചെറുപ്പം മുതലേ എൻറെ ചിന്തയെ ഏറ്റവും അധികം സ്വാധീനിച്ച സ്വാതന്ത്ര്യ സങ്കല്പത്തെക്കുറിച്ച് ഉള്ളതാണ്. ആ ചിന്തയുടെ ഏറ്റവും അവസാനരൂപം 'പ്രകൃതി ജനാധിപത്യം സ്വാതന്ത്ര്യം' എന്ന എന്റെ അവസാനപുസ്തകത്തിൽ കാണാം. ഏറെക്കുറെ അക്കാലത്ത് തന്നെ ഞാൻ സ്വീകരിച്ചു കഴിഞ്ഞതും ഇപ്പോഴും പിന്തുടരുന്നതുമായ വൈരുദ്ധ്യാൽമക ചിന്താരീതിയെക്കുറിച്ചുള്ളതാണ് രണ്ടാമത്തേത്. അയോദ്ധ്യാകാണ്ഡത്തിനു ശേഷം എന്ന അടുത്ത ലേഖനം ബാബറി മസ്ജിദ് തകർക്കപ്പെട്ട സമയത്ത് മാതൃഭൂമി ആഴ്ചപ്പതിപ്പിൽ പ്രസിദ്ധീകരിച്ചതാണ്. ആ വിഷയത്തെക്കുറിച്ച് പ്രസിദ്ധീകരിക്കപ്പെട്ട ലിഖിതങ്ങളിൽ ഭേദപ്പെട്ട ഒന്നാണ് ഇതെന്ന് ഞാൻ കരുതുന്നു. ഇ.എം.എസ്സിനെ കുറിച്ചുള്ള അടുത്ത ലേഖനം ഭാഷാപോഷിണി പത്രാധിപർ ആവശ്യപ്പെട്ടതിന്റെ അടിസ്ഥാനത്തിൽ എഴുതിയതാണ്. ആ വിലയിരുത്തലുകൾ ശരിയാണെന്നു തന്നെയാണ് ഇപ്പോഴും ഞാൻ കരുതുന്നത്. തീ

വ്രവാദ രാഷ്ട്രീയത്തിലൂടെ കടന്നുവന്നിട്ട് ആ രാഷ്ട്രീയം ഉപേക്ഷിച്ച ഒരാളുടെ തിരിഞ്ഞുനോട്ടമാണ് അടുത്ത ലേഖനത്തിൽ.

ഇന്ത്യൻ ജനാധിപത്യം, സാമുദായിക രാഷ്ട്രീയം, സി.പി.എം.രാഷ്ട്രീയം, കേരളരാഷ്ട്രീയം, കേരള ഭൂപരിഷ്കരണം, ഭീകരവാദം, ഇന്ത്യൻ കമ്മ്യൂണിസം, ഇന്ത്യൻ ഫാസിസം, ചൈനീസ് ഫാസിസം തുടങ്ങിയ വിഷയങ്ങൾ ചർച്ച ചെയ്യുന്ന ഈ സമാഹാരത്തിലെ മറ്റു ലേഖനങ്ങളിൽ, പല സന്ദർഭങ്ങളിലായി ഞാൻ ആവർത്തിച്ചു വിശദീകരിച്ചിട്ടുള്ള നിലപാടുകൾ തന്നെയാണ് അവതരിപ്പിച്ചിട്ടുള്ളത്. എടുത്തുപറയേണ്ടതായ ചില വിഷയങ്ങളെ കുറിച്ചുള്ള ഏതാനും ലേഖനങ്ങൾ കൂടി ഈ സമാഹാരത്തിലുണ്ട്.

മുത്തങ്ങയിൽ സംഭവിച്ച ആദിവാസി മുന്നേറ്റവും അത് അടിച്ചമർത്തപ്പെട്ടതും സംബന്ധിച്ച് എഴുതിയ ലേഖനത്തിൽ ഭരണഘടനയിൽ ആദിവാസികൾക്ക് സ്വയംഭരണാവകാശം ഉറപ്പുവരുത്തിയിട്ടുള്ള കാര്യം ഞാൻ വിശദീകരിച്ചിട്ടുള്ളത് വായിച്ചിട്ട് പണ്ഡിതന്മാരുൾപ്പെടെ പലരും പറഞ്ഞത് തങ്ങൾക്കിതൊന്നും അറിയുമായിരുന്നില്ലെന്നാണ്. ബാബറി മസ്ജിദ് കാലം മുതൽക്കു ഞാൻ മുസ്ലിം രാഷ്ട്രീത്തിൽ ഇടപെട്ടു ലഭിച്ച അനുഭവ പാഠങ്ങളുടെ സമാഹരണമാണ് മുസ്ലിം രാഷ്ട്രീയത്തെ കുറിച്ചുള്ള ലേഖനം.

അണ്ണാ ഹസാരെ പ്രസ്ഥാനത്തെ കുറിച്ചുള്ള ലേഖനത്തിൽ ആ പ്രസ്ഥാനം ഇന്ത്യൻ ജനാധിപത്യത്തെ ചലനാത്മകമാക്കിയ സന്ദർഭമാണ് ചർച്ച ചെയ്യുന്നത്. സി.പി.എം.നേതാവ് പി.ഗോവിന്ദപിള്ള അന്തരിച്ച സമയത്ത് അദ്ദേഹവുമായി എനിക്കുണ്ടായിരുന്ന വ്യക്തിബന്ധത്തെ കൂടി കണക്കിലെടുത്തുകൊണ്ട് എഴുതിയതാണ് പി.ജി.യെക്കുറിച്ചുള്ള ലേഖനം. മലയാളികളുടെ പ്രാചീന പൈതൃകത്തിലേക്ക് വെളിച്ചം വീശുന്ന പട്ടണം ഉല്ഖനനത്തെ കുറിച്ചുള്ള ലേഖനം ഈ വിഷയം പൊതുജന ശ്രദ്ധയിൽ എത്തിക്കാൻ സഹായിച്ച ഒന്നായിരുന്നു. കേരളത്തിൽ നിലനിന്നു വരുന്ന സ്ത്രീപുരുഷ ബന്ധത്തിലെ പിന്നോക്കാവസ്തയിലേക്ക് വിരൽ ചൂണ്ടുന്ന ലേഖനമാണ് പുരുഷമേധാവിത്തത്തിനെതിരായ സമരങ്ങളെക്കുറിച്ചുള്ളത്.

ഇങ്ങിനെയൊരു സമാഹാരത്തെ പറ്റിയുള്ള ആശയം അവതരിപ്പിക്കുകയും അത് പ്രായോഗികമാക്കുകയും ചെയ്ത കൈരളി ബുക്സിന് പ്രത്യേകം നന്ദി പറയട്ടെ.

തൃശൂർ
25.09.19

കെ. വേണു

സ്വാതന്ത്ര്യത്തിന്റെ സാക്ഷാത്കാരം

പ്രാചീന പൗരസ്ത്യത്തിലെ മുനിമാർ മുതൽ ആധുനിക പാശ്ചാത്യത്തിലെ ഹിപ്പികൾവരെ നാനാതരത്തിൽപ്പെട്ടവർ ഈ ലക്ഷ്യത്തിലെത്തുന്നതിനുവേണ്ടിസ്വാതന്ത്ര്യം സാക്ഷാത്കരിക്കുന്നതിനുവേണ്ടി, തീവ്രശ്രമങ്ങൾ നടത്തിയിട്ടുണ്ട്. ഇന്നും നടത്തിക്കൊണ്ടിരിക്കുകയും ചെയ്യുന്നു. പക്ഷേ, ഫലത്തിൽ ഇവർക്കെല്ലാംതന്നെ, സ്വാതന്ത്ര്യമെന്നത് ഒരിക്കലും പിടികിട്ടാത്തതും അടുക്കുന്തോറും അകന്നകന്നു പോകുന്നതുമായ ഒരു മരീചികയായിട്ടാണ് അനുഭവപ്പെട്ടിട്ടുള്ളത്. അതുകൊണ്ടുതന്നെ എന്താണു സ്വാതന്ത്ര്യം എന്നതിനെക്കുറിച്ചു വ്യക്തമായ ഒരു ധാരണയിലെത്താനും അവർക്കു കഴിഞ്ഞില്ല. തന്മൂലം ഇന്നും പല സ്വാതന്ത്ര്യാന്വേഷകരും സ്വാതന്ത്ര്യത്തെക്കുറിച്ചുള്ള ഒട്ടു വളരെ തെറ്റായ വീക്ഷണങ്ങളും അമൂർത്ത സങ്കല്പങ്ങളും മുന്നിൽ വച്ചുകൊണ്ടു നാനാവിധത്തിൽ അന്വേഷണം തുടർന്നുകൊണ്ടിരിക്കുന്നു. മുൻകൂട്ടി നിർണയിക്കപ്പെട്ടു കഴിഞ്ഞ വിധിയിൽനിന്നു സ്വതന്ത്രനാവാൻ മനുഷ്യന് ഒരിക്കലും കഴിയില്ലെന്നു ചിലർ സമർത്ഥിക്കുന്നു. മനുഷ്യൻ സ്വതന്ത്രനാവാൻ ശപിക്കപ്പെട്ടിരിക്കുകയാണെന്നു വേറെ ചിലർ വാദിക്കുന്നു. സർഗാത്മകമായ കലാസൃഷ്ടിയിൽ ഏർപ്പെട്ടിരിക്കുന്നവർ മാത്രമാണു യഥാർത്ഥ സ്വാതന്ത്ര്യം അനുഭവിക്കുന്നതെന്നു മറ്റൊരു വിഭാഗം കരുതുന്നു. ലോകത്തിന്റെ പലഭാഗത്തും നിലനില്ക്കുന്ന ബൂർഷ്വാജനാധിപത്യ വ്യവസ്ഥയിലാണു പരമാവധി സ്വാതന്ത്ര്യം അനുഭവിക്കാൻ കഴിയുന്നതെന്നു വേറെയും ചിലർ സങ്കല്പിക്കുന്നു. സ്വാതന്ത്ര്യത്തെക്കുറിച്ചുള്ള വികൃതവും അശാസ്ത്രീയവുമായ ധാരണകളാണ് ഇത്തരം നിഗമനങ്ങൾക്കെല്ലാം പിന്നിലുള്ളത്. ചരിത്രപരവും ശാസ്ത്രീയവുമായ ഒരു പ്രപഞ്ചവീക്ഷണത്തിന്റെ പശ്ചാത്തലത്തിൽ മാത്രമേ സ്വാതന്ത്ര്യത്തെക്കുറിച്ചുള്ള ശരിയായ ധാരണ രൂപീകരിക്കാൻ കഴിയൂ. കാരണം, പ്രപഞ്ച പ

രിണാമത്തിന്റെയും ചരിത്രത്തിന്റേയും നിയമങ്ങളുമായി അഭേദ്യമായി ബന്ധപ്പെട്ട ഒരു വിഷയമാണു സ്വാതന്ത്ര്യം. ഈ അടിസ്ഥാനത്തിൽ നിന്നുകൊണ്ട്, നമ്മുടെ മുന്നിലുള്ള പ്രശ്നത്തെക്കുറിച്ച് ഒരു അപഗ്രഥനം നടത്താനും ഉത്തരം കണ്ടെത്താനുമാണ് ഇവിടെ ശ്രമിക്കുന്നത്.

പ്രപഞ്ചപരിണാമത്തിന്റെ നിയമങ്ങൾ

നിലയ്ക്കാത്ത ചലനം അടിസ്ഥാനമാക്കിയുള്ള പ്രപഞ്ചത്തിന്റെ പരിണാമത്തെ നിയന്ത്രിക്കുന്ന നിയമങ്ങൾ കണ്ടുപിടിക്കാൻ വൈരുദ്ധ്യശാസ്ത്രത്തിനു മാത്രമേ കഴിഞ്ഞിട്ടുള്ളു. പ്രകൃതിയിലുള്ള ഓരോ വസ്തുവിലും പ്രതിഭാസത്തിലും അടങ്ങിയിരിക്കുന്ന വിപരീതങ്ങൾ അഥവാ വിരുദ്ധഘടകങ്ങൾ തമ്മിലുള്ള നിരന്തര സംഘട്ടനമാണ് എല്ലാ ചലനത്തിന്റെയും അതുവഴി പരിണാമത്തിന്റെയും പുരോഗതിയുടെയും പ്രേരകശക്തി എന്നു വൈരുദ്ധ്യശാസ്ത്രം അനുശാസിക്കുന്നു. പ്രപഞ്ചത്തിന്റെ എല്ലാ മേഖലകളിലും ഈ നിയമം പ്രവർത്തിക്കുന്നുണ്ടെന്നു വിവിധ മണ്ഡലങ്ങളിൽ നടന്നുകൊണ്ടിരിക്കുന്ന ശാസ്ത്രഗവേഷണങ്ങൾ തെളിയിക്കുന്നു.

വിപരീതങ്ങൾ തമ്മിലുള്ള സംഘട്ടനത്തോടൊപ്പം അവ തമ്മിലുള്ള ഐക്യവും നിലനില്ക്കുന്നുണ്ടെന്നാണു പ്രത്യേകം ശ്രദ്ധിക്കേണ്ടതായ സവിശേഷത. വീപരീതങ്ങൾ തമ്മിലുള്ള ഐക്യം എന്നതുകൊണ്ട് ഉദ്ദേശിക്കുന്നതെന്താണ്? ഓരോ വസ്തുവിലെയും വിരുദ്ധഘടകങ്ങൾ തമ്മിൽ അടിസ്ഥാനപരമായ ചില ബന്ധങ്ങൾ നിലനില്ക്കുന്നുണ്ട്. എല്ലായ്പ്പോഴും വിരുദ്ധഘടകങ്ങളിൽ ഒന്നിന്റെ നിലനില്പ് മറ്റേതിന്റെ നിലനില്പുമായി അഭേദ്യമായി ബന്ധപ്പെട്ടിരിക്കുന്നു. ഇവയിൽ ഒരു ഘടകം ഇല്ലെങ്കിൽ മറ്റേതിനും നിലനില്പില്ലെന്നതാണു വാസ്തവം.

പരമാണുവിൽ നെഗറ്റീവ് ചാർജ്ജുള്ള ഇലക്ട്രോൺ ഇല്ലെങ്കിൽ പോസിറ്റീവ് ചാർജ്ജുള്ള പ്രോട്ടോണിനു നിലനില്പില്ല. വൈദ്യുതിയിൽ പോസിറ്റീവ് ചാർജിനെ കൂടാതെ നെഗറ്റീവ് ചാർജിനു നിലനില്ക്കാനാവില്ല. ഇരുട്ടില്ലെങ്കിൽ വെളിച്ചത്തിനു പ്രസക്തിയില്ല. സുഖവും ദുഃഖവും യുദ്ധവും സമാധാനവും, ജീവിതവും മരണവും, തൊഴിലാളിയും മുതലാളിയും, പാട്ടക്കുടിയാനും ജന്മിയും, ഭരിക്കുന്നവനും ഭരിക്കപ്പെടുന്നവനും എല്ലാംതന്നെ ഇങ്ങനെ പരസ്പരം ആശ്രയിച്ചുനില്ക്കുന്ന വിപരീതങ്ങളാണ്, ഈ വിപരീതങ്ങളിൽ ഏതെങ്കിലും ഒന്നുമാത്രമായി നിലനില്ക്കുകയില്ല. എന്നാൽ ഈ വിരുദ്ധഘടകങ്ങൾ ഏതെങ്കിലും രണ്ടെണ്ണം ഒരുമിച്ചില്ലാതാവുകയും പുതിയ വിപരീതങ്ങൾ ഉടലെടുക്കുകയും ചെയ്യാം. ഉദാഹരണത്തിനു പാട്ടക്കുടിയാനും ജന്മിയും ഇല്ലാതായിട്ടാണു

തൊഴിലാളിയും മുതലാളിയും എന്ന പുതിയ വൈരുദ്ധ്യം ഉടലെടുത്തത്. അതുപോലെ കമ്യൂണിസത്തിൽ തൊഴിലാളിയും മുതലാളിയും ഇല്ലാത്ത അവസ്ഥ സംജാതമാകും. അന്നൊരു പക്ഷേ, കമ്മ്യൂണിസ്റ്റ് സമുദായത്തിൽ മനുഷ്യർ തമ്മിൽ യാഥാസ്ഥിതികരും പുരോഗമനവാദികളും പോലെയുള്ള വിപരീതങ്ങൾ ഉടലെടുത്തേക്കാം. ഏതായാലും ഒരു സന്ദർഭത്തിൽ, വിപരീതഘടകങ്ങളിൽ ഏതെങ്കിലും ഒരു ഘടകം മാത്രമായി നിലനില്ക്കുകയില്ല. ഇങ്ങനെ പരസ്പരബന്ധവും ആശ്രിതത്വവുമുള്ള വിപരീതങ്ങൾ തമ്മിലുള്ള സംഘട്ടനത്തെയാണു വൈരുദ്ധ്യം എന്നു വിളിക്കുന്നത്. പരസ്പരബന്ധവും ആശ്രിതത്വവുമില്ലാതെ വസ്തുക്കൾ തമ്മിൽ വൈരുദ്ധ്യം നിലനില്ക്കുന്നുണ്ടെന്നു പറയാൻ പറ്റില്ല. യുദ്ധത്തിന്റെ വിപരീതം സമാധാനമാണ്. പ്രോട്ടോണിന്റെ വിരുദ്ധഘടകം ഇലക്ട്രോണാണ്. യുദ്ധവും ഇലക്ട്രോണും തമ്മിൽ വൈരുദ്ധ്യമുണ്ടെന്നു പറയുന്നതു ബാലിശമായിരിക്കും. ഇത്തരം പരസ്പരബന്ധവും ആശ്രിതത്വവുമാണു വിപരീതങ്ങൾ തമ്മിലുള്ള ഐക്യത്തിന്റെ ഒരടിസ്ഥാനം.

നിർദ്ദിഷ്ട സാഹചര്യത്തിൽ, ഓരോ വിപരീതഘടകവും അതിന്റെ നേരെ വിപരീതമായിത്തീരുന്നു എന്നതാണ് അവ തമ്മിലുള്ള ഐക്യത്തിന്റെ മറ്റൊരു സവിശേഷത. നിശ്ചിത സാഹചര്യത്തിൽ യുദ്ധം സമാധാനമാവുന്നു. പരാജയം വിജയമായിത്തീരുന്നു. ഭരിക്കുന്നവൻ ഭരിക്കപ്പെടുന്നവനായിത്തീരുന്നു; ഇവയെല്ലാം നേരെ മറിച്ചും സംഭവിക്കാം. ഇങ്ങനെ, നിർദ്ദിഷ്ട സാഹചര്യത്തിൽ (എപ്പോഴുമില്ല) പരസ്പരം രൂപാന്തരപ്പെടാൻ ഉള്ള സാദ്ധ്യതയാണു വിപരീതങ്ങൾ തമ്മിലുള്ള ഐക്യത്തിന്റെ അടിസ്ഥാനം തന്നെ. വിപരീതങ്ങൾ തമ്മിലുള്ള ഐക്യത്തിന്റെ ഫലമായി, അവ തമ്മിലുള്ള സംഘട്ടനം പലപ്പോഴും സമതുലിതാവസ്ഥയിലെത്തിച്ചേരുകയും സംഘട്ടനമില്ലാത്ത ഒരവസ്ഥ ഉളവായതായി പുറമേയ്ക്കു തോന്നിക്കുകയും ചെയ്യുന്നു. പക്ഷേ, ഈ വിധത്തിൽ ബാഹ്യമായി പ്രകടമാവുന്ന ഐക്യം എല്ലായ്പ്പോഴും താൽക്കാലികവും ആപേക്ഷികവുമായിരിക്കും. പ്രത്യേക സാഹചര്യങ്ങളിൽ മാറ്റം വന്നാൽ ആ ഐക്യവും തകരുന്നു. സാഹചര്യങ്ങളെ ആശ്രയിച്ചുനില്ക്കുന്ന ഐക്യമായതുകൊണ്ടാണ് അതു താല്ക്കാലികവും ആപേക്ഷികവുമായിത്തീരുന്നത്. അതേ സമയം സംഘട്ടനമാകട്ടെ സ്ഥായിയായിട്ടുള്ളതാണ്. ഐക്യം തന്നെ സംഘട്ടനത്തിന്റെ സമതുലിതാവസ്ഥയുടെ പ്രകടനം മാത്രമാണല്ലോ. എല്ലാ സാഹചര്യങ്ങളിലും സംഘട്ടനം നിലനില്ക്കുന്നതുകൊണ്ട്, അതു നിരുപാധികവും സ്ഥായിയായിട്ടുള്ളതുമാണ്.

ഈ നിരുപാധികവും സ്ഥായിയുമായിട്ടുള്ള സംഘട്ടനമാണു പ്രപഞ്ചത്തിലെ പരിണാമത്തിന്റെയും പുരോഗതിയുടെയും പ്രേരകശക്തി എന്നാണു വൈരുദ്ധ്യശാസ്ത്രം സിദ്ധാന്തിക്കുന്നത്. (വൈരുദ്ധ്യശാസ്ത്രത്തിലെ മറ്റു നിയമങ്ങൾ ഇവിടെ പരിഗണിക്കുന്നതല്ല)

അനിവാര്യതയും യാദൃച്ഛികതയും

പ്രപഞ്ചത്തിൽ നടക്കുന്ന എല്ലാ ചലനങ്ങളും വൈരുദ്ധ്യനിയമത്തിനനുസരിച്ചാണു നടക്കുന്നതെന്നു വരുമ്പോൾ, ആ ചലനങ്ങൾക്കെല്ലാം ഒരനിവാര്യസ്വഭാവം കൈവരുന്നു. പ്രപഞ്ചത്തിലെ ഓരോ മേഖലയിലുമുള്ള ചലനങ്ങൾ, അതാതു മേഖലയിലെ സാഹചര്യങ്ങൾക്കനുസരിച്ചാണു രൂപം കൊള്ളുന്നത്. അപ്പോൾ ആ ചലനങ്ങളെ സംബന്ധിച്ച നിയമങ്ങളും ആ സാഹചര്യങ്ങൾക്കു വിധേയമായിട്ടുള്ളതായിരിക്കും. അതുകൊണ്ടുതന്നെ പ്രകൃതിയിലെ ഓരോ നിയമത്തിനും സോപാധികത്വമുണ്ട്. എന്നാൽ, നിർദ്ദിഷ്ട സാഹചര്യങ്ങൾക്കനനുസരിച്ച് ഓരോ നിയമവും രൂപം കൊള്ളുകയും സ്ഥാപിക്കപ്പെടുകയും ചെയ്തുകഴിഞ്ഞാൽ പിന്നെ ആ നിയമങ്ങൾക്കെല്ലാം ഒരു സാർവത്രികത്വം കൈവരുന്നു. അതായത് ആ നിയമം പ്രപഞ്ചത്തിന്റെ ഏതു മൂലയിലായാലും അതേപടി പ്രവർത്തിക്കുമെന്നാണു സാർവ്വത്രികത്വംകൊണ്ട് അർത്ഥമാക്കുന്നത്. ഭൂമിയുടെ അന്തരീക്ഷമർദ്ദത്തിൽ 1000 സെന്റിഗ്രേഡിൽ വെള്ളം തിളയ്ക്കും എന്ന് ഒരു നിയമം നമുക്കറിയാം. വെള്ളം തിളയ്ക്കുക എന്ന പ്രവർത്തനത്തിന് അന്തരീക്ഷമർദ്ദത്തിന്റെയും 1000 സെന്റി ഗ്രേഡിന്റെയും ഉപാധികൾ ആവശ്യമാണെന്നു സ്ഥാപിക്കുകയാണ് ഈ നിയമം ചെയ്യുന്നത്. അതുവഴി ആ നിയമം സോപാധികമായി. അഥവാ ഉപാധികളോടുകൂടിയതായിത്തീരുന്നു. എന്നാൽ ആ ഉപാധികൾ ഉള്ള പ്രപഞ്ചത്തിന്റെ ഏതു മൂലയിലും വെച്ച് ഏതു കാലത്തും വെള്ളം തിളയ്ക്കും എന്നതുകൊണ്ട് ഈ നിയമം സാർവ്വത്രികവും ശാശ്വതവുമായിത്തീരുന്നു. പ്രകൃതിയിലെ എല്ലാ നിയമങ്ങൾക്കും ഈ ദ്വന്ദ്വ (ഇരട്ട) സ്വഭാവമുണ്ട്. നിയമങ്ങളെല്ലാം പ്രകൃതിയിലെ ഏതെങ്കിലും പ്രത്യേക പ്രതിഭാസങ്ങളെയോ വസ്തുതകളെയോ സംബന്ധിച്ചതായതുകൊണ്ട്, ആ പ്രത്യേക സാഹചര്യങ്ങൾക്കു വിധേയമായിക്കൊണ്ടുള്ള സോപാധികനിയമങ്ങളായിരിക്കും അവയെല്ലാം. അതേസമയം ആ സാഹചര്യങ്ങളുള്ളിടത്തെല്ലാം എല്ലായ്പ്പോഴും ആ നിയമങ്ങൾ മാറ്റമില്ലാതെ പ്രാവർത്തികമാവുന്നതുകൊണ്ട് ആ നിയമങ്ങൾ ശാശ്വതങ്ങളായിത്തീരുന്നു. തന്മൂലം ഒരേസമയം സോപാധികവും ശാശ്വതവുമായ നിയമങ്ങളാണു പ്രകൃതിയിലുള്ളതെല്ലാം.

ശാശ്വതമായ നിയമങ്ങളെല്ലാം അനിവാര്യതയെയാണു പ്രതിഫലിപ്പിക്കുന്നത്. നിർദ്ദിഷ്ട സാഹചര്യങ്ങളിൽ അനിവാര്യമായും ഇന്നതു സംഭവിക്കും എന്നാണ് ഓരോ നിയമവും പ്രഖ്യാപിക്കുന്നത്. നിർദ്ദിഷ്ട സാഹചര്യങ്ങൾ ഉണ്ടായാൽ എന്തു സംഭവിക്കും എന്നു പറയാനല്ലാതെ ആ സാഹചര്യങ്ങൾ സൃഷ്ടിക്കാൻ നിർദ്ദിഷ്ട നിയമത്തിനു സാധിക്കുകയില്ല. മറ്റു പല നിയമങ്ങളുടെയും ഫലമായിട്ടാണ് ആ സാഹചര്യങ്ങൾ സംജാതമാവുക. ആ നിയമത്തെ സംബന്ധിച്ചിടത്തോളം ആ സാഹചര്യങ്ങൾ സജ്ജമാവുക തികച്ചും യാദൃച്ഛികമായിട്ടായിരിക്കും. രണ്ടു റോഡുകളിലൂടെ വരുന്ന രണ്ടു വാഹനങ്ങൾ കവലയിലെ ഒരേ ദിശയിലേക്കു കുതിച്ചാൽ അവ തമ്മിൽ കൂട്ടിയിടിക്കും എന്നുള്ളത് അനിവാര്യമാണ്. പക്ഷേ ഏപ്രിൽ 15ാം തീയതി വൈകുന്നേരം 7 മണിക്കു തിരുവനന്തപുരത്തെ സ്റ്റാച്യു ജംഗ്ഷനിൽവച്ചു വടക്കുനിന്നും വന്ന 'എ'യുടെ കാറും പടിഞ്ഞാറുനിന്നും വന്ന 'ബി'യുടെ കാറും തമ്മിൽ കൂട്ടിയിടിച്ചു എന്നതു തികച്ചും യാദൃച്ഛികമായിരുന്നു. 'എ'യും 'ബി'യും ആ സമയത്ത് അതുവഴി വരാനുണ്ടായ കാരണങ്ങൾ തികച്ചും വ്യത്യസ്തങ്ങളും പരസ്പരബന്ധമില്ലാത്തവയുമായിരുന്നു. അവരുടെ രണ്ടുപേരുടെയും വരവ് പരസ്പരബന്ധമില്ലാത്ത രണ്ടു സംഭവങ്ങളായിരുന്നു എന്നതുകൊണ്ട് ആ രണ്ടു സംഭവങ്ങൾ തമ്മിലുള്ള സംഗമം തികച്ചും യാദൃച്ഛികമായിരുന്നു. പക്ഷേ ആ യാദൃച്ഛിക സംഭവത്തിലൂടെ പ്രകടമായത് അനിവാര്യമായ ഒരു നിയമമായിരുന്നു. എല്ലാ അനിവാര്യനിയമങ്ങളും ഇത്തരം യാദൃച്ഛികതയിലൂടെയാണു പ്രകടമാവുന്നത്. അപ്പോൾ അനിവാര്യതയും യാദൃച്ഛികതയും പരസ്പരം പൊരുത്തപ്പെടാത്തവയാണെന്ന് ഒറ്റനോട്ടത്തിൽ തോന്നാമെങ്കിലും എല്ലാ സംഭവങ്ങളിലും അവ രണ്ടും ഒത്തിണങ്ങുന്നതായി കാണാം. മുകളിൽ സൂചിപ്പിച്ചതുപോലെ പരസ്പരബന്ധവും പര്സപര ആശ്രിതത്വവുമുള്ള രണ്ടു വിപരീതങ്ങളാണവ. അപ്പോൾ അനിവാര്യതയില്ലാതെ യാദൃച്ഛികതയോ, യാദൃച്ഛികതയെ കൂടാതെ അനിവാര്യതയോ സംഭവിക്കുകയില്ല. അനിവാര്യതയും യാദൃച്ഛികതയും തമ്മിലുള്ള ഈ പരസ്പരബന്ധം മനസ്സിലാക്കാൻ കഴിയാത്തതുകൊണ്ടാണ് പലരും പ്രപഞ്ചത്തെ ഒന്നുകിൽ, മുൻകൂട്ടി നിർണ്ണയിക്കപ്പെട്ട അനിവാര്യതകളുടെ പ്രകടരൂപമായിട്ടോ അല്ലെങ്കിൽ വെറും യാദൃച്ഛിക സംഭവങ്ങളുടെ ഒരു സമാഹാരമായിട്ടോ നോക്കിക്കാണുന്നത്. ഭാഗികവും ഏകപക്ഷീയമായതുമായ ഇത്തരം വികലവീക്ഷണങ്ങളാണു സ്വാതന്ത്ര്യത്തെക്കുറിച്ചുള്ള എല്ലാ തെറ്റായ ആശയങ്ങളുടേയും ഉറവിടം.

അനന്തമായ സാധ്യതകൾ

നമുക്കുചുറ്റും നമ്മുടെ ഇന്ദ്രിയങ്ങൾക്കു വിഷയീഭവിക്കുന്ന എല്ലാ പ്രതിഭാസങ്ങളും വസ്തുക്കളും പരിമിതങ്ങളാണ്. അഥവാ ആദിയും അന്തവും അതിർത്തികളും ഉള്ളവയാണ്. പരിമിതങ്ങളെക്കുറിച്ചുള്ള ഈ അനുഭവങ്ങളാണ് അപരിമിതമായതിനെക്കുറിച്ച്, അനന്തതയെക്കുറിച്ച് ചിന്തിക്കാൻ നമ്മെ പ്രേരിപ്പിക്കുന്നത്. അതിനു കാരണമുണ്ട്. പരിമിതമായതിന് അപരിമിതമായതിനെക്കൂടാതെ നിലനില്ക്കാനാവില്ല, ആദിയും അന്തവുമുള്ളതിന് അനന്തമായതിനെക്കൂടാതെ നിലനില്ക്കാനാവില്ല. പരിമിതത്വവും അനന്തതയും പരസ്പരബന്ധവും ആശ്രിതത്വവുമുള്ള വിപരീതങ്ങളാണ്. ഒന്നിന്റെ നിലനില്പു മറ്റേതിന്റെ നിലനില്പിനെക്കൂടി വിളംബരം ചെയ്യുന്നു. അതുകൊണ്ടാണ് പരിമിതമായ പ്രതിഭാസങ്ങളെക്കുറിച്ചുള്ള നമ്മുടെ അറിവ് അനന്തതയെക്കുറിച്ചുള്ള അറിവിലേക്കു ചെന്നെത്തുന്നത്.

നമുക്കു ചുറ്റുമുള്ള എല്ലാറ്റിനും ആരംഭവും അവസാനവും ഉള്ളതുകൊണ്ട് ആരംഭവും അവസാനവും ഇല്ലാത്ത ഒന്നും തന്നെ പ്രപഞ്ചത്തിലില്ലെന്നു ചിലർ കരുതുന്നു. കൂടുതൽ ചിന്തിച്ചാൽ ഈ വീക്ഷണം എത്ര അശാസ്ത്രീയമാണെന്നു കാണാൻ കഴിയും. നമ്മുടെ അറിവിൽപ്പെട്ടിടത്തോളം പരിമിതമായ പ്രതിഭാസങ്ങളുടെ സ്വഭാവത്തിൽനിന്നുതന്നെ വളരെ പ്രകടമായ ഒരു സത്യം കണ്ടെത്താൻ നമുക്കു കഴിയും. ഏതൊന്നിന്റെയും ആരംഭം മറ്റൊന്നിന്റെ അവസാനത്തിൽനിന്നാണു തുടങ്ങുന്നതെന്നും ഏതൊന്നിന്റെയും അവസാനം മറ്റൊന്നിന്റെ ആരംഭത്തിലാണു ചെന്നെത്തുന്നതെന്നും നമ്മുടെ അനുഭവം തെളിയിക്കുന്നു. അതുപോലെത്തന്നെ പ്രപഞ്ചത്തിന്റെ ആരംഭത്തെക്കുറിച്ചു ചിന്തിക്കുകയാണെങ്കിൽ, മറ്റെന്തിന്റെയോ, അവസാനത്തിൽ നിന്നു മാത്രമേ ആ ആരംഭം ഉണ്ടാകാൻ കഴിയൂ എന്നു മനസ്സിലാകും. അങ്ങനെ ചിന്തിക്കാൻ തുടങ്ങിയാൽ ആ ചിന്ത അനന്തമായി പുറകോട്ടുപോകുകയേ ഉണ്ടാകുകയുള്ളൂ. പ്രപഞ്ചത്തിന്റെ അവസാനത്തെക്കുറിച്ചു ചിന്തിക്കുന്നവർക്കും ഇതുതന്നെ സംഭവിക്കും. അവസാനം ഒരിക്കലും അവസാനമാവുകയില്ല. അതു മറ്റെന്തിന്റേയോ ആരംഭമായിരിക്കും. ആ ശൃംഖലയും അനന്തമായി മുന്നോട്ടുപോവുകയല്ലാതെ ഒരിക്കലും നാം ഒരു അവസാനത്തിൽ ചെന്നെത്തുകയില്ല. ഇതിൽനിന്നു തന്നെ പരിമിതമായ ആദിയും അന്തവുമുള്ള എല്ലാം, അപരിമിതമായതുമായി, അനന്തതയുമായി അഭേദ്യമായി ബന്ധപ്പെട്ടിരിക്കുന്നു എന്നു കാണാം. പരിമിതമായതിൽ അനന്തത അടങ്ങിയിരിക്കുന്നു. അനന്തതയിൽ പരിമിതമായതും അടങ്ങി

യിരിക്കുന്നു.

ഈ അടിസ്ഥാനത്തിൽ ചിന്തിക്കുമ്പോഴാണു പ്രപഞ്ചപരിണാമം മുൻകൂട്ടി നിശ്ചയിക്കപ്പെട്ടിട്ടുള്ള ഒരു ലക്ഷ്യത്തിലേക്കുള്ള പ്രയാണമല്ലെന്നു കാണാൻ കഴിയുന്നത്. വിധിവാദികൾ പറയുംപോലെ ദൈവമോ മറ്റാരെങ്കിലുമോ മുൻകൂട്ടി നിശ്ചയിച്ചിട്ടുള്ള ഒരു ലക്ഷ്യത്തിലേക്കാണു പ്രപഞ്ചം പരിണമിച്ചുകൊണ്ടിരിക്കുന്നതെങ്കിൽ പ്രപഞ്ചം അനന്തമല്ലാതായിത്തീരും. അതിനു പരിമിതിയുണ്ടാകും. അപ്പോൾ അതു മുകളിൽ നാമെത്തിച്ചേർന്ന നിഗമനത്തിനു കടകവിരുദ്ധമായിത്തീരുകയും ചെയ്യും. പ്രപഞ്ചത്തിന്റെ അനന്തതയെക്കുറിച്ചു മനസ്സിലാക്കുമ്പോൾ, വിധിവാദികൾ പറയുന്നതുപോലെ മുൻകൂട്ടി നിർണ്ണയിക്കപ്പെട്ട് അനിവാര്യമായ ഒരു ലക്ഷ്യത്തിൽ ഒതുങ്ങിനില്ക്കാൻ പ്രപഞ്ചത്തിനു കഴിയുകയില്ലെന്നു ബോധ്യമാകും.

അപ്പോൾ പിന്നെ നാം അനിവാര്യതയെക്കുറിച്ചു പറയുന്നതിൽ എന്തർത്ഥമാണുള്ളതെന്നു സംശയമുണ്ടാകാം. ശാസ്ത്രം കണ്ടുപിടിക്കുന്ന നിയമങ്ങളെല്ലാംതന്നെ പ്രത്യേകവും സോപാധികവുമായ പ്രതിഭാസങ്ങളെക്കുറിച്ചുള്ളതാണ്. ഈ അനിവാര്യ നിയമങ്ങളെല്ലാം പരസ്പരം പ്രതിപ്രവർത്തിക്കുന്നതിനു യാദൃച്ഛികത വഹിക്കുന്ന പങ്ക് എത്ര വലുതാണെന്നു മുകളിൽ നാം കാണുകയുണ്ടായി. അപ്പോൾ, യാദൃച്ഛികതയുമായി കെട്ടുപിണഞ്ഞുകൊണ്ടുള്ള പരിമിതവും അതേസമയം അനിവാര്യവുമായ നിയമങ്ങളുടെ അനന്തമായ ശൃംഖലയാണു പ്രപഞ്ചപരിണാമത്തിനു പിന്നിൽ പ്രവർത്തിക്കുന്നത്. ഈ നിയമങ്ങൾ ഓരോന്നും പ്രത്യേക സാഹചര്യങ്ങൾക്കു മാത്രം അനുയോജ്യമായതു

കൊണ്ടു സാഹചര്യങ്ങളിലുണ്ടാകുന്ന മാറ്റത്തിനനുസരിച്ചു പുതിയ നിയമങ്ങളും ആവിർഭവിക്കുന്നു. പ്രകൃതിനിയമങ്ങൾ രൂപാന്തരപ്പെടുന്നില്ല. കാരണം, ഓരോ നിയമവും നിർദ്ദിഷ്ട സാഹചര്യത്തിൽ എല്ലായിടത്തും ഒരേ രീതിയിൽ പ്രവർത്തിക്കുന്നു. അതിൽ മാറ്റം വരുന്നില്ല. സാഹചര്യങ്ങൾ വളരുന്നതിനനുസരിച്ചു പുതിയ നിയമങ്ങൾ രൂപംകൊള്ളുകയാണു ചെയ്യുന്നത്. നിരന്തരം മാറിക്കൊണ്ടിരിക്കുന്ന പ്രപഞ്ചത്തിൽ മാറാത്ത ഒന്നു മാത്രമേയുള്ളൂ. വൈരുദ്ധ്യത്തെ സംബന്ധിച്ച നിയമം. പ്രപഞ്ചത്തിന്റെ അനന്തമായ പുരോഗതിയെ മുഴുവൻ നിയന്ത്രിക്കുന്ന അടിസ്ഥാനനിയമം വൈരുദ്ധ്യനിയമം മാത്രമായിരിക്കും. നിരന്തരം മാറിക്കൊണ്ടിരിക്കുന്ന പ്രപഞ്ചത്തിൽ മാറ്റമില്ലാത്ത വൈരുദ്ധ്യനിയമം ഒരു പൊരുത്തക്കേടല്ലേ എന്നു ചോദിച്ചേക്കാം. ആഴത്തിൽ പരിശോധിച്ചാൽ അതൊരു പൊരുത്തക്കേടല്ലെന്നു കാണാൻ കഴിയും. കാരണം,

പ്രപഞ്ചത്തിന്റെ നിരന്തരമായ മാറ്റത്തിനു നിദാനം ഈ വൈരുദ്ധ്യ നിയമമാണ്. ഈ നിയമം എപ്പോഴെങ്കിലും പ്രവർത്തിക്കാതായാൽ പ്രപഞ്ചത്തിന്റെ പരിണാമം നില്ക്കും. അപ്പോൾ, പ്രപഞ്ചത്തിലെ നിരന്തരമായ മാറ്റം നിലയ്ക്കാതെ തുടർന്നു പോകണമെങ്കിൽ, വൈരുദ്ധ്യ നിയമം മാറ്റമില്ലാതെ തുടർന്നു പോകണം. ഇവിടെയും നിരന്തരമായ മാറ്റവും മാറ്റമില്ലായ്മയും എന്ന രണ്ടു വിപരീതങ്ങളുടെ പരസ്പരബന്ധവും ആശ്രിതത്വവും അഥവാ ഐക്യവും ആണു പ്രകടമാവുന്നത്.

ഇത്രയും പറഞ്ഞതിൽനിന്നു ചില അടിസ്ഥാന നിഗമനങ്ങളിൽ നാം എത്തിച്ചേരുന്നു. ഒന്ന്, പ്രപഞ്ചം വെറും യാദൃച്ഛിക സംഭവങ്ങളുടെ ഒരു സമാഹാരമല്ല. മാറ്റമില്ലാത്ത വൈരുദ്ധ്യ നിയമത്തിന് അനുസരിച്ചാണ് പ്രപഞ്ചപരിണാമം മുന്നോട്ടു നീങ്ങിക്കൊണ്ടിരിക്കുന്നത്. രണ്ട്, എന്നിരുന്നാലും ഈ വൈരുദ്ധ്യ നിയമം പ്രപഞ്ചപരിണാമത്തെ മുൻകൂട്ടി നിർണ്ണയിക്കപ്പെട്ട ഏതെങ്കിലും ലക്ഷ്യത്തിലേക്കു നയിക്കുന്നില്ല. മറിച്ച്, പ്രപഞ്ച പരിണാമപ്രക്രിയക്കു മുന്നിൽ അനന്തമായ സാദ്ധ്യതകളുടെ കവാടം തുറക്കുകയാണു വൈരുദ്ധ്യ നിയമം ചെയ്യുന്നത്. ഓരോ പ്രത്യേക സാഹചര്യത്തിലും നടക്കുന്ന പ്രവർത്തനങ്ങൾ നിർദ്ദിഷ്ട നിയമങ്ങൾക്കനുസരിച്ചായിരിക്കുമെങ്കിലും, അവയുടെയെല്ലാം ഭാവിപരിണാമത്തിന്റെ ഗതി എന്തായിരിക്കുമെന്ന് ഇപ്പോൾതന്നെ നിർണ്ണയിക്കാൻ സാദ്ധ്യമല്ല. കാരണം, ഓരോ പരമാണു കണികയും അനന്തമായ സാദ്ധ്യതകളുടെ ഉറവിടമാണ്. അവയുടെ പരിണാമ സാദ്ധ്യതകൾ മുഴുവനും മുൻകൂട്ടി നിർണ്ണയിക്കാൻ ആർക്കും കഴിയുകയില്ല. മാത്രമല്ല സാദ്ധ്യതകൾ അനന്തമായിരിക്കുന്നിടത്തോളംകാലം ഒരു കാലത്തും അവ നിർണ്ണയിക്കപ്പെടുകയില്ല. പ്രപഞ്ചപരിണാമത്തിനു മുന്നിൽ തുറന്നു കിടക്കുന്ന അനന്തമായ ഈ സാദ്ധ്യതകളാണു പ്രപഞ്ചത്തെ മൊത്തത്തിൽ ഏതെങ്കിലും അനിവാര്യതക്കുള്ളിൽ തളച്ചിടാത്തത്. പദാർത്ഥത്തിന്റെ പരിണാമ സാദ്ധ്യതകളിൽ ചിലതു മാത്രമാണ് ഇതുവരെ പ്രകടമായിട്ടുള്ളത്. ഇതുവരെ പ്രകടമായിട്ടുള്ള സ്വഭാവവിശേഷങ്ങളുടെ അടിസ്ഥാനത്തിൽ അടുത്ത ഭാവിയിൽ എന്തെല്ലാം മാറ്റങ്ങളുണ്ടാകുമെന്നു കണ്ടുപിടിക്കാൻ നമുക്കു കഴിയും. പക്ഷേ, പദാർത്ഥത്തിൽ അന്തർലീനമായിരിക്കുന്ന അനന്തമായ സാദ്ധ്യതകളുടെ ഒരു ചെറിയ അംശംപോലും അപ്പോഴും നമുക്കു കണ്ടെത്താനാവുകയില്ല.

വ്യക്തിയും സമൂഹവും

പ്രപഞ്ച പരിണാമത്തെക്കുറിച്ചുള്ള ഇത്തരമൊരു ധാരണയുടെ പശ്ചാത്തലത്തിൽ മനുഷ്യസമൂഹത്തെക്കുറിച്ചു പരിശോധിക്കാൻ ശ്രമി

ച്ചാൽ പ്രശ്നങ്ങൾ കൂടുതൽ വ്യക്തമായി മനസ്സിലാക്കാൻ നമുക്കു കഴിയും. ഉത്പാദനോപകരണങ്ങളുടെ കണ്ടുപിടിത്തവും ഭാഷയുടെ ആവിർഭാവവും മനുഷ്യനെ ഒരു സാമൂഹികജീവിയാക്കിത്തീർത്തതോടെ അവൻ ഒരു ഒറ്റപ്പെട്ട വ്യക്തിയല്ലാതായിത്തീർന്നു. വ്യക്തിത്വരൂപവത്കരണത്തിലെ നിർണ്ണായകഘടകം ഭാഷയും ആശയങ്ങളുമായതുകൊണ്ട് അതു രണ്ടും വളർത്തിയെടുക്കുന്ന സമൂഹത്തിന്റെ പൊതു ചിന്താധാരയിൽനിന്നു മുക്തമായി ഒരു മനുഷ്യനു നിലനില്ക്കുക സാദ്ധ്യമല്ല. ഓരോ വ്യക്തിയും തന്റെ വ്യക്തിത്വത്തിലൂടെ പ്രകടിപ്പിക്കുന്നതു തന്റെ ചുറ്റുമുള്ള സമൂഹത്തിന്റെ ഒരു സൂക്ഷ്മരൂപമാണ്. സമൂഹം പ്രദാനം ചെയ്യുന്ന ഭാഷയും ആശയങ്ങളുമാണ് ഓരോ വ്യക്തിത്വത്തിന്റെയും അടിസ്ഥാനശില. ആ അടിസ്ഥാനത്തിൽ കെട്ടിപ്പടുക്കുന്ന ഓരോ വ്യക്തിത്വത്തിന്റെയും സ്വന്തമെന്നവകാശപ്പെടുന്ന ഓരോ സൗധവും നിർമിക്കുന്നതിനാവശ്യമായ എല്ലാ വസ്തുക്കളും സമൂഹവുമായുള്ള വിനിമയത്തിലൂടെയാണ് ഓരോ വ്യക്തിക്കും ലഭിക്കുന്നത്.

മനുഷ്യസമൂഹത്തിന്റെ ആരംഭദശയിൽ പ്രത്യേകിച്ചു പ്രാകൃത കമ്മ്യൂണിസത്തിന്റെ കാലഘട്ടത്തിൽ വ്യക്തി പൂർണ്ണമായി സമൂഹവുമായി താദാത്മ്യം പ്രാപിച്ചിരുന്നു. അതുകൊണ്ടാണ് ഗോത്ര സമുദായത്തിലെ മനുഷ്യനു 'ഞാൻ' എന്നും 'എന്റെ' എന്നും ചിന്തിക്കാൻ കഴിയാതിരുന്നത്. ഗോത്ര സമുദായത്തിന്റെ കമ്യൂണിസ്റ്റ് ജീവിതരീതിയാണ് അന്നത്തെ മനുഷ്യനെ സമൂഹത്തിന്റെ അവിഭാജ്യഘടകമാക്കിത്തീർത്തത്. ഉത്പാദന പ്രക്രിയകളിൽ കൂട്ടായ പ്രവർത്തനവും എല്ലാ കാര്യങ്ങളിലുമുള്ള കൂട്ടായ ജീവിതവുമാണു ഗോത്രസമുദായത്തിലെ വ്യക്തിയെ സമൂഹത്തിൽ നിന്ന് അനന്യനാക്കിത്തീർത്തത്. അതുകൊണ്ടാണു 'ഞാൻ' എന്നും 'എന്റെ' എന്നും മറ്റുമുള്ള വാക്കുകൾപോലും അവരുടെ ഭാഷയിൽ കടന്നുകൂടാതിരുന്നത്.

മാനസികാദ്ധ്വാനവും കായികാദ്ധ്വാനവും തമ്മിലുള്ള വിഭജനവും സ്വകാര്യ സ്വത്തിന്റെ ആവിർഭാവവുമാണു വ്യക്തിയെ സമൂഹത്തിൽ നിന്നു ഒറ്റതിരിച്ചു നിറുത്താനിടയാക്കിയത്. വർഗവിഭജിത സമൂഹത്തിൽ മാനസികാധ്വാനം കായികാധ്വാനത്തിനു മേൽ ആധിപത്യം നേടിയതോടെ 'ഞാൻ' എന്നും 'എന്റെ' എന്നുമുള്ള ആശയങ്ങൾക്കു കൂടുതൽ പ്രാധാന്യം ലഭിച്ചു. മുതലാളിത്ത വ്യവസ്ഥയിലെ 'സ്വതന്ത്രവ്യാപാര'ത്തിലധിഷ്ഠിതമായ സമൂഹം ഉടലെടുത്തതോടെ 'സ്വതന്ത്രമത്സര'ത്തിന്റെ തത്ത്വശാസ്ത്രം വ്യക്തിയെ സമൂഹത്തോടുള്ള എല്ലാ ഉത്തരവാദിത്വങ്ങളിൽനിന്നും മുക്തനാക്കാൻ വെമ്പി. ഫ്രഞ്ചു വിപ്ലവത്തിൽ മുഴങ്ങിയ

'സ്വാതന്ത്ര്യ' കാഹളം യഥാർത്ഥത്തിൽ വ്യവസായികൾക്കു ഭരണകൂടത്തിന്റെയും സമൂഹത്തിന്റെയും നിയന്ത്രണത്തിൽനിന്നു മുക്തനായി 'സ്വതന്ത്രമത്സരം' നടത്താനുള്ള 'സ്വാതന്ത്ര്യ'ത്തിനുവേണ്ടിയുള്ള മുറവിളിയായിരുന്നു. യഥാർത്ഥത്തിൽ ആ കാലഘട്ടത്തിൽ ഉത്പാദന സമ്പ്രദായം കൂടുതൽ സാമൂഹികവൽകൃതമായിക്കൊണ്ടിരിക്കുകയായിരുന്നു. അതുകൊണ്ടു തന്നെ സമൂഹത്തിന്റെ കെട്ടുപാടുകൾ കൂടുതൽ മുറുകാനുള്ള സാദ്ധ്യതകളാണു വളർന്നുകൊണ്ടിരിക്കുന്നത്. ഒരു വശത്തു 'സ്വാതന്ത്ര്യ'ത്തെക്കുറിച്ചുള്ള തികച്ചും അമൂർത്തമായ ആശയങ്ങൾ വളർന്നു വരികയും മറുവശത്തു സാമൂഹികമായ കെട്ടുപാടുകൾ കൂടുതൽ മുറുകുകയും ചെയ്തപ്പോൾ 'സ്വാതന്ത്ര്യം' വെറുമൊരു മരീചികയായി അനുഭവപ്പെടാൻ തുടങ്ങി. 'സ്വതന്ത്രമത്സര'ത്തിന്റെ അടിസ്ഥാനത്തിൽ വളർന്നുവന്ന ബൂർഷ്വാ വ്യക്തിവാദം, സമൂഹത്തിന്റെ കെട്ടുപാടുകളിൽ നിന്നു മാത്രമല്ല, പ്രകൃതി നിയമങ്ങളുടെ അനിവാര്യതകളിൽനിന്നുകൂടി മോചനം നേടിയാലേ 'സ്വാതന്ത്ര്യം' സാക്ഷാത്കരിക്കാനാവൂ എന്ന വാദമുഖത്തിലെത്തിച്ചേർന്നു. ഈ കാഴ്ചപ്പാടിന്റെ പല വകഭേദങ്ങളാണ് ഇന്ന് ബൂർഷ്വാ ബുദ്ധിജീവികളും സാഹിത്യകാരന്മാരും കലാകാരന്മാരും മറ്റും പല പേരുകളിൽ പ്രചരിപ്പിച്ചുകൊണ്ടിരിക്കുന്നത്. ഈ ചിന്താഗതി തന്നെ മുതലാളിത്ത സമൂഹത്തിലെ സാമ്പത്തിക ബന്ധങ്ങളുടെ സൃഷ്ടിയാണെന്നും എന്നാൽ തങ്ങളുടെ ഈ ചിന്താഗതിയുടെ ഉറവിടം ഏതാണെന്നുപോലും മനസ്സിലാക്കാതെ മുതലാളിത്ത സമൂഹത്തിന്റെ നിലനില്പിനു സഹായകമായ തത്ത്വശാസ്ത്രങ്ങൾ പ്രചരിപ്പിക്കുന്ന ഇത്തരക്കാരാണ് ഏറ്റവും വലിയ അടിമകളെന്നും ശരിയായ ചരിത്രബോധമുള്ള ആർക്കും കണ്ടെത്താവുന്നതാണ്.

എന്താണ് യഥാർത്ഥ സ്വാതന്ത്ര്യം

സമൂഹത്തിൽനിന്ന് ഒളിച്ചോട്ടം നടത്തിയാലോ പ്രകൃതിയിൽനിന്നു തന്നെ മോചനം കിട്ടാനെന്ന പേരിൽ ആത്മഹത്യയെ ശരണം പ്രാപിച്ചാലോ സർവ്വതന്ത്ര സ്വതന്ത്രനാകാനെന്നും പറഞ്ഞ് ഉടുതുണികളെല്ലാം വലിച്ചെറിഞ്ഞാലോ ആർക്കും സ്വാതന്ത്ര്യം കണ്ടെത്താനാവുകയില്ല. അവർക്കെല്ലാംതന്നെ സ്വാതന്ത്ര്യം ഒരു മരീചിക മാത്രമായേ അനുഭവപ്പെടുകയുള്ളു. ഇതുവരെയുണ്ടായിട്ടുള്ളതും അതുതന്നെയാണ്.

അപ്പോൾ പിന്നെ യഥാർത്ഥ സ്വാതന്ത്ര്യം എന്നു പറഞ്ഞാൽ എന്താണ്? വഴിമദ്ധ്യേ നദിക്കരയിലെത്തുന്ന ഒരുവൻ, കണ്ണുമടച്ചു നദിയിലിറങ്ങി മുങ്ങിച്ചാകാതെ, നദി കടക്കണമെങ്കിൽ നദി നീന്തിക്കടക്കുകയോ വള്ളമുപയോഗിച്ചു മറുകരയിലെത്തുകയോ വേണമെന്നു മനസ്സിലാക്കി

അതിനനുസരിച്ചു പ്രവർത്തിക്കുകയാണെങ്കിൽ അവൻ പ്രകൃതിനിയമങ്ങളുടെ അടിമയാവുകയല്ല. ആ നിയമങ്ങളെ കീഴടക്കുകയാണു ചെയ്യുന്നത്. അതേസമയത്തു നദി നീന്തിക്കടക്കുകയോ വള്ളത്തിൽ കയറുകയോ ചെയ്യണമെന്നു മനസ്സിലാകാതെ, നദിയിൽ മുങ്ങിച്ചാവുന്നവൻ പ്രകൃതിനിയമങ്ങൾക്ക് അടിമയാവുകയാണു ചെയ്യുന്നത്. മനുഷ്യൻ പ്രകൃതിനിയമങ്ങൾ എത്രത്തോളം മനസ്സിലാക്കുകയും അതിനനുസരിച്ച് എത്രത്തോളം പ്രവർത്തിക്കുകയും ചെയ്യുന്നുവോ അത്രത്തോളം മാത്രമാണ് അവൻ സ്വതന്ത്രനാവുന്നത്.

പ്രകൃതിനിയമങ്ങൾ മുൻകൂട്ടി നിർണയിക്കപ്പെട്ട ഒരു വിധിയും തേടിയുള്ള അന്ധമായ പ്രയാണത്തിന്റെ ഉപാധികളല്ലെന്നു നേരത്തെ വ്യക്തമാക്കുകയുണ്ടായി. പ്രപഞ്ചപരിണാമം അനന്തമായ സാദ്ധ്യതകളിലേക്കുള്ള ഊർജ്ജസ്വലവും ക്രിയാത്മകവുമായ മുന്നേറ്റത്തിന്റെ ചിത്രമാണു നമ്മുടെ മുന്നിൽ അവതരിപ്പിക്കുന്നത്. പ്രകൃതിയിലെ ഈ അടിസ്ഥാനനിയമം കണ്ടെത്തി പ്രകൃതിയുടെ മുന്നേറ്റത്തോടൊപ്പം മുന്നേറാൻ ശ്രമിക്കുന്ന ഒരുവനു മാത്രമേ സ്വാതന്ത്ര്യം എന്താണെന്നു മനസ്സിലാക്കാൻ കഴിയൂ.പ്രകൃതിയിൽ നടക്കുന്ന ഓരോ പ്രതിഭാസത്തെക്കുറിച്ചും നാം അജ്ഞരായിരിക്കുന്നിടത്തോളം കാലം നാം അവയ്ക്കെല്ലാം അടിമയായിത്തീരുന്നു. ഓരോ പ്രതിഭാസത്തെക്കുറിച്ചും നാം മനസ്സിലാക്കുന്തോറും, ആ പ്രതിഭാസങ്ങൾക്കൊന്നും നമ്മെ കീഴ്പെടുത്താൻ കഴിയാതെ വരുന്നു. മറിച്ചു നമുക്കനുയോജ്യമായ വിധത്തിൽ അവയെ നിയന്ത്രിക്കാൻ നമുക്കു കഴിയുന്നതോടെ നാം ആ പ്രകൃതിനിയമങ്ങളെ കീഴടക്കുന്നു. അവയുടെമേൽ സ്വാതന്ത്ര്യം പ്രഖ്യാപിക്കുന്നു. പ്രകൃതിയിലെ ഓരോ നിയമങ്ങളും നാം കണ്ടുപിടിക്കുകയും അവയ്ക്കുമേൽ ആധിപത്യം സ്ഥാപിക്കുകയും ചെയ്യുന്തോറും നമ്മുടെ സ്വാതന്ത്ര്യത്തിന്റെ വ്യാപ്തി വർദ്ധിച്ചുവരും. പാരതന്ത്ര്യത്തിന്റെ വ്യാപ്തി ചുരുങ്ങിവരുകയും ചെയ്യും. പക്ഷേ പ്രപഞ്ചത്തിന്റെ പരിണാമ സാധ്യത അനന്തമാകയാൽ, എല്ലാ പ്രകൃതിനിയമങ്ങളും മനസ്സിലാക്കാനും അവയെയെല്ലാം കീഴ്പ്പെടുത്താനും നമുക്കൊരിക്കലും സാധിക്കുകയില്ല. നിരപേക്ഷവും പരിപൂർണവുമായ സ്വാതന്ത്ര്യത്തിൽ നമുക്കൊരിക്കലും എത്തിച്ചേരാൻ കഴിയുകയില്ലെങ്കിലും, പ്രപഞ്ചത്തിന്റെ അനന്തമായ പരിണാമത്തോടൊപ്പം നമ്മുടെ സ്വാതന്ത്ര്യവും അനന്തമായി വികസിച്ചുകൊണ്ടിരിക്കും. നമുക്കജ്ഞാതമായ മേഖലകളോട് അഥവാ പാരതന്ത്ര്യത്തോടു നിരന്തരമായി ഏറ്റുമുട്ടിക്കൊണ്ടുമാത്രമേ നമ്മുടെ സ്വാതന്ത്ര്യചക്രവാളത്തെ വികസ്വരമാക്കുവാൻ കഴിയൂ. ഇവിടെയും സ്വാതന്ത്ര്യവും പാ

രതന്ത്ര്യവും എന്നു രണ്ടു വിപരീതങ്ങൾ പരസ്പരം ആശ്രയിച്ചുകൊണ്ടും പരസ്പരം ബന്ധപ്പെട്ടുകൊണ്ടും നില്ക്കുകയാണെന്നു നമുക്കു കാണാം.

പൊതുവിൽ പ്രകൃതിനിയമങ്ങളെക്കുറിച്ചാണ് ഇതുവരെ പറഞ്ഞത്. മനുഷ്യനെ സംബന്ധിച്ചിടത്തോളം അടിയന്തരമായ പ്രസക്തിയുള്ളതു സാമൂഹികനിയമങ്ങളുടെമേൽ സ്വാതന്ത്ര്യം കൈവരിക്കലിനാണ്. തൊഴിലാളിവർഗം രംഗപ്രവേശം ചെയ്യുകയും തൊഴിലാളിവർഗ പ്രത്യയശാസ്ത്രം ആവിർഭവിക്കുകയും ചെയ്യുന്നതിനുമുമ്പു മനുഷ്യൻ സാമൂഹികനിയമങ്ങളുടെ അടിമയായിരുന്നു. സാമൂഹിക പരിവർത്തനത്തെക്കുറിച്ചു പഠിക്കാൻ പലരും ശ്രമിച്ചിരുന്നുവെങ്കിലും വികലവും ഭാഗികവുമായ വീക്ഷണത്തിലധിഷ്ഠിതമായ സാമൂഹികശാസ്ത്രബോധമേ ആദ്യകാലത്തു കൈവരിക്കാൻ കഴിഞ്ഞുള്ളു. മാർക്സിസത്തിന്റെ ആവിർഭാവവും വളർച്ചയുമാണ് സാമൂഹികപരിവർത്തനങ്ങളുടെ മേൽ ആധിപത്യം നേടാൻ മനുഷ്യനെ കെല്പുറ്റവനാക്കിയത്.

വൈരുദ്ധ്യശാസ്ത്ര നിയമങ്ങൾക്കനുസരിച്ചു സമൂഹത്തോടൊപ്പം വളർന്നുകൊണ്ടിരിക്കുന്ന ഒരു ശാസ്ത്രശാഖയാണു മാർക്സിസം. ഈ വളർച്ചയ്ക്കൊപ്പം മുന്നോട്ടുനീങ്ങുകയും അതിനനുസരിച്ച് താന്താങ്ങളുടെ സമൂഹത്തിന്റെ വളർച്ചയുടെ നിയമങ്ങൾ മനസ്സിലാക്കി അതിനനുസരിച്ച് ആ വളർച്ചയെ ത്വരിതപ്പെടുത്തുംവിധം പ്രവർത്തിക്കുകയും ചെയ്യുന്നവർക്കു മാത്രമേ സാമൂഹികനിയമങ്ങളുടെ അടിമയാകാതെ സാമൂഹികപരിവർത്തനങ്ങളുടെ മുൻപന്തിയിൽ നിൽക്കാനും യഥാർത്ഥ സ്വാതന്ത്ര്യം അനുഭവിക്കാനും കഴിയുകയുള്ളു.

ഇന്ന് ഇന്ത്യയിൽ ജീവിക്കുന്ന ഒരുവന് മാർക്സിസംലെനിനിസത്തിന്റെ ഈ കാലഘട്ടത്തിലെ വളർച്ചയെത്തിയ രൂപമായ മാവോസേതുങ്ങ് ചിന്ത അംഗീകരിക്കുകയും അതിനനുസരിച്ച് ഇന്ത്യൻ സമൂഹത്തിന്റെ പരിവർത്തന നിയമങ്ങൾ മനസ്സിലാക്കുകയും ചെയ്യാതെ, നമ്മുടെ സമൂഹത്തിന്റെ പരിവർത്തന പ്രക്രിയയ്ക്ക് മുമ്പിൽ സ്ഥാനം പിടിക്കാൻ കഴിയുകയില്ല; സ്വാതന്ത്ര്യബോധം ഉൾക്കൊള്ളാനും കഴിയുകയില്ല. ഇന്ത്യൻ സമൂഹത്തിന്റെ പരിവർത്തനത്തെക്കുറിച്ചുള്ള ചരിത്രാവബോധം ഉൾക്കൊള്ളുന്നതോടുകൂടി ഒരുവന് ഇന്ത്യൻസമൂഹത്തിൽ നടന്നുകൊണ്ടിരിക്കുന്ന പരിവർത്തന പ്രക്രിയയ്ക്കുമുമ്പിൽ പകച്ചുനില്ക്കേണ്ടിവരില്ല. പക്ഷേ, അപ്പോഴും അവന് യഥാർത്ഥ സ്വാതന്ത്ര്യം അനുഭവിക്കാൻ കഴിയുകയില്ല. സമൂഹത്തിന്റെ പരിവർത്തനത്തെക്കുറിച്ച് മനസ്സിലാക്കുകമാത്രം ചെയ്താൽപോരാ, മനസ്സിലാക്കിയതനുസരിച്ച് സമൂഹത്തിനെ

മാറ്റിത്തീർക്കാനുള്ള പ്രവർത്തനത്തിൽ സജീവമായി ഏർപ്പെടുകകൂടി ചെയ്താലേ യഥാർത്ഥ സ്വാതന്ത്ര്യം അനുഭവിക്കാൻ ഇന്ന് ഇന്ത്യയിൽ ജീവിക്കുന്ന ഏതൊരുവനും കഴിയൂ. ആ പ്രവർത്തനത്തിൽ, വിപ്ലവപ്രവർത്തനത്തിൽ ബോധപൂർവ്വം ഏർപ്പെടുന്ന ഒരുവന് അനുഭവിക്കാൻ കഴിയുന്ന സ്വാതന്ത്ര്യബോധം മറ്റൊരുവനും ഉൾക്കൊള്ളാൻ കഴിയുകയില്ല. ആ പ്രവർത്തനത്തിനിടയ്ക്ക് ഒരുവൻ എട്ടടി നീളവും ആറടി വീതിയുമുള്ള ഇരുളടഞ്ഞ കാരാഗൃഹത്തിനുള്ളിൽ കൂച്ചുവിലങ്ങുകൾകൊണ്ടു ബന്ധിതനായി കിടക്കുമ്പോഴും അയാൾ സ്വാതന്ത്ര്യം അനുഭവിക്കുന്നുണ്ടാകും. കാരണം സാമൂഹിക പരിവർത്തനത്തിന്റെ നിയമങ്ങൾ മനസ്സിലാക്കി, ആ പരിവർത്തനത്തിന്റെ മുന്നണിഭടനായി നിന്നുകൊണ്ട് പ്രവർത്തിക്കുന്നതിന്റെ ഭാഗമായിട്ടാണ് അയാൾ കാരാഗൃഹത്തിലകപ്പെടുന്നത്. അപ്പോഴും അയാൾ, സാമൂഹികപരിവർത്തനത്തെക്കുറിച്ച് ബോധവാന്മാരാകാതെ, കാരാഗൃഹത്തിനു പുറത്ത് 'സ്വതന്ത്ര'രായി നില്ക്കുന്നുവെന്ന് തോന്നിക്കുന്നവരെക്കാൾ എത്രയോ മുൻപന്തിയിലായിരിക്കും; അയാൾ അവരെ അപേക്ഷിച്ച് എത്രയോ കൂടുതൽ സ്വതന്ത്രനുമായിരിക്കും.

ഈ നിഗമനം അൽപം വിചിത്രമായി ചിലർക്കെങ്കിലും തോന്നിയേക്കാം. സ്വാതന്ത്ര്യമെന്നത് പ്രകൃതിയുമായുള്ള സജീവമായ ഏറ്റുമുട്ടലിലൂടെ മാത്രം സാക്ഷാത്കരിക്കാനാകുന്ന ഒന്നായി കാണുമ്പോഴാണ് ഇതിന്റെ ശരിയായ അർത്ഥം മനസ്സിലാക്കാൻ കഴിയുക. പ്രകൃതിയുടെ തന്നെ ഭാഗമായ, പ്രപഞ്ച പരിണാമത്തിന്റെ തുടർച്ചതന്നെയായ സമൂഹത്തിലും ഇതുതന്നെയാണു സ്ഥിതി. സാമൂഹികപരിവർത്തനത്തെ തടസ്സപ്പെടുത്തുന്ന ശക്തികളുമായുള്ള ഏറ്റുമുട്ടലിലൂടെ മാത്രമേ എന്നെന്നും സമൂഹത്തിലെ പുരോഗമനശക്തികൾ സമൂഹത്തെ മുന്നോട്ടു നയിച്ചിട്ടുള്ളു. അതിനിടയിക്ക് അവർക്കു നേരിടേണ്ടിവരുന്ന എല്ലാ പ്രതിബന്ധങ്ങളും അവയുമായുള്ള ഏറ്റുമുട്ടലുകളും അവരുടെ മുന്നോട്ടുള്ള പ്രയാണത്തിന്റെ ഭാഗമാണ്. അവയിൽനിന്ന് ഏതെങ്കിലും ചില സംഭവങ്ങളെ മാത്രം അടർത്തിയെടുത്ത് പരിശോധിക്കാൻ ചരിത്രബോധമുള്ളവർക്കു കഴിയുകയില്ല. അതുകൊണ്ടാണ് വിപ്ലവത്തിന്റെ മുന്നണിപ്പടയിൽനിന്ന് പ്രവർത്തിക്കുന്ന ഒരുവന്, ആ പ്രവൃത്തിക്ക് അനുഭവിക്കേണ്ടിവരുന്ന കാരാഗൃഹവാസകാലത്തും യഥാർത്ഥ സ്വാതന്ത്ര്യം അനുഭവിക്കാൻ കഴിയുന്നത്.

സമൂഹം വിപ്ലവപരമായ പരിവർത്തനത്തിലൂടെ കടന്നുപൊയ്ക്കൊണ്ടിരിക്കുന്ന കാലഘട്ടത്തിൽ, ആ പരിവർത്തനവുമായി ബന്ധപ്പെട്ട വി

വിധ മണ്ഡലങ്ങളിൽ സജീവപങ്കാളിത്തം വഹിക്കുന്ന ആർക്കും യഥാർത്ഥ സ്വാതന്ത്ര്യം എന്താണെന്ന് നേരിട്ടനുഭവിച്ചറിയാൻ കഴിയുന്നു. അതേസമയം ഇത്തരം പരിവർത്തനങ്ങൾക്ക് പുറംതിരിഞ്ഞു നില്ക്കുകയും, അത്തരം സംരംഭങ്ങളിലേർപ്പെട്ടിരിക്കുന്നവരെ എല്ലാ മാർഗവുമുപയോഗിച്ച് എതിർ

ക്കുകയും ചെയ്യുന്നവർ എത്രതന്നെ ഉച്ചത്തിൽ സ്വാതന്ത്ര്യത്തെക്കുറിച്ച് ഗിരിപ്രഭാഷണങ്ങൾ നടത്തിയാലും അവർ സ്വാതന്ത്ര്യബോധത്തിന്റെ കണികപോലും അനുഭവിക്കുന്നുണ്ടാവില്ലെന്നതാണു വാസ്തവം. സ്വാതന്ത്ര്യത്തെക്കുറിച്ചുള്ള അവരുടെ പൊള്ളയായ പ്രഭാഷണങ്ങൾ ചരിത്രത്തിന്റെ ചവറ്റുകുട്ടയിൽ മാത്രമേ നിപതിക്കുകയുള്ളു.

(യെനാൻ മാസിക, 1975)

നമ്മുടെ ചിന്താരീതി ഉടച്ചുവാർക്കുക

നമ്മുടെ സംഘടനയുടെ ഇക്കഴിഞ്ഞ വർഷങ്ങളിൽ നമ്മുടെ പാർട്ടിയെ പുനഃസംഘടിപ്പിക്കുവാൻ മാത്രമല്ല നമ്മുടെ പ്രവർത്തനശൈലിയിൽ സമൂലമായ പുനഃക്രമീകരണത്തിനുവേണ്ടിയുള്ള ഗൗരവപൂർവമുള്ള ശ്രമങ്ങളാണ് നടത്തിക്കൊണ്ടിരിക്കുന്നത്. നമ്മുടെ രാഷ്ട്രീയചിന്തയിലും പ്രവർത്തനശൈലിയിലും ആധിപത്യം ചെലുത്തിക്കൊണ്ടിരിക്കുന്ന വരട്ടുവാദത്തിനും രഹസ്യവാദത്തിനും എതിരായ സമരത്തിലൂടെയാണ് ഈ പ്രക്രിയ നമ്മൾ ആരംഭിച്ചത്. 1982 ജനുവരിയിലെ അഖിലേന്ത്യാസമ്മേളനത്തിനുവേണ്ടിയുള്ള തയ്യാറെടുപ്പുകാലത്തും തുടർന്നും ഈ ശ്രമങ്ങൾ നമ്മുടെ മൊത്തം സമീപനത്തിലെ രാഷ്ട്രീയ ഉള്ളടക്കം സമ്പന്നമാക്കുന്നതിലും വികസിപ്പിക്കുന്നതിലും ഏറെ സഹായകമായി തീർന്നു. ജനകീയ രാഷ്ട്രീയാധികാരം സ്ഥാപിക്കുന്ന പ്രക്രിയയെക്കുറിച്ചും നമ്മുടെ മുഴുവൻ രാഷ്ട്രീയപാർട്ടിയുടെ സ്വഭാവത്തെക്കുറിച്ചുമുള്ള നമ്മുടെ ധാരണ കൂടുതൽ ഉയർന്ന തലത്തിൽ എത്തുകയും ചെയ്തു. അതേ സമയം സൈദ്ധാന്തികതലത്തിൽ കൈവരിച്ച ഈ രാഷ്ട്രീയമുന്നേറ്റങ്ങളെല്ലാം (നമ്മൾ അഭിമുഖീകരിച്ച പ്രായോഗിക പ്രശ്നങ്ങളുമായി ബന്ധപ്പെട്ടാണ് ഇവ ഉന്നയിക്കപ്പെട്ടതെങ്കിലും) പ്രായോഗികതലത്തിലുള്ള സമൂർത്ത രാഷ്ട്രീയ സമരങ്ങളായി പരിവർത്തനപ്പെടുത്തപ്പെട്ടിട്ടില്ലെന്നത് ഒരു വസ്തുതയാണ്. ഇതുകൊണ്ട് അർത്ഥമാക്കുന്നത് നമ്മുടെ രാഷ്ട്രീയലൈൻ നടപ്പാക്കുന്നതിന് ഒരു ശ്രമവും നടക്കുന്നില്ലെന്നല്ല... പല മേഖലകളിലും ശ്രമങ്ങൾ നടക്കുന്നുണ്ട്; ലൈൻ നടപ്പിലാക്കാനായി സഖാക്കൾ ഊർജിതമായി ശ്രമിക്കുന്നുണ്ട്. എന്നിരുന്നാലും, ചില പുരോഗതി ഉണ്ടായ സ്ഥലങ്ങളിൽ പോലും നടപ്പിലാക്കൽ ഒന്നുകിൽ ഭാഗികമാണ്, അല്ലെങ്കിൽ ശരിയായ ദിശയിലല്ല. എന്തുകൊണ്ടാണ് ഇങ്ങിനെ സംഭവിക്കുന്നത്?

ഈ സ്ഥിതിവിശേഷത്തിന്റെ കാരണങ്ങൾ കണ്ടെത്താനുള്ള പ്രാഥമികാന്വേഷണം നമുക്ക് കാണിച്ചുതരുന്നത് എല്ലാ നിലവാരത്തിലുമുള്ള പ്രവർത്തകരിൽ അധികം പേരും പ്രത്യേകിച്ചും പാർട്ടിയുടെ പൊതുലൈൻ സമൂർത്ത യാഥാർത്ഥ്യമാക്കി മാറ്റുന്നതിൽ നിർണായകകണ്ണികളായ പ്രാദേശികതലപ്രവർത്തകർ പാർട്ടി മുന്നോട്ടുവെക്കുന്ന രാഷ്ട്രീയനിലപാടുകളിൽ പലതിന്റെയും അന്തസ്സത്ത പൂർണമായി ഉൾക്കൊണ്ടിട്ടില്ലെന്നാണ്. പലപ്പോഴും അവരുടെ ധാരണ ഭാഗികമോ ഏകപക്ഷീയമോ ആണ്. പുതിയ നിലപാടുകൾ വിശദീകരിക്കുന്ന രേഖകളുടെയോ മറ്റോ അഭാവം കൊണ്ടല്ല ഇത് സംഭവിക്കുന്നത്. മിക്ക ധാരണകളും നിലപാടുകളും വിവിധ തലങ്ങളിലായി ചർച്ചചെയ്യപ്പെട്ടിട്ടുണ്ട്.(ഔപചാരികവും അനൗപചാരികവുമായ ചർച്ചകൾ നടന്നിട്ടുണ്ട്); പ്രവർത്തകർ അംഗീകരിച്ചിട്ടുമുണ്ട്. എന്നിട്ടും ആശയങ്ങൾ പകർത്തപ്പെടുന്നതിൽ ഒരു വിടവാണ് ഫലത്തിൽ അനുഭവപ്പെടുന്നത്. ആത്മാർഥമായ ശ്രമങ്ങൾ നടന്നിട്ടും മുകളിൽ നിന്ന് താഴേയ്ക്കും തിരിച്ചും ആശയങ്ങൾ ശരിയായ രീതിയിൽ വിനിമയം ചെയ്യപ്പെടുന്നില്ല. ഈ പ്രശ്നം നമുക്ക് എങ്ങിനെ പരിഹരിക്കാൻ കഴിയും?

സാർവദേശീയ കമ്യൂണിസ്റ്റ് പ്രസ്ഥാനത്തിന്റെ ചരിത്രം പഠിക്കുമ്പോൾ പൊതുവിൽ നമ്മൾ അതിന്റെ ഗുണാത്മക വശങ്ങളിലാണ് ശ്രദ്ധ കേന്ദ്രീകരിക്കുക. കമ്യൂണിസ്റ്റ് പ്രസ്ഥാനത്തിന്റെ ഉത്ഭവത്തിൽ നിന്ന് തുടങ്ങി കമ്യൂണിസ്റ്റ് മാനിഫെസ്റ്റോ പ്രസിദ്ധീകരിക്കപ്പെട്ടതും 1848 50 കാലത്തെ യൂറോപ്യൻ വിപ്ലവങ്ങളുടെ അനുഭവപാഠങ്ങളും പിന്നിട്ട് ഒന്നാം ഇന്റർനാഷനലിന്റെ ചരിത്രവും പാരീസ് കമ്യൂയൂണിന്റെ വിപ്ലവാനുഭവങ്ങളും പാഠങ്ങളും ചർച്ച ചെയ്യും. അവിടെ നിന്ന് നേരെ നമ്മൾ ബോൾഷെവിക് പാർട്ടിയുടെയും ഒക്ടോബർ വിപ്ലവത്തിന്റെയും ചരിത്രത്തിലേക്ക് ചാടും. ബോൾഷെവിക് പാർട്ടിയും ലെനിനും ആക്രമണലക്ഷ്യമാക്കിയവർ എന്ന നിലയ്ക്ക് രണ്ടാം ഇന്റർനാഷനലിനെയും അതിലെ പാർട്ടികളെയും കുറിച്ച് ചിലതൊക്കെ പഠിക്കുകയും ചെയ്യും. രണ്ടാം ഇന്റർനാഷനലിലെ വലിയ പാർട്ടികളുമായി താരതമ്യം ചെയ്യുമ്പോൾ ഒക്ടോബർ വിപ്ലവത്തിന്റെ വിജയം വരെ ബോൾഷെവിക് പാർട്ടിയെ ഒരു ചെറിയ ഈർക്കിൽ പാർട്ടിയായിട്ടാണ് കണക്കാക്കിയിരുന്നത്. ഒക്ടോബർ വിപ്ലവം വരെയുള്ള കാലഘട്ടത്തിൽ രണ്ടാം ഇന്റർനാഷനലിലെ ഈ വൻ പാർട്ടികളെല്ലാം ജനങ്ങളുടെ വിപ്ലവമുന്നേറ്റങ്ങളെ പിന്തിരിപ്പിക്കുയോ തടയുകയോ ചെയ്യുന്ന പങ്കാണ് വഹിച്ചുകൊണ്ടിരുന്നത്. പല സന്ദർഭങ്ങളിലും ജനങ്ങൾ യഥാർഥത്തിൽ മുന്നേറിക്കൊണ്ടിരുന്നപ്പോൾ ഈ കമ്യൂണിസ്റ്റ് പാർട്ടികൾ അവരെ നയിക്കാൻ കഴി

വില്ലാത്തവരാണെന്ന് തെളിയിക്കുക മാത്രമല്ല, അവരുടെ പിന്നിൽ ഇഴ ഞ്ഞുകൊണ്ട് ജനങ്ങളുടെ മുന്നേറ്റത്തെ തടയുക കൂടിയായിരുന്നു. ബോൾഷെവിക് പാർട്ടിയുടെ ആവിർഭാവവും ഒക്ടോബർ വിപ്ലവത്തി ന്റെ വിജയവും ഈ സാർവത്രികാന്ധകാരത്തിലെ ഒരു തീപ്പൊരി മാത്ര മായിരുന്നു.

മൂന്നാം ഇന്റർനാഷനലിന്റെ ആദ്യവർഷങ്ങൾ ഒരു യഥാർഥ വിപ്ലവ പ്രസ്ഥാനത്തിന്റെ ചരിത്രമാണ് നമുക്ക് നല്കുന്നത്. പക്ഷേ വീണ്ടും ആ വിപ്ലവാവേശം ക്രമേണ അപ്രത്യക്ഷമാകുന്നതും ഒരുതരം യാഥാ സ്ഥിതികത്വമോ പുതുതായി ഉയർന്നുവരുന്ന അവസ്ഥകളെ അഭിമുഖീ കരിക്കാനോ കൈകാര്യംചെയ്യാനോ ഉള്ള കഴിവില്ലായ്മയോ പ്രകടമാ വുന്നതും മൂന്നാം ഇന്റർനാഷനലിലെ കമ്യൂണിസ്റ്റ് പാർട്ടികൾ പലതും തിരുത്തൽവാദപാർട്ടികളായി പരിണമിക്കുന്നതുമാണ് കാണാവുന്നത്. അതുകൊണ്ടാണ് രണ്ടാം ലോകയുദ്ധകാലത്തും അതിനുമുമ്പും പല കമ്യൂണിസ്റ്റുപാർട്ടികൾക്കും അവരവരുടെ രാജ്യങ്ങളിൽ ഉയർന്നുവന്ന വിപ്ലവസാഹചര്യങ്ങൾ ഉപയോഗപ്പെടുത്താൻ കഴിയാതെ പോയത്. പ ലപ്പോഴും ഈ കമ്യൂണിസ്റ്റുപാർട്ടികൾ ജനങ്ങൾ വിപ്ലവത്തിലേയ്ക്ക് നീ ങ്ങുന്നത് തടയുകയായിരുന്നു. മൂന്നാം ഇന്റർനാഷനലാകട്ടെ, ഈ പാർ ട്ടികളെ വിപ്ലവത്തിന്റെ പാതയിലേക്ക് തിരിച്ചുവിടാനോ നയിക്കാനോ ക ഴിയുന്ന അവസ്ഥയിലായിരുന്നില്ല താനും. അതുകൊണ്ട് സാർവദേശീ യ കമ്യൂണിസ്റ്റ് പ്രസ്ഥാനത്തിന്റെ നേതൃത്വം ക്രൂഷേവ് പിടിച്ചെടുത്ത പ്പോൾ ചൈനീസ് കമ്യൂണിസ്റ്റ് പാർട്ടിയും അൽബേനിയൻ ലേബർപാർ ട്ടിയുമല്ലാതെ മറ്റു കമ്യൂണിസ്റ്റ് പാർട്ടികളൊന്നും അദ്ദേഹത്തിന്റെ രാഷ്ട്രീ യത്തിനെതിരായി സമരം ചെയ്തില്ല. ആ പാർട്ടികളെല്ലാം ക്രൂഷേവ് മു ന്നോട്ടുവെച്ചിരുന്ന തിരുത്തൽവാദലൈൻ പിന്തുടരുന്നവരായിരുന്നു.

സാർവദേശീയ കമ്യൂണിസ്റ്റുപ്രസ്ഥാനത്തിന്റെ അവസാനഘട്ടത്തിലാ ണെങ്കിൽ നമ്മൾ സാധാരണ പഠിക്കുന്നത് ചൈനീസ് കമ്യൂണിസ്റ്റ് പാർ ട്ടിയുടെയും ചൈനീസ് വിപ്ലവത്തിന്റെയും ചരിത്രത്തെക്കുറിച്ചും സാം സ്കാരികവിപ്ലവത്തെക്കുറിച്ചുമാണ്. ക്രൂഷേവിയൽ തിരുത്തൽ വാദത്തി നെതിരായ സമരത്തിന്റെയും ചൈനീസ് സാംസ്കാരിക വിപ്ലവത്തിന്റെ യും കാലത്ത് അനവധി പുതിയ മാർക്സിസ്റ്റുലെനിനിസ്റ്റു സംഘടന കൾ ഉയർന്നുവരികയും തിരുത്തൽ വാദത്തിനെതിരായ സമരത്തിൽ പ ങ്കുചേരുകയുമുണ്ടായി. എന്നാൽ ഇപ്പോൾ ചൈനയിൽ മുതലാളിത്ത പാതക്കാർ അധികാരം പിടിച്ചുപറ്റുകയും മാവോയുടെ വിപ്ലവലൈനി നെതിരായി സർവതോമുഖമായ ആക്രമണം ആരംഭിക്കുകയും ചെയ് തപ്പോൾ എം.എൽ സംഘടനകളിൽ ഭൂരിപക്ഷവും മാവോ സേ തൂങ്

ചിന്തയെ പ്രതിരോധിക്കാൻ മുന്നോട്ടുവന്നില്ലെന്നു കാണാം. ഈ സംഘടനകളെല്ലാം ഇപ്പോൾ സാർവദേശീയ തിരുത്തൽവാദത്തിന്റെ ഭാഗമായി കഴിഞ്ഞിരിക്കുന്നു. വളരെ ചുരുക്കം ചില മാർക്സിസ്റ്റ് ലെനിനിസ്റ്റ് വിഭാഗങ്ങൾ മാത്രമാണ് ഈ പരീക്ഷണത്തെ അതിജീവിക്കുകയും സിദ്ധാന്തത്തിലും പ്രയോഗത്തിലും മാർക്സിസംലെനിനിസംമാവോ സേതൂങ് ചിന്തയുടെ വിപ്ലവകരമായ അന്തസ്സത്ത ഉയർത്തിപ്പിടിക്കുന്നതിൽ വിജയിക്കുകയും ചെയ്തത്. തീർച്ചയായും ഇവരിൽ എത്ര സംഘടനകൾ വിപ്ലവത്തിന്റെ പാതയിൽ മുന്നേറാനുണ്ടാകുമെന്ന് ചരിത്രം തന്നെയായിരിക്കും തീരുമാനിക്കുക.

ഈ വസ്തുതകൾ ഇങ്ങിനെ അവതരപ്പിക്കുക വഴി സാർവദേശീയ കമ്യൂണിസ്റ്റ് പ്രസ്ഥാനത്തെപ്പറ്റി നിഷേധാത്മകവും അശുഭാപ്തിപരവുമായ ഒരു ചിത്രം വരച്ചുകാട്ടാനല്ല ഞങ്ങൾ ശ്രമിക്കുന്നത്. യഥാർഥ അവസ്ഥ എന്താണെന്ന് നമ്മൾ തിരിച്ചറിയേണ്ടതുണ്ടെന്ന് ചൂണ്ടിക്കാണിക്കുകയാണ്. ലോക കമ്യൂണിസ്റ്റ് പ്രസ്ഥാനത്തിന്റെ ചരിത്രം മുഴുവൻ പരിശോധിച്ചാൽ ചില കാലഘട്ടങ്ങളിലെ, ലെനിന്റെ നേതൃത്വത്തിലുണ്ടായ ബോൾഷെവിക് പാർട്ടിയും മാവോയുടെ കീഴിലുണ്ടായിരുന്ന ചൈനീസ് കമ്യൂണിസ്റ്റ് പാർട്ടിയും പോലുള്ള അപൂർവം പാർട്ടികളൊഴിച്ചാൽ ഭൂരിപക്ഷം കമ്യൂണിസ്റ്റ് പാർട്ടികളും തിരുത്തൽവാദ സംഘടനകളായി അധഃപതിക്കുകയും ജനങ്ങൾ വിപ്ലവപാതയിലൂടെ മന്നേറുന്നത് തടയുന്ന പ്രതിബന്ധങ്ങളാവുന്നവിധം പിന്തിരിപ്പൻ പങ്കുവഹിക്കുന്നവരാവുകയും ആണുണ്ടായത്. ഇത് യാദൃച്ഛികമായ ഒരു സംഭവവികാസമല്ല. കമ്യൂണിസ്റ്റുപാർട്ടികൾ തിരുത്തൽവാദ, പിന്തിരിപ്പൻ പ്രസ്ഥാനങ്ങളാവുന്നത് ലോക കമ്യൂണിസ്റ്റ് പ്രസ്ഥാനത്തിൽ ഒരു പൊതു പ്രവണതയായിരുന്നു. കമ്യൂണിസ്റ്റുപാർട്ടികൾ കെട്ടിപ്പടുക്കുന്നതിനെക്കുറിച്ചും ഇത്തരം നിഷേധാത്മക പരിണാമത്തിന്റെ കാരണങ്ങളെക്കുറിച്ചും ആഴത്തിൽ പരിശോധിക്കേണ്ടിയിരിക്കുന്നു.

ഒട്ടുമൊത്തത്തിൽ സാർവദേശീയ കമ്യൂണിസ്റ്റ് പ്രസ്ഥാനം കൈവരിച്ച ഗുണാത്മകസംഭാവനകളെയും ബോൾഷെവിക് പാർട്ടിയും ചൈനീസ് കമ്യൂണിസ്റ്റ് പാർട്ടിയും പോലുള്ള വിപ്ലവകമ്യൂണിസ്റ്റ് പാർട്ടികൾ നടത്തിയ വിപ്ലവകരമായ കുതിച്ചുചാട്ടങ്ങളെയും ഒരുരീതിയിലും ചെറുതാക്കിക്കാണിക്കുകയല്ലെന്ന് വ്യക്തമാക്കട്ടെ. ഇവിടെ ചൂണ്ടിക്കാണിക്കാൻ ശ്രമിക്കുന്നത് നാളിതുവരെ സാർവദേശീയ കമ്യൂണിസ്റ്റ് പ്രസ്ഥാനത്തിന്റെ ഗുണാത്മകവശങ്ങളിൽ മാത്രം ഏകപക്ഷീയമായി ഊന്നിക്കൊണ്ടിരിക്കുകയും നിഷേധാത്മക വശങ്ങളെക്കുറിച്ചുള്ള ഗൗരവപൂർവമുള്ള ചർച്ചകൾ

ഒഴിവാക്കുകയുമായിരുന്നു എന്നാണ്. ഇത്തരം നിഷേധാത്മക അനുഭവങ്ങളിൽ നിന്ന് ഏറെ പ്രധാനപ്പെട്ട പാഠങ്ങൾ നമുക്ക് ഉൾക്കൊള്ളാനായാൽ നമുക്ക് തീർച്ചയായും നമ്മുടെ പല കഴിഞ്ഞകാലതെറ്റുകളും ഒഴിവാക്കിക്കൊണ്ടും ഇപ്പോൾ നമ്മൾ അഭിമുഖീകരിക്കുന്ന ചില ദൗർബല്യങ്ങളെങ്കിലും മറികടന്നുകൊണ്ടും മുന്നോട്ടു പോകാൻ സഹായകമായിത്തീരും. മാർക്സിയൻ വിപ്ലവപ്രത്യയശാസ്ത്രം പിന്തുടരുമെന്ന് പ്രതിജ്ഞയെടുത്ത കമ്യൂണിസ്റ്റു പാർട്ടികളിൽ ഭൂരിപക്ഷവും യാഥാസ്ഥിതിക പിന്തിരിപ്പൻ പാർട്ടികളായി അധഃപതിച്ചത് എങ്ങിനെയാണെന്ന മുഖ്യചോദ്യത്തിന് ഉത്തരം കണ്ടെത്തുകയാണ് ആദ്യം വേണ്ടത്.

കമ്യൂണിസ്റ്റു പാർട്ടികൾ കെട്ടിപ്പടുത്തത് എങ്ങിനെയാണെന്ന് നോക്കാം. ഒരു സാധാരണ വ്യക്തിയിൽ നിന്ന് തുടങ്ങാം. അയാൾ ഒരു കമ്യൂണിസ്റ്റ് ആവുമ്പോൾ ആദ്യം അയാളുടെ കാഴ്ചപ്പാടുതന്നെ ഉടച്ചുവാർക്കുന്ന ഒരു പ്രക്രിയയിലൂടെ കടന്നുപോകേണ്ടി വരും. ഓരോ വ്യക്തിയും വളർന്നുവരുന്നത് അയാൾക്ക് ചുറ്റുമുള്ള സമൂഹത്തിൽ നിലനില്ക്കുന്ന ആചാരങ്ങളെയും പാരമ്പര്യങ്ങളെയും അടിസ്ഥാനമാക്കിയുള്ള വ്യക്തിത്വരൂപീകരണ പ്രക്രിയയിലൂടെയാണ്. താൻ സ്വതന്ത്രമായിട്ടാണ് നിലപാടുകൾ എടുക്കുന്നതെന്ന് ഒരു വ്യക്തി കരുതുമെങ്കിലും നിലവിലുള്ള ചിന്താഗതികളാണ് അയാളുടെ മനോഘടന രൂപപ്പെടുത്തിയിരിക്കുന്നതെന്ന് കാണാം. നിലവിലുള്ള സമൂഹത്തിൽ നിന്ന് ഒരാൾ അബോധപൂർവം സ്വാംശീകരിക്കുന്ന ചില ശക്തമായ ആശയസംഹിതകളെ ആധാരമാക്കിയാണ് അയാൾ ചിന്തിക്കുന്നത്. അതുകൊണ്ട് ഒരു സാധാരണക്കാരൻ ഒരു കമ്മ്യൂണിസ്റ്റ് ആവാനുള്ള സമരം ആരംഭിക്കുമ്പോൾ അയാൾ ആദ്യം ചെയ്യുന്നത് തന്റെ ചിന്തകൾക്ക് ആധാരമായി നിലനിർത്തിപ്പോന്ന ധാരണകളും വിശ്വാസങ്ങളുമെല്ലാം തകർക്കുകയാണ്. ഒപ്പം പുതിയൊരു ചിന്താപദ്ധതിക്ക് ആധാരമാകുന്ന പുതിയ സൈദ്ധാന്തികാവിഷ്കാരങ്ങളും ധാരണകളുമെല്ലാം ഉൾക്കൊള്ളുകയും ചെയ്യുന്നു. പഴയ ആശയങ്ങളുടെയും വിശ്വാസങ്ങളുടെയും സ്ഥാനത്ത് പുതിയവ നിലയുറപ്പിക്കുകയാണുണ്ടാവുന്നത്. ഇവിടെ നമുക്ക് ഉത്തരം ലഭിക്കേണ്ട ചോദ്യം അയാളുടെ ചിന്താരീതി യഥാർത്ഥത്തിൽ ഉടച്ചുവാർക്കപ്പെട്ടുവോ എന്നുള്ളതാണ്. പഴയ ആശയങ്ങൾക്ക് പകരം പുതിയവ സ്വീകരിക്കുന്നതും ചിന്താരീതി ഉടച്ചുവാർക്കുന്നതും രണ്ട് വ്യത്യസ്ത പ്രക്രിയകളാണ്. പഴയ ആശയങ്ങൾക്കു പകരം പുതിയ ആശയങ്ങൾ സ്വീകരിക്കുന്ന പ്രക്രിയയിൽ ചിന്താരീതിയിൽ മാറ്റമൊന്നും ഉണ്ടാകുന്നില്ല. പഴയ മനോഘടനയിൽ തന്നെയാണ് പഴയ ആശയങ്ങൾക്കു

പകരം പുതിയവ സ്ഥാനം പിടിക്കുന്നത്. സ്വാഭാവികമായും പുതിയ ആശയങ്ങളും പഴയ ആശയങ്ങളെപോലെ തന്നെ അന്ധമായ വിശ്വാസങ്ങളോ വരട്ടുവാദങ്ങളോ ആയിമാറാം. ചിന്താരീതിയിൽ തന്നെ മാറ്റമുണ്ടായാലേ പുതിയ ആശയങ്ങൾക്കു വിപ്ലവപരമായ പങ്കുവഹിക്കാനാവുകയുള്ളു.

ഒരു സാധാരണക്കാരന്റെ ചിന്താരീതി സാമാന്യബുദ്ധി എന്ന് സാധാരണ വിളിക്കുന്നതിനെ ആധാരമാക്കിയാണ് നിലനില്ക്കുന്നത്. പലവിധ അന്ധവിശ്വാസങ്ങളുടെയും ദൃഢധാരണകളുടെയും മുൻവിധികൾ അയാൾക്കുണ്ടാകുമെങ്കിലും യഥാർത്ഥ ജീവിതയാഥാർത്ഥ്യങ്ങൾക്കു നേരെ നോക്കാൻ അയാൾ സന്നദ്ധനായിരിക്കും. തന്റെ അനുഭവങ്ങളെ ഉയർന്നനിലവാരത്തിലുള്ള ധാരണകളായി വകസിപ്പിക്കാൻ അയാൾക്ക് കഴിയണമെന്നില്ല. പക്ഷേ യഥാർത്ഥ ജീവിതത്തിൽ പരസ്പരവിരുദ്ധമായ പ്രതിഭാസങ്ങൾ സഹവർത്തിക്കുന്നതായി അംഗീകരിക്കാൻ അയാൾ തയ്യാറാകും; ഏതെങ്കിലും പുതിയ സൈദ്ധാന്തിക നിലപാടുകൾ കൊണ്ട് അയാളുടെ മനോഘടന കൂടുതൽ കർക്കശപ്പെട്ടിട്ടുണ്ടാവില്ല. അയാളുടെ മനോഘടന കർക്കശമല്ലെന്നല്ല ഉദ്ദേശിക്കുന്നത്; അല്പം അയഞ്ഞ സമീപനത്തിന് സാധ്യതയുണ്ടെന്നാണ് സൂചിപ്പിക്കുന്നത്. പക്ഷേ അയാൾ കമ്മ്യൂണിസ്റ്റ് പാർട്ടി എന്ന് പറയുന്ന ഒന്നിൽ ജ്ഞാനസ്നാനം ചെയ്യുന്നതോടെ അയാളുടെ മനോഘടന മുഴുവനും ഒരു പ്രത്യേക വീക്ഷണം കൊണ്ട് കൂടുതൽ കർക്കശമായിത്തീരുന്നു. ഉദാഹരണത്തിന് ഒരു പഴയകാല സി.പി.ഐ. ക്കാരന്റെ കാര്യമെടുക്കുക. സോവിയറ്റ് യൂണിയൻ എന്ന പ്രതീകത്തെ ആസ്പദമാക്കിയുള്ള ഒരു പുതിയ ദർശനമാണ് അയാളുടെ വീക്ഷണത്തെ രൂപപ്പെടുത്തിയിട്ടുള്ളതെന്ന് കാണാം. അയാളെ സംബന്ധിച്ചിടത്തോളം സോവിയറ്റ് യൂണിയന്റെ നിറം ഒരിക്കലും മാറില്ല. അങ്ങനെ സംഭവിക്കുകയാണെങ്കിൽ അയാളുടെ ചിന്താപദ്ധതിയുടെ മൊത്തം അടിത്തറ തന്നെയാണ് തകരുന്നത്. അപ്പോൾ അയാളെ സംബന്ധിച്ചിടത്തോളം ഒരു കമ്മ്യൂണിസ്റ്റായി തുടരുന്നത് അർഥശൂന്യമായി തീരുന്നു. അയാളുടെ യുക്തി അനുസരിച്ച് ഒരു സോഷ്യലിസ്റ്റ് രാജ്യത്തിന് മുതലാളിത്തത്തിലേക്ക് തിരിച്ചു പോകാനാവില്ല. ഇത് ഔപചാരിക ചിന്താരീതി (formal logic) ആണ്. അതനുസരിച്ച് ഒരു പ്രതിഭാസം അതിന്റെ നേരെ വിപരീതമാകുന്നത് സങ്കല്പിക്കാനാവില്ല. വൈരുദ്ധ്യാധിഷ്ഠിത ചിന്താരീതി (dialectical logic) അയാൾക്ക് അജ്ഞാതമാണെന്നാണ് ഇതിന്റെ അർത്ഥം. സോവിയറ്റ് യൂണിയനിൽ യഥാർത്ഥത്തിൽ എന്താണ് സംഭവിക്കുന്നതെന്ന് അറിയാൻ അയാൾക്ക് താല്പ

ര്യമില്ല. അയാൾ പാർട്ടിയിൽ ചേർന്നപ്പോൾ മനസ്സിൽ കെട്ടിപ്പൊക്കിയ ചിന്താസൗധത്തിൽ അയാൾ സംതൃപ്തനാണ്. അതുപോലെ തന്നെ ഇന്ത്യയിൽ വിപ്ലവം നടത്തുന്നിന് വേണ്ടി ഇവിടെത്തെ സമൂർത്തയാഥാർത്ഥ്യങ്ങളുമായി ഒരു ബന്ധവുമില്ലാത്ത ഒരു പ്രത്യേക പരിപാടിയും അയാളെ പഠിപ്പിച്ചിട്ടുണ്ട്. അയാളുടെ പ്രയോഗവും അയാളുടെ സൈദ്ധാന്തിക ധാരണകളും തമ്മിലുള്ള ബന്ധത്തെപ്പറ്റിയും അയാൾക്ക് ഉത്കണ്ഠയില്ല. അയാളുടെ ഔപചാരികയുക്തി ചിന്ത അന്നേരം വൈരുദ്ധ്യങ്ങളിൽ നിന്നെല്ലാം അയാളെ രക്ഷിക്കും. വ്യവസ്ഥക്കെതിരെ ജനങ്ങൾ സ്വമേധയാ കലാപം ചെയ്യുമ്പോൾ അത് തന്റെ സൈദ്ധാന്തിക ചട്ടക്കൂടിനു അനുസൃതമല്ലാത്തുകൊണ്ട് അയാൾ അവരെ കുറ്റപ്പെടുത്തുകയും ചെയ്യും. ഇത്തരം 'കമ്മ്യൂണിസ്റ്റ്'കളെക്കൊണ്ട് കെട്ടിപ്പടുത്ത ഒരു കമ്മ്യൂണിസ്റ്റ് പാർട്ടി തീർച്ചയായും പ്രയോഗത്തിൽ ഒരു പിന്തിരിപ്പൻ ശക്തിയായിരിക്കും.

1964ൽ സി.പി.ഐ. പിളർന്നപ്പോൾ ചില ഭേദഗതി ചെയ്ത നിലപാടുകളുടെ അടിത്തറയിലാണ് സി.പി.ഐ. കെട്ടിപ്പടുക്കപ്പെട്ടത്; പഴയ ചില ധാരണകളുടെ സ്ഥാനത്ത് പുതിയത് ചിലത് വെക്കൽ മാത്രമായിരുന്നു അത്. കമ്മ്യൂണിസ്റ്റുകാരുടെ ചിന്താരീതിയിൽ ഒരു ഉടച്ചു വാർക്കലും നടന്നില്ല. അതുകൊണ്ട് പ്രയോഗത്തിൽ ഒരു ഗുണപരമായ മാറ്റവും ഉണ്ടായതുമില്ല. വീണ്ടും 1967ൽ നക്സൽ ബാരി മുന്നേറ്റത്തെ തുടർന്ന് കൂടുതൽ ആഴത്തിലുള്ള പിളർപ്പുണ്ടാവുകയും 1969ൽ സി.പി.ഐ. (എം.എൽ) ന്റെ രൂപികരണത്തിലേക്ക് നയിക്കുകയും ചെയ്തു. ഭൂതകാലവുമായി കൂടുതൽ ഗുണപരമായ വിച്ഛേദനം പ്രത്യകിച്ചും പ്രയോഗത്തിന്റെ തലത്തിൽ ഉണ്ടാവുക വഴി മാറ്റങ്ങൾ കൂടുതൽ ആഴത്തിലുള്ളതായിരുന്നുവെങ്കിലും ചിന്താ രീതിയുടെ കാര്യത്തിൽ അടിസ്ഥാനപരമായ ഉടച്ചുവാർക്കലൊന്നും ഉണ്ടായില്ലെന്ന് പറയേണ്ടിയിരിക്കുന്നു. ഈ പിളർപ്പ് നടന്നത് സി.പി.എം. നയങ്ങളിൽ അതൃപ്തരായിരുന്ന വിപ്ലവകാരികൾ വിപ്ലവത്തെ മുന്നോട്ടു നയിക്കുന്നതിനു വേണ്ടി പുതിയ സമ്പ്രദായങ്ങളും നയങ്ങളും കണ്ടെത്തുന്നതിനു വേണ്ടി നടത്തിയ ഗൗരവപൂർവമുള്ള ശ്രമങ്ങളുടെ ഫലമായിരുന്നു. അവർക്ക് ഈ ശ്രമങ്ങളിൽ സർവദേശീയ തലങ്ങളിൽ നടന്ന പ്രത്യയശാസ്ത്ര സമരങ്ങളിൽ നിന്നുള്ള പുതിയ പാഠങ്ങൾ ഉപയോഗപ്പെടുത്താനാവുകയുണ്ടായി: ചൈനീസ് കമ്മ്യൂണിസ്റ്റ് പാർട്ടിയുടെ നേതൃത്വത്തിൽ ക്രൂഷേവിയൻ തിരുത്തൽ വാദത്തിനെതിരായി നടന്ന സമരങ്ങളിൽ നിന്നും ചൈനീസ് സാംസ്കാരിക വിപ്ലവത്തിൽ നിന്നും. ഇത് യഥാർത്ഥത്തിൽ പുതിയ സമര

രൂപങ്ങൾക്കും പുതിയ പ്രവർത്തന രീതികൾക്കും വേണ്ടിയുള്ള അന്വേഷണത്തെ പ്രോത്സാഹിപ്പിക്കുകയും അതിന് വേഗം കൂട്ടുകയും ചെയ്യുന്ന ഒരു പുതിയ പാത തുറക്കുകയുണ്ടായി; ചിന്താരീതി സമൂലം ഉടച്ചുവാർക്കുന്നത് നടക്കാതിരുന്നതു കൊണ്ട് ഈ പാതയും അതിവേഗം അടഞ്ഞുപോയി.

ഇന്ത്യൻ സമൂഹം അർദ്ധ കോളോണിയൽ, അർദ്ധ ഫ്യൂഡൽ ആണന്ന സി.പി.ഐ.(എം.എൽ.)ന്റെ പുതിയ വിലയിരുത്തൽ യാഥാർത്ഥ്യത്തോട് കൂടുതൽ അടുത്തുനില്പുണ്ടായിരുന്നുവെങ്കിലും സി.പി.ഐ.യുടെയും സി.പി.എമിന്റെയും പഴയ വിലയിരുത്തലിനുള്ള പകരം വെക്കലായിരുന്നു അത്. തുടർന്നു പുതിയതും കൂടുതൽ ശരിയുമായ ഈ പുതിയ വിലയിരുത്തൽ ഒരു വരട്ടുതത്വമാവുകയും പ്രയോഗത്തിനുള്ള ഊർജസ്വലമായ വഴിക്കാട്ടിയെന്ന നിലക്കുള്ള അതിന്റെ പങ്ക് നഷ്ടമാവുകയും ചെയ്തു. അർദ്ധ ഫ്യൂഡൽ, അർദ്ധ കോളോണിയൽ എന്ന ധാരണ ഒരു വരട്ടുതത്വമായതോടെ അത് പ്രയോഗത്തിൽ പരീക്ഷിക്കുകയോ തിരുത്തുകയോ മെച്ചപ്പെട്ടതാക്കുകയോ ചെയ്യാൻ പറ്റാത്തതായി മാറി. നിലവിലുണ്ടായിരുന്ന തിരുത്തൽ വാദികളുടെ പ്രവർത്തന ശൈലിക്ക് തികച്ചും വിരുദ്ധമായ മുദ്രവാക്യങ്ങൾ മുന്നോട്ടു വെക്കാൻ സി.പി.ഐ.(എം.എൽ)ന് കഴിഞ്ഞതുകൊണ്ട് പ്രയോഗത്തിൽ വിപ്ലവകരമായ വിച്ഛേദം സാധ്യമായി. നിയമവിധേയ സമരങ്ങൾക്ക് പകരം സായുധസമരവും പരസ്യപ്രവർത്തനത്തിന് പകരം രഹസ്യപ്രവർത്തനവും സാമ്പത്തിക സമരങ്ങൾക്കു പകരം രാഷ്ട്രീയസമരങ്ങളും നടപ്പിലാക്കപ്പെട്ടു. പ്രവർത്തനശൈലിയിലുള്ള ഗുണപരമായ വിച്ഛേദനം ഒരു വിപ്ലവപരമായ പങ്ക് വഹിച്ചുവെങ്കിലും അത് ഒരുതരം ഏകപക്ഷീയവും യാന്ത്രികവുമായ സമീപനത്തിനു പകരം മറ്റൊരുതരം ഏകപക്ഷീയവും യാന്ത്രികവുമായ സമീപനം പ്രയോഗിക്കൽ മാത്രമായിമാറി. അതുകൊണ്ടാണ് മുകളിൽ സൂചിപിച്ച വൈരുധ്യാധിഷ്ഠിത വിപരിതങ്ങൾ പരസ്പരബന്ധമില്ലാതെ പരസ്പരം പ്രതിസ്ഥാപിക്കപ്പെട്ടത്. ഇത് കാണിക്കുന്നത് വിപ്ലവകാരികളുടെ ചിന്താരീതിയും പഴയ ഔപചാരിക ചിന്താപദ്ധതി തന്നെ ആയിരുന്നു എന്നാണ്. അതുകൊണ്ടാണ് വലതുപക്ഷ യാന്ത്രിക സമീപനത്തിന്റെ സ്ഥാനത്തു 'ഇടതുപക്ഷ' യാന്ത്രിക സമീപനം അഥവാ തിരുത്തൽ വാദത്തിന്റെ സ്ഥാനത്ത് വരട്ടുവാദം വന്നത്.

വീണ്ടും വരട്ടുവാദത്തിനെതിരായ സമരം ആരംഭിച്ചപ്പോൾ, തിരുത്തൽ വാദനിലപാടിൽ നിന്നുകൊണ്ടായിരുന്നു അത്. മുകളിൽ ചൂണ്ടികാണിച്ച വിപരീതങ്ങളെല്ലാം വീണ്ടും പ്രതിസ്ഥാപിക്കപ്പെട്ടു. എം.എൽ. പ്ര

സ്ഥാനത്തിനുള്ളിൽ ഉയർന്നുവന്ന പുതിയ തിരുത്തൽ വാദികൾ സായുധസമരവും രഹസ്യപ്രവർത്തനവും രാഷ്ട്രീയ സമരങ്ങളും കയ്യൊഴിഞ്ഞു; പകരം പാർലമെന്ററിസം അഥവാ നിയമ വിധേയത്വവും പരസ്യപ്രവർത്തനവും സാമ്പത്തിക സമരങ്ങളും കൈകൊള്ളുകയും ചെയ്തു. മറ്റു ചിലർ പരസ്യ പ്രവർത്തനവും രഹസ്യ പ്രവർത്തനവും പോലുള്ള വിപരീതങ്ങളെ ഒരുമിപ്പിക്കുന്നതിനെ കുറിച്ചു പറയുന്നുണ്ടെങ്കിലും അവ തമ്മിലുള്ള പരസ്പര ബന്ധം മനസ്സിലാക്കാതെ യാന്ത്രികമായിട്ടാണത് ചെയ്യുന്നത്. '60 കളുടെ അവസാന വർഷങ്ങളിൽ യാന്ത്രിക രീതിയിൽ മാവോ സേതുങ്ങ് ചിന്തയും ചൈനയിലെ സാംസ്കാരിക വിപ്ലവും ഉയർത്തിപിടിച്ചവരിൽ ഭൂരിപക്ഷവും ഇപ്പോൾ ലജ്ജയില്ലാതെ മാവോയെ എതിർക്കാനായി ഡെങ്ങിനെ പിന്തുടരുകയാണ്.

ദൈനംദിന ജീവിതത്തിൽ നാം നേരിടുന്ന പ്രതിഭാസങ്ങളെയും വസ്തുക്കളെയുമെല്ലാം ഉപരിതലത്തിൽ നമ്മൾ കൈകാര്യം ചെയ്യുന്നത് ഔപചാരിക യുക്തി ഉപയോഗിച്ചുകൊണ്ടാണ്. നിത്യജീവിതത്തിൽ ഔപചാരിക ചിന്ത പദ്ധതി ഉപയോഗപ്രദമാണ്; ഒഴിച്ചുകൂടാൻ പാടില്ലാത്തതുമാണ്. ഉദാഹരണത്തിന് നമ്മൾ സാധനങ്ങൾ വാങ്ങുമ്പോൾ എണ്ണാനും കൂട്ടാനും കുറക്കാനുമെല്ലാം ഉപയോഗിക്കുന്നത് ഔപചാരികയുക്തിയാണ്. പക്ഷേ വേറിട്ടതും വ്യത്യസ്തവുമായ പ്രതിഭാസങ്ങൾ തമ്മിലുള്ള പരസ്പര ബന്ധം മനസ്സിലാക്കുന്നതിനായി ആഴത്തിൽ അന്വേഷിക്കാൻ ഔപചാരിക ചിന്താപദ്ധതി നമ്മെ സഹായിക്കില്ല. നേർവിപരീതമായ പ്രതിഭാസങ്ങൾ തമ്മിലുള്ള പരസ്പര ബന്ധവും അവയുടെ ആന്തരികസത്തയും മനസ്സിലാക്കാൻ അതിനാവില്ല. ഈ തലത്തിൽ വൈരുധ്യാധിഷ്ഠിത ചിന്താപദ്ധതിക്ക് അഥവാ വൈരുധ്യ ശാസ്ത്രത്തിന് മാത്രമേ ലക്ഷ്യം നേടാനാവൂ. പക്ഷേ ലോക കമ്മ്യൂണിസ്റ്റ് പ്രസ്ഥാനത്തിന്റെ ചരിത്രം കാണിച്ചുതരുന്നത് വൈരുധ്യശാസ്ത്രം യാന്ത്രികമായി മനസ്സിലാക്കപ്പെട്ടതും പ്രയോഗിക്കപ്പെട്ടതും എങ്ങിനെയെന്നുകൂടിയാണ്. വിപരീതങ്ങളെ ഒറ്റപ്പെട്ട രീതിയിൽ കൈകാര്യം ചെയ്യുന്ന ഒരു സമ്പ്രദായമായിട്ടാണ് അതു മനസ്സിലാക്കപ്പെട്ടത്. അതുകൊണ്ട് യഥാർത്ഥ പ്രയോഗത്തിന്റെ തലത്തിൽ അത് ഔപചാരിക ചിന്താപദ്ധതി ആയിട്ടുതന്നെ നിലനില്ക്കുകയായിരുന്നു. വൈരുദ്ധ്യശാസ്ത്രം യഥാർത്ഥത്തിൽ വിപരീതങ്ങൾ തമ്മിലുള്ള പരസ്പര ബന്ധത്തെയും പരസ്പര നിവേശത്തെയും മനസ്സിലാക്കാൻ ഉതകുന്ന സമ്പ്രദായമാണ്.

സി.പി.ഐ. (എം.എൽ) കെട്ടിപ്പടുക്കുന്നതിലും വളർത്തുന്നതിലും നേതൃത്വപരമായ പങ്കു വഹിച്ച കമ്മ്യൂണിസ്റ്റു വിപ്ലവകാരികൾക്ക്, അ

വർ വൈരുധ്യശാസ്ത്രത്തെക്കുറിച്ചുള്ള മാവോയുടെ കൃതികൾ ഉയർത്തിപ്പിടിക്കുകയും ചെയ്തെങ്കിലും വൈരുധ്യശാസ്ത്രത്തെക്കുറിച്ച് നിലവിലുണ്ടായിരുന്ന യാന്ത്രിക ധാരണയെ മറികടക്കാനായിരുന്നില്ല. അതുകൊണ്ടാണ് അവർ സായുധസമരത്തെ മറ്റുസമര രൂപങ്ങളിൽ നിന്നും സാമ്പത്തിക സമരങ്ങളെ രാഷ്ട്രീയ സമരങ്ങളിൽ നിന്നും രഹസ്യ പ്രവർത്തനത്തെ പരസ്യ പ്രവർത്തനത്തിൽ നിന്നും കർശനമായി വേർതിരിച്ചു നിർത്തിയത്. സായുധ സമരം മറ്റു സമരരൂപങ്ങളുമായും സാമ്പത്തിക സമരം രാഷ്ട്രീയ സമരവുമായും പരസ്യ പ്രവർത്തനം രഹസ്യപ്രവർത്തനവുമായും എങ്ങിനെയാണ് പരസ്പരബന്ധിതമായിരിക്കുന്നതും പരസ്പരം നിവേശിക്കാൻ കഴിയുന്നതുമെന്നും അവർക്കു ഉൾക്കൊള്ളാനായില്ല.

വിപരീതങ്ങൾ തമ്മിലുള്ള പരസ്പരബന്ധത്തെക്കുറിച്ചുള്ള യാന്ത്രികധാരണ കൂടുതൽ ആശയകുഴപ്പം സൃഷ്ടിക്കുമെന്നും നാം മനസ്സിലാക്കേണ്ടതുണ്ട്. വ്യത്യസ്ത തരം വിപരീത ഗുണങ്ങൾക്കു വ്യത്യസ്ത തരം ബന്ധങ്ങളാണുണ്ടാവുക. വ്യത്യസ്ത സാഹചര്യങ്ങളിൽ ശത്രുതാപരമായ ബന്ധവും മറ്റു സാഹചര്യങ്ങളിൽ ശത്രുതാപരമല്ലാത്ത ബന്ധവുമാകാം. സമൂർത്ത വിശകലനത്തിന്റെ അടിസ്ഥാനത്തിലാണ് ഇത്തരം വ്യത്യാസങ്ങൾ തിരിച്ചറിയാനും വിലയിരുത്താനും കഴിയുക. അതായത് വിപരീതങ്ങൾ അവയുടെ സ്ഥാനം മാറാനും പരസ്പരം നിവേശിക്കാനും ഉള്ള സാധ്യത കണക്കിലെടുക്കേണ്ടതുണ്ട്. തിരുത്തൽവാദികൾ വിപരീതങ്ങളെ ഒറ്റപ്പെടുത്തി കാണുന്നു. രഹസ്യ പ്രവർത്തനത്തോടൊപ്പം പരസ്യ പ്രവർത്തനം നടത്തുന്നതും നിയമവിധേയ പ്രവർത്തനത്തോടൊപ്പം നിയമവിരുദ്ധ പ്രവർത്തനം നടത്തുന്നതും സാമ്പത്തിക സമരത്തോടൊപ്പം രാഷ്ട്രീയ സമരം നടത്തുന്നതും അവർക്ക് ഉൾക്കൊള്ളാനാവുന്നില്ല. ഈ വിപരീതങ്ങളുടെ പരസ്പരമാറ്റവും അവർക്ക് അംഗികരിക്കാനാവില്ല. ഇതാണ് ഔപചാരിക ചിന്താപദ്ധതി. എന്തുകൊണ്ടെന്നാൽ ഔപചാരിക ചിന്താപദ്ധതി അനുസരിച്ചു വിപരീതങ്ങൾക്ക് ഒരുമിച്ച് നില്കാനാവില്ല; അവയ്ക്ക് പരസ്പരം സ്ഥാനമാറ്റം നടത്താനാവില്ല. വരട്ടുവാദികൾ എതിർ നലപാടെടുത്ത് തങ്ങൾ രഹസ്യപ്രവർത്തനവും നിയമവിരുദ്ധ സമരങ്ങളും രാഷ്ട്രീയ സമരങ്ങളും മാത്രമേ നടത്തുകയുള്ളൂ എന്ന് പ്രഖ്യാപിക്കുമ്പോഴും ഇതു തന്നെയാണ് ചെയ്യുന്നത്.

വിപരീതങ്ങൾ തമ്മിലുള്ള പരസ്പരബന്ധം കൂടുതൽ സങ്കീർണ്ണമാണ്. പരസ്യപ്രവർത്തനത്തിന്റെ ഒരു പ്രത്യേക രൂപം രഹസ്യ പ്രവർത്തനം നടത്താൻ സഹായകരമയേക്കും. എല്ലാതരം പരസ്യ പ്രവർത്തന

വും രഹസ്യ പ്രവർത്തനത്തെ സഹായിക്കുമെന്ന് ഇത് അർഥമാക്കുന്നില്ല. നിയമവിധേയനിയമവിരുദ്ധ സാമ്പത്തികരാഷ്ട്രീയ സമരങ്ങൾക്കെല്ലാം ഇത് ബാധകമാണ്. സമൂർത്ത വിശകലനത്തിന്റെ അടിസ്ഥാനത്തിൽ മാത്രമേ വിപരീത സമര രൂപങ്ങൾ തമ്മിൽ നിലനില്ക്കുന്ന ഇത്തരം പരസ്പരബന്ധങ്ങൾ നിർണ്ണയിക്കാനാവൂ.

അടുത്തകാലത്ത് നമ്മൾ വരട്ടുവാദത്തിനും രഹസ്യവാദത്തിനുമെതിരായ സമരം ആരംഭിച്ചപ്പോൾ പല സഖാക്കളും അതിനെ മനസ്സിലാക്കിയത് ഏകപക്ഷീയമായിട്ടാണ്. രഹസ്യവാദത്തെ ആക്രമിക്കുന്നതിന്റെ പേരിൽ അവർ ഏകപക്ഷീയമായി പരസ്യ പ്രവർത്തനത്തിലേക്ക് തിരിയുകയും രഹസ്യ പ്രവർത്തനം പൂർണ്ണമായി അവഗണിക്കുകയും ചെയ്തു. അതുപോലെ അധികാരം പിടിച്ചുപറ്റുന്നതിനെക്കുറിച്ചുള്ള വരട്ടുവാദ സമീപനത്തെ ആക്രമിച്ചത് ഏകപക്ഷീയമായി ദൈനംദിന പ്രവർത്തനങ്ങളിൽ കേന്ദ്രീകരിച്ചുകൊണ്ടാണ്. സൈനിക ലൈൻ കയ്യൊഴിച്ച് കൊണ്ട് ബഹുജനലൈൻ ഉയർത്തി പിടിക്കപ്പെട്ടു.

ഈ പശ്ചാത്തലത്തിലാണ് ആരംഭത്തിൽ ഉന്നയിച്ച പ്രശ്നം നോക്കികാണേണ്ടത്; ജനകീയ രാഷ്ട്രീയാധികാരത്തെയും അതു പോലുള്ള മറ്റ് സങ്കല്പങ്ങളെയും കുറിച്ചുള്ള പുതിയ ആവിഷ്കാരങ്ങൾ പൂർണ്ണരൂപത്തിൽ പ്രവർത്തകർക്ക് മനസ്സിലാക്കാൻ കഴിയണമെങ്കിൽ ചിന്താരീതിയിൽ സമൂലമായ ഒരു ഉടച്ചുവാർക്കൽ അത്യന്താപേക്ഷിതമാണ്. ഔപചാരിക ചിന്താപദ്ധതിയുടെയും വൈരുദ്ധ്യാത്മക ചിന്താപദ്ധതിയുടെയും സമ്പ്രദായങ്ങൾ തമ്മിൽ തിരിച്ചറിയാനുള്ള പരിശീലനം സഖാക്കൾക്ക് നല്കേണ്ടതുണ്ട്. വൈരുധ്യാധിഷ്ഠിത രീതി വ്യക്തമായി മനസ്സിലാക്കാതെ ഒരു കമ്മ്യൂണിസ്റ്റ്കാരൻ കടന്നുപോകേണ്ടതായ ചിന്താരീതി ഉടച്ചുവാർക്കൽ അസാധ്യമായിരിക്കും.

പ്രകൃതിയിലും സമൂഹത്തിലും എല്ലായിടത്തും നടന്നുകൊണ്ടിരിക്കുന്ന വൈരുധ്യാധിഷ്ഠിത പ്രക്രിയയെ മനസ്സിലാക്കുകയാണ് വൈരുധ്യാധിഷ്ഠിത സമ്പ്രദായത്തിന്റെ അന്തഃസത്ത. പ്രകൃതിയിലും സമൂഹത്തിലും ഏതൊരു പ്രതിഭാസവും മാറ്റത്തിന്റെയും വികാസത്തിന്റെയും ചലനാത്മക പ്രക്രിയയിലൂടെ കടന്നുപോയ്ക്കൊണ്ടിരിക്കുന്നുതു കൊണ്ട് ഈ പ്രക്രിയ പ്രതിനിധാനം ചെയ്യുന്ന ഒരു ആശയത്തിന് ഒരിക്കലും നിശ്ചേതനമായിട്ടിരിക്കാൻ കഴിയില്ല.

നിരന്തരം മാറികൊണ്ടിരിക്കുന്ന ഈ ആശയങ്ങളും പരികല്പനകളുമായി പൊരുത്തപ്പെടാൻ കഴിയും വിധം നമ്മുടെ ചിന്താരീതി അയവേറിയതായിരിക്കണം. ഒരു ഔപചാരിക ചിന്താപദ്ധതിയുടെ കർക്കശ സമ്പ്ര

ദായങ്ങൾക്കനുസൃതമായി രൂപപ്പെട്ട ഒരു മനോഘടനക്ക് ഇത്തരം ഒരു കടമ ഏറ്റെടുക്കാനാവില്ല. ഏതെങ്കിലും പ്രഥമാശയങ്ങളില്ലാതെ ഒരു വിചിന്തന പ്രക്രിയ ആരംഭിക്കാൻ നമുക്കാവില്ലെന്നത് വാസ്തവമാണ്. പക്ഷേ എല്ലാ പ്രഥമാശയങ്ങളും ആരംഭബിന്ദുക്കൾ മാത്രമാണ്. നമ്മൾ ചിന്തിക്കാൻ തുടങ്ങുമ്പോഴുള്ള ആവിഷ്കാരങ്ങളും പരികല്പനകളുമെല്ലാം മാറികൊണ്ടിരിക്കുന്ന സാഹചര്യങ്ങൾക്കും അനുഭവങ്ങൾക്കും അനുസൃതമായി പ്രയോഗത്തിൽ പരീക്ഷിക്കപ്പെടുകയും തിരുത്തപ്പെടുകയോ രൂപാന്തരപ്പെടുത്തപ്പെടുകയോ ചെയ്യേണ്ടതുണ്ട്. മനുഷ്യവിജ്ഞാനത്തിന്റെ യഥാർത്ഥ വികാസം സംഭവിക്കുന്നത് സിദ്ധാന്തവും പ്രയോഗവും തമ്മിലുള്ള വൈരുദ്ധ്യാത്മക പ്രതിപ്രവർത്തനത്തിലൂടെയാണ്. നമ്മുടെ എല്ലാ സൈദ്ധാന്തികാവിഷ്കാരങ്ങളും യഥാർത്ഥ പ്രയോഗത്തിൽ പരീക്ഷിക്കാനും ആവശ്യമായ മാറ്റങ്ങൾ വരുത്താനും നമുക്കു കഴിയുമ്പോൾ മാത്രമാണ് ഔപചാരിക ചിന്താ പദ്ധതിയുടെ കാർക്കശ്യത്തിൽ നിന്ന് നമ്മുടെ മനസ്സിനെ സ്വതന്ത്രമാക്കാൻ പറ്റുന്നത്.

ഇതിന്റെ അർഥം നമുക്ക് തത്വങ്ങളോടും ആദർശങ്ങളോടുമൊന്നും സ്ഥായിയായതും അക്ഷീണവുമായ സമീപനമൊന്നും എടുക്കാൻ കഴിയില്ലെന്നാണോ? തീർച്ചയായും നമുക്ക് കഴിയും; കഴിയണം. പക്ഷേ തത്വങ്ങളേയും ആദർശങ്ങളെയും നമ്മൾ അടവുകളും സമരരൂപങ്ങളുമായി കൂട്ടിക്കുഴക്കരുത്. സോഷ്യലിസവും കമ്മ്യൂണിസവും കെട്ടിപ്പടുക്കുക എന്ന നമ്മുടെ മഹത്തായ ആദർശങ്ങളിൽ സ്ഥിരതയോടെ ഉറച്ചു നില്ക്കേണ്ടതുണ്ട്. അനീതിക്കെതിരെ വിട്ടുവീഴ്ചയില്ലാതെ പോരാടണമെന്നതും എന്നെന്നും സത്യം ഉയർത്തിപ്പിടിക്കുമെന്നുള്ളതും നമ്മുടെ മഹത്തായ തത്വങ്ങളാണ്. പക്ഷേ അതിന്റെ അർഥം നമ്മൾ ഒരു പ്രത്യേക സമരരൂപത്തിലും അടവുകളിലും മുറുകെ പിടിച്ചാൽ മാത്രമേ നമ്മുടെ ആദർശങ്ങൾ സാക്ഷാൽകരിക്കാനും തത്വങ്ങൾ ഉയർത്തിപിടിക്കാനും കഴിയൂ എന്നല്ല. ഉദാഹരണത്തിന് രഹസ്യപ്രവർത്തനങ്ങളിലും നിയമവിരുദ്ധ പ്രവർത്തനങ്ങളിലും മാത്രം ഉറച്ചു നിന്നാലെ സോഷ്യലിസ

വും കമ്മ്യൂണിസവും സാക്ഷത്കരിക്കാനാവൂ എന്നും അനീതികൾക്കെതിരായ സമരത്തിൽ തത്വാധിഷ്ഠതമായി ഇടപെടാനാവു എന്നും ചിന്തിക്കുന്നതു ആത്മഹത്യപരമാണ്. യഥാർത്ഥത്തിൽ കഴിഞ്ഞ കാലത്ത് നമ്മൾ ചിന്തിക്കുകയും പ്രവർത്തിക്കുകയും ചെയ്തത് ഇങ്ങനെയാണ്. രഹസ്യ പ്രവർത്തനങ്ങളോടും നിയമവിരുദ്ധ പ്രവർത്തനങ്ങളോടുമൊപ്പം പരസ്യ പ്രവർത്തന രീതികളും നിയമ വിധേയ സമരങ്ങളും ഏറ്റെടുത്താൽ അത് നമ്മുടെ ആദർശങ്ങൾ കയ്യൊഴിയുന്നതിനും തത്വ

ങ്ങളെ വഞ്ചിക്കുന്നതിനും സമാനമായിരുക്കുമെന്ന് നമ്മൾ ആത്മാർത്ഥ മായി ചിന്തിക്കുകയുണ്ടായി. ചില പ്രത്യേക സമരരൂപങ്ങളിൽ ഉറച്ചുനി ല്ക്കുന്നതും നമ്മുടെ ആദർശങ്ങളും തത്വങ്ങളുമായി കൂട്ടിക്കുഴക്കുക യാണ് നമ്മൾ ചെയ്തത്. യഥാർത്ഥത്തിൽ ഒരു സമഗ്ര വീക്ഷണവും വൈരുധ്യാധിഷ്ഠിതമായ സമീപനവുമാണ് നമുക്ക് ഇല്ലാതെ പോയത്.

സി.പി.ഐ. (എം.എൽ) രൂപം കൊണ്ട കാലത്ത് ഇന്ത്യൻ സമൂഹം അർദ്ധഫ്യൂഡൽ അർദ്ധകൊളോണിയൽ ആണെന്ന വിലയിരുത്തലാണ് പ്രവർത്തനത്തിനുള്ള അടിസ്ഥാനമായി സ്വീകരിച്ചത്. പക്ഷേ നമ്മളതി നെ കർക്കശമായ ഒരു വരട്ടുതത്വമായി മാറ്റിയതോടെ യഥാർത്ഥ ഇന്ത്യൻ സാഹചര്യങ്ങളെക്കുറിച്ചുള്ള കുലങ്കഷമായ അന്വേഷണ പഠനങ്ങൾ ന ടത്താനോ നമ്മുടെ വിലയിരുത്തൽ പ്രയോഗത്തിൽ പരീക്ഷിക്കാനോ കഴിയാത്ത അവസ്ഥയിലായി. എന്നിരുന്നാലും ഇപ്പോൾ നമ്മൾ അത്ത രമൊരു സമൂലാന്വേഷണം ആരംഭിക്കാൻ കഴിയുന്ന അവസ്ഥയിലെത്തി യിരിക്കുന്നു. ജനുവരിയിൽ നടന്ന നമ്മുടെ അഖിലേന്ത്യ സമ്മേളനം അത്തരമൊരു ഉത്തരവാദിത്വം ഏറ്റെടുക്കാനുള്ള അടിസ്ഥാനം ഒരുക്കി യിരിക്കുന്നു. സമൂർത്ത സാഹചര്യങ്ങളുടെ സമൂർത്ത വിശകലനം നട ത്താതെ ഒരു വിപ്ലവപ്രസ്ഥാനത്തിനും മുന്നേറാനാവുകയില്ലെന്ന് ആഴ ത്തിൽ തന്നെ നമ്മൾ ഉൾക്കൊള്ളേണ്ടിയിരിക്കുന്നു. പ്രാദേശിക തല ത്തിൽ രാഷ്ട്രീയാധികാരം സ്ഥാപിക്കുക എന്ന നമ്മുടെ പരിപാടി നടപ്പി ലാക്കണമെങ്കിൽ ഓരോ പ്രദേശത്തെയും സമൂർത്ത സാഹചര്യത്തെ ക്കുറിച്ചുള്ള സമൂർത്ത വിശകലനം നടത്തുകയും ആ സാഹചര്യങ്ങൾ ക്കനുസൃതമായ സമൂർത്ത പരിപാടി ആവിഷ്കരിക്കുകയും ചെയ്യേണ്ട തുണ്ട്. ഈ അന്വേഷണം ഏതെങ്കിലും വിധത്തിൽ നമ്മുടെ ഏതെങ്കി ലും മുൻ വിധികൾ തെളിയിക്കാനോ സ്ഥാപിച്ചുറപ്പിക്കാനോ വേണ്ടിയു ള്ളതാവാൻ പാടില്ല; തുറന്ന മനസ്സോടെയാണ് നമ്മൾ അത് നടത്തേണ്ട ത്. എല്ലാ നിലവാരത്തിലുമുള്ള സഖാക്കൾ ഇത്തരമൊരു അന്വേഷണ വും പഠനവും ആരംഭിക്കുകയാണെങ്കിൽ അതു തന്നെ ആയിരിക്കും ന മ്മുടെ ചിന്താരീതി ഉടച്ചുവാർക്കാനുള്ള പ്രക്രിയയുടെ ആരംഭം. പഴയ ചിന്താരീതിയിൽ നിന്നുള്ള സമൂലമായ വിച്ഛേദനത്തിന്റെ ആരംഭമായി തന്നെ നമുക്കിതിനെ മാറ്റാം.

(1982 ഡിസംബർ ലക്കം ലിബറേഷനിൽ പസിദ്ധികരിച്ച മുഖപ്രസംഗത്തിന്റെ തർജമ)

അയോധ്യാകാണ്ഡത്തിനുശേഷം

ബാബറി മസ്ജിദ് പൊളിച്ച വാർത്ത കേട്ടപ്പോഴുണ്ടായ ഞെട്ടലും വികാരവിക്ഷോഭവും അല്പമൊന്ന് ശമിച്ചപ്പോഴാണ് നമ്മുടെ സാമൂഹികയാഥാർത്ഥ്യത്തെ നേർക്കുനേരെ നോക്കിക്കാണുകയല്ലാതെ മാർഗ്ഗമില്ലെന്നു തോന്നാൻ തുടങ്ങിയത്. സത്യത്തിന്റെ വൈരൂപ്യത്തെ അഭിമുഖീകരിക്കാനുള്ള വിമുഖത നിമിത്തം പലപ്പോഴും നാമതിനെ വെള്ള പൂശി അവതരിപ്പിക്കാൻ ശ്രമിക്കുന്നു. നമ്മുടെ സാമൂഹിക രാഷ്ട്രീയ വ്യവസ്ഥയുടെ വികൃതമുഖമാണ് ഡിസംബർ 6 സംഭവവികാസങ്ങളിലൂടെ മറ നീക്കി പുറത്തു വന്നിട്ടുള്ളത്. ഇനിയും ഇതിനെ വെള്ള പൂശി കാട്ടാൻ ആർക്കും സാധ്യമല്ല. എന്നിട്ടും ഈ യാഥാർത്ഥ്യത്തെ അഭിമുഖീകരിക്കാനുള്ള വിമുഖതയിൽനിന്നും നാം മുക്തരല്ല.

കറുത്ത ഞായറാഴ്ചയുടെ ഉത്തരവാദികൾ ആരൊക്കെയാണ്? പതിവു കക്ഷി രാഷ്ട്രീയ ശൈലിയിൽ പരസ്പരം പഴി ചാരുന്ന പ്രക്രിയ ആരംഭിച്ചുകഴിഞ്ഞു. ഈ ബഹളത്തിനിടയിൽ എല്ലാവർക്കും അസുഖകരങ്ങളായ സത്യങ്ങൾ വീണ്ടും മൂടിവെക്കപ്പെടും. നമ്മുടെ സമൂഹത്തിന്റെ രാഷ്ട്രീയമായ വളർച്ചയുടെ സ്വഭാവത്തെക്കുറിച്ചും അതിന്റെ പ്രത്യാഘാതങ്ങളെക്കുറിച്ചുമാണ് ഞാനിവിടെ സൂചിപ്പിക്കുന്നത്. ചരിത്രപരമായ വികാസത്തിൽ നാമെവിടെ എത്തിനിൽക്കുന്നു എന്ന് പരിശോധിക്കാതെ, തിരിച്ചറിയാതെ ഇന്നത്തെ പ്രതിസന്ധിയെ തരണം ചെയ്യാനും ഭാവി പദ്ധതികൾ രൂപപ്പെടുത്താനും കഴിയില്ല.

ഇത്തരമൊരു പരിശോധന നടത്തേണ്ടത് അയോധ്യാ സംഭവങ്ങളെത്തുടർന്ന് ഇപ്പോൾ പരക്കെ അംഗീകരിക്കപ്പെട്ടുകഴിഞ്ഞിട്ടുള്ള ചില വസ്തുതകളെ ആധാരമാക്കിക്കൊണ്ടാണ്. ഒന്നാമത്തേതും പ്രധാനപ്പെട്ടതും ലോകത്തിലെ ഏറ്റവും വലിയ മതേതര ജനാധിപത്യം എന്ന് കരുതപ്പെട്ടിരുന്ന ഇന്ത്യൻ രാഷ്ട്രീയ വ്യവസ്ഥയുടെ അടിത്തറ തന്നെ ഇളകിയിരിക്കുന്നു എന്നതാണ്. മതേതര ജനാധിപത്യ വ്യവസ്ഥകളുടെ

അടിസ്ഥാനശിലകളായ ഭരണഘടനയും നിയമവ്യവസ്ഥയുമാണ് പരസ്യമായി വെല്ലുവിളിക്കപ്പെട്ടിരിക്കുന്നത്. അക്ഷരാർത്ഥത്തിൽ, ഡിസംബർ 6 ന് ഉച്ചയ്ക്ക് 11.45 മുതൽ വൈകീട്ട് 4.30 വരെ ബാബറി മസ്ജിദ് ആക്രമിക്കപ്പെടുകയും തകർക്കപ്പെടുകയും ചെയ്തപ്പോൾ, 464 വർഷം പഴക്കമുള്ള ആ പുരാതന ദേവാലയത്തിനേറ്റ ഓരോ പ്രഹരവും ഇന്ത്യൻ ഭരണഘടനയ്ക്കും സുപ്രീംകോടതിക്കും ഏറ്റ പ്രഹരമായിരുന്നു. പള്ളി തകർന്നുവീണപ്പോൾ യഥാർത്ഥത്തിൽ തകർന്നുവീണത് ഇന്ത്യൻ ഭരണഘടനയും സുപ്രീംകോടതിയുമാണ്. കേന്ദ്രഭരണം ഏറ്റെടുക്കാൻ സജ്ജമായിക്കൊണ്ടിരിക്കുന്ന, ആസന്നഭാവിയിൽതന്നെ അത് സംഭവിക്കുമെന്ന് പലരും കരുതുന്ന പ്രമുഖ പ്രതിപക്ഷപാർട്ടിയാണ് ഭരണഘടനയെയും സുപ്രീംകോടതിയെയും കാറ്റിൽ പറത്തിയിരിക്കുന്നത്; അല്ലാതെ, ഭരണഘടനയെയും കോടതിയെയും പരസ്യമായി ലംഘിക്കുമെന്നും തകർക്കുമെന്നും പ്രഖ്യാപിക്കുന്ന ഒരു വിപ്ലവപാർട്ടിയോ ഭീകരസംഘടനയോ അല്ല ഇത് ചെയ്തത്. ഈ വസ്തുതകൾ വിരൽ ചൂണ്ടുന്നത് നമ്മുടെ രാഷ്ട്രീയ വ്യവസ്ഥയുടെ കൂടുതൽ ഭീഷണമായ മുഖങ്ങളിലേക്കാണ്.

ഈ വസ്തുതയുടെ തുടർച്ച തന്നെ ആയിട്ടുള്ളതാണ് രണ്ടാമത്തെ കാര്യം. ഭരണഘടനയും സുപ്രീംകോടതിയും ഇങ്ങനെ ലംഘിക്കപ്പെട്ടത് ഇത്തരം ലംഘനങ്ങളെ ചെറുക്കാൻ ബാധ്യസ്ഥമായ ഭരണകൂടവും അതിനെ നയിക്കുന്ന രാഷ്ട്രീയ നേതൃത്വവും അശക്തമായി തീർന്നതുകൊണ്ടാണ്. താൽക്കാലികവും സാങ്കേതികവുമായ ചില പാളിച്ചകളുടെ ഫലമാണിത് എന്ന് കരുതുന്നത് അബദ്ധമായിരിക്കും. മറിച്ച്, നമ്മുടെ രാഷ്ട്രീയസംവിധാനത്തിന്റെ അടിസ്ഥാന സ്വഭാവങ്ങളിലേക്കാണ് ഇത് വെളിച്ചം വീശുന്നത്.

ഈ രണ്ട് വസ്തുതകളുമായി ബന്ധപ്പെട്ടതുതന്നെയാണ്, മുഖ്യ പ്രതിപക്ഷവും അതിന്റെ സഹകാരികളായ ആർ.എസ്.എസ്സും വിശ്വഹിന്ദു പരിഷത്തും ചേർന്നുകൊണ്ട് എല്ലാ മൂടുപടങ്ങളും വലിച്ചെറിഞ്ഞ ഒരു ഫാസിസ്റ്റ് പ്രസ്ഥാനമായി പരസ്യമായി രംഗത്തു വന്നിരിക്കുന്നു എന്ന വസ്തുത. നമ്മുടെ രാഷ്ട്രീയവ്യവസ്ഥയിൽനിന്ന് ഇത്തരമൊരു രാഷ്ട്രീയ ശക്തി വളർന്നുവന്നതിന്റെ കാരണങ്ങൾ കൂടുതൽ ആഴത്തിൽ പരിശോധിക്കേണ്ടിയിരിക്കുന്നു. വാസ്തവത്തിൽ, ഈ മൂന്ന് വസ്തുതകളും ഒരേ അടിസ്ഥാനയാഥാർത്ഥ്യത്തിന്റെ മൂന്ന് മുഖങ്ങൾ മാത്രമാണ്.

അല്പം ചരിത്രം

നമ്മുടെ സാമൂഹിക രാഷ്ട്രീയസംവിധാനങ്ങളുടെ അടിവേരുകളി

ലേക്ക് കടന്നുചെല്ലുന്ന വിശദമായ ഒരു ചർച്ച ഇവിടെ അസാധ്യമാണ്. എങ്കിലും പുതിയ അയോധ്യാസംഭവങ്ങളിലേക്ക് നയിച്ച ചരിത്രം തന്നെ അല്പമൊന്ന് പരിശോധിക്കുന്നത് കാര്യങ്ങളുടെ കിടപ്പ് ശരിയായി മനസ്സിലാക്കാൻ സഹായകമായിരിക്കും. ഇന്ത്യാ-പാക്കിസ്ഥാൻ വിഭജനത്തിന്റെ പശ്ചാത്തലത്തിൽ ഉണ്ടായ വർഗ്ഗീയലഹളകളുടെയും വർഗ്ഗീയ ധ്രുവീകരണത്തിന്റെയും തുടർച്ചയായിട്ടാണ് 1949 ഡിസംബർ 22 ന് അർദ്ധരാത്രിയിലെ അക്രമം നടന്നത്. അഖിലഭാരത രാമായണ മഹാസഭയുടെ ആഭിമുഖ്യത്തിൽ നടന്ന 9 ദിവസത്തെ അഖണ്ഡ നാമ പരിപാടിയുടെ അവസാനദിവസമാണ്, ഫൈസാബാദ് പോലീസ് സ്റ്റേഷനിൽ പിറ്റേദിവസം രേഖപ്പെടുത്തിയ പ്രഥമ വിവര റിപ്പോർട്ട് പറയുംപോലെ, അർദ്ധരാത്രിക്ക് ആളൊഴിഞ്ഞപ്പോൾ 50-60 ഹിന്ദുക്കൾ പള്ളിയിലേക്ക് അതിക്രമിച്ച് കടക്കുകയും രാമപ്രതിമ സ്ഥാപിക്കുകയും ചെയ്തത്. ഇപ്പോൾ ചരിത്രരേഖയായി മാറിക്കഴിഞ്ഞ ഈ പ്രഥമ വിവര റിപ്പോർട്ട് രേഖപ്പെടുത്തിയത് ഒരു ഹിന്ദുവായ ഹെഡ് കോൺസ്റ്റബിളായിരുന്നു എന്നത് ശ്രദ്ധേയമായ വസ്തുതയാണ്. അന്ന് ഫൈസാബാദ് ജില്ലാ മജിസ്ട്രേറ്റായിരുന്ന കെ.കെ. നായരുടെ ഒത്താശ ഈ അതിക്രമത്തിന് ലഭിച്ചുവെന്ന് ആരോപിക്കപ്പെട്ടിട്ടുണ്ട്. രാമവിഗ്രഹം സ്വയംഭൂവായി പൊന്തിവന്നു എന്ന കെട്ടുകഥ കേട്ട് തടിച്ചുകൂടിയ ജനങ്ങളുടെ മറവിൽ ജില്ലാ മജിസ്ട്രേറ്റ് നിരോധനാജ്ഞ പുറപ്പെടുവിക്കുകയും പള്ളിയുടെ 200 വാര അടുത്തേക്ക് മുസ്ലിംങ്ങൾ പ്രവേശിക്കരുതെന്നും ഹിന്ദുക്കൾ പള്ളിയിൽ കടക്കരുതെന്നും വിലക്കുകയും ചെയ്തു. എന്നാൽ വിഗ്രഹം ഹിന്ദുക്കൾ അതിക്രമിച്ചു കടന്ന് സ്ഥാപിച്ചതാണെന്ന പ്രഥമ വിവര റിപ്പോർട്ട് പൂർണ്ണമായി അവഗണിച്ചുകൊണ്ട്, സ്വയംഭൂവായ വിഗ്രഹം എന്ന സങ്കല്പത്തെ സാധൂകരിച്ചുകൊണ്ട് സർക്കാർ ചെലവിൽ വിഗ്രഹത്തിനു പൂജ ഏർപ്പാട് ചെയ്യുകയാണുണ്ടായത്. ഉയർന്ന കോടതികൾ ഈ അവസ്ഥയെ സ്ഥിരീകരിക്കുകയും ചെയ്തു.

അന്ന് പ്രധാനമന്ത്രിയായിരുന്ന ജവഹർലാൽ നെഹ്റുവും ആഭ്യന്തര മന്ത്രിയായിരുന്ന സർദാർ പട്ടേലും മുസ്ലിം ന്യൂനപക്ഷത്തിനെതിരായ അതിക്രമമാണിതെന്ന് പ്രഖ്യാപിക്കുകയും മതേതരത്വങ്ങൾക്ക് വിരുദ്ധമാണെന്ന് പറയുകയും ചെയ്തെങ്കിലും അന്നത്തെ യു.പി. മുഖ്യമന്ത്രി വല്ലഭ് പന്തിന്റെ പ്രേരണ നിമിത്തം കൂടുതലൊന്നും ചെയ്തില്ല. കോടതികൾ പള്ളിയുടെ ചുമതല റിസീവറെ ഏല്പിക്കുകയും ചെയ്തു. 1950 ൽ ഒരു ഹിന്ദു ഭക്തൻ വിഗ്രഹാരാധനയ്ക്കുള്ള അവകാശം അനുവദിച്ചുകിട്ടുന്നതിനും എതിർകക്ഷിക്കാർ പ്രതിമ മാറ്റാതിരിക്കാനും ഇൻജ

ങ്ഷൻ ഓർഡറിനുവേണ്ടി കോടതിയെ സമീപിച്ചു. അതും അനുവദിക്കപ്പെട്ടു. ഈ അന്യായത്തിനെതിരായി ജനാധിപത്യബോധവും നീതിബോധവുമുള്ള പല ഹിന്ദുക്കളും ശബ്ദമുയർത്തുകയുണ്ടായി. അങ്ങനെയുള്ളവരെല്ലാം മുസ്ലിംങ്ങളുടെ കൂടെ ചേർന്നിരിക്കുകയാണെന്ന് പ്രചരിപ്പിക്കുകയാണ് ഹിന്ദു വർഗ്ഗീയവാദികൾ ചെയ്തത്. മുസ്ലിം സംഘടനകളുടെയും വ്യക്തികളുടെയും ഭാഗത്തുനിന്ന് പല കേസുകളും കോടതിയിൽ വന്നെങ്കിലും അവയെല്ലാം ദീർഘകാലത്തേക്ക് വിചാരണയ്ക്കെടുക്കാതെ മുക്കിക്കളയുകയാണുണ്ടായത്. അവയെല്ലാം ഇപ്പോഴും അലഹബാദ് ഹൈക്കോടതി മുമ്പാകെ അവശേഷിക്കുകയാണ്. രാഷ്ട്രീയ നേതൃത്വങ്ങളും ഭരണകൂടവും നീതിന്യായ വ്യവസ്ഥയും പ്രകടമായും ഹിന്ദുപക്ഷം ചേർന്നതുകൊണ്ടാണ് ഇത്തരമൊരു അതിക്രമം ചോദ്യം ചെയ്യപ്പെടാതെ പോയതെന്ന് പകൽവെളിച്ചംപോലെ വ്യക്തമാണ്. നെഹ്റുവിന്റെയും മറ്റും മതേതരത്വത്തെക്കുറിച്ചുള്ള ഗിരിപ്രഭാഷണങ്ങളുടെ മറവിലാണ് ഈ അതിക്രമം മൂടിവെക്കപ്പെട്ടത്. അർദ്ധരാത്രിക്ക് നടന്ന ഇത്തരമൊരു അതിക്രമത്തിന്റെ ഫലമായിട്ടാണ് അതുവരെ മുസ്ലിങ്ങൾ ഉപയോഗിച്ചുകൊണ്ടിരുന്ന പള്ളിയിൽ അവർക്ക് പ്രവേശനം നിഷേധിക്കപ്പെട്ടതും ഹിന്ദുക്കൾ തങ്ങളുടെ ദേവാലയമായി അതിനെ മാറ്റിയതും എന്ന യാഥാർത്ഥ്യം പൂർണ്ണമായി മൂടിവെച്ചുകൊണ്ടാണ് കഴിഞ്ഞ 44 വർഷമായി തങ്ങൾ ആരാധിക്കുന്നതും മുസ്ലിങ്ങൾ ഉപയോഗിക്കാത്തതുമായ ആരാധനാലയം എന്ന് ആർ.എസ്.എസ്സും കൂട്ടരും പ്രചരിപ്പിച്ചുകൊണ്ടിരിക്കുന്നത്. ഇതിനു മറുപടി പറയാനും സത്യം പുറത്തുകൊണ്ടുവരാനും മതേതരവാദികളെന്ന് അവകാശപ്പെടുന്ന രാഷ്ട്രീയപാർട്ടികളൊന്നും ഇതുവരെ ശ്രമിച്ചിട്ടില്ല. മറിച്ച്, ഒരു തർക്കപ്രശ്നമെന്ന നിലയ്ക്ക് ഈ പ്രശ്നത്തെ അവതരിപ്പിക്കുകയാണ് എല്ലാവരും ചെയ്തുപോന്നത്.

പിന്നീട് ഈ പ്രശ്നം സജീവമായി രംഗത്തു വരുന്നത് എൺപതുകളിൽ മാത്രമാണ്. അതിനൊരു രാഷ്ട്രീയ പശ്ചാത്തലമുണ്ടെന്നാണ് എന്റെ പക്ഷം. എഴുപതുകളുടെ അവസാനത്തിൽ അസം, പഞ്ചാബ് പ്രക്ഷോഭങ്ങൾ രൂക്ഷമായതോടെ ഇന്ത്യയുടെ അഖണ്ഡത അപകടത്തിലായിരിക്കുന്നു എന്ന വിലയിരുത്തലിന്റെ പശ്ചാത്തലത്തിൽ, ആ ഭീഷണിയെ നേരിടാനുള്ള രാഷ്ട്രീയ തന്ത്രമെന്ന നിലയ്ക്ക് ഇന്ദിരാഗാന്ധിയുടെ നേതൃത്വത്തിലുള്ള ഭരണകക്ഷി ആർ.എസ്.എസ്സും മറ്റുമായി രഹസ്യധാരണ ഉണ്ടാക്കാൻ തയ്യാറായി. ഹിന്ദുഭൂരിപക്ഷത്തെ പ്രീണിപ്പിച്ചുകൊണ്ട് ഇന്ത്യയുടെ അഖണ്ഡത കാത്തുരക്ഷിക്കുക എന്ന ഹീന

മായ രാഷ്ട്രീയ തന്ത്രമാണ് ആവിഷ്ക്കരിക്കപ്പെട്ടത്. 1984 ലെ സുവർണ ക്ഷേത്രാക്രമണത്തിന്റെ തുടർച്ചയായി വടക്കേ ഇന്ത്യയിൽ മുഴുവൻ സിഖ് വിരുദ്ധ ഹിന്ദു വികാരം പ്രചരിപ്പിക്കപ്പെട്ടതും ഇത്തരം രാഷ്ട്രീയ നീക്കങ്ങളുടെ ഭാഗമായിരുന്നു. ഈ അന്തരീക്ഷത്തിലാണ് വിശ്വഹിന്ദു പരിഷത്ത് തലപൊക്കുന്നതും ബാബറി മസ്ജിദ് പ്രശ്നം കുത്തിപ്പൊക്കാൻ തുടങ്ങിയതുമെന്നത് യാദൃച്ഛികമല്ല. ഇന്ദിരാഗാന്ധി വധിക്കപ്പെട്ടപ്പോൾ സിഖ് വിരുദ്ധ ഹിന്ദുവികാരത്തെ ആളിപ്പടർത്തിയ കോൺഗ്രസ്സിന് ബി.ജെ.പിയുടെ ഹിന്ദുവോട്ടുകൾ പോലും കൈയടക്കാനായി. ഹിന്ദു പ്രീണനം ലക്ഷ്യം വെച്ചുകൊണ്ട് ഗംഗാനദിയുടെ ശുദ്ധീകരണത്തിനായി ഒരു മാസ്റ്റർ പ്ലാൻ യുദ്ധകാലാടിസ്ഥാനത്തിൽ നടപ്പിലാക്കാൻ രാജീവ് ഗാന്ധി മുൻകൈയെടുത്തു. തിരിച്ചു മുസ്ലിം പ്രീണനം ലക്ഷ്യം വെച്ചുകൊണ്ട് ഷാബാനുകേസിൽ വിട്ടുവീഴ്ചക്കൊരുങ്ങുകയും ചെയ്തു.

ഇത്തരമൊരു പശ്ചാത്തലത്തിൽ 1984 ൽ വിശ്വഹിന്ദുപരിഷത്തിന്റെ ആഭിമുഖ്യത്തിൽ, മുസ്ലിം പള്ളികളും മറ്റുമായി തീർന്നതെന്ന് അവകാശപ്പെടുന്ന ഹിന്ദു ക്ഷേത്രങ്ങൾ മോചിപ്പിക്കാനായി ധർമ്മസ്ഥാൻ പുനഃസ്ഥാപന സമിതിയും തുടർന്ന് രാമജന്മഭൂമി മുക്തിയജ്ഞസമിതിയും രൂപംകൊണ്ടപ്പോൾ യു.പി.യിലെ കോൺഗ്രസ് മുഖ്യമന്ത്രി അതിനെല്ലാം പിന്തുണ നൽകുകയുണ്ടായി. മാത്രമല്ല, 1986 ജനുവരി 25 ന് ഒരു ഹിന്ദു അഭിഭാഷകൻ തനിക്കും ഇതര ഹിന്ദുക്കൾക്കും രാമജന്മഭൂമി ക്ഷേത്രത്തിൽ ആരാധനയ്ക്കുള്ള എല്ലാ വിലക്കുകളും ഇല്ലാതാക്കണമെന്ന് ആവശ്യപ്പെട്ടുകൊണ്ട് ഹരജി നൽകി. ഹൈക്കോടതിയിൽ കേസുള്ളതുകൊണ്ട് മുൻസിഫ് ഹർജി തള്ളി. ഹർജിക്കാരൻ ജനുവരി 30 ന് ജില്ലാ ജഡ്ജിയെ സമീപിച്ചു. കക്ഷി ചേരാനുള്ള ഒരു മുസ്ലിമിന്റെ അപേക്ഷ തള്ളപ്പെട്ടു. ഹിന്ദുക്കൾക്ക് ആരാധനാസ്വാതന്ത്ര്യം അനുവദിച്ചാൽ സമാധാനഭംഗമുണ്ടാവില്ലെന്ന ജില്ലാ മജിസ്ട്രേറ്റിന്റെയും പോലീസ് സൂപ്രണ്ടിന്റെയും സത്യവാങ്മൂലത്തിന്റെ അടിസ്ഥാനത്തിൽ, ഫിബ്രവരി ഒന്നിന് ഹിന്ദുക്കൾക്കുവേണ്ടി പള്ളി തുറക്കാൻ കോടതി അനുവദിച്ചു. കേന്ദ്രഗവൺമെന്റിന്റെയും സംസ്ഥാനഗവൺമെന്റിന്റെയും ഒത്താശയില്ലാതെ ഇത്തരമൊരു നടപടി സാധ്യമാകുമായിരുന്നില്ലെന്ന് വ്യക്തമാണല്ലോ. ഹിന്ദുക്കളുടെ കടന്നാക്രമണത്തെ നിരന്തരം മൂടിവെച്ചുകൊണ്ട്, സർക്കാരും കോടതിയും ഹിന്ദുക്കൾക്ക് അനുകൂലമായിനിന്നതുകൊണ്ടാണ് ഇങ്ങനെ 400 ൽപ്പരം വർഷം മുസ്ലിങ്ങൾ ആരാധിച്ചിരുന്ന ബാബറി മസ്ജിദ് ഫലത്തിൽ ഒരു ഹിന്ദു ആരാധനാലയമായി മാറിയത് എന്നുകാണാം.

പള്ളി പൊളിക്കാതെ തന്നെ ഒരു കൂറ്റൻ രാമക്ഷേത്രം പണിത് ഹിന്ദു പ്രീണനം നേടാനായിരുന്നു രാജീവ്ഗാന്ധിയുടെ പദ്ധതി. എന്നാൽ കോൺഗ്രസ് നയങ്ങളുടെ മറവിൽ ശക്തി പ്രാപിച്ചുവന്ന ബി.ജെ.പി - വിശ്വഹിന്ദുപരിഷത്ത് - ആർ.എസ്.എസ്സ് കൂട്ടുകെട്ട്, പള്ളി പൊളിച്ചു തന്നെ രാമക്ഷേത്രം പണിയണമെന്ന മുദ്രാവാക്യം ഉയർത്തിയതോടെ, കോൺഗ്രസ്സിന്റെ ഹിന്ദുവോട്ട് ബാങ്ക് പിടിച്ചെടുക്കാൻ അവർക്ക് കഴിഞ്ഞു. 1989 നവംബർ 9ന് ശിലാസ്ഥാപനപ്രഖ്യാപനം നടത്തിക്കൊണ്ട് അവരത് ഉറപ്പിച്ചു. ശിലാസ്ഥാപനത്തിന് രാജീവ് ഗാന്ധി അനുമതി നൽകിയതോടെ അവരത് ഒന്നുകൂടി ശക്തിപ്പെടുത്തുകയും ചെയ്തു.

ഈ ഹിന്ദുവർഗ്ഗീയക്കാറ്റിനെതിരായി ഉയർന്നുവന്ന ഒരു പ്രധാന പ്രവണത, വടക്കേ ഇന്ത്യയിൽ അടുത്ത കാലത്ത് ശക്തിപ്രാപിക്കാൻ തുടങ്ങിയ പിന്നോക്ക, അധഃസ്ഥിത ജാതി വിഭാഗങ്ങളുടെ ജാതി വിരുദ്ധ, ബ്രാഹ്മണാധിപത്യ വിരുദ്ധ ചെറുത്തുനില്പ്പുകളാണ്. യു.പി.യിലും ബീഹാറിലും ഈ അടിത്തറയിൽ വളർന്നുവന്ന ജനതാദൾ രാഷ്ട്രീയം, വി.പി.സിംഗ് മണ്ഡൽ കമ്മീഷൻ റിപ്പോർട്ട് നടപ്പിലാക്കാൻ തീരുമാനിച്ചതോടെ വലിയൊരു പ്രവാഹമായി മാറുകയുണ്ടായി. ഇത് സവർണ്ണാധിപത്യത്തിനുള്ള ഹിന്ദുത്വകാറ്റിന് വലിയൊരു തടയാകുമെന്ന് കണ്ടാണ് ബി.ജെ.പി. നേതാവ് അദ്വാനി രഥയാത്രയുമായി ഇറങ്ങിപ്പുറപ്പെട്ടത്. മാത്രമല്ല, മണ്ഡൽകാറ്റിന്റെ ശക്തികൊണ്ട് അമ്പരന്ന് അദ്വാനി ഗത്യന്തരമില്ലെന്ന മട്ടിൽ തങ്ങളുടെ യഥാർത്ഥ നിറം പുറത്തുകാട്ടാനും തയ്യാറായി. കോടതിയെയും ഭരണഘടനയെയും തങ്ങൾ മാനിക്കുന്നില്ലെന്നും, വിശ്വാസമാണ് തങ്ങൾക്ക് പ്രമാണമെന്നുമുള്ള ഫാസിസ്റ്റ് നിലപാട് അദ്വാനി തുറന്നു പ്രഖ്യാപിച്ചു. ഇന്ന് ബി.ജെ.പി പൂർണ്ണമായും നടപ്പിൽ വരുത്തിയ ഈ നിലപാട് അന്നുതന്നെ വെളിപ്പെട്ടു കഴിഞ്ഞതാണെന്ന് ചുരുക്കം.

അക്കാലത്ത് ഒട്ടേറെ പൊതുയോഗങ്ങളിൽ ഞാനീക്കാര്യം ഉന്നയിക്കാൻ ശ്രമിച്ചത് ഓർക്കുന്നു. നിയമവും കോടതിയും തങ്ങൾക്ക് ബാധകമല്ലെന്നും വിശ്വാസം മാത്രമാണ് തങ്ങളുടെ ആധാരമെന്നും പറയുന്ന ഒരു പാർട്ടി ഒരു ഫാസിസ്റ്റ് സംഘടനയാണെന്ന് തിരിച്ചറിഞ്ഞുകൊണ്ട്, അവരോട് നിലപാടെടുക്കാൻ മറ്റു ജനാധിപത്യ പാർട്ടികൾ തയ്യാറാകേണ്ടതുണ്ടെന്ന് സമർത്ഥിക്കാൻ ശ്രമിച്ചിരുന്നു. പക്ഷേ, മതേതരത്വത്തെയും ജനാധിപത്യത്തെയും പറ്റി കർക്കശമായ നിലപാടുകളെടുക്കാൻ മറ്റു പാർട്ടികൾ തയ്യാറായിരുന്നില്ലെന്നതാണ് വാസ്തവം. ന്യൂനപക്ഷത്തിന്റെ പക്ഷം പിടിക്കുന്ന നിലപാടു നിമിത്തം ഭൂരിപക്ഷം തങ്ങളിൽനിന്ന് അക

ന്നുപോകുന്നു എന്നുകണ്ട് ഭൂരിപക്ഷപ്രീണനത്തിന്റെ ദിശയിൽത്തന്നെയാണ് കമ്മ്യൂണിസ്റ്റുകാരടക്കമുള്ള മതേതര ജനാധിപത്യവാദികൾ പോലും നീങ്ങിയിരുന്നത്. കോൺഗ്രസ്സിനെപ്പോലെ, ഇന്ത്യയുടെ അഖണ്ഡത കാത്തുസൂക്ഷിക്കാൻ ഭൂരിപക്ഷപ്രീണനം തന്നെയാണ് എളുപ്പവഴിയെന്ന നിലപാടാണ് ഇടതുപക്ഷക്കാർ ഉൾപ്പെടെയുള്ള മതേതര ജനാധിപത്യവാദികളും സ്വീകരിച്ചിരുന്നത്. അതുകൊണ്ടാണ് 1989 നവംബർ 9ന് ശിലാസ്ഥാപനത്തിന് വേണ്ടി രാമശിലാപൂജ ആരംഭിച്ചുകൊണ്ടുള്ള വൻപദ്ധതി വിശ്വഹിന്ദു പരിഷത്ത് ആരംഭിച്ചപ്പോൾ, ഭൂരിപക്ഷ വർഗ്ഗീയത ഭീഷണരൂപം കൈക്കൊണ്ടിരിക്കുന്ന വസ്തുത അംഗീകരിക്കാതെ, അയോദ്ധ്യാപ്രശ്നത്തിൽ 1949 മുതൽക്കെങ്കിലും ഹിന്ദു വർഗ്ഗീയത സ്വീകരിച്ചുപോന്ന ആക്രമണപരമായ സമീപനം കണ്ടില്ലെന്നു നടിച്ചുകൊണ്ട് എല്ലാ വർഗ്ഗീയതകൾക്കുമെതിരായ പൊതു പ്രചരണത്തിന്റെ ശൈലി ഇടതുപക്ഷ പാർട്ടികൾ സ്വീകരിച്ചത്. ഫലത്തിൽ ഇത് ഹിന്ദു വർഗ്ഗീയവാദികൾ നിരന്തരം ചെയ്തുപോന്ന അതിക്രമങ്ങൾ മൂടിവെക്കാൻ സഹായിക്കുന്ന നിലപാടായിത്തീരുകയാണുണ്ടായത്.

ഈ പൊതു പ്രവണതയിൽനിന്ന് അല്പം വ്യത്യസ്തമായ ഒരു ശൈലി വികസിപ്പിക്കാൻ ശ്രമിച്ചത് ജനതാദൾ ആയിരുന്നു. പിന്നോക്ക ന്യൂനപക്ഷ വിഭാഗങ്ങൾ തമ്മിലുള്ള ഐക്യം വളർത്തിക്കൊണ്ട് ബ്രാഹ്മണാധിപത്യരാഷ്ട്രീയത്തെ എതിർക്കാനുള്ള ഒരു പ്രായോഗിക പദ്ധതി വികസിക്കുന്നുണ്ടായിരുന്നു. എന്നാൽ, ഈ പ്രവണതയ്ക്ക് ഏകീകൃതമായ ഒരു നിരയായി വളരാൻ കഴിഞ്ഞില്ല. ആ വിഭാഗങ്ങൾക്കിടയ്ക്കുണ്ടായ ഭിന്നിപ്പുകളും ആശയകുഴപ്പങ്ങളുമാണ് ഒരു പരിധിവരെ ബി. ജെ.പിയുടെയും മറ്റും വളർച്ചയ്ക്ക് സഹായകമായിത്തീർന്നത്.

പുതിയ സംഭവ വികാസങ്ങൾ

ഇത്തരമൊരു പശ്ചാത്തലത്തിലാണ്, പള്ളി തകർക്കുന്നതിലേക്ക് നയിച്ച നരസിംഹറാവു ഗവൺമെന്റിന്റെ നയസമീപനങ്ങളെ വിലയിരുത്തേണ്ടത്. ഒരു ന്യൂനപക്ഷസർക്കാർ എന്ന നിലയ്ക്കുള്ള പരിമിതി തിരിച്ചറിഞ്ഞുകൊണ്ട്, അഭിപ്രായ സമന്വയത്തിന്റെ മാർഗ്ഗമാണ് പൊതുപ്രശ്നങ്ങളിൽ റാവു സർക്കാർ തിരഞ്ഞെടുത്തത്. അയോധ്യാ പ്രശ്നത്തിലേക്കും ആ സമീപനം വ്യാപിപ്പിക്കാമോ എന്ന ശ്രമമാണ് റാവു നടത്തിയത്. തന്റെ ഹിന്ദു ആഭിമുഖ്യവും പഴയ ആർ.എസ്.എസ് ബന്ധവുമെല്ലാം ഉപയോഗിച്ചുകൊണ്ട് ബി.ജെ.പി നേതൃത്വവുമായി അടുത്ത ചങ്ങാത്തം സ്ഥാപിച്ചുകൊണ്ട് പ്രശ്നം പരിഹരിക്കാമെന്നായിരുന്നു റാവുവിന്റെ കണക്കുകൂട്ടൽ എന്നു തോന്നുന്നു. ആദ്യഘട്ടങ്ങളിൽ അതിന്

ഗുണമുണ്ടാകുന്നു എന്ന് തോന്നിക്കുകയും ചെയ്തിരുന്നു. ഇക്കഴിഞ്ഞ ജൂലായിൽ പ്രഖ്യാപിക്കപ്പെട്ടിരുന്ന കർസേവ മാറ്റിവെക്കുന്നതിന് ഇത്തരം സ്വാധീനങ്ങൾ റാവു ഉപയോഗപ്പെടുത്തി.

രണ്ടുവിഭാഗത്തെയും മേശയ്ക്കു ചുറ്റുമിരുത്തി ചർച്ചയക്ക് മധ്യസ്ഥത വഹിച്ചത്, അങ്ങനെ ഈ പ്രശ്നം പരിഹരിക്കപ്പെടുമെന്ന പ്രതീക്ഷ യോടെ ആയിരുന്നില്ല. മറിച്ച്, എല്ലാ സാധ്യതകളും ഉപയോഗപ്പെടു ത്തുന്നു എന്ന് വരുത്താനായിരുന്നു. ബാബർ ക്ഷേത്രം പൊളിച്ചിട്ടാണോ പള്ളി പണിതത് എന്ന് തീരുമാനിക്കുന്നതിനുവേണ്ടിയാണ് വിദഗ്ദ്ധന്മാർ ഉൾപ്പെട്ട ചർച്ച നടത്തിയത്. യഥാർത്ഥത്തിൽ ഒരു മതേതര ഭരണകൂടം ഇത്തരമൊരു പ്രശ്നം പരിഹരിക്കുന്നതിന് ഒരിക്കലും സ്വീകരിക്കാൻ പാടില്ലാത്ത ഒരു സമീപനമാണിത്. കാരണം, മതേതരത്വവും ജനാധിപ ത്യവും, മുതലാളിത്ത കാലഘട്ടവുമായി ബന്ധപ്പെട്ട ആധുനിക സങ്ക ല്പങ്ങളാണ്. നാടുവാഴിത്തത്തിന്റെയും രാജവാഴ്ചയുടെയും കാലത്തെ വെട്ടിപ്പിടുത്തങ്ങളുടെയും പള്ളി പൊളിക്കലുകളുടെയും അമ്പലം പൊളി ക്കലുകളുടെയും കണക്ക് തീർക്കാൻ ആധുനിക രാഷ്ട്രീയ സങ്കല്പ ങ്ങൾക്ക് കീഴിൽ സാധ്യമല്ല. അന്നത്തെ വെട്ടിപ്പിടിത്തങ്ങളും പൊളിക്ക ലുകളും നടന്നതും ഇന്ന് നാം കരുതുന്നതുപോലെ പരിഹരിക്കാൻ വേണ്ടിയായിരുന്നില്ല. നാടുവാഴിത്ത രാഷ്ട്രീയ സംസ്കാരത്തിന്റെ അവി ഭാജ്യ ഘടകമായിരുന്നു അത്. അന്നത്തെ വെട്ടിപിടിത്തങ്ങൾക്കെല്ലാം ഇന്ന് കണക്ക് തീർക്കാൻ തുടങ്ങിയാൽ അതിന് ഒരന്തവുമുണ്ടാകില്ല. പഴയ വെട്ടിപിടിത്തങ്ങൾക്ക് അതേ രീതിയിൽതന്നെ കണക്കു തീർക്ക ണമെന്ന് ശഠിക്കുന്നതും ആ പഴയ രാജവാഴ്ചാ സങ്കല്പത്തിന്റെ പ്രതി ഫലനമാണ്. മാത്രമല്ല, ഈ നിലപാടെടുത്താൽ എല്ലാവർക്കും ഇത്തരം കണക്കു തീർക്കേണ്ടിവരും. ഇന്ത്യയിലൊട്ടാകെ എത്രയോ ബുദ്ധക്ഷേ ത്രങ്ങൾ തകർത്ത് ഹിന്ദു ദേവാലയങ്ങൾ പണിതിരിക്കുന്നു. തെക്കേ ഇന്ത്യയിൽ എത്രയോ ദ്രാവിഡ ക്ഷേത്രങ്ങളും ആരാധനാകേന്ദ്രങ്ങളും തകർക്കപ്പെട്ടിരിക്കുന്നു. അതെല്ലാം അവകാശികൾ തിരിച്ചുപിടിക്കാൻ തുടങ്ങിയാൽ എന്തായിരിക്കും സ്ഥിതി?

രാമക്ഷേത്രത്തിന്റെ കാര്യത്തിൽ, ഹിന്ദുക്കളുടെ പ്രമുഖ ദേവന്മാരി ലൊരാളായ രാമന്റെ ജന്മസ്ഥലവുമായി ബന്ധപ്പെട്ട പ്രശ്നമാണെന്നും സാധാരണക്ഷേത്രങ്ങളുടെ കാര്യത്തിൽ നിന്ന് ഇത് വ്യത്യസ്തമാ ണെന്നും വാദിക്കുന്നവരുണ്ട്. പക്ഷേ, അവർ വലിയൊരു സത്യം വിസ്മ രിക്കുന്നു. രാമായണത്തിലെ അയോധ്യയാണ് ഇപ്പോഴത്തെ അയോധ്യ യെന്ന് ആർക്കും പറയാനാവില്ലെന്നു മാത്രമല്ല, ഇപ്പോൾ വിവാദ പുരു

ഷനായ ഡോ.ലാൽ തന്നെ നടത്തിയ പുരാവസ്തു ഗവേഷണങ്ങളിൽനിന്ന് തെളിഞ്ഞിട്ടുള്ളത്, രാമായണ കാലഘട്ടത്തിന്റേതെന്നു പറയാവുന്ന, ആ കാലഘട്ടത്തിലെ ഒരു ചെറു പട്ടണം പോലും ഇന്നത്തെ അയോധ്യയിൽ നിലനിന്നിരുന്നു എന്നതിന് യാതൊരു തെളിവും ഇല്ലെന്നാണ്. ബാബർപള്ളി പണിയുന്ന പതിനാറാം നൂറ്റാണ്ടിനുമുമ്പ് പത്താം നൂറ്റാണ്ടിനടുപ്പിച്ചോ മറ്റോ നിലനിന്നിരുന്നതെന്ന് കരുതാവുന്ന ഏതോ ഒരു ക്ഷേത്രത്തിന്റെ അവശിഷ്ടം പള്ളിയുടെ കീഴെ ഉണ്ടെന്നതിന്റെ ചില സൂചനകളാണ് അദ്ദേഹം തന്റെ ആദ്യ റിപ്പോർട്ടിൽ കൂട്ടിച്ചേർത്തതിൽതന്നെ പറയുന്നത്. അത് വൈഷ്ണവക്ഷേത്രമായിരുന്നോ ബുദ്ധവിഹാരമായിരുന്നോ എന്നെല്ലാം സംശയങ്ങൾ വേറെയും നിലനിൽക്കുന്നു. രാമായണ കാലഘട്ടവുമായി ബന്ധപ്പെട്ട ഒരു ചെറുപട്ടണത്തിന്റെ തെളിവുപോലും ആ പ്രദേശത്തില്ലെന്നിരിക്കെ, രാമജന്മ സ്ഥാനം കണ്ടെത്താനുള്ള ഏതൊരു അന്വേഷണവും അവിടെ അപ്രസക്തമാണ്. ബാബർ ഏതെങ്കിലും ക്ഷേത്രം പൊളിച്ചിട്ടുണ്ടെന്നു വന്നാൽ പോലും, അത് രാമജന്മസ്ഥാനം ആകുന്ന പ്രശ്നമേയില്ല. ഈ നിലയ്ക്ക് ബാബറി മസ്ജിദിനു കീഴെ ക്ഷേത്രാവശിഷ്ടമുണ്ടോ എന്ന് ഇന്ന് അന്വേഷിക്കാൻ ശ്രമിക്കുന്നത് ഒട്ടും ഉചിതമല്ല.

വിശ്വാസത്തിന്റെ പ്രശ്നം

ഇത്തരം പ്രശ്നങ്ങൾക്ക് തെളിവുകളൊന്നും വേണ്ട, വിശ്വാസമാണ് ആധാരമെന്ന അദ്വാനിയുടെയും മറ്റും വാദമുഖത്തിന് ഒരു മറുപുറമുണ്ട്. ഇപ്പോഴത്തെ അയോധ്യ തന്നെയാണ് രാമൻ ജനിച്ച അയോധ്യയെന്ന വിശ്വാസം കുറെ നൂറ്റാണ്ടുകളായി അവിടങ്ങളിൽ നിലനിന്നുപോന്നിട്ടുണ്ട്. ഈ വിശ്വാസത്തിന്റെ അടിസ്ഥാനത്തിൽ രാമന്റെ ജന്മസ്ഥലമെന്ന് അവകാശപ്പെട്ടുകൊണ്ട് ചെറുതും വലുതുമായ നാലായിരത്തോളം ക്ഷേത്രങ്ങൾ അയോധ്യയിലുണ്ട്. ഇരുപതോളം വൻകിട രാമക്ഷേത്രങ്ങളിലെ ഓരോന്നിലെയും പൂജാരിമാർ തങ്ങളുടെ ക്ഷേത്രസ്ഥാനമാണ് രാമന്റെ ജന്മസ്ഥാനമെന്ന് അവകാശപ്പെടുകയും ചെയ്യുന്നു. ഈ യാഥാർത്ഥ്യം ആർക്കും നിഷേധിക്കാനാവാത്തതുകൊണ്ടാണ് വിശ്വഹിന്ദു പരിഷത്തുകാർ ആ പ്രശ്നം കുത്തിപ്പൊക്കുന്നത് വരെയും അതിനുശേഷം പോലും അയോധ്യയിലെയും ചുറ്റുപാടിലെയും ഹിന്ദുക്കളും മുസ്‌ലിങ്ങളും ഇതൊരു വലിയ പ്രശ്നമായി കാണാതിരുന്നത്. അപ്പോൾ അദ്വാനിയും മറ്റും പറയുന്ന വിശ്വാസത്തിന്റെ പ്രശ്നം സമീപകാലത്ത് രാഷ്ട്രീയലക്ഷ്യം വെച്ച് കുത്തിപ്പൊക്കിക്കൊണ്ടുവന്നതാണെന്ന് വ്യക്തമാണ്. നിലവിലുള്ള രാമക്ഷേത്രങ്ങളിൽ ഏതെങ്കിലും ഒന്നിനെ യഥാർത്ഥ

രാമജന്മസ്ഥാനമായി കരുതി വിപുലീകരിക്കുകയോ മറ്റോ ചെയ്യാവുന്നതാണ്. പക്ഷേ, അങ്ങനെ ചെയ്താൽ അതുകൊണ്ട് രാഷ്ട്രീയ നേട്ടമൊന്നും ഉണ്ടാവില്ല. ബാബറിന്റെ പള്ളിയുടെ സ്ഥാനത്ത് തന്നെയാണ് രാമജന്മസ്ഥാനമെന്ന് സ്ഥാപിച്ച് അതിനുവേണ്ടി സമരം ചെയ്യുന്നതിലൂടെ മുസ്ലിം വിരുദ്ധവികാരത്തെ ഉദ്ദീപിപ്പിച്ച്, വ്യത്യസ്ത ജാതികളിലും മറ്റുമായി വിഘടിച്ച് കിടക്കുന്ന ഹിന്ദുക്കളെ മുഴുവൻ രാഷ്ട്രീയമായി ഏകോപിപ്പിച്ച് ഒരൊറ്റ ശക്തിയാക്കിയെടുക്കാമെന്ന രാഷ്ട്രീയമായ കണക്കുകൂട്ടലാണ്, ഈ പ്രശ്നം ഇങ്ങനെ കുത്തിപ്പൊക്കുന്നതിന് പിന്നിലുള്ളത്. പള്ളി പൊളിച്ചുതന്നെ അമ്പലം പണിയണമെന്ന നിർബന്ധത്തിന് പിന്നിലുള്ളത് ഈ രാഷ്ട്രീയലക്ഷ്യം മാത്രമാണ്.

കേന്ദ്രസർക്കാറിന്റെ ആഭിമുഖ്യത്തിൽ വിശ്വഹിന്ദുപരിഷത്തും ബാബറി മസ്ജിദു കമ്മിറ്റിയും തമ്മിൽ നടത്തിയ രേഖാ കൈമാറ്റങ്ങളും ചർച്ചകളും മുന്നോട്ടുപോയാൽ തങ്ങൾക്കനുകൂലമായ തീരുമാനം ഉണ്ടാകാനിടയില്ലെന്ന് കണ്ടുകൊണ്ടാണ് വിശ്വഹിന്ദു പരിഷത്ത് ഏകപക്ഷീയമായി സന്ന്യാസി സമ്മേളനത്തിന്റെ മറ പിടിച്ച് കർസേവ പ്രഖ്യാപിച്ചത്. ഈ സന്ദർഭത്തിലാണ് സുപ്രീം കോടതിയെ ഇടപെടുവിച്ച് നിയമവിധേയത്വത്തിന്റെ വേലിക്കെട്ടിനുള്ളിൽ വിശ്വഹിന്ദു പരിഷത്തിനെയും കല്യാൺ സിംഹ് ഗവൺമെന്റിനെയും തളയ്ക്കാൻ ശ്രമിച്ചത്. രാഷ്ട്രീയമായ കരുനീക്കം എന്ന നിലയ്ക്ക് റാവു അതിൽ പ്രശംസനീയമായ വിജയം നേടുകയും ചെയ്തു. കോടതിയെ മാനിക്കില്ലെന്നുള്ള പരസ്പര വിരുദ്ധ പ്രസ്താവനകൾ ആവർത്തിച്ചാവർത്തിച്ച് നടത്തിക്കൊണ്ടിരുന്നപ്പോഴും അവസാനം തർക്കപ്രദേശത്ത് നിർമ്മാണ പ്രവർത്തനങ്ങളൊന്നും നടത്തില്ലെന്ന സത്യവാങ്മൂലം കല്യാൺ സിംഹ് സർക്കാർ വഴി നൽകാൻ വിശ്വഹിന്ദുപരിഷത്തും ബി.ജെ.പിയും നിർബന്ധിതരായി. ഈ സാഹചര്യത്തിൽ ബി.ജെ.പിക്കും കൂട്ടർക്കും ഒരൊറ്റ മാർഗ്ഗമേ ഉണ്ടായിരുന്നുള്ളൂ. തങ്ങളുടെ യഥാർത്ഥ നിറം പുറത്തുകാട്ടുക, അതാണ് അവർ ചെയ്തത്. പുറമേക്ക് നിയമവിധേയത്വം പ്രഖ്യാപിച്ചുകൊണ്ട് ഏറ്റവും ഹീനമായ ഒരു രാഷ്ട്രീയ ഗൂഢാലോചനയ്ക്ക് രൂപം നൽകുകയും അത് നടപ്പിലാക്കുകയും ചെയ്യുകയാണുണ്ടായത്.

റാവു സർക്കാറിന്റെ വീഴ്ച

ഡിസംബർ 6 ന് അയോധ്യയിൽ നടന്ന സംഭവങ്ങളെക്കുറിച്ച് ഇപ്പോൾ വലിയ ദുരൂഹതയൊന്നും അവശേഷിക്കുന്നില്ല. വിവിധ വാർത്താമാധ്യമങ്ങൾ സമാഹരിച്ചിട്ടുള്ള ദൃക്സാക്ഷി വിവരണങ്ങളും വീഡിയോ കാസറ്റുകൾ നൽകുന്ന യഥാർത്ഥ ദൃശ്യങ്ങളും എല്ലാം വെച്ച്

സത്യത്തിൽ എന്തു നടന്നു എന്ന മനസ്സിലാക്കാൻ യാതൊരു വിഷമവു മില്ല. ഡിസംബർ 5 മുതൽക്ക് 8 ന് രാവിലെ വരെ സുപ്രീം കോടതി നിർദ്ദേശങ്ങളും ഭരണഘടനാപരമായ ചട്ടങ്ങളും ഒരു സാധാരണ ഭര ണകൂടം നിലനിർത്താൻ ശ്രമിക്കുന്ന എല്ലാ നിയമവാഴ്ചയും അയോ ധ്യയിൽ ഏറ്റവും നഗ്നമായി, യാതൊരു മറയുമില്ലാതെ ലംഘിക്കപ്പെട്ടു കൊണ്ടിരിക്കുകയായിരുന്നു. അത് വിദേശ വാർത്താ മാധ്യമ ശൃംഖല കളിലൂടെ ലോകം മുഴുവൻ കണ്ടുകൊണ്ടിരിക്കുകയായിരുന്നു. തർക്ക പ്രദേശത്ത് വാഗ്ദാനലംഘനം നടത്തുന്നുണ്ടോ എന്ന് സുപ്രീം കോട തിയുടെ പ്രത്യേക നിരീക്ഷകൻ നോക്കിക്കൊണ്ടിരിക്കെ, മറുവശത്ത് രാമകഥാപാർക്കിൽ പള്ളിയുടെ മുകളിൽ കയറാനും താഴികക്കുടം തകർക്കാനുമുള്ള പരിശീലനങ്ങൾക്ക് അവസാനരൂപം നൽകിക്കൊണ്ടി രിക്കുകയായിരുന്നു. പ്രായോഗികമായി, പള്ളി പൊളിച്ച്, അതിന്റെ സ്ഥാനത്ത് രാമക്ഷേത്രം പണിയുന്നതിനുള്ള പദ്ധതികൾ യാതൊരു തട സ്സവും കൂടാതെ മുന്നോട്ടു പോയ്ക്കൊണ്ടിരിക്കുകയായിരുന്നു. വിശ്വ ഹിന്ദു പരിഷത്തിന്റെയും ബജ്റങ്ദളിന്റെയും നേതാക്കൾ അങ്ങനെ പ്രഖ്യാപിച്ചുകൊണ്ട് തന്നെ അതിന് നേതൃത്വം നൽകിക്കൊണ്ടിരിക്കു കയായിരുന്നു. 5 ന് നടന്ന സന്ന്യാസിമാരുടെയും നേതാക്കന്മാരുടെയും യോഗത്തിൽ മിതവാദപരമായ നിലപാടെടുത്തവർ വിട്ടുവീഴ്ചയ്ക്കു വേണ്ടി വാദിച്ചുവെന്നും ഭൂരിപക്ഷം അതംഗീകരിച്ചില്ലെന്നും റിപ്പോർട്ടു കളുണ്ട്. ബി.ജെ.പിയിലെ മിതവാദി വക്താവായി അറിയപ്പെടുന്ന വാജ്പേയ് തന്നെ പറഞ്ഞത്, ലക്ഷക്കണക്കിന് കർസേവകരെ അയോ ധ്യയിലെത്തിച്ചാൽ നിയന്ത്രണം വിട്ടുപോകുമെന്ന തന്റെ താക്കീതുകൾ ചെവിക്കൊള്ളാൻ ആരുമുണ്ടായിരുന്നില്ലെന്നാണ്. അതെ, എന്താണ് നട ക്കാൻ പോകുന്നതെന്ന് അറിഞ്ഞുകൊണ്ടാണ് എല്ലാം നടന്നത്, നടത്തി യത്.

യഥാർത്ഥത്തിൽ നടന്നുകൊണ്ടിരുന്ന കാര്യങ്ങൾ എന്തായിരുന്നു എന്ന് തനിക്കറിയുമായിരുന്നില്ലെന്ന റാവുവിന്റെ പ്രഖ്യാപനം ഏറ്റവും മിതഭാഷയിൽ പറഞ്ഞാൽ ആത്മവഞ്ചനയും ജനവഞ്ചനയുമാണ്. ഭര ണഘടനാപരമായി തനിക്കൊന്നും ചെയ്യാൻ കഴിയുമായിരുന്നില്ലെന്ന വാദവും അസ്ഥാനത്താണ്.

അതികേന്ദ്രീകൃതമായ ഇന്ത്യൻ ഭരണഘടനയെ ഉപയോഗിച്ചുകൊ ണ്ടുതന്നെ കേന്ദ്രഗവൺമെന്റിന് എന്തും ചെയ്യാൻ കഴിയുമായിരുന്നു. ചെയ്യാതിരുന്നത് രാഷ്ട്രീയമായ കണക്കുകൂട്ടലുകളും മറ്റു താല്പര്യ ങ്ങളും നിമിത്തമായിരുന്നു എന്ന് വ്യക്തമാണ്. ആ കണക്കുകൂട്ടലുകളുടെ

ന്യായാന്യായതകൾ പരിശോധിക്കുക മാത്രമാണ് നമുക്കിപ്പോൾ ചെയ്യാനുള്ളത്.

റാവു സർക്കാറിന് മുന്നിലുണ്ടായിരുന്ന വഴികൾ വളരെ കുറവായിരുന്നു. വി.പി.സിംഹ് ചെയ്തതായിരുന്നു റാവുവും ചെയ്തതെങ്കിൽ അത്തരം നടപടിയെ ഉപയോഗിച്ച് ബി.ജെ.പിക്ക് കൂടുതൽ വളരാനും അടുത്ത തെരഞ്ഞെടുപ്പിൽ കേന്ദ്രത്തിൽ അധികാരത്തിൽ വരാനും കഴിയുന്ന അന്തരീക്ഷം ഉണ്ടാവുമായിരുന്നു എന്ന് വിലയിരുത്താവുന്നതാണ്. അതാവർത്തിക്കാതിരിക്കണമെങ്കിൽ മറ്റു വഴികൾ ആരായേണ്ടതുമുണ്ടായിരുന്നു. ഇത്തരമൊരു അന്വേഷണമാണ് റാവു നടത്തിയതെന്ന് ചിലരെങ്കിലും വാദിക്കുന്നുണ്ട്. അതംഗീകരിച്ചുകൊണ്ട് പരിശോധിച്ചാലും പ്രശ്നങ്ങൾ അവിടെ അവസാനിക്കുകയില്ലെന്നു കാണാം. പള്ളി പൊളിക്കുമെന്ന ഭീഷണി യാഥാർത്ഥ്യമാവാൻ പോകുന്നു എന്നു കണ്ടപ്പോൾ ഡിസംബർ 5 ന് ഏതാനും ഇടതുപക്ഷ എം.പിമാർ പ്രധാനമന്ത്രിയെ കണ്ട് ഉടനടി ആസന്നമായ ദുരന്തം ഒഴിവാക്കാൻ നടപടി വേണമെന്ന് ആവശ്യപ്പെട്ടു. താൻ ചെയ്തതെല്ലാം വിശദീകരിച്ചതിനുശേഷം, അദ്ദേഹം അവർക്ക് ഒരു സംസ്കൃതശ്ലോകം ചൊല്ലിക്കൊടുത്ത് വിശദീകരിച്ചുവത്രെ. ‘എന്തുകാര്യം ചെയ്യുമ്പോഴും ഏഴ് ചുവടുവെപ്പുകൾ വേണം. ഒരുവൻ ആറ് ചുവടു വെച്ചതിനുശേഷം ഏഴാമത്തേത് ദൈവത്തിന് വിട്ടുകൊടുക്കുന്നു. ഞാൻ ആറു ചുവടു വെച്ചുകഴിഞ്ഞു.’ ഏഴാമത്തെത് ദൈവത്തിന് വിട്ടുകൊടുത്ത് കാത്തിരിക്കുകയാണെന്ന് സാരം. പള്ളി പൊളിക്കുകയാണെങ്കിൽ അത് ദൈവനിശ്ചയം ആയിരിക്കും എന്ന നിലയ്ക്കാണ് റാവു കാര്യങ്ങളെ സമീപിച്ചത്. ഒരുപക്ഷേ, ഈ നിലപാടിനു പിന്നിൽ വ്യക്തമായ ഒരു രാഷ്ട്രീയലക്ഷ്യം കൂടി ഉണ്ടായിരുന്നിരിക്കാം. പള്ളി പൊളിക്കുന്നതിലേക്ക് സംഭവങ്ങൾ നീങ്ങുകയാണെങ്കിൽ ബി.ജെ.പിയുടെ രാഷ്ട്രീയ വിശ്വാസ്യത തകരുകയും അവർ ഒറ്റപ്പെടുകയും ചെയ്യാനിടയുണ്ടെന്ന് കരുതി, ബോധപൂർവ്വം അതിലേക്ക് നയിച്ചതാണോ എന്ന് കരുതാവുന്നതാണ്. റാവുവിന്റെ ശൈലിക്കു ചേർന്ന ബുദ്ധിപൂർവ്വകമായ ഒരു നീക്കമായിരുന്നില്ലേ അതെന്നും സംശയിക്കാവുന്നതാണ്. പക്ഷേ, അത്തരം വ്യഖ്യാനങ്ങളെ പൂർണ്ണമായും അസാധുവാക്കുന്നതാണ് റാവുവിന്റെ തുടർന്നുള്ള ചെയ്തികൾ.

മതേതര, ജനാധിപത്യനിലപാടിൽ നിന്നുകൊണ്ട് നീക്കിയ ഒരു രാഷ്ട്രീയതന്ത്രമായിരുന്നില്ല അതെന്ന് പെട്ടെന്നുതന്നെ തെളിഞ്ഞു. മുമ്പേക്കൂട്ടി കല്യാൺസിംഹ് സർക്കാറിനെ പുറത്താക്കി പള്ളിയുടെ സംരക്ഷണം കേന്ദ്രം ഏറ്റെടുത്തെങ്കിൽ ബി.ജെ.പിക്ക് ഉണ്ടാകുമായിരുന്ന

രാഷ്ട്രീയനേട്ടം ഒഴിവാക്കുകയായിരുന്നു റാവുവിന്റെ ലക്ഷ്യമെങ്കിൽ, 6ന് ഉച്ചയ്ക്കുശേഷം പള്ളി പൊളിഞ്ഞ ഉടനെ ഇടപെട്ടിരുന്നുവെങ്കിൽ, അത് സമർത്ഥമായ ഒരു നീക്കമാകുമായിരുന്നു. കാരണം, പള്ളി പൊളിഞ്ഞതിന്റെ പേരിൽ ബി.ജെ.പിക്കും വിശ്വഹിന്ദുപരിഷത്തിനും മറ്റും രാഷ്ട്രീയമായി ക്ഷീണം തട്ടുകയും എന്നാൽ പുതിയ രാമക്ഷേത്രം പോയിട്ട്, നേരത്തെ വെച്ചിരുന്ന രാമവിഗ്രഹം പോലും സ്ഥലത്തില്ലാത്ത അവസ്ഥ ഉണ്ടാവുകയും ചെയ്യുമായിരുന്നു. തുടർന്ന് ഫലപ്രദമായ പരിഹാരങ്ങളിലേക്ക് പെട്ടെന്ന് തന്നെ കാര്യങ്ങൾ നീക്കുകയും ചെയ്യാമായിരുന്നു. ബി.ജെ.പിയെയും മറ്റും പ്രതികൂട്ടിൽ നിർത്തിക്കൊണ്ട് രാമവിഗ്രഹം ഒഴിവാക്കിക്കൊണ്ടുള്ള പള്ളിയുടെ പുനർനിർമ്മാണം ഉടനെ സാധിക്കുകയും ചെയ്യുമായിരുന്നു. ഇങ്ങനെയുള്ള ഒരു മതേതര, ജനാധിപത്യപരിഹാരത്തിന് വേണ്ടിയുള്ള യാതൊരു പദ്ധതിയും റാവുവിന് ഉണ്ടായിരുന്നില്ല. 8 ന് രാവിലെ താൽക്കാലിക രാമക്ഷേത്രം ഉയരുകയും അതിന്റെ ചുറ്റുമതിൽ കെട്ടുന്നത് പൂർത്തിയാവുകയും ചെയ്യുന്നതുവരെ റാവു മനപൂർവ്വം ഇടപെടാതിരുന്നതാണ് എന്ന് ഇപ്പോൾ യാതൊരു സംശയത്തിനും ഇടയില്ലാത്ത വിധം വ്യക്തമാണ്. രക്തച്ചൊരിച്ചിൽ ഒഴിവാക്കാൻ വേണ്ടിയാണ് ഇടപെടാതിരുന്നത് എന്ന വാദം അർത്ഥശൂന്യമാണ്. പള്ളി പൊളിക്കാനുള്ള ആയുധങ്ങൾ മാത്രം കൈവശമുള്ള ജനക്കൂട്ടത്തെ അതെത്ര വലുതായാലും വലിയ രക്തച്ചൊരിച്ചിലില്ലാതെ പിരിച്ചുവിടാൻ ആകുമായിരുന്നു. പള്ളി പൊളിക്കുന്നത് ആരംഭിച്ചുകഴിഞ്ഞപ്പോൾ, ഫൈസാബാദിൽ നിന്ന് പുറപ്പെട്ട ദ്രുതവിന്യാസ സേനയ്ക്ക് അത് നിർവ്വഹിക്കാൻ കഴിയുമായിരുന്നു എന്നാണ് അതിന്റെ തലവൻ പറഞ്ഞിട്ടുള്ളത്. 6 ന് ഉച്ചയ്ക്ക് രണ്ടുമണിക്ക് തർക്കസ്ഥലത്തിന് രണ്ട് കിലോമീറ്റർ മാത്രം അകലത്തിൽ എത്തിയ സേനയെ ജില്ലാ മജിസ്ട്രേറ്റ് തിരിച്ചയക്കുകയാണുണ്ടായത്– എല്ലാം ഭദ്രമാണെന്ന് പറഞ്ഞുകൊണ്ട് ബലപ്രയോഗം പാടില്ലെന്ന കല്യാൺസിംഹിന്റെ കല്പന പാലിക്കപ്പെട്ടതാകാം. എന്തായാലും ഇടപെടാനുള്ള സാധ്യതകൾ ഉപയോഗിക്കപ്പെട്ടില്ലെന്നതു തന്നെയാണ് വ്യക്തമാവുന്നത്. സ്ഥിതിഗതികളെക്കുറിച്ചുള്ള വിവരമില്ലായ്മയിൽ നിന്നാണ് ഇടപെടാതിരുന്നതെന്നതും വിശ്വസനീയമായ വാദമുഖമല്ല. അതുകൊണ്ടാണ് പള്ളി പൊളിച്ചാൽ മാത്രം പോരാ, പുതിയ രാമക്ഷേത്രം ഉയരുകയും വേണമെന്നുള്ളത് റാവുവിന്റെയും ലക്ഷ്യമായിരുന്നു എന്നു കരുതേണ്ടിയിരിക്കുന്നത്.

1949 ഡിസംബർ 22 ന് അർദ്ധരാത്രിക്ക് അതിക്രമിച്ചുകടന്ന് പള്ളിയിൽ സ്ഥാപിച്ച രാമവിഗ്രഹത്തെ പൂജ നടത്തി സ്ഥിരീകരിച്ചെടുത്ത

അതേ തന്ത്രം തന്നെ ആവർത്തിക്കപ്പെടാൻ പോവുകയാണ്. കുറച്ചു ദിവസങ്ങളിലെ അനിശ്ചിതത്വങ്ങൾക്കു ശേഷം തകർന്ന പള്ളിയുടെ സ്ഥാനത്ത്, ഇത്രമാത്രം അതിക്രമങ്ങൾക്കും നിയമലംഘനങ്ങൾക്കും ശേഷം സ്ഥാപിച്ച രാമക്ഷേത്രത്തിന് അംഗീകാരം നൽകുംവിധം അവിടെ പൂജ മാത്രമല്ല, ദർശനവും അനുവദിച്ചിരിക്കുകയാണ്. അതായത്, പുതിയ രാമക്ഷേത്രം നിലവിൽ വന്നുകഴിഞ്ഞിരിക്കുന്നു എന്നതാണ് വാസ്തവം. കോടതികളും ഈ യാഥാർത്ഥ്യത്തെ അംഗീകരിക്കാനാണ് സാധ്യത. നീതിന്യായ, ഭരണ വ്യവസ്ഥകളെ പാടെ വെല്ലുവിളിച്ചുകൊണ്ടാണ് 1949 മുതൽ തുടർച്ചയായ അതിക്രമങ്ങളിലൂടെ ഈ ക്ഷേത്രം സ്ഥാപിക്കപ്പെട്ടിരിക്കുന്നതെന്ന സത്യം ബോധപൂർവ്വം അവഗണിക്കുകയും ഈ അതിക്രമങ്ങൾക്ക് ഫലത്തിൽ കൂട്ടു നിൽക്കുകയുമാണ് ഇന്ത്യയിലെ നീതിന്യായ ഭരണവ്യവസ്ഥകൾ നിരന്തരം ചെയ്തുകൊണ്ടിരുന്നത് എന്ന ഭീകരയാഥാർത്ഥ്യമാണ് പകൽവെളിച്ചംപോലെ നമ്മുടെ മുന്നിൽ ഉയർന്നുനിൽക്കുന്നത്.

നമ്മുടെ സാമൂഹിക, രാഷ്ട്രീയവ്യവസ്ഥയുടെ യഥാതഥമായ പ്രതിഫലനമായിട്ടാണ് ഈ യാഥാർത്ഥ്യത്തെ നോക്കിക്കാണേണ്ടത് എന്നാണ് എന്റെ അഭിപ്രായം. മതേതര ജനാധിപത്യവാദികൾ അതിൽ വേവലാതിപ്പെട്ടിട്ട് കാര്യമൊന്നുമില്ല. സമൂഹംതന്നെ ജനാധിപത്യവൽക്കരിക്കപ്പെടുകയും മതേതരമാക്കപ്പെടുകയും ചെയ്യാതെ ഭരണവ്യവസ്ഥയും രാഷ്ട്രീയനേതൃത്വവും അങ്ങനെയാവണമെന്ന് നിർബന്ധിച്ചിട്ട് കാര്യമില്ലല്ലോ. നമ്മുടെ ജനാധിപത്യവും മതേതരത്വവും എത്രമാത്രം ദുർബലാവസ്ഥയിലാണെന്ന് വിനയപൂർവ്വം അംഗീകരിക്കുകയാണ് നാം ആദ്യം വേണ്ടത്. ലോകത്തിലെ ഏറ്റവും വലിയ ജനാധിപത്യമാണ് നമ്മുടേതെന്ന് കൊട്ടിഘോഷിക്കുന്ന അവകാശവാദങ്ങളുടെ പൊള്ളത്തരം ഇനിയെങ്കിലും നാം തിരിച്ചറിയുക. ഈ തിരിച്ചറിവിന്റെ അടിസ്ഥാനത്തിലായിരിക്കണം നമ്മുടെ തുടർന്നുള്ള നീക്കങ്ങൾ.

ഫാസിസത്തിന്റെ വളർച്ച

ഇന്ത്യയിൽ ഇന്ന് നിലവിലുള്ള ജനാധിപത്യമതേതര മൂല്യങ്ങളുടെ അവസ്ഥയുമായി ബന്ധപ്പെട്ടുകൊണ്ടാണ് ഫാസിസത്തിന്റെ വളർച്ചയും മനസ്സിലാക്കേണ്ടത്. മതേതര ശക്തികളെന്ന് കരുതപ്പെടുന്ന ശക്തികളുടെ മതേതരത്വം എത്രമാത്രം ദുർബലമാണെന്ന് കണ്ടതുപോലെ ജനാധിപത്യശക്തികളെന്ന് കരുതപ്പെടുന്നവരുടെ ജനാധിപത്യം എത്രമാത്രം ദുർബലമാണെന്ന് തെളിഞ്ഞുകഴിഞ്ഞതാണല്ലോ. ഇന്ത്യയിലെ ഏറ്റവും വലിയ ജനാധിപത്യ ശക്തിയെന്ന് അവകാശപ്പെടുന്ന കോൺഗ്രസ്സ് നിസ്സാ

രലക്ഷ്യങ്ങൾ നേടാനായി നാട്ടിൽ അടിയന്തിരാവസ്ഥ പ്രഖ്യാപിച്ചതാണല്ലോ. കർക്കശമായ ജനാധിപത്യനിലപാടെടുക്കുന്നു എന്നവകാശപ്പെടുന്ന ഇടതുപക്ഷവിഭാഗങ്ങളിൽ ചിലത് നേരിട്ടും മറ്റു ചിലവ പരോക്ഷമായും ആ അടിയന്തരാവസ്ഥയ്ക്ക് പിന്തുണ നൽകിയതും നാം കണ്ടതാണ്. ഇത്തരം ജനാധിപത്യവാദികളിൽനിന്ന് വ്യത്യസ്തമായി ജനാധിപത്യ പ്രഖ്യാപനങ്ങളൊന്നും നടത്താതെ, നിലവിലുള്ള ഭരണസംവിധാനത്തിന് കീഴ് വഴങ്ങുന്നു എന്ന നിലപാടെടുത്തുകൊണ്ടാണ് ആർ. എസ്.എസ്, ജനസംഘം (ഇപ്പോഴത്തെ ബി.ജെ.പി) തുടങ്ങിയവ പ്രവർത്തിച്ചുകൊണ്ടിരുന്നത്. രാഷ്ട്രീയസംഘടനയല്ല എന്ന് അവകാശപ്പെട്ടിരുന്ന ആർ.എസ്.എസ് കൃത്യമായും ഒരു ഫാസിസ്റ്റ് രാഷ്ട്രീയത്തെ ഉയർത്തിപ്പിടിക്കുകയും അടിത്തറ സൃഷ്ടിക്കുകയും ചെയ്തുകൊണ്ടിരുന്നു. ആ ഫാസിസ്റ്റ് രാഷ്ട്രീയത്തിന് മൂടുപടമിടുന്നതിന് വേണ്ടിയാണ് പാർലമെന്ററി ജനാധിപത്യത്തിൽ പങ്കെടുക്കാൻ തയ്യാറായിക്കൊണ്ട് ജനസംഘവും പിന്നീട് ബി.ജെ.പിയും രംഗത്തുവന്നത്. ബ്രിട്ടീഷ് വിരുദ്ധ സമരകാലത്ത് വളർന്നുവന്ന ജനാധിപത്യ മതേതര മൂല്യങ്ങളെ എളുപ്പത്തിൽ ഭേദിക്കാൻ കഴിയില്ലെന്ന് കണ്ടുകൊണ്ടാണ് അവർ ഇത്തരമൊരു മെല്ലെപ്പോക്ക് നയം സ്വീകരിച്ചത്. ബ്രിട്ടീഷ് വിരുദ്ധ സമരകാലത്ത് കുറെയെല്ലാം മുങ്ങിപ്പോകാനിടയായ പഴയ കാലഘട്ടത്തിന്റെ ഉറങ്ങിക്കിടക്കുന്ന മൂല്യബോധതലത്തെ തൊട്ടുണർത്താനുള്ള ശ്രമങ്ങളാണ് അവർ നടത്തിക്കൊണ്ടിരുന്നത്. ഇപ്പോൾ ബാബറി മസ്ജിദ് പ്രശ്നത്തിലൂടെ അതിനുള്ള വമ്പിച്ച സാധ്യതകളാണ് അവർക്ക് മുന്നിൽ തുറന്നുകിട്ടിയത്. അതിന്റെ വേലിയേറ്റത്തിനനുസരിച്ച് അവരുടെ തനിനിറം പുറത്തുവരികയും ചെയ്യുന്നുണ്ട്. രഥയാത്രക്കാലത്തെ മുന്നേറ്റം കണ്ടപ്പോൾ അദ്വാനിയുടെ തന്നെ പ്രസ്താവനകളിലൂടെ ഇത് പുറത്തുവന്നത് നേരത്തെ സൂചിപ്പിച്ചതാണല്ലോ.

പാർലമെന്ററി രാഷ്ട്രീയത്തെയും ഫാസിസ്റ്റ് സമീപനത്തെയും മാറിമാറി സമർത്ഥമായി ഉപയോഗപ്പെടുത്തിക്കൊണ്ടാണ് അയോധ്യാപ്രശ്നത്തെ അവർ വളർത്തിക്കൊണ്ടു വന്നതെന്ന് കാണേണ്ടതുണ്ട്. ഹിന്ദുത്വത്തെയും ഹിന്ദു രാഷ്ട്രവാദത്തെയും വ്യക്തമായും ഒരു ഫാസിസ്റ്റ് രാഷ്ട്രീയത്തിൽ ഉറപ്പിച്ചുകൊണ്ടാണ് അവർ ജനങ്ങൾക്കിടയിൽ പ്രവർത്തിച്ചത്. ജനങ്ങൾക്കിടയിലെ മതബോധത്തെ, ജനാധിപത്യ വിരുദ്ധമായ ഫാസിസ്റ്റ രാഷ്ട്രീയത്തിന്റെ അടിത്തറയാക്കുന്ന പ്രക്രിയയിൽ അവർ പടിപടിയായി വിജയിച്ചുകൊണ്ടിരിക്കുകയായിരുന്നു. ഈ രണ്ട് മുഖങ്ങളും മാറിമാറി ഉപയോഗിക്കുന്നതിൽ അവർ കുറേക്കൂടി മുന്നേ

റിയ കാഴ്ചയാണ് ഇപ്പോഴത്തെ അയോധ്യാസംഭവങ്ങളിൽ നമുക്ക് കാണാൻ കഴിയുന്നത്. കോടതിയെയും ഭരണനേതൃത്വത്തെയും മറ്റ് രാഷ്ട്രീയ പാർട്ടികളെയും മതേതര ജനാധിപത്യശക്തികളെയും ബോധ്യപ്പെടുത്തുന്നതിന് വേണ്ടി തങ്ങൾ ഭരണഘടനയെയും കോടതിയെയും ലംഘിക്കുകയില്ല എന്ന ഉറപ്പു നൽകുകയും കോടതിയും ഭരണഘടനയുമൊന്നും തങ്ങൾക്ക് പ്രശ്നമല്ലെന്നും വിശ്വാസമാണ് തങ്ങളുടെ ആധാരമെന്നും അണികളുടെയും ജനങ്ങളുടെയും ഇടയ്ക്ക് പ്രചരിപ്പിക്കുകയുമാണ് അവർ ചെയ്തുകൊണ്ടിരുന്നത്. തങ്ങളുടെ വിശ്വാസങ്ങൾ സാക്ഷാൽക്കരിക്കുന്നതിനുവേണ്ടി, മറ്റുള്ളവരുടെ വിശ്വാസങ്ങളെക്കുറിച്ച് പരിഗണിക്കാതെ, എന്തു ചെയ്തും മുന്നേറാമെന്ന് കരുതുന്ന ഒരു ജനവിഭാഗമാണ് ഫാസിസത്തിന്റെ കരുത്തുറ്റ അടിത്തറയായിത്തീരുന്നത്. ഇന്ത്യയിലെ ഗണ്യമായ ജനവിഭാഗങ്ങളെ ഇത്തരമൊരു ഫാസിസ്റ്റ് അടിത്തറയാക്കി മാറ്റുകയാണ് ബി.ജെ.പിയും കൂട്ടരും ചെയ്തുകൊണ്ടിരുന്നത്. അണികളെയും ജനങ്ങളെയും ഇങ്ങനെ പഠിപ്പിച്ചിട്ടുള്ള തങ്ങൾക്ക് ഡിസംബർ 6 ന് അവരെ നിയന്ത്രിക്കാൻ കഴിയുകയില്ലെന്ന് അവർക്ക് അറിയാമായിരുന്നു. നിയന്ത്രണാതീതമായ ജനക്കൂട്ടത്തെ അയോധ്യയിൽ എത്തിക്കുന്നത് അപകടകരമായിരിക്കുമെന്ന വാജ്പേയിയുടെ താക്കീതിനെ ബി.ജെ.പിയുടെയും വിശ്വഹിന്ദുപരിഷത്തിന്റെയും നേതൃത്വം തള്ളിക്കളഞ്ഞത്, നിയന്ത്രണാതീതമെന്ന് തോന്നിക്കുന്ന അന്തരീക്ഷം സൃഷ്ടിക്കാൻ വേണ്ടിത്തന്നെയാണ്. ഡിസംബർ 5–7 തീയതികളിൽ അവിടെ നടന്ന സംഭവങ്ങളിൽ അദ്വാനി ഉൾപ്പെടെയുള്ളവർ വഹിച്ച പങ്ക് ഇത്തരമൊരു പദ്ധതി കൃത്യമായും അനാവരണം ചെയ്യുന്ന തരത്തിലായിരുന്നു.

അദ്വാനിയും മറ്റും തർക്കസ്ഥലത്തേക്ക് എത്തിയതോടെ കൂടെ തള്ളിക്കയറിവന്ന സംഘമാണ് പള്ളിയുടെ നേരെ നീങ്ങിയത്. അവരെ തുടർന്നാണ് മറ്റു വിഭാഗങ്ങളും ജനക്കൂട്ടവും അക്രമത്തിലേക്ക് തിരിഞ്ഞത്. തുടർന്ന്, നിരന്തരം മാർഗ്ഗനിർദ്ദേശം നൽകിക്കൊണ്ടിരുന്ന ഉച്ചഭാഷിണി ശൃംഖലകളിലൂടെ ഒരിക്കൽപ്പോലും കർസേവകർ പിൻവാങ്ങണമെന്ന നിർദ്ദേശം ഉയർന്നില്ലെന്ന് ദൃക്സാക്ഷി വിവരണങ്ങൾ കാണിക്കുന്നു. മറിച്ച്, വടക്കേ ഇന്ത്യയിലെ ഗ്രാമാന്തരങ്ങളിലെല്ലാം സ്ഫോടനാത്മകമായ ഫാസിസ്റ്റ് മുദ്രാവാക്യങ്ങൾ ആകർഷണീയമായ രീതിയിൽ അവതരിപ്പിച്ച് ജനങ്ങളെ ഇളക്കി വിട്ടുകൊണ്ടിരുന്ന സന്യാസികളായ റീതാംബരയും ഉമാഭാരതി എം.പിയും ബാബറി മസ്ജിദ് പൊളിക്കൽ ആരംഭിച്ചതിനുശേഷം നിരന്തരം ഉച്ചഭാഷിണിയിലൂടെ അലറിയിരുന്നത്

ഇങ്ങനെയായിരുന്നു: ' ഒരു ശക്തിയായ തള്ളുകൂടി. ബാബറി മസ്ജിദ് തകർക്കുക. കൂടുതൽ ശക്തിയോടെ, കൂടുതൽ ശക്തിയോടെ! ' (ഔർ ഏക് ധക്കാ ദൊ. ബാബറി മസ്ജിദ് തോഡ് ദോ, ഔർ ജോർ, ഔർ ജോർ!) വിശ്വഹിന്ദു പരിഷത്ത് നേതാവ് അശോക് സിംഗാളും ആർ.എസ്.എസ് നേതാവ് ശേഷാദ്രിയും, കേന്ദ്രം സൈന്യത്തെ അയക്കുന്നുണ്ടെന്നറിഞ്ഞുവെന്നും അവരെ നേരിടാൻ തയ്യാറാകാനും അവർക്ക് അയോധ്യയിലേക്കെത്താൻ കഴിയാത്ത വിധം വഴികളെല്ലാം അടക്കാനും ആഹ്വാനം ചെയ്യുകയായിരുന്നു. അദ്വാനിയും ജോഷിയുമെല്ലാം മറ്റു നേതാക്കളോടൊപ്പം ഇതിനെല്ലാം മേൽനോട്ടം വഹിക്കുകയായിരുന്നു. താഴികക്കുടങ്ങൾക്ക് മുകളിലുള്ളവർ താഴെ ഇറങ്ങിയില്ലെങ്കിൽ അവ തകർന്നുവീഴുമ്പോൾ അവരും അതിൽപ്പെട്ടു പോകുമെന്ന താക്കീത് നൽകുകയാണ് അദ്വാനി ചെയ്തത്രേ. അദ്വാനി ഉൾപ്പെടെയുള്ള മുഴുവൻ നേതൃത്വവും പള്ളി പൊളിക്കുന്നതിനെതിരായി ഒരു ചെറുവിരൽപോലും അനക്കിയിട്ടില്ലെന്നതാണ് വാസ്തവം. എല്ലാം ആസൂത്രിതമായ പദ്ധതിയനുസരിച്ച് കടുകിട തെറ്റാതെ നടപ്പിലാക്കപ്പെടുകയാണുണ്ടായത്.

പക്ഷേ, 1949 ഡിസംബർ 22 ന് അർദ്ധരാത്രിക്ക് നടത്തിയ ഭവനഭേദനത്തെ, അക്രമത്തെ മൂടിവെച്ച് വെള്ളപൂശി, മുസ്ലിങ്ങൾ ആരാധിക്കാത്തതും തങ്ങൾ ആരാധിക്കുന്നതുമായ ദേവാലയം എന്ന കള്ളക്കഥ പ്രചരിപ്പിച്ച് ഇത്രയും മുന്നേറാൻ കഴിഞ്ഞ തങ്ങൾക്ക് ഡിസംബർ ആറാം തീയതിയിലെ പരസ്യമായ ഗൂഢാലോചനയെയും ഭീകരമായ അതിക്രമങ്ങളെയുമെല്ലാം സമർത്ഥമായി മറി കടക്കാൻ കഴിയുമെന്നുതന്നെയാണ് ബി.ജെ.പി നേതൃത്വം കണക്കുകൂട്ടുന്നത്. അതിനുവേണ്ടിയുള്ള തന്ത്രങ്ങളാണ് അവർ ആവിഷ്ക്കരിച്ചുകൊണ്ടിരിക്കുന്നത്. അദ്വാനിയെയും ജോഷിയെയും അറസ്റ്റ് ചെയ്യുകയും ഉത്തർപ്രദേശ് കൂടാതുള്ള ബി.ജെ.പി. സംസ്ഥാനസർക്കാറുകളെ പുറന്തള്ളുകയും ചെയ്യുന്ന മണ്ടത്തരങ്ങൾ കാട്ടിയ നരസിംഹറാവുവിന്റെ നീക്കങ്ങളെ തങ്ങൾക്കനുകൂലമായി ഉപയോഗപ്പെടുത്താൻ ശ്രമിച്ചുകൊണ്ടിരിക്കുകയാണ് അവരിപ്പോൾ. കൂടാതെ മിതവാദിയും പാർലമെന്ററി ജനാധിപത്യത്തിന്റെ വക്താവായി അറിയപ്പെടുന്നയാളുമായ വാജ്പേയിയെ മുൻനിർത്തിക്കൊണ്ടുള്ള നീക്കങ്ങൾക്കാണ് അവർ മുൻതൂക്കം നൽകുന്നത്. അതിനനുസൃതമായി പുതിയൊരു മുഖം അവതരിപ്പിക്കാനുള്ള ബദ്ധപ്പാടിലാണ് അദ്വാനി. തങ്ങൾ തികച്ചും നിയമവിധേയമായി മാത്രമേ പ്രവർത്തിക്കാൻ ആഗ്രഹിച്ചിരുന്നുള്ളു എന്നും ഡിസംബർ 6 സംഭവങ്ങൾ തങ്ങളുടെ നിയ

ന്ത്രണത്തിന് പുറത്തു കടന്ന ഖേദകരമായ സംഭവങ്ങളായിപ്പോയി എന്നും സമർത്ഥിക്കാനുള്ള ശ്രമത്തിലാണ് അദ്ദേഹം. കൂട്ടത്തിൽ തങ്ങൾ മതേതരത്വത്തിലും ജനാധിപത്യത്തിലും അടിയുറച്ച് വിശ്വസിക്കുന്നു എന്നും, മതാധിഷ്ഠിത രാഷ്ട്രം എന്ന സങ്കല്പം തങ്ങൾക്കില്ലെന്നും പ്രഖ്യാപിക്കുകയും ചെയ്യുന്നുണ്ട്.

തുറന്നടിച്ച് പ്രഖ്യാപിച്ചുകൊണ്ട് പ്രവർത്തിക്കുന്ന ഫാസിസ്റ്റുകളേക്കാൾ അങ്ങേയറ്റം ഭയപ്പെടേണ്ട ഫാസിസമാണ് ഇക്കൂട്ടർ അവതരിപ്പിക്കുന്നത്. യാതൊരു ലജ്ജയുമില്ലാതെ ആവർത്തിച്ചാവർത്തിച്ച് ഇരട്ടത്താപ്പുനയം പ്രയോഗിക്കുന്ന ഇക്കൂട്ടരുടെ ഇപ്പോഴത്തെ പ്രഖ്യാപനങ്ങൾക്ക് അല്പം പോലും വില കല്പിക്കാനാവില്ല. അധികാരം കിട്ടിക്കഴിഞ്ഞാൽ ഇന്ത്യയെ ഹിന്ദു രാഷ്ട്രമായി പ്രഖ്യാപിച്ചിട്ട്, ഹിന്ദുത്വമെന്നത് മതേതരമാണെന്ന വ്യാഖ്യാനം നൽകി കാര്യം നേടാൻ അവർ മടിക്കില്ലെന്ന് കാണാൻ യാതൊരു വിഷമവുമില്ല.

മതേതര ജനാധിപത്യ ശക്തികളെന്തു ചെയ്യണം?

ഒരുവശത്ത് തീരെ ദുർബലമായ ജനാധിപത്യത്തിന്റെയും മതേതരത്വത്തിന്റെയും അടിസ്ഥാനമുള്ള സാമൂഹിക രാഷ്ട്രീയ ഘടന. മറുവശത്ത് ഈ ദൗർബല്യം മനസ്സിലാക്കിക്കൊണ്ട് അതിനെ ഉപയോഗപ്പെടുത്തിക്കൊണ്ട് മുന്നേറാൻ ശ്രമിക്കുന്ന മതാധിഷ്ഠിത ഫാസിസം. ഇത്തരമൊരു യാഥാർത്ഥ്യമാണ് നമ്മെ അഭിമുഖീകരിക്കുന്നത്. മതേതരത്വത്തിനും ജനാധിപത്യത്തിനുംവേണ്ടി കർക്കശമായ നിലപാടെടുക്കാൻ കഴിയുന്ന ശക്തികൾ വളരെ ചെറുതും അതുകൊണ്ടുതന്നെ ദുർബലവുമാണെന്ന യാഥാർത്ഥ്യം നാം അംഗീകരിച്ചേ പറ്റൂ. വിപുലമായ മതേതര ജനാധിപത്യശക്തികൾ എന്ന് അവകാശപ്പെടുന്ന വിഭാഗങ്ങൾ നിരന്തരം മതാധിഷ്ഠിത ജനാധിപത്യ വിരുദ്ധശക്തികളുമായി കൂട്ടുകൂടുകയോ വിട്ടുവീഴ്ച ചെയ്യുകയോ ചെയ്തു പോന്നവരാണ്. അതുകൊണ്ട് ജനാധിപത്യത്തിന്റെയും മതേതരത്വത്തിന്റെയും പ്രവണതകൾ ഇവിടെ ഒട്ടും വേരൂന്നിയിട്ടില്ലെന്നല്ല വിവക്ഷ. ബ്രിട്ടീഷ് വിരുദ്ധ സമരത്തിലൂടെ വേരൂന്നുകയും വളർന്നുവരികയും ചെയ്ത ഈ പ്രവണതകളെ ക്രോഡീകരിക്കുകയും ശക്തിപ്പെടുത്തുകയും ചെയ്യുന്ന രാഷ്ട്രീയ നേതൃത്വമല്ല ഇവിടെ ഉണ്ടായത്. സാമ്പത്തിക മേഖലയിൽ ഇപ്പോൾ നാം പൂർണ്ണമായും വൈദേശിക ശക്തികൾക്ക് അടിമപ്പെടുന്ന അവസ്ഥയിലേക്ക് എത്തിയ അതേ പ്രക്രിയയുടെ ഭാഗം തന്നെയാണിതും.

ഡിസംബർ 6 ന് നടന്ന അതിക്രമങ്ങൾ തിരുത്താനുള്ള ബഹുമുഖമായ നടപടികൾ അടിയന്തരമായി സ്വീകരിക്കുന്നതിന് ശക്തമായ

സമ്മർദ്ദം ചെലുത്തുന്നതോടൊപ്പം തന്നെ, നമ്മുടെ സമൂഹത്തെ ആന്ത രികമായി ജനാധിപത്യവൽക്കരിക്കുന്നതിനും മതേതരമാക്കുന്നതിനും വേണ്ടിയുള്ള ദീർഘകാല പദ്ധതികൾ ആവിഷ്ക്കരിച്ചു നടപ്പിലാക്കുക യാണ് മതേതര ജനാധിപത്യശക്തികൾ ചെയ്യേണ്ടത്. ഫാസിസ്റ്റ് ശക്തി കൾ പൂർണ്ണമായും അധികാരം കൈയടക്കുന്ന സാധ്യതയെ തടയാനുള്ള രാഷ്ട്രീയ പദ്ധതികളുടെ ഭാഗമായിട്ടുതന്നെയാണ് ഇത് ചെയ്യേണ്ടത്. വ്യത്യസ്ത നിലവാരത്തിലുള്ള മതേതരജനാധിപത്യ ശക്തികളുടെ പൊതുവായ ഐക്യനിര കെട്ടിപ്പടുക്കുകയാണ് ഇതിനാവാശ്യമായിട്ടു ള്ളതെന്ന പൊതു അഭിപ്രായഗതി ഉയർന്നു വന്നുകഴിഞ്ഞിട്ടുണ്ട്. പക്ഷേ, ജനാധിപത്യവൽക്കരണ പ്രക്രിയയുടെ ദൗർബല്യത്തിന്റെ പ്രതിഫല നമായി ശക്തിപ്രാപിച്ചിട്ടുള്ള സങ്കുചിത കക്ഷി രാഷ്ട്രീയം ഇത്തരം ഐക്യത്തിന് എത്രമാത്രം തടസ്സം നിൽക്കുന്നു എന്ന് ഇപ്പോൾ നാം കണ്ടുകൊണ്ടിരിക്കുകയാണല്ലോ. ഈ വിഷമവൃത്തത്തിൽ നിന്ന് രക്ഷ പ്പെടാനുള്ള, ക്ഷമയോടും ദീർഘവീക്ഷണത്തോടും കൂടിയ പരിശ്രമ ങ്ങൾ നിരന്തരം തുടർന്നുകൊണ്ടിരിക്കുക മാത്രമേ കരണീയമായിട്ടു ള്ളൂ.

ദീർഘകാലാടിസ്ഥാനത്തിലുള്ള മതേതര ജനാധിപത്യവൽക്കരണ പ്രക്രിയയിലെ ഒരു നിർണ്ണായകഘടകം ജാതി വിരുദ്ധ സമരമാണ്. അതിന്റെ പ്രായോഗിക രൂപം ഇന്ന് ഉയർന്നുവരുന്നത് അടിച്ചമർത്തപ്പെട്ട ജാതികൾ സ്വന്തം അവകാശങ്ങൾക്കുവേണ്ടി ഉയിർത്തെഴുന്നേൽക്കു ന്നതും സമരം ചെയ്യുന്നതുമാണ്. തെക്കേ ഇന്ത്യയിൽ നേരത്തെ തന്നെ കുറെയെല്ലാം മുന്നോട്ടു പോയ ഇത്തരം സമരങ്ങൾ വടക്കേ ഇന്ത്യയിൽ അടുത്ത കാലത്താണ് ഉയർന്നുവരാൻ തന്നെ തുടങ്ങിയത്. അത്തരം ശ്രമങ്ങളുടെ ഭാഗമായി ഉയർന്നുവന്ന മണ്ഡൽ പ്രക്ഷോഭം സവർണ്ണ വർഗ്ഗീയതയ്ക്കെതിരായ ശക്തമായ ഒരു പ്രതിരോധമായി മാറിയത് നാം കണ്ടതാണ്. അതിൽക്കൂടി ഉയർന്നുവന്നത് പിന്നോക്ക അധഃസ്ഥിത, ന്യൂനപക്ഷ വിഭാഗങ്ങളുടെ ഐക്യമെന്ന ആവശ്യമാണ്. മതേതരത്വ ത്തിനുള്ള ശക്തമായ അടിസ്ഥാനം ഇതിലുണ്ട്. വ്യത്യസ്ത മതവിഭാഗ ങ്ങൾ തമ്മിൽ സഹിഷ്ണുതാപരവും ജനാധിപത്യപരവുമായ ബന്ധം സ്ഥാപിക്കുകയെന്ന മതേതരലക്ഷ്യം നേടാൻ ഈ പ്രക്രിയയ്ക്ക് വലി യൊരു പങ്ക് വഹിക്കാൻ കഴിയും. പക്ഷേ, ജാതി വ്യവസ്ഥയ്ക്കെതി രായ സമരങ്ങൾ ഫലപ്രദമായി മുന്നോട്ടു പോകാതിരിക്കുന്നതിന്റെ കാര ണങ്ങൾ ഇപ്പോഴും ശരിയായി കണ്ടെത്തപ്പെട്ടില്ലെന്നതും ഒരു യാഥാർത്ഥ്യമാണ്. ഡോ. അംബേദ്കറുടെ അന്വേഷണങ്ങൾ ഈ പ്രതി

സന്ധിയെ ഏറ്റവും തീക്ഷ്ണമായി പ്രതിഫലിപ്പിക്കുന്നുണ്ട്. ഹിന്ദുമതം തന്നെയാണ് ജാതിവ്യവസ്ഥയെ നിലനിർത്തുന്നതെന്നും അതുകൊണ്ട് ജാതി ഇല്ലാതാവണമെങ്കിൽ ഹിന്ദുമതവും ഇല്ലാതാകേണ്ടി വരുമെന്നും കണ്ടെത്തിയ അംബേദ്കർക്ക് പുതിയൊരു മതത്തെ അന്വേഷിക്കേണ്ടി വന്നു. കാരണം, ഭൂരിപക്ഷ ജനങ്ങൾക്കും മതവും ആത്മീയവുമെന്ന അത്താണികൾ ആവശ്യമാണെന്ന് അദ്ദേഹം തിരിച്ചറിയുകയുണ്ടായി. പക്ഷേ, ബുദ്ധമതത്തിലേക്കുള്ള പരിവർത്തനമെന്നത് പൊതുവിൽ അധഃസ്ഥിത പിന്നോക്ക വിഭാഗങ്ങൾക്കു പോലും സ്വീകാര്യമായില്ലെന്നത് ഒരു യാഥാർത്ഥ്യമാണ്. ബ്രാഹ്മണാധിപത്യത്തേയും ജാതിവ്യവസ്ഥയേയും പാടെ നിരാകരിക്കുന്ന ഒരു വിമോചന ദൈവശാസ്ത്രം ഹിന്ദുമത വിഭാഗങ്ങളിൽ നിന്നുതന്നെ വളർന്നുവരാനുള്ള സാധ്യത വർദ്ധിച്ചുകൊണ്ടിരിക്കുന്നു എന്നാണ് എനിക്ക് തോന്നുന്നത്. ഇവിടുത്തെ ജനാധിപത്യവൽക്കണ പ്രക്രിയയിൽ ഇത്തരം പുതിയ സാമൂഹ്യശക്തികൾക്ക് പ്രസക്തി വർദ്ധിച്ചുകൊണ്ടിരിക്കുകയാണ്.

ഇത്തരം പ്രക്രിയകളുടെ ഭാഗമായി, മറ്റൊരു ദിശയിലുള്ള അന്വേഷണം കൂടി പ്രസക്തമാണെന്ന് തോന്നുന്നു. ഭൂരിപക്ഷ മതവിഭാഗങ്ങളിലെ മൗലികവാദികളിൽനിന്ന് ഉയർന്നുവരുന്ന വർഗ്ഗീയ വാദത്തെപ്പോലെതന്നെ, അതിനോടുള്ള പ്രതികരണമെന്ന നിലയ്ക്കും ന്യൂനപക്ഷ വിഭാഗങ്ങളിലെ മൗലികവാദം ഉയർത്തുന്ന വർഗ്ഗീയതയും മതേതരത്വത്തിനും ജനാധിപത്യത്തിനും ഭീഷണിയാണ്. ഇത് രണ്ടും തമ്മിലുള്ള താരതമ്യത്തിൽ ഭൂരിപക്ഷ വർഗ്ഗീയത അപകടകരമായിരിക്കുമ്പോൾതന്നെ ഇവ രണ്ടും പരസ്പരം പ്രോത്സാഹിപ്പിക്കുന്നവയും കൂടിയാണെന്ന കാര്യം വിസ്മരിച്ചുകൂടാ. ജനാധിപത്യ മതേതരത്വവൽക്കരണപ്രക്രിയയ്ക്കുവേണ്ടി പരിശ്രമിക്കുന്നവരുടെ മുന്നിൽ ഈ രണ്ട് വർഗ്ഗീയ വാദശക്തികളെയും നേരിടുന്നതിന് ആവശ്യമായ പൊതു സമീപനം വികസിപ്പിക്കുകയെന്ന ഉത്തരവാദിത്തമുണ്ട്. വർഗ്ഗീയ വാദശക്തികൾ പരസ്പരം പ്രോത്സാഹിപ്പിക്കുന്നതോടൊപ്പം അവയെ തടഞ്ഞു നിർത്തുന്ന ശക്തികളുടെ ദൗർബല്യവും അവയുടെ വളർച്ചയെ സഹായിക്കുന്നുണ്ടെന്ന് കാണാൻ കഴിയും. സ്വന്തം മതത്തിനുവേണ്ടി മരിക്കാൻ വരെ തയ്യാറാകുന്ന ഒരുതരം മൂല്യബോധവും ആദർശാത്മകതയുമാണ് വർഗ്ഗീയശക്തികൾ വളർത്തുന്നത്. യുവതലമുറയിൽ ഒരു വിഭാഗം എല്ലായ്പ്പോഴും മൂല്യങ്ങളെയും ആദർശങ്ങളെയും തേടുന്നവരാണ്. കമ്യൂണിസവും സാമൂഹികവിപ്ലവവും പോലുള്ള മറ്റ് ഉയർന്ന ആദർശങ്ങൾക്കെല്ലാം ലോകവ്യാപകമായി അപചയം സംഭവിച്ചിട്ടുള്ള

ഈ കാലഘട്ടത്തിൽ, മതമൗലികവാദം ശക്തിപ്പെടുന്നതും ഈ പശ്ചാത്തലത്തിലാണ്. ഇന്ത്യയിലും കേരളത്തിലും ഇതുതന്നെയാണ് നാം കാണുന്നത്. വർഗ്ഗീയവാദം സൃഷ്ടിക്കുന്ന ആദർശാത്മകതയെ മറി കടക്കുന്ന ആദർശങ്ങൾ വളർത്തിക്കൊണ്ടല്ലാതെ ഈ അവസ്ഥയെ നേരിടാനാവില്ല.

വിഷക്കാറ്റ് കേരളത്തിലും

ബാബറി മസ്ജിദ് പ്രശ്നം രൂക്ഷമായിക്കൊണ്ടിരിക്കുന്ന സാഹചര്യത്തിൽ, ഡിസംബർ 6 ന് വളരെ മുമ്പുതന്നെ, കേരളീയ സമൂഹം മതാധിഷ്ഠിതമായി വിഭജിക്കപ്പെടാൻ തുടങ്ങിയിരിക്കുന്നു എന്ന് കണ്ടുകൊണ്ട്, അതിനെ തടയാനുള്ള ചില ശ്രമങ്ങൾ ആരംഭിച്ചിരുന്നു. ഇന്ത്യാ-പാക്കിസ്ഥാൻ വിഭജനത്തെ തുടർന്നുണ്ടായ വർഗ്ഗീയ ലഹളയെ നേരിടാനായി, സനാതന ഹിന്ദുവായി സ്വയം പ്രഖ്യാപിച്ചിട്ടുള്ള മഹാത്മാ ഗാന്ധി നവഖലിയിൽ പോയി മുസ്ലിംങ്ങളെ രക്ഷിക്കാൻ ഹിന്ദുക്കളോട് ആവശ്യപ്പെടുകയുണ്ടായി. തിരിച്ചും. ഇതിലടങ്ങിയിരിക്കുന്ന ഒരാദർശമുണ്ട്. മഹാത്മാഗാന്ധി കൊല്ലപ്പെട്ടതും ആ ആദർശത്തിന്റെ പേരിലായിരുന്നുവല്ലോ. ഈ പാഠത്തെ ഒരു പൊതു ആദർശമാക്കി മാറ്റാൻ പറ്റുമോ എന്ന് ഞങ്ങൾ കുറച്ചുപേർ ഒരു ശ്രമം നടത്തുകയുണ്ടായി. കേരളത്തിലെ ആദ്യത്തെ മുസ്ലിം പള്ളിയും ക്രിസ്ത്യൻ പള്ളിയും പുരാതന ഹിന്ദുക്ഷേത്രവും നിലനിൽക്കുന്ന കൊടുങ്ങല്ലൂരിൽ, വർഗ്ഗീയ സംഘർഷങ്ങൾ പതുക്കെ ഉയർന്നുവന്നുകൊണ്ടിരുന്ന സാഹചര്യത്തിൽ, ഈ ആദർശം പ്രായോഗിക തലത്തിൽ കൊണ്ടുവരാൻ പറ്റുമോ എന്ന ശ്രമമാണ് നടത്തിയത്. പ്രാദേശിക തലത്തിലാണ് ഇത് പ്രയോഗിച്ചു നോക്കേണ്ടത് എന്ന ധാരണയിലാണ് കൊടുങ്ങല്ലൂർ തെരഞ്ഞെടുത്തത്.

എല്ലാ രാഷ്ട്രീയകക്ഷികളും സാമൂഹിക സംഘടനകളും സഹകരിക്കുന്ന പൊതുവേദികൾ രൂപവൽക്കരിക്കാനാണ് ശ്രമിച്ചത്. അപൂർവ്വം ചില ഹിന്ദുക്കളൊഴിച്ച് ഭൂരിപക്ഷം വിഭാഗങ്ങളും സഹകരിക്കുകയുണ്ടായി. ആക്രമിക്കപ്പെടുന്ന അന്യമതസ്ഥരെ, ഭിന്നവിശ്വാസികളെ സംരക്ഷിക്കാനായി എന്തു ത്യാഗത്തിനും തയ്യാറാണെന്ന് പ്രഖ്യാപിക്കാൻ സന്നദ്ധരായ പ്രാദേശിക സാമൂഹിക രാഷ്ട്രീയപ്രവർത്തകരെ കണ്ടെത്തിക്കൊണ്ടുള്ള സന്നദ്ധവേദികൾ രൂപവൽക്കരിക്കുന്ന പദ്ധതിയാണ് ആവിഷ്ക്കരിക്കപ്പെട്ടത്.

രണ്ടാഴ്ചകൊണ്ട് നടത്തിയ പരിമിതമായ പ്രവർത്തനത്തിന്റെ ഫലമായി കൊടുങ്ങല്ലൂർ താലൂക്കിലെ സംഘർഷമുണ്ടായിരുന്ന ഭാഗങ്ങ

ളിൽനിന്ന് വിവിധ രാഷ്ട്രീയ സാമൂഹിക സംഘടനകളിലെ ഇരുന്നൂറിൽ പരം പ്രാദേശിക പ്രവർത്തകർ പ്രസ്തുത പ്രതിജ്ഞ സ്വീകരിച്ചുകൊണ്ട് മുന്നോട്ടുവന്നു. ഒക്ടോബർ 2 ന് സർവ്വശ്രീ ബിഷപ്പ് പൗലോസ് മാർ പൗലോസ്, എം.ടി.വാസുദേവൻ നായർ, പി.ജെ.ജോസഫ്, എം. ഗംഗാധരൻ, കെ.ജി. ശങ്കരപ്പിള്ള, മീനാക്ഷി തമ്പാൻ തുടങ്ങിയ പ്രമുഖരുടെ സാന്നിദ്ധ്യത്തിൽ വിവിധ മേഖലകളിൽനിന്ന് തിരഞ്ഞെടുക്കപ്പെട്ട ഇരുപതോളം പേർ വ്യക്തിപരമായും മറ്റുള്ളവർ കൂട്ടമായും പ്രതിജ്ഞയെടുത്തു. കോരിച്ചൊരിയുന്ന മഴ നനഞ്ഞുകൊണ്ട് എം.എൽ.എ മീനാക്ഷി തമ്പാന്റെ നേതൃത്വത്തിൽ നടന്ന പ്രകടനം പൊതുവിൽ ആവേശമുണ്ടാക്കുകയുണ്ടായി. തുടർന്ന് ഓരോ വാർഡ് തലത്തിലും ഈ സന്നദ്ധ വേദിയുടെ സമിതികൾ രൂപവൽക്കരിച്ചുകൊണ്ട് മുഴുവൻ കുടുംബങ്ങളെയും സമിതികൾക്ക് കീഴിൽ കൊണ്ടുവരാനുള്ള അടിസ്ഥാന തല പ്രവർത്തനം ആവേശപൂർവ്വം ഏറ്റെടുക്കപ്പെട്ടു. എല്ലാ പത്രങ്ങളുടെയും പ്രതിനിധികൾ സ്ഥലത്തുണ്ടായിരുന്നെങ്കിലും ഇതുപോലെ ഗൗരവ ബോധത്തോടെ നടത്തിയ പ്രവർത്തനം പല പത്രങ്ങളിൽ താലൂക്ക് തല വാർത്ത മാത്രമായി അവശേഷിച്ചു. തന്മൂലം ഈ സന്ദേശം മറ്റു ഭാഗങ്ങളിലേക്ക് എത്തിക്കുന്നതിന് കൊടുങ്ങല്ലൂരിൽ തയ്യാറാക്കിയ ലഘു ലേഖകളും മറ്റും ആളുകൾ വഴി കൊടുത്തയക്കേണ്ടിവന്നു. വർഗ്ഗീയ സംഘട്ടനങ്ങൾ നടന്ന മട്ടാഞ്ചേരിയിൽ കൊടുങ്ങല്ലൂർ അനുഭവത്തെ ആധാരമാക്കി എന്നു പ്രഖ്യാപിച്ചുകൊണ്ടു തന്നെ ആരംഭിച്ച പ്രവർത്തനത്തിന് നല്ല പ്രതികരണം സൃഷ്ടിക്കാൻ കഴിഞ്ഞു. മറ്റു ചില പ്രദേശങ്ങളിലും ഇത് കേട്ടറിഞ്ഞുള്ള ശ്രമങ്ങൾ ആരംഭിച്ചിട്ടുണ്ട്. കൂടുതൽ ഉദാത്തമായ പുതിയൊരു ആദർശം സമൂഹത്തിൽ വ്യാപരിക്കുന്നതിലൂടെ വർഗ്ഗീയത സൃഷ്ടിക്കുന്ന ആദർശാത്മകത രണ്ടാം കിടയിൽ പിന്തള്ളപ്പെടുന്ന ഗുണപരമായ ഒരു അന്തരീക്ഷം സൃഷ്ടിക്കപ്പെടുന്നു എന്നതാണ് ഈ സമീപനത്തിന്റെ സവിശേഷത. എല്ലാ രാഷ്ട്രീയ സാമൂഹിക വിഭാഗങ്ങളെയും ഉൾക്കൊള്ളുന്നതും ഏതെങ്കിലും പാർട്ടിയുടെ നേതൃത്വത്തിലല്ലാത്തതും ആയിരിക്കുക എന്നത് ഈ പ്രവർത്തനത്തിന്റെ വിജയത്തിന് അത്യാവശ്യമാണ്. സങ്കുചിത കക്ഷി രാഷ്ട്രീയ വിഭജനങ്ങളെ മറി കടക്കാൻ വളരെ പെട്ടെന്നുതന്നെ ഇത്തരം പ്രവർത്തനങ്ങൾക്ക് കഴിയുന്നുണ്ടെങ്കിൽ പോലും വിവിധ കക്ഷി രാഷ്ട്രീയനേതൃത്വങ്ങളുടെ സങ്കുചിത താല്പര്യങ്ങൾ ഇത്തരം പ്രവർത്തനം വികസിക്കുന്നതിന് തടസ്സമായി നിൽക്കുന്നു എന്നത് ഒരു വസ്തുതയാണ്. വളരെ ദീർഘകാലാടിസ്ഥാനത്തിൽ, ക്ഷമാപൂർവ്വമായ പ്രവർത്തനമാണ്

ഇതിനാവശ്യമായിട്ടുള്ളത്.

ഡിസംബർ 6 സംഭവത്തിന്റെ ആഘാതത്തെ നേരിടുന്നതിനായി ഉടനടി പള്ളി പണിയുക എന്നതുപോലുള്ള അടിയന്തരപ്രശ്നങ്ങൾ ഉയർത്തിക്കൊണ്ടും വിശാലമായ മതേതര ജനാധിപത്യരാഷ്ട്രീയ മുന്നണികൾ രൂപവൽക്കരിച്ചുകൊണ്ടുള്ള പ്രവർത്തനങ്ങൾക്കൊപ്പം ഇത്തരം ആഴത്തിൽ ഇറങ്ങിച്ചെന്നുകൊണ്ടുള്ള പ്രവർത്തനങ്ങളും കൂട്ടിയിണക്കുന്ന ഒരു ബഹുമുഖ പദ്ധതിയാണ് ഇന്നാവശ്യം. ഒട്ടേറെ തിരിച്ചടികളെ ഇനിയും നേരിടേണ്ടി വരുമെങ്കിലും മതേതര ജനാധിപത്യവൽക്കരണ പ്രക്രിയകൾ ലോകത്തിൽ പൊതുവിലെന്ന പോലെ ഇന്ത്യയിലും മുന്നോട്ടു പോകുമെന്നുതന്നെയാണ് നമുക്ക് പ്രതീക്ഷിക്കാൻ കഴിയുക.

മാതൃഭൂമി ആഴ്ചപ്പതിപ്പ്, ജനുവരി 1993

ഇ.എം.എസ്:
ദാർശനിക-രാഷ്ട്രീയ വിലയിരുത്തലിന് ഒരു ആമുഖം

കഴിഞ്ഞ മൂന്നാലു ദശകങ്ങളിലായി കേരളത്തിന്റെ രാഷ്ട്രീയ സാമൂഹിക മണ്ഡലങ്ങളിൽ ഉയർന്നുനിൽക്കുന്ന വ്യക്തിത്വമാണ് നമ്പൂതിരിപ്പാടിന്റേത്. ഈ കാലഘട്ടത്തിലെ കേരളത്തിന്റെ രാഷ്ട്രീയ സാമൂഹിക പരിണാമങ്ങളിൽ പ്രമുഖമായ പങ്ക് വഹിച്ച വ്യക്തി എന്നും ന്യായമായും പരിഗണക്കപ്പെട്ടുപോരുന്നു. പക്ഷേ, രാഷ്ട്രീയവും സാമ്പത്തികവും സാമൂഹികവും സാംസ്കാരികവും ചരിത്രപരവുമായ പ്രശ്നങ്ങളോട് നമ്പൂതിരിപ്പാട് എടുത്തുപോന്നിട്ടുള്ള സമീപനങ്ങൾ ദാർശനികമായ ഉൾക്കാഴ്ചയോടുകൂടിയായിരുന്നോ എന്നു ഗൗരവപൂർവ്വം വിലയിരുത്താനുള്ള ശ്രമങ്ങൾ അധികം നടന്നുകണ്ടിട്ടില്ല. അങ്ങനെയൊരു വിശകലനത്തിന് ചെറിയൊരു തുടക്കം കുറിക്കാനാണ് ഇവിടെ ശ്രമിക്കുന്നത്.

ആധുനിക കേരളചരിത്രവുമായി അഭേദ്യമായി ബന്ധപ്പെട്ടുകൊണ്ടാണ് നമ്പൂതിരിപ്പാടിന്റെ രാഷ്ട്രീയമായ ചരിത്രവും വികസിക്കുന്നത് എന്നതുകൊണ്ട് ഈ കാലഘട്ടത്തിൽ കേരളത്തിന്റെ രാഷ്ടട്രീയ സാമൂഹിക മണ്ഡലങ്ങളിലുണ്ടായ പരിണാമത്തിന്റെ സ്വഭാവം വിലയിരുത്തിക്കൊണ്ട് നമ്പൂതിരിപ്പാടിന്റെ പങ്കിനെക്കുറിച്ചുകൂടി പരിശോധിക്കുന്നതായിരിക്കും ഉചിതം.

കേരളം മുന്നിൽ

മറ്റ് ഇന്ത്യൻ സംസ്ഥാനങ്ങളെ അപേക്ഷിച്ച് കേരളം ഇന്ന് പല കാര്യങ്ങളിലും മുന്നിലാണ്. രാഷ്ട്രീയ പ്രബുദ്ധത, ഉയർന്ന ജനാധിപത്യവൽക്കരണം, ഉയർന്ന സാക്ഷരത, ഉയർന്ന ആയുർദൈർഘ്യം, കുറഞ്ഞ ശിശുമരണം, കുറഞ്ഞ ജനനനിരക്കു തുടങ്ങി ജീവിതത്തിന്റെ ഗുണനിലവാരം നിശ്ചയിക്കുന്ന മിക്ക മാനദണ്ഡങ്ങളിലും ഇന്ത്യൻ സംസ്ഥാനങ്ങളുടെ നിലവാരത്തിൽനിന്നു വളരെ ഉയരെ ആണെന്നു മാത്രമല്ല,

ആഗോളതലത്തിൽ തന്നെ മധ്യവരുമാന രാജ്യങ്ങളുമായി കിടപിടിക്കാവുന്ന അവസ്ഥയിലാണ് കേരളം. സാമ്പത്തിക സ്ഥിതി പരിശോധിച്ചാൽ ഇന്ത്യയിലെ ദരിദ്രസംസ്ഥാനങ്ങളിൽ ഒന്നായി കേരളം തുടരുമ്പോഴാണ് സാമൂഹിക ക്ഷേമരംഗങ്ങളിൽ ഈ മുന്നേറ്റം സാധ്യമായത് എന്നതു കൊണ്ടാണ് 'കേരളമോഡൽ' എന്ന ഖ്യാതി പ്രചരിച്ചത്.

ആധുനിക കേരളത്തിന്റെ വളർച്ചയിൽ രണ്ടു ഘട്ടങ്ങളുണ്ട്. തിരുവിതാംകൂർ, കൊച്ചി നാട്ടുരാജ്യങ്ങളും ബ്രിട്ടീഷ് മലബാറുമായി കിടന്നിരുന്ന മലയാളികളുടെ നാട് ഏകീകരിപ്പിക്കുകയും ജനാധിപത്യവൽക്കരിക്കുകയും ചെയ്ത ഒന്നാം ഘട്ടം 1957 ലെ ഒന്നാം കമ്മ്യൂണിസ്റ്റ് മന്ത്രിസഭയുടെ കാലംവരെയായി കണക്കാക്കാം. ഈ ഘട്ടത്തിന്റെ ചരിത്രപരമായ വികാസത്തിൽ കേരളത്തിലെ ഇടതുപക്ഷ പ്രസ്ഥാനങ്ങളും പ്രത്യേകിച്ച് കമ്മ്യൂണിസ്റ്റ് പ്രസ്ഥാനവും വഹിച്ച പങ്ക് നിർണ്ണായകമായിരുന്നു. കോൺഗ്രസ്സിലും കോൺഗ്രസ്സ് സോഷ്യലിസ്റ്റ് പാർട്ടിയിലും പ്രവർത്തിച്ചുവന്ന ഒരു നേതൃത്വവിഭാഗം കമ്മ്യൂണിസ്റ്റ് പാർട്ടിയുണ്ടാക്കിയ പശ്ചാത്തലം ഇവിടുത്തെ കമ്മ്യൂണിസ്റ്റു പ്രസ്ഥാനത്തെ ബഹുജനാടിത്തറയുള്ളതാക്കാൻ സഹായിച്ചു. മലബാർ കലാപത്തിലേക്ക് എത്തിയ മലബാറിലെ കർഷക കലാപങ്ങളെ സംഘടിതമായ ഒരു കർഷകപ്രസ്ഥാനമാക്കി വളർത്തുന്നതിലും തിരുവിതാംകൂറിലും കൊച്ചിയിലും വളർന്നുവന്ന ശ്രീനാരായണ, അയ്യങ്കാളി പ്രസ്ഥാനങ്ങളുടെ ജനാധിപത്യസ്വഭാവം തിരിച്ചറിഞ്ഞ് അവയെ സ്വാംശീകരിക്കുന്നതിലും തൊഴിലാളികളെയും മറ്റ് അധ്വാനിക്കുന്ന ജനവിഭാഗങ്ങളെയും സംഘടിപ്പിച്ച് അവകാശ സമരങ്ങളിലേക്ക് നയിക്കുന്നതിലും കമ്മ്യൂണിസ്റ്റു പ്രസ്ഥാനം നേതൃത്വപരമായ പങ്കുവഹിച്ചു.

ഈ പ്രസ്ഥാനങ്ങളെയും മലബാറിലെ ബ്രിട്ടീഷ് വിരുദ്ധ പ്രക്ഷോഭങ്ങളെയും തിരുവിതാംകൂറിലെയും കൊച്ചിയിലെയും രാജവാഴ്ചക്കെതിരായ സമരങ്ങളെയും കൂട്ടിയിണക്കിക്കൊണ്ട് മലയാളി മെമ്മോറിയൽ നിവർത്തന പ്രക്ഷോഭങ്ങളുടെ തുടർച്ചയെന്നോണം ഒരു ഐക്യകേരള പ്രസ്ഥാനത്തിലേക്ക് ഈ ജനാധിപത്യ പ്രസ്ഥാനങ്ങളെയെല്ലാം നയിച്ചതിൽ കമ്മ്യൂണിസ്റ്റ് പ്രസ്ഥാനം സുപ്രധാനമായ പങ്കാണ് വഹിച്ചത്. പി. കൃഷ്ണപ്പിള്ളയും എ.കെ. ഗോപാലനുംപോലുള്ള ജനകീയ നേതാക്കന്മാരുടെ നേതൃത്വത്തിൽ കമ്മ്യൂണിസ്റ്റ് പ്രസ്ഥാനം ജനകീയ പ്രസ്ഥാനങ്ങളിലൂടെ സമാഹരിച്ചെടുത്ത ഉന്നതമായ മൂല്യബോധവും സമരവീര്യവും ഈ കാലഘട്ടത്തിന്റെ സവിശേഷതയായിരുന്നു. പിൽക്കാല കേരള മോഡൽ വികസനത്തിന് അടിത്തറ പാകിയതും ഈ കാലഘട്ട

ത്തിലായിരുന്നു എന്നു കാണാം.

ദേശീയബോധം

ഈ കാലഘട്ടത്തിലെ രാഷ്ട്രീയ ഏകോപനത്തിൽ പ്രത്യയശാസ്ത്ര പരമായ നേതൃത്വം വഹിച്ച ഒരു ഘടകം കേരളത്തിന്റെ ഏകീകരണ ത്തിന് അടിസ്ഥാനമായി വർത്തിച്ച ഭാഷാധിഷ്ഠിത ദേശീയബോധം ആയിരുന്നു. അഖിലേന്ത്യാതലത്തിൽ കമ്മ്യൂണിസ്റ്റുപ്രസ്ഥാനം അന്ന് സ്വീകരിച്ചിരുന്ന ലെനിനിസ്റ്റ് ദേശീയ സ്വയം നിർണ്ണയാവകാശം എന്ന പ്രത്യയശാസ്ത്ര നിലപാടിനെ പിന്തുടർന്നുകൊണ്ട് 40 കളിൽ പ്രസി ദ്ധീകൃതമായ ഭവാനി സെന്നിന്റെ 'നൂതൻ ബംഗ്ളാ' യും സുന്ദരയ്യയുടെ 'വിശാലാന്ധ്ര' (ജനാധിപത്യ ആന്ധ്രാ)യും പോലെയാണ്. ഇ.എം.എ സ്. നമ്പൂതിരിപ്പാട് ആദ്യം 'ഒന്നേകാൽ കോടി മലയാളികളും' (1943) തുടർന്ന് 'കേരളം മലയാളികളുടെ മാതൃഭൂമി' യും(1946) പ്രസിദ്ധീകരി ച്ചത്. ഇതുതന്നെ വികസിപ്പിച്ചതാണ് 'കേരളത്തിന്റെ ദേശീയപ്രശ്നം' എന്ന പേരിൽ 1951 ൽ നമ്പൂതിരിപ്പാട് ഇംഗ്ലീഷിൽ പ്രസിദ്ധീകരിച്ചത്. യാന്ത്രികതയുടെയും സങ്കുചിതത്വത്തിന്റെയും ഒട്ടേറെ പരിമിതികളോടെ ആയിരുന്നെങ്കിലും കേരള ചരിത്രപഠനത്തിന് ഒരു പുതിയ മാനം നൽകി യവയായിരുന്നു നമ്പൂതിരിപ്പാടിന്റെ ഈ കൃതികൾ. കേരളത്തിന്റെ രാഷ്ട്രീയ ചരിത്രവുമായി ബന്ധപ്പെട്ട് നമ്പൂതിരിപ്പാട് സ്മരിക്കപ്പെടാൻ പോകുന്നത് കേരള ചരിത്ര രചനയ്ക്ക് നൽകിയ ഈ സംഭാവനയിലൂടെ ആയിരിക്കുമെന്നാണ് തോന്നുന്നത്.

ഈ ഒന്നാംഘട്ടത്തിലെ രാഷ്ട്രീയ സാമൂഹിക വികാസത്തിന്റെ പ്രതി ഫലനമായിരുന്നു 1957ലെ തെരഞ്ഞെടുപ്പിൽ പ്രതിഫലിക്കപ്പെട്ടത്. 1950 മുതൽക്ക് അഖിലേന്ത്യാതല പ്രവർത്തനങ്ങളിൽ മുഴുകിയിരുന്ന നമ്പൂ തിരിപ്പാട് 1957 ൽ മുഖ്യമന്ത്രിയായി തെരഞ്ഞെടുക്കപ്പെട്ടത് കേരളത്തിലെ അനിഷേധ്യ നേതാവ് എന്ന നിലയ്ക്കായിരുന്നില്ല. എ.കെ.ജി, എം.എൻ. ഗോവിന്ദൻ നായർ, അച്യുതമേനോൻ തുടങ്ങി പ്രഗത്ഭരായ ഒട്ടേറെ നേതാക്കന്മാരുടെ കൂട്ടത്തിൽ ഒരാൾ മാത്രമായിരുന്നു അന്ന് നമ്പൂതിരി പ്പാട്. ചില സാന്ദർഭിക പരിഗണനകളിലൂടെയാണ് അദ്ദേഹം ആ പദവി യിൽ എത്തിപ്പെട്ടത്. എന്നാൽ ഇന്ത്യയിലെ തെരഞ്ഞെടുക്കപ്പെട്ട ഒന്നാ മത്തെ കമ്മ്യൂണിസ്റ്റ് മുഖ്യമന്ത്രിയെന്ന പദവി നമ്പൂതിരിപ്പാടിനെ അങ്ങേ യറ്റം ശ്രദ്ധേയനായ രാഷ്ട്രീയനേതാവാക്കി മാറ്റി. കമ്മ്യൂണിസ്റ്റിതര മന്ത്രി സഭകളിൽനിന്നു വ്യത്യസ്തമായി ഇ.എം.എസ് മന്ത്രിസഭ ആവിഷ്ക രിച്ച അധ്വാനിക്കുന്ന ജനവിഭാഗങ്ങൾക്കനുകൂലമായ തൊഴിൽ നിയമ ങ്ങളും ഭൂപരിഷ്കരണ നിയമവും മറ്റു സാമൂഹിക ക്ഷേമനടപടികളും

കമ്മ്യൂണിസ്റ്റുപാർട്ടിയുടെ കൂട്ടായ പ്രവർത്തനഫലമായിരുന്നു. അതുവരെയുള്ള പ്രവർത്തനങ്ങളുടെ പ്രതിഫലനമായിരുന്നു കേരള മോഡൽ വികസനത്തിന്റെ ഭരണപരമായ ചട്ടക്കൂടിന് തുടക്കം കുറിച്ചത് എന്നു പറയാം.

ഒന്നാം കമ്മ്യൂണിസ്റ്റുമന്ത്രിസഭയുടെ പതനത്തിനുശേഷം കമ്മ്യൂണിസ്റ്റുപാർട്ടിയുടെ പ്രവർത്തനം പാർലമെന്ററി രാഷ്ട്രീയത്തിൽ മാത്രം ഊന്നുന്നതായി തീർന്നു. അതുവരെ വളർത്തിക്കൊണ്ടുവന്ന ആദർശാധിഷ്ഠിതവും മൂല്യാധിഷ്ഠിതവുമായ രാഷ്ട്രീയം ക്രമികമായി ദുർബലപ്പെടുകയും താൽക്കാലിക ലക്ഷ്യങ്ങളിൽ ഊന്നുന്ന അവസരവാദ രാഷ്ട്രീയത്തിനു വഴി മാറികൊടുക്കുകയും ചെയ്യുന്ന കാഴ്ചയാണ് നാം പിന്നീടു കാണുന്നത്. 1964 ലെ പാർട്ടി പിളർപ്പിനുശേഷം കേരളത്തിൽ മുന്നണി രാഷ്ട്രീയത്തിലേക്കു തിരിഞ്ഞു കമ്മ്യൂണിസ്റ്റു പാർട്ടികൾ കോൺഗ്രസുമായി മത്സരിച്ചുകൊണ്ട് എല്ലാത്തരം കൂട്ടുകെട്ടുകളും പരീക്ഷിച്ചു നോക്കുകയുണ്ടായി. അതിലൂടെ രൂപംകൊണ്ട ഇന്നത്തെ രണ്ടു മുന്നണികൾ ഗുണപരമായി വ്യത്യസ്തമല്ലാത്ത അവസ്ഥയിലെത്തിയിരിക്കുന്നു. മൂല്യങ്ങളുടെയും തത്വദീക്ഷയുടെയും കാര്യത്തിൽ കക്ഷിഭേദമെന്യേ കേരള രാഷ്ട്രീയം ജീർണതയുടെ പരകോടിയിൽ എത്തിയിരിക്കുന്നു. ഒന്നാം കമ്മ്യൂണിസ്റ്റു ഭരണത്തിനു ശേഷമുള്ള കാലഘട്ടത്തിൽ, അതായത് ആധുനിക കേരള രാഷ്ട്രീയ ചരിത്രത്തിലെ രണ്ടാം ഘട്ടത്തിൽ കേരള രാഷ്ട്രീയത്തിനുണ്ടായ ഈ അപചയത്തിനും ജീർണ്ണതയ്ക്കും നേതൃത്വം നൽകിയവരിൽ അഗ്രഗണ്യനായിരുന്നു നമ്പൂതിരിപ്പാട്. കാരണം, കോൺഗ്രസ്സിന്റെ ജീർണ്ണതയ്ക്കു നേരത്തെ അടിസ്ഥാനമിട്ടുകഴിഞ്ഞിരുന്നു. അത്തരം ജീർണതയെ ഫലപ്രദമായി ചെറുത്തു നിൽക്കുകയും ഒരു ബദൽ രാഷ്ട്രീയത്തിന്റെ കരുത്തരായ വക്താക്കളായി വളർന്നുവരികയും ചെയ്തവരായിരുന്നു കമ്മ്യൂണിസ്റ്റുകാർ. അങ്ങനെയുള്ള കമ്മ്യൂണിസ്റ്റുപ്രസ്ഥാനത്തിന്റെ അപചയമാണ് കേരള രാഷ്ട്രീയത്തെ കര കയറാനാകാത്ത ജീർണതയുടെ പടുകുഴിയിലേക്ക് നയിച്ചത്. കോൺഗ്രസിന്റെ ജീർണതയ്ക്കു സിദ്ധാന്തത്തിന്റെ അകമ്പടി ആവശ്യമില്ല. കമ്മ്യൂണിസ്റ്റുകാരുടെ പടിപടിയായുണ്ടായ അപചയത്തിനു സൈദ്ധാന്തിക വ്യാഖ്യാനങ്ങൾ ചമയ്ക്കുകയും ജീർണതയ്ക്കു പ്രത്യയശാസ്ത്ര സാധൂകരണം കണ്ടെത്തുകയും ചെയ്യുന്ന കടമയാണ് നമ്പൂതിരിപ്പാട് നിർവ്വഹിച്ചുകൊണ്ടിരിക്കുന്നത്.

ഈ പ്രക്രിയയിലൂടെ നമ്പൂതിരിപ്പാട് ഒരു പുതിയ വർഗ്ഗത്തിന്റെ പ്രതിനിധിയായി മാറുകയായിരുന്നു. അധികാര രാഷ്ട്രീയത്തിനു പുറത്തു

നിന്നുകൊണ്ടു സമരം ചെയ്തിരുന്ന പ്രസ്ഥാനം അധികാരം പങ്കുവെയ്ക്കുന്ന ശക്തിയായി മാറിയതോടെയാണ് ഈ പുതിയ പരിണാമത്തിന് അടിത്തറ സജ്ജമായത്. ട്രേഡു യൂണിയനുകൾ, ബഹുജനസംഘടനകൾ, സഹകരണ സംഘങ്ങൾ തുടങ്ങിയ ജനകീയ സംഘടനകളുടെ നേതൃത്വം കുത്തകയാക്കി വെയ്ക്കുകയും അധികാര ഘടനയുടെ ഭാഗമായി നിൽക്കുകയും ചെയ്യുന്ന ഒരു പുതിയ വർഗ്ഗമാണ് കമ്യൂണിസ്റ്റു പാർട്ടികളുമായി ബന്ധപ്പെട്ടു വളർന്നുവന്നത്. ഇവർ അഴിമതിയിലൂടെയും സ്വേച്ഛാധിപത്യ രീതികളിലൂടെയും സ്വന്തം നിലയ്ക്ക് തൊഴിലാളികളെയും മറ്റ് അധ്വാനിക്കുന്ന വിഭാഗങ്ങളെയും ചൂഷണം ചെയ്യുന്നതു കൂടാതെ, സംഘടനകളെ പ്രതിനിധാനം ചെയ്തുകൊണ്ട് ചൂഷകവർഗ്ഗങ്ങളുമായി വിലപേശൽ നടത്തി തങ്ങളുടെ വിഹിതം പറ്റുകയും ചെയ്യുന്നു. മുതലാളിമാരും മറ്റു ചൂഷകവർഗ്ഗങ്ങളും അധ്വാനിക്കുന്ന ജനവിഭാഗങ്ങളിൽ നിന്നു പിടിച്ചെടുക്കുന്ന മിച്ചമൂല്യത്തിന്റെ ഒരു വിഹിതം പറ്റുന്ന ഒരു പുതിയ ചൂഷകവർഗമായി തീരുകയാണ് ഇക്കൂട്ടർ ചെയ്തത്. ഈ പ്രക്രിയയുടെ തുടർച്ചയെന്നോണം നമ്പൂതിരിപ്പാട് നേതൃത്വം നൽകുന്ന പാർട്ടിയും അതുപോലുള്ള മറ്റ് ഇടതുപക്ഷ പാർട്ടികളും നേരിട്ടുതന്നെ ചൂഷകവർഗ്ഗങ്ങളിൽനിന്നു വിഹിതം പറ്റാൻ തുടങ്ങി. അതോടെ നമ്പൂതിരിപ്പാടിന്റേതുൾപ്പെടെ ഇത്തരം പാർട്ടികൾ അധികാരിവർഗ പാർട്ടികളായി മാറി. കേരളത്തിൽ ഇപ്പോൾ അധികാരത്തിൽ മാറിമാറി വരുന്ന രണ്ടു മുന്നണികൾ അധികാരിവർഗ്ഗത്തിലെ തന്നെ പരസ്പരബന്ധമുള്ള രണ്ടു വിഭാഗങ്ങളെയാണ് പ്രതിനിധാനം ചെയ്യുന്നത്. തൊഴിലാളി വർഗ, ബഹുജന പ്രസ്ഥാന നേതൃത്വങ്ങളുടെ അപചയം നിമിത്തം തൊഴിലാളികളും മറ്റു സംഘടിത വിഭാഗങ്ങളും സമൂഹത്തോടും അധ്വാനത്തോടും പ്രതിബദ്ധതയില്ലാത്തവരും ചിലപ്പോൾ സാമൂഹിക വിരുദ്ധർ പോലുമായിത്തീരുകയും ചെയ്യുന്നു.

കേരള മോഡൽ

ഏറെ ചർച്ച ചെയ്യപ്പെടുന്ന കേരള മോഡലിന്റെ അവസ്ഥ തന്നെ നോക്കുക. ഇവിടത്തെ വിദ്യാഭ്യാസ, ആരോഗ്യ മേഖലകളിൽ ഉണ്ടായ അസാധാരണമായ പുരോഗതിക്കു പിന്നിൽ, സാമൂഹിക നവോത്ഥാന പ്രസ്ഥാനങ്ങളും ഇടതുപക്ഷ പ്രസ്ഥാനങ്ങളും സൃഷ്ടിച്ച പശ്ചാത്തലമാണ് പ്രവർത്തിച്ചതെന്ന് നേരത്തെ സൂചിപ്പിച്ചുവല്ലോ. ഈ പശ്ചാത്തലത്തിന്റെ തുടർച്ചയെന്നോണം ഒന്നാം കമ്മ്യൂണിസ്റ്റു മന്ത്രിസഭ ആവിഷ്ക്കരിച്ച ജനക്ഷേമകരങ്ങളായ സമീപനങ്ങൾ പിന്നീടും മാറി മാറി വന്ന മുന്നണികൾ തുടരുകയുണ്ടായി. എന്നാൽ പിന്നീടുണ്ടായ അപച

യത്തിന്റെ ഫലമായി ഒട്ടും ആസൂത്രിതമല്ലാതെ ആരോഗ്യ വിദ്യാഭ്യാസ മേഖലകളിലെ പരിഷ്കാരങ്ങൾ നടത്തിയതുകൊണ്ട് ഇന്ന് ഈ രണ്ടു മേഖലയിലും ഗുരുതരമായ പ്രതിസന്ധികൾ നേരിടുകയാണ്. വിദ്യാഭ്യാസ രംഗത്തെ വികാസം ഉല്പാദന ക്ഷമതയെ വളർത്തുകയല്ല, മുരടിപ്പിക്കുകയാണ് ചെയ്തത്. ആരോഗ്യരംഗം കേരളീയരെ മുഴുവൻ രോഗികളാക്കി മാറ്റി. അവസാനം പൊതുമേഖലയ്ക്കു താങ്ങാനാവാത്ത ഭാരമായപ്പോൾ ആരംഭിച്ചിരിക്കുന്ന സ്വകാര്യവൽക്കരണം ഈ രണ്ടു മേഖലയിലെയും അവശേഷിക്കുന്ന ഗുണസ്വഭാവങ്ങൾകൂടി നഷ്ടപ്പെടുത്തിക്കൊണ്ടിരിക്കുകയാണ്. കേരള മോഡലിന്റെ ഈ ദുരന്തപര്യവസാനത്തിന്റെ പശ്ചാത്തലത്തിൽ വിദേശീയർ ഉൾപ്പെടെ അസംഖ്യം പണ്ഡിതന്മാരെ തിരുവനന്തപുരത്തു വിളിച്ചുവരുത്തി കേരളത്തിന് ഇതുവരെ ഒരു സ്വാശ്രിത വികസന പദ്ധതി ആവിഷ്കരിക്കാൻ കഴിഞ്ഞിട്ടില്ലെന്നു നമ്പൂതിരിപ്പാട് കുമ്പസാരം നടത്തിയിട്ട് ദിവസങ്ങളല്ലേ ആയിട്ടുള്ളു. 'കേരളത്തിന്റെ ദേശീയപ്രസ്ഥാനം' എഴുതിയ നമ്പൂതിരിപ്പാട്, തുറന്ന സ്വയം വിമർശനമൊന്നും നടത്താതെ പടിപടിയായി വഴിമാറിപ്പോയതിന്റെ ചിത്രം കാണണമെങ്കിൽ ആ പുസ്തകങ്ങളുടെ തുടർച്ചയെന്ന് അവകാശപ്പെട്ടുകൊണ്ട് പ്രസിദ്ധീകരിച്ചിട്ടുള്ള 'കേരള ചരിത്രം മാർക്സിസ്റ്റു വീക്ഷണത്തിൽ' പോലുള്ള കൃതികൾ നോക്കിയാൽ മതി. ആ ചരിത്രത്തിലേക്ക് ഇവിടെ കടക്കുന്നില്ല.

കഴിഞ്ഞ മൂന്നുനാലു ദശകകാലത്തെ കേരള രാഷ്ട്രീയത്തെ ഈ രീതിയിൽ തകർച്ചയിൽനിന്ന് തകർച്ചയിലേക്കു നയിച്ച നമ്പൂതിരിപ്പാട്, അടുത്ത കാലത്തായി ഒരു അഭിമുഖ സംഭാഷണത്തിൽ തന്റെ രാഷ്ട്രീയ ദൗത്യങ്ങളെ സംബന്ധിച്ചേടത്തോളം താൻ സംതൃപ്തനാണെന്നു പ്രസ്താവിച്ചുകണ്ടു. ഇന്ത്യയിലെ പ്രമുഖനായ ഒരു കമ്യൂണിസ്റ്റു നേതാവ് തന്റെ പാർട്ടി ശോചനീയമായ ജീർണാവസ്ഥയെ നേരിടുമ്പോഴും സംതൃപ്തനായിരിക്കുന്നെങ്കിൽ, റഷ്യൻ വിപ്ലവത്തിനും ചൈനീസ് വിപ്ലവത്തിനും നേതൃത്വം നൽകിയ ലെനിനും മാവോയും താന്താങ്ങളുടെ വിപ്ലവത്തിന്റെ ഉച്ചാവസ്ഥയിലും അധികാരത്തിന്റെ ഉച്ചകോടിയിലും ആയിരുന്ന അവസാന നാളുകളിൽ വളരെയധികം നിരാശരും സോഷ്യലിസ്റ്റു ഭാവിയെക്കുറിച്ച് ഉത്കണ്ഠാകുലരുമായിരുന്നു. ലോകത്തെ പിടിച്ചുകുലുക്കിയ രണ്ടു വിപ്ലവങ്ങൾക്ക് സമർത്ഥമായ നേതൃത്വം നൽകിയ ലെനിനും മാവോയും മനുഷ്യവംശത്തിന്റെ ഭാവി പരിണാമത്തെയും ദീർഘകാല ലക്ഷ്യങ്ങളെയും കുറിച്ച് സദാ ഉത്കണ്ഠയുള്ളവരായിരുന്നു. എന്നാൽ നമ്പൂതിരിപ്പാടിന് ഒരിക്കലും അത്തരം ഉത്കണ്ഠകൾ

ഉണ്ടായിട്ടില്ല. താൽക്കാലികമായ കൊച്ചുകൊച്ചു നേട്ടങ്ങൾക്കും നഷ്ട ങ്ങൾക്കുമപ്പുറത്ത് അദ്ദേഹത്തിന്റെ മനസ്സ് ഒരിക്കലും വ്യാപരിച്ചിട്ടില്ല. അദ്ദേഹം എഴുതികൂട്ടിയിട്ടുള്ള ആയിരക്കണക്കിന് പേജുകളിൽ ഒരിട ത്തുപോലും ദാർശനികമായ ഉൾക്കാഴ്ച പ്രതിഫലിപ്പിക്കുന്ന ഒരു സന്ദർഭം പോലും കാണാനാവില്ലെന്നതു യാദൃച്ഛികമല്ല. ഇന്ത്യയിലെ കമ്മ്യൂണിസ്റ്റുപ്രസ്ഥാനത്തിന്റെ ആദ്യകാല നേതൃത്വങ്ങളുടെ വലിയൊരു പരാധീനതയായിരുന്നു ഇത്. നമ്പൂതിരിപ്പാടിന്റെ പ്രശ്നം മാത്രമല്ല ഇത്.

നമ്പൂതിരിപ്പാടിന്റെ അടിസ്ഥാനപരമായ ഈ ദൗർബല്യം അദ്ദേഹ ത്തിന്റെ സൈദ്ധാന്തിക വ്യാപാരങ്ങളെ എങ്ങനെ ബാധിച്ചു എന്നു ചുരു ക്കത്തിൽ പരിശോധിക്കാനാണ് ഇവിടെ ശ്രമിക്കുന്നത്.

മാവോ, സ്റ്റാലിൻ

നമ്പൂതിരിപ്പാടിന്റെയും മറ്റ് ആദ്യകാല ഇന്ത്യൻ കമ്മ്യൂണിസ്റ്റു നേതാ ക്കളുടെയും മാർക്സിയൻ ലോകവീക്ഷണത്തെ സംബന്ധിച്ച ധാരണ ബ്രിട്ടീഷ് കമ്മ്യൂണിസ്റ്റുകൾ പ്രചരിപ്പിച്ച ടെക്സ്റ്റുബുക്ക് മാർക്സിസ ത്തിന്റെ തലത്തിലായിരുന്നു. മാവോ നിശിതമായി യാന്ത്രികവാദം എന്നു വിമർശിച്ച സ്റ്റാലിന്റെ ഗുളികപ്രായത്തിലുള്ള 'വൈരുദ്ധ്യാത്മകവും ചരി ത്രപരവുമായ ഭൗതികവാദം' എന്ന അതീവ ലളിതവൽകൃത വ്യാഖ്യാ നത്തെ ആധാരമാക്കി രജനി പാമിദത്തും മോറിസ് കോൺഫോർത്തും പോലുള്ള ബ്രിട്ടീഷു മാർക്സിസ്റ്റുകൾ പ്രചരിപ്പിച്ച മാർക്സിസമാണ് ഇവർ മുഖ്യമായും പഠിച്ചിരുന്നത്. ലെനിന്റെതന്നെ ദാർശനികമാനങ്ങൾ ഉൾക്കൊള്ളാൻ ഇവർ ശ്രമിച്ചിട്ടില്ല. ഹേഗലിനെ വ്യാഖ്യാനിച്ചുകൊണ്ട് ലെനിൻ എഴുതിയ കുറിപ്പുകളിലെ നിരീക്ഷണങ്ങൾ വികസിപ്പിക്കാൻ ശ്രമിച്ചത് മാവോയാണ്. വിപരീതങ്ങൾ പരസ്പരം ആശ്രയിച്ചു നിൽക്കു ന്നതിന്റെയും പരസ്പരം രൂപാന്തരം പ്രാപിക്കുന്നതിന്റെയും സങ്കീർണ്ണ മായ ചിത്രം അവതരിപ്പിക്കാൻ ശ്രമിച്ച മാവോയിസ്റ്റു സമീപനത്തോട് നമ്പൂതിരിപ്പാട് എന്നും പുറംതിരിഞ്ഞു നിന്നിട്ടേയുള്ളു; മാത്രമല്ല, പാശ്ചാത്യ മാർക്സിസ്റ്റു ബുദ്ധിജീവികൾ നടത്തിക്കൊണ്ടിരുന്ന പുതിയ സൈദ്ധാന്തികാന്വേഷണങ്ങളെയെല്ലാം അവഗണിച്ചുകൊണ്ട് സൈദ്ധാ ന്തിക ജാഗ്രത പുലർത്തുന്നതിൽ നിന്ന് ഇന്ത്യയിലെ കമ്മ്യൂണിസ്റ്റുകാരെ തടഞ്ഞുനിർത്താനും അദ്ദേഹത്തിന് കഴിഞ്ഞു.

നമ്പൂതിരിപ്പാടിന്റെ യാന്ത്രികവീക്ഷണം ഏറ്റവും പ്രകടമായി കാണാ വുന്നത് സാർവദേശീയ കമ്മ്യൂണിസ്റ്റു പ്രസ്ഥാനത്തിലെ സംഭവവികാ സങ്ങളോടുള്ള പ്രതികരണത്തിലാണ്. ക്രൂഷ്ചേവിന്റെ കാലം മുതൽക്കു തന്നെ മതുലാളിത്ത പുനഃസ്ഥാപനമാണ് സോവിയറ്റ് യൂണിയനിൽ

ആരംഭിച്ചിട്ടുള്ളതെന്ന മാവോയിസ്റ്റു വ്യാഖ്യാനം നമ്പൂതിരിപ്പാട് സ്വീകരിച്ചിരുന്നില്ല. പാർട്ടി പിളർപ്പിന്റെ കാലത്ത് മാവോയിസ്റ്റ് വ്യാഖ്യാനത്തെ പൊതുവിൽ അംഗീകരിക്കുന്നവരായിരുന്നു സി.പി.എം.കാർ. നമ്പൂതിരിപ്പാട് മധ്യനില സ്വീകരിക്കാൻ ഇതൊരു കാരണമായിരുന്നു. നക്സൽബാരി പ്രസ്ഥാനം ഉണ്ടായതോടെ സി.പി.എം മാവോയിസ്റ്റ് നിലപാട് പൂർണ്ണമായും ഉപേക്ഷിച്ചപ്പോഴാണ് നമ്പൂതിരിപ്പാടിന്റെ നില മാറിയത്. സോവിയറ്റ് യൂണിയനിലും കിഴക്കൻ യൂറോപ്യൻ രാജ്യങ്ങളിലുമെല്ലാം മുതലാളിത്ത പുനഃസ്ഥാപനം നടത്തിയിരിക്കുകയാണെന്നും സോവിയറ്റ് യൂനിയനിൽ സോഷ്യൽ സാമ്രാജ്യത്വമായിരിക്കുകയാണെന്നും മറ്റുമുള്ള എം.എൽ.നിലപാടിനെ നേരിടാനായി, നമ്പൂതിരിപ്പാട് തന്റെ യാന്ത്രിക ഭൗതിക വാദ സമീപനം തുറന്ന രീതിയിൽ പ്രയോഗിക്കുകയുണ്ടായി. ചരിത്രപരമായ ഭൗതികവാദപ്രകാരം സോഷ്യലിസത്തിലെത്തിയ ഒരു സമൂഹം മുതലാളിത്തത്തിലേക്ക് തിരിച്ചു പോകില്ലെന്ന് അനുയായികളെക്കൊണ്ട് ചുവരെഴുത്ത് നടത്തിക്കുക വരെ ചെയ്തു. ഒരു പടി കൂടെ കടന്ന്, ചിന്തയിലെ ചോദ്യോത്തര പംക്തിയിൽ, മനുഷ്യൻ കുരങ്ങിലേക്ക് തിരിച്ചു പോയില്ലെന്നതുപോലെ സോഷ്യലിസം മുതലാളിത്തത്തിലേക്ക് ഒരിക്കലും തിരിച്ചുപോകില്ലെന്ന് 1989 ആരംഭത്തിൽ വരെ നമ്പൂതിരിപ്പാട് സിദ്ധാന്തം ചമയ്ക്കുകയുണ്ടായി. അദ്ദേഹത്തിന്റെ തർക്കശാസ്ത്രത്തിൽ വിപരീതങ്ങൾ പരസ്പരം സ്ഥാനമാറ്റം നടത്തുന്നതിനെക്കുറിച്ചൊന്നും ചർച്ച ചെയ്യാനാവില്ല. 1989 അവസാനംതന്നെ കിഴക്കൻ യൂറോപ്യൻ സോഷ്യലിസ്റ്റു ഭരണകൂടങ്ങൾ തകരാൻ തുടങ്ങിയപ്പോൾ അവിടങ്ങളിലെ സംഭവവികാസങ്ങളെക്കുറിച്ച് ആഴത്തിൽ തങ്ങൾക്കു മനസ്സിലാക്കാൻ കഴിഞ്ഞില്ലെന്ന ഒരു ഉപരിവിപ്ലവ സ്വയം വിമർശനംകൊണ്ടു കാര്യം അവസാനിപ്പിക്കുകയാണ് ചെയ്തത്.

പ്രമേയം

നമ്പൂതിരിപ്പാട് പാർട്ടി ജനറൽ സെക്രട്ടറി ആയിരിക്കുമ്പോൾ കിഴക്കൻ യൂറോപ്യൻ സംഭവവികാസങ്ങളെക്കുറിച്ച് കേന്ദ്രകമ്മിറ്റി പാസാക്കിയ ഒരു സുദീർഘ പ്രമേയത്തിൽ ഗുരുതരമായ പ്രത്യാഘാതങ്ങൾ അന്തർലീനമായിരിക്കുന്ന ഒരു വിലയിരുത്തലുണ്ടായിരുന്നു; അത് ഇപ്രകാരമാണ്; 'സോഷ്യലിസ്റ്റ് ഭരണകൂടം പ്രവർത്തിപ്പിക്കുന്നതിലും ബൂർഷ്വാ ജനാധിപത്യത്തെ അപേക്ഷിച്ച് മേൽത്തരം ജനാധിപത്യമാണ് സോഷ്യലിസ്റ്റ് ജനാധിപത്യം എന്ന് ഉറപ്പുവരുത്തുന്നതിലും പല വിരൂപപ്പെടുത്തലുകളുമുണ്ടായി. തൊഴിലാളി വർഗ സർവ്വാധിപത്യം എന്ന

സങ്കല്പത്തെ പാർട്ടിയുടെ സർവ്വാധിപത്യമാക്കി ചുരുക്കി. പലപ്പോഴും അത് പാർട്ടി നേതാക്കന്മാരുടെ സർവ്വാധിപത്യമായി. അത് ഉദ്യോഗസ്ഥ മേധാവിത്വത്തിന്റെ വളർച്ചയിലേക്കും പൗരസ്വാതന്ത്ര്യത്തിന്റെയും ജനാധിപത്യ അവകാശങ്ങളുടെയും ലംഘനത്തിലേക്കും നയിച്ചു.' (സി.പി. എം. കേന്ദ്രകമ്മറ്റി പ്രമേയം 1990)

തൊഴിലാളി വർഗ സർവ്വാധിപത്യം പാർട്ടി സർവാധിപത്യമായി മാറി എന്നു വളരെ ലാഘവത്തോടെ ഇങ്ങനെ ഒരു വിലയിരുത്തൽ നടത്താൻ ഒരു കമ്മ്യുണിസ്റ്റു പാർട്ടിക്ക് കഴിയില്ല. കാരണം, ഏതൊരു കമ്മ്യുണിസ്റ്റു പാർട്ടിയെ സംബന്ധിച്ചിടത്തോളവും മർമ്മപ്രധാനമായ ഈ രാഷ്ട്രീയ സങ്കല്പത്തിന് പറ്റുന്ന ഏതൊരു അപചയവും അതീവ ഗുരുതരമാണ്. അതുകൊണ്ട് ഇത്തരമൊരു മൗലിക വ്യതിയാനം സംഭവിക്കുന്നത് എന്തുകൊണ്ടാണ് എന്നും അത് എങ്ങനെ എപ്പോൾ മുതൽ പ്രകടമായി എന്നും വിശദീകരിക്കേണ്ട ബാധ്യത ഒരു പാർട്ടിക്കുണ്ട്. മാത്രമല്ല, ഇത്തരമൊരു ജീർണ്ണതയെ മറി കടക്കാൻ എന്തു മാർഗ്ഗമെന്നും വിശദമാക്കേണ്ടതുണ്ട്. അത് ചെയ്യുന്നില്ലെങ്കിൽ തൊഴിലാളി വർഗ്ഗ സർവ്വാധിപത്യമെന്ന സങ്കല്പത്തെ ആധാരമാക്കിക്കൊണ്ട് ഒരു കമ്മ്യുണിസ്റ്റ് പാർട്ടിക്ക് മുന്നോട്ടു പോകാൻ കഴിയില്ല. പക്ഷേ, നമ്പൂതിരിപ്പാടും കൂട്ടരും ഇത്തരമൊരു വിശദീകരണത്തിനു മുതിർന്നിട്ടേയില്ല. ഇങ്ങനെയൊരു ഗുരുതരമായ പൊരുത്തക്കേട് തങ്ങളുടെ നിലപാടിലുണ്ടെന്ന് നമ്പൂതിരിപ്പാടും കൂട്ടരും ശ്രദ്ധിച്ചിട്ടേയില്ല.

മാത്രമല്ല, ഈ പ്രമേയം പാസാക്കി ഒരു വർഷത്തിനുശേഷം 1991 ആഗസ്തിൽ സോവിയറ്റ് യൂണിയനിൽ യെനായേവിന്റെ നേതൃത്വത്തിൽ അട്ടിമറി നടന്നപ്പോൾ യെനായേവിനെ വിപ്ലവനായകനായി ചിത്രീകരിക്കുകയാണ് സി.പി.എം നേതൃത്വം ചെയ്തത്. പാർട്ടി സ്വേച്ഛാധിപത്യത്തിന്റെ യഥാർത്ഥ പ്രതിനിധികളായിരുന്ന യെനായേവിനെയും കൂട്ടരെയും ഇങ്ങനെ ഉയർത്തിപ്പിടിച്ചത് മുൻ രാഷ്ട്രീയ പ്രമേയത്തിന്റെ അന്തസത്തയ്ക്ക് വിരുദ്ധമാണ് എന്ന കാര്യം ശ്രദ്ധിക്കാൻ നമ്പൂതിരിപ്പാടും കൂട്ടരും മിനക്കെട്ടിട്ടില്ല.

ഈ ഗുരുതരമായ വൈരുദ്ധ്യം ഇന്നും ഇന്നലെയും തുടങ്ങിയതല്ല. കേരളത്തിൽ ഒന്നാമത്തെ കമ്മ്യുണിസ്റ്റ് മന്ത്രിസഭയ്ക്ക് നമ്പൂതിരിപ്പാട് നേതൃത്വം നൽകിയിരുന്ന കാലത്ത്, 1958 ൽ നടന്ന അമൃത്സർ കോൺഗ്രസ്സിൽ വച്ച് അവിഭക്ത സി.പി.ഐ ഒരു നിലപാട് സ്വീകരിക്കുകയുണ്ടായി. ഇന്ത്യയിൽ ഒരു സോഷ്യലിസ്റ്റ് ഭരണകൂടം സ്ഥാപിക്കപ്പെടുകയാണെങ്കിൽ പ്രതിപക്ഷ പാർട്ടികളെ നില നിൽക്കാനും പ്രവർത്തിക്കാനും

അനുവദിക്കുമെന്ന്. അതിനനുസൃതമായി ഭരണഘടനയിൽ സർവ്വാധിപത്യം എന്ന വാക്ക് ഒഴിവാക്കുകയും ചെയ്തിരുന്നു. സോവിയറ്റ് യൂണിയന്റെയും മറ്റും തകർച്ചയ്ക്കു ശേഷം സോഷ്യലിസ്റ്റ് ബഹുകക്ഷി സമ്പ്രദായം ചർച്ച ചെയ്യപ്പെടാൻ തുടങ്ങിയപ്പോൾ സി.പി.ഐ. നേതൃത്വത്തിൽ ഒരു വിഭാഗം ഈ പ്രശ്നം നേരത്തെ ഉന്നയിച്ചതാണെന്നും ഈ പരീക്ഷണം മുന്നോട്ടു കൊണ്ടുപോകാൻ കഴിയാതെ വന്നതിൽ സ്വയം വിമർശനം നടത്തുന്നു എന്നും മറ്റും അവകാശപ്പെടുകയുണ്ടായി. സി.പി.എമ്മിനുള്ളിൽ നമ്പൂതിരിപ്പാട് ഇന്ത്യയിലെ പാർലമെന്ററി പരീക്ഷണങ്ങളിൽ ഒരു ഇന്ത്യൻ സോഷ്യലിസ്റ്റ് പാതയുടെ അടിസ്ഥാനമുണ്ടെന്ന് അവകാശപ്പെടാൻ ചില ദുർബല ശ്രമങ്ങൾ നടത്തുകയുണ്ടായി. എന്നാൽ ഈ രണ്ട് പാർട്ടികളിലും ഈ വിഭാഗങ്ങൾ മുൻകൈ നേടിയില്ല. മറിച്ച്, യെനായേവിനെ പിന്തുണയ്ക്കുന്നതിലേക്ക് സി.പി.എമ്മും എൻ.ഇ ബാലറാമിന്റെയും മറ്റും ബദൽ പ്രമേയം സി.പി.ഐ. കോൺഗ്രസ്സിനു മുമ്പുതന്നെ പിൻവലിക്കപ്പെടുന്നതിലേക്കുമാണ് കാര്യങ്ങൾ നീങ്ങിയത്. അതായത് ഏക പാർട്ടി സ്വേച്ഛാധിപത്യമെന്ന ലെനിനിസ്റ്റ് സ്റ്റാലിനിസ്റ്റ് സങ്കല്പത്തിൽ നിന്ന് മുക്തരാവാൻ ഈ പാർട്ടികൾക്കു കഴിഞ്ഞിട്ടില്ലെന്നർത്ഥം.

നമ്പൂതിരിപ്പാട് പാർലമെന്ററി രാഷ്ട്രീയത്തിൽ അഗ്രഗണ്യനായതിനു ശേഷം(1957 നു ശേഷം) ഇക്കാര്യത്തിൽ മൗലികമായ അന്വേഷണങ്ങൾ നടത്തിയതായി ഒരു ലക്ഷണവുമില്ല. ഇപ്പോൾ പോലും ലെനിനിസ്റ്റ് സ്റ്റാലിനിസ്റ്റ് ഏകപാർട്ടി സ്വേച്ഛാധിപത്യം എന്ന സങ്കല്പത്തെക്കുറിച്ച് ഗൗരവപൂർവ്വമുള്ള ഒരു പുനരാലോചനയ്ക്ക് അദ്ദേഹം തയ്യാറായിട്ടില്ല. 1990 ലെ പ്രമേയത്തിലെ നിലപാട് തികച്ചും ഉപരിപ്ലവമായി മാത്രം സ്വീകരിച്ചതാണ്. 1958 ലെ അമൃത്സർ തീരുമാനവും ഒട്ടും ഗൗരവത്തോടെ സ്വീകരിച്ച സമീപനമായിരുന്നില്ല. തങ്ങൾ ലക്ഷ്യമാക്കുന്ന സോഷ്യലിസം ഏക പാർട്ടി സ്വേച്ഛാധിപത്യം തന്നെ ആയിരിക്കും എന്ന നിലപാടിൽ നിന്നുകൊണ്ട് ബൂർഷ്വാ ജനാധിപത്യത്തെ അടവുപരമായി ഉപയോഗിക്കുക എന്ന സമീപനത്തോടെയാണ് നമ്പൂതിരിപ്പാട് ഇത്രയും നാൾ പയറ്റിയിട്ടുള്ളത്. അതുകൊണ്ടുതന്നെ ബൂർഷ്വാ ജനാധിപത്യത്തിൽ നിന്ന് ഗുണ പരമായി ഉയർന്നുനിൽക്കുന്ന ഒരു സോഷ്യലിസ്റ്റു ജനാധിപത്യത്തിന് വേണ്ടി എന്തെങ്കിലും അനുഭവപാഠങ്ങൾ സമാർജിക്കാൻ നമ്പൂതിരിപ്പാടിന് കഴിഞ്ഞില്ല. കഴിയുകയുമില്ല. കാരണം അത്തരമൊരു മൗലികതയുള്ള സമീപനം സ്വീകരിക്കാൻ അദ്ദേഹത്തിന് കഴിഞ്ഞിട്ടില്ല – അതിനു വളരെ അനുയോജ്യമായ സാഹചര്യങ്ങളിലൂടെയാണ്

അദ്ദേഹം കടന്നുപോന്നതെങ്കിലും പക്ഷേ, ഔപചാരിക വിചിന്തന ശാസ്ത്ര (formal logic) ത്തിന്റെ തലത്തിൽ മാത്രം നിൽക്കുന്ന അദ്ദേഹത്തിന്റെ ചിന്താരീതി അത്തരം കണ്ടെത്തലുകളിൽനിന്ന് അദ്ദേഹത്തെ തടഞ്ഞുനിർത്തി. പ്രത്യക്ഷ യാഥാർത്ഥ്യങ്ങളിൽനിന്ന് ആന്തരിക യാഥാർത്ഥ്യത്തിലേക്ക് ചുഴിഞ്ഞുചെല്ലുന്ന വൈരുദ്ധ്യാത്മക വിചിന്തന ശാസ്ത്രം (dialectical logic) പ്രയോഗിക്കാൻ അദ്ദേഹം പരിശീലിച്ചിട്ടില്ല. അവസരവാദപരമായ പരസ്പര വിരുദ്ധമായ നിലപാടുകളെ ന്യായീകരിക്കാൻ മാത്രമായിട്ടാണ് അദ്ദേഹം വൈരുദ്ധ്യ വാദത്തെ ഉപയോഗപ്പെടുത്തിയിട്ടുള്ളത്.

ജീർണ്ണത

കേരള രാഷ്ട്രീയത്തെ അപചയത്തിന്റെയും ജീർണ്ണതയുടെയും പരിതാപകരമായ അവസ്ഥയിലേക്കു നയിക്കുന്നതിൽ നമ്പൂതിരിപ്പാടിന്റെ അടിസ്ഥാനപരമായ ഈ വീക്ഷണവൈകല്യം അതിന്റേതായ ഒരു പങ്കു വഹിച്ചിട്ടുണ്ട്. ഒരു സോഷ്യൽ ഫാസിസ്റ്റു സംഘടനയുടെ അടിസ്ഥാന സ്വഭാവങ്ങൾ കൈയൊഴിക്കാതെ ബൂർഷാ രാഷ്ട്രീയത്തിൽ കളിക്കാനുള്ള വൈദഗദ്ധ്യമാണ് നമ്പൂതിരിപ്പാട് വളർത്തിയെടുക്കാൻ ശ്രമിച്ചത്. ഏക പാർട്ടി സ്വേച്ഛാധിപത്യം ലക്ഷ്യം വയ്ക്കുന്ന ഒരു പാർട്ടിക്കു സോഷ്യൽ ഫാസിസ്റ്റ് ആകാതിരിക്കാൻ സാധ്യമല്ല. തങ്ങളുടെ പാർട്ടി മാത്രമാണ് ശരിയെന്നും തങ്ങൾ ഒറ്റയ്ക്ക് വിപ്ലവത്തിന് നേതൃത്വം നൽകുകയും അധികാരം കുത്തകയാക്കുകയും ചെയ്യുമെന്ന ഫാസിസ്റ്റ് പ്രത്യയ ശാസ്ത്ര നിലപാടാണ് ഏകപാർട്ടി സ്വേച്ഛാധിപത്യ സങ്കല്പം സൃഷ്ടിക്കുന്നത്. പാർട്ടിക്കുള്ളിലെ കേന്ദ്രീകരണം ബഹുജനസംഘടനകളുടെ മേലുള്ള ആധിപത്യം, മറ്റു പാർട്ടികളോടുള്ള അവിശ്വാസവും അസഹിഷ്ണുതയുമെല്ലാം ഈ നിലപാടിന്റെ സ്വാഭാവികമായ ഉപോൽപ്പന്നങ്ങളാണ്. ഈ അടിസ്ഥാന സമീപനം കൈയൊഴിക്കാതെ അവസരവാദപരമായ രീതിയിൽ മറ്റു പാർട്ടികളുമായി കൂട്ടുകൂടുന്ന രീതിയാണ് സ്വീകരിക്കപ്പെട്ടത്. ഈ രീതിയുടെ പരിമിതികളും ജീർണ്ണതകളുമാണ് ഇവിടെ നാം കണ്ടു കൊണ്ടിരിക്കുന്നത്.

ഇന്ത്യൻ വിപ്ലവത്തിന് വേണ്ടിയുള്ള ഒരു ഇന്ത്യൻ പാതയെക്കുറിച്ചുള്ള അവകാശവാദങ്ങൾ നമ്പൂതിരിപ്പാട് ഇടയ്ക്കിടെ ഉന്നയിക്കാറുണ്ട്. കഴിഞ്ഞ രണ്ടു മൂന്നു ദശകങ്ങൾക്കുള്ളിൽ സി.പി.ഐ റഷ്യൻ മാതൃകയും നക്സലൈറ്റുകൾ ചൈനീസ് പാതയും പിന്തുടരുമ്പോൾ തങ്ങൾ ഒരു ഇന്ത്യൻ പാതയ്ക്കുവേണ്ടി നിലകൊള്ളുന്നു എന്ന് നമ്പൂതിരിപ്പാട് സി.പി.എം. നെ പ്രതിനിധീകരിച്ച് അവകാശപ്പെടാറുണ്ട്. വാസ്തവത്തിൽ

കൂടുതൽ പഴക്കമുള്ള ഒരു ചരിത്രമുണ്ട് ഇതിന് പിന്നിൽ. 46 – 51 കാത്ത് പി.സി.ജോഷിയുടെയും രണദിവെയുടെയും രാജേശ്വര റാവുവിന്റെയും പരസ്പരവിരുദ്ധമായ ലൈനുകളെല്ലാം ഉപേക്ഷിച്ച് അജയഘോഷിന്റെ നേതൃത്വത്തിൽ 1951 ലാണ് റഷ്യൻ, ചൈനീസ് പാതകൾ ഉപേക്ഷിച്ച് ഇന്ത്യൻ പാതയ്ക്കുവേണ്ടിയുള്ള പ്രഖ്യാപനം നടത്തിയത്. പക്ഷേ, അത് എങ്ങും എത്തിയില്ല. പിന്നീട് 1960 കളിൽ ഉണ്ടായ പിളർപ്പുകൾക്കുശേഷമാണ് നമ്പൂതിരിപ്പാടും കൂട്ടരും ഇന്ത്യൻ പാതയുടെ വക്താക്കളായി സ്വയം അവകാശപ്പെടാൻ ശ്രമിച്ചത്. പക്ഷേ, എന്നിട്ടും ഒന്നും സംഭവിച്ചില്ല എന്ന വസ്തുത അവശേഷിക്കുന്നു.

പൊരുത്തം

ഇന്ത്യൻ സാഹചര്യങ്ങൾക്ക് റഷ്യയിലെയും ചൈനയിലെയും ചില സാഹചര്യങ്ങളുമായി പൊരുത്തമുണ്ട്. അസംഖ്യം ഭാഷകളും സാംസ്കാരിക വൈജാത്യങ്ങളുമുള്ള സോവിയറ്റു യൂണിയനുമായി ഇന്ത്യയുടെ ബഹുദേശീയ സ്വഭാവത്തിനു സാദൃശ്യമുണ്ട്. ചൈനയുടെ ഫ്യൂഡൽ അർദ്ധകൊളോണിയൽ പാരമ്പര്യത്തോട് അടുത്തുനിൽക്കുന്ന ഫ്യൂഡൽ കൊളോണിയൽ പാരമ്പര്യമാണ് ഇന്ത്യക്കുള്ളത്. പക്ഷേ, ഈ സാദൃശ്യങ്ങളെക്കാൾ എത്രയോ ഭിന്നമായ സവിശേഷ സാഹചര്യങ്ങൾ ഇന്ത്യയിലുണ്ട്.

ഇന്ത്യയുടെ ബഹുദേശീയ വൈവിദ്ധ്യം നിലനിൽക്കുമ്പോൾ തന്നെ റഷ്യയിൽനിന്നും ചൈനയിൽനിന്നും വ്യത്യസ്തമായി ഇവിടത്തെ ജനങ്ങളെ മുഴുവൻ ഒരേ ഘടനയിൽ ഒതുക്കുന്ന പൊതുവും സവിശേഷവുമായ ഒരു സാമൂഹിക സാംസ്കാരിക രാഷ്ട്രീയ സാമ്പത്തിക ഘടന ഇവിടെ നിലനിന്നുപോന്നു. ഇന്ത്യയുടെ മാത്രം സവിശേഷതയായ ജാതി വ്യവസ്ഥയാണ് വിവക്ഷ. ഈ സവിശേഷ യാഥാർത്ഥ്യത്തെ മനസ്സിലാക്കുകയും കൈകാര്യംചെയ്യുകയും ചെയ്യുന്നതിലൂടെ മാത്രമേ ഒരു ഇന്ത്യൻ വിപ്ലവ പാത വികസിപ്പിച്ചെടുക്കാൻ കഴിയുമായിരുന്നുള്ളു. പക്ഷേ, ഇക്കാര്യത്തിലാണ് എല്ലാ വിഭാഗത്തിലും പെട്ട ഇന്ത്യൻ കമ്മ്യൂണിസ്റ്റുകാർ അമ്പേ പരാജയപ്പെട്ടത്. നമ്പൂതിരിപ്പാടിന്റെ പങ്ക് ഇക്കാര്യത്തിൽ സവിശേഷമാണ്. ജാതി വ്യവസ്ഥയ്ക്കെതിരായ മൗലികമായ അന്വേഷണങ്ങളെയും സമരരൂപങ്ങളെയും ഫലപ്രദമായി തടഞ്ഞു നിർത്തുന്നതിൽ അദ്ദേഹം പ്രധാന പങ്ക് വഹിക്കുകയും ചെയ്തു.

മാർക്സിയൻ ചരിത്ര വീക്ഷണത്തെക്കുറിച്ചുള്ള യാന്ത്രിക ധാരണയുടെ ഭവിഷ്യത്ത് ഏറ്റവും പ്രകടമായത് ഈ മേഖലയിലാണ്. അടിത്തറ/ ഉപരിഘടന എന്ന വാസ്തുശില്പ ഘടനയിലേക്കു ജാത്യവ്യവ

സ്ഥയെ ഫിറ്റു ചെയ്യുകയാണ് ഇന്ത്യയിലെ കമ്മ്യുണിസ്റ്റുകാർ ചെയ്തത്. ജാതിയെ ഉപരിഘടനയിലെ ഒരു പ്രശ്നം മാത്രമായി ചുരുക്കി. അടിത്തറയിലെ വർഗബന്ധങ്ങളിൽ മാറ്റമുണ്ടാകുന്നതിലൂടെ തനിയെ മാറാവുന്ന ഒരു പ്രതിഭാസം മാത്രമായി അതിനെ ഒതുക്കിവെച്ചു. ഇതിൽനിന്ന് വ്യത്യസ്തമായി ജാതി വ്യവസ്ഥയുടെ സവിശേഷത തിരിച്ചറിഞ്ഞുകൊണ്ട് അതിനെതിരായി സമര മാർഗ്ഗങ്ങൾ തേടിയ ഡോ. അംബേദ്കറുടെയും ഡോ. രാം മനോഹർ ലോഹ്യയുടെയും നിലപാടുകളെ പ്രതിരോധിക്കുന്ന കടമയും കമ്മ്യുണിസ്റ്റുകാർ ഏറ്റെടുത്തു. ഈ രംഗത്തും നമ്പൂതിരിപ്പാട് അഗ്രഗണ്യനായിരുന്നു.

മർദിത ജാതികൾ

മർദിത ജാതികൾ തങ്ങളുടെ ആത്മാഭിമാനം വീണ്ടെടുത്ത് അവകാശങ്ങൾ നേടിയെടുക്കാനുള്ള സമരം ചെയ്യണമെന്ന അംബേദ്കർ നിലപാടു വർഗസമരത്തെ തുരങ്കം വയ്ക്കുമെന്ന് നമ്പൂതിരിപ്പാടും കൂട്ടരും കണ്ടെത്തി. പകരം മർദിതജാതികളെയെല്ലാം കമ്മ്യുണിസ്റ്റുപാർട്ടിയിലും വർഗ ബഹുജന സംഘടനകളിലും അണിനിരത്തി വർഗ്ഗസമരത്തിൽ പങ്കാളികളാക്കിയാൽ ജാതി വ്യവസ്ഥയെ മറി കടക്കാമെന്നായിരുന്നു അവരുടെ വാദം. ലക്ഷക്കണക്കിനു മർദിത ജാതി വിഭാഗങ്ങളെ കർഷകതൊഴിലാളി സംഘടനയിലും മറ്റു ട്രേഡ് യൂണിയൻ സംഘടനകളിലും അണി നിരത്തുകയും ചെയ്തു. ഇതുവഴി തങ്ങൾ ജാതികൾക്കതീതരായി തീർന്നിരിക്കുന്നു എന്ന മിഥ്യാധാരണ സൃഷ്ടിക്കപ്പെട്ടതല്ലാതെ ജാതിവ്യവസ്ഥയ്ക്കു കോട്ടമൊന്നും പറ്റിയില്ല. മർദിത ജാതി വിഭാഗങ്ങൾ കമ്യുണിസ്റ്റു പാർട്ടികളുടെയും മറ്റു സംഘടനകളുടെയും അനുബന്ധമായി തീരുകയാണുണ്ടായത്.

ജാതി വ്യവസ്ഥ വെറും ഉപരിഘടനയിലെ പ്രശ്നമല്ലെന്നും സാമ്പത്തികാടിത്തറിയിലും സാംസ്കാരിക ആത്മീയ മേഖലകളിലുമെല്ലാം വേരുകളുള്ള സവിശേഷ സാമൂഹിക സംഘടനാരൂപമാണ് അതെന്നും ഉള്ള കാര്യമാണ് നമ്പൂതിരിപ്പാടും കൂട്ടരും കാണാൻ വിസമ്മതിച്ചത്. വർഗ്ഗഘടന സാമൂഹിക പദവി മാറുന്നതിനനുസരിച്ച് മാറും. പക്ഷേ, ജാതി ഘടന അങ്ങനെ മാറില്ല. ജാതി നിർണ്ണയിക്കപ്പെടുന്നത് ജനനം കൊണ്ടാണ്. ജാതിപരമായ പ്രത്യുല്പാദന ഘടന ആഴത്തിൽ വേരുറച്ചിരിക്കുന്നു. ഈ ഘടനയെ പൊളിക്കണമെങ്കിൽ വർഗസമരം മാത്രം പോരാ. ജാതി എന്ന സാമൂഹിക സംഘടനാരൂപത്തെ മറി കടക്കുന്നതിനു സവിശേഷമായ സമരരൂപങ്ങൾ ആവശ്യമാണ്. വർഗ്ഗസമരവും ജാതിവിരുദ്ധ സമരവും പരസ്പരവിരുദ്ധങ്ങളല്ല. പരസ്പര പൂരകങ്ങ

ളാണ്. രണ്ടിന്റെയും സവിശേഷതകൾ തിരിച്ചറിഞ്ഞുകൊണ്ട് അവയെ കൂട്ടിയിണക്കുകയാണ് ആവശ്യം.

സാമൂഹിക സംവരണം

ജാതിവ്യവസ്ഥയെ സംബന്ധിച്ച നമ്പൂതിരിപ്പാടിന്റെ അശാസ്ത്രീയ സമീപനം ഏറ്റവും പ്രതിലോമപരമായ രൂപം കൈവരിച്ചിരിക്കുന്നതു സാമ്പത്തിക സംവരണ വാദത്തിലാണ്. ഒന്നാം കമ്മ്യൂണിസ്റ്റ് മുഖ്യമന്ത്രിയായിരിക്കുമ്പോൾ നമ്പൂതിരിപ്പാട് ചെയർമാനായി 1958 ൽ രൂപവൽക്കരിച്ച ഭരണപരിഷ്കാര സമിതിയാണ് സാമ്പത്തിക സംവരണം എന്ന ആശയം ഉന്നയിച്ചത്. ജാതിപരമായ സാമൂഹിക ഉച്ചനീചത്വം പരിഹരിക്കുന്നതിനുവേണ്ടിയാണ് സാമൂഹിക സംവരണം ആവിഷ്കരിക്കപ്പെട്ടത്. അതിനെ സാമ്പത്തിക ഉച്ചനീചത്വവുമായി കൂട്ടിക്കുഴയ്ക്കുന്നത് അർത്ഥശൂന്യമാണ്. സാമ്പത്തികാസമത്വത്തിന്റെ പ്രശ്നങ്ങൾ സംവരണത്തിലൂടെ പരിഹരിക്കാനുമാവില്ല. ജാതി പ്രശ്നം വർഗ്ഗ സമരത്തിലൂടെ തന്നെ പരിഹരിക്കാം എന്ന പഴയ യാന്ത്രിക നിലപാട് പ്രായോഗികമാക്കാനുള്ള പുതിയ തന്ത്രമെന്ന നിലയ്ക്കാണ് നമ്പൂതിരിപ്പാട് സാമ്പത്തിക സംവരണം എന്ന ആശയം ഉന്നയിച്ചത്. എല്ലാ സവർണ്ണവാദികൾക്കും നമ്പൂതിരിപ്പാടിന്റെ സാമ്പത്തിക സംവരണവാദം സ്വീകാര്യമായിത്തീർന്നു. വർഗ്ഗസമര സിദ്ധാന്തത്തെ എത്രമാത്രം പ്രതിലോമപരമായി ഉപയോഗപ്പെടുത്താമെന്ന് നമ്പൂതിരിപ്പാട് കാണിച്ചുതന്നിരിക്കുന്നു.

മണ്ഡൽ കമ്മീഷൻ റിപ്പോർട്ടിനെ കേന്ദ്രീകരിച്ചുള്ള സുപ്രീംകോടതി വിധി പിന്നോക്ക ജാതിക്കാരിലെ മേൽത്തട്ടിനെ (ക്രീമിലെയർ) വേർതിരിക്കാൻ ആവശ്യപ്പെട്ടപ്പോൾ കേന്ദ്രസർക്കാർ തികച്ചും സാമ്പത്തിക മാനദണ്ഡമുപയോഗിച്ച് ആ വേർതിരിവ് നടത്തിയത് 1958 മുതൽക്കേ താൻ ഉന്നയിച്ച സാമ്പത്തിക സംവരണവാദത്തിന്റെ സാധൂകരണമായി നമ്പൂതിരിപ്പാട് ചാരിതാർത്ഥ്യമടയുന്ന കാഴ്ചയാണ് നാമിപ്പോൾ കാണുന്നത്. കേന്ദ്ര സർവ്വീസിലെ ക്ലാസ് ഒന്നും രണ്ടും ജോലികളിൽ പിന്നോക്ക ജാതി വിഭാഗങ്ങൾക്ക് 27 ശതമാനം സംവരണം അനുവദിച്ചതാണല്ലോ മണ്ഡൽ കമ്മീഷൻ റിപ്പോർട്ടിലെ പ്രധാന തീരുമാനങ്ങളിലൊന്ന്. ഈ തീരുമാനം അംഗീകരിച്ചുകൊണ്ടുതന്നെ ഒരു ലക്ഷം വരുമാനമുള്ള മേൽതട്ടിനെ സംവരണത്തിൽനിന്ന് ഒഴിവാക്കണമെന്നതാണ് ഇപ്പോഴത്തെ നില. നമ്പൂതിരിപ്പാടും കൂട്ടരും ഇതിനെ ഉയർത്തിപ്പിടിക്കുന്നു. കേന്ദ്രസർവ്വീസിലെ ഉയർന്ന ജോലികൾക്ക് ഒരു ലക്ഷം വാർഷിക വരുമാനമില്ലാത്തവരിൽനിന്ന് അപേക്ഷകരുണ്ടാവുക പ്രയാസമാണ്. ഫലത്തിൽ ഈ 27 ശതമാനം സംവരണം ഉപയോഗിക്കപ്പെ

ടാതെ കിടക്കും. അധികാരത്തിലുള്ള സവർണ്ണ മേധാവികളുടെ ഗൂഢാലോചനയാണ് ഇത്തരം തീരുമാനങ്ങൾക്ക് പിന്നിലുള്ളത്. നമ്പൂതിരിപ്പാടും കൂട്ടരും ഏതു താല്പര്യത്തെ പ്രതിനിധാനം ചെയ്യുന്നു എന്ന് ഇതിൽനിന്നും വ്യക്തമാണ്. അവസാനഘട്ടത്തിൽ ഒരു വെളിപാടുപോലെ മേൽത്തട്ടിൽ പെടാത്തവർ അപേക്ഷകരായിട്ട് ഇല്ലാതെ വന്നാൽ മേൽത്തട്ടുകാർക്ക് സംവരണം പൂർത്തിയാക്കിക്കൊടുക്കണമെന്നാണ് നമ്പൂതിരിപ്പാട് ഇപ്പോൾ പറയുന്നത്. പക്ഷേ, ഈ നിർദ്ദേശം ആരും നടപ്പാക്കാൻ പോകുന്നില്ല. പ്രായോഗികമായി പിന്നോക്കക്കാർക്ക് സംവരണം നിഷേധിക്കപ്പെടും.

സവർണജാതികളിൽപ്പെട്ട ദരിദ്രർക്കുവേണ്ടി പത്തുശതമാനം സംവരണം നൽകണമെന്ന ഒരു നിർദ്ദേശവും നമ്പൂതിരിപ്പാടും കൂട്ടരും ഉന്നയിക്കുന്നുണ്ട്. വളരെ സമർത്ഥമായി കൃത്യമായും വഞ്ചനാപരമായിട്ടുമാണ് അദ്ദേഹം അത് അവതരിപ്പിക്കുന്നത്. പിന്നോക്ക ജാതിക്കാരനായ ഒരു മുതലാളിയുടെ സ്ഥാപനത്തിൽ പണിയെടുക്കുന്ന സവർണ്ണനായ ഒരു തൊഴിലാളി- മുതലാളിയുടെ മകന് സംവരണം ലഭിക്കുമ്പോൾ തൊഴിലാളിയുടെ മകന് സംവരണമില്ല. എന്തൊരനീതി. ആരെയും പിടിച്ചുനിർത്തുന്ന ന്യായവാദം. പക്ഷേ, യഥാർത്ഥ ചിത്രം പൂർണ്ണമായും മൂടിവെക്കപ്പെടുന്നു. കേന്ദ്രസർവ്വീസിലെ ഉയർന്ന ഉദ്യോഗങ്ങളുടെ കാര്യമാണ് നമ്മുടെ വിഷയം. ഇന്ത്യയിലെ ജനസംഖ്യയിൽ പതിനഞ്ചു ശതമാനം വരുന്ന സവർണ്ണർ ഈ ഉന്നതോദ്യോഗങ്ങളിൽ എൺപതു ശതമാനവും കൈയടക്കിവെച്ചിരിക്കുന്നു എന്നതാണ് വാസ്തവം. അമ്പത്തിരണ്ട് ശതമാനം വരുന്ന പിന്നോക്കാക്കാർക്ക് പത്തുശതമാനം പോലും ലഭിച്ചിട്ടില്ല. ഈ പൊതു അവസ്ഥയിൽ മാറ്റമുണ്ടാക്കുകയാണ് സാമൂഹിക സംവരണംകൊണ്ട് ലക്ഷ്യം വെക്കുന്നത്. അതായത് സവർണ്ണർക്ക് ഇന്നുള്ള എൺപതു ശതമാനത്തോളം ജോലികൾ അവരുടെ ജനസംഖ്യാനുപാതമായ പതിനഞ്ചു ശതമാനത്തിന് അടുത്തേക്ക് കുറച്ചുകൊണ്ടുവരികയും പിന്നോക്കക്കാരുടെയും ദളിതുകളുടെയും മറ്റും ഈ മേഖലയിലെ തൊഴിൽ സാധ്യത എഴുപത്തു ശതമാനത്തോളമാക്കി ഉയർത്തുകയുമാണ് സാമൂഹികസംവരണം കൊണ്ട് സാധിക്കേണ്ടത്.

പക്ഷേ, മുകളിൽ പറഞ്ഞതുപോലെ ഉദാഹരണങ്ങൾ നിരത്തിക്കൊണ്ട് ഇപ്പോൾത്തന്നെ എൺപതുശതമാനം ഉന്നതജോലികൾ കൈയടക്കിക്കഴിഞ്ഞിട്ടുള്ള സവർണ്ണർക്ക് പത്തുശതമാനം കൂടി ഉന്നത ജോലികൾ കൊടുക്കണമെന്നാണ് നമ്പൂതിരിപ്പാട് പറയുന്നത്. സവർണ്ണരിൽ നല്ലൊരു വിഭാഗത്തിനും അവരുടെ സാമൂഹിക സാമ്പത്തിക പദ

വികൾ നിമിത്തം സ്വന്തമായി ഉയർന്ന ജോലികൾ അടക്കം കൈയട ക്കാൻ സൗകര്യമുള്ളപ്പോൾ സവർണ്ണരിൽ ശേഷിക്കുന്ന ദരിദ്രവിഭാഗ ങ്ങൾക്കു കൂടി ജോലി ഉറപ്പുവരുത്താനാണ് പത്തുശതമാനം കൂടി കൊടു ക്കണമെന്ന് അദ്ദേഹം പറയുന്നത്. സവർണ്ണവിഭാഗങ്ങളുടെ താല്പര്യ ങ്ങൾ എത്ര ശ്രദ്ധാപൂർവ്വമാണ് നമ്പൂതിരിപ്പാട് സംരക്ഷിക്കാൻ ശ്രമി ക്കുന്നതെന്നു നോക്കുക. സവർണ്ണ വിഭാഗക്കാരുടെ വോട്ടു തേടാനുള്ള ഒരു ലഘുതന്ത്രം മാത്രമായി ഇതിനെ കാണുന്നത് ശരിയായിരിക്കില്ല.

ധ്രുവീകരണം

ജാതിയുമായി ബന്ധപ്പെട്ടുകൊണ്ട് ഇന്ത്യൻ രാഷ്ട്രീയത്തിൽ ഉണ്ടാ യിക്കൊണ്ടിരിക്കുന്ന ധ്രുവീകരണങ്ങൾ ഇന്ത്യൻ സമൂഹത്തിന്റെ ജനാ ധിപത്യവൽക്കരണ പ്രക്രിയയിലെ ഒരനിവാര്യഘട്ടമാണ്. രാഷ്ട്രീയവും സാമൂഹികവുമായി പല തട്ടുകളിൽ കിടക്കുന്ന വിഭാഗങ്ങൾക്കു രാഷ്ട്രീ യാധികാരത്തിൽ അർഹമായ പങ്കാളിത്തം ഉറപ്പുവന്നാലേ ജനാധിപത്യ വൽക്കരണം പൂർത്തിയാവൂ. ഈ തിരിച്ചറിവ് നേടിക്കൊണ്ടിരിക്കുന്ന മർദിത ജാതി വിഭാഗങ്ങളാണ് ഇന്ന് രാഷ്ട്രീയമായി മുൻകൈ നേടി ക്കൊണ്ടിരിക്കുന്നത്.

ജാതിപ്രശ്നത്തെ വർഗ്ഗസമരത്തിലൂടെ പരിഹരിക്കാവുന്ന പ്രശ്നം മാത്രമായി ചുരുക്കിക്കണ്ട നമ്പൂതിരിപ്പാടിനും കൂട്ടർക്കും ഈ പുതിയ രാഷ്ട്രീയ ധ്രുവീകരണത്തിൽ വെറും കാഴ്ചക്കാരായി നോക്കി നിൽക്കാനേ കഴിയുന്നുള്ളു. ജാതി, മത വിഭജനങ്ങൾക്കതീതമായ രാഷ്ട്രീയവൽക്കരണം നടന്നിട്ടുള്ള കേരളത്തിൽ പോലും ക്രീമിലെയർ പോലുള്ള വിഷയത്തിൽ നമ്പൂതിരിപ്പാടും കൂട്ടരും സ്വീകരിക്കുന്ന നിഷേ ധാത്മക സമീപനം കാരണം ജാതി ധ്രുവീകരണം ശക്തിപ്പെടാൻ പോവു കയാണ്.

വിവിധ ജാതി വിഭാഗങ്ങളുടെ രാഷ്ട്രീയാധികാരത്തിന്റെ പ്രശ്നം വിശാലമായ ജനാധിപത്യവൽക്കരണ പ്രക്രിയയുടെ ഭാഗമായി കണ്ടു കൊണ്ട് കൈകാര്യം ചെയ്യാൻ കഴിയുന്ന പുരോഗമന ശക്തികൾ ഇട പെടേണ്ട സന്ദർഭമാണിത്. അല്ലെങ്കിൽ സങ്കുചിത ജാതീയ ശക്തികൾ മുൻകൈ നേടുക സ്വാഭാവികമാണ്. നമ്പൂതിരിപ്പാടിന്റെയും കൂട്ടരുടെയും നിഷേധാത്മക സമീപനം ഇത്തരം ശക്തികളെയാണ് വളർത്തുക.

ഗാന്ധിജിയെപ്പറ്റി

നമ്പൂതിരിപ്പാടിന്റെ യാന്ത്രികസമീപനരീതിയുടെ ഏറ്റവും നല്ലൊരു ദൃഷ്ടാന്തമാണ് ഗാന്ധിയെക്കുറിച്ചുള്ള അദ്ദേഹത്തിന്റെ വിലയിരുത്തലിൽ കാണാവുന്നത്. മാർക്സിസ്റ്റ് വർഗ്ഗ വിശകലനരീതി ഉപയോഗിച്ചുകൊ

ണ്ടെന്ന് പറഞ്ഞാണ് അദ്ദേഹം ഗാന്ധിയെ ബൂർഷ്വാ പ്രതിനിധിയായി അവതരിപ്പിക്കുന്നത്. വർഗ്ഗ വിശകലന രീതിക്കാവശ്യമായ ശാസ്ത്രീയ മാനദണ്ഡങ്ങൾക്കു പകരം ഉപരിപ്ലവമായ ചില പരിഗണനകൾ മാത്രമാണ് ഈ വിലയിരുത്തലിന്റെ അടിസ്ഥാനം. സാമ്രാജ്യത്വ വിരുദ്ധ സമരത്തിൽ ഗ്രാമീണ ദരിദ്രജനവിഭാഗങ്ങൾ ഉൾപ്പെടെ എല്ലാ സാമൂഹിക വിഭാഗങ്ങളെയും ബൂർഷ്വാ താൽപര്യങ്ങൾക്കനുസൃതമായി അണിനിരത്തുകയും ജനങ്ങൾ വിപ്ലവപക്ഷത്തേക്ക് നീങ്ങുന്നതിനെ തടയുകയും ആണ് ഗാന്ധി ചെയ്തതെന്ന വിലയിരുത്തലിന്റെ അടിസ്ഥാനത്തിലാണ് അദ്ദേഹത്തെ ബൂർഷ്വാ പ്രതിനിധിയാക്കിയിരിക്കുന്നത്. പ്രത്യക്ഷത്തിൽ ഇത് ശരിയായ വിലയിരുത്തലാണെന്നു തോന്നും. പക്ഷേ, മാർക്സിസ്റ്റ് വിശകലന രീതി പ്രകാരം ഇത്തരം വിലയിരുത്തൽ തികച്ചും അപര്യാപ്തമാണ്. ഒരു ഫ്യൂഡൽ കൊളോണിയൽ ഉല്പാദനസമ്പ്രദായത്തിൽ നിന്ന് മുതലാളിത്ത ഉല്പാദനക്ഷമതയിലേക്കുള്ള വികാസത്തിനുവേണ്ടി ഗാന്ധിയുടെ പരിപാടി എന്തായിരുന്നു എന്നു പരിശോധിച്ചുകൊണ്ടേ ഇത്തരം വിലയിരുത്തൽ നടത്താൻ കഴിയൂ. ഗാന്ധി വളരെ സമർത്ഥമായി ഉയർത്തിക്കൊണ്ടുവന്ന സ്വദേശിവികാരം ദേശീയ ബൂർഷ്വാസിയുടെ വളർച്ചയ്ക്ക് അനുഗുണമായിരുന്നു. അതുകൊണ്ടുതന്നെ പുരോഗമന പരവുമായിരുന്നു. ഇതിനപ്പുറത്ത് ഒരു ബദൽ വികസന പദ്ധതിക്കുവേണ്ടി ആസൂത്രിതമായ പദ്ധതികൾ ഗാന്ധി വളർത്തിക്കൊണ്ടുവന്നില്ലായിരുന്നെങ്കിൽ നമ്പൂതിരിപ്പാടിന്റെ വാദമുഖം ന്യായീകരിക്കപ്പെടുമായിരുന്നു. പക്ഷേ, വളരെ ആസൂത്രിതമായും ദൃഢനിശ്ചയത്തോടെയും ഗാന്ധി രൂപം നൽകിയ വികസനപദ്ധതി ആധുനിക മുതലാളിത്ത വികസനപാതയെ കർശനമായി തടഞ്ഞുനിർത്താൻ ഉദ്ദേശിച്ചുകൊണ്ടുള്ളതായിരുന്നു. ആധുനിക ശാസ്ത്ര സാങ്കേതിക വിദ്യകളെ പൂർണ്ണമായും ഒഴിവാക്കുന്നതും ഗ്രാമീണ സ്വയം പര്യാപ്തതയിൽ ഊന്നുന്നതുമായ ഗാന്ധിയൻ വികസന മാതൃകയുടെ വക്താവിനെ ബൂർഷ്വാ പ്രതിനിധിയായി വിലയിരുത്താൻ മാർക്സിസ്റ്റ് വർഗ്ഗ വിശകലന രീതി ഉപയോഗിച്ച് സാധ്യമല്ല. പക്ഷേ, ഗാന്ധിയുടെ രാഷ്ട്രീയ സാമൂഹിക വീക്ഷണത്തിൽ ഈ ബദൽ വികസനപദ്ധതിക്കുള്ള പ്രാധാന്യം നമ്പൂതിരിപ്പാട് കാര്യമായി പരിഗണിച്ചിട്ടില്ല. പിൽക്കാലത്ത് ഇന്ത്യയിലെ മാവോയിസ്റ്റുകൾ (ഈ ലേഖകൻ ഉൾപ്പെടെ) ഗാന്ധിയെ ഫ്യൂഡൽ സാമ്രാജ്യത്വ താല്പര്യങ്ങളുടെ പ്രതിനിധിയായി വിലയിരുത്തുകയുണ്ടായി. ഫ്യൂഡൽ ശക്തികളുമായി കൂട്ടുകൂടിക്കൊണ്ട് ഇന്ത്യയിൽ ആധുനിക ഉല്പാദനരീതികൾ വളരുന്നതിനെ തടയാൻ ശ്രമിച്ച സാമ്രാജ്യത്വശക്തി

കളുടെ താല്പര്യത്തിന് അനുഗുണമായിരുന്നു ഗാന്ധിയുടെ വികസന മാതൃക എന്നതായിരുന്നു ഈ വിലയിരുത്തലിന് ആധാരം.

വ്യക്തിനിഷ്ഠം

ഇത്തരം വർഗ്ഗവിശകലന രീതിക്കുള്ളിൽ ഒതുക്കാനാവാത്തതാണ് ഗാന്ധിയുടെ വികസനമാതൃകയും വ്യക്ത്യധിഷ്ഠിതമായ സത്യാന്വേഷണങ്ങളും എന്നതാണ് വാസ്തവം. ആദർശാത്മകവും മൂല്യാധിഷ്ഠിതവുമായ ഒരു ജീവിതവീക്ഷണത്തിനു വേണ്ടിയുള്ള അദ്ദേഹത്തിന്റെ അന്വേഷണം മതഗന്ധിയായിരുന്നതുകൊണ്ട് തന്നെ അത് വ്യക്ത്യധിഷ്ഠിതമായിത്തീരുകയും ചെയ്തു. വ്യക്ത്യധിഷ്ഠിതമായ അന്വേഷണ രീതിയുടെ പ്രതിഫലനമാണ് ഗാന്ധി ആവിഷ്ക്കരിച്ച ജീവിത ശൈലിയിലും സാമൂഹികവും രാഷ്ട്രീയവുമായ സമരരൂപങ്ങളിലും എല്ലാം കാണാവുന്നത്. ഗാന്ധിയുടെ വ്യക്ത്യധിഷ്ഠിതവീക്ഷണം ബൂർഷ്വാ വ്യക്തിവീക്ഷണം അല്ലതന്നെ. മുതലാളിത്ത ഉൽപാദന സമ്പ്രദായം സൃഷ്ടിക്കുന്ന ശക്തമായ സാമൂഹികതയുടെ അവിഭാജ്യഭാഗം മാത്രമായിട്ടേ ലാഭേച്ഛയിലൂടെയും മത്സരത്തിലൂടെയും മാത്രം അതിജീവിക്കാൻ കഴിയുന്ന ബൂർഷ്വാ വ്യക്തിപരതയ്ക്ക് സ്ഥാനമുള്ളു. അത്തരം വർഗ്ഗ പരിഗണനകൾക്കതീതമായ വ്യക്തിയെ കണ്ടെത്താനാണ് ഗാന്ധി ശ്രമിക്കുന്നത്. വർഗ്ഗേതരമായ വ്യക്തിപരവും സാമൂഹികവുമായ മാനങ്ങളുണ്ടെന്ന യാഥാർത്ഥ്യം അംഗീകരിക്കാത്ത നമ്പൂതിരിപ്പാടിന് ഗാന്ധിയുടെ ഇത്തരം അന്വേഷണങ്ങളുടെ ആന്തരാർത്ഥങ്ങളിലേക്ക് കടന്നു നോക്കാനേ കഴിയുന്നില്ല. നിസ്സഹകരണ സമരവും ഉപ്പുസത്യാഗ്രഹവും പോലുള്ള വ്യക്ത്യധിഷ്ഠിത സമരങ്ങൾ വൻ സാമൂഹിക ശക്തികളായി ആഞ്ഞടിച്ചപ്പോൾ ഗാന്ധി അവയെ പിൻവലിച്ചത് അവ പിടിവിട്ടുപോകുമെന്നതുകൊണ്ടുതന്നെയാണ്. വ്യക്ത്യധിഷ്ഠിത വീക്ഷണത്തിലുള്ള ഏകപക്ഷീയമായ ഊന്നലാണ് ഇതിന് ഒരു കാരണം. അതു ജനങ്ങളെയല്ല, ജനശത്രുക്കളെയാണ് സഹായിച്ചതും.

ഗാന്ധിയുടെ വ്യക്ത്യധിഷ്ഠിത അന്വേഷണങ്ങൾ വർഗ്ഗേതരമായ മാനങ്ങളിലേക്ക് എത്തിയിരുന്നു എന്നതിന്റെ തെളിവാണ് സമീപകാലത്ത് ഇന്ത്യയിലും ലോകമെമ്പാടും ശക്തിപ്രാപിച്ചുവന്ന പരിസ്ഥിതി പ്രസ്ഥാനങ്ങൾ ഗാന്ധിയൻ വികസന മാതൃകയുടെ പ്രസക്തിയെക്കുറിച്ച് ചർച്ച ചെയ്യാൻ തുടങ്ങിയത്. പല പരിസ്ഥിതി പ്രസ്ഥാനക്കാരെയും പോലെ ഗാന്ധിയും ഈ വിഷയത്തെ ഏകപക്ഷീയമായിട്ടാണ് സമീപിച്ചിട്ടുള്ളതെന്നതുകൊണ്ട്, പരിസ്ഥിതി നാശം ഒഴിവാക്കിക്കൊണ്ടുള്ള ഒരു പുതിയ ഉൽപാദനക്രമം ആവിഷ്ക്കരിക്കാവുന്ന സാമൂഹിക നിയമങ്ങൾ കണ്ടെ

ത്തുന്നതിലേക്ക് ഇത് നയിക്കില്ലെങ്കിലും ഗാന്ധിക്ക് ഈ മേഖലയുമായി ബന്ധപ്പെട്ട ചില മൗലിക പ്രശ്നങ്ങൾ ഉന്നയിക്കാൻ കഴിഞ്ഞു എന്നത് ചെറിയ കാര്യമല്ല. പക്ഷേ, വളരെ സങ്കുചിതവും യാന്ത്രികവുമായ വർഗ്ഗ ധാരണയ്ക്ക് അപ്പുറം ഒന്നും ചിന്തിക്കാനാവാത്ത നമ്പൂതിരിപ്പാടിന് ഈ വക വിഷയങ്ങളിലേക്ക് കടന്നു നോക്കാൻ പോലും ആകാത്തതിൽ അത്ഭുതത്തിന് അവകാശമില്ല.

വിവാദം

അടുത്ത കാലത്ത് ഗാന്ധിയെ മതമൗലികവാദിയായി ചിത്രീകരിച്ചു കൊണ്ട് നമ്പൂതിരിപ്പാട് സൃഷ്ടിച്ച വിവാദം ഗൗരവപൂർവ്വം ചർച്ച ചെയ്യപ്പെടേണ്ടതല്ല. മൗലികവാദം എന്ന പ്രയോഗത്തിന് ലോകവ്യാപകമായി അംഗീകൃതമായ ചില അർത്ഥങ്ങളുണ്ട്. മതത്തിന്റെ കാര്യത്തിൽ മാത്രമല്ല മൗലികവാദം. ഏതെങ്കിലും ഒരു മതത്തിന്റെയോ പ്രത്യയശാസ്ത്രത്തിന്റെയോ അടിസ്ഥാനമായ ആശയസംഹിത മാത്രമാണ് മൗലികമായി ശരി എന്നു വിശ്വസിക്കുന്നതിനെയാണ് മൗലികവാദം എന്നു വിളിക്കുന്നത്. സ്വാഭാവികമായി തങ്ങളുടെ മതം മാത്രമാണ് ശരിയെന്നു വിശ്വസിക്കുമ്പോൾ മറ്റുള്ളവയോട് വെറുപ്പും അവിശ്വാസവും ഉണ്ടാകുന്നു. അതു വർഗീയതയിലേക്ക് നയിക്കുകയും ചെയ്യുന്നു. ഇത്തരമൊരു പൊതുസമ്മത അർത്ഥത്തോടു യാതൊരു സാദൃശ്യവുമില്ലാത്ത ഒരു നിർവചനം മതസൗഹാർദത്തിന്റെ ശക്തനായ വക്താവായിത്തീർന്ന ഗാന്ധിയുടെ തലയിൽ കെട്ടിവെയ്ക്കാൻ നമ്പൂതിരിപ്പാട് ശ്രമിച്ചത് വളരെ സങ്കുചിതമായ ചില രാഷ്ട്രീയ ലക്ഷ്യങ്ങൾ നേടാൻ വേണ്ടി മാത്രമാണ്. അതായത് സേട്ടുവിനെയും മഅദനിയെയും ഗാന്ധിയുമായി തുലനം ചെയ്തുകൊണ്ട് അവരുമായി രാഷ്ട്രീയ ബാന്ധവത്തിനു കളമൊരുക്കുക എന്നതാണത്.

ഇത്തരമൊരു സാഹസത്തിന് നമ്പൂതിരിപ്പാട് തയ്യാറായതു തൊട്ടു മുമ്പത്തെ അഞ്ചെട്ടു വർഷം അദ്ദേഹത്തിന്റെ നേതൃത്വത്തിൽ പാർട്ടി സ്വീകരിച്ചുപോന്ന നിലപാടു നിമിത്തമാണ്. യാതൊരു വർഗീയ കക്ഷികളുമായി കൂട്ടുകൂടില്ലെന്ന നിലപാട്. ആ നിലപാടിനെ മറി കടക്കാൻ തക്ക അന്തരീക്ഷം പാർട്ടിക്കുള്ളിലുണ്ടാക്കുകയായിരുന്നു ലക്ഷ്യം.

1964 ലെ പിളർപ്പിനുശേഷം ന്യൂനപക്ഷ സംരക്ഷണം എന്ന നിലപാടിന്റെ പേരിൽ ലീഗുമായി ഐക്യമുണ്ടാക്കുകയും ലീഗ് കൈവിട്ടു പോയപ്പോൾ ഒരു കഷണത്തെ പിളർത്തെടുത്തു കൂടെ നിർത്തുകയും ചെയ്തുപോന്ന നമ്പൂതിരിപ്പാടും കൂട്ടരും 80 കളുടെ മധ്യത്തിൽ തികച്ചും പുതിയൊരു നയം സ്വീകരിച്ചു. തികച്ചും വർഗ്ഗീയ വിരുദ്ധമെന്ന് വ്യാഖ്യാ

നിക്കപ്പെട്ട ആ നയത്തിനു പിന്നിൽ മറ്റൊരു ചരിത്രമുണ്ടായിരുന്നു. 90 കളുടെ ആരംഭത്തിൽ ഇന്ത്യയുടെ അഖണ്ഡതയ്ക്കു നേരെ ഭീഷണി ഉയർന്നപ്പോൾ അതിനെ നേരിടാൻ ഭൂരിപക്ഷ ഹിന്ദു ജനതയുടെ ഐക്യത്തെ ആശ്രയിക്കുകയല്ലാതെ മാർഗ്ഗമില്ലെന്നു കണ്ട് ഹിന്ദുപ്രീണനത്തിനുള്ള മാർഗ്ഗമാരായുകയാണ് നമ്പൂതിരിപ്പാടും കൂട്ടരും ചെയ്തത്. ന്യൂനപക്ഷ പ്രീണനക്കാർ എന്ന അതുവരെയുള്ള പ്രതിച്ഛായ മാറ്റാനാണ് ആദ്യം തീരുമാനിച്ചത്. അതിനുവേണ്ടി അതുവരെ പുരോഗമന ലീഗ് വിഭാഗം എന്നു പറഞ്ഞു കൂടെ നിർത്തിയിരുന്ന അഖിലേന്ത്യാ ലീഗിനെ വരെ പറഞ്ഞുവിടാനായി ശരിയത് പ്രശ്നം നമ്പൂതിരിപ്പാട് ഉയർത്തിക്കൊണ്ടുവന്നത് വളരെ ആസൂത്രിതമായിട്ടായിരുന്നു. എല്ലാ ന്യൂനപക്ഷ പാർട്ടികളെയും തള്ളിപ്പറഞ്ഞുകൊണ്ട് ഹിന്ദുവോട്ടുകൾ കരസ്ഥമാക്കാനുള്ള ആ ഗൂഢാലോചനാപരമായ നീക്കം 1987 ൽ വിജയിക്കുകയാണുണ്ടായത്. അതിൽ അവർ അഹങ്കരിക്കുകയും ചെയ്തു. എന്നാൽ 90 കളുടെ ആരംഭത്തിൽ ഉണ്ടായ സംഭവവികാസങ്ങൾ വീണ്ടും സാഹചര്യങ്ങളെ മാറ്റിമറിച്ചു.

ബാബ്റി മസ്ജിദിന്റെയും മണ്ഡൽ കമ്മീഷൻ റിപ്പോർട്ടിന്റെയും പശ്ചാത്തലത്തിൽ വടക്കേ ഇന്ത്യയിൽ രൂപം കൊണ്ട മർദിത ജാതി, മത ന്യൂനപക്ഷ ഐക്യത്തിൽ ഊന്നുന്ന പുതിയ രാഷ്ട്രീയ ധ്രുവീകരണം കേരളത്തിലും പുതിയ ചലനങ്ങൾ സൃഷ്ടിക്കാൻ പോകുന്നു എന്ന തിരിച്ചറിവാണ് നമ്പൂതിരിപ്പാടിന്റെ പുതിയ നീക്കത്തിനു പിന്നിൽ. പുതിയ രാഷ്ട്രീയ ധ്രുവീകരണങ്ങൾ ഉണ്ടാക്കാൻ പോകുന്ന ദോഷഫലങ്ങളെ പരമാവധി ലഘൂകരിക്കുക എന്ന ലക്ഷ്യംവെച്ചാണ് നമ്പൂതിരിപ്പാട് സേട്ടുവിനെയും മഅദനിയെയും കൂട്ടുപിടിക്കാൻ ശ്രമം നടത്തിയത്. നേരത്തേ സൂചിപ്പിച്ചതുപോലെ, ഏറ്റവും വില കുറഞ്ഞ താൽക്കാലിക ലക്ഷ്യങ്ങൾക്കുവേണ്ടിയുള്ള രാഷ്ട്രീയ കരണംമറിച്ചിലുകളുടെ തുടർച്ചതന്നെയാണ് ഈ വിവാദത്തിലും കണ്ടതെന്ന് ചുരുക്കം. അതിനപ്പുറത്തേക്ക് ഈ വിവാദത്തെ വലിച്ചുനീട്ടുന്നത് അർത്ഥശൂന്യമാണ്.

സ്വയം വിമർശനം

ഭാഷാപോഷിണിയുടെ തന്നെ വലിയൊരു ചർച്ചയ്ക്കു വിഷയമായിട്ടുള്ളതാണ് നമ്പൂതിരിപ്പാടിന്റെ ഈ മേഖലയിലെ സ്വയം വിമർശനമെന്നതുകൊണ്ട് വിശദമായ ചർച്ചയ്ക്കിവിടെ മുതിരുന്നില്ല. ഇതുവരെ സമർത്ഥിക്കാൻ ശ്രമിച്ച നമ്പൂതിരിപ്പാടിന്റെ പൊതു ശൈലിയുടെ തുടർച്ച ഇവിടെയും എങ്ങനെ പ്രതിഫലിക്കുന്നു എന്നു മാത്രം നോക്കാം. സത്യസന്ധതയോടെയുള്ള തന്റെ സ്വയം വിമർശനത്തെ പരിഹസിക്കുന്നവരെ

അദ്ദേഹം വിമർശിക്കുന്നുണ്ട്. പറ്റിയ തെറ്റുകളെക്കുറിച്ച് സ്വയം വിമർശനം നടത്തുന്നത് തികച്ചും നല്ല കാര്യമാണ്. മഹത്തരവുമാണ്. പക്ഷേ, തെറ്റു പറ്റി എന്ന ഒഴുക്കൻമട്ടിൽ സമ്മതിക്കലല്ല സ്വയം വിമർശനം. എന്തുകൊണ്ട് എങ്ങനെ തെറ്റുപറ്റി എന്നും അതിന്റെ പരിണതഫലമെന്തായിരുന്നു എന്നും തിരിച്ചറിഞ്ഞുകൊണ്ട് പരിഹാരമാർഗ്ഗങ്ങൾ കണ്ടെത്തുമ്പോഴാണ് സ്വയം വിമർശനം സത്യസന്ധവും ആത്മാർത്ഥതയോടു കൂടിയതും ആവുക. ഇക്കാര്യത്തിൽ നമ്പൂതിരിപ്പാടിന്റെ ആത്മാർത്ഥത സംശയാസ്പദം തന്നെയാണ്.

മാർക്സ് ബെൽസാക്കിനെയും ലെനിൻ ടോൾസ്റ്റോയിയും വിലയിരുത്തിയ രീതി നേരത്തേ കാണാതെയും മനസ്സിലാക്കാതെയും ഇരുന്നതല്ലല്ലോ. എന്നിട്ടും ആ രീതി സ്വീകരിക്കാതെ ബോധപൂർവ്വം പുരോഗമന സാഹിത്യ സൃഷ്ടി നടത്താത്ത ആരെയും പുരോഗമന കലാകാരനോ സാഹിത്യകാരനോ ആയി അംഗീകരിക്കില്ലെന്നു ശഠിച്ചതിന്റെ പിന്നിലെ പ്രേരകശക്തി എന്തായിരുന്നു എന്ന് നമ്പൂതിരിപ്പാട് സ്വയം വിശകലനം നടത്തിയാലേ അതൊരു സ്വയം വിമർശനമാകൂ. സ്റ്റാലിന്റെ ഏകശിലാ നിർമ്മിത പാർട്ടിയുടെ മേധാവിത്വം സമസ്ത മേഖലകളിലേക്കും വ്യാപരിപ്പിക്കുന്ന രീതി കണ്ണുമടച്ച് ഇന്ത്യയിലെ കമ്മ്യൂണിസ്റ്റുകാരും സ്വീകരിച്ചിരുന്നു എന്നത് വസ്തുതയാണ്. പക്ഷേ, സ്റ്റാലിനിസ്റ്റ് ആധിപത്യകാലത്തുപോലും സ്വതന്ത്രമായി ചിന്തിക്കുകയും സർഗ്ഗാത്മക രചനകൾ നടത്തുകയും ചെയ്ത കമ്മ്യൂണിസ്റ്റ് ബുദ്ധിജീവികളും നേതാക്കന്മാരും പലയിടങ്ങളിലും ഉണ്ടായിരുന്നു. എന്നാൽ ഇന്ത്യയിലെ കമ്മ്യൂണിസ്റ്റ് നേതൃത്വത്തിന് ഇവിടത്തെ ഒട്ടേറെ സവിശേഷ സാഹചര്യങ്ങളോട് പോലും മൗലികമായി പ്രതികരിക്കാൻ കഴിയാതെ വന്ന അവസ്ഥമുകളിൽ ചൂണ്ടിക്കാണിച്ചിട്ടുണ്ടല്ലോ. അതിനു പിന്നിൽ പ്രവർത്തിച്ച അതേ സങ്കുചിത യാന്ത്രിക ധാരണകളാണ് കൂടുതൽ ഭീകരമായ രൂപത്തിൽ സാഹിത്യ കലാരംഗങ്ങളിലും അള്ളിപ്പിടിച്ചത്. കേരളത്തിലെ പ്രതിഭാധനരായ ഒരു വലിയ നിര സാഹിത്യകാരന്മാർ ഒഴുകിവന്നപോലെ തന്നെ ഒഴുകിപ്പോയതും അതുകൊണ്ടാണ്.

യഥാർത്ഥത്തിൽ മൗലിക പ്രതിഭയുള്ള സാഹിത്യകാരന്മാരെല്ലാം കമ്മ്യൂണിസ്റ്റുപാർട്ടിയിൽ നിന്ന് അകന്നുപോയി എന്നതു മാത്രമല്ല സംഭവിച്ചത്. എം. ഗോവിന്ദൻ മുതൽ ഒ.വി. വിജയൻ വരെ അസംഖ്യം പ്രതിഭാധനന്മാരായ എഴുത്തുകാരും ചിന്തകരും കമ്മ്യൂണിസ്റ്റു വിരുദ്ധരും സി.ഐ.എ. ഏജന്റുമാരുമായി മുദ്ര കുത്തപ്പെടുകയും വേട്ടയാടപ്പെടുകയുമുണ്ടായി. കേരളത്തിന്റെ ബൗദ്ധിക ജീവിതത്തെ അങ്ങേയറ്റം സമ്പന്ന

മാക്കാൻ കഴിയുമായിരുന്ന ഒരു കാലഘട്ടത്തിൽ നടക്കുമായിരുന്ന വിപുലവും ഗഹനവുമായ ബൗദ്ധിക സംവാദങ്ങളും വിനിമയങ്ങളും ഫാസിസ്റ്റു രീതിയിൽ തടയപ്പെടുകയാണുണ്ടായത്.

കുറച്ചുകൂടി കഴിഞ്ഞ്, കേരളത്തിലെ പുരോഗമന സാംസ്കാരിക രംഗത്തിന് ഒരു പുതുജീവൻ നൽകാൻ ശ്രമിച്ച ജനകീയ സാംസ്കാരിക വേദി അവതരിപ്പിച്ച ശ്രദ്ധേയമായ തെരുവുനാടകമായിരുന്ന ' നാടുഗദ്ദിക' തെരുവിൽ അവതരിപ്പിക്കുന്നതു ഗുണ്ടാരീതിയിൽ ആവർത്തിച്ചു തടയാൻ വരെയാണ് നമ്പൂതിരിപ്പാട് വളർത്തിയെടുത്ത പ്രതിബദ്ധതയുടെ സംസ്കാരം ശ്രമിച്ചത്. പ്രതിപക്ഷ ബഹുമാനം പോയിട്ട് ഭിന്നാഭിപ്രായങ്ങളോട് അല്പം സഹിഷ്ണുതപോലും നില നിർത്താൻ അനുവദിക്കാത്ത സോഷ്യൽ ഫാസിസ്റ്റ് സംസ്കാരമാണ് നമ്പൂതിരിപ്പാട് പറയുന്ന തെറ്റു പറ്റിയ കാലഘട്ടത്തിൽ ഉടനീളം നിലനിന്നിരുന്നത്. ആ കാലഘട്ടത്തിന്റെ നിഷേധാത്മക അനുഭവങ്ങളിൽനിന്ന് പഠിക്കാൻ പറ്റും വിധം തുറന്ന ഒരു സ്വയം വിമർശനത്തിന് നമ്പൂതിരിപ്പാട് തയ്യാറാകുമെന്നതിൽ അർത്ഥമില്ല. പക്ഷേ, പുരോഗമന കലാസാഹിത്യപ്രസ്ഥാനങ്ങളുടെ ആരോഗ്യകരമായ വളർച്ചയ്ക്ക് ആ കാലഘട്ടത്തെക്കുറിച്ച് സമഗ്രവും കലവറയില്ലാത്തതുമായ പരിശോധന ആവശ്യമാണ്. നമ്പൂതിരിപ്പാടിന്റെ യാന്ത്രിക ചരിത്രവീക്ഷണം ഏറ്റവുമധികം തുറന്നുകാട്ടപ്പെട്ടുകൊണ്ടിരിക്കുന്ന ഒന്നു രണ്ട് മേഖലകളെക്കൂടി പരാമർശിക്കാം. പരിസ്ഥിതി പ്രസ്ഥാനങ്ങളോടുള്ള സമീപനമാണ് ഒന്ന്. ഉൽപാദന ശക്തികളുടെ വളർച്ചയിൽ ഊന്നുന്നതാണ് മാർക്സിസ്റ്റു ചരിത്രവീക്ഷണം എന്ന യാന്ത്രിക സമീപനമാണ് അദ്ദേഹം എന്നും പുലർത്തിപ്പോന്നിട്ടുള്ളത്. അതുകൊണ്ട് പരിസ്ഥിതി പ്രസ്ഥാനങ്ങൾ ഉല്പാദനപ്രസ്ഥാനങ്ങളുടെ വളർച്ചയെ തടയുന്നവയും അതുകൊണ്ട് പുരോഗമനപരമല്ലാത്ത സമീപനം സ്വീകരിക്കുന്നവയുമാണ് എന്ന നിലപാടാണ് പൊതുവിൽ അദ്ദേഹവും പാർട്ടിയും സ്വീകരിച്ചുപോന്നിട്ടുള്ളത്. ആണവനിലയ ചർച്ചകൾ ഉയർന്നുവന്ന കാലത്ത് എത്ര ലാഘവത്തോടെയാണ്, തീവണ്ടിയപകടവും വിമാനാപകടവും പോലെതന്നെയല്ലേ ആണവനിലയ ദുരന്തങ്ങളുമെന്ന് അദ്ദേഹം ചോദിച്ചത്! ഹരിതവനങ്ങൾ വെട്ടി നശിപ്പിച്ച് വൈദ്യുതി ഉണ്ടാക്കുന്നതിന്റെ ദൂരവ്യാപക ഫലങ്ങളെക്കുറിച്ച് ചിന്തിക്കാനും ട്രേഡ് യൂണിയൻ കങ്കാണിമാരുടെ വക്താവായി മാറിയ അദ്ദേഹത്തിനു കഴിയാതെ വന്നിരിക്കുന്നു. മനുഷ്യവംശത്തിന്റെ നേർപകുതിയും തുല്യാവകാശങ്ങൾ നിഷേധിക്കപ്പെട്ടുകിടക്കുന്നവരാണെന്ന വസ്തുത അംഗീകരിക്കാൻ വിസമ്മതിക്കുന്ന കൂട്ടത്തിലുള്ള ഒരു പാർട്ടി

യുടെ വക്താവാണ് നമ്പൂതിരിപ്പാട്. ലക്ഷക്കണക്കിന് സ്ത്രീകളെ അണിനിരത്തുന്ന മഹിളാ സംഘടനകൾ ഉള്ള പാർട്ടിയല്ലേ അതെന്നു ചോദിച്ചേക്കാം. കർക്കശമായ പുരുഷാധിപത്യ സംവിധാനങ്ങളുള്ള ഒരു പാർട്ടിയുടെ അനുബന്ധം മാത്രമാണ് അവ. ട്രേഡ് യൂണിയൻ അവകാശങ്ങൾക്കപ്പുറത്ത് പുരുഷാധിപത്യത്തിനെതിരായി എല്ലാ രംഗങ്ങളിലും സ്ത്രീകൾ സമരം ചെയ്ത് തങ്ങളുടെ തുല്യാവകാശം നേടിയെടുക്കണമെന്ന് സ്ത്രീകളെ പഠിപ്പിക്കുന്ന ഒരു സമീപനമല്ല നമ്പൂതിരിപ്പാടിനും കൂട്ടർക്കുമുള്ളത്. ജാതിപ്രശ്നത്തിലെന്നപോലെ വർഗ്ഗസമരത്തിലൂടെ സ്ത്രീപുരുഷ സമത്വവും താനേ നിലവിൽ വരുമെന്ന് വിശ്വസിക്കുന്ന യാന്ത്രികസമീപനം തന്നെയാണിവിടെയും. സ്ത്രീ വിമോചനത്തിന്റെ കൊടി വ്യാപകമായി ഉയരാൻ തുടങ്ങുന്നതോടെ, മനുഷ്യവംശം നാളിതുവരെ കണ്ടിട്ടുള്ളതിൽ വെച്ച് ഏറ്റവും സമഗ്രവും, പ്രചണ്ഡവുമായ ഒരു സാമൂഹിക വിപ്ലവത്തിന് നാം സാക്ഷികളാവാൻ പോവുകയാണെന്ന് മുൻകൂട്ടി ദർശിക്കാനാവാത്ത നമ്പൂതിരിപ്പാടിനെപ്പോലുള്ളവർക്ക് പുരോഗമന രാഷ്ട്രീയത്തിനുവേണ്ടി എന്തെങ്കിലും സംഭാവന ചെയ്യാൻ കഴിയുമെന്ന് കരുതുന്നതിൽ അർത്ഥമില്ല.

(ഭാഷാപോഷിണി, 1996)

തീവ്രവാദത്തിന്റെ പ്രത്യയശാസ്ത്രവും രാഷ്ട്രീയവും

തീവ്രവാദം ഇന്ത്യയിൽ ശക്തിപ്പെട്ടുവരികയും കേരളത്തിലേക്ക് അതിന്റെ ഭീഷണി വ്യാപിക്കുകയും ചെയ്തിരിക്കുന്ന സാഹചര്യത്തിൽ, അതിന്റെ പ്രത്യയശാസ്ത്ര, രാഷ്ട്രീയ പശ്ചാത്തലത്തെ കുറിച്ചൊരു അന്വേഷണം പ്രസക്തമാണ്; ഈ ഭീഷണിയെ നേരിടുന്നതിനുള്ള മാർഗ്ഗങ്ങൾ കണ്ടെത്താൻ ഇത് സഹായകമാവുകയും ചെയ്യും.

നിലവിലുള്ള രാഷ്ട്രീയ ഭരണസംവിധാനങ്ങളെ അട്ടിമറിക്കാനോ, ചോദ്യം ചെയ്യാനോ അല്ലെങ്കിൽ സമ്മർദ്ദം ചെലുത്താനോ വേണ്ടി നിയമവിരുദ്ധമായ മാർഗ്ഗങ്ങളിലൂടെ അക്രമ പ്രവർത്തനങ്ങളിൽ ഏർപ്പെടുന്ന പ്രസ്ഥാനങ്ങളുടെ സമീപനത്തെയാണ് തീവ്രവാദം എന്നു വിളിക്കുന്നതെന്ന് സാമാന്യമായി നിർവചിക്കാം. വൈവിധ്യമാർന്ന പ്രകടിത രൂപങ്ങളിലൂടെയാണ് തീവ്രവാദം പ്രയോഗതലത്തിൽ പ്രത്യക്ഷപ്പെടുന്നത്. ജനാധിപത്യ രാഷ്ട്രീയ സംവിധാനങ്ങൾ നിലവിൽ വന്നതിനുമുമ്പ് രാഷ്ട്രീയാധികാരവുമായി ബന്ധപ്പെട്ട ഏറ്റുമുട്ടലുകൾ അധികവും അക്രമപ്രവർത്തനങ്ങളിലൂടെ, ചെറുതും വലുതുമായ യുദ്ധങ്ങളിലൂടെയായിരുന്നു. നിഷ്പക്ഷമെന്ന് അവകാശപ്പെടുന്ന ജനാധിപത്യ ഭരണകൂടങ്ങളും അവയുടെ നിയമവാഴ്ചയും നിലവിൽ വന്നതോടെയാണ്, നിയമവിധേയമായി സർക്കാരുകളെ മാറ്റാൻ പറ്റുമെന്ന് വന്നപ്പോഴാണ് നിയമവിരുദ്ധമായി നടത്തുന്ന അക്രമപ്രവർത്തനങ്ങൾ തീവ്രവാദമെന്ന് വിലയിരുത്തപ്പെടാൻ തുടങ്ങിയത്.

ഇടതുപക്ഷ തീവ്രവാദം

ഇപ്പോൾ കണ്ടുവരുന്ന തീവ്രവാദ പ്രസ്ഥാനങ്ങളെ മുഖ്യമായും രണ്ടു വിഭാഗങ്ങളിൽ ഉൾപ്പെടുത്താം. ഒന്ന് മതേതരവും മറ്റേത് മതാധിഷ്ഠിതവും. മതേതരമായതിൽത്തന്നെ ഇടതുപക്ഷമെന്നും വലതുപക്ഷമെന്നും രണ്ടു വിഭാഗങ്ങളായി വേർതിരിക്കാം. കഴിഞ്ഞ ഒന്നൊന്നര നൂറ്റാണ്ടു

കാലം ലോകനിലവാരത്തിൽ ഏറ്റവും വ്യാപകവും ശക്തവുമായി നില നിന്നത് ഇടതുപക്ഷ തീവ്രവാദമാണ്. മാർക്സിസത്തിന് മുമ്പും ഇടതു പക്ഷ തീവ്രവാദം നിലനിന്നിരുന്നുവെങ്കിലും അതിന് പ്രത്യയശാസ്ത്ര പരമായ അടിസ്ഥാനം നൽകിയത് മാർക്സിസമാണ്. നിലവിലുള്ള ജനാ ധിപത്യഭരണകൂടം ബൂർഷ്വാവർഗ്ഗത്തിന്റെ സ്വേച്ഛാധിപത്യ ഭരണകൂട മാണെന്നും അതുകൊണ്ട് അതിനെ അട്ടിമറിക്കാൻ തൊഴിലാളി വർഗ്ഗ ത്തിന് അർഹതയും അവകാശവുമുണ്ടെന്നും സ്ഥാപിക്കുകയാണ് മാർക്സിസം ചെയ്തത്. അതുകൊണ്ടുതന്നെ ഇത്തരം അട്ടിമറിയെ മാർക്സിസ്റ്റുകൾ തീവ്രവാദമായി അംഗീകരിക്കാറില്ല. മറ്റുള്ളവർ അങ്ങ നെയാണ് കണ്ടിരുന്നതെങ്കിലും, ലോകനിലവാരത്തിൽ കമ്മ്യൂണിസ്റ്റ് പ്രസ്ഥാനം വളർന്നുവന്നപ്പോൾ അട്ടിമറിയെ സംബന്ധിച്ച അടവും തന്ത്രവും പ്രയോഗിക്കുന്നതിലുണ്ടാകുന്ന വ്യതിയാനത്തിന്റെ അടിസ്ഥാ നത്തിൽ, ഇടതുപക്ഷ വ്യതിയാനമെന്നും തീവ്രവാദമെന്നും പ്രസ്ഥാന ത്തിനുള്ളിൽത്തന്നെ വിശേഷിപ്പിക്കപ്പെടുന്ന പ്രവണതകൾ വളർന്നുവ ന്നു. റഷ്യയിലും ചൈനയിലും ക്യൂബയിലുമെല്ലാം സംഭവിച്ചതുപോലെ ഒരു സമൂഹത്തെ മുഴുവൻ ഇളക്കിമറിച്ചുകൊണ്ടുള്ള ഭരണകൂട അട്ടി മറി വിപ്ലവമായി അംഗീകരിക്കപ്പെട്ടു. അങ്ങനെ, വിജയിക്കാതെ, ഭാഗിക മായി അട്ടിമറി ശ്രമം നടത്തി പരാജയപ്പെടുന്നവയെല്ലാം തീവ്രവാദ ശ്രമ ങ്ങളായും മുദ്രകുത്തപ്പെട്ടു.

കമ്മ്യൂണിസ്റ്റ് പ്രസ്ഥാനത്തിൽ വ്യവസ്ഥാപിതത്വത്തിന്റെ പ്രവണത ശക്തിപ്പെടുകയും ബൂർഷ്വാഭരണം നിലനിൽക്കുന്നിടത്തുപോലും അട്ടി മറി പ്രവർത്തനം നടത്താൻ പാടില്ലെന്നും നിയമവിധേയമായിത്തന്നെ ഭരണം പിടിച്ചെടുക്കുകയുമാണ് വേണ്ടതെന്നുമുള്ള ചിന്താഗതി ശക്തി പ്പെട്ടപ്പോൾ, അതംഗീകരിക്കാതെ ഭരണകൂടത്തെ അട്ടിമറിക്കുന്നതിനായി നിയമവിരുദ്ധ മാർഗ്ഗങ്ങൾ സ്വീകരിച്ചവർ തീവ്രവാദികളായി വിലയിരു ത്തപ്പെട്ടു. കമ്മ്യൂണിസ്റ്റ് പ്രസ്ഥാനത്തിൽ തീവ്രവാദവും വിപ്ലവവും തമ്മി ലുള്ള അതിർവരമ്പ് പലപ്പോഴും അവ്യക്തമായിത്തീർന്നു. മൂന്നു ദശകം നീണ്ടുനിന്ന ചൈനീസ് വിപ്ലവത്തിൽ ഭൂരിപക്ഷം സമയങ്ങളിലും കമ്മ്യൂ ണിസ്റ്റ് പാർട്ടിയുടെ പ്രവർത്തനം തീവ്രവാദ പ്രവർത്തനത്തിന് സമാന മായിരുന്നു. അവസാനഘട്ടത്തിൽ നീണ്ട യുദ്ധത്തിന്റെ സ്വഭാവം കൈവ രിച്ചപ്പോഴാണ് അതിന് വിപ്ലവസ്വഭാവം കൈവന്നത്.

കമ്മ്യൂണിസ്റ്റ് പ്രസ്ഥാനവുമായി ബന്ധപ്പെടാതെ തന്നെ ഇടതുപക്ഷ മെന്ന് പരിഗണിക്കാവുന്ന അനവധി മതേതര തീവ്രവാദ പ്രസ്ഥാനങ്ങൾ വളർന്നുവരികയും നിലനിൽക്കുകയും ചെയ്തിട്ടുണ്ട്. അവയിലധികവും

കൊളോണിയൽ ആധിപത്യത്തിനെതിരെ സ്വാതന്ത്ര്യ സമരങ്ങളുടെ ഭാഗമായും ദേശീയ വംശീയ ജനവിഭാഗങ്ങളുടെ സ്വയം നിർണ്ണയാവകാശത്തിനും വിമോചനത്തിനും വേണ്ടിയുള്ള സമരങ്ങളായുമാണ് നിലനിന്നിട്ടുള്ളത്. ഇപ്പോഴും അത്തരം പ്രസ്ഥാനങ്ങൽ പലതും തുടർന്നുകൊണ്ടിരിക്കുന്നു.

വലതുപക്ഷ തീവ്രവാദം

വ്യവസ്ഥാപിത ഭരണകൂടങ്ങളെ അട്ടിമറിക്കാറുള്ളത് ഇടതുപക്ഷങ്ങൾ മാത്രമല്ല. പട്ടാളവിപ്ലവങ്ങൾ അധികവും വലതുപക്ഷം സംഘടിപ്പിച്ചിട്ടുള്ളതാണ്. പക്ഷേ, പട്ടാള അട്ടിമറികളെ തീവ്രവാദ പ്രവർത്തനമായി പലപ്പോഴും കണക്കാക്കാറില്ല. യഥാർത്ഥത്തിൽ നമ്മുടെ നിർവ്വചനപ്രകാരം ഇത്തരം അട്ടിമറികളും തീവ്രവാദ പ്രവർത്തനം തന്നെയാണ്. ഹിറ്റ്ലർ, മുസ്സോളിനി ഫാസിസ്റ്റുവാഴ്ചയും യഥാർത്ഥത്തിൽ തീവ്രവാദ പ്രവർത്തനമായിരുന്നു. നിലനിന്നിരുന്ന നിയമവാഴ്ചയെ അട്ടിമറിച്ചുകൊണ്ടുള്ള സ്വേച്ഛാധിപത്യവാഴ്ചയാണ് ഫാസിസ്റ്റുകൾ നടപ്പിലാക്കിയത്. ഫാസിസ്റ്റ് ഭരണം വീണ്ടും വരണമെന്ന് വാദിച്ചുകൊണ്ട് പ്രവർത്തിക്കുന്ന വലതുപക്ഷ തീവ്രവാദ ഗ്രൂപ്പുകൾ പലതും യൂറോപ്യൻ നാടുകളിൽ തല പൊക്കിയിട്ടുണ്ട്.

ഇടതുപക്ഷ പാലസ്തീനിയൻ തീവ്രവാദത്തിനെതിരായി ഇസ്രായേൽ വലതുപക്ഷ തീവ്രവാദ പ്രവർത്തനം സംഘടിപ്പിക്കുകയുണ്ടായി. ഭരണകൂടത്തെ അടിമറിക്കാനല്ലെങ്കിലും, നിയമവിരുദ്ധമായ അക്രമപ്രവർത്തനം ആസൂത്രിതമായി സംഘടിപ്പിക്കുന്നു എന്ന അടിസ്ഥാനത്തിലാണ് ഇത്തരം പ്രവർത്തനങ്ങൾ തീവ്രവാദമായി കണക്കാക്കേണ്ടത്. യൂറോപ്പിലും അമേരിക്കയിലും മറ്റും നീഗ്രോകൾക്കും ഏഷ്യൻ വംശജർക്കും എതിരായി വർണ്ണവിവേചനം നില നിർത്തണമെന്ന് ആവശ്യപ്പെടുന്ന വെള്ളക്കാരുടെ ഗ്രൂപ്പുകൾ തീവ്രവാദ പ്രവർത്തനം നടത്തുന്നുണ്ട്. ഇവരും വലതുപക്ഷ തീവ്രവാദികളാണ്.

ഇന്തോനേഷ്യയിൽ സുകാർണോയുടെ ഇടതുപക്ഷ സർക്കാറിനെ അട്ടിമറിച്ച സുഹാർത്തോ പട്ടാളത്തോടൊപ്പം വലതുപക്ഷ മുസ്ലിം തീവ്രവാദികളെയും ഉപയോഗപ്പെടുത്തിക്കൊണ്ടാണ് ലക്ഷക്കണക്കിന് കമ്മ്യൂണിസ്റ്റുകാരെ കൊന്നൊടുക്കിയത്. ചിലിയിൽ അലൻഡെയുടെ ഇടതുപക്ഷ സർക്കാറിനെ അട്ടിമറിച്ച പിനോഷെ പട്ടാളത്തെയും വലതുപക്ഷ രാഷ്ട്രീയക്കാരെയും ഉപയോഗപ്പെടുത്തിയാണ് ഇടതുപക്ഷത്തെ അടിച്ചമർത്തിയത്.

മതാധിഷ്ഠിത തീവ്രവാദം

മതത്തിന്റെ അടിസ്ഥാനത്തിലുള്ള സായുധ സംഘട്ടനങ്ങൾക്ക് നീണ്ട ചരിത്രമുണ്ട്. കുരിശുയുദ്ധ പരമ്പരകളുടെ കഥ നോക്കുക. പക്ഷേ, മതം രാഷ്ട്രീയാധികാരശക്തി അല്ലാതായി തീർന്നതോടെ ഈ അവസ്ഥയ്ക്ക് മാറ്റം വന്നു. പാശ്ചാത്യ ലോകത്തെ ജനാധിപത്യവൽക്കരണ പ്രക്രിയ മതേതരവൽക്കരണം കൂടിയായപ്പോൾ അധികാരശക്തിയായിരുന്ന ക്രിസ്തുമതം, രാഷ്ട്രീയ രംഗവേദിയിൽനിന്ന് പിൻവാങ്ങി. അത് മതത്തെ കേന്ദ്രീകരിച്ചുള്ള സംഘട്ടനങ്ങൾ ഗണ്യമായി ചുരുങ്ങുന്നതിന് സഹായകമായി. പക്ഷേ, മറ്റു പ്രമുഖ മതങ്ങളായ ഇസ്ലാം, ഹിന്ദു മതം, ബുദ്ധ മതം തുടങ്ങിയവയുടെ മേഖലകളിൽ ഈ ജനാധിപത്യ മതേതരവൽക്കരണ പ്രക്രിയ ആ രീതിയിൽ മുന്നോട്ടു പോയിട്ടില്ല. പല രൂപഭാവങ്ങളോടെ അത് ആരംഭിക്കുകയും പല തലങ്ങളിൽ എത്തിനിൽക്കുകയുമാണെങ്കിലും.

സമീപകാലത്ത് മതാധിഷ്ഠിത പ്രസ്ഥാനങ്ങൾ, പ്രത്യേകിച്ചും മതമൗലികവാദം ശക്തിപ്പെട്ടുവരുന്നതായി പൊതുവെ മനസ്സിലാക്കപ്പെടുന്നുണ്ട്. സോഷ്യലിസ്റ്റു വ്യവസ്ഥകളുടെ തകർച്ചയ്ക്കു പോലും കാരണമായി ജനങ്ങളുടെ വർദ്ധിച്ചുവരുന്ന മതാഭിമുഖ്യം ചൂണ്ടിക്കാണിക്കപ്പെട്ടിരുന്നു. പോളണ്ടിൽ പോപ്പിന്റെ സന്ദർശനം സൃഷ്ടിച്ച അന്തരീക്ഷമാണ് സോളിഡാരിറ്റിയുടെ വളർച്ചയ്ക്ക് പ്രേരകമായതെന്നും അങ്ങനെ പോളണ്ടിലെ സോഷ്യലിസ്റ്റു വ്യവസ്ഥയുടെ തകർച്ചയ്ക്കും കിഴക്കൻ യൂറോപ്യൻ തകർച്ചാ പരമ്പരയ്ക്കും കാരണമായതെന്നും വാദിക്കുന്നത് കാണാറുണ്ട്. ഇവിടെ യാഥാർത്ഥ്യം നേരെ തിരിച്ചായിരുന്നു എന്നാണ് എനിക്ക് തോന്നുന്നത്. സോഷ്യലിസ്റ്റ് വ്യവസ്ഥയുടെ തകർച്ച ആന്തരിക വൈരുദ്ധ്യങ്ങളിൽനിന്നാണ് ആരംഭിക്കുന്നത്. രാഷ്ട്രീയരംഗത്തും സാമ്പത്തികരംഗത്തും സോഷ്യലിസ്റ്റ് വ്യവസ്ഥയ്ക്ക് സ്വയം പരിഹരിക്കാനാകാത്ത വൈരുദ്ധ്യങ്ങൾ ഉയർന്നുവരികയാണുണ്ടായത്. സോഷ്യലിസ്റ്റ് വിപ്ലവ കാലഘട്ടത്തിൽ ഭൂരിപക്ഷം ജനങ്ങൾ അതിലേക്കാകർഷിക്കപ്പെട്ടത് സാമ്പത്തികസമത്വം എന്ന ആശയത്തിന്റെ പേരിൽ മാത്രമായിരുന്നില്ല. മതേതരമായ, ഉന്നതമായ ആദർശങ്ങളുടെയും മൂല്യങ്ങളുടെയും ഒരു സമുച്ചയമാണ് വിപ്ലവപ്രസ്ഥാനങ്ങൾ ജനങ്ങളുടെ മുന്നിൽ അവതരിപ്പിച്ചത്. പ്രത്യക്ഷത്തിൽ ആത്മീയരൂപം അവയ്ക്കില്ലെങ്കിലും സാധാരണ ജനങ്ങളുടെ ആത്മീയാവശ്യങ്ങൾക്ക് അത് ശമനമുണ്ടാക്കിയിരുന്നു. സോഷ്യലിസം സ്ഥാപനവൽക്കരിക്കപ്പെട്ടതോടെ ഇത്തരം മൂല്യങ്ങളും ആദർശങ്ങളും ചോർന്നുപോയി. സാമ്പ

ത്തിക സമത്വം പുതിയൊരു ചൂഷക വർഗ്ഗത്തിന്റെ നേതൃത്വത്തിൽ ദാരിദ്ര്യം പങ്കുവെയ്ക്കലായി മാറി. ഇങ്ങനെ സൃഷ്ടിക്കപ്പെട്ട ആദർശ, മൂല്യ ശൂന്യതകളിലേക്കാണ് മതം തിരിച്ചുവരവ് നടത്തിയത്.

സോഷ്യലിസ്റ്റ് വ്യവസ്ഥകളുടെ തകർച്ച ആ രാജ്യങ്ങളിൽ മാത്രമല്ല, ലോകമെമ്പാടും തന്നെ മതേതര സാമൂഹ്യ രാഷ്ട്രീയ പ്രസ്ഥാനങ്ങളെ ഗണ്യമായി തളർത്തുകയുണ്ടായി. ഇത്തരം പ്രസ്ഥാനങ്ങൾ, ആദർശങ്ങളും മൂല്യങ്ങളും അന്വേഷിക്കുന്ന യുവതലമുറയെ എന്നും ആകർഷിച്ചിരുന്നു. എന്നാൽ ആഗോളതലത്തിൽ സോഷ്യലിസത്തിനും കമ്മ്യൂണിസത്തിനും ഏറ്റ തിരിച്ചടി, മതേതര ആദർശങ്ങളുടെയും മൂല്യങ്ങളുടെയും മേഖലയിൽ വലിയ ശൂന്യതയാണ് സൃഷ്ടിച്ചത്. ഈ ശൂന്യതയിലേക്കാണ് മതമൗലികവാദം എളുപ്പത്തിൽ കടന്നുവന്നത്. വെറും മതബോധമെന്നതിലുപരി മതമൗലികവാദം മുന്നോട്ടുവെക്കുന്ന ആദർശങ്ങളും ധാർമ്മികതകളും മൂല്യബോധവും യുവതലമുറയിൽ ഒരു വിഭാഗത്തെ ആകർഷിക്കാൻ പര്യാപ്തമാണ്. മതേതര വിപ്ലവ പ്രസ്ഥാനങ്ങളിലേക്ക് ആകർഷിക്കപ്പെടുമായിരുന്ന പലരും ഇതിലേക്ക് തിരിയാനിടയാവുന്നു.

സോഷ്യലിസ്റ്റ് ചേരിയുടെ തകർച്ച അമേരിക്കൻ സാമ്രാജ്യത്വത്തിന്റെ നേതൃത്വത്തിലുള്ള പാശ്ചാത്യ ശക്തികൾക്കെതിരെ നിൽക്കാൻ ആരുമില്ലെന്ന അവസ്ഥ സൃഷ്ടിച്ചു. ഇത്തരമൊരു പശ്ചാത്തലത്തിലാണ് ഇസ്‌ലാമിക മതമൗലികവാദം, സാമ്രാജ്യത്വ വിരുദ്ധ ചെറുത്തുനിൽപ്പിന്റെ നേതൃത്വം ഏറ്റെടുക്കാൻ ശ്രമിച്ചത്. പഴയ കുരിശുയുദ്ധത്തിന്റെ തുടർച്ചയെന്നോണം പാശ്ചാത്യ ലോകത്ത് മേധാവിത്വമുള്ള ക്രിസ്തുമതവുമായുള്ള ഏറ്റുമുട്ടൽ എന്ന നിലയ്ക്കാണ് ഇസ്‌ലാമിക ശക്തികൾ ഈ പരിണാമത്തെ നോക്കിക്കാണാൻ ശ്രമിച്ചത്. ഇസ്‌ലാമിക ലോകത്തെ പാശ്ചാത്യ വൽക്കരണത്തിന്റെ പ്രമുഖ വക്താവായിരുന്ന ഇറാനിലെ ഷായ്ക്കെതിരായി ഇസ്‌ലാമിക വിപ്ലവം നയിച്ച് അധികാരത്തിൽ വന്ന ഇറാനിലെ മതമൗലിക ഭരണകൂടം പുതിയ കുരിശുയുദ്ധത്തിന്റെ നേതൃത്വം ഏറ്റെടുത്തു. സോവിയറ്റ് യൂണിയന്റെ തകർച്ചയോടുകൂടി രൂപം കൊണ്ട സോഷ്യൽ ഇസ്‌ലാമിക് റിപ്പബ്ലിക്കുകൾ കൂടി ഈ ചേരിയിലേക്ക് വന്നപ്പോൾ, പാശ്ചാത്യ മേൽക്കോയ്മയ്ക്കുള്ള പ്രമുഖ വെല്ലുവിളിയായി ഇസ്‌ലാമിക മത മൗലികവാദം ഉയർന്നുവന്നു. സോഷ്യലിസത്തിനും മുതലാളിത്തത്തിനും ബദലായ ഒരു സാമൂഹ്യ രാഷ്ട്രീയ വ്യവസ്ഥയുടെ പ്രതിനിധിയെന്ന നിലയ്ക്ക് ഭാവിലോകത്തിന്റെ നേതൃത്വം ഇസ്‌ലാമിന്റെ കൈകളിലായിത്തീരും എന്ന വിശ്വാസമാണ്

ഈ മൗലികവാദം പ്രചരിപ്പിച്ചുകൊണ്ടിരിക്കുന്നത്. പല തരത്തിലുള്ള തീവ്രവാദങ്ങളെ ഇത് പ്രോത്സാഹിപ്പിക്കുകയും ചെയ്യുന്നു.

ഇത് യഥാർത്ഥത്തിൽ ക്രിസ്തുമതവും ഇസ്ലാം മതവും തമ്മിലുള്ള ഏറ്റുമുട്ടലിന്റെ പ്രശ്നമല്ല. ക്രിസ്തുമതം, മുതലാളിത്തത്തിന്റെ ജനാധിപത്യ മതേതര രാഷ്ട്രീയത്തിന് കീഴ്പ്പെടുകയും സജീവ രാഷ്ട്രീയത്തിൽനിന്ന് പിൻവാങ്ങുകയും ചെയ്തിട്ടുണ്ട്. അതുകൊണ്ട്, പാശ്ചാത്യ നാടുകളിലെ ക്രിസ്തുമതത്തിനുള്ളിൽനിന്ന് മതമൗലികവാദം വളർന്നുവരിക സാധ്യമല്ല. ഇസ്ലാമിക സമൂഹം ജനാധിപത്യ വൽക്കരണത്തിന്റെ കാര്യത്തിൽ വളരെ പിന്നിലാണെങ്കിലും അവിടെയും ആ പ്രക്രിയ ഏറിയും കുറഞ്ഞും ആരംഭിച്ചുകഴിഞ്ഞിട്ടുണ്ട്. മതമൗലികവാദത്തിന് ഈ ജനാധിപത്യ വൽക്കരണ പ്രക്രിയയെ തടുത്തുനിർത്താനാവുകയുമില്ല. ജനാധിപത്യ വൽക്കരണ പ്രക്രിയ മുന്നേറുന്നതിനനുസരിച്ച് മതമൗലികവാദവും ബന്ധപ്പെട്ട തീവ്രവാദവും പിന്തള്ളപ്പെടുകയും ചെയ്യും.

തീവ്രവാദം ഇന്ത്യയിൽ

ബ്രിട്ടീഷ് കൊളോണിയൽ മേധാവികൾക്കെതിരായ 1857 ലെ ഒന്നാം സ്വാതന്ത്ര്യസമരമായിരുന്നു ആധുനിക ഇന്ത്യയിലെ പ്രമുഖ തീവ്രവാദ പ്രവർത്തനം എന്നു പറയാം. അതിന്റെ പരാജയത്തെത്തുടർന്ന്, ഇവിടെ ഉയർന്നുവന്ന മതേതര ദേശീയ ശക്തികളെ തകർക്കുക എന്ന ഉദ്ദേശ്യത്തോടെയാണ് ബ്രിട്ടീഷുകാർ മതാധിഷ്ഠിത രാഷ്ട്രീയ പ്രസ്ഥാനങ്ങളെ പ്രോത്സാഹിപ്പിച്ചത്. കോൺഗ്രസിനെ ഹിന്ദു സംഘടനയായും അതിനെതിരായി മുസ്ലിം ലീഗിനെയും സിക്ക് സംഘടനയെയും എല്ലാം അവർ വളർത്താൻ സഹായിച്ചു. പക്ഷേ, ഈ സംഘടനകൾ തീവ്രവാദത്തിലേക്ക് നീങ്ങുകയുണ്ടായില്ല. ബ്രിട്ടീഷ് വിരുദ്ധ സമരത്തിൽ മതേതര പുരോമഗനവാദികളാണ് തീവ്രവാദത്തിലേക്ക് നീങ്ങിയത്. ഭഗത് സിങ്ങിന്റെയും ചന്ദ്രശേഖർ ആസാദിന്റെയും നേതൃത്വത്തിലുണ്ടായതു പോലത്തെ തീവ്രവാദമാണ് അക്കാലത്ത് പ്രമുഖമായും ശക്തി പ്രാപിച്ചത്.

മഹാത്മാഗാന്ധി കോൺഗ്രസ്സിന്റെ നേതൃത്വം ഏറ്റെടുത്തതോടെ കോൺഗ്രസ്സിനെ ഹിന്ദു - മുസ്ലിം - സിക്ക് സാഹോദര്യത്തിന്റെ അടിസ്ഥാനത്തിലുള്ള മത സാഹോദര്യ ദേശീയ വാദത്തിന്റെ അടിസ്ഥാനത്തിലുള്ള ഒരു പ്രസ്ഥാനമാക്കി മാറ്റുകയാണ് ചെയ്തത്. ഇന്ത്യൻ മതേതരത്വത്തിന്റെ സവിശേഷമായ തുടക്കം അതായിരുന്നു. അതുകൊണ്ട് തന്നെ 1925 ൽ ഹിന്ദു തീവ്രവാദത്തിന് തങ്ങളുടെ ആർ.എസ്.എസ്.

വേറെ ഉണ്ടാക്കേണ്ടിയും വന്നു. പക്ഷേ, ഗാന്ധിയൻ മതസൗഹാർദവാദത്തിന്റെ സ്വാധീനം നിമിത്തം സ്വാതന്ത്ര്യ പ്രസ്ഥാനത്തിന്റെ മുഖ്യധാരയിലേക്ക് കടന്നുവരാൻ അതിന് കഴിഞ്ഞില്ല.

സ്വാതന്ത്ര്യസമരകാലത്തെ മുഖ്യ തീവ്രവാദ വെല്ലുവിളിയായി ഉയരുമായിരുന്ന സുഭാഷ് ചന്ദ്രബോസിന്റെ ഐ.എൻ.എ. മുഖ്യമായും ഇന്ത്യയ്ക്ക് വെളിയിലാണ് പ്രവർത്തനം കേന്ദ്രീകരിച്ചത് എന്നതുകൊണ്ട് ഇവിടെ വലിയ സ്വാധീനം ചെലുത്തിയില്ല. സ്വാതന്ത്ര്യസമരത്തിന്റെ അവസാനഘട്ടത്തെ പ്രതിനിധാനം ചെയ്യുന്നത് റോയൽനേവി കലാപം പോലുള്ള സാന്ദർഭികമായി ഉയർന്നുവന്ന തീവ്രവാദ പ്രവർത്തനങ്ങളാണ്.

കമ്മ്യൂണിസ്റ്റുകാർ സ്വാതന്ത്ര്യസമരകാലത്ത് പൊതുവിൽ തീവ്രവാദപരമായ സമീപനം സ്വീകരിച്ചിരുന്നില്ല. ഗാന്ധിയൻ അഹിംസയെ ആശയപരമായി വിമർശിച്ചിരുന്നെങ്കിലും ബഹുജന സമരങ്ങളുടെ മാർഗ്ഗമാണ് കമ്മ്യൂണിസ്റ്റ് പാർട്ടി സ്വീകരിച്ചത്. 1946 ൽ ഹൈദരാബാദ് നൈസാമിനെതിരായി കമ്മ്യൂണിസ്റ്റുകാർ ഉൾപ്പെടെ ആരംഭിച്ച ജനകീയ സമരം സ്വാതന്ത്ര്യപ്രാപ്തിക്കുശേഷം കേന്ദ്ര ഗവൺമെന്റിനെതിരായി തെലുങ്കാനാ സമരമായി വികസിപ്പിച്ചപ്പോഴാണ് കമ്മ്യൂണിസ്റ്റുകാർ ആദ്യമായി തീവ്രവാദ പ്രവർത്തനം ഏറ്റെടുക്കുന്നത്. 1948 ലെ കൽക്കത്താ തീസീസോടുകൂടി ചിതറിയ സാഹസിക തീവ്രവാദ പ്രവർത്തനങ്ങളിലേക്ക് പാർട്ടി തിരിഞ്ഞു. 1949 ൽ കൽക്കത്താ തീസിസ് പിൻവലിക്കുകയും ചൈനീസ് മാതൃകയിലുള്ള ജനകീയ യുദ്ധമായി തെലുങ്കാനാ സമരത്തെ വികസിപ്പിക്കാൻ ശ്രമിക്കുകയും ചെയ്തു. അവസാനം 1951 ൽ പരാജയത്തിന്റെ രുചിയറിഞ്ഞ് പിൻവലിക്കുകയും ചെയ്തു.

47നുശേഷം ഇന്ത്യയിൽ ഉയർന്നുവന്നതും ഇപ്പോഴും പരിഹരിച്ചിട്ടില്ലാത്തതുമായ തീവ്രവാദ പ്രവർത്തനം നാഗ, മിസോ, ദേശീയ വാദ കലാപമാണ്. വടക്കുകിഴക്കൻ അതിർത്തികളിലെ ഈ കലാപങ്ങൾ അന്നുമുതൽ ഇന്നുവരെയും തീവ്രവാദ സ്വഭാവം നിലനിർത്തുകയാണ് ചെയ്തത്. കിഴക്കേഷ്യൻ മംഗോളിയൻ വംശജരാണ് തങ്ങളെന്നും ഇന്ത്യക്കാരല്ലെന്നും തങ്ങൾ വ്യത്യസ്ത ദേശീയ രാഷ്ട്രമാകേണ്ടവരാണെന്നുമുള്ള പ്രത്യയശാസ്ത്ര നിലപാടിൽനിന്നാണ് ഈ സമരങ്ങൾ ഉടലെടുത്തത്. ഉചിതമായ രാഷ്ട്രീയ പരിഹാരങ്ങൾ കണ്ടെത്താതെ ഇത്തരം തീവ്രവാദത്തെ പരാജയപ്പെടുത്തുക എളുപ്പവുമല്ല.

സ്വാതന്ത്ര്യാനന്തര ഇന്ത്യയിലെ ആദ്യഘട്ടത്തിലെ ജനകീയ സമരങ്ങൾ അധികവും ഭക്ഷ്യക്ഷാമത്തിനെതിരെയും ഫ്യൂഡൽ ചൂഷണത്തിനെതിരെയും മറ്റുമുള്ള ഗ്രാമീണ കർഷക സമരങ്ങളായിരുന്നു. അറുപ

തുകളുടെ അവസാനത്തിൽ ആരംഭിച്ച നക്സലൈറ്റു തീവ്രവാദം ഈ ഫ്യൂഡൽ വിരുദ്ധ സമരങ്ങളുടെ തീവ്രവാദപരമായ തുടർച്ചയായിരുന്നു. കമ്മ്യൂണിസ്റ്റ് പ്രസ്ഥാനങ്ങളിലെ പ്രത്യയശാസ്ത്രപരമായ സമരങ്ങളും ചേരിതിരിവുകളും രാസത്വരകങ്ങളായി പ്രവർത്തിച്ചെങ്കിലും ജന്മിത്തം രൂക്ഷമായി നിലനിന്നിടത്താണ് അത് ആഴത്തിൽ വേരൂന്നിയത്. ഇപ്പോഴും ചിലയിടങ്ങളിൽ അത് അവശേഷിച്ചിരിക്കുന്നത് ഫ്യൂഡൽ ചൂഷണത്തിന്റെ മേഖലകളിലാണ്. ഇന്ത്യയുടെ ജനാധിപത്യ വൽക്കരണ പ്രക്രിയയാണ് നക്സലൈറ്റ് പ്രസ്ഥാനത്തെ അപ്രസക്തമാക്കിയത്.

ഹിന്ദുമതമൗലികവാദം

അടിയന്തിരാവസ്ഥയ്ക്കുശേഷം അസം, പഞ്ചാബ് പ്രശ്നങ്ങൾ ഉയർന്നുവരുന്നതോടെയാണ് വടക്കുകിഴക്കൻ അതിർത്തികളിൽ ഒതുങ്ങിനിന്ന തീവ്രവാദം ഇന്ത്യൻ രാഷ്ട്ര ശരീരത്തിന്റെ നിലനിൽപ്പിനെ അപകടപ്പെടുത്തുന്ന രൂപം കൈവരിച്ചത്. ഭാഷാപരവും സാംസ്കാരികവും സാമ്പത്തികവുമായ അടിച്ചമർത്തലിനെതിരായിട്ടാണ് അസം കലാപം വളർന്നുവന്നതെങ്കിൽ വളർച്ചയെത്തിയ ഒരു ജനതയുടെ സ്വയം നിർണ്ണയാവകാശത്തിന് വേണ്ടിയുള്ള അഭിവാഞ്ഛയാണ് പഞ്ചാബിൽ തിളച്ചുപൊന്തിയത്. സിക്ക് മതത്തിന്റെ പശ്ചാത്തലം കൂടി പഞ്ചാബിൽ പങ്ക് വഹിച്ചെങ്കിലും അത് മുഖ്യമായും ഒരു രാഷ്ട്രീയ പ്രശ്നം തന്നെയായിരുന്നു. എന്നാൽ സിക്ക് ന്യൂനപക്ഷത്തിനെതിരെ ഹിന്ദു വികാരത്തെ ഉപയോഗപ്പെടുത്തിക്കൊണ്ട് ഇന്ത്യയുടെ അഖണ്ഡത കാത്തുരക്ഷിക്കാമെന്ന അപകടകരമായ ഒരു ധാരണയിലെത്തിയ ഇന്ത്യൻ രാഷ്ട്രീയ നേതൃത്വം നടത്തിയ രാഷ്ട്രീയ അബദ്ധമായിരുന്നു സുവർണ്ണ ക്ഷേത്രാക്രമണം. തുടർന്ന് ആളിപ്പടർന്ന ഹിന്ദുവികാരത്തെ ഉപയോഗപ്പെടുത്താനായി പിന്നീട് ചെയ്ത ഗുരുതരമായ പാളിച്ചയായിരുന്നു 1949 മുതൽ പൂട്ടിക്കിടന്ന ബാബറി മസ്ജിദ് ഹിന്ദുക്കൾക്കായി തുറന്നുകൊടുത്തത്. പള്ളി പൊളിക്കാതെ രാമക്ഷേത്രം പണിത് ഹിന്ദു പ്രീണനം നടത്താമെന്ന കോൺഗ്രസ് നേതൃത്വത്തിന്റെ കണക്കുകൂട്ടൽ പാടെ പാളിപ്പോയി. പള്ളി പൊളിച്ചുതന്നെ രാമക്ഷേത്രം പണിയണമെന്നുള്ള ഹിന്ദു തീവ്രവാദ നിലപാട് ജനങ്ങളെ ഇളക്കി. ഹിന്ദു തീവ്രവാദം ആദ്യമായി ഇന്ത്യയിൽ രാഷ്ട്രീയ വിജയം നേടിയത് ഇതോടെയാണ്.

ഒരു നൂറ്റാണ്ടിലധികം കാലമായി ഇന്ത്യയിൽ രാഷ്ട്രീയമായി വേരൂന്നാൻ ശ്രമിച്ചിരുന്ന ഹിന്ദു തീവ്രവാദം ആവർത്തിച്ചാവർത്തിച്ച് പരാജയങ്ങളെ ഏറ്റുവാങ്ങുകയായിരുന്നു. മറ്റെല്ലാ മതമൗലികവാദങ്ങളുടെയും സ്വഭാവങ്ങളാണ് ഹിന്ദുമത മൗലികവാദത്തിനും ഉണ്ടായിരുന്നത്. തങ്ങ

ളുടെ മതമാണ് ഏറ്റവും ശ്രേഷ്ഠമെന്നും ലോകത്തിന് മാതൃകയാകാനും ലോകത്തെ ഭരിക്കാനും കെല്പുള്ളതാണെന്നുമെല്ലാം ഹിന്ദു തീവ്രവാദികളും സിദ്ധാന്തിച്ചിരുന്നു. എല്ലാ മതാധിഷ്ഠിത പ്രസ്ഥാനങ്ങളുടെയും സവിശേഷത അവ ജനാധിപത്യ വിരുദ്ധമാണെന്നതാണ്. മതപരമായ വിശ്വാസമാണ് അവയുടെ ആണിക്കല്ല്. ആ വിശ്വാസത്തെ ജനാധിപത്യപരമായി ചോദ്യം ചെയ്യാൻ കഴിയില്ല. ഹിന്ദു തീവ്രവാദത്തിന്റെ കേന്ദ്ര സംഘടനയായ ആർ.എസ്.എസ് ഒരു സാംസ്കാരിക സംഘടനയാണെന്ന് അവകാശപ്പെടുമെങ്കിലും അതിന്റെ ലക്ഷ്യം ഇന്ത്യയെ ഒരു ഹിന്ദു രാഷ്ട്രമാക്കി മാറ്റുകയാണ്. ഈ രാഷ്ട്രീയലക്ഷ്യം നേടുന്നതിനുള്ള ഉപകരണങ്ങൾ എന്ന നിലയ്ക്കാണ് ജനസംഘം മുതൽ ബി.ജെ.പി വരെയുള്ള രാഷ്ട്രീയസംഘടനകൾക്ക് അവർ രൂപം നൽകിയത്. ഇതെല്ലാം തുറന്ന് പ്രഖ്യാപിക്കാതെ ചെയ്യുന്ന അവരുടെ രീതി , ജനാധിപത്യ വിരുദ്ധമായ അവരുടെ മൗലികവാദ സ്വഭാവവുമായി ബന്ധപ്പെട്ടതാണ്.

ആർ.എസ്.എസ്സിന്റെ രാഷട്രീയ പ്രത്യയശാസ്ത്രം രൂപം കൊണ്ടിട്ടുള്ളത് ബി.സി നാലാം നൂറ്റാണ്ടിലെ ചാണക്യന്റെ അർത്ഥശാസ്ത്രത്തെ ആധാരമാക്കിയാണ്. ഫ്യൂഡൽ രാജവാഴ്ചയുടെ കാലത്ത് രാഷ്ട്രീയാധികാരം പിടിച്ചുപറ്റാനും നില നിർത്താനും വേണ്ടി ഏതെല്ലാം കുടില തന്ത്രങ്ങൾ പ്രയോഗിക്കണമെന്ന് പഠിപ്പിക്കുന്ന രാജ്യതന്ത്രമാണ് ചാണക്യന്റെ അർത്ഥശാസ്ത്രം. ആർ.എസ്.എസ്സുകാർ തങ്ങളുടെ അടിസ്ഥാനപ്രമാണങ്ങളായി പഠിക്കുകയും പരിശീലിക്കുകയും ചെയ്യുന്നത് ഈ പ്രത്യയശാസ്ത്രമാണ്. തങ്ങൾ ഒരു സാംസ്കാരിക പ്രസ്ഥാനമാണെന്ന് അവകാശപ്പെട്ടുകൊണ്ട് ബി.ജെ.പിയെ രാഷ്ട്രീയമായി അവർക്ക് നിയന്ത്രിക്കാൻ കഴിയുന്നത് ഈ കൗടില്യതന്ത്രങ്ങൾ സ്വായത്തമാക്കിയിട്ടുള്ളതുകൊണ്ടാണ്.

അപ്രതീക്ഷിതമായി വീണുകിട്ടിയപോലെ കോൺഗ്രസ് നേതൃത്വം ഹിന്ദു തീവ്രവാദികൾക്ക് ബാബറി മസ്ജിദ് എന്ന നിമിത്തത്തെ സംഭാവന ചെയ്തപ്പോൾ അവർ ഒട്ടും സമയം പാഴാക്കാതെ ശിലാന്യാസവും കർസേവയുമെല്ലാമായി ഹിന്ദു വർഗീയവാദത്തെ ആളിക്കത്തിച്ചു. വി.പി.സിംഹ് മണ്ഡൽ കമ്മീഷൻ റിപ്പോർട്ടുമായി ഈ മുന്നേറ്റത്തെ ഫലപ്രദമായി തടഞ്ഞപ്പോൾ അതിനെ മറി കടക്കാനായി അദ്വാനി നടത്തിയ രഥയാത്രയുടെ കാലത്ത് അദ്ദേഹം വെട്ടിത്തുറന്നു പറഞ്ഞു, തങ്ങൾ ഇന്ത്യൻ ഭരണഘടനയെയും നിയമവ്യവസ്ഥയെയും അംഗീകരിക്കുന്നില്ലെന്ന്. രാഷ്ട്രീയക്കാരന്റെ മൂടുപടം ഭേദിച്ച് അദ്ദേഹത്തിനുള്ളിലെ

ആർ.എസ്.എസ്സുകാരനാണ് ആ പ്രസ്താവനയിലൂടെ തല കാണിച്ചത്. ഭരണഘടനയെയും നിയമവ്യവസ്ഥയെയും അംഗീകരിക്കുന്നില്ലെന്ന് പറയുന്നത് അതിനെ അട്ടിമറിക്കാൻ ഉദ്ദേശിക്കുന്നു എന്നു പറയുന്നതിന് തുല്യമാണ്. ഇന്ത്യയുടെ മതേതര ജനാധിപത്യ ഘടനയെ നിലനിർത്തിക്കൊണ്ട് ഇന്ത്യയെ ഒരു ഹിന്ദു രാഷ്ട്രമാക്കി മാറ്റാൻ കഴിയില്ലല്ലോ. അതുകൊണ്ടാണ് അതിനെ അട്ടിമറിച്ച് ജനാധിപത്യവിരുദ്ധമായ ചാണക്യതന്ത്രം നടപ്പിൽ വരുത്താൻ കഴിയുന്ന ഒരു ഭരണഘടനയ്ക്ക് രൂപം നൽകാൻ അവർ ലക്ഷ്യം വെക്കുന്നത്. ഇന്നത്തെ ഇന്ത്യൻ മതേതര ജനാധിപത്യ രാഷ്ട്രീയ വ്യവസ്ഥ നേരിടുന്ന ഏറ്റവും അപകടകരമായ തീവ്രവാദം ഇതുതന്നെയാണ്.

ഈ തീവ്രവാദത്തിന്റെ ഏറ്റവും പ്രകടിത രൂപമാണ് ബാബറി മസ്ജിദ് തകർത്തതിൽ നാം കണ്ടത്. ഭരണഘടനയെ പിടിച്ച് പ്രതിജ്ഞ ചെയ്ത് മുഖ്യമന്ത്രി സ്ഥാനം ഏറ്റ കല്യാൺ സിംഹ് യഥാസ്ഥിതി നിലനിർത്തുമെന്ന് സുപ്രീംകോടതിക്ക് വാക്കു കൊടുത്ത കല്യാൺ സിംഹാണ് പള്ളി പൊളിക്കാൻ ഗൂഢാലോചനയ്ക്ക് നേതൃത്വം നൽകിയത്. അതിൽ അസ്വാഭാവികമായി അവർ ഒന്നും കാണുന്നുമില്ല. ചാണക്യതന്ത്രത്തിൽ വിശ്വസിക്കുന്നവരെ സംബന്ധിച്ചിടത്തോളം ഇതങ്ങനെയേ ആകൂ. അതിൽ അത്ഭുതപ്പെടാനില്ല.

ന്യൂനപക്ഷ തീവ്രവാദം

ഹിന്ദുതീവ്രവാദം ഇന്ന് ആ പേരിൽ അറിയപ്പെടുന്നതിൽ അർത്ഥമില്ല. ബാബറി മസ്ജിദ് പൊളിച്ചത് ഹിന്ദുത്വത്തിന്റെ പേരിലാണെങ്കിലും ഹിന്ദു സമൂഹത്തിലെ ഭൂരിപക്ഷം വരുന്ന പിന്നോക്ക ദളിത് വിഭാഗങ്ങൾ അയോധ്യ ഉൾപ്പെടുന്ന യു.പിയിൽത്തന്നെ ഈ തീവ്രവാദത്തിൽ നിന്ന് വിട്ടുനിൽക്കുന്നതായി തുടർന്നുള്ള എല്ലാ തിരഞ്ഞെടുപ്പുകളും തെളിയിച്ചിരിക്കുകയാണ്. ഹിന്ദു തീവ്രവാദം യഥാർത്ഥത്തിൽ സവർണ്ണ തീവ്രവാദമാണെന്നാണ് ഈ പരിണാമം തെളിയിക്കുന്നത്. പിന്നോക്ക, ദളിത് വിഭാഗങ്ങളോടൊപ്പം ന്യൂനപക്ഷങ്ങളും ചേർന്നുകൊണ്ടുള്ള പുതിയൊരു മതേതര മുന്നണിയുടെ രൂപീകരണവും യു.പി പോലുള്ള സംസ്ഥാനങ്ങളിൽ നടക്കുകയുണ്ടായി.

ബാബറി മസ്ജിദ് തകർക്കപ്പെടുന്ന സാഹചര്യത്തിൽ പ്രകോപിതരാവുന്നത് വരെയും ഇന്ത്യയിലെ മുസ്ലിം ന്യൂനപക്ഷം ഇന്ത്യൻ ജനാധിപത്യ മതേതര വ്യവസ്ഥയിൽ ലയിച്ചുചേരാനാണ് ശ്രമിച്ചിരുന്നത്. പാക്കിസ്ഥാൻ വാദത്തിന്റെ കൂടെ പോവാതെ ഇന്ത്യയിലെ മുസ്ലിംങ്ങൾ ഇന്ത്യൻ രാഷ്ട്രീയ വ്യവസ്ഥയോട് ചേർന്നു നിൽക്കാൻ തീരുമാനിച്ചു.

ഇന്ത്യക്കെതിരായ പാക്കിസ്ഥാന്റെ കരുനീക്കങ്ങൾ അധികവും പഞ്ചാബിലെയും കാശ്മീരിലെയും തീവ്രവാദ പ്രസ്ഥാനങ്ങളെ സഹായിക്കുന്നതിൽ ഒതുങ്ങിനിന്നു. മുസ്‌ലിം ന്യൂനപക്ഷങ്ങളെ വിപുലമായി ഉപയോഗപ്പെടുത്താൻ അവർ ശ്രമിച്ചില്ല. അഥവാ ശ്രമിച്ചാലും വലിയതോതിൽ നടക്കുമായിരുന്നില്ല.

എന്നാൽ ബാബറി മസ്ജിദ് തകർക്കാനുള്ള ശ്രമങ്ങൾ ശക്തിപ്പെട്ട സാഹചര്യത്തിൽ അന്തരീക്ഷമാകെ മാറി. സവർണ്ണ വർഗ്ഗീയത ആരംഭിച്ച കടന്നാക്രമണത്തിനുമുന്നിൽ പ്രകോപിതരും വ്രണിതരുമായ മുസ്ലിം ന്യൂനപക്ഷത്തിനിടയിൽ ഒരു ചെറിയ വിഭാഗത്തിനുള്ളിലെങ്കിലും പ്രതികാരദാഹം വളർന്നുവന്നെങ്കിൽ അത് സ്വാഭാവികം മാത്രമായിരുന്നു. പാക്കിസ്ഥാൻ ചാരസംഘടനയായ ഐ.എസ്.ഐ ഈ സന്ദർഭത്തെ ഉപയോഗപ്പെടുത്താൻ ശ്രമിക്കുകയും ചെയ്തു. കേരളത്തിൽ 1992 ൽ മഅദനിയുടെ നേതൃത്വത്തിൽ രൂപം കൊണ്ട ഐ.എസ്.എസ് പാക്കിസ്ഥാൻ ചാരസംഘടനയുടെ പിന്തുണയോടെ രൂപംകൊണ്ട ഒരു തീവ്രവാദി സംഘടനയാണെന്ന് ആരോപിക്കപ്പെട്ടിരുന്നു. ബാബറി മസ്ജിദ് തകർക്കപ്പെടുന്നതിനു മുമ്പ് തന്നെ ഐ.എസ്.എസ്സിന്റെ തീവ്രവാദ സ്വഭാവം പ്രകടമായി കഴിഞ്ഞിരുന്നു. ചില സംഘട്ടനങ്ങൾ ആരംഭിച്ചു കഴിഞ്ഞിരുന്നു. അവ വ്യാപിക്കുകയാണെങ്കിൽ കേരളത്തിന്റെ മതേതരാന്തരീക്ഷം തകരുമെന്ന സാഹചര്യം സൃഷ്ടിക്കപ്പെട്ടുകൊണ്ടിരുന്നു. ആഗോളതലത്തിൽ ശക്തി പ്രാപിച്ചു കൊണ്ടിരുന്ന ഇസ്ലാമിക മത മൗലികവാദത്തിന്റെ നിലപാടുകളാണ് ഐ.എസ്.എസ് പ്രചരിപ്പിച്ചുകൊണ്ടിരുന്നത്.

ഐ.എസ്.എസ് കേരളത്തിൽ സൃഷ്ടിക്കാൻ പോകുന്ന അപകടകരമായ അന്തരീക്ഷം തടയാനായി എന്തെങ്കിലും ചെയ്യാനാവുമോ എന്നറിയാനായി ഈ ലേഖകൻ അക്കാലത്ത് ചില പ്രദേശങ്ങളിൽ നടത്തിയ ഒരന്വേഷണം ബോധ്യപ്പെടുത്തിയ വസ്തുതകൾ ശ്രദ്ധേയമായിരുന്നു. ഏറെക്കുറെ എല്ലാ രാഷ്ട്രീയ പാർട്ടികളിൽനിന്നുമുള്ള മുസ്‌ലിം ചെറുപ്പക്കാർ ഐ.എസ്.എസ്സിലേക്ക് ആകർഷിക്കപ്പെട്ടിരുന്നു. അങ്ങനെയുള്ള പല ചെറുപ്പക്കാരോടും അതിന്റെ കാരണമന്വേഷിച്ചപ്പോൾ തങ്ങളുടെ മതം അപകടത്തിലാണെന്നും അതിനെ രക്ഷിക്കാൻ മരിക്കാൻ പോലും തയ്യാറാണെന്നുമുള്ള മറുപടിയാണ് ലഭിച്ചത്. മതേതര പാർട്ടികൾക്കൊന്നും തങ്ങളുടെ മതത്തെ രക്ഷിക്കാനാവില്ലെന്ന വിശ്വാസവും അവരിൽ വളർന്നുകഴിഞ്ഞിരുന്നു. ഇത്തരം ചെറുപ്പക്കാരെ തിരിച്ചുകൊണ്ടുവരുന്നതിനു വേണ്ടി, മതേതര നിലപാടിൽനിന്നുകൊണ്ടുള്ള ആദർശാ

ത്മക മുദ്രാവാക്യങ്ങൾ ആവിഷ്ക്കരിക്കാൻ ഞങ്ങൾ ശ്രമിക്കുകയുണ്ടായി. മഹാത്മാഗാന്ധിയുടെ നവഖലി പരീക്ഷണത്തെ അനുസ്മരിച്ചുകൊണ്ട്, ആക്രമിക്കപ്പെടുന്ന അന്യമതസ്ഥരെ രക്ഷിക്കാനായി ത്യാഗത്തിന് തയ്യാറാകുമെന്ന്, വിവിധ മതേതര പാർട്ടികളിലെ ചെറുപ്പക്കാർ പൊതുവേദിയിൽ പ്രതിജ്ഞയെടുക്കുന്ന പരിപാടി ചില പ്രദേശങ്ങളിൽ നടത്തുകയുണ്ടായി.

ബാബറി മസ്ജിദ് തകർക്കപ്പെട്ടതിനെത്തുടർന്ന് മറ്റു വർഗ്ഗീയ സംഘടനകളോടൊപ്പം ഐ.എസ്.എസ്. നിരോധിക്കപ്പെട്ടപ്പോൾ മഅ്ദനിയുടെ നേതൃത്വത്തിൽ രൂപംകൊണ്ട പി.ഡി.പി തീവ്രവാദം ഉപേക്ഷിച്ചുവെന്നും പാർലമെന്ററി പാർട്ടിയായി അത് പ്രവർത്തിക്കുമെന്നും ധാരണ സൃഷ്ടിക്കപ്പെട്ടു. കേരളത്തിലെ രണ്ട് മുന്നണികളും ഒരു വോട്ട് ബാങ്കെന്ന നിലയ്ക്ക് പി.ഡി.പിയെ ഉപയോഗിക്കാൻ ശ്രമിച്ചതും അതുകൊണ്ടാണ്. പി.ഡി.പിയെ അടുപ്പിക്കരുതെന്ന മുസ്‌ലിം ലീഗിന്റെ ഉറച്ച നിലപാട് അവരുടെ വോട്ട് ബാങ്ക് രക്ഷിക്കാൻ വേണ്ടിയുള്ള നീക്കമാണെന്നാണ് പൊതുവിൽ പരിഗണിക്കപ്പെട്ടത്.

ബാബറി മസ്ജിദ് തകർക്കപ്പെട്ടതിന്റെ പ്രതികരണമെന്ന നിലയ്ക്ക് മുംബെയിൽ ബോംബ് സ്ഫോടനങ്ങൾ നടത്തിയതിനു പിന്നിൽ ഐ.എസ്.ഐ ആണ് പ്രവർത്തിച്ചതെന്ന് തെളിയുകയുണ്ടായി. പക്ഷേ, പിന്നീട് സംഭവിച്ചത് പോലീസും ഹിന്ദു വർഗ്ഗീയ സംഘടനകളും ചേർന്ന് മുസ്‌ലിം ന്യൂനപക്ഷത്തിനെതിരായി നടത്തിയ ഭീകരമായ കൊള്ളയുടെയും കൊലയുടെയും പരമ്പരയായിരുന്നു. ഇത്തരം കഥകളുമായി ശ്രീകൃഷ്ണ കമ്മീഷൻ റിപ്പോർട്ട് വെളിച്ചം കാണാനിരിക്കുന്നതേയുള്ളു.

ഐ.എസ്.എസ്സിന്റെ തീവ്രവാദത്തോട് സാദൃശ്യമുള്ള തീവ്രവാദ സംഘങ്ങളാണ് അൽ–ഉമ്മ പോലെ കോമ്പത്തൂരും മറ്റും വളർന്നുവന്നത്. ഹിന്ദു തീവ്രവാദി സംഘടനകളുടെ കടന്നാക്രമണത്തിനെതിരായ ചെറുത്തുനിൽപ്പ് സംഘടനകളായിട്ടാണ് ആദ്യം ഇവ വളർന്നുവന്നത്. നവംബർ അവസാനം കോയമ്പത്തൂരിൽ നിസ്സാരമായ ഒരു സംഭവത്തെത്തുടർന്ന് ഒരു ട്രാഫിക് പോലീസുകാരനെ അൽ– ഉമ്മ പ്രവർത്തകർ കുത്തിക്കൊല്ലുകയും തുടർന്ന് ആർ.എസ്.എസ്സും പോലീസും ചേർന്നുകൊണ്ട് മുസ്‌ലിം ചെറുപ്പക്കാരെ തിരഞ്ഞുപിടിച്ച് വെടിച്ചു വെച്ചു കൊല്ലുകയും മുസ്‌ലിം കടകളും വീടുകളും മാത്രം കൊള്ള ചെയ്യുകയും കത്തിച്ച് നശിപ്പിക്കുകയുമാണ് ചെയ്തത്. തികച്ചും ഏകപക്ഷീയമായ കടന്നാക്രമണമായിരുന്നു അത്. പേരിന് ഒരു അന്വേഷണകമ്മീഷനെ നിയമിച്ചതല്ലാതെ യഥാർത്ഥ കുറ്റവാളികളെ ശിക്ഷിക്കാൻ ശ്രമം നട

ത്തിയില്ല. ഈ ഏകപക്ഷീയ സമീപനത്തോട് പ്രതികരിച്ചുകൊണ്ടെന്നോ ണമാണ് തിരഞ്ഞെടുപ്പിന് തൊട്ടുമുൻപത്തെ ബോംബ് സ്ഫോടനങ്ങൾ നടന്നത്. കൂടുതൽ ആസൂത്രിതമായ തീവ്രവാദ പ്രവർത്തനങ്ങൾ ഇവയ്ക്ക് പിന്നിലുണ്ടെന്നാണ് തെളിഞ്ഞുകൊണ്ടിരിക്കുന്നത്. ഇത്തരം പ്രവർത്തനങ്ങളിൽ മഅ്ദനിയുടെയും മറ്റും പങ്ക് തെളിയിക്കുന്നത് ഐ. എസ്.എസ് കാലത്തെ പ്രവർത്തനങ്ങൾ മഅ്ദനിയും കൂട്ടരും തുടരുക യായിരുന്നുവെന്നാണ്.

കോയമ്പത്തൂരും തമിഴ് നാട്ടിലെ മറ്റു ഭാഗങ്ങളിലും നടന്ന മുസ് ലിം തീവ്രവാദപ്രവർത്തനങ്ങളുമായി കേരളത്തിലെ തീവ്രവാദികളുടെ ബന്ധം തെളിഞ്ഞുകഴിഞ്ഞിരിക്കുകയാണല്ലോ. അതായത്, കേരളത്തിൽ തീവ്രവാദത്തിന്റെ വേരുകൾ ആഴ്ന്നിറങ്ങിക്കഴിഞ്ഞിട്ടുണ്ട്.

കോയമ്പത്തൂരിലെ മുസ്ലിം തീവ്രവാദി പ്രവർത്തനം ഹിന്ദു തീവ്ര വാദത്തെയാണ് സഹായിച്ചത്. കേരളത്തിലേക്കും ഇത്തരം പ്രകടമായ തീവ്രവാദി പ്രവർത്തനങ്ങൾ വ്യാപിക്കുകയാണെങ്കിൽ അത് ന്യൂനപ ക്ഷ- ഭൂരിപക്ഷ വർഗ്ഗീയതകളെ പരസ്പരം വളർത്തുന്നതിനാണ് സഹാ യിക്കുക. ഇത്തരം അപകടകരമായ ഒരു സാധ്യത ഇന്ന് കേരളത്തിന് മുകളിൽ ഉരുണ്ടുകൂടിയിട്ടുണ്ട്. ഇതിനെ നേരിടാനുള്ള ജാഗ്രതയോടു കൂടിയ സമീപനം എല്ലാ മതേതര ജനാധിപത്യ ശക്തികളുടെ ഭാഗത്തു നിന്നും അടിയന്തരമായി തന്നെ ഉണ്ടാവേണ്ടതുണ്ട്.

കേരളത്തിലെ പ്രമുഖ രാഷ്ട്രീയ പ്രസ്ഥാനങ്ങൾ തീരെ അലംഭാവ ത്തോടുകൂടിയാണ് വർഗ്ഗീയതയുടെ പ്രശ്നം കൈകാര്യം ചെയ്തു പോന്നിട്ടുള്ളത്. താൽക്കാലികമായി വോട്ട് ബാങ്കുകളെ വശത്താക്കാ നുള്ള തന്ത്രമായി മാത്രമാണ് ഇവർ വർഗ്ഗീയതയെ എതിർക്കുകയും അനുകൂലിക്കുകയുമൊക്കെ ചെയ്തു പോന്നിട്ടുള്ളത്.

കേരളത്തിൽ ന്യൂനപക്ഷ വർഗ്ഗീയതയെ തടഞ്ഞുനിർത്തുന്നതിൽ പ്രമുഖ പങ്ക് വഹിച്ചിട്ടുള്ള ഒരു വിഭാഗം മുസ്ലിം ലീഗാണ്. മതമൗലിക വാദത്തെ സൈദ്ധാന്തികമായി തടഞ്ഞു നിറുത്തുകയും ജനാധിപത്യ മതേതര രാഷ്ട്രീയ സംസ്കാരത്തെ ഉൾക്കൊള്ളാൻ ശ്രമിക്കുകയും ചെയ്യുക വഴി ന്യൂനപക്ഷ സമുദായത്തിലെ ഭൂരിപക്ഷത്തെയും ജനാ ധിപത്യധാരയിൽ നിലനിർത്താൻ ലീഗിന് കഴിഞ്ഞിട്ടുണ്ട്. എന്നാൽ ഒരു മതവിഭാഗത്തിന്റെ സംഘടനയെന്ന നിലയ്ക്ക് ലീഗിനെ ഒരു വർഗ്ഗീയ സംഘടനയെന്ന് മുദ്ര കുത്തി അകറ്റിനിർത്താൻ ഇടതുപക്ഷങ്ങൾ നട ത്തിയിട്ടുള്ള ശ്രമങ്ങൾ പലപ്പോഴും അവസരവാദപരമായി തീർന്നിട്ടുണ്ട്. മുസ്ലിം ലീഗിനെ ദുർബലപ്പെടുത്താനായി ഐ.എൻ.എല്ലിനെയും പി.

ഡി.പിയെയും ഉപയോഗപ്പെടുത്താൻ ഇടതുപക്ഷം ശ്രമിച്ചിരുന്നത് താൽക്കാലിക ലാഭത്തിനു വേണ്ടിയായിരുന്നു. കോൺഗ്രസ് അഖിലേന്ത്യാ തലത്തിൽ സ്വീകരിച്ച ഭൂരിപക്ഷ പ്രീണനനയം സൃഷ്ടിച്ച അപകടം നേരത്തെ സൂചിപ്പിച്ചുവല്ലോ.

തീവ്രവാദത്തിനെതിരായി നിലപാടെടുക്കുന്ന ന്യൂനപക്ഷ സംഘടനകളെ മാത്രമല്ല, എല്ലാ മതേതര ജനാധിപത്യശക്തികളെയും കക്ഷിരാഷ്ട്രീയ പരിഗണനകൾക്കതീതമായി ഒരുമിപ്പിക്കുന്ന വിശാലമായ വേദികൾ രൂപംകൊള്ളണം. നിസ്സാരമായ സംഭവങ്ങളുടെ മറവിൽ വർഗ്ഗീയ വികാരം കുത്തിപ്പൊക്കാനുള്ള ശ്രമം എവിടെയുണ്ടായാലും അടിയന്തരമായി അവിടെ ഇടപെട്ട്, അന്തരീക്ഷം മെച്ചപ്പെടുത്താനുള്ള ശ്രമം കൂട്ടായിത്തന്നെ നടത്താൻ കഴിയണം.

വർഗ്ഗീയ തീവ്രവാദത്തെ പിഴുത് നശിപ്പിക്കണമെങ്കിൽ സമൂഹത്തിന്റെ സമൂലമായ ജനാധിപത്യവൽക്കരണം മാത്രമേ മാർഗ്ഗമുള്ളൂ. ചാണക്യതന്ത്രം ഉപയോഗിച്ച് ഹിന്ദു രാഷ്ട്രം ലക്ഷ്യം വെക്കുന്ന ഹിന്ദു മത മൗലികവാദത്തെയും ലോകമേധാവിത്വം ലക്ഷ്യമാക്കുന്ന ഇസ്‌ലാമിക മത മൗലികവാദത്തെയും അതുപോലുള്ള മറ്റു മൗലികവാദങ്ങളെയും പരാജയപ്പെടുത്താൻ ജനാധിപത്യവൽക്കരണ പ്രക്രിയയിൽ ഏറെ മുന്നേറിയ കേരളം അത്തരമൊരു പരീക്ഷണത്തിന് പറ്റിയ രംഗവേദിയാണ്.

(മാതൃഭൂമി ആഴ്ചപ്പതിപ്പ്, മെയ് 1998)

ഇന്ത്യൻ ജനാധിപത്യത്തിന്റെ അരനൂറ്റാണ്ട്

ലോകത്തിലെ ഏറ്റവും വലിയ ജനാധിപത്യം എന്നു വിശേഷിപ്പിക്കപ്പെടുന്ന ഇന്ത്യൻ രാഷ്ട്രീയ സംവിധാനം അമ്പതുവർഷം പിന്നിട്ടിരിക്കുന്ന ഈ വേളയിൽ ഈ ജനാധിപത്യഘടനയുടെ ബലദൗർബല്യങ്ങളെക്കുറിച്ചും അതു നേരിടുന്ന വെല്ലുവിളികളെക്കുറിച്ചും ചിന്തിക്കുന്നത് ഉചിതമായിരിക്കുമെന്ന് തോന്നുന്നു. ഇപ്പോഴത്തെ ഘടനയ്ക്ക് അടിസ്ഥാനപരമായ മാറ്റങ്ങൾ വേണമെന്ന് പറഞ്ഞുകൊണ്ട് ഇന്നത്തെ മതേതര ജനാധിപത്യ രാഷ്ട്രീയഘടനയെ തകർക്കാൻ ലക്ഷ്യം വെച്ചു നീങ്ങുന്നവരാണ് ഇന്ന് ഇന്ത്യ ഭരിക്കുന്നത് എന്ന യാഥാർത്ഥ്യം കണക്കിലെടുത്തുകൊണ്ടാണ് ഇങ്ങനെയൊരു പരിശോധന നടത്തേണ്ടത്. ഇന്ത്യയുടെ ഔപചാരിക സ്വാതന്ത്ര്യത്തിന്റെ അമ്പതാം വാർഷികവേളയിൽ ഇന്ത്യൻ ജനാധിപത്യഘടന സ്വയം അതിജീവിച്ചുകൊണ്ടിരിക്കുന്നത് ലോകനിലവാരത്തിൽ തന്നെ ശ്രദ്ധിക്കപ്പെടുകയും ശ്ലാഘിക്കപ്പെടുകയുമുണ്ടായി. ഘടനാപരമായി തന്നെ ഇന്ത്യ ഒരു പരമാധികാര മതേതര ജനാധിപത്യ റിപ്പബ്ലിക്കായി പ്രഖ്യാപിക്കപ്പെട്ടതിന്റെ അമ്പതാം വാർഷികമാണ് ഈ ജനുവരി 26 ന് ആഘോഷിക്കപ്പെടുന്നത്. ഘടനാപരമായ പരിശോധന ഈ സന്ദർഭത്തിൽ കൂടുതൽ പ്രസക്തമാണെന്നർത്ഥം.

ഇന്ത്യയുടെ ഭരണഘടനയെയും അതിന്റെ പരിണാമങ്ങളെയും വിലയിരുത്തിക്കൊണ്ട്, ഇന്ത്യയുടെ യഥാർത്ഥ സാമൂഹ്യ യാഥാർത്ഥ്യങ്ങൾ കണ്ടെത്താനാവില്ലെന്ന് മാർക്സിസ്റ്റ് വിശകലന ശൈലി സ്വീകരിച്ചിട്ടുള്ളവർക്കറിയാം. ഇത് വലിയൊരു പരിധിവരെ ശരിയാണ്; പക്ഷെ മുഴുവനും ശരിയല്ല. കാരണം, മാർക്സിസ്റ്റു വിശകലനരീതി ഭരണകൂടത്തെയും അത് രൂപം നൽകുന്ന രാഷ്ട്രീയ ക്രമത്തെയും വർഗാധിപത്യത്തിന്റെ രൂപം മാത്രമായി കാണുന്നു. അതുവഴി, മതേതര ജനാധിപത്യ ഭരണക്രമങ്ങൾ പൗരസമൂഹത്തിന് നൽകുന്ന പ്രവർത്തനസ്വാത

ന്ത്ര്യത്തെക്കുറിച്ചൊന്നും ഈ വിശകലന രീതിക്ക് പരിശോധിക്കാനാവില്ല. സോവിയറ്റ് യൂനിയനിലും കിഴക്കൻ യൂറോപ്യൻ രാജ്യങ്ങളിലും നിലനിന്നിരുന്ന സോഷ്യലിസ്റ്റ് ഭരണകൂടങ്ങൾ തകർന്നുവീണപ്പോൾ, പകരം ജനാധിപത്യ ഭരണകൂടങ്ങൾ ഉയർന്നുവന്നപ്പോഴാണ് ഈ രണ്ട് ഭരണകൂടങ്ങൾ തമ്മിലുള്ള പ്രകടമായ അന്തരം അനാവരണം ചെയ്യപ്പെട്ടത്. സോഷ്യലിസ്റ്റ് ഭരണകൂടങ്ങൾ പാർട്ടി നേതൃത്വത്തിന്റെ സ്വേച്ഛാധിപത്യപരമായ ഇച്ഛയ്ക്കനുസരിച്ച് ചലിക്കുന്ന ഒരു നിർവ്വാഹക യന്ത്രം മാത്രമായിരുന്നു. നിയമവ്യവസ്ഥയും നിയമനിർമ്മാണ സഭകളും മാധ്യമങ്ങളുമെല്ലാം ഈ കുത്തകാധികാരത്തിന് വിധേയമായി മാത്രം ചലിക്കുന്നവയായിരിക്കുന്നു. എന്നാൽ പാർലമെന്ററി ജനാധിപത്യസംവിധാനത്തിൽ ഭരണകൂടത്തിലെ ഈ വിവിധ ഘടകങ്ങൾ തമ്മിൽ പ്രതിപ്രവർത്തനങ്ങളും വൈരുദ്ധ്യങ്ങളും നിലനിൽക്കും. അത് ആന്തരികമായ ചലനത്തിനും പരിണാമത്തിനും ഇട നൽകുന്നു. ഈ ആന്തരിക ചലനസാധ്യയില്ലാതെ വന്നതാണ് സോഷ്യലിസ്റ്റ് രാഷ്ട്രീയ ഘടനകൾ തകരാനിടയാക്കിയതെന്നും വ്യക്തമായി കഴിഞ്ഞിട്ടുണ്ട്. പടിപടിയായി ഇത്തരമൊരു രൂപാന്തരണത്തിന് ശ്രമിക്കുന്ന ചൈനയിലും ഈ പ്രശ്നം ഗുരുതരാവസ്ഥയിലെത്തിയിട്ടുണ്ട്. ആപേക്ഷികമായിട്ടെങ്കിലും സ്വതന്ത്രമായ നീതിന്യായ വ്യവസ്ഥയും നിയമനിർമ്മാണസഭകളും മാധ്യമങ്ങളും ഇല്ലാത്തതുകൊണ്ടുള്ള ഗുരുതരമായ പ്രശ്നങ്ങൾ ചൈനീസ് രാഷ്ട്രീയ സംവിധാനത്തിന് നേരെ ഉയർന്നുവന്നുകഴിഞ്ഞിട്ടുണ്ട്. സാമ്പത്തിക രംഗത്തെ മുതലാളിത്ത വൽക്കരണവുമായി രാഷ്ട്രീയ ഘടനയുടെ ഈ അവസ്ഥ പൊരുത്തപ്പെട്ടു പോവുകയില്ല.

രണ്ടാം ലോകയുദ്ധത്തിനുശേഷം കൊളോണിയൽ നുകത്തിൽ നിന്ന് ഔപചാരികമായി മോചിതരായ ഭൂരിപക്ഷം മൂന്നാം ലോകരാജ്യങ്ങളിലും ജനാധിപത്യ ക്രമം പെട്ടെന്ന് വേരുറയ്ക്കുകയുണ്ടായില്ല. അത്തരം രാജ്യങ്ങളുടെ കഴിഞ്ഞ അരനൂറ്റാണ്ടു കാലത്തെ രാഷ്ട്രീയ ചരിത്രവുമായി താരതമ്യം ചെയ്യുമ്പോഴാണ് ഇന്ത്യൻ രാഷ്ട്രീയ ഘടനയുടെ നേട്ടങ്ങൾ തിരിച്ചറിയാൻ കഴിയുക. തകർന്നതും തകരാത്തതുമായ മുൻ സോഷ്യലിസ്റ്റു രാഷ്ട്രങ്ങളിലെ രാഷ്ട്രീയ ഘടനകളുമായി തട്ടിച്ചുനോക്കുമ്പോഴാണ് ഇന്ത്യൻ രാഷ്ട്രീയഘടനയുടെ നേട്ടങ്ങൾ പ്രത്യേകിച്ചും പ്രകടമാവുക. എന്തെല്ലാം ദൗർബല്യങ്ങളുണ്ടെങ്കിലും ഇന്ത്യയിൽ വളർന്നുവന്ന നിയമനിർമ്മാണ സഭകളും നീതിന്യായ വ്യവസ്ഥയും പത്രമാധ്യമങ്ങളുമെല്ലാം നിർവ്വഹണവിഭാഗത്തിന്റെ മേൽ പ്രകടമായ സ്വാധീനം ചെലുത്തുകയും ഇവയെല്ലാം പരസ്പരം നിയന്ത്രിക്കുയും ചെയ്യുന്ന

ആരോഗ്യകരമായ അന്തരീക്ഷം കഴിഞ്ഞ അരനൂറ്റാണ്ടുകൊണ്ട് ഇവിടെ വളർന്നുവന്നിട്ടുണ്ട്. ഇന്ത്യയെപ്പോലെ ഭാഷാപരവും മതപരവും സാംസ്കാരികവുമായ വൈജാത്യങ്ങൾകൊണ്ട് സങ്കീർണ്ണമായ ഒരു ബൃഹത്തായ രാജ്യത്തിന്റെ രാഷ്ട്രീയ ഘടന ചലനാത്മകമായും അതേ സമയം സുഘടിതമായും നിലനിൽക്കുന്നു എന്നത് ചെറിയ കാര്യമല്ല. കഴിഞ്ഞ അരനൂറ്റാണ്ടിനിടക്ക് ഭൂരിഭാഗവും പട്ടാളഭരണത്തിൻ കീഴിലായിരുന്ന പാക്കിസ്ഥാന്റെയും ബംഗ്ലാദേശിന്റെയും ഇന്തോനേഷ്യയുടെയും ബർമ്മയുടെയും മറ്റും രാഷ്ട്രീയ ഘടനകളുമായി താരതമ്യം ചെയ്യുമ്പോഴും ഇന്ത്യൻ രാഷ്ട്രീയ സംവിധാനം ഏറെ മെച്ചപ്പെട്ടതാണെന്ന് തന്നെ കാണാൻ കഴിയും. രാഷ്ട്രീയ ഘടനയെക്കുറിച്ചുള്ള വിലയിരുത്തൽ നടത്തുമ്പോൾ ഇത്തരം താരതമ്യം അത്യന്താപേക്ഷിതമാണ്. അല്ലെങ്കിൽ കേവലമായ അമൂർത്തമായ നിഗമനങ്ങളിലും ധാരണകളിലുമാണ് നാമെത്തിച്ചേരുക.

വർഗ്ഗാധിപത്യവും വർഗ്ഗസമരവും

പാർലമെന്ററി ജനാധിപത്യത്തിൽ ഓരോ പൗരനും രാഷ്ട്രീയാധികാരത്തിൽ തുല്യ പങ്കാളിത്തത്തിന് അർഹതയുണ്ട് എന്നാണ് വെയ്പ്പ്. ഇത് ഔപചാരികത മാത്രമാണ്. യഥാർത്ഥ അധികാരം സമ്പന്ന വർഗ്ഗങ്ങളുടെ കൈകളിൽ ഒതുങ്ങുന്നു എന്നതാണ് ഈ സമ്പ്രദായത്തിനെതിരായ മുഖ്യമായ വിമർശനം. ഇന്ത്യയിൽ ഭരണഘടന അനുശാസിക്കുന്നതനുസരിച്ച് ഇവിടത്തെ ഏറ്റവും സമ്പന്നരായ ടാറ്റമാർക്കും ബിർളമാർക്കും മറുവശത്ത് ഒരു ആദിവാസിക്കും കർഷകതൊഴിലാളികൾക്കും വോട്ടവകാശം തുല്യമാണ്. ഒരു പൗരനെ രാഷ്ട്രീയാധികാരത്തിൽ പങ്കാളിയാക്കുന്ന കണ്ണിയാണ് ഈ വോട്ടവകാശം. പക്ഷേ, ഈ വോട്ടവകാശ തുല്യത നാമമാത്രമാണ്. യഥാർത്ഥ അധികാരം ടാറ്റമാരുടെയും ബിർളമാരുടെയും പിടിയിലൊതുങ്ങുമ്പോൾ, ആദിവാസിയും കർഷകതൊഴിലാളിയും അധികാരത്തിൽനിന്ന് എത്രയോ അകലെയാണ്. ഇന്ത്യൻ ജനാധിപത്യത്തിന്റെ ഘടനാപരമായ നേട്ടങ്ങളെയെല്ലാം നിഷ്പ്രഭമാക്കുന്ന അതിന്റെ ദൗർബല്യമിതാണ്. ഇത് ഇന്ത്യൻ ജനാധിപത്യത്തിന്റെ പ്രശ്നം മാത്രമല്ല, ബൂർഷ്വാ ജനാധിപത്യം എന്ന് വിശേഷിപ്പിക്കപ്പെടുന്ന പാർലമെന്ററി സമ്പ്രദായത്തിന്റെ പൊതു ദൗർബല്യമാണ്.

പാർലമെന്ററി ജനാധിപത്യം ബൂർഷ്വാ വർഗ്ഗത്തിന്റെ വർഗ്ഗാധിപത്യമാണ് എന്ന് മാർക്സിസ്റ്റ് വിമർശകർ പറയുന്നത് ഇതുകൊണ്ടാണ്. സ്വകാര്യ സ്വത്ത് സമാഹരിക്കാനും സംരക്ഷിക്കാനുമുള്ള പൗരന്റെ അവ

കാശ സംരക്ഷണമാണ് ഇത്തരം ജനാധിപത്യ ഭരണകൂടങ്ങളുടെ മുഖ്യ കടമ. സ്വത്തു സമ്പാദനത്തിന് എല്ലാവർക്കും തുല്യാവകാശമുണ്ടെന്ന് ഭരണഘടനകൾ പ്രഖ്യാപിക്കുമെങ്കിലും, മൂലധനം കയ്യിലുള്ളവന് കൂടുതൽ മൂലധനം സമാഹരിക്കാനും അതുവഴി അധികാര കുത്തക കയ്യടക്കാനും കഴിയുമെന്നതാണ് യാഥാർത്ഥ്യം. അനിഷേധ്യമായ സാമ്പത്തിക നിയമങ്ങളാണ് ഇവിടെ പ്രവർത്തിക്കുക. ഈ അർത്ഥത്തിലാണ് പാർലമെന്ററി ജനാധിപത്യം ബൂർഷ്വാ വർഗ്ഗാധിപത്യമായി തീരുന്നത്.

ബൂർഷ്വാ ജനാധിപത്യത്തിന്റെ ഈ ദൗർബല്യത്തെ മറി കടക്കാനുള്ള ശ്രമമാണ് സോഷ്യലിസ്റ്റ് വ്യവസ്ഥകൾ നടത്തിയത്. സാമ്പത്തിക സമത്വവും അതുവഴി രാഷ്ട്രീയ സമത്വവും നേടിയെടുക്കുകയായിരുന്നു സോഷ്യലിസ്റ്റ് വ്യവസ്ഥകളുടെ ലക്ഷ്യം. സ്വകാര്യ സ്വത്ത് നിരോധിക്കപ്പെടുകയും ഉല്പാദനോപാധികളായ അടിസ്ഥാന സമ്പത്ത് മുഴുവനും പൊതു സ്വത്തായി പ്രഖ്യാപിക്കപ്പെടുകയും ചെയ്തു. പക്ഷേ, ഫലത്തിൽ സംഭവിച്ചത് സ്വത്തിന്റെ മുഴുവൻ കേന്ദ്രീകരണമായിരുന്നു; സ്വത്തിന്റെ സാമൂഹ്യ വൽക്കരണമല്ല നടന്നത്. രാഷ്ട്രീയ ജനാധിപത്യത്തിന്റെ അഭാവത്തിൽ കേന്ദ്രീകരിക്കപ്പെട്ട സമ്പത്ത് കേന്ദ്രീകൃതാധികാരമായി മാറുകയും ഏകപാർട്ടി ഭരണത്തിൽ അത് പാർട്ടി നേതൃത്വത്തിന്റെ സ്വേച്ഛാധികാരമായി മാറുകയുമാണുണ്ടായത്. ഈ പ്രക്രിയയ്ക്കിടയിൽ ആരംഭകാലത്ത് അധ്വാനിക്കുന്ന വർഗ്ഗങ്ങൾക്ക് ലഭിച്ച സാമ്പത്തികവും രാഷ്ട്രീയവുമായ സ്വാതന്ത്ര്യം അതിവേഗം നഷ്ടമാവുകയും ചെയ്തു. സോഷ്യലിസ്റ്റ് വ്യവസ്ഥയുടെ ഘടനാപരമായ ദൗർബല്യമാണിത്. ലളിതമായ പരിഹാരങ്ങളൊന്നും ഇതിന്നില്ലെന്നും വ്യക്തമായി കഴിഞ്ഞിരിക്കുന്നു.

പാർലമെന്ററി ജനാധിപത്യത്തിന്റെയും സോഷ്യലിസ്റ്റ് രാഷ്ട്രീയ ക്രമത്തിൻരെയും ബലദൗർബല്യങ്ങൾ ഇങ്ങിനെ അനാവരണം ചെയ്യപ്പെട്ടിരിക്കുന്ന പശ്ചാത്തലത്തിലാണ് ഇന്ത്യൻ ജനാധിപത്യത്തിന്റെ ബലദൗർബല്യങ്ങളെക്കുറിച്ച് പരിശോധിക്കേണ്ടത്. ഇന്ത്യൻ ജനാധിപത്യം ജന്മിത്ത ശക്തികളുടെയും കുത്തകവർഗ്ഗങ്ങളുടെയും ആധിപത്യത്തിന്റെ ഉപകരണം മാത്രമാണെന്ന് വിലയിരുത്തിക്കൊണ്ട് പ്രശ്നങ്ങളെ മനസ്സിലാക്കിയാൽ ഇന്ത്യൻ യാഥാർത്ഥ്യത്തെ വസ്തുനിഷ്ഠമായി വിശകലനം ചെയ്യാനാവുകയില്ല. ഈ ചൂഷക വർഗ്ഗങ്ങളുടെ ആധിപത്യം ശക്തമായി തുടരുന്നുണ്ടെങ്കിലും ഈ ആധിപത്യത്തിനെതിരായ വിവിധ ജനവിഭാഗങ്ങളുടെ സമരങ്ങളും ചെറുത്തുനിൽപ്പുകളും ഇവിടെ നടക്കുന്നുണ്ട്. ഇത്തരം സമരങ്ങൾക്ക് അനുകൂലമായ ഒട്ടേറെ സാധ്യതകൾ ഇന്ത്യൻ രാഷ്ട്രീയ സംവിധാനത്തിലുണ്ട് എന്നതാണ് യാഥാർത്ഥ്യം.

ഭരണഘടന, ഔപചാരികമായ ഒരു ചട്ടക്കൂട് മാത്രമാണ് നൽകുന്നത്. അത് എങ്ങനെ എത്രത്തോളം ഉപയോഗപ്പെടുത്തുന്നു എന്നത് തീരുമാനിക്കുന്നത് സമൂഹവും വിവിധ സാമൂഹ്യവിഭാഗങ്ങളുടെ വളർച്ചയുമാണ്. ഇന്ത്യയെപ്പോലെ അതിബൃഹത്തായ ഒരു രാജ്യത്തിൽ ഭരണഘടന എല്ലായിടത്തും ഒരുപോലെ പ്രസക്തമാണെങ്കിലും ഭരണഘടന നൽകുന്ന അവകാശങ്ങൾ വ്യത്യസ്ത പ്രദേശങ്ങളിൽ വ്യത്യസ്ത രീതിയിലാണ് ഉപയോഗിക്കപ്പെടുന്നത് എന്നു കാണാം. കേരളത്തിന്റെ കാര്യം തന്നെ നോക്കുക. ഭരണഘടനയ്ക്ക് മുമ്പുതന്നെ നവോത്ഥാന പ്രസ്ഥാനങ്ങളിലൂടെയും അവകാശ സമരങ്ങളിലൂടെയും മുന്നേറിയ കേരള സമൂഹം ഭരണഘടനക്കനുസൃതമായ ജനാധിപത്യാവകാശങ്ങൾ ഗണ്യമായി ഉപയോഗപ്പെടുത്തുകയുണ്ടായി. സംഘടിതമായ അധ്വാനിക്കുന്ന ജനവിഭാഗങ്ങൾക്ക് ഭരണഘടന നൽകുന്ന സംരക്ഷണം പരമാവധി ഉപയോഗപ്പെടുത്തിയത് കേരളത്തിലാണ്. ഈ സംഘടിത ശക്തി മുതലാളിത്ത വർഗ്ഗത്തിന് ഭീഷണിയാവുകയും, അവർ ഇവിടെനിന്ന് പിൻവാങ്ങുകയും ഉല്പാദനമേഖല മുരടിക്കുകയും വരെ കാര്യങ്ങൾ ചെന്നെത്തി. അതേസമയം ഇന്ത്യയിലെ ഭൂരിപക്ഷം സംസ്ഥാനങ്ങളിലും ഇത്തരം അവകാശങ്ങൾ പ്രാഥമിക തലത്തിൽ പോലും ഉപയോഗപ്പെടുത്തിയിട്ടു പോലുമില്ല. മറ്റു പല രഗംഗങ്ങളിൽ വിവിധ പ്രദേശങ്ങളിൽ വിവിധതരം മുന്നേറ്റങ്ങളുണ്ടായിട്ടുണ്ടുതാനും.

പൊതുവിൽ ഇന്ത്യൻ ജനാധിപത്യ വ്യവസ്ഥയിൽ ചൂഷക വർഗ്ഗങ്ങളുടെ ആധിപത്യം തുടരുമ്പോഴും, ഇവിടത്തെ പത്രമാധ്യങ്ങളും നീതിന്യായ വ്യവസ്ഥയും നിയമനിർമ്മാണ സഭകളും അധ്വാനിക്കുന്ന ജനവിഭാഗങ്ങൾക്ക് അനുകൂലമായി നിലപാടെടുക്കുകയോ അങ്ങനെ ചെയ്യാൻ നിർബന്ധിതരാവുകയോ ചെയ്ത സന്ദർഭങ്ങൾ ഏറെയുണ്ട്. ഈ സാധ്യതകൾ വേണ്ടത്ര ഉപയോഗപ്പെടുന്നില്ല എന്നതാണ് വാസ്തവം. അതായത് വർഗ്ഗസമരം മുന്നോട്ടു കൊണ്ടുപോകുന്നതിന് തടസ്സങ്ങളെക്കാൾ സാധ്യതകളാണ് ഇന്ത്യൻ രാഷ്ട്രീയക്രമത്തിൽ നിലനിൽക്കുന്നത് എന്നു കാണാൻ കഴിയും.

കുത്തകകൾക്കെതിരായി നിയന്ത്രണം പാർലമെന്റ് പാസ്സാക്കിയ നിയമത്തിലൂടെ തന്നെ ഇവിടെ ഏറെക്കാലം നിലനിന്നു. അത് ഇവിടത്തെ ഉല്പാദനമേഖലയെ മുരടിപ്പിക്കുകയാണോ വളർത്തുകയാണോ ചെയ്തതെന്ന പ്രശ്നം ഇപ്പോൾ തർക്കവിഷയമാണ്. ഇത്തരം നിയന്ത്രണങ്ങൾ ലൈസൻസ് രാജിന്റെയും രാഷ്ട്രീയ ഉദ്യോഗസ്ഥ മേധാവിത്ത ശക്തികളുടെ അഴിമതിയുടെയും വളർച്ചയിലേക്കാണ് നയിച്ചത് എന്ന

യാഥാർത്ഥ്യവും നമ്മുടെ മുമ്പിലുണ്ട്. വിവിധ ഉല്പാദനമേഖലകളുടെയും ബാങ്കുകളുടെയും ദേശസാൽക്കരണം നിയമപരമായി തന്നെ സാധ്യമായിട്ടും അത് പൊതുവിൽ വലിയ ഗുണം ചെയ്തിട്ടില്ല. ഉല്പാദനരംഗത്ത് നേട്ടങ്ങളല്ല കോട്ടങ്ങളാണ് ഉണ്ടാക്കിയതെന്ന വിമർശനം നിലനിൽക്കുകയും ചെയ്യുന്നു. കേരളത്തിലെ റോഡ് ട്രാൻസ്പോർട്ട് കോർപ്പറേഷൻ പോലുള്ള പൊതുമേഖലാ സംരംഭങ്ങൾ സാധാരണക്കാരന്റെ നികുതിപ്പണം ഊറ്റിക്കുടിക്കുന്ന സംരംഭങ്ങളായി തീർന്നതും നമ്മുടെ മുന്നിലുണ്ട്. സാമ്പത്തികരംഗത്തും രാഷ്ട്രീയ രംഗത്തും നീതിക്കും സമത്വത്തിനും വേണ്ടിയുള്ള സമരത്തിൽ തൃപ്തികരമായ ഉത്തരങ്ങൾ നമ്മുടെ മുന്നിൽ ഇല്ലെന്നതാണ് വാസ്തവം. ഉത്തരങ്ങളാണെന്ന് കരുതിയ പലതും ഉത്തരങ്ങളല്ലാതായി മാറി എന്ന പുതിയ യാഥാർത്ഥ്യം അംഗീകരിക്കാതെ ഇത്തരം അന്വേഷണങ്ങൾ സാധ്യമല്ല.

ജനാധിപത്യത്തിന്റെ പുതിയ സാധ്യതകൾ

കേരളം ഒഴിച്ചുള്ള മിക്ക സംസ്ഥാനങ്ങളിലും ബഹുഭൂരിപക്ഷം വരുന്ന ഗ്രാമീണ ജനത ജനാധിപത്യാവകാശം ശരിയായി വിനിയോഗിച്ചിരുന്നില്ല. ഗ്രാമങ്ങളിലെ ജന്മിമാരും പ്രമാണിമാരും നിയന്ത്രിക്കുന്നതിനനുസരിച്ച് അവരുടെ വോട്ടവകാശം വിനിയോഗിക്കപ്പെട്ടിരുന്നു. ഈ അടിസ്ഥാനത്തിൽ ഇന്ത്യൻ ജനാധിപത്യം പൊള്ളയാണ്, കപടമാണ് എന്ന് പറയുന്നതിൽ കുറെയെല്ലാം യാഥാർത്ഥ്യമുണ്ടായിരുന്നു. നവോത്ഥാന പ്രസ്ഥാനങ്ങളിലൂടെയും രാഷ്ട്രീയ പ്രബുദ്ധതയിലൂടെയും കേരളീയ സമൂഹം ഈ രംഗത്ത് നടത്തിയ മുന്നേറ്റം മറ്റു പല സംസ്ഥാനങ്ങൾക്കും അപ്രാപ്യമായിരുന്നു. എന്നാൽ അടുത്ത കാലത്ത് വളരെ വ്യത്യസ്തവും കൂടുതൽ ഗൗരവസ്വഭാവമുള്ളതുമായ രാഷ്ട്രീയ മുന്നേറ്റങ്ങൾ ഇന്ത്യയിൽ നടന്നുകൊണ്ടിരിക്കുന്നുണ്ട്.

സമീപകാലത്ത് മർദ്ദിത ജാതി വിഭാഗങ്ങൾ രാഷ്ട്രീയമായി സംഘടിക്കുന്നതും രാഷ്ട്രീയാധികാരത്തിലെ പങ്ക് പിടിച്ചു പറ്റാൻ ശ്രമിക്കുന്നതുമാണ് ഇന്ത്യൻ ജനാധിപത്യത്തിന് പുതിയ ഉള്ളടക്കം നൽകിക്കൊണ്ടിരിക്കുന്നത്. ഇന്ത്യയിൽ ജനാധിപത്യം പ്രായോഗികമാകണമെങ്കിൽ ജാതി വ്യവസ്ഥ തകരണമെന്നും അതിന് മർദ്ദിത ജാതി വിഭാഗങ്ങൾക്ക് അർഹമായ രാഷ്ട്രീയാധികാര പങ്കാളിത്തം ലഭിക്കണമെന്നും ഡോ. അംബേദ്കർ വളരെ നേരത്തെതന്നെ ചൂണ്ടിക്കാണിച്ച കാര്യമാണ്, ഇന്ത്യയുടെ ചരിത്രപരമായ വികാസത്തിന്റെ സ്വാഭാവിക പ്രക്രിയയിലൂടെ ഇപ്പോൾ സംഭവിച്ചുകൊണ്ടിരിക്കുന്നത്. പാശ്ചാത്യ മാതൃകയെ അനുകരിച്ച് തുടങ്ങിയ ഇന്ത്യൻ ജനാധിപത്യം ഇന്ത്യൻ രൂപം കൈവരി

ക്കുന്നതിന്റെ ആരംഭമായും ഇതിനെ കാണാവുന്നതാണ്.

ഇന്ത്യയുടെ രാഷ്ട്രീയമായ തലസ്ഥാനമായി, പ്രധാനമന്ത്രിമാരെ സൃഷ്ടിക്കുകയും ഇന്ത്യൻ രാഷ്ട്രീയത്തിന്റെ ദിശ തീരുമാനിക്കുകയും ചെയ്തിരുന്ന സംസ്ഥാനമായി കണക്കാക്കപ്പെട്ടിരുന്ന യു.പിയിൽ തന്നെ ഈ പുതിയ രാഷ്ട്രീയ പ്രവണത ഒരു മാതൃക പോലെ ഉയർന്നു വന്നു എന്നത് ശ്രദ്ധേയമാണ്. 22 ശതമാനത്തോളം വരുന്ന യു.പിയിലെ ദളിതരുടെ മുഴുവൻ വോട്ടും ഏറെക്കുറെ സമാഹരിക്കാൻ കഴിഞ്ഞ ബി.എസ്.പി. എഴുപതിൽ താഴെ എം.എൽ.എ മാരിലൂടെ എട്ട് എം.പിമാരിലൂടെ തങ്ങളുടെ അധികാരത്തിന്റെ പങ്ക് പടിച്ചുപറ്റുകയാണ് ചെയ്തത്. യു.പിയിലെ ഭൂരിപക്ഷം പിന്നോക്കക്കാരെയും ന്യൂനപക്ഷങ്ങളെയും ഏകോപിപ്പിച്ച എസ്.പിയും ഈ പ്രക്രിയ തന്നെയാണ് വിപുലീകരിച്ചത്. ഇപ്പോൾ ബി.ജെ.പിയിൽനിന്ന് പിന്നോക്കപ്രശ്നം പറഞ്ഞ് പിരിഞ്ഞ കല്യാൺസിംഗ് പുതിയ പാർട്ടി രൂപീകരിച്ചതും ഈ സവർണ്ണ-അവർണ്ണ രാഷ്ട്രീയ ധ്രുവീകരണത്തെ കൂടുതൽ സ്പഷ്ടവും ശക്തവുമാക്കുകയാണ് ചെയ്തിട്ടുള്ളത്. ബീഹാറിൽ ലാലു പ്രസാദ് യാദവിന്റെ നേതൃത്വത്തിൽ പിന്നോക്ക ദളിത് വിഭാഗങ്ങൾ കുറെയെല്ലാം ഏകോപിപ്പിച്ചതും ഈ പ്രക്രിയയുടെ ഭാഗം തന്നെയാണ്.

ഇന്ത്യയിലെ ഹൈന്ദവ സംസ്കാരത്തിന്റെ കേന്ദ്രമേഖലകളായ യു.പിയിലും ബീഹാറിലും ദളിത് പിന്നോക്ക വിഭാഗങ്ങൾ രാഷ്ട്രീയമായി സംഘടിക്കുകയും സ്വന്തം അധികാര പങ്ക് കണക്ക് പറഞ്ഞ് വാങ്ങുകയും ചെയ്തത്, സഹസ്രാബ്ദങ്ങളായി ഇന്ത്യയിൽ നിലനിന്നുപോന്ന സവർണ്ണാധികാര കുത്തക തകർക്കപ്പെടുന്നതിൽ ചരിത്രപധാനമായ തുടക്കമാണ്. ഇത് ഇന്ത്യയുടെ എല്ലാ മേഖലകളിലേക്കും ചിട്ടപ്പടി വ്യാപിച്ചുകൊള്ളണമെന്നില്ലെങ്കിലും, സമീപഭാവിയിൽ ഇതൊരു പൊതു പ്രവണതയായി മാറുമെന്ന കാര്യത്തിൽ സംശയം വേണ്ട. എല്ലാ രാഷ്ട്രീയ പാർട്ടികളും ഈ സവർണ്ണ-അവർണ്ണ ധ്രുവീകരണത്തിന് വിധേയമാകുകയും ചെയ്യും. ജാതി രാഷ്ട്രീയം ശക്തിപ്പെടുന്നു എന്നും അതൊരു മോശപ്പെട്ട പ്രവണതയാണെന്നുമുള്ള വിമർശനം വ്യാപകമായി നിലനിൽക്കുന്നുണ്ട്, പ്രത്യേകിച്ചും കേരളത്തിൽ. യഥാർത്ഥത്തിൽ ഇന്ത്യൻ സാമൂഹ്യ യാഥാർത്ഥ്യങ്ങൾ സൃഷ്ടിച്ച ഇന്ത്യൻ ജനാധിപത്യ പ്രക്രിയയാണ് ഇവിടെ വികസിക്കുന്നത്. ഇതുവരെ ഇവിടെ നിലനിന്ന രൂപപരമായ പാശ്ചാത്യ ജനാധിപത്യ ചട്ടക്കൂടിന്റെ സ്ഥാനത്ത് ഇന്ത്യയിലെ ബഹുഭൂരിപക്ഷം വരുന്ന മർദ്ദിത സാമൂഹ്യ വിഭാഗങ്ങൾ തങ്ങളുടെ ജനാധിപത്യപരമായ അവകാശത്തെയും അധികാരപങ്കാളിത്തത്തെയും തിരി

ച്ചറിഞ്ഞ് അതിനനുസരിച്ച് സംഘടിക്കുകയാണ് ചെയ്തിരിക്കുന്നത്. ഇതൊരിക്കലും ഒരു മോശപ്പെട്ട കാര്യമല്ല. മറിച്ച് ഇന്ത്യയുടെ തനതായ ജനാധിപത്യ രീതിയുടെ വളർച്ചയാണ്. എല്ലാ സാമൂഹ്യവിഭാഗങ്ങൾക്കും അർഹമായ രാഷ്ട്രീയാധികാര പങ്കാളിത്തം ലഭിക്കുന്നതോടെയാണ്, ജാതി വിഭജനം അപ്രസക്തമാവുക. അപ്പോഴാണ് യഥാർത്ഥ ജനാധിപത്യാന്തരീക്ഷം ഇവിടെ വളർന്ന് പകപ്പെടുക.

ഇന്ത്യൻ മതേതരത്വം ഈ പശ്ചാത്തലത്തിൽ തന്നെയാണ് തനതായ രീതിയിൽ വളർന്നുവരിക. ദളിത് , പിന്നോക്ക, ന്യൂനപക്ഷ ഐക്യം എന്ന ഒരു പ്രവണത പലയിടത്തും തനിയെ വളർന്നുവരുന്നുണ്ട്. ബാബറി മസ്ജിദ് തകർക്കപ്പെട്ടതിനുശേഷം ആദ്യമായി യു.പിയിൽ നടന്ന തെരഞ്ഞെടുപ്പിൽ ബി.ജെ.പി. തൂത്തുവാരുമെന്ന് കരുതപ്പെട്ടിരുന്നുവെങ്കിലും അങ്ങനെ സംഭവിക്കാതിരുന്നത് ഇത്തരമൊരു മതേതര ജനാധിപത്യ മുന്നണി അവിടെ താനേ ഉദയം ചെയ്തതുകൊണ്ടാണ്.

ഇന്ത്യൻ ഫെഡറിലിസം

അങ്ങേ അറ്റം വൈജാത്യപൂർണ്ണമായ ഭാഷ, മത സാംസ്കാരിക വ്യത്യസ്തതകളുള്ള ഇന്ത്യയിൽ രാഷ്ട്രീയ ഘടന ഫെഡറൽ സ്വഭാവത്തിലാവേണ്ടത് അത്യന്താപേക്ഷിതമാണ്. സ്വാതന്ത്ര്യ സമരത്തിന് നേതൃത്വം നൽകിയ കോൺഗ്രസ്, ഗാന്ധിജിയുടെ മുൻകയ്യിൽ ഒരു ഫെഡറൽ വ്യവസ്ഥയോട് പൊരുത്തപ്പെട്ടിരുന്നതാണ്. എന്നാൽ ഇന്ത്യാ, പാക്കിസ്ഥാൻ വിഭജനത്തെത്തുടർന്ന് ഹിന്ദു വർഗ്ഗീയ വാദം ശക്തിപ്പെട്ടതോടെ അഖണ്ഡതയെ സംരക്ഷിക്കാനെന്ന പേരിൽ കോൺഗ്രസ് ഫെഡറൽ സങ്കല്പത്തെ കയ്യൊഴിച്ചു. ഭരണഘടനയിൽ അത് ഔപചാരികമായ ഒരു പ്രയോഗം മാത്രമായി അവശേഷിച്ചു. ഭാഷാസംസ്ഥാനങ്ങൾക്കുവേണ്ടിയുള്ള പ്രക്ഷോഭങ്ങൾ വളർന്നുവന്നപ്പോഴാണ് ഫെഡറിലിസം വീണ്ടും പ്രസക്തമായി തീർന്നത്. കോൺഗ്രസ്സിന്റെ ഏകപാർട്ടി കുത്തക തകരുകയും, പ്രാദേശിക പാർട്ടികൾ കരുത്തു നേടുകയും അഖിലേന്ത്യാ അധികാരഘടനയിൽ നിർണ്ണായക ഘടകമാവുകയും ചെയ്തതോടെ ഫെഡറൽ സ്വഭാവം വീണ്ടും പ്രകടമാവാൻ തുടങ്ങിയിട്ടുണ്ട്. അതും ഇന്ത്യൻ യാഥാർത്ഥ്യങ്ങളിൽനിന്ന് ഉരുത്തിരിയുന്ന ഒരു ഫെഡറിലസമായിരിക്കും. സംസ്ഥാനങ്ങളുടെ സാമ്പത്തികവും രാഷ്ട്രീയവുമായ അവകാശങ്ങളും അധികാരങ്ങളും കൂടുതൽ മെച്ചപ്പെടുത്തുന്ന വിധത്തിലുള്ള ഘടനാപരമായ പുനസംവിധാനത്തിലൂടെയാണ് ഇന്ത്യൻ ഫെഡറലിസം യാഥാർത്ഥ്യമാവുക.

ഭരണഘടന ഉടച്ചുവാർക്കൽ

ഇന്ത്യൻ ഭരണഘടന ഇനിയും പരിഹരിക്കേണ്ടതായ ഒട്ടേറെ ദൗർബല്യങ്ങളുള്ള ഒന്നാണ്. അതുകൊണ്ടുതന്നെ അടിസ്ഥാനപരമായ പൊളിച്ചെഴുത്ത് ആവശ്യമാണ്. പക്ഷേ, ഇപ്പോഴത്തെ ഭരണനേതൃത്വം അങ്ങനെയൊരു പൊളിച്ചെഴുത്തിന് തയ്യാറാവുന്നതും നമ്മുടെ മതേതര ജനാധിപത്യ ഘടനയെ മെച്ചപ്പെടുത്താനല്ല, മറിച്ച് ഹിന്ദു രാഷ്ട്ര വാദത്തിന് അനുസൃതമായ ഒരു മതാധിഷ്ഠിത ഭരണ സംവിധാനത്തിലേക്ക് അതിനെ പരിവർത്തനപ്പെടുത്താനാണ്.

ഹിന്ദു സങ്കല്പത്തെ മതപരമായ ഒന്നായിട്ടല്ല, ഒരു സാംസ്കാരികാവസ്ഥ മാത്രമായിട്ടാണ് തങ്ങൾ കാണുന്നതെന്ന അവരുടെ വിശദീകരണം ഇത്തരം ആശങ്കകൾക്കുള്ള മറുപടി ആകുന്നുമില്ല. സാംസ്കാരിക രംഗങ്ങളിൽ, ചരിത്ര ഗവേഷണത്തിന്റെയും വിദ്യാഭ്യാസത്തിന്റെയും മറ്റും മേഖലകളിൽ അവർ നടത്തിക്കൊണ്ടിരിക്കുന്ന ഇടപെടലുകൾ തികച്ചും മതമൗലിക നിലപാടുകളിൽ നിന്നാണെന്ന് കാണുമ്പോൾ ഇത്തരം വിശദീകരണങ്ങൾ ആർക്കും മുഖ വിലക്കെടുക്കാനാവുകയില്ല. ഇപ്പോഴത്തെ, പാർലമെന്റിന് ആധിപത്യമുള്ള സമ്പ്രദായത്തിനുപകരം അമേരിക്കയിലെ പോലെ പ്രസിഡൻഷ്യൽ സമ്പ്രദായം കൊണ്ടുവന്നാൽ, തങ്ങളുടെ ഒരു പ്രസിഡണ്ടിനെ തെരഞ്ഞെടുത്തു കിട്ടിയാൽ പാർലമെന്റിനെ മറി കടന്നുകൊണ്ട് രാഷ്ട്രീയാധിപത്യം നേടിയെടുക്കാനാവും എന്നാണ് അവർ കണക്കു കൂട്ടുന്നത്. ഈ ദിശയിലുള്ള ഭരണഘടനാ പരിഷ്ക്കരണം ഇന്ന് നിലവിലുള്ള മതേതര ജനാധിപത്യ ഘടനയ്ക്ക് ഭീഷണിയാവുന്നത് ഈ അർത്ഥത്തിലാണ്.

ഇന്നത്തെ സാഹചര്യത്തിൽ ഹിന്ദു രാഷ്ട്രവാദികൾക്ക് പാർലമെന്റിൽ മൂന്നിൽ രണ്ട് ഭൂരിപക്ഷം നേടി ഭരണഘടനയുടെ ഉടച്ചുവാർക്കൽ യാഥാർത്ഥ്യമാക്കി മാറ്റാൻ സാധിക്കില്ലെന്നത് സ്പഷ്ടമാണ്. സമീപഭാവിയിലും അതു കഴിയുമെന്ന് തോന്നുന്നില്ല. എന്നാൽ ഈ ഭീഷണി ലാഘവത്തോടെ എടുക്കുന്നത് അപകടകരം തന്നെയായിരിക്കും. മുകളിൽ സൂചിപ്പിച്ചതുപോലുള്ള ദളിത് പിന്നോക്ക ന്യൂനപക്ഷ വിഭാഗങ്ങളുടെ പുതിയൊരു സാമൂഹ്യ മുന്നണിയാണ് ഈ ഭീഷണികളുടെ ഏറ്റവും ഫലപ്രദമായ മറുമരുന്ന്. എങ്കിലും, ഇത്തരമൊരു നിലപാട് സ്വീകരിക്കാൻ തയ്യാറാകാതെ ഔപചാരികമായിട്ടെങ്കിലും മതേതര ജനാധിപത്യം അംഗീകരിക്കുന്ന എല്ലാ വിഭാഗങ്ങളും ചേർന്നുകൊണ്ടുള്ള വിശാലമായ ഒരു രാഷ്ട്രീയ മുന്നണിയാണ് ഇന്ന് ആവശ്യം. അത് സാധ്യവുമാണ്. കഴിഞ്ഞ മൂന്ന് അഖിലേന്ത്യാ തെരഞ്ഞെടുപ്പുക

ളിൽ ഇത്തരമൊരു മുന്നണിയുടെ ആവശ്യകതയും സാധ്യതയും പ്രകടമായിട്ടും അത് ശരിയായി രൂപം കൊള്ളാതിരുന്നതുകൊണ്ട് മാത്രമാണ് ജനാധിപത്യ വിരുദ്ധ ശക്തികൾക്ക് മുൻകൈ നേടാനായത്. മതേതര ജനാധിപത്യശക്തികൾക്കിടക്ക് മുഖ്യ ഭീഷണിക്കെതിരെ ഐക്യം ഒഴിച്ചുകൂടാനാവാത്തതാണ് എന്ന തിരിച്ചറിവില്ലായ്മയാണ് ഇത്തരം അപകടം വിളിച്ചുവരുത്തിയത്. വരുംകാലങ്ങളിൽ ഈ ദൗർബല്യം പരിഹരിക്കപ്പെട്ടാൽ മാത്രമേ ഇന്ത്യയുടെ മതേതര ജനാധിപത്യഘടന സുരക്ഷിതമായി നിലനിൽക്കുകയുള്ളൂ. ഈ ചുവരെഴുത്ത് എല്ലാവരും കാണുന്നുണ്ടെന്ന് പ്രത്യാശിക്കാം.

(സമീക്ഷ, റിപ്പബ്ലിക് പതിപ്പ്, 2000)

സാമുദായിക രാഷ്ട്രീയത്തിന്റെ ഏറ്റിറക്കങ്ങൾ

ചരിത്രപരമായ ഒരു പരിശോധന

കേരളത്തിൽ സാമുദായിക രാഷ്ട്രീയം ഇപ്പോഴും ഒരു മുഖ്യ പ്രവണതയായിട്ടില്ലെന്ന്, ആകുകയില്ലെന്ന് ആണയിട്ട് പറയുന്നവരാണ് ഇവിടത്തെ മുഖ്യധാരാ രാഷ്ട്രീയത്തിലെ പ്രമുഖ കക്ഷികൾ. കോൺഗ്രസുകാരും കമ്മ്യൂണിസ്റ്റുകാരും തന്നെയാണ് ഈ വാദമുയർത്തുന്നവരിൽ പ്രധാനികൾ. ഓരോ മണ്ഡലത്തിലെയും സാമുദായികമായ അടിയൊഴുക്കുകൾ പരിഗണിക്കാതെ ഒരൊറ്റ സ്ഥാനാർത്ഥിയെ പോലും നിശ്ചയിക്കാത്തവരാണ് ഈ മതേതര ജനാധിപത്യപാർട്ടികൾ എന്നതും ആരും നിഷേധിക്കാത്ത വസ്തുതയാണ്. യാഥാർത്ഥ്യവും സങ്കല്പവും തമ്മിലുള്ള ഈ വൈരുദ്ധ്യം ഇതുവരെ മൂടിവെച്ചിരുന്നതുപോലെ ഇനിയും കഴിയാത്തവിധം പ്രകടമായി വരുന്ന അന്തരീക്ഷമാണ് എല്ലായിടത്തും രൂപപ്പെട്ടുവരുന്നത്. മൂടിവെക്കാനായില്ലെങ്കിലും പ്രകടമായികൊണ്ടിരിക്കുന്ന ഈ യാഥാർത്ഥ്യം എങ്ങനെ അംഗീകരിക്കും എന്നതാണ് ഈ പാർട്ടികൾ നേരിടുന്ന പ്രശ്നം. പ്രയോഗത്തിൽ അംഗീകരിക്കാം. എന്നാൽ, തത്വത്തിൽ അംഗീകരിക്കാൻ വയ്യ. ഇതാണ് ഇവരെല്ലാം നേരിടുന്ന ആന്തരിക വൈരുദ്ധ്യം.

കേരളീയസമൂഹം കടന്നുവന്ന ചരിത്രത്തിന്റെ സൃഷ്ടിയാണ് ഈ ആന്തരികവൈരുദ്ധ്യം. മറ്റെല്ലാ ഇന്ത്യൻസമൂഹങ്ങളെയും പോലെ, നൂറ്റാണ്ടുകളല്ല, സഹസ്രാബ്ദങ്ങൾ തന്നെ, ജാതിവ്യവസ്ഥയ്ക്ക് കീഴിലെ ജനാധിപത്യ വിരുദ്ധാന്തരീക്ഷത്തിൽ കഴിഞ്ഞ സമൂഹമാണ് കേരളത്തിലേതും. എന്നാൽ, ശക്തമായ സാമൂഹിക നവോത്ഥാനപ്രസ്ഥാനങ്ങളും തുടർന്ന് പുരോഗമന കമ്മ്യൂണിസ്റ്റ് രാഷ്ട്രീയവും കണ്ണി ചേർക്കപ്പെട്ട കേരളീയസമൂഹം ചുരുങ്ങിയ സമയംകൊണ്ടാണ് സാമൂഹികമായും രാഷ്ട്രീയമായും ഏറെ മുന്നിലേക്ക് കുതിച്ചുചാടിയത്. ജനാധിപത്യ

വൽക്കരണത്തിന്റെയും രാഷ്ട്രീയവൽക്കരണത്തിന്റെയും പാതയിൽ അഭിമാനാവഹമായ മുന്നേറ്റം നടത്തിയ കേരളീയ സമൂഹം ജാതി മത ചിന്തകൾക്കതീതമായ രാഷ്ട്രീയ വൽക്കരണത്തെ വ്യാപകമായ സാമൂഹികാടിസ്ഥാനമാക്കി മാറ്റി.

കോൺഗ്രസ് പാർട്ടിയിലും കമ്മ്യൂണിസ്റ്റ്പാർട്ടിയിലും സോഷ്യലിസ്റ്റ് പാർട്ടിയിലും അവയുടെ അവാന്തരവിഭാഗങ്ങളിലും എല്ലാ ജാതിമതസ്ഥരും പങ്കാളികളായി. അഖിലേന്ത്യാതലത്തിൽ തന്നെ ഈ പ്രവണത കാണാമെങ്കിലും രാഷ്ട്രീയവൽക്കരണം അടിത്തട്ടിലേക്ക്, ഗ്രാമങ്ങളിലേക്കും കുടുംബങ്ങളിലേക്കും ഓരോ വ്യക്തിയിലേക്കും കടന്നുവന്നത് കേരളത്തിന്റെ സവിശേഷതയാണ്. പ്രത്യയശാസ്ത്രപരമായ രാഷ്ട്രീയവൽക്കരണം ഓരോ വ്യക്തിയെയും ചുരുങ്ങിയ തോതിലെങ്കിലും സ്വാധീനിക്കുന്ന വിധം സമൂഹത്തെ മുഴുവൻ ഗ്രസിച്ച രാഷ്ട്രീയവൽക്കരണമാണ് കേരളത്തിന്റെ രാഷ്ട്രീയ പ്രബുദ്ധതയുടെ സാമൂഹികാടിസ്ഥാനം. കേരളീയ സമൂഹം ഇടക്കാലത്ത് നേടിയ ഈ രാഷ്ട്രീയ വളർച്ചയാണ് ഇപ്പോൾ സാമുദായിക രാഷ്ട്രീയത്തിലൂടെ പുറകോട്ടടിച്ചുകൊണ്ടിരിക്കുന്നത്. മതേതര ജനാധിപത്യ പാർട്ടികൾ ഈ പ്രക്രിയയെ തത്വത്തിൽ ഉൾക്കൊള്ളാനാകാതെ അന്തം വിട്ടുനിൽക്കുകയും പ്രായോഗികമായി ഈ പുതിയ പ്രവണതയെ ഉൾക്കൊള്ളാൻ ശ്രമിക്കുകയുമാണ് ചെയ്യുന്നത്. കേരളീയ സമൂഹത്തിന്റെ ചരിത്രപരമായ വികാസത്തിൽ രൂപം കൊണ്ടുവന്ന ഈ ആന്തരിക വൈരുദ്ധ്യത്തിന്റെ സമൂർത്ത സാഹചര്യങ്ങൾ മനസ്സിലാക്കിയാലേ ഈ അവസ്ഥയെ മറി കടന്നുകൊണ്ട് മുന്നേറാനാകൂ.

ചരിത്രപശ്ചാത്തലം

പത്തൊമ്പതാം നൂറ്റാണ്ടിന്റെ അവസാനത്തിലും ഇരുപതാം നൂറ്റാണ്ടിന്റെ ആരംഭത്തിലുമായി, കേരളത്തിലെ ഏതാണ്ടെല്ലാ സമുദായങ്ങളിലും പല രൂപഭാവങ്ങളിലുമുള്ള സാമൂഹിക നവോത്ഥാന പ്രക്രിയ അരങ്ങേറുകയുണ്ടായി. എല്ലാ സമുദായങ്ങളുടെയും സാമൂഹിക പദവിയിലുള്ള മാറ്റത്തോടൊപ്പം ഓരോ സമുദായത്തിന്റെയും ആന്തരിക ജനാധിപത്യവൽക്കരണവും ഈ നവോത്ഥാന പ്രക്രിയയുടെ ലക്ഷ്യങ്ങളായിരുന്നു. സാമൂഹികാവകാശങ്ങളുടെ തലത്തിലുള്ള സമരങ്ങളായിരുന്നു ഈ ആദ്യഘട്ടത്തിൽ ഉയർന്നുനിന്നത്. തിരുവിതാംകൂർ സർക്കാരിൽ ഉന്നതോദ്യോഗങ്ങൾ ഭൂരിപക്ഷവും തമിഴ് ബ്രാഹ്മണർ കൈയടക്കിവെച്ചിരുന്നതിനെതിരായി നായന്മാരുടെ മുൻകൈയിൽ മലയാളികൾക്ക് തൊഴിൽ നൽകണമെന്ന് ആവശ്യപ്പെടുന്ന മലയാളി മെമ്മോറിയലും

തൊഴിൽ, വിദ്യാഭ്യാസം തുടങ്ങി എല്ലാ മേഖലയിലെയും സാമൂഹികാവകാശങ്ങൾക്കുവേണ്ടി സമർപ്പിക്കപ്പെട്ട ഈഴവ മെമ്മോറിയലും ഈ കാലഘട്ടത്തിലെ സമരങ്ങളുടെ സ്വഭാവം വ്യക്തമാക്കുന്നു.

തുല്യവോട്ടവകാശത്തിനും സാമുദായിക പ്രാതിനിധ്യത്തിനും വേണ്ടി ഈഴവ, മുസ്ലിം, ക്രിസ്ത്യൻ സമുദായങ്ങളുടെ മുൻകൈയിൽ മുപ്പതുകളിൽ ശക്തി പ്രാപിച്ച നിവർത്തനപ്രക്ഷോഭത്തോടെയാണ് സാമുദായിക നവോത്ഥാനം രാഷ്ട്രീയരൂപം കൈവരിക്കാൻ തുടങ്ങിയത്. സമുദായങ്ങളുടെ രാഷ്ട്രീയ പ്രാതിനിധ്യം കണക്കു പറഞ്ഞ് പിടിച്ചുപറ്റാൻ തുടങ്ങിയ ശ്രമമായിരുന്നു നിവർത്തനപ്രക്ഷോഭ കാലത്ത് കണ്ടത്. അതിൽ എന്തെങ്കിലും അപാകമോ അനൗചിത്യമോ ആർക്കും തോന്നിയിരുന്നില്ല. മറിച്ച സാമുദായിക പ്രാതിനിധ്യം എന്നത് ജനാധിപത്യാവകാശങ്ങളുടെ സ്വാഭാവിക പ്രതിഫലനമായിട്ടാണ് എല്ലാവരും നോക്കിക്കണ്ടത്.

19-20 കളുടെ അവസാനത്തിൽ നടന്ന വട്ടമേശസമ്മേളനങ്ങളിൽ മഹാത്മാഗാന്ധിയും ഡോ.അംബേദ്കറും തമ്മിൽ നടന്ന, അയിത്ത ജാതിക്കാർക്ക് പ്രത്യേക രാഷ്ട്രീയ സംവരണം എന്ന പ്രശ്നത്തെ കേന്ദ്രീകരിച്ചുള്ള സംവാദവും പൂനകരാറുമെല്ലാം അഖിലേന്ത്യാ തലത്തിൽ ചെലുത്തിയ സ്വാധീനം തിരുവിതാംകൂറിലെ നിവർത്തനപ്രക്ഷോഭത്തിന്റെ പശ്ചാത്തലത്തിലുമുണ്ടായിരുന്നു എന്നു കാണാം. സാമുദായിക പ്രാതിനിധ്യം എന്നതിനുമപ്പുറം മർദ്ദിത ജാതി വിഭാഗങ്ങൾ തങ്ങളുടെ രാഷ്ട്രീയാധികാര പങ്കാളിത്തം കണക്കുപറഞ്ഞു വാങ്ങിക്കൊണ്ട് രാഷ്ട്രീയ സാമൂഹിക സാമ്പത്തിക തുല്യത നേടുന്നതിലൂടെയാണ് ജാതി വ്യവസ്ഥ തന്നെ ഇല്ലാതാക്കാൻ കഴിയുക എന്ന അംബേദ്കർ സിദ്ധാന്തം കേരളത്തിലെ മർദ്ദിത സമുദായങ്ങളെ സ്വാധീനിച്ചിരുന്നതിന്റെ തെളിവൊന്നും അക്കാലത്തെ സംഭവവികാസങ്ങളും നേതാക്കന്മാരുടെ നിലപാടുകളും പരിശോധിച്ചാൽ കണ്ടെത്താൻ കഴിയില്ല.

നിവർത്തന പ്രക്ഷോഭത്തെ തുടർന്ന് എസ്.എൻ.ഡി.പി സ്റ്റേറ്റ് കോൺഗ്രസിൽ കുറച്ചുകാലത്തേക്ക് സജീവ പങ്കാളിയായി. ക്രിസ്ത്യൻ സമുദായത്തിലേയും നായർ സമുദായത്തിലേയും നേതാക്കന്മാർ പലരും രാഷ്ട്രീയത്തിലേക്ക് പ്രവേശിക്കുകയുണ്ടായി. എസ്.എൻ.ഡി.പി ഔപചാരികമായി സജീവ രാഷ്ട്രീയത്തിൽ നിന്ന് പിൻവാങ്ങിയെങ്കിലും നേതാക്കന്മാർ പലരും കോൺഗ്രസ് നേതൃത്വത്തിലെത്തുകയുണ്ടായി.

കമ്മ്യൂണിസ്റ്റ് ഇടപെടൽ

കേരളത്തിൽ 20 കളിലും 30 കളിലും ഉണ്ടായ സാമുദായിക രാഷ്ട്രീ

യത്തിന്റെ ശക്തിപ്പെടൽ സാമൂഹിക നവോത്ഥാന പ്രക്രിയയുടെ സ്വാഭാവികമായ തുടർച്ച മാത്രമായിരുന്നു. തുടർന്ന് അതൊരു രാഷ്ട്രീയ നവോത്ഥാനമാകാത്ത വിധമുള്ള ആശയപരവും സംഘടനാപരവുമായ നേതൃത്വം വളർന്നു വരികയുണ്ടായി. അഖിലേന്ത്യാ തലത്തിൽ ഡോ. അംബേദ്കർ ഉയർത്തിയ ആശയപരമായ മാർഗ്ഗദർശനം കേരളത്തിലേക്ക് കടന്നുവന്നതേയില്ല. ഇങ്ങനെയൊരു പശ്ചാത്തലത്തിലാണ് 30 കളുടെ അവസാനത്തിൽ രൂപംകൊണ്ട കമ്മ്യൂണിസ്റ്റ് പാർട്ടിയുടെ രാഷ്ട്രീയമായ ഇടപെടൽ സംഭവിക്കുന്നത്.

1939 ൽ കോൺഗ്രസ് സോഷ്യലിസ്റ്റ് പാർട്ടി കമ്മ്യൂണിസ്റ്റ് പാർട്ടിയായി ഔപചാരികമായി രൂപാന്തരപ്പെടുന്നതിന് മുമ്പുതന്നെ കമ്മ്യൂണിസ്റ്റുകാർ തനതായ പ്രവർത്തനം ആരംഭിച്ചുകഴിഞ്ഞിരുന്നു. കമ്മ്യൂണിസ്റ്റ് പാർട്ടി ഔപചാരികമായി രൂപം കൊണ്ടതിനുശേഷം ആദ്യഘട്ടത്തിൽ എടുത്ത പ്രധാന തീരുമാനങ്ങളിലൊന്ന് എസ്.എൻ.ഡി.പിയിലും അയ്യങ്കാളിയുടെ നേതൃത്വത്തിൽ രൂപം കൊണ്ടിരുന്ന സാധുജന പരിപാലനസംഘത്തിലും കടന്നുചെന്ന് പ്രവർത്തിക്കാനാണ്. ഈ പ്രസ്ഥാനങ്ങൾ ജനാധിപത്യ പ്രസ്ഥാനത്തിന്റെ ഭാഗമാണെന്ന് തിരിച്ചറിഞ്ഞുകൊണ്ടുള്ള ഒരു ഇടപെടലാണ് കമ്മ്യൂണിസ്റ്റ് പാർട്ടി നടത്തിയത്.

ഇന്ത്യയിൽ കേരളത്തിലെ കമ്മ്യൂണിസ്റ്റുകാർ മാത്രം ചെയ്ത വലിയൊരു കാര്യമായിരുന്നു ഇത്. പിന്നോക്ക ദളിത് വിഭാഗങ്ങൾക്കിടയ്ക്ക് ഉറച്ച ബഹുജന അടിത്തറ ഉണ്ടാക്കാൻ ഈ നടപടി അവരെ ഏറെ സഹായിച്ചു. മഹാരാഷ്ട്രയിലും തമിഴ് നാട്ടിലും കമ്മ്യൂണിസ്റ്റ് പ്രസ്ഥാനം നേരത്തെ വേരുറക്കുകയും അവിടെയെല്ലാം സാമൂഹിക നവോത്ഥാന പ്രസ്ഥാനങ്ങൾ സജീവമായിരിക്കുകയും ചെയ്തിട്ടും കമ്മ്യൂണിസ്റ്റുകാർക്ക് കേരളത്തിലേതുപോലെ ഇടപെടാനും ജനകീയാടിത്തറ ഉണ്ടാക്കാനും കഴിഞ്ഞില്ല. അത് മറ്റൊരു കഥ. കേരളത്തിൽ ജന്മിത്തത്തിനെതിരായി കർഷകരുടെയും കർഷകതൊഴിലാളികളുടെയും മുതലാളിമാർക്കെതിരായി തൊഴിലാളികളുടെയും പക്ഷത്ത് ശക്തമായി നിലയുറപ്പിച്ചുകൊണ്ടാണ് ദളിത് പിന്നോക്ക ബഹുജനങ്ങളുടെ അടിത്തറ സൃഷ്ടിക്കാൻ കമ്മ്യൂണിസ്റ്റുകാർക്ക് കഴിഞ്ഞത്. ജാതി മേധാവിത്വത്തിനെതിരായി ശ്രീനാരായണ, അയ്യങ്കാളി പ്രസ്ഥാനങ്ങൾ സൃഷ്ടിച്ച അവകാശബോധത്തിന്റെയും നവോത്ഥാന ചിന്തയുടെയും തുടർച്ചയെന്നോണമാണ് ഈ വർഗ്ഗസമരത്തിന്റെ മാർഗ്ഗം ദളിത് പിന്നോക്ക വിഭാഗങ്ങൾക്ക് അനുഭവപ്പെട്ടത്. മർദ്ദിത ജനവിഭാഗങ്ങളുടെ ഭൗതിക ജീവിതത്തെ മാറ്റിത്തീർക്കുന്നതിൽ ഈ വർഗ്ഗസമരം ചെലുത്തിയ സ്വാധീനം വലുതാ

യിരുന്നു. ജാതി വിരുദ്ധ സമരമുഖം കൂടി കമ്മ്യൂണിസ്റ്റുകാർ ഏറ്റെടു ക്കുന്നതോടെ, മർദ്ദിത ജനവിഭാഗങ്ങളുടെ മുന്നിൽ അർത്ഥവത്തായ ജാതി വിരുദ്ധ സമരത്തിന്റെ പ്രതിനിധികൾ കമ്മ്യൂണിസ്റ്റുകാരായി തീർന്നു. ദളിതരിൽ ഭൂരിപക്ഷവും പിന്നോക്കക്കാരിൽ പാട്ടകുടിയാന്മാരും കർഷക തൊഴിലാളികളും തൊഴിലാളികളുമെല്ലാമായ ഗണ്യവിഭാഗവും കമ്മ്യു ണിസ്റ്റുകാരുടെ ശക്തമായ സാമൂഹികാടിത്തറയായി തീർന്നത് ഇങ്ങ നെയായിരുന്നു.

ജന്മിമാർക്കും മുതലാളിമാർക്കുമെതിരെ നട്ടെല്ലുയർത്തിനിന്ന് കൂലി കണക്ക് പറഞ്ഞു വാങ്ങാൻ കഴിയുംവിധം ഈ അടിസ്ഥാന ജനവിഭാ ഗങ്ങളെ വളർത്തിയത് കമ്മ്യൂണിസ്റ്റുകാരായിരുന്നു. ഈ പരിവർത്തന ങ്ങൾ അവരെ സംബന്ധിച്ചേടത്തോളം വിപ്ലവപരവുമായിരുന്നു. ദശക ങ്ങൾക്കു ശേഷവും കമ്മ്യൂണിസ്റ്റുകാരുടെ ഈ ജനവിഭാഗങ്ങളിലെ സ്വാധീനം ഗണനീയമായി തുടരുന്നതിന് കാരണമിതാണ്. ഈ തല ത്തിൽ കമ്മ്യൂണിസ്റ്റുകാർ വഹിച്ച പങ്ക് ചരിത്രപരമായി പുരോഗമനപര മായിരുന്നു എന്ന് ഒറ്റനോട്ടത്തിൽ കാണാൻ കഴിയും. എന്നാൽ ഇതി നൊരു മറുവശമുണ്ട്. മർദ്ദിത ജനവിഭാഗങ്ങളെ സംബന്ധിച്ചിടത്തോളം അവകാശബോധവും സാമ്പത്തികനേട്ടങ്ങളും പ്രധാനം തന്നെയെങ്കിലും അവരുടെ യഥാർത്ഥ മോചനത്തിന്റെ പ്രാഥമിക ചുവടുവെപ്പുകളേ ആകു ന്നുള്ളു. തനതായ രാഷ്ട്രീയാധികാര പങ്കാളിത്തത്തിലൂടെ മാത്രമേ ഈ മോചനം സാധ്യമാകൂ. എന്നാൽ കമ്മ്യൂണിസ്റ്റുകാർ ദളിതരുടെയും പിന്നോക്കക്കാരുടെയും ഇത്തരമൊരു മോചനസാധ്യതയെ എന്നെന്നേ ക്കുമായി കൊട്ടിയടക്കുകയാണ് ചെയ്തത്. സാമ്പത്തികാവകാശങ്ങളു ടെയും കൂലി കൂടുതലിന്റെയും തലത്തിൽ അവരെ ശാശ്വതമായി തള ച്ചിടുകയായിരുന്നു. വർഗ്ഗസമരത്തിന്റെ പേരിൽ ജാതി വിഭാഗങ്ങളെന്ന രീതിയിൽ സംഘടിക്കാനും തങ്ങൾക്ക് നിഷേധിക്കപ്പെട്ട രാഷ്ട്രീയാധി കാര പങ്ക് വീണ്ടെടുക്കാനും ഒരിക്കലും കഴിയാത്തവണ്ണം ആശയപര മായ കുരുക്കിൽ അവരെ വീഴ്ത്തുകയാണ് കമ്മ്യൂണിസ്റ്റുകാർ ചെയ്ത ത്. രാഷ്ട്രീയാധികാരത്തിന്റെ കുത്തക മുഴുവൻ പാർട്ടി നേതൃത്വം ഏറ്റെ ടുത്തു. ഫലത്തിൽ ആ നേതൃത്വം എന്നും സവർണ്ണരുടെ പിടിയിലൊ തുങ്ങുകയും ചെയ്തു. ദശകങ്ങൾക്കു ശേഷവും ദളിതരും പിന്നോക്ക ക്കാരിൽ ഗണ്യമായ വിഭാഗവും ഈ കുരുക്കിൽനിന്ന് സ്വയം മോചിത രാകാൻ അശക്തരാണ്.

ദളിത് പിന്നോക്ക വിഭാഗങ്ങൾക്കിടയ്ക്ക് കമ്മ്യൂണിസ്റ്റുകാർക്ക് ഈ അടിത്തറ ഉണ്ടാക്കാൻ കഴിഞ്ഞതിന്റെ ഫലമായിട്ടാണ് 1957 ലെ കമ്മ്യു

ണിസ്റ്റ് മന്ത്രിസഭ സാധ്യമായത്. ജാതി മതചിന്തകൾക്കതീതമായ ആശയപരമായ അടിത്തറ കമ്മ്യൂണിസ്റ്റുകാർക്ക് പൊതുവിൽ സൃഷ്ടിക്കാൻ കഴിഞ്ഞിരുന്നു. സ്വാതന്ത്ര്യസമരകാലത്തെ പാരമ്പര്യത്തിന്റെ തുടർച്ചയായി പരിമിതമായ തലത്തിൽ കോൺഗ്രസ്സിനും ഇത്തരമൊരു അടിത്തറ സൃഷ്ടിക്കാൻ കഴിഞ്ഞിരുന്നു. മറ്റ് സോഷ്യലിസ്റ്റ് ഗ്രൂപ്പുകളും ഈ ഘടന സൃഷ്ടിച്ചു.

സാമുദായിക രാഷ്ട്രീയത്തിന്റെ അപചയം

കമ്മ്യൂണിസ്റ്റ്, ഇടതുപക്ഷ ആശയങ്ങൾക്ക് ഗണ്യമായി കടന്നുചെല്ലാൻ കഴിയാതിരുന്ന സാമൂഹിക വിഭാഗങ്ങളായിരുന്നു മുസ്ലിംങ്ങളും ക്രിസ്ത്യാനികളും നായന്മാരിൽ ഭൂരിപക്ഷവും. കോൺഗ്രസ്സിന്റെ നേതൃത്വത്തിൽ ഈ വിഭാഗങ്ങൾ അണിനിരന്നപ്പോഴാണ് വിമോചനസമരം ജനകീയ സ്വഭാവം കൈവരിച്ചത്. സാമുദായിക രാഷ്ട്രീയം ഫലപ്രദമായി സ്വാധീനം ചെലുത്താൻ തുടങ്ങിയതിന്റെ പ്രധാനപ്പെട്ട ഒരു നിദർശനമായിരുന്നു അത്. കമ്മ്യൂണിസ്റ്റുകാരുടെ പരാജയവും പിളർപ്പും കഴിഞ്ഞതോടെ കേരളത്തിൽ ഐക്യമുന്നണി രാഷ്ട്രീയം വേരുറയ്ക്കാൻ തുടങ്ങി. പാർലമെന്ററി രാഷ്ട്രീയത്തിലെ ഒരു ഉപകരണം മാത്രമായി സാമുദായിക രാഷ്ട്രീയം ഈ കാലഘട്ടത്തിൽ അധഃപതിക്കുകയും ചെയ്തു. മർദ്ദിത സാമുഹിക വിഭാഗങ്ങളും ന്യൂനപക്ഷങ്ങളും സ്വന്തം അധികാര സ്ഥാപനത്തിനായി പാർലമെന്ററി രാഷ്ട്രീയത്തെ ഉപയോഗിക്കുകയല്ല, മറിച്ച് പലതരം നിക്ഷിപ്ത താല്പര്യങ്ങൾക്കായി സാമുദായിക പിന്തുണയെ ഉപയോഗപ്പെടുത്തുന്ന പ്രവണതയാണ് വളർന്നുവന്നത്.

ജനങ്ങളുടെ രാഷ്ട്രീയവൽക്കരണം വോട്ടു ബാങ്ക് രാഷ്ട്രീയമായതുപോലെ സാമുദായിക ഘടനയെ വോട്ടു ബാങ്ക് രാഷ്ട്രീയത്തിന് പറ്റും വിധം ഉപയോഗപ്പെടുത്തുന്ന അവസ്ഥയാണ് കേരളത്തിൽ വളർന്നുവന്നത്. ജാതി മത ചിന്തകൾക്കതീതമായ രാഷ്ട്രീയ പ്രസ്ഥാനങ്ങളായി കരുതപ്പെട്ട കമ്മ്യൂണിസ്റ്റുകാരും സോഷ്യലിസ്റ്റുകാരും കോൺഗ്രസ്സുകാരും എല്ലാംതന്നെ തിരഞ്ഞെടുപ്പു വേളയിൽ ജാതിമത പരിഗണനകളുടെ അടിസ്ഥാനത്തിലേ സ്ഥാനാർത്ഥികളെ നിർണ്ണയിക്കൂ എന്ന അവസ്ഥ വന്നു. രാഷ്ട്രീയത്തിന്റെ അടിസ്ഥാനത്തിൽ തന്നെ വോട്ടു ചെയ്യുന്നവരാണ് മേൽചൊന്ന മതേതര ജനാധിപത്യ പാർട്ടികളിലെ ഗണ്യവിഭാഗങ്ങളെങ്കിലും സാമുദായികാടിസ്ഥാനത്തിൽ വോട്ടു ചെയ്യുന്ന ഒരു ഇടനില വിഭാഗമാണ് സ്ഥാനാർത്ഥികളുടെ ജയാപജയങ്ങളെ നിർണ്ണയിക്കുന്നത് എന്ന ധാരണയാണ് ഈ സാമുദായിക പരിഗണന വ്യാപകമായി തീരാൻ

കാരണം. കേരളത്തിൽ ജാതി രാഷ്ട്രീയം ശക്തിപ്പെടുന്നു എന്ന പ്രതീതി സൃഷ്ടിക്കപ്പെട്ടതിന്റെ പശ്ചാത്തലം ഇതായിരുന്നു.

സാമുദായിക രാഷ്ട്രീയത്തിന്റെ പുരോഗമനമുഖം

സമീപകാലത്ത് അഖിലേന്ത്യാ തലത്തിൽ ശക്തിപ്പെട്ടുവന്ന സാമുദായിക രാഷ്ട്രീയം ഇതിൽനിന്ന് തുലോം ഭിന്നമായിരുന്നു. ബാബറി മസ്ജിദ് പ്രശ്നത്തെ ഉപയോഗപ്പെടുത്തി ഉത്തർപ്രദേശിലും ഉത്തരേന്ത്യയിലും വളർന്നുവന്ന സവർണ്ണാധിപത്യ പ്രവണതകൾക്കെതിരായ ചെറുത്തുനിൽപിന്റെ രൂപത്തിൽ ദളിത് പിന്നോക്ക വിഭാഗങ്ങൾ രാഷ്ട്രീയമായി സംഘടിക്കാൻ തുടങ്ങിയതാണ് ഇന്ത്യൻ രാഷ്ട്രീയത്തിന്റെ മുഖച്ഛായതന്നെ മാറ്റും വിധമുള്ള രാഷ്ട്രീയമായ അടിയൊഴുക്കായി തീർന്നത്. യു.പിയിലാണ് ഈ സാമുദായിക രാഷട്രീയം ഏറ്റവും പ്രകടമായി പ്രത്യക്ഷപ്പെട്ടത്. ദളിതരും പിന്നോക്കക്കാരുമാണ് പ്രത്യേക രാഷ്ട്രീയ പാർട്ടികളായി സംഘടിക്കുകയും അതുവഴി രാഷ്ട്രീയാധികാര പങ്ക് കണക്കു പറഞ്ഞ് പിടിച്ചുപറ്റുകയും ചെയ്തത്. ജനാധിപത്യ സമ്പ്രദായം മർദ്ദിത ജാതിവിഭാഗങ്ങളുടെ രാഷ്ട്രീയമായ ഉയർത്തെഴുന്നേല്പിനുള്ള ഫലപ്രദമായ ഉപാധിയാണെന്ന് തിരിച്ചറിഞ്ഞുകൊണ്ടുള്ള രാഷ്ട്രീയ ഇടപെടലായിരുന്നു ഇത്.

ഇതിലൂടെ ഉത്തരേന്ത്യയിൽ ഉണ്ടായിക്കൊണ്ടിരിക്കുന്ന സാമൂഹികമാറ്റവും വിപ്ലവപരം തന്നെയാണ്. നൂറ്റാണ്ടുകളല്ല, സഹസ്രാബ്ദങ്ങളായി നന്നെ ചെറിയൊരു സവർണ്ണ ന്യൂനപക്ഷം നിലനിറുത്തിയിരുന്ന രാഷ്ട്രീയ സാമൂഹികാധികാര കുത്തകയെ അടിസ്ഥാനപരമായി തകർക്കുന്ന ഒരു രാഷ്ട്രീയ മുന്നേറ്റമാണ് ഈ ദളിത് പിന്നോക്ക രാഷ്ട്രീയത്തിലൂടെ സംഭവിച്ചുകൊണ്ടിരിക്കുന്നത്. കേരളത്തിൽ നാളിതുവരെയായി ദളിത്, പിന്നോക്ക വിഭാഗങ്ങൾക്കിടയ്ക്ക് ഉണ്ടായിട്ടുള്ള സാമൂഹിക രാഷ്ട്രീയ വളർച്ചയെ അപേക്ഷിച്ച് ഏറെ മുന്നോട്ടുള്ള കുതിച്ചുചാട്ടമാണ് ഉത്തരേന്ത്യയിൽ നടന്നുകൊണ്ടിരിക്കുന്നത്. കേരളത്തിൽ നാമിപ്പോഴും ഈ സംഭവവികാസങ്ങളുടെ ഗൗരവം തിരിച്ചറിയാൻ തയ്യാറായിട്ടില്ല. ഉത്തരേന്ത്യയിലെ, പ്രത്യേകിച്ചും ബീഹാറിലെയും യു.പിയിലെയും ജനങ്ങളുടെ രാഷ്ട്രീയമായ പിന്നോക്കാവസ്ഥയെക്കുറിച്ച് പുച്ഛത്തോടെ സംസാരിക്കുന്നവരാണ് കേരളത്തിലെ ജനങ്ങൾ, പ്രത്യേകിച്ചും പുരോഗമനക്കാർ എന്ന് അവകാശപ്പെടുന്നവർ. യഥാർത്ഥത്തിൽ ഇന്ന് യു.പി.യിലെയും ബീഹാറിലെയും സാധാരണ ജനങ്ങൾ കേരളത്തിലെ പുരോഗമനക്കാരെ അപേക്ഷിച്ച് രാഷ്ട്രീയമായി എത്രയോ മുന്നിലാണ്. ഇന്ത്യൻ സാഹചര്യത്തിൽ വളർന്നുവരേണ്ടതായ മതേതര

ജനാധിപത്യ രാഷ്ട്രീയത്തിന്റെ പുതിയ രൂപങ്ങളാണ് അവർ കണ്ടെത്തിക്കൊണ്ടിരിക്കുന്നത്.

വളരെ വൈകിയാണെങ്കിലും കേരളത്തിലെ പിന്നോക്ക ദളിത് വിഭാഗങ്ങൾക്കിടയ്ക്ക് തങ്ങളുടെ തനതായ രാഷ്ട്രീയാധികാര പങ്കാളിത്തത്തെക്കുറിച്ച് തിരിച്ചറിവുണ്ടാവാൻ തുടങ്ങിയിട്ടുണ്ട്. ദളിതർ സാമുദായികമായി തന്നെ ഏകീകരിക്കപ്പെടാതെ കക്ഷി രാഷ്ട്രീയ വിഭജനത്തിന് വിധേയമായതിന്റെ ദുരന്തങ്ങളാണ് പേറുന്നത്. ചരിത്രപരമായി സംഭവിച്ച ഈ ദുര്യോഗത്തിൽ നിന്ന് മോചിതരാവുക ദളിതരെ സംബന്ധിച്ചിടത്തോളം എളുപ്പമല്ല. എങ്കിലും ഇടതുപക്ഷ പ്രസ്ഥാനങ്ങൾ സൃഷ്ടിച്ച പുതിയ തരം അടിമത്തത്തിൽ നിന്ന് മോചിതരാവാനുള്ള തീവ്രശ്രമങ്ങൾ അവർക്കിടയിൽ ആരംഭിച്ചുകഴിഞ്ഞിട്ടുണ്ട്. സ്വന്തം സാമൂഹികാസ്തിത്വം ഗുരുതരമായ പ്രതിസന്ധിയെ നേരിടുന്നു എന്ന് തിരിച്ചറിയുന്ന ഒരു യുവതലമുറ ഇന്ന് ദളിതർക്കിടയിൽ സജീവമായി വരുന്നുണ്ട്.

ക്രീമിലെയർ ചട്ടത്തിന്റെയും സാമ്പത്തിക സംവരണത്തിന്റെയും പേരിൽ പിന്നോക്ക വിഭാഗങ്ങളുടെ സാമുദായിക താല്പര്യങ്ങളുടെ കടയ്ക്കൽ കത്തി വെക്കുന്നതുപോലുള്ള പ്രതിലോമ നടപടികൾ സി.പി. എമ്മിന്റെ ഭാഗത്തുനിന്ന് നിരന്തരമുണ്ടായിട്ടും അതിന്റെയൊന്നും പൊരുളറിയാതെ ഇടതുപക്ഷത്തിന് പിന്തുണ നൽകിക്കൊണ്ടിരുന്ന പിന്നോക്കക്കാർക്കിടയിൽ അടുത്ത കാലത്തായി തിരിച്ചറിവുണ്ടാവാൻ തുടങ്ങിയതിന്റെ സൂചനകളുണ്ട്. രണ്ടു മുന്നണികളുടെയും പക്ഷത്തായി വിഭജിച്ചു നിൽക്കുന്ന പിന്നോക്ക ജനത രാഷ്ട്രീയമായി ഏകീകരിക്കപ്പെടേണ്ടതിനെക്കുറിച്ച് ചിന്തിക്കാൻ തുടങ്ങിയിട്ടുണ്ട്. തനതായ രാഷ്ട്രീയാധികാര പങ്കാളിത്തം ഉറപ്പാക്കിയാൽ മാത്രമേ ജാതി രഹിത സമൂഹസൃഷ്ടി സാധ്യമാകൂ എന്നും ശ്രീനാരായണഗുരു വിഭാവന ചെയ്ത ഏകജാതി സമൂഹ സ്വപ്നം സാക്ഷാൽക്കരിക്കാനാകൂ എന്നുമുള്ള തിരിച്ചറിവ് അവർക്കിടയിൽ ശക്തിപ്പെടാൻ തുടങ്ങിയിട്ടുണ്ട്.

ഈ വിധത്തിൽ രാഷ്ട്രീയാധികാര പുനഃസ്ഥാപനത്തിനായി ജാതി സമൂഹങ്ങൾ രാഷ്ട്രീയമായി സംഘടിക്കുന്നത് ന്യായവും പുരോഗമനപരവുമാണെന്ന് വന്നാൽ, ജാതി മത ചിന്തകൾക്കതീതമായ രാഷ്ട്രീയവൽക്കരണത്തിൽ നിന്നുള്ള തിരിച്ചുപോക്കായി ഇതിനെ കാണാതിരിക്കാൻ പറ്റില്ല; പ്രത്യേകിച്ചും കേരളം പോലുള്ള ഒരു സമൂഹത്തിൽ. ജാതി മത ചിന്തകൾക്കതീതമായ രാഷ്ട്രീയവൽക്കരണം യഥാർത്ഥത്തിൽ സംഭവിച്ചിരുന്നുവെങ്കിൽ ഇങ്ങനെയൊരു തിരിച്ചുപോക്ക് സംഭ

വിക്കുമായിരുന്നില്ലെന്നതാണ് വാസ്തവം. സഹസ്രാബ്ദങ്ങൾ നീണ്ടു നിന്ന ജാതി വ്യവസ്ഥയുടെ സ്വാധീനമുള്ള ഒരു സമൂഹത്തിൽ ജാതി, മത ചിന്തകൾക്കതീതമായ രാഷ്ട്രീയവൽക്കരണം വെറും ആശയപ്രചരണംകൊണ്ടും മറ്റും ചുരുങ്ങിയകാലം കൊണ്ട് നടക്കുമെന്ന് ചിന്തിക്കുന്നതു തന്നെ മൗഢ്യമാണ്. അത്തരം ഉപരിപ്ലവമായ ഒരു രാഷ്ട്രീയ വൽക്കരണം മാത്രമാണ് ഇവിടെ നടന്നിരുന്നത്. അതുകൊണ്ടുതന്നെ അധികാരപങ്കാളിത്തത്തിന് വേണ്ടിയുള്ള സാമുദായിക രാഷ്ട്രീയം ഒരു തിരിച്ചുപോക്കായി കാണാൻ പറ്റില്ല. കാരണം ഇങ്ങനെ അധികാരസമത്വം നേടുന്ന ജാതി സമൂഹങ്ങളിൽ നിന്നേ ജാതി വിവേചനമില്ലാത്ത ഒരു പൊതുസമൂഹം സാധ്യമാകൂ. ഇന്ത്യയെ പ്പോലെ തനതായ സവിശേഷ ചരിത്രമുള്ള ഒരു സമൂഹത്തിൽ ഇത്തരമൊരു അനിവാര്യഘട്ടത്തിലൂടെ കടന്നുപോകാതെ ചരിത്രപരമായ മുന്നേറ്റം സാധ്യമല്ല തന്നെ. ഇന്ത്യയുടെ ചരിത്രവും അതിന്റെ ഭാഗമായി കേരളചരിത്രവും ഇത്തരമൊരു ഘട്ടത്തിലേക്ക് നീങ്ങിക്കൊണ്ടിരിക്കുകയാണെന്ന് വേണം അനുമാനിക്കാൻ.

(സമീക്ഷ, നവംബർ 2000)

സി.പി.എമ്മിൽ നടക്കുന്നതെന്ത്?

വളരെ വിചിത്രമായ കാര്യങ്ങളാണ് ഇപ്പോൾ സി.പി.എമ്മിൽ സംഭവിച്ചുകൊണ്ടിരിക്കുന്നത്. കേരള സി.പി.എമ്മിലെ ഏക ബുദ്ധിജീവിയെന്ന് വിശേഷിപ്പിക്കാവുന്ന പി.ഗോവിന്ദപ്പിള്ള ഏറെക്കാലമായി തന്റെ മനസ്സിൽ ഒതുക്കിവെച്ചിരുന്ന കാര്യങ്ങൾ ഒരു സാഹിത്യമാസികയുടെ റിപ്പോർട്ടറോട് സംഭാഷണരൂപത്തിൽ തുറന്നുപറയുന്നു. വസ്തുനിഷ്ഠമായി പരിശോധിച്ചാൽ ആ സംഭാഷണത്തിൽ പി.ജി. ഉന്നയിക്കുന്ന രാഷ്ട്രീയനിലപാടുകൾ സി.പി.എം അതിന്റെ 17-ാം കോൺഗ്രസ്സിലൂടെ ഔപചാരികമായി സ്വീകരിച്ചുകഴിഞ്ഞ പുതിയ സമീപനങ്ങൾ തന്നെയാണ്. കൂട്ടത്തിൽ ഒരു അനൗപചാരിക സംഭാഷണത്തിൽ സ്വാഭാവികമായും വെളിപ്പെടുത്താവുന്ന ഏതാനും നേതാക്കന്മാരെക്കുറിച്ചുള്ള അദ്ദേഹത്തിന്റെ വിലയിരുത്തലുകളും ചിലതിൽ അല്പസ്വല്പം നിഷേധാത്മകധ്വനികളുമുണ്ടെന്നു മാത്രം. ഏറെക്കുറെ സത്യസന്ധമായ ഇത്തരം വെളിപ്പെടുത്തലുകൾ ദുരുദ്ദേശ്യപരമെന്നു പറയാനാവില്ല. നിലപാടുകൾ തമ്മിലുള്ള പൊരുത്തം കൊണ്ടുതന്നെയാകാം സംസ്ഥാനനേതൃത്വം ചെറിയൊരു താക്കീതിൽ പ്രശ്നം അവസാനിപ്പിക്കാൻ ശ്രമിച്ചത്. വീണ്ടും തുറക്കേണ്ട ആവശ്യമില്ലാത്ത അടഞ്ഞ അധ്യായമാണതെന്ന് സംസ്ഥാന സെക്രട്ടറി പറഞ്ഞു. പക്ഷേ, ഇപ്പോൾ പോളിറ്റ് ബ്യൂറോ നിർദ്ദേശപ്രകാരം സംസ്ഥാനകമ്മിറ്റി വീണ്ടും നടപടിയെടുക്കുകയും എല്ലാ ഔദ്യോഗിക സംസ്ഥാനങ്ങളിൽ നിന്നും സംസ്ഥാന കമ്മിറ്റിയിൽനിന്നും പി.ജിയെ പുറത്താക്കി ഒരു ബ്രാഞ്ച് മെമ്പറായി തരംതാഴ്ത്തുകയും ചെയ്തു.

മറുവശത്ത് സി.പി.എമ്മിന്റെ ഔദ്യോഗിക പ്രസിദ്ധീകരണങ്ങളിലൊന്നായ ദേശാഭിമാനി വാരികയുടെ പത്രാധിപരായ എം.എൻ.വിജയൻ അദ്ദേഹത്തിന്റെതന്നെ പത്രാധിപത്യത്തിലുള്ള പാഠം മാസികയിലൂടെ സി.പി.എമ്മിനെതിരായി ശത്രുക്കൾ പോലും ഉന്നയിക്കാത്തവിധം വിനാശകരവും പാർട്ടിയെ തകർക്കുന്ന വിധത്തിലുള്ളതുമായ ആരോപണങ്ങൾ ഉന്നയിക്കുകയും അവയെ സാധൂകരിക്കാനായി എല്ലാ മാർഗ്ഗങ്ങ

ളുമുപയോഗിച്ച് പ്രചാരണം നടത്തിക്കൊണ്ടിരിക്കുകയും ചെയ്യുന്നു. അങ്ങേയറ്റം ദ്രോഹകരമായ പാർട്ടി വിരുദ്ധ പ്രവർത്തനമാണത്. എന്നിട്ടും വിജയനെതിരെ എന്തെങ്കിലും നടപടിയെടുക്കുന്നതു പോകട്ടെ, ഒരു താക്കീത് നൽകാൻ പോലുമാവാതെ നിസ്സഹായതയോടെ പാർട്ടി നോക്കിനിൽക്കുന്നു. ഔദ്യോഗിക ചടങ്ങുകളിൽ പോലും പത്രാധിപരെ ആദരപൂർവ്വം ആനയിച്ച് കൊണ്ടുനടക്കുകയും ചെയ്യുന്നു. ഒരു പാർട്ടിയംഗത്തിനെതിരായി നടപടി എടുക്കുന്നതുപോലെ പാർട്ടി അംഗമല്ലാത്ത ബുദ്ധിജീവി സഹയാത്രികനോട് അച്ചടക്ക നടപടി ആവില്ലത്രേ. പാർട്ടി പത്രത്തിന്റെ പത്രാധിപരായി തുടരുകയും പാർട്ടി വിരുദ്ധ പ്രവർത്തനം അഭംഗുരം നടത്തിക്കൊണ്ടിരിക്കുകയുമാവാം. കോൺഗ്രസ്സിൽ പോലും കാണാനാവാത്ത ഈ സ്ഥിതിവിശേഷം സി.പി.എമ്മിന്റെ ഇന്നത്തെ അവസ്ഥയിലേക്ക് വിരൽ ചൂണ്ടുന്നു. പക്ഷേ, അതുകൊണ്ടു മാത്രം ആ അവസ്ഥയുടെ രാഷ്ട്രീയമായ അർത്ഥാന്തരങ്ങൾ മനസ്സിലാക്കാനാവില്ല.

സി.പി.എം നേരിടുന്ന ആശയപരമായ പ്രതിസന്ധിയുടെ ആഴം പ്രത്യക്ഷത്തിൽ കാണുന്നതിലും എത്രയോ ഏറെയാണ്. അതാകട്ടെ, ഇന്നും ഇന്നലെയും തുടങ്ങിയതല്ല. ഇന്ത്യയിലെ കമ്മ്യൂണിസ്റ്റ് പ്രസ്ഥാനത്തിന്റെ ആരംഭം മുതൽക്കേ അതിനെ ബാധിച്ച ഒരു മാറാരോഗമായി തുടരുന്ന ഒന്നാണത്. സോവിയറ്റ് യൂണിയനും മറ്റ് സോഷ്യലിസ്റ്റ് രാജ്യങ്ങളും മുതലാളിത്തത്തിലേക്കും തകർച്ചയിലേക്കും നീങ്ങിക്കൊണ്ടിരിക്കുകയാണെന്ന് മറ്റു പലരും ചൂണ്ടിക്കാണിച്ചപ്പോഴും സി.പി.എം നേതൃത്വം അതിനു നേരെ പുറം തിരിഞ്ഞുനിന്നു. ഈ സോഷ്യലിസ്റ്റ് രാജ്യങ്ങൾ കൂട്ടത്തകർച്ചയെ നേരിട്ടപ്പോൾ അമ്പരന്നു നിൽക്കുകയും ചെയ്തു. ലോകത്തെമ്പാടുമുള്ള കമ്മ്യൂണിസ്റ്റ് പാർട്ടികളിൽ ബഹുഭൂരിപക്ഷവും ഈ വിലപ്പെട്ട അനുഭവങ്ങളിൽനിന്ന് പാഠങ്ങളുൾക്കൊണ്ട് അടിസ്ഥാനപരമായ തിരുത്തലുകൾ വരുത്തിയപ്പോൾ, അങ്ങനെ ഒരു തിരുത്തലും ആവശ്യമില്ലാത്ത പാർട്ടിയാണ് തങ്ങളുടെതെന്ന് ഊറ്റം കൊള്ളുകയായിരുന്നു സി.പി.എം. പക്ഷേ, ആഗോളതലത്തിലും ഇന്ത്യയ്ക്കുള്ളിലും ഉണ്ടായിക്കൊണ്ടിരിക്കുന്ന മാറ്റങ്ങൾക്ക് മുന്നിൽ പിടിച്ചുനിൽക്കാനാവാതെ സി.പി.എം. നേതൃത്വവും സ്വന്തം രാഷ്ട്രീയ നിലപാടുകളിൽ അടിസ്ഥാനപരമായ മാറ്റങ്ങൾ വരുത്താൻ നിർബന്ധിതമായി. 2000 ൽ തിരുവനന്തപുരത്തുവെച്ച് നടന്ന പ്രത്യേക പ്ലീനത്തിലും 2002 ലെ ഹൈദരാബാദ് കോൺഗ്രസ്സിലുമായി ആ അടിസ്ഥാനമാറ്റങ്ങൾക്ക് സി.പി.എം. ഔപചാരികരൂപം നൽകുകയുണ്ടായി.

ഈ മാറ്റങ്ങളുടെ പ്രാധാന്യവും അവയുടെ ഗുണവശവും അതേ സമയം ഈ മാറ്റങ്ങൾ വരുത്തുന്നതിൽ നേതൃത്വം സ്വീകരിക്കുന്ന ഇരട്ട

ത്താപ്പ് നയവും അത് സൃഷ്ടിക്കാൻ പോകുന്ന പുതിയ ആഭ്യന്തര വൈരുദ്ധ്യങ്ങളും സംബന്ധിച്ച് ഈ ലേഖകൻ രണ്ടു ലേഖനങ്ങൾ അക്കാലത്തതുന്നെ മാധ്യമം ആഴ്ചപ്പതിപ്പിൽ എഴുതിയിരുന്നു. (ലക്ക ങ്ങൾ: 142, 183). നേതൃത്വത്തിന്റെ ഈ അനാരോഗ്യകരമായ സമീപ നത്തെ എം.എൻ.വിജയന്റെ നേതൃത്വത്തിലുള്ള പാഠം ഗ്രൂപ്പും വി.ബി. ചെറിയാന്റെ ഗ്രൂപ്പും എങ്ങനെയാണ് ഉപയോഗപ്പെടുത്താൻ പോകുന്ന തെന്നും ആ ലേഖനങ്ങൾ ചൂണ്ടിക്കാണിക്കുകയും ചെയ്തിരുന്നു. ഏറെ ക്കുറെ അതുതന്നെയാണ് ഇപ്പോൾ സംഭവിച്ചിരിക്കുന്നതും.

ഇന്ത്യയിൽ നിലവിലുള്ള ജന്മി- കുത്തക മുതലാളി ഭരണകൂടം ഒരു വിപ്ലവത്തിലൂടെ തച്ചു തകർത്ത് കമ്മ്യുണിസ്റ്റ് പാർട്ടിക്ക് സ്പഷ്ടമായ മേധാവിത്വമുള്ള ജനകീയ ജനാധിപത്യ ഭരണകൂടം സ്ഥാപിക്കുകയും തൊഴിലാളി വർഗ്ഗ സർവ്വാധിപത്യത്തിലേക്ക് അഥവാ സോഷ്യലിസത്തി ലേക്ക് വികസിക്കുകയും ചെയ്യുകയെന്നതായിരുന്നു സി.പി.എമ്മിന്റെ 1964 ൽ അംഗീകരിച്ച പരിപാടി പ്രഖ്യാപിച്ചിരുന്നത്. സോവിയറ്റ് യൂണിയന്റെ തകർച്ചയ്ക്കുശേഷം നടന്ന 92 ലെ പതിനാലാം കോൺഗ്രസും ഈ അടിസ്ഥാന നിലപാടുകൾ മാറ്റമില്ലാതെ നിലനിർത്തി. എന്നാൽ, അതി നുശേഷം പരിപാടിയിൽ കാലോചിതമായ മാറ്റമുണ്ടാക്കണമെന്ന് തീരു മാനിക്കുകയും കോൺഗ്രസ് തീരുമാനങ്ങളിലൂടെ തന്നെ പുതിയ പരി പാടിയിലെത്തുകയുമാണ് ചെയ്തിരിക്കുന്നത്. പുതിയ നിലപാടനുസ രിച്ച് പാർലമെന്ററി ജനാധിപത്യത്തിലൂടെതന്നെ ജനകീയ ജനാധിപത്യ വിപ്ലവം പൂർത്തീകരിക്കും. മാത്രമല്ല, ജനകീയ ജനാധിപത്യഘട്ടത്തി ലുടനീളം ബഹുകക്ഷി പാർലമെന്ററി സമ്പ്രദായം തുടരുകയും ചെയ്യും. അതിന്റെ അർത്ഥം ഇന്ന് നിലനിൽക്കുന്ന പാർലമെന്ററി രാഷ്ട്രീയഘട നയും സ്വാഭാവികമായും അതുമായി ബന്ധപ്പെട്ട ഭരണകൂടവും തച്ചുത കർക്കപ്പെടുന്നില്ലെന്നാണ്. മറിച്ച് നിലവിലെ വ്യവസ്ഥയെ ഉപയോഗിച്ച് സോഷ്യലിസത്തിലേക്ക് മുന്നേറുമെന്നാണ് പദ്ധതി. ഈ രീതിയെയാണ് ലെനിനും മറ്റും സോഷ്യൽ ഡെമോക്രസി എന്ന് അധിക്ഷേപിച്ച് പറ ഞ്ഞത്. ഫലത്തിൽ CPM സോഷ്യൽ ഡെമോക്രസി സ്വീകരിച്ചിരിക്കു കയാണ്. കാലഘട്ടത്തിന്റെ ആവശ്യമാണതെന്നു പറഞ്ഞാൽ ജന ങ്ങൾക്ക് മനസ്സിലാകും. അണികളെയും ബോധ്യപ്പെടുത്താവുന്നതേയു ള്ളു. പക്ഷേ, അത്തരം നേരായ മാർഗ്ഗം സ്വീകരിക്കാനല്ല നേതൃത്വം തയ്യാ റായിട്ടുള്ളത്. പാർട്ടി പരിപാടിയിൽ അടിസ്ഥാനപരമായ മാറ്റമൊന്നും വരുത്തിയിട്ടില്ലെന്ന് അണികളെ ബോധ്യപ്പെടുത്താനാണ് നേതൃത്വം കിണഞ്ഞു ശ്രമിക്കുന്നത്.

കമ്മ്യുണിസ്റ്റ് പാർട്ടിക്കുമാത്രം അധികാര കുത്തകയുള്ള തൊഴിലാളി

വർഗ്ഗ സർവ്വാധിപത്യത്തെ സംബന്ധിച്ച പഴയ കാഴ്ചപ്പാട് തങ്ങൾ കൈയൊഴിഞ്ഞിരിക്കുകയാണെന്ന് എം.എ ബേബി തന്നെ സമ്മതിക്കുന്നുണ്ട്. (അഭിമുഖം : സമീക്ഷ ഓണപ്പതിപ്പ്). പക്ഷേ, അതേ ശ്വാസത്തിൽത്തന്നെ പാർലമെന്ററി ജനാധിപത്യ മാർഗ്ഗത്തിലൂടെ ജനകീയ ജനാധിപത്യ വിപ്ലവം പൂർത്തിയാക്കുമെന്ന് പറയുന്നത് സോഷ്യൽ ഡെമോക്രസിയാണെന്ന് ആരോപിക്കുന്നത് അസംബന്ധമാണെന്ന് പറയാനും ബേബി മറക്കുന്നില്ല. ജനകീയാസൂത്രണ വിവാദത്തെക്കുറിച്ചുള്ള ദൂരദർശൻ ചർച്ചയിൽ ഈ ലേഖകൻ സി.പിഎം വിപ്ലവ പരിപാടിയിൽ അടിസ്ഥാനപരമായ മാറ്റം വരുത്തിയത് നല്ല കാര്യമാണെന്ന് പറഞ്ഞപ്പോൾ, ഡോ. തോമസ് ഐസക് ഉടനെ ഇടപെട്ട് പറഞ്ഞത്, തങ്ങൾ അടിസ്ഥാനപരമായ മാറ്റമൊന്നും വരുത്തിയിട്ടില്ലെന്നാണ്. പുതിയ നിലപാടുകൾ സ്വീകരിക്കാൻ സി.പി.എം നേതൃത്വം നിർബന്ധിതരാവുകയും അത്യാവശ്യമാണെന്ന് അവർക്ക് ബോധ്യമാവുകയും ചെയ്യുന്നുണ്ടെങ്കിലും അത് അണികളോടും ജനങ്ങളോടും തുറന്നു പറയാൻ നേതൃത്വം കാര്യമായി ഭയപ്പെടുന്നുണ്ട്. ഈ ഭയം കപടമായ അഭിനയം മാത്രമാണോ, അതോ പ്രത്യയശാസ്ത്രപരമായ എന്തെങ്കിലും പ്രശ്നങ്ങൾ അവരുടെ മുന്നിലുണ്ടോ എന്നുകൂടി പരിശോധിക്കേണ്ടതുണ്ട്.

തിരുവനന്തപുരം പ്ലീനം അംഗീകരിച്ച രേഖകൾ ചർച്ചയ്ക്കു വിട്ടപ്പോൾ അതിന്റെകൂടെ സീതാറാം യെച്ചൂരിയുടെ ഒരു വിശദീകരണമുണ്ടായിരുന്നു. തൊഴിലാളി വർഗ്ഗ സർവ്വാധിപത്യം പാർട്ടി സർവ്വാധിപത്യമായി മാറിയെന്നും പാർട്ടിയുടെ പോളിറ്റ് ബ്യൂറോയുടെ തീരുമാനങ്ങൾ രാജ്യത്തെ എല്ലാ പൗരന്മാരും അനുസരിക്കാൻ ബാധ്യസ്ഥരാണെന്ന വിലക്ഷണമായ ഒരു സ്ഥിതി വിശേഷത്തിലേക്കാണ് അതു നയിച്ചത് എന്നും യെച്ചൂരി പറയുന്നു. അത്രത്തോളം തികച്ചും ശരിയാണ്. പക്ഷേ, ഇതിനുള്ള ഫരിഹാരം അദ്ദേഹം നിർദ്ദേശിക്കുന്നതാണ് വിചിത്രം. 'ജനാധിപത്യ ജനകീയ വേദികളിൽ വെച്ച് പാർട്ടി തീരുമാനങ്ങൾ ഉരുത്തിരിഞ്ഞു വരിക. പരമാവധി ജനങ്ങളുടെ പങ്കാളിത്തത്തോടെയും ജനാധിപത്യ പ്രക്രിയയിലൂടെയും പാർട്ടി നേതൃത്വം രൂപം കൊള്ളുക എന്നതാണ് ലെനിന്റെ തത്വം.' ഈ തത്വം ശരിയായി നടപ്പാക്കിയാൽ പ്രശ്നം പരിഹരിക്കപ്പെടുമെന്നാണ് സൂചന. ഇതുതന്നെയാണ് സി.പി.എം നേതൃത്വം അഭിമുഖീകരിക്കുന്ന പ്രത്യയശാസ്ത്ര പ്രതിസന്ധിയുടെ കേന്ദ്രം.

തൊഴിലാളി വർഗ്ഗത്തിന് ഭരണം നടത്താനാവില്ലെന്നും തൊഴിലാളി വർഗ്ഗത്തെ പ്രതിനിധാനം ചെയ്യുന്ന പാർട്ടിക്കേ അതിനു കഴിയൂവെന്നും വിപ്ലവാനന്തര അനുഭവത്തിന്റെ അടിസ്ഥാനത്തിൽ നിലപാടെടുത്തത്

ലെനിനായിരുന്നു. പാർട്ടിയിൽതന്നെ പോളിറ്റ് ബ്യൂറോ പരമശക്തമായതും ലെനിന്റെ ജനാധിപത്യ കേന്ദ്രീകരണരീതി നിമിത്തമാണ്. കമ്മ്യൂണിസ്റ്റ് പാർട്ടിക്ക് കുത്തകാധികാരം നൽകുന്നതും പാർട്ടിയുടെ കേന്ദ്രീകരണം നിലനിൽക്കുന്നതുമായ ഒരു രാഷ്ട്രീയ ഘടനയിൽ പോളിറ്റ് ബ്യൂറോ അനിവാര്യമാണ്.

ബഹുജന സംഘടനകളിലൂടെയും മറ്റും ജനാധിപത്യ പ്രക്രിയ നിലനിർത്താമെന്നു കരുതുന്നത് പ്രഹസനമാവുകയേയുള്ളു. ലെനിനിസ്റ്റ് മോഡൽ പ്രയോഗത്തിൽ വന്നിടത്തെല്ലാം സംഭവിച്ചത് ഇതാണ്. ലെനിനിസ്റ്റ് മാതൃകയുടെതാണ് തകരാറെന്ന് തിരിച്ചറിയുകയും പ്രത്യയശാസ്ത്രപരമായിത്തന്നെ അത് തിരുത്തുകയും ചെയ്യാത്തിടത്തോളം കാലം പോളിറ്റ് ബ്യൂറോ ഭരണത്തെ ഒഴിവാക്കാനാവുകയില്ല. എന്നാൽ സി.പി.എം നേതൃത്വം ഇത്തരമൊരു തിരിച്ചറിവിലേക്ക് എത്തിയതിന്റെ ലക്ഷണമൊന്നുമില്ല. അതുകൊണ്ടുതന്നെ പ്രത്യയശാസ്ത്രപരമായ തിരുത്തലിന് അവർ സജ്ജരായിട്ടുമില്ല.

പ്രായോഗിക തലത്തിൽ ഇന്ത്യൻ ജനാധിപത്യത്തിന്റെ മേന്മ ചൂണ്ടിക്കാണിച്ചുകൊണ്ട് ആ വ്യവസ്ഥയെ ഉപയോഗിക്കാൻ ശ്രമിക്കുകയാണെന്ന് പറയുകവഴി ലെനിനിസ്റ്റ് രാഷ്ട്രീയസംവിധാനത്തെ തുറന്നെതിർക്കുന്നതിൽനിന്ന് ഒഴിഞ്ഞുമാറാനാണ് സി.പി.എം നേതൃത്വം ശ്രമിക്കുന്നത്. ലെനിനിസ്റ്റ് മാതൃകയെ പ്രത്യയശാസ്ത്രപരമായി എതിർക്കാത്തിടത്തോളം കാലം തങ്ങൾ അടിസ്ഥാനപരമായ നിലപാടുകളിൽ മാറ്റം വരുത്തിയിട്ടില്ലെന്ന് അണികളോടു പറഞ്ഞുകൊണ്ടിരിക്കുകയുമാവാം. ഇത്തരം പ്രശ്നങ്ങൾ ചൂണ്ടിക്കാട്ടി വിമർശിക്കുന്നതിന് പാർട്ടിക്കുള്ളിൽനിന്ന് ആരും തയ്യാറാകാത്തിടത്തോളം പ്രശ്നമില്ലെന്നും നേതൃത്വത്തിനറിയാം. പ്ലീനത്തിലും 17 ാം കോൺഗ്രസ്സിലും വരുത്തിയ മാറ്റങ്ങൾ ഗൗരവപൂർവ്വമുള്ള ഒരു ചർച്ചയ്ക്കും ഇടയാക്കിയില്ലെന്നതിൽനിന്നുതന്നെ പാർട്ടിയിലെ നേതൃത്വത്തിലുള്ളവരുടെ പ്രത്യശാസ്ത്ര നിലവാരം വളരെ ശോചനീയമാണെന്ന് വ്യക്തമാണ്.

പാർലമെന്ററി മാർഗ്ഗത്തിലൂടെ ജനകീയ ജനാധിപത്യ വിപ്ലവം പൂർത്തീകരിക്കാമെന്ന തീരുമാനങ്ങളിലേക്കെത്തിയ തിരുവനന്തപുരം പ്ലീനത്തിൽ മുഖ്യ ചർച്ചാവിഷയം, കേന്ദ്രഭരണത്തിൽ പങ്കു ചേരാമോ എന്നതായിരുന്നു. ജ്യോതി ബസു പ്രധാനമന്ത്രിയാവുമായിരുന്ന ഒരു സാഹചര്യം വീണ്ടും വന്നാൽ, ഒഴിവാക്കേണ്ടെന്ന തീരുമാനത്തിലായിരുന്നു നേതാക്കന്മാർക്ക് താല്പര്യം. അടിയന്തര രാഷ്ട്രീയത്തിൽ പ്രാധാന്യമുള്ള ഇത്തരം വിഷയങ്ങൾക്കപ്പുറം നേതൃതലത്തിലുള്ളവർ തന്നെ ചിന്തിക്കാതിരിക്കുന്നുവെന്നാണിത് കാണിക്കുന്നത്.

നേതൃത്വത്തിന്റെ ഈ കണക്കുകൂട്ടലുകളെ തെറ്റിച്ചത് പാർട്ടിയിൽനിന്ന് പുറത്താക്കപ്പെട്ട സി.ഐ.ടി.യു നേതാവ് വി.ബി. ചെറിയാനും കൂട്ടരുമാണ്. പാർട്ടിയും തൊഴിലാളി വർഗ്ഗ ബഹുജന സംഘടനകളായ ട്രേഡ് യൂണിയനുകളും തമ്മിലുള്ള ബന്ധത്തെ സംബന്ധിച്ച വിവാദമാണ് ഇവർ പുറത്താക്കപ്പെടുന്നതിലേക്കെത്തിച്ചതെന്നാണ് പൊതുധാരണ. ട്രേഡ് യൂണിയനുകൾ പാർട്ടിയുടെ ചൊൽപ്പടിക്ക് നിൽക്കേണ്ടവയല്ലെന്ന സി.ഐ.ടി.യു നിലപാടിനെ കേന്ദ്രീകരിച്ചാണ് ആ ചർച്ച ഉയർന്നുവന്നത്. ഇത്തരമൊരു സൈദ്ധാന്തിക നിലപാടിനപ്പുറം സി.പി.എം നേതൃത്വത്തിൽ രൂപംകൊണ്ട താല്പര്യവൈരുദ്ധ്യങ്ങളാണ് ഈ ചേരിതിരിവിന് മുഖ്യ കാരണമെന്ന നിരീക്ഷണം പ്രസക്തമാണ്.

സി.പി.എം. ഇന്നൊരു അധികാര വർഗ്ഗപാർട്ടിയാണ്. അധ്വാനിക്കുന്ന ജനവിഭാഗങ്ങളുടെ പാർട്ടിയെന്നെല്ലാം പറയുന്നത് പൊള്ളയായ ഭംഗിവാക്കുകൾ മാത്രമാണ്. ട്രേഡ് യൂണിയൻ നേതൃത്വങ്ങൾ യഥാർത്ഥത്തിൽ തൊഴിലാളികൾക്കും മാനേജ്മെന്റുകൾക്കും ഇടയിലുള്ള ദല്ലാൾമാരുടെ പദവിയാണ് വഹിക്കുന്നത്. തൊഴിലാളികളിൽനിന്ന് ക്രമാതീതമായ വിഹിതം പറ്റുമ്പോൾത്തന്നെ അതിനെക്കാൾ എത്രയോ മടങ്ങ് വലിയ വിഹിതം മുതലാളിമാരിൽനിന്ന് പറ്റിക്കൊണ്ട് അവരുടെ താല്പര്യങ്ങളോട് കൂടുതൽ ചാഞ്ഞുനിൽക്കുന്ന സ്വഭാവമാണ് ഭൂരിപക്ഷം ട്രേഡ് യൂണിയനുകൾക്കുമുള്ളത്. ബൂർഷ്വാസി തൊഴിലാളികളിൽനിന്ന് പിടിച്ചെടുത്ത മിച്ചമൂല്യത്തിന്റെ ഒരു പങ്ക് പറ്റുന്നത് ട്രേഡ് യൂണിയൻ നേതൃത്വങ്ങളാണ്. അതുകൊണ്ടുതന്നെ ഇത്തരം നേതൃത്വങ്ങളെ ട്രേഡ് യൂണിയൻ ബൂർഷ്വാസി എന്ന് ന്യായമായും വിളിക്കാവുന്നതാണ്. ഇടതുപക്ഷം, വലതുപക്ഷം എന്ന ഭേദമൊന്നുമില്ലാതെ എല്ലാ യൂണിയനുകൾക്കും ഇതെല്ലാം ഇപ്പോൾ ബാധകമാണ്. വിവിധ വർഗ്ഗവിഭാഗങ്ങളിൽപ്പെട്ട യൂണിയനുകൾ തമ്മിൽ, സാമ്പത്തികശക്തിയുടെയും അധികാരത്തിന്റെയും പേരിലുള്ള വൈരുദ്ധ്യങ്ങളും ഏറെയാണ്. ട്രേഡ് യൂണിയൻ നേതൃത്വങ്ങൾ പാർട്ടിയുടെ മേൽ ചെലുത്തുന്ന അമിതമായ സ്വാധീനം നിയന്ത്രിക്കാൻ നടത്തിയ ശ്രമങ്ങളാണ് ശത്രുതാപരമായ വൈരുദ്ധ്യത്തിലേക്ക് നീങ്ങിയത്. എൻ.ജി.ഒ അധ്യാപക യൂണിയനുകൾക്ക് പാർട്ടിയുടെ മേലുള്ള സ്വാധീനം ഇതുവഴി വർദ്ധിക്കുകയും ചെയ്തു. സോവിയറ്റ് യൂണിയന്റെയും മറ്റും അനുഭവത്തിൽനിന്ന് ബഹുജന സംഘടനകൾ പാർട്ടിക്ക് പൂർണ്ണമായും കീഴ്പ്പെടുന്നത് അപകടകരമാണെന്ന് തിരിച്ചറിഞ്ഞതിന്റെ അടിസ്ഥാനത്തിലുള്ള ചെറുത്തു നിൽപ്പാണ് തങ്ങൾ നടത്തിയതെന്ന് ചെറിയാനും കൂട്ടരും ഇപ്പോൾ പറയുന്നുണ്ടെങ്കിലും അത് പിൽക്കാലത്ത് വളർന്നുവന്ന വീക്ഷണമാണെന്ന് കരുതാനാണ് ന്യായം. താല്പര്യസംഘട്ടനങ്ങൾ തന്നെ

യാണ് ഈ വൈരുദ്ധ്യത്തിന് തുടക്കം കുറിച്ചതെന്ന് കാണാവുന്നതാണ്.

പാർട്ടി – സി.ഐ.ടി.യു വൈരുദ്ധ്യത്തിന്റെ ചരിത്രമെന്തായിരുന്നാലും വി.ബി ചെറിയാനും കൂട്ടരും ഇന്ന് പാർട്ടി പരിപാടിയിൽ വരുത്തിയിരിക്കുന്ന മാറ്റങ്ങളുടെ ശക്തരായ വിമർശകരായി മാറിയിട്ടുണ്ട്. സി.പി.എം. പരിപാടിയിൽ 17 -ാം കോൺഗ്രസ് നടത്തിയ മാറ്റങ്ങൾ ഓരോന്നും അക്കമിട്ട് പറഞ്ഞുകൊണ്ട് പാർട്ടി ഒരു സോഷ്യൽ ഡെമോക്രാറ്റിക് പാർട്ടിയായി രൂപാന്തരം പ്രാപിച്ചത് യുക്തിസഹമായി സമർത്ഥിക്കാൻ ചെറിയാനു കഴിഞ്ഞിട്ടുണ്ട്. പാർലമെന്ററിസത്തിലേക്കും വർഗ്ഗ സഹകരണത്തിലേക്കുമുള്ള പാർട്ടിയുടെ രൂപാന്തരണം, പാർട്ടിരേഖകളിൽനിന്നുതന്നെ ചൂണ്ടിക്കാട്ടി വിമർശിക്കാൻ ചെറിയാന് കഴിഞ്ഞിട്ടുണ്ട്. ചെറിയാന്റെ ആശയപരമായ കടന്നാക്രമണങ്ങളെ അവഗണിക്കാനും സംഘടനാപരമായ ഇളക്കങ്ങളെ പരമാവധി ഒതുക്കിനിർത്താനുമാണ് പാർട്ടി നേതൃത്വം ശ്രമിക്കുന്നത്.

ഗൗരവപൂർവ്വമുള്ള വിമർശനങ്ങളെ പാർട്ടി നേതൃത്വം അവഗണിച്ചു തള്ളുന്നത് കണ്ടിട്ടാണെന്ന് തോന്നുന്നു ചെറിയാനും കൂട്ടരും സെൻസേഷനലിസത്തിലേക്ക് തിരിഞ്ഞത്. എം.എൻ.വിജയന്റെ പത്രാധിപത്യത്തിലുള്ള പാഠം ദ്വൈമാസികയിൽ കുറച്ചുനാളായി പ്രസിദ്ധീകരിച്ചുകൊണ്ടിരുന്നത്, സൈദ്ധാന്തിക സ്വഭാവമുള്ളതെങ്കിലും പാർട്ടിക്കെതിരായ നേരിട്ടുള്ള വിമർശങ്ങളായിരുന്നില്ല. ശാസ്ത്ര സാഹിത്യ പരിഷത്തിനെയും സി.ഡി.എസ്സിനെയും വിമർശിച്ച് പാർട്ടിയിൽ ആധിപത്യം നേടുന്ന പുതിയ സമീപനങ്ങൾക്കെതിരായി ഒളിഞ്ഞുള്ള വിമർശങ്ങളായിരുന്നു പാഠത്തിൽ പ്രസിദ്ധീകരിച്ചുകൊണ്ടിരുന്നത്. ഒട്ടുംതന്നെ ശ്രദ്ധിക്കപ്പെടാതെ പോയ വിമർശങ്ങളായിരുന്നു അവ. ജനകീയാസൂത്രണത്തിനുള്ള ഫണ്ട് ഡച്ച് സർക്കാറിന്റേതാണെന്ന പാഠത്തിന്റെ വെളിപ്പെടുത്തൽ മുഖ്യധാരാപത്രങ്ങളിൽ സെൻസേഷണൽ വാർത്തയായി അവതരിപ്പിച്ചത് ചെറിയാൻ ഗ്രൂപ്പിന്റെ കൂടി ആസൂത്രണഫലമായിട്ടായിരുന്നു. അതോടെ അതുവരെ സി.പി.എം നേതൃത്വം ഇത്തരം വിമർശങ്ങളെ അവഗണിച്ച് ഇല്ലാതാക്കാൻ നടത്തിയ ശ്രമം പരാജയപ്പെട്ടു.

പുരോഗമന കലാ സാഹിത്യ സംഘത്തിലുണ്ടാകുന്ന ചേരിതിരിവിൽനിന്നാണ് പാഠം ഗ്രൂപ്പുണ്ടാകുന്നത്. പാർട്ടി നേതാക്കന്മാരുടെ ഭാഗത്തുനിന്ന് വലതുപക്ഷ ബുദ്ധിജീവികളോട് കൂടുതൽ അനുഭാവപൂർണ്ണമായ സമീപനം പ്രകടിപ്പിക്കുന്നത് കാണാനിടയായതിനോട് പ്രതികരിച്ചാണ് ഈ ബുദ്ധിജീവി വിഭാഗത്തിൽ ചേരിതിരിവുണ്ടാകുന്നത്.എം.എൻ. വിജയൻ പുരോഗമന കലാസാഹിത്യ സംഘത്തിന്റെ നേതൃത്വത്തിൽനിന്ന് രാജി വെക്കുന്നതും പാഠം ദ്വൈമാസിക തുടങ്ങുന്നതും ഈ

പശ്ചാത്തലത്തിലാണ്. വിവിധ വിഷയങ്ങളെക്കുറിച്ചുള്ള പഠനങ്ങളെന്ന രൂപത്തിലുള്ള ലേഖനങ്ങളാണ് ഇതിലെ വിഷയം. ഒരു കേന്ദ്രീകരിച്ച ലക്ഷ്യമെന്ന നിലയ്ക്ക് പല ലക്കങ്ങളിലും കണ്ടത് ശാസ്ത്ര സാഹിത്യ പരിഷത്തിനും സി.ഡി.എസ്സിനും എതിരായ വിമർശങ്ങൾ. ഈ സംഘടനകൾ സർക്കാറേതര സംഘടനകളാണെന്നും സർക്കാറേതര സംഘടനകളെല്ലാം സാമ്രാജ്യത്വ ഏജൻസികളാണെന്നുമുള്ള യുക്തിവാദമാണ് മുഖ്യമായും അവതരിപ്പിക്കപ്പെട്ടിരുന്നത്. ഇങ്ങനെ വളർത്തിക്കൊണ്ടുവന്ന വാദമുഖങ്ങളുടെ തുടർച്ചയായിട്ടാണ് ജനകീയാസൂത്രണം ഡച്ച് സർക്കാറിന്റെ ഫണ്ടുകൊണ്ട് തുടങ്ങിയതാണെന്ന ആരോപണമുന്നയിക്കപ്പെട്ടത്.

നിർവ്വചിക്കപ്പെട്ട പ്രത്യയശാസ്ത്ര നിലപാടുകളുള്ള ഒരു ഗ്രൂപ്പായി ഇവർ മാറിയിട്ടില്ല. എങ്കിലും ഇവരുടെ പൊതുവീക്ഷണം കണ്ടെത്താൻ ശ്രമിച്ചാൽ ആധുനികമായ വികസനരീതികളെയെല്ലാം സംശയത്തോടെ നോക്കിക്കാണുന്ന, വിവരസാങ്കേതിക വിദ്യയെയും ബന്ധപ്പെട്ട മേഖലകളെയും പോലും ഭയപ്പെടുന്ന ഒരു വികലവീക്ഷണമാണ് പാഠം ലേഖകർ പുലർത്തിപ്പോരുന്നത്. അരനൂറ്റാണ്ടുകാലം കേരളത്തിന്റെ വികസനത്തെ ബോധപൂർവ്വം തടഞ്ഞുനിർത്തിയ കേരള മോഡൽ വികസനത്തിന്റെ ആരാധകർ കൂടിയാണ് ഇക്കൂട്ടരെന്നു കാണാം. ഉല്പാദന ശക്തികളുടെ ആധുനികവൽക്കരണത്തെ മുതലാളിത്തത്തിന്റെ പേരും പറഞ്ഞ് എതിർത്തിരുന്നവർക്ക് മാർക്സ് നൽകിയ പേരായിരുന്നു ഫ്യൂഡൽ കമ്മ്യൂണിസ്റ്റുകൾ എന്നത്. കഴിഞ്ഞ വർഷത്തെ സമീക്ഷയുടെ ഓണപ്പതിപ്പിൽ പാഠം ഗ്രൂപ്പിനെ ലക്ഷ്യമിട്ടുകൊണ്ട് ഒരു ലേഖനം പ്രസിദ്ധീകരിച്ചിരുന്നു. 'ഫ്യൂഡൽ കമ്മ്യൂണിസത്തിന്റെ വികൃതമുഖങ്ങൾ' എന്ന തലക്കെട്ടോടുകൂടി ആ ലേഖനം എഴുതിയത് ഈ ലേഖകനായിരുന്നു.

പാഠത്തിന്റെ അടുത്ത ലക്കത്തിൽ, എന്റെ വാദമുഖങ്ങൾക്കൊന്നും മറുപടി പറയാതെ, എന്നെ വ്യക്തിപരമായി അധിക്ഷേപിക്കാനാണ് ഒന്നിലധികം പാഠം ലേഖകർ ശ്രമിച്ചത്. ഗൗരവബോധത്തോടെയുള്ള ആശയസമരത്തിന് ഇക്കൂട്ടർ ഒട്ടും സജ്ജരല്ലെന്ന് വ്യക്തമായിരുന്നു.

പാഠം പരിഷത്തിനെയും സി.ഡി.എസ്സിനെയും തങ്ങളുടെ ആക്രമണ ലക്ഷ്യമായി തിരഞ്ഞെടുക്കുന്നതിന് ചില കാരണങ്ങളുണ്ട്. ശാസ്ത്ര സാഹിത്യ പരിഷത്ത് ജനങ്ങൾക്കിടയിൽ ശാസ്ത്രബോധം വിതയ്ക്കാനായി ആരംഭിച്ചിട്ട് ഇപ്പോൾ ആ കടമകളെ വിസ്മരിച്ച് കൂടുതൽ സ്പഷ്ടമായ ചില രാഷ്ട്രീയലക്ഷ്യങ്ങൾക്കുവേണ്ടി പ്രവർത്തിക്കുന്നു എന്നതാണ് സൂക്ഷ്മനിരീക്ഷണം നടത്തുന്നവർക്ക് കാണാനാവുക.

ഏതാനും വർഷങ്ങളായി പരിഷത്ത് വളരെ ചിട്ടയായി ചെയ്തുകൊ

ണ്ടിരിക്കുന്ന ജോലി, സോഷ്യലിസ്റ്റ് രാജ്യങ്ങളിൽ ജനാധിപത്യത്തിന് സംഭവിച്ച അപചയത്തെക്കുറിച്ചു ചർച്ച ചെയ്യുകയാണ്. ഇടതുപക്ഷ അനുഭാവികൾക്കിടയ്ക്ക് ജനാധിപത്യം സജീവ ചർച്ചാവിഷയമാക്കുന്നതിന് പരിഷത്തിന്റെ ശ്രമങ്ങൾ ഫലപ്രദമായിത്തീർന്നിട്ടുമുണ്ട്.

ശാസ്ത്ര സാഹിത്യ പരിഷത്തിന്റെ ജീവനാഡി പോലെ കാൽനൂറ്റാണ്ടിലധികം കാലം പ്രവർത്തിച്ച ഡോ. എം.പി.പരമേശ്വരൻ ഏതാനും വർഷങ്ങളായി എത്തിനിൽക്കുന്നത് മാർക്സിസത്തെയും ഗാന്ധിസത്തെയും തമ്മിൽ യോജിപ്പിക്കാവുന്ന തലത്തിലാണ്. കമ്മ്യൂണിസ്റ്റ് രാജ്യങ്ങളിൽ ജനാധിപത്യം കശാപ്പ് ചെയ്യപ്പെടുകയായിരുന്നുവെന്നും സംരക്ഷണത്തിന് പുതിയ ജനകീയമാർഗ്ഗങ്ങൾ കണ്ടെത്തേണ്ടതുണ്ടെന്നുമുള്ള പരമേശ്വരന്റെ നിലപാടുകൾ പരിഷത്തിന്റെ സമീപനങ്ങളെ സ്വാധീനിക്കുന്നുണ്ടെന്നുള്ളത് ഒരു വസ്തുതയാണ്. സി.പി.എമ്മിന്റെ പരിപാടി പരിഷ്ക്കരണത്തിന് പശ്ചാത്തലമായി പരിഷത്തിന്റെ ജനാധിപത്യ ചർച്ചകൾക്ക് വലിയ രാഷ്ട്രീയപ്രാധാന്യമുണ്ടായിരുന്നു എന്നാണ് ഇപ്പോൾ വ്യക്തമാവുന്നത്. പാഠം പരിഷത്തിനെ ആക്രമണലക്ഷ്യമാക്കുന്നത് ഈ തിരിച്ചറിവോടുകൂടി തന്നെയാണെന്നും വ്യക്തമാണ്.

ഡോ.തോമസ് ഐസക്കിന്റെ തട്ടകം എന്ന നിലയ്ക്കാണ് സി.ഡി.എസ് ചർച്ചാവിഷയമാകുന്നത്. ജനകീയാസൂത്രണത്തിന്റെ പ്രധാന ശില്പിയായ തോമസ് ഐസക്കിന് പാർട്ടിയുടെ ജനാധിപത്യ വൽക്കരണ പ്രക്രിയയിലും പ്രധാന പങ്കുണ്ടായിരുന്നു. അതുകൊണ്ടുതന്നെയാണ് തോമസ് ഐസക് അക്രമകേന്ദ്രമായതും.

സോവിയറ്റ് യൂണിയനിലും മറ്റും പാർട്ടിയിൽ അധികാരം കേന്ദ്രീകരിക്കപ്പെട്ടതു വഴി ഉണ്ടായ രാഷ്ട്രീയ തകർച്ചയിൽനിന്ന് പാഠം പഠിക്കുന്നതിന്റെ ഭാഗമായി അത്തരം കേന്ദ്രീകരണത്തെ മറി കടക്കാനുള്ള മാർഗ്ഗങ്ങൾ കണ്ടെത്താനുള്ള ഒരു ശ്രമം കൂടിയായിരുന്നു ജനകീയാസൂത്രണം. സോഷ്യലിസ്റ്റ് പരീക്ഷണങ്ങളിൽ എല്ലാ അധികാരവും പാർട്ടിയിൽ കൂടി മാത്രം ജനങ്ങളുടെ അടുത്തേക്കെത്തിയപ്പോൾ ജനകീയാസൂത്രണത്തിൽ, അധികാരം നേരിട്ട് ജനങ്ങൾക്ക് അനുഭവവേദ്യമാക്കാനാണ് ശ്രമിച്ചത്. ഗ്രാമസഭകളിൽ ജനങ്ങൾക്ക് അഭിപ്രായപ്രകടനം നടത്താനല്ലാതെ അധികാരം പ്രയോഗിക്കാൻ കഴിഞ്ഞിരുന്നില്ലെന്നത് മറ്റൊരു കാര്യം. പഞ്ചായത്തീരാജ് ആക്ട് പ്രകാരം ഗ്രാമസഭകൾക്ക് തീരുമാനമെടുക്കാനുള്ള അധികാരമില്ല. ഈ നിയമത്തിനപ്പുറം ജനകീയാസൂത്രണം പുതിയ അധികാരമൊന്നും ജനങ്ങൾക്ക് നൽകിയിരുന്നുമില്ല.

ജനകീയാസൂത്രണ പരീക്ഷണത്തിന്റെ അടുത്ത ഘട്ടമെന്ന നിലയ്ക്ക് തോമസ് ഐസക് സ്വന്തം മണ്ഡലമായ മാരാരിക്കുളത്ത് നടത്തുന്ന

പരീക്ഷണം, സോഷ്യലിസ്റ്റ് രാജ്യങ്ങളിൽ ഉല്പാദന രംഗത്തുണ്ടായ തകർച്ചയെ മറി കടക്കാനുള്ള ഒരു ശ്രമമാണ്. ചൈനയിൽനിന്നാണ് അതിന് പ്രചോദനമെന്നും കാണാം. സോഷ്യലിസ്റ്റ് രാജ്യങ്ങളിൽ വിപണിയും മത്സരവുമില്ലാതെ ഉല്പാദനം മുരടിച്ചത് കണ്ടതിന്റെ അടിസ്ഥാനത്തിൽ മുതലാളിത്തത്തിന്റെ മത്സരാധിഷ്ഠിത വിപണിയെ സോഷ്യലിസത്തിന്റെ രക്ഷയ്ക്ക് ഉപയോഗിക്കാൻ ശ്രമിക്കുകയാണ് ചൈന ചെയ്തിട്ടുള്ളത്. 'വിപണി സോഷ്യലിസം' എന്ന ഓമനപ്പേരും അതിനിട്ടിട്ടുണ്ട്.

വിപണിയുടെ സ്വതന്ത്ര മത്സരത്താൽ നിയന്ത്രിക്കപ്പെടുന്ന ആ ഉല്പാദന പ്രക്രിയ മുതലാളിത്തപരമല്ലാതെ മറ്റൊന്നുമാവുന്നില്ലെന്ന് കാണാൻ ഏറെ ക്ലേശിക്കേണ്ടതില്ല. താഴെത്തട്ടിൽ സ്വയം സഹായ സംഘങ്ങളുടെ കൂട്ടായ്മയാണുള്ളതെന്നതുകൊണ്ട്, ഈ മാരാരിക്കുളം മോഡലിൽ സോഷ്യലിസത്തിന്റെ ചെറിയൊരംശത്തിന് ഇടമുണ്ടെന്നാണ് തോമസ് ഐസകിന്റെയും മറ്റും വാദം. ദിനേശ് ബീഡി സഹകരണ സംഘത്തിന്റെ അടിത്തറ ഉപയോഗിച്ച് റബ്കോ വ്യവസായ ശൃംഖല വിജയകരമായി വളർത്തിയെടുത്തതും ഇത്തരമൊരു വീക്ഷണത്തിന്റെ അടിസ്ഥാനത്തിലാണെന്നാണ് സി.പി.എം അവകാശപ്പെടുന്നത്. ഇവിടെയെല്ലാം താഴെ തട്ടിലുള്ള കൂട്ടായ്മയും സഹകരണസംഘവുമെല്ലാം മുതലാളിത്ത ഉല്പാദനപ്രക്രിയയുടെ ഭാഗമായിത്തീരുന്നു എന്നല്ലാതെ അതിനെ മറി കടക്കുകയല്ല ചെയ്യുന്നത്.

ചൈനയിലേതുൾപ്പെടെ ഈ ദിശയിൽ നടക്കുന്ന പരീക്ഷണങ്ങളുടെയെല്ലാം പരിമിതിയാണ് ഇവിടെ തെളിയുന്നത്.

ഇത്തരം പരീക്ഷണങ്ങൾക്ക് ഇങ്ങനെയൊരു പരിമിതിയുണ്ടെങ്കിലും മുൻ സോഷ്യലിസ്റ്റ് വ്യവസ്ഥകളിലെ രാഷ്ട്രീയവും സാമ്പത്തികവുമായ ഘടനകളുടെ പരാജയത്തെക്കുറിച്ചുള്ള തിരിച്ചറിവിൽനിന്നാണ് ഇവ ഉടലെടുക്കുന്നത് എന്ന കാര്യം ശുഭോദർക്കമാണ്. വി.ബി.ചെറിയാനും പാഠം ഗ്രൂപ്പുകാരുമെല്ലാം ഇത്തരം ശ്രമങ്ങളെ പല്ലും നഖവും ഉപയോഗിച്ച് എതിർക്കുന്നത് മുൻ സോഷ്യലിസ്റ്റ് വ്യവസ്ഥയിലെ പരാജയം എത്ര ഗൗരവമേറിയ പ്രശ്നമാണെന്ന് തിരിച്ചറിയാത്തതുകൊണ്ടാണ്.

ലെനിനും സ്റ്റാലിനുമെല്ലാം നടപ്പിൽ വരുത്തിയ രാഷ്ട്രീയ സാമ്പത്തിക കേന്ദ്രീകരണത്തിന്റെ പരിപാടികൾ പ്രയോഗത്തിലെ വീഴ്ചകൾ കൂടാതെ നടപ്പിലാക്കിയാൽ മതി എന്ന് കരുതുന്നവരാണ് ഇക്കൂട്ടർ. ചരിത്രത്തിൽനിന്ന് പാഠം പഠിക്കാൻ വിസമ്മതിക്കുന്ന ഇക്കൂട്ടർക്ക് ചരിത്രത്തെ അല്പംപോലും മുന്നോട്ടു കൊണ്ടുപോകാനാവില്ലെന്നത് തർക്കമറ്റ സംഗതിയാണ്.

സി.പി.എം നേതൃത്വത്തിലെ പരീക്ഷണസന്നദ്ധരായ എം.എ. ബേബി, തോമസ് ഐസക് തുടങ്ങിയവരുടെ വിഭാഗവും ഇത്തരം ചില പരിമിതികളിൽനിന്ന് മുക്തരല്ല. മുകളിൽ സൂചിപ്പിച്ചതുപോലെ, മാർക്സിസ്റ്റ് - ലെനിനിസ്റ്റ് രാഷ്ട്രീയ സാമ്പത്തിക പദ്ധതികളിലെ അടിസ്ഥാനപരമായ തകരാറുകൾ തുറന്ന് അംഗീകരിക്കാൻ ഇവർ തയ്യാറല്ല. അങ്ങനെ ചെയ്താൽ എല്ലാ തകർന്നുപോകും എന്ന ഭയാശങ്കകളാണ് അവരെ ഭരിക്കുന്നത്. മാർക്സിന്റെ വൈരുദ്ധ്യാത്മക വിശകലന രീതി ഉൾക്കൊള്ളാൻ ഇവർക്കൊന്നും കഴിയാതെ പോകുന്നതാണ് ഈ അവസ്ഥയ്ക്കു കാരണം.

ഏതൊരന്വേഷണം തുടങ്ങുമ്പോഴും മുൻവിധികൾ ഉണ്ടാവുക സ്വാഭാവികമാണെന്നും എന്നാൽ, അന്വേഷണം മുന്നോട്ടു പോകുന്നതിനനുസരിച്ച് ഈ മുൻവിധികൾ ഒന്നൊന്നായി തകർന്നുവീഴുമെന്നും അപ്പോൾ ആ വീഴ്ച അംഗീകരിക്കാനുള്ള ധീരത ഒരുവനുണ്ടായിരിക്കണമെന്നും മാർക്സ് ആവർത്തിച്ച് ചൂണ്ടി കാണിച്ചിട്ടുണ്ട്. സോവിയറ്റ് മോഡലിലൂടെ ലോകത്തെമ്പാടും ശക്തി പ്രാപിച്ച സ്റ്റാലിനിസം ഈ മാർക്സിസ്റ്റ് വിശകലന രീതിയുടെ തുറന്ന സ്വഭാവം കൊട്ടിയടക്കുകയുണ്ടായി. ഇന്ത്യയിലെ വ്യവസ്ഥാപിത കമ്മ്യൂണിസ്റ്റ് പാർട്ടികൾ സ്റ്റാലിൻ സൃഷ്ടിച്ച യാന്ത്രികഭൗതിക വാദ ചട്ടക്കൂടിൽ തളച്ചിടുകയാണുണ്ടായത്. സ്റ്റാലിന്റെ യാന്ത്രികവാദത്തെ തുറന്നു വിമർശിച്ചുകൊണ്ട് ചലനാത്മകമായ വൈരുദ്ധ്യാത്മകരീതി വികസിപ്പിക്കുന്നതിൽ മാവോ ഏറെ മുന്നോട്ടു പോയെങ്കിലും ഇന്ത്യയിലെ വ്യവസ്ഥാപിത കമ്മ്യൂണിസ്റ്റ് പാർട്ടികൾക്ക് മാവോ അനഭിമതനായിരുന്നു. അതുകൊണ്ട് അവർ സ്റ്റാലിനിസത്തിൽ സ്വയം കുടുങ്ങിക്കിടന്നു.

സോവിയറ്റ് യൂണിയനിലും മറ്റും മുതലാളിത്ത പുനഃസ്ഥാപനം നടക്കുന്നിനെപ്പറ്റി വളരെ മുൻകൂട്ടിത്തന്നെ മാവോയിസ്റ്റുകൾ പ്രവചിച്ചപ്പോൾ, ഇന്ത്യയിൽ സ്റ്റാലിനിസ്റ്റ് വിശകലനരീതിയുടെ വക്താവായിരുന്ന ഇ.എം. എസ് നമ്പൂതിരിപ്പാട് പറഞ്ഞത് മനുഷ്യൻ കുരങ്ങിലേക്ക് തിരിച്ചുപോകുന്നത് എങ്ങനെ അസംഭവ്യമാണോ അങ്ങനെ അസംഭാവ്യമാണ് സോഷ്യലിസം മുതലാളിത്തത്തിലേക്ക് തിരിച്ചുപോകുന്നത് എന്നാണ്. എന്നിട്ട്, മുതലാളിത്തത്തിലേക്ക് തിരിച്ചുപോയപ്പോൾ ഒന്നും വിശദീകരിക്കാനാവാതെ അന്തംവിട്ട് നിൽക്കുകയാണുണ്ടായത്. വൈരുദ്ധ്യാത്മക ഘടനയിൽ ഓരോന്നിനും അതിന്റെ നേരെ വിപരീതമായി മാറാനാകും എന്ന പ്രകൃതി തത്വമാണ് ഇ.എം.എസ്സിന് പിടികിട്ടാതെ പോയത്. നമ്പൂതിരി തർക്കശാസ്ത്രത്തിന്റെന്റെ നിലവാരത്തിൽനിന്ന് ഒരടിപോലും മുന്നോട്ടുവെക്കാൻ കഴിയാതെ വന്ന ഇ.എം.എസ്സിന്റെ വിചിന്തന ശാസ്ത്രം

പിന്തുടരുന്നവരാണ് ഇപ്പോഴും പി.ഗോവിന്ദപ്പിള്ളയും എം.എ. ബേബിയും തോമസ് ഐസക്കുമെല്ലാം. അതുകൊണ്ടാണ് അവരെല്ലാം പ്രായോഗികതലത്തിൽ സോഷ്യൽ ഡെമോക്രസി അംഗീകരിക്കുമ്പോഴും അത് തുറന്നുപറയാനാകാതെ, തങ്ങളിപ്പോഴും മാർക്സിസ്റ്റ് ലെനിനിസ്റ്റുകൾ തന്നെയാണെന്ന് ആണയിടാൻ ഒരുമ്പെടുന്നത്.

സ്റ്റാലിൻ എതിരാളികളെ മുഴുവൻ കൊന്നൊടുക്കിയപ്പോൾ ഇ.എം.എസ് എതിരാളികളെയെല്ലാം പാർട്ടിക്കുള്ളിൽതന്നെ ഒതുക്കിക്കളയുകയായിരുന്നുവെന്ന് പി.ജി. പറഞ്ഞു. അത്തരം സംഘടനാപരമായ ഒതുക്കലിനേക്കാൾ ഭീകരമായിരുന്നു ആശയപരമായി കുരങ്ങൻ സിദ്ധാന്തത്തിൽ തളിച്ചിടുന്നത്. ഇ.എം.എസ്സിന്റെ സ്റ്റാലിനിസത്തെ തിരിച്ചറിയുന്ന പി. ഗോവിന്ദപ്പിള്ള ഇപ്പോഴും പറയുന്നത്, ഇ.എം.എസ് ശൈലിയിൽത്തന്നെയാണ്. ഗോർബച്ചേവ് നടപ്പിലാക്കിയ പരിഷ്കാരത്തിന്റെ രീതിയിലൊന്നാണ് ഇവിടെ ആവശ്യമെന്ന് പി.ജി. പറയുന്നുണ്ട്.

എന്നാൽ ഗോർബച്ചേവ് പരിഷ്കാരം നടപ്പാക്കണമെങ്കിൽ, പഴയ മാറാപ്പിൻകെട്ടുകളെല്ലാം കൈയൊഴിയണം. കാര്യങ്ങൾ തുറന്നുപറയണം. ചെറിയൊരു അംശം തുറന്നു പറഞ്ഞപ്പോഴേക്കും പി.ജി.ക്ക് പാർട്ടിയിലെ സ്ഥാനങ്ങളെല്ലാം നഷ്ടമായി. അപ്പോൾ മുഴുവൻ തുറന്നു പറഞ്ഞിരുന്നെങ്കിലോ? ഇതാണ് ഇപ്പോഴും ഇവിടുത്തെ പാർട്ടിയുടെയും ജനാധിപത്യത്തിന്റെയും അവസ്ഥ. ഇതാണ് സ്റ്റാലിനിസത്തിന്റെ ചട്ടക്കൂട്. ഈ ചട്ടക്കൂട് പൊളിച്ചുകളയാൻ ധൈര്യപ്പെടുന്നവർക്കേ ഭാവിക്കുവേണ്ടി എന്തെങ്കിലും ചെയ്യാനാവൂ. ഈ വെല്ലുവിളി ഏറ്റെടുക്കാൻ സി.പി.എം. നേതൃത്വത്തിന് എത്രത്തോളമാവും എന്നതിനെ ആശ്രയിച്ചാണ് അതിന്റെ ഭാവിയും നിശ്ചയിക്കപ്പെടുക.

മാധ്യമം ആഴ്ചപ്പതിപ്പ്, 2003

ആദിവാസി സ്വയംഭരണം
കേരളത്തിന്റെ ഭരണഘടനാലംഘനം

ഗോത്രമഹാസഭയുടെ നേതൃത്വത്തിൽ ജനുവരി മൂന്നുമുതൽ വയനാട്ടിലെ മുത്തങ്ങയിലെ വനമേഖലയിൽ ആന്റണി സർക്കാർ നൽകിയ വാഗ്ദാനങ്ങൾ നടപ്പിലാക്കി കിട്ടുന്നതിനുവേണ്ടി നടത്തിയ പ്രക്ഷോഭ പ്രവർത്തനങ്ങൾ ഫെബ്രുവരി 20 ന് ദുരന്ത പര്യവസായിയായി തീർന്നുവെങ്കിലും കേരളത്തിലെ ആദിവാസി സമൂഹം രാഷ്ട്രീയ പ്രബുദ്ധമെന്ന് അവകാശപ്പെടുന്ന കേരളീയ സമൂഹത്തിന് മുന്നിൽ ഗൗരവമേറിയ ഒട്ടേറെ ചോദ്യങ്ങൾ ഉയർത്തിവിട്ടിരിക്കുകയാണ്. ഒരു വിഭാഗം പത്രമാധ്യമങ്ങളുടെ ഊഹാപോഹ പ്രചരണങ്ങൾ കൊണ്ടോ സർക്കാർ പക്ഷത്തുനിന്നുതന്നെയുള്ള വസ്തുതാപരമല്ലാത്ത ആരോപണങ്ങൾ കൊണ്ടോ ഇതെല്ലാം തേച്ചുമാച്ചു കളയാനാകുമെന്ന് കരുതുന്നത് വിഡ്ഢിത്തമായിരിക്കും. ഒന്നരമാസക്കാലം തികച്ചും സമാധാനപരമായ രീതിയിൽ നടന്ന പ്രക്ഷോഭം പെട്ടെന്ന് അക്രമാസക്തമായി തീർന്നതിന്റെ സാഹചര്യങ്ങൾ ഇപ്പോഴും ദുരൂഹമായിട്ടാണിരിക്കുന്നത്.

വയനാട്ടിലെ പൊതുസമൂഹം കുടിയേറ്റ പാരമ്പര്യം പേറുന്നവരായതുകൊണ്ട് അവർ ആദിവാസികളുടെ മുൻകൈയിനെ സംശയദൃഷ്ടിയോടെ നോക്കിക്കണ്ടത് സ്വാഭാവികം മാത്രമായിരുന്നു. മുത്തങ്ങ വന്യമൃഗസംരക്ഷണ കേന്ദ്രത്തിനുള്ളിൽ ആദിവാസികൾ താവളമുറപ്പിക്കുന്നത് പരിസ്ഥിതിക്ക് വിനാശകരമാണെന്ന് ഉറച്ചുവിശ്വസിച്ച ചില പരിസ്ഥിതിവാദികളും ചില നാട്ടുകാരും ചേർന്ന് ഫോറസ്റ്റുഗാർഡുകളുടെ സഹായത്തോടെ ആദിവാസിത്താവളത്തിനെതിരായി നടത്തിയ കരുനീക്കങ്ങളാണ് ചില ഫോറസ്റ്റ് ഗാർഡുകളെയും മറ്റും ബന്ദികളാക്കുന്നതിൽ കലാശിച്ചത്. കാട്ടുതീ തടയാനെന്ന് പറഞ്ഞു കടന്നുവന്ന ഫോറസ്റ്റ് ഗാർഡുകളും മറ്റുമാണ് യഥാർത്ഥത്തിൽ തീ സൃഷ്ടിച്ചതെന്ന് കണ്ടുപിടിച്ചതിന്റെ ഫലമായിട്ടാണ് അവരെ ബന്ദികളാക്കാൻ ഇടയായത്. ഗൂഢാലോചനാപരമെന്ന് സംശയിക്കാവുന്ന നാട്ടുകാരുടെയും മറ്റും ഈ ഇട

പെടലാണ് സംഭവങ്ങളെ വഴി തിരിച്ചുവിടുന്നത്. ജില്ലാ കലക്ടറുടെ ഇട പെടലോടെ ബന്ദികൾ മോചിപ്പിക്കപ്പെടുകയും ചെയ്തു. പക്ഷേ, അതോടുകൂടി അന്തരീക്ഷം മാറി. ആദിവാസികളോട് ഒഴിഞ്ഞുപോകാൻ കലക്ടർ ആവശ്യപ്പെടുകയും ചെയ്തു. തിരുവനന്തപുരം കരാർ സംബന്ധിച്ച് എന്തെങ്കിലും ഉറപ്പു കിട്ടാതെ ഏകപക്ഷീയമായി സമരത്തിൽനിന്ന് പിൻവാങ്ങുവാൻ അവർക്ക് കഴിയുമായിരുന്നില്ല. ഒന്നരമാസക്കാലമായിട്ടും ഏതെങ്കിലും ഒത്തുതീർപ്പുകൾക്കായി ഒരു രാഷ്ട്രീയ നേതാവും തിരിഞ്ഞുനോക്കിയില്ലെന്നതാണ് വാസ്തവം.

ഗർഭിണികളും പിഞ്ചുകുഞ്ഞുങ്ങളുമടക്കം അസംഖ്യം സ്ത്രീകളും കുട്ടികളുമുൾപ്പെടെ രണ്ടായിരത്തോളം വരുന്ന ആദിവാസികൾ ഇത്തരമൊരു പോലീസ് നടപടി പ്രതീക്ഷിച്ചിരുന്നില്ലെന്ന് വ്യക്തമാണ്. സർക്കാർ പക്ഷത്തുനിന്ന് ഇപ്പോൾ ആരോപിക്കപ്പെടുന്നതുപോലെ സായുധ കലാപത്തിന് അവർ തയ്യാറായിരുന്നെങ്കിൽ സ്ത്രീകളെയും കുട്ടികളെയുമെല്ലാം ഇത്രയധികം പങ്കെടുപ്പിച്ചുകൊണ്ടുള്ള ഒരു പ്രക്ഷോഭത്തിന് അവർ മുതിരുമായിരുന്നില്ല. ആദിവാസികളുടെ പക്കൽ സാധാരണയുണ്ടാകുന്ന ആയുധങ്ങളല്ലാതെ മറ്റൊന്നും അവിടെനിന്ന് കണ്ടെടുക്കപ്പെട്ടിട്ടുമില്ല. സംഭവത്തിനു പിന്നിൽ പീപ്പിൾസ് വാർ ഗ്രൂപ്പുണ്ടെന്ന ആദ്യ ആരോപണത്തിന് ഉപോൽബലകമായ തെളിവുകളൊന്നുമില്ലെന്ന് ഉത്തരമേഖല ഡി.ഐ.ജി പറയേണ്ടിവന്നതും ഇതുകൊണ്ടുതന്നെയാണ്.

സായുധ ചെറുത്തുനിൽപ്പിനുള്ള തയ്യാറെടുപ്പോ സന്നദ്ധതയോ ഇല്ലാതിരുന്ന സാഹചര്യത്തിൽ, വിപുലമായ ഒരു പോലീസ് ആക്ഷന്റെ മുന്നിൽ ഗോത്രമഹാസഭയ്ക്ക് പിൻവാങ്ങുക മാത്രമേ മാർഗ്ഗമുണ്ടായിരുന്നുള്ളു. പക്ഷേ, അതല്ല സംഭവിച്ചത്. ഒരു ഫോറസ്റ്റ് ഗാർഡും രണ്ട് പോലീസുകാരും കെണിയിൽപ്പെട്ട പോലെ ആദിവാസികളുടെ പിടിയിൽ പെടുകയായിരുന്നു. അവരെ ബന്ദികളാക്കി പോലീസ് ആക്ഷൻ തടയാനാണ് അവർ ശ്രമിച്ചത്. ആ മൂന്നുപേരെ കെട്ടിയിട്ട് പോലീസ് സേന മുന്നേറിയാൽ അവരെ ചുട്ടുകളയുമെന്ന് ഭീഷണി ഉയർത്തുകയും ചെയ്തു. ഡി.ജി.പി പറയുംപോലെ ഈ അവസ്ഥയിൽ മണിക്കൂറുകൾ കാത്തിരുന്നിട്ടും ആദിവാസികൾ പിൻവാങ്ങാൻ തയ്യാറാവാതെ വന്നപ്പോഴാണ് പോലീസ് വെടിവെപ്പുമായി മുന്നേറിയത്. അതിനു മറുപടിയായി മൂന്ന് ബന്ദികളെ വെട്ടി പരിക്കേൽപ്പിക്കുകയും ചെയ്തു. അതിൽ ഒരു പോലീസുകാരൻ മരിക്കുകയും മറ്റ് രണ്ടുപേർക്ക് ഗുരുതരമായ പരിക്കേൽക്കുകയും ചെയ്തു. തുടർന്നു നടന്ന വെടിവെപ്പിൽ ഒരു ആദിവാസി മാത്രമേ കൊല്ലപ്പെട്ടിട്ടുള്ളു എന്ന പോലീസ് ഭാഷ്യവും കൂടുതൽ പേർ കൊല്ലപ്പെട്ടിട്ടുണ്ടെന്ന മറുപക്ഷ ആരോപണവും സ്ഥിരീകരി

ക്കപ്പെടാതെ അവശേഷിക്കുകയും ചെയ്യുന്നു. ഡി.ജി.പിയുടെ വിശദീകരണം നിയമക്രമപാലനത്തിന്റെ തലത്തിൽ നിന്ന് മാത്രമാണ്. സംസ്ഥാനത്തിന്റെ രാഷ്ട്രീയ നേതൃത്വം ആദിവാസി നേതൃത്വവുമായി സംഭാഷണത്തിന് ഒരിക്കലും തയ്യാറായില്ലെന്ന പ്രശ്നം സംഭവങ്ങളുടെ വഴിത്തിരിവിൽ നിർണ്ണായക ഘടകമാണെന്ന കാര്യം പ്രധാനമാണ്.

തികച്ചും സമാധാനപരമായി മാത്രം നടക്കേണ്ടിയിരുന്ന ഒരു ബഹുജനപ്രക്ഷോഭം ഇങ്ങനെ വഴി തിരിഞ്ഞു പോകാൻ പാടില്ലായിരുന്നുവെന്ന കാര്യത്തിൽ തർക്കമില്ല. ഈ വിപര്യയത്തിന് കാരണക്കാരായവർ ശിക്ഷിക്കപ്പെടുകയും വേണം. പക്ഷേ, മൊത്തത്തിൽ ഈ പ്രക്ഷോഭത്തിന്റെ ഗതിവിഗതികൾ വസ്തുനിഷ്ഠമായി പരിശോധിച്ചാൽ ഇപ്പോൾ സംഭവിച്ച പരിണാമം ഗോത്ര മഹാസഭയുടെയോ ആദിവാസികളുടെയോ ഭാഗത്തുനിന്നുണ്ടായ ഒരു ആസൂത്രിത പദ്ധതിയുടെ ഭാഗമായിരുന്നില്ലെന്ന് സ്പഷ്ടമായും കാണാൻ കഴിയും. അപ്രതീക്ഷിതമായ തീരുമാനങ്ങളിലേക്ക് നീങ്ങാൻ ഇടയായതിന്റെ ദുരന്തഫലമായിരുന്നു ഈ സംഭവങ്ങൾ എന്നാണ് ഈ ലേഖകൻ വിലയിരുത്തുന്നത്. തിരുവനന്തപുരത്ത് സമരം നടക്കുന്ന കാലത്തും അതിനുശേഷവും ജാനുവിനെയും ഗീതാനന്ദനെയും കാണാനിടയായപ്പോഴെല്ലാം നിയമവിരുദ്ധ മാർഗ്ഗങ്ങളിൽ അവർക്ക് താല്പര്യമോ വിശ്വാസമോ ഇല്ലെന്നാണ് മനസ്സിലാക്കാൻ കഴിഞ്ഞിട്ടുള്ളത്. അതങ്ങനെത്തന്നെ ആകണമെന്ന് ഉറപ്പുവരുത്താൻ ശ്രമിച്ചിട്ടുമുണ്ട്. ഇതുവരെയുള്ള ഗോത്ര മഹാസഭയുടെ പ്രവർത്തനങ്ങൾ മൊത്തത്തിൽ വിലയിരുത്താൻ ശ്രമിച്ചാലും നിയമ വിരുദ്ധ മാർഗ്ഗങ്ങളോടുള്ള ആഭിമിഖ്യമോ അത്തരം സൂചനകളോ ഒന്നും കാണാനാവുകയുമില്ല. എ.വാസു, ഡോ.എം.ഗംഗാധരൻ തുടങ്ങിയവർ മുത്തങ്ങയിൽ പോയി സമരക്കാരുമായി സംസാരിച്ചപ്പോഴും അവർ ഈ നിലപാട് വ്യക്തമാക്കിയിരുന്നു.

ചുരുക്കത്തിൽ മുത്തങ്ങയിൽ സംഭവിച്ചതുപോലുള്ള ഒരു വ്യതിയാനത്തിന്റെ പേരിൽ കേരളത്തിലെ ആദിവാസി സമൂഹം ഒന്നടങ്കം ശിക്ഷിക്കപ്പെടാൻ പാടില്ല. എന്നാൽ, ഇപ്പോൾ വയനാട്ടിലും മറ്റ് പല ആദിവാസിമേഖലകളിലും നടന്നുകൊണ്ടിരിക്കുന്ന പോലീസ് നായാട്ടും അറസ്റ്റിലായ ജാനുവിനോടും ഗീതാന്ദനോടും കാട്ടിയ അതിക്രമങ്ങളും കാണിക്കുന്നത് സംഭവിക്കാൻ പാടില്ലാത്തത് സംഭവിച്ചുകൊണ്ടിരിക്കുന്നു എന്നാണ്. കേരളത്തിലെ ആദിവാസികളുടെ കാര്യത്തിൽ കേരളീയ സമൂഹം നേരത്തെത്തന്നെ പ്രതികൂട്ടിലാണെന്ന കാര്യമാണ് ഇവിടെ വിസ്മരിക്കപ്പെടുന്നത്. രാഷ്ട്രീയമായി ഏറെ പിന്നോക്കം നിൽക്കുന്നതായി കരുതപ്പെടുന്ന മധ്യപ്രദേശ്, ഒറീസ, ബീഹാർ തുട

ങ്ങിയ പല സംസ്ഥാനങ്ങളിലും ആദിവാസികൾക്ക് കേരളത്തിൽ ലഭിച്ചതിനേക്കാൾ എത്രയോ മെച്ചപ്പെട്ട പരിഗണന ലഭിച്ചുപോന്നിട്ടുണ്ടെന്ന കാര്യം കേരളീയ സമൂഹത്തിന് അജ്ഞാതമാണ്. കേരളത്തിലെ രാഷ്ട്രീയ നേതൃത്വങ്ങൾക്ക് പോലും ഇതേക്കുറിച്ച് വ്യക്തമായൊരു ധാരണയുമില്ലെന്നതാണ് വാസ്തവം. ഈ അജ്ഞതയുടെ ഭീകരരൂപമാണ് മുത്തങ്ങ സംഭവം അസംബ്ലിയിൽ ചർച്ചയ്ക്ക് വന്നപ്പോൾ സ്പീക്കർ വക്കം പുരുഷോത്തമൻ നടത്തിയ പ്രസ്താവനയിൽ പ്രതിഫലിച്ചത്.

സമാന്തരഭരണം നടത്താൻ ആദിവാസികളെ അനുവദിക്കില്ലെന്നും കർക്കശമായി അടിച്ചമർത്തുമെന്നുമാണ് സ്പീക്കർ പറഞ്ഞത്. ഈ പ്രസ്താവത്തിലൂടെ നമ്മുടെ സ്പീക്കറാണ് യഥാർത്ഥത്തിൽ ഭരണഘടനാലംഘനം നടത്തിയിരിക്കുന്നത്. കാരണം, ആദിവാസികൾക്ക് സ്വയം ഭരണപ്രദേശങ്ങൾ സ്വയം പ്രഖ്യാപിക്കാനും നടപ്പിലാക്കാനുമുള്ള അവകാശം ഭരണഘടനയും അതിനനുസരിച്ച് പാർലമെന്റ് പാസാക്കിയ നിയമങ്ങളും നൽകുന്നുണ്ട്. ഇന്ത്യയിലിപ്പോൾ ആയിരക്കണക്കിന് ആദിവാസി ഗ്രാമങ്ങളിൽ അവരുടെ സ്വയം ഭരണം അഥവാ സമാന്തരഭരണം നിലനിൽക്കുന്നുമുണ്ട്.

1950 ൽ നിലവിൽ വന്ന ഇന്ത്യൻ ഭരണഘടനയുടെ 244 -ാം വകുപ്പ് പ്രകാരം ആദിവാസികളുടെ അധിവാസ മേഖലകൾ 5, 6 ഷെഡ്യൂളുകളിൽ പെടുത്തി പട്ടിക പ്രദേശങ്ങളായി പ്രഖ്യാപിച്ച് സംരക്ഷിക്കപ്പെടേണ്ടതുണ്ട്. ഈ പട്ടിക പ്രദേശങ്ങളിൽ ഭരണാധികാരം അവിടങ്ങളിൽ അധിവസിക്കുന്ന ആദിവാസികളിൽ മാത്രം നിക്ഷിപ്തമാണ്. ഈ പട്ടികപ്രദേശങ്ങൾക്ക് പുറത്തുള്ള വ്യക്തികൾക്കോ അധികാരികൾക്കോ ഈ മേഖലയിൽ ഇടപെടാൻ യാതൊരു അധികാരവുമില്ല. ആദിവാസികളുടെ അധിവാസ മേഖലകൾ നിശ്ചയിച്ച് സംസ്ഥാനസർക്കാറുകൾ ഗവർണ്ണർമാർ വഴി പ്രസിഡണ്ടിന് ശുപാർശ ചെയ്യുകയും ആ പ്രദേശങ്ങൾ പ്രസിഡണ്ട് പട്ടിക പ്രദേശങ്ങളായി പ്രഖ്യാപിക്കുകയും ചെയ്യുന്നതോടെ അവ ആദിവാസികളുടെ സ്വയം ഭരണ മേഖലകളായി സ്വാഭാവികമായും മാറുകയാണ് ചെയ്യുന്നത്. സംസ്ഥാന സർക്കാറുകൾ പൊതുവിൽ ഈ ഭരണഘടനാപരമായ കടമ നിറവേറ്റാൻ അമാന്തിച്ചുവെങ്കിലും മിക്ക സംസ്ഥാനങ്ങളിലും ആദിവാസികൾ ചില മേഖലകളിലെങ്കിലും അവഗണിക്കാനാവാത്ത വോട്ടു ബാങ്കുകളായതുകൊണ്ട് അവരോടുള്ള അവഗണന തുടർന്നുപോകാൻ രാഷ്ട്രീയ പാർട്ടികൾക്ക് ആകാതെ വന്നു. അങ്ങനെ 1980 കൾ ആയപ്പോഴേക്കും ഭൂരിപക്ഷം സംസ്ഥാനങ്ങളിലും ആദിവാസികൾക്ക് സംരക്ഷണം ഉറപ്പു ചെയ്യുന്ന പട്ടിക പ്രദേശങ്ങൾ നിലവിൽ വന്നു. ഈ പ്രദേശങ്ങളിൽ മറ്റുള്ളവരുടെ കുടിയേറ്റം കർക്കശമായി തടയപ്പെട്ടു.

എങ്കിലും ഇത്തരം പ്രദേശങ്ങളിലെ അധികാരഘടനയെ സംബന്ധിച്ച് പിന്നെയും അവ്യക്തതകൾ നിലനിന്നിരുന്നതുകൊണ്ട് രാഷ്ട്രീയ പാർട്ടികൾക്ക് ആദിവാസി മേഖലകളിൽ കൈ കടത്താൻ കഴിഞ്ഞിരുന്നു. പല പഴയ ബ്രിട്ടീഷ് നിയമങ്ങളുടെയും പൊടി തട്ടിയെടുത്ത് ഉപയോഗപ്പെടുത്താൻ കേന്ദ്ര സംസ്ഥാന സർക്കാറുകൾ ശ്രമിച്ചുകൊണ്ടിരുന്നു. 1992 ൽ പഞ്ചായത്തീ രാജ് നിയമം പാസ്സാക്കപ്പെട്ട ശേഷം പട്ടിക പ്രദേശങ്ങളിലെ പഞ്ചായത്തുഭരണം സംബന്ധിച്ച ചട്ടങ്ങൾ കൃത്യമായി പുനരാവിഷ്ക്കരിക്കുന്നതിന് നിർദ്ദേശങ്ങൾ വെയ്ക്കാൻ 1994 ൽ പാർലമെന്റ് മെമ്പർമാരുടെ സെലക്ട് കമ്മിറ്റിയെ ചുമതലപ്പെടുത്തുകയുണ്ടായി. പ്രസ്തുത ഭൂരിയ കമ്മിറ്റി നൽകിയ ശുപാർശകളുടെ അടിസ്ഥാനത്തിലാണ് 1996 ഡിസംബർ 24 ന് പഞ്ചായത്ത് (പട്ടിക പ്രദേശങ്ങളിലേക്ക് വ്യാപിപ്പിക്കുന്ന) നിയമം പാസാക്കപ്പെട്ടത്.

വളരെ ചെറിയൊരു ആദിവാസി അധിവാസ കേന്ദ്രം പോലും ഗ്രാമമായി നിർവചിക്കപ്പെടുകയും ആ ഗ്രാമസഭയുടെ തീരുമാനം പഞ്ചായത്ത് നടപ്പാക്കാൻ ബാധ്യസ്ഥമാവുകയും ചെയ്യുന്ന വിധം ചട്ടങ്ങൾ നിലവിൽ വന്നു. ഏത് പഞ്ചായത്ത്നിയമവും ആദിവാസി ജീവിതരീതികൾക്കും ആചാരങ്ങൾക്കും അനുയോജ്യമായിരിക്കണമെന്നും നിശ്ചയിക്കപ്പെട്ടു. ഈ നിയമം നിലവിൽ വന്നതോടെയാണ് അക്ഷരാർത്ഥത്തിൽ ആദിവാസികളുടെ സ്വയംഭരണപ്രദേശങ്ങൾ ഉടലെടുക്കാൻ തുടങ്ങിയത്.

ഇന്ത്യയിലിപ്പോൾ ആയിരത്തിൽപ്പരം ഗ്രാമങ്ങൾ സ്വയംഭരണ പ്രദേശങ്ങളാണ്. സംസ്ഥാനം തിരിച്ചുള്ള അവയുടെ കണക്ക് ഇങ്ങനെയാണ്. മധ്യപ്രദേശ് - 50, ആന്ധ്രപ്രദേശ് - 125, ഒറീസ - 80, ഝാർഖണ്ഡ് - 600, ഛത്തീസ്ഗഢ് - 300, കർണ്ണാടക - 40. ഈ പ്രദേശങ്ങളിലെ ഭൂമി, വനവിഭവങ്ങൾ, ജലസമ്പത്ത് എന്നിവയുടെ മേലുള്ള പൂർണ്ണ അധികാരം ഗ്രാമസഭയ്ക്ക് മാത്രമാണ്. ഓരോ ഗ്രാമസഭയുടെയും കീഴിലുള്ള പ്രദേശത്തിന്റെ അതിർത്തി നിർണ്ണയിക്കാനും അവിടെക്ക് പുറത്തുനിന്നുള്ളവരുടെ പ്രവേശനം നിയന്ത്രിക്കാനുമുള്ള അധികാരം ഗ്രാമസഭയ്ക്കുണ്ട്.

മുത്തങ്ങ മേഖല കഴിഞ്ഞാലുള്ള കർണ്ണാടക അതിർത്തിക്കപ്പുറത്ത് നാഗർഹോളിൽ എന്താണ് സംഭവിച്ചതെന്നു കൂടി ഓർത്തുനോക്കുക. അവിടെ വന്യമൃഗ സംരക്ഷണ കേന്ദ്രമായി രാജീവ് ഗാന്ധി നാഷണൽ പാർക്ക് പ്രഖ്യാപിക്കപ്പെട്ടപ്പോൾ ആ പ്രദേശത്ത് പെട്ടുപോയ ആദിവാസി ഗ്രാമങ്ങൾ എല്ലാം ചേർന്ന് സ്വയംഭരണം പ്രഖ്യാപിക്കുകയായിരുന്നു. അവരുടെ ആവാസ കേന്ദ്രങ്ങൾ അവർ സംരക്ഷിക്കുകയും ചെയ്തു. വളരെ വൈകി മാത്രം പട്ടിക പ്രദേശങ്ങൾ പ്രഖ്യാപിച്ച സംസ്ഥാനമാ

യിരുന്നു കർണ്ണാടകം. എങ്കിലും പട്ടികപ്രദേശങ്ങളായി പ്രഖ്യാപിക്കപ്പെട്ട ആദിവാസി മേഖലകളിൽ കേന്ദ്ര സംസ്ഥാന സർക്കാറുകൾക്ക് ഇടപെടാനാവുകയില്ല.

ആന്ധ്രയിലെ നിമൽപേഡു ഗ്രാമത്തിൽ ബോക്സൈറ്റ് ഖനനത്തിനായി 250 കോടിയുടെ പദ്ധതിയുമായി ഒരു കമ്പനി വന്നു. ഗ്രാമസഭ അനുവാദം നൽകിയില്ല. കേസ് കോടതിയിലെത്തി. സുപ്രീം കോടതി അന്തിമ വിധി പ്രഖ്യാപിച്ചു. പട്ടിക പ്രദേശങ്ങളിൽ ഗ്രാമസഭയുടെ അധികാരത്തെ ചോദ്യം ചെയ്യാൻ ആർക്കും അവകാശമില്ല.

ഇന്നത്തെ കേരള അന്തരീക്ഷത്തിൽ സ്പീക്കർ വക്കം പുരുഷോത്തമനും കെ.പി.സി.സി പ്രസിഡണ്ട് മുരളീധരനും പോലുള്ള രാഷ്ട്രീയ നേതാക്കന്മാർ ആദിവാസി സ്വയം ഭരണം അനുവദിക്കുന്ന ഭരണഘടനാ വകുപ്പുകളും അതിനെ സംരക്ഷിക്കുന്ന കോടതി വിധികളുമെല്ലാം തീവ്രവാദപരമെന്നു പറഞ്ഞാൽ അത്ഭുതപ്പെടേണ്ടതില്ല. വിവിധ സംസ്ഥാനങ്ങളിൽ ആദിവാസികൾ സ്വയംഭരണം പ്രഖ്യാപിക്കുന്നതിനു പിന്നിൽ തീവ്രവാദികളാണെന്നു പറയുന്നത് പരമ അബദ്ധമാണ്. ഇത്തരം പ്രവർത്തനങ്ങളെ അഖിലേന്ത്യാ തലത്തിൽ ഏകോപിപ്പിക്കുന്ന ഗോത്ര സ്വയംഭരണത്തിനു വേണ്ടിയുള്ള ദേശീയ മുന്നണിയുടെ കൺവീനർ ബി.ഡി. ശർമ്മ പട്ടിക ജാതി - വർഗ്ഗങ്ങൾക്ക് വേണ്ടിയുള്ള ദേശീയ കമ്മീഷന്റെ മുൻ ചെയർമാനായിരുന്ന ആളാണ്.

ഇപ്പോൾ ആദിവാസി പട്ടികപ്രദേശങ്ങൾ പ്രഖ്യാപിക്കാതെ ഭരണഘടനാ ലംഘനം നടത്തിയിട്ടുള്ള രണ്ടു സംസ്ഥാനങ്ങളേ ഇന്ത്യയിലുള്ളൂ. കേരളവും പശ്ചിമബംഗാളും. ഇന്ത്യയിലെ ഏറ്റവും പ്രബുദ്ധമായ രണ്ട് സംസ്ഥാനങ്ങൾ! കേരളത്തിലെ ആദിവാസികളുടെ അവകാശങ്ങൾ ഇത്രമാത്രം ചവിട്ടി മെതിക്കപ്പെടാൻ ഇടയാക്കിയത് കേരളത്തിലെ രാഷ്ട്രീയ പാർട്ടികൾ ഇന്നെത്തിനിൽക്കുന്ന ജീർണ്ണത നിമിത്തമാണ്. ഇവിടെ രാഷ്ട്രീയമെന്നത് സമൂഹത്തിന്റെ പൊതുനന്മയെ സംബന്ധിക്കുന്ന കാര്യങ്ങളല്ല. രാഷ്ട്രീയ കക്ഷികളുടെ സങ്കുചിത താല്പര്യങ്ങൾ മാത്രമാണ്. ഈ താല്പര്യങ്ങളിൽ നിർണ്ണായകമായിട്ടുള്ളത് താന്താങ്ങളുടെ വോട്ടുബാങ്ക് സംരക്ഷിക്കൽ മാത്രമാണ്. ഇവിടെ ആദിവാസികൾ ഒരു മണ്ഡലത്തിൽ പോലും നിർണ്ണായക ശക്തിയല്ല. അതുകൊണ്ട് ഒരു രാഷ്ട്രീയപാർട്ടിക്കും അവരെ ആവശ്യമില്ല. മറിച്ച്, കേന്ദ്രീകരിച്ച ആവാസ വ്യവസ്ഥകളിൽ നിന്ന് ആദിവാസികളെ തുരത്തിയ കുടിയേറ്റക്കാർ അതാത് മണ്ഡലങ്ങളിൽ നിർണ്ണായക ശക്തിയാണ്. ഈ വോട്ടുബാങ്കുകളെ അവഗണിച്ചുകൊണ്ട് ആദിവാസികളെ സംരക്ഷിക്കാൻ തക്ക നീതിബോധമോ ആദർശനിഷ്ഠയോ ഒരു രാഷ്ട്രീയ പാർട്ടിക്കുമില്ല. സങ്കു

ചിത കക്ഷി രാഷ്ട്രീയം പൂർണ്ണമായി കീഴ്പ്പെടുത്താതിരുന്ന അച്യുത മേനോൻ മുൻകൈയെടുത്തതിന്റെ ഫലമായി ആദിവാസികൾക്ക് നഷ്ട പ്പെട്ട ഭൂമിയിൽ കുറെയെങ്കിലും വീണ്ടെടുത്തുകൊടുക്കാൻ സഹായക മായ ബില്ല് 1975 ൽ പാസാക്കി. പക്ഷേ, അത് നടപ്പിലാക്കാതിരിക്കുന്ന കാര്യത്തിൽ ഇടതുവലതു ഭേദമില്ലാതെ എല്ലാ പാർട്ടികളും ഒറ്റക്കെട്ടായി നില കൊണ്ടു. ഈ കുറ്റകൃത്യത്തിൽ തുല്യപങ്കാളിത്തമുണ്ടായിരുന്ന എ.കെ.ആന്റണി 48 ദിവസം നീണ്ടുനിന്ന ആദിവാസി സമരത്തോട് അല്പം അനുഭാവം കാട്ടുകയും ഭൂമിയും പട്ടിക മേഖലാ പ്രഖ്യാപനവും ഉൾപ്പെടെയുള്ള വാഗ്ദാനങ്ങൾ നൽകുകയും ചെയ്ത് ആ സമരം അവ സാനിപ്പിക്കാൻ തയ്യാറായത് ശ്ലാഘനീയം തന്നെയായിരുന്നു. പക്ഷേ, അന്നത്തെ കരാറനുസരിച്ച് ഒന്നും നടപ്പായില്ലെന്നു മാത്രം. ആദിവാസി മേഖലകൾ പട്ടികപ്രദേശങ്ങളായി പ്രഖ്യാപിക്കുന്നതിന് ഒരു നടപടിയും സ്വീകരിച്ചിട്ടില്ല. നാമമാത്രമായി അങ്ങിങ്ങ് അല്പം ഭൂമി വിതരണമാണ് നടപ്പിലാവുന്നത്. അതും ഒരു പ്രഹസനമാവാനാണിട.

ഇത്തരമൊരു പശ്ചാത്തലത്തിലാണ് പട്ടികപ്രദേശ പ്രഖ്യാപനത്തിന് സർക്കാരിൽ പ്രേരണ ചെലുത്താവുന്ന ഒരു സമരത്തിന് ഗോത്രമഹാ സഭ തയ്യാറായത്. പട്ടിക പ്രദേശമായി തങ്ങളുടെ മേഖലകളെ പ്രസി ഡണ്ട് പ്രഖ്യാപിക്കാത്തിടത്തോളം കാലം സ്വയം ഭരണ പ്രദേശം സ്വയം പ്രഖ്യാപിച്ചതുകൊണ്ട് പ്രയോജനമില്ലെന്ന് അവർക്കറിയാമായിരുന്നു. എങ്കിലും പ്രശ്നം ജനങ്ങളുടെയും സർക്കാറിന്റെയും മുന്നിൽ സജീവ മായി ഉയർത്തുന്നതിനാണ് സമാധാനപരമായ ഒരു സമര രീതിയെന്ന നിലയ്ക്ക് മുത്തങ്ങയിൽ കുടിലുകെട്ടി താമസമാക്കിയത്. സർക്കാർ അറ സ്റ്റിന് തയ്യാറായാൽ അവർ വഴങ്ങുമായിരുന്നു. എന്നാൽ അതിനിടയിൽ പരിസ്ഥിതിക്കാരുടെ വേഷം കെട്ടിയ കുടിയേറ്റക്കാരും ഫോറസ്റ്റ് ഗാർഡു കളും ചേർന്ന് നടത്തിയ ഇടപെടലാണ് സംഭവങ്ങളെ വഴി തിരിച്ചുവിട്ട ത്. അതിനെ പക്വതയോടെ നേരിടാൻ ഗോത്രമഹാസഭ നേതൃത്വത്തിന് കഴിഞ്ഞില്ല. ഈ യാഥാർത്ഥ്യങ്ങൾ തിരിച്ചറിഞ്ഞുകൊണ്ട് കേരളത്തിലെ ആദിവാസികളോട് കഴിഞ്ഞ അരനൂറ്റാണ്ടുകാലം കേരളീയ സമൂഹം ഒന്നടങ്കം അനുവർത്തിച്ച അവഗണനയും ക്രൂരതയും അവസാനിപ്പിച്ച് ഭരണഘടന നൽകിയിട്ടുള്ള അവകാശങ്ങൾ അവർക്ക് പുനസ്ഥാപിച്ചു കൊടുക്കാൻ കേരളത്തിലെ രാഷ്ട്രീയ നേതൃത്വവും സമൂഹവും മുന്നോട്ടു വന്നേ തീരൂ.

മാതൃഭൂമി ദിനപത്രം, ഫെബ്രുവരി 2003

മുസ്‌ലിം രാഷ്ട്രീയം ദുരന്തത്തിലേക്ക് പിരിയുന്ന കൈവഴി

കേരളത്തിലെ മുസ്‌ലിം രാഷ്ട്രീയവുമായി കഴിഞ്ഞ ഒന്നര ദശക കാലത്തിലധികമായി എനിക്കുള്ള വ്യക്തിപരമായ ബന്ധത്തിന്റെ പശ്ചാത്തലത്തിൽക്കൂടിയാണ് ഈ വിഷയം പരിശോധിക്കാൻ ശ്രമിക്കുന്നത്. ഈ വിഷയവുമായി ബന്ധപ്പെട്ട് ഞാനെടുത്ത നിലപാടുകളെക്കുറിച്ച് ഒരു ആത്മപരിശോധനയ്ക്കുള്ള അവസരംകൂടിയായി ഈ സന്ദർഭം ഉപയോഗപ്പെടുത്തുകയാണ്.

എം.എൽ.പ്രസ്ഥാനത്തിൽ സജീവമായിരുന്ന കാലത്ത് ഞാൻ ഹിന്ദുത്വ രാഷ്ട്രീയത്തെ ശ്രദ്ധിക്കാൻ തുടങ്ങിയത് മുസ്‌ലിം വിരുദ്ധ രാഷ്ട്രീയം എന്ന നിലക്കല്ല, മറിച്ച് സിക്ക് വിരുദ്ധ രാഷ്ട്രീയം എന്ന നിലയ്ക്കാണ്. പഞ്ചാബിലെ സിക്ക് വിഘടനപ്രസ്ഥാനം ഇന്ത്യൻ അഖണ്ഡതയ്ക്ക് ഭീഷണിയാകുന്നു എന്നു കണ്ട് ഇന്ത്യൻ ഭരണാധികാരി വർഗ്ഗം അഖണ്ഡത കാത്തു സൂക്ഷിക്കുവാനായി ഹിന്ദുത്വ രാഷ്ട്രീയത്തെ പ്രീണിപ്പിക്കാൻ തുടങ്ങുന്നത് ശ്രദ്ധിച്ചിരുന്നു. ഇന്ദിരാഗാന്ധി 80കളുടെ ആരംഭത്തിൽ ആർ.എസ്.എസ്സുമായി ധാരണയുണ്ടാക്കി ഡൽഹിയിലും ജമ്മുവിലും തിരഞ്ഞെടുപ്പു വിജയം നേടുക വരെയുണ്ടായി. സുവർണ്ണക്ഷേത്രാക്രമണത്തിന് പ്രതികാരമായി ഇന്ദിരാഗാന്ധി വധിക്കപ്പെട്ടതിനെത്തുടർന്ന് ഉത്തരേന്ത്യയിൽ ആഞ്ഞടിച്ചത് സിക്ക് വിരുദ്ധ ഹിന്ദുവികാരമായിരുന്നു. തുടർന്ന് നടന്ന 84 ലെ തെരഞ്ഞെടുപ്പിൽ ഈ ഹിന്ദുത്വ തരംഗത്തിന് നേതൃത്വം നൽകിക്കൊണ്ടാണ് രാജീവ് ഗാന്ധി അധികാരത്തിൽ വന്നത്. ഈ കോൺഗ്രസ് ഹിന്ദുതരംഗത്തിൽ ബി.ജെ.പി ലോകസഭയിൽ വെറും രണ്ടു സീറ്റുള്ള പാർട്ടിയായി ചുരുങ്ങി. ഗ്വാളിയോറിൽ വാജ്പേയി പോലും പരാജയപ്പെട്ടു.

ഇന്ന് ആധിപത്യത്തിൽ വന്നുകഴിഞ്ഞ ഹിന്ദുത്വരാഷ്ട്രീയത്തിന്റെ ആരംഭം ഇങ്ങനെയാണ്. കോൺഗ്രസ് നേതൃത്വത്തിന്റെ കീഴിൽ അന്നത്

ഹിന്ദുതരംഗം മാത്രമായിരുന്നു. ആസാം, പഞ്ചാബ്,ഝാർഖണ്ഡ് തുടങ്ങിയ പ്രാദേശിക ദേശീയവാദം ഇന്ത്യൻ അഖണ്ഡതയെ തകർക്കുമെന്ന ഭീഷണിയെ നേരിടാനായി ഭൂരിപക്ഷ മതവിഭാഗമായ ഹിന്ദുസമൂഹത്തിന്റെ പിന്തുണ നേടുക എന്ന നയമാണ് ഇന്ദിരഗാന്ധി ആരംഭിക്കുകയും രാജീവ് ഗാന്ധി തുടരുകയും ചെയ്തത്. ഇന്ദിരാഗാന്ധി കൊല്ലപ്പെട്ടതോടെ അത് സിക്ക് വിരുദ്ധ തരംഗമായി എന്നു മാത്രം. കമ്മ്യൂണിസ്റ്റുകാരെപ്പോലും ഈ അഖണ്ഡതാ വാദം ബാധിക്കുകയുണ്ടായി. കമ്മ്യൂണിസ്റ്റുകാർ പൊതുവിൽ സ്വീകരിച്ചുപോന്ന ന്യൂനപക്ഷാനുകൂല നിലപാട് നിമിത്തം ഭൂരിപക്ഷ ഹിന്ദു സമൂഹം തങ്ങളിൽനിന്ന് അകന്നുപോയിട്ടുണ്ടെന്നും വിഘടനവാദത്തെ പരാജയപ്പെടുത്തി അഖണ്ഡത സംരക്ഷിക്കുന്നതിന് ഭൂരിപക്ഷ സമുദായത്തിന്റെ പിന്തുണ ആവശ്യമാണെന്നും ആ പിന്തുണ ഉറപ്പാക്കുന്നതിന് അനുസൃതമായ നയപരമായ നിലപാട് ആവശ്യമാണെന്നും സമർത്ഥിക്കുന്ന ഒരു പ്രമേയം 1985 ൽ നടന്ന ഒരു സി.പി.എം പോളിറ്റ് ബ്യൂറോ യോഗത്തിൽ ബാസവ പുന്നയ്യ അവതരിപ്പിക്കുകയും അത് അംഗീകരിക്കപ്പെടുകയും ഉണ്ടായി. 1987 ലെ തിരഞ്ഞെടുപ്പിനു മുമ്പ് കേരളത്തിൽ സി.പി.എം സ്വീകരിച്ച ശരീഅത്ത് വിരുദ്ധ നിലപാടും വർഗ്ഗീയതക്കെതിരെ എന്നു പറഞ്ഞുകൊണ്ട് ന്യൂനപക്ഷങ്ങൾക്കെതിരായ നിലപാടെടുത്തതും ഈ പശ്ചാത്തലത്തിലായിരുന്നു.

ഈ കാലഘട്ടത്തിൽ ഞാൻ നേതൃത്വം നൽകിയിരുന്ന എം.എൽ ഗ്രൂപ്പ് ഈ അഖണ്ഡതാ വാദം ഭാഷാദേശീയതകളുടെ സ്വയം നിർണ്ണയാവകാശത്തെ നിഹനിക്കുന്ന അഖിലേന്ത്യാ കുത്തക വർഗ്ഗ താല്പര്യങ്ങളെ സേവിക്കുന്ന നിലപാടാണെന്ന് വിലയിരുത്തുകയും ഭാഷാദേശീയതകളുടെ സമരങ്ങൾക്ക് അനുകൂലമായ നിലപാടെടുക്കുകയും ചെയ്തിരുന്നു. അതുകൊണ്ടാണ് ഈ അഖണ്ഡതാവാദത്തിന്റെ മറവിൽ വളർന്നുവന്നുകൊണ്ടിരിക്കുന്ന ഹിന്ദുത്വ രാഷ്ട്രീയത്തെ ശ്രദ്ധാപൂർവ്വം നിരീക്ഷിക്കാനും അതിന്റെ അപകടം മുൻകൂട്ടി കാണാനും കഴിഞ്ഞത്.

ഹിന്ദു തരംഗത്തിന്റെ ആവേശത്തള്ളിച്ചയിൽ അധികാരത്തിലേറിയ രാജീവ് ഗാന്ധി ആ തരംഗത്തെ ഉപയോഗപ്പെടുത്താനും പ്രീണിപ്പിക്കാനും ശ്രമിച്ചു. ഗംഗാനദി ശുദ്ധീകരിക്കാനുള്ള ഒരു ബൃഹത് പദ്ധതി യുദ്ധകാലാടിസ്ഥാനത്തിൽ നടപ്പാക്കി. തുടർന്ന് 49 മുതൽ പൂട്ടിക്കിടന്നിരുന്ന ബാബറി മസ്ജിദ് ഹിന്ദു ഭക്തന്മാർക്കുവേണ്ടി തുറന്നുകൊടുക്കുകയും ചെയ്തു. മുസ്ലിംങ്ങളെ പ്രീണിപ്പിക്കാൻ ഷബാനു കേസിലൂടെ രാജീവ് ഗാന്ധി ശ്രമിച്ചെങ്കിലും ബാബറി മസ്ജിദ് തുറന്നുകൊടുത്തു

കൊണ്ട് നടത്തിയ ഹിന്ദു പ്രീണനം അതിനെയെല്ലാം നിഷ്പ്രഭമാക്കി. മസ്ജിദ് നിലനിർത്തിക്കൊണ്ട് വലിയൊരു രാമക്ഷേത്രം പണിത് ഹിന്ദു പ്രീണനം തുടരാനായിരുന്നു രാജീവ്ഗാന്ധിയുടെ ശ്രമം. എന്നാൽ അയോധ്യയിൽ രാമജന്മഭൂമി പ്രശ്നം കുത്തിപ്പൊക്കാൻ വിശ്വഹിന്ദു പരിഷത്ത് നടത്തിക്കൊണ്ടിരിക്കുന്ന ശ്രമങ്ങൾ ആവർത്തിച്ച് പരാജയപ്പെട്ടിരുന്ന സാഹചര്യത്തിൽ രാജീവ്ഗാന്ധിയുടെ ഈ പുതിയ നീക്കം അവർക്ക് വലിയൊരു അവസരം തുറന്നുകൊടുത്തു. മസ്ജിദ് പൊളിക്കാതെ രാമക്ഷേത്രം പണിയുക എന്ന കോൺഗ്രസ് മുദ്രാവാക്യത്തെ മസ്ജിദ് പൊളിച്ച് രാമക്ഷേത്രം പണിയുക എന്നാക്കി വിശ്വഹിന്ദു പരിഷത്ത് മാറ്റിയതോടെ അന്തരീക്ഷമാകെ മാറി. മൂന്നുനാലു വർഷംകൊണ്ട് അഖിലേന്ത്യാ തലത്തിൽ ഹിന്ദു വികാരം ഉണർത്താവുന്ന ഒരു വിഷയമായി അതു മാറി.

1989 ആരംഭത്തിൽ വിശ്വഹിന്ദു പരിഷത്ത് വിളിച്ചുകൂട്ടിയ സന്യാസി സമ്മേളനം ആ വർഷം നവംബറിൽ അയോധ്യയിൽ രാമശിലാപൂജ നടത്താൻ തീരുമാനിച്ചു. ഇന്ത്യയിലെ എല്ലാ ഗ്രാമങ്ങളിൽനിന്നും രാമപൂജ നടത്തിക്കൊണ്ടുവരുന്ന ഇഷ്ടികകൾ അയോധ്യയിൽ രാമക്ഷേത്രം പണിയാനായി സമാഹരിക്കുകയായിരുന്നു ഉദ്ദേശ്യം. വളരെ അപകടകരമായ വർഗ്ഗീയ ധ്രുവീകരണമാണ് ഇതോടെ അഖിലേന്ത്യാ തലത്തിൽ രൂപംകൊള്ളാൻ തുടങ്ങിയത്. സി.പി.ഐ. ഇതിനോട് പ്രതികരിച്ചത് ഹിന്ദു, മുസ്ലിം, സിക്ക് വർഗ്ഗീയതകൾക്കെതിരായി ഒരേപോലെ വിമർശനങ്ങളുന്നയിക്കുന്ന ഒരു പ്രചാരണ പരിപാടിയായിട്ടാണ്. സി.പി.എം. ആദ്യം ഈ പ്രശ്നത്തെ ശ്രദ്ധിച്ചിട്ടുപോലുമില്ല. ബാബറി മസ്ജിദ് മ്യൂസിയമാക്കുകയാണ് വേണ്ടത് എന്ന മട്ടിലാണ് ഇ.എം.എസ്സ് പ്രതികരിച്ചത്.

ഈ പശ്ചാത്തലത്തിലാണ് ബാബറി മസ്ജിദ് മുസ്ലിങ്ങളുടെതാണ് എന്ന പേരിലുള്ള ഒരു ലഘു ലേഖ ഞാൻ തയ്യാറാക്കുകയും സി.പി.ഐ. എം.എൽ ബാനറിൽ കേരളത്തിലുടനീളം ഒരു പ്രചാരണപരിപാടി നടത്തുകയും ചെയ്തത്.

പത്തൊമ്പതാം നൂറ്റാണ്ടുമുതൽ ബാബറി മസ്ജിദ് വിവാദത്തിന്റെ ചരിത്രം വിശദീകരിച്ചുകൊണ്ട് അതിലൂടെ ഉയർന്നുവരുന്ന ഹിന്ദുത്വ രാഷ്ട്രീയത്തിന്റെ ഭീഷണിയെക്കുറിച്ച് വ്യക്തമായ ധാരണ നൽകുന്നതായിരുന്നു ആ ലഘുലേഖ. സി.പി.ഐയും സി.പി.എമ്മും സ്വീകരിക്കുന്ന ന്യൂനപക്ഷ വർഗ്ഗീയതയെയും ഭൂരിപക്ഷ വർഗ്ഗീയതയെയും തുല്യമായി കാണുന്ന സമീപനത്തിന്റെ പിന്തിരിപ്പൻ സ്വഭാവം വെളിവാക്കുകയും ഇന്ത്യൻ സാഹചര്യത്തിൽ ഭൂരിപക്ഷവർഗ്ഗീയതയുടെ അപകടകരമായ

സ്വഭാവം വ്യക്തമാക്കുകയും ചെയ്തിരുന്നു.

മണ്ഡൽ കമ്മീഷൻ റിപ്പോർട്ടിലൂടെ രൂപംകൊണ്ടുവന്ന സവർണ്ണ അവർണ്ണ ധ്രുവീകരണം ഈ വർഗ്ഗീയപ്രശ്നവുമായി കെട്ടുപിണഞ്ഞു കിടക്കുന്നതെങ്ങനെയെന്നും അതിൽ വിശദീകരിച്ചിരുന്നു. ആ ലഘുലേഖയുടെ തലക്കെട്ട് വ്യക്തമാക്കുന്നതുപോലെ ബാബറി മസ്ജിദ് പ്രശ്നത്തിൽ ഖണ്ഡിതമായി മുസ്ലിം സമുദായത്തോടൊപ്പം നിൽക്കുന്ന ഒരു സമീപനമാണ് ആ ലഘുലേഖയിൽ സ്വീകരിച്ചിരുന്നത്.

അന്നും ഇന്നും കേരളത്തിലെ ഏറ്റവും പ്രബല മുസ്ലിം രാഷ്ട്രീയ സംഘടനയായ മുസ്ലിം ലീഗ് അന്നത്തെ നിർണ്ണായക ഘട്ടത്തിൽപോലും ബാബറി മസ്ജിദ് പ്രശ്നത്തിൽ വ്യക്തമായ ഒരു നിലപാടെടുക്കാൻ തയ്യാറായില്ല എന്നത് എന്നെ അത്ഭുതപ്പെടുത്തിയ കാര്യമായിരുന്നു. അന്നത്തെ എം.എൽ രാഷ്ട്രീയത്തിന്റെ സ്വാധീനത്തിൽ പാർലമെന്ററി പാർട്ടികളെയെല്ലാം ബൂർഷ്വാ പാർട്ടികളായി കണക്കാക്കി അവഗണിക്കുന്ന കൂട്ടത്തിലാണ് മുസ്ലിം ലീഗിനെയും കണ്ടിരുന്നത്. എന്നാൽ ഹിന്ദു വർഗ്ഗീയതയുടെ ആക്രമണോത്സുകമായ മുന്നേറ്റത്തിൽ അവരുടെ ആക്രമണലക്ഷ്യമായി മാറിക്കഴിഞ്ഞ മുസ്ലിം ന്യൂനപക്ഷത്തെക്കുറിച്ച് കൂടുതൽ ശ്രദ്ധിക്കാൻ തുടങ്ങിയപ്പോൾ ലീഗിനെയും മനസ്സിലാക്കേണ്ടതുണ്ടെന്ന് തോന്നിത്തുടങ്ങിയിരുന്നു. കോൺഗ്രസ്സിന്റെ കൂടെ ഐക്യജനാധിപത്യ മുന്നണിയിൽ നിലയുറപ്പിച്ചിരുന്ന മുസ്ലിം ലീഗിന് ബാബറി മസ്ജിദ് പ്രശ്നത്തിൽ തുറന്ന നിലപാടെടുക്കുക വിഷമമാണെന്ന് മനസ്സിലാക്കിയിരുന്നെങ്കിലും അവരുടെ നിഷ്ക്രിയ സമീപനത്തോട് തികഞ്ഞ വിയോജിപ്പാണ് അക്കാലത്ത് എനിക്കുണ്ടായിരുന്നത്. കേരളത്തിലെ ലീഗ് രാഷ്ട്രീയത്തിന്റെ ചരിത്രം പരിശോധിക്കാൻ തുടങ്ങിയത് അപ്പോഴാണ്.

1957 ലെ കമ്മ്യൂണിസ്റ്റ് മന്ത്രിസഭയ്ക്കെതിരായി കോൺഗ്രസ്സ് മുന്നണിയിൽ സ്ഥാനം പിടിക്കുന്നതോടെയാണ് കേരളത്തിൽ മുസ്ലിം ലീഗ് രാഷ്ട്രീയമായി ശ്രദ്ധേയമാവുന്നത്. 60 കളിൽ കമ്മ്യൂണിസ്റ്റ് പാർട്ടി പിളർന്നതിനുശേഷം സി.പി.എം മുന്നണി രാഷ്ട്രീയത്തിന് രൂപം നൽകിയപ്പോൾ ലീഗിന് ഇടതുമുന്നണിയിലും സ്ഥാനം ലഭിച്ചു. 60 കളോടുകൂടി കേരളത്തിൽ വേരുറച്ചുകഴിഞ്ഞ മുന്നണി രാഷ്ട്രീയത്തിൽ ഒഴിവാക്കാനാവാത്ത ഘടകമായി മുസ്ലിം ലീഗ് സ്ഥാനം പിടിക്കുകയായിരുന്നു. 1970 കളിൽ സി.പി.ഐ. കോൺഗ്രസ് മുന്നണിയിലെ ഒരു പ്രധാന ഘടകകക്ഷിയായി ലീഗ് വളർന്നു. മുന്നണി രാഷ്ട്രീയത്തിൽ പിന്തള്ളപ്പെട്ടുപോയ സി.പി.എം. ലീഗിനെ പിളർത്തി ഒരു വിഭാഗത്തെ തങ്ങ

ളുടെ കൂടെ നിറുത്തുകയാണ് ചെയ്തത്. പക്ഷേ, 80 കളിൽ മുകളിൽ സൂചിപ്പിച്ചതുപോലെ അഖണ്ഡതാ സംരക്ഷണത്തിനുവേണ്ടി ന്യൂന പക്ഷ വിരുദ്ധ നിലപാടെടുത്തുകൊണ്ട് ശരീഅത്തിനെ വിമർശിക്കാൻ സി.പി.എം മുതിർന്നതോടെ അവർ തന്നെ ലീഗ് വിഭാഗങ്ങളെ ഒന്നിപ്പി ക്കുകയും ചെയ്തു.

മുസ്‌ലിം സമുദായത്തിലെ സമ്പന്ന വർഗ്ഗ താല്പര്യങ്ങളെയാണ് മുസ് ലിം ലീഗ് പ്രതിനിധാനം ചെയ്യുന്നതെന്ന് പൊതുവെ ചൂണ്ടിക്കാ ണിക്കപ്പെടാറുണ്ട്. വലിയൊരു പരിധിവരെ ശരിയാണിത്. എല്ലാ പാർല മെന്ററി പാർട്ടികളുടെയും സ്ഥിതി ഇതാണ്. അടുത്ത കാലത്തായി കമ്മ്യൂ ണിസ്റ്റ് പാർട്ടികൾ പോലും ഈ ദിശയിൽ പരിണമിക്കുന്നത് കാണാം.

മലബാർ കലാപത്തെക്കുറിച്ചും കേരളത്തിലെ മുസ്‌ലിം സമുദായ ത്തെക്കുറിച്ചും ഗൗരവമേറിയ പഠനം നടത്തിയിട്ടുള്ള ഡോ.എം. ഗംഗാ ധരന്റെ നിഗമനങ്ങൾ എന്നെ സ്വാധീനിക്കുകയുണ്ടായി. അദ്ദേഹം ചൂണ്ടി ക്കാട്ടിയ ഒരു കാര്യം മറ്റു സംസ്ഥാനങ്ങളിലെ മുസ്‌ലിംങ്ങളിൽ നിന്ന് വ്യത്യസ്തമായി ദൈനംദിന ജീവിതത്തിൽ ഇവിടുത്തെ മുസ്‌ലിങ്ങൾ ഉറുദു ഭാഷ ഉപയോഗിക്കുന്നില്ല. ഏറെ മലയാളിത്തവൽക്കരിച്ചവരാണ് കേരളത്തിലെ മുസ്‌ലിംങ്ങൾ. മറ്റൊന്ന്, മുസ്‌ലിം ലീഗും മുസ്‌ലിം സംഘ ടനകളും സാമുദായിക രാഷ്ട്രീയമാണ് കൈകാര്യം ചെയ്യുന്നത്. അതാ യത് സ്വന്തം സമുദായ താല്പര്യങ്ങൾ സംരക്ഷിക്കാനാണ് അവർ ശ്രമി ക്കുന്നത്. മറ്റു സമുദായങ്ങൾക്കെതിരല്ലാത്തിടത്തോളം കാലം അത് വർഗ്ഗീയമാകുന്നില്ല. സാമുദായിക രാഷ്ട്രീയത്തെയും വർഗ്ഗീയ രാഷ്ട്രീ യത്തെയും വേർതിരിച്ചു കാണണമെന്ന ഡോ. ഗംഗാധരന്റെ നിലപാട് ശരിയാണെന്ന് അക്കാലത്തുതന്നെ എനിക്കു തോന്നിയിരുന്നു.

അപ്പോൾ പോലും ബാബറി മസ്ജിദ് പ്രശ്നം രൂക്ഷമായിത്തീർന്നു കൊണ്ടിരുന്ന സാഹചര്യത്തിലും മുസ്‌ലിം ലീഗ് ആ പ്രശ്നത്തോട് നിഷ്ക്രിയ സമീപനം സ്വീകരിച്ചത് ദുരൂഹമായിത്തന്നെയാണ് തോന്നി യത്. അധികാരം നിലനിറുത്താൻ വേണ്ടി ലീഗ് സാമുദായിക താല്പ ര്യത്തെ അവഗണിക്കുകയാണെന്ന് തോന്നുകയും ചെയ്തിരുന്നു. എം. എൽ. രാഷ്ട്രീയത്തെക്കുറിച്ചും പൊതുവിൽ കമ്മ്യൂണിസ്റ്റ് രാഷ്ട്രീയ ത്തെക്കുറിച്ചുമുള്ള പുനർ വിചിന്തനം ഞാൻ ആരംഭിച്ചിരുന്നുവെങ്കിലും വ്യക്തമായ നിഗമനങ്ങളിൽ എത്തിയിരുന്നില്ല. അതുകൊണ്ട് പാർല മെന്ററി രാഷ്ട്രീയത്തെക്കുറിച്ച് കൂടുതൽ ശ്രദ്ധിക്കാൻ തുടങ്ങിയിരുന്നു മില്ല.

ബാബറി മസ്ജിദ് പ്രശ്നത്തിൽ ഞങ്ങൾ സ്വീകരിച്ചതുപോലത്തെ

നിലപാടുമായി പ്രചാരണരംഗത്തുണ്ടായിരുന്ന ഏക മുസ്‌ലിം സംഘടന 'സിമി' യായിരുന്നു. മുസ്‌ലിം തീവ്രവാദത്തെ പ്രതിഫലിപ്പിക്കാൻ തുടങ്ങിയ കേരളത്തിലെ ആദ്യസംഘടനയായിരുന്നു അത്. ബാബരി മസ്ജിദ് പ്രശ്നത്തിൽ 'സിമി' യുടെ പ്രചാരണത്തെക്കാൾ കൂടുതൽ ശ്രദ്ധ പിടിച്ചുപറ്റിയത് ഞങ്ങളുടെ പ്രചാരണമായിരുന്നു. ഏതാനും മാസങ്ങൾക്കുള്ളിൽ നടന്ന വൻ പൊതുയോഗങ്ങളിൽ വെച്ച് 'ബാബരി മസ്ജിദ് മുസ്‌ലിംങ്ങളുടേതാണ്' എന്ന എന്റെ ലഘുലേഖ ഇരുപത്തയ്യായിരം കോപ്പികളോളം വിറ്റഴിക്കപ്പെടുകയുണ്ടായി. പലയിടത്തും വലിയ ജനക്കൂട്ടമായിരുന്നു. 'സിമി' പ്രവർത്തകരോ മറ്റ് മുസ്‌ലിം സംഘടനാ പ്രതിനിധികളോ പറയുന്നതിൽനിന്ന് വ്യത്യസ്തമായി ഞങ്ങളെപ്പോലുള്ളവർ ഈ വിഷയത്തെക്കുറിച്ച് പറയുന്നത് കേൾക്കുന്നതിന് മുസ് ലിം ബഹുജനങ്ങൾ തല്പരരായിരുന്നു എന്ന് അവരുടെ പ്രതികരണത്തിൽ നിന്ന് വ്യക്തമായിരുന്നു.

ഒരിടത്ത് ശ്രോതാക്കളിൽ ഒരാൾ ചോദിച്ച ഒരു ചോദ്യം എന്റെ നിലപാട് പൂർണ്ണമായും വ്യക്തമാക്കാൻ അവസരം നൽകി. നിലമ്പൂരിൽ നടന്ന പൊതുയോഗത്തിൽ എന്റെ പ്രസംഗം കഴിഞ്ഞപ്പോഴാണ് ചോദ്യം ഉയർന്നത്. അതിങ്ങനെയായിരുന്നു. 'ഭൗതികവാദിയും വിപ്ലവകാരിയുമായ നിങ്ങൾ ഈ പള്ളിക്കാര്യത്തിൽ ഇടപെടുന്നത് മുസ്‌ലിംങ്ങളുടെ പിന്തുണ നേടാനല്ലേ?'

ഗൗരവപൂർവ്വം ഉന്നയിച്ച ഈ ചോദ്യത്തിന് അപ്രകാരം തന്നെ ഞാൻ മറുപടിയും നൽകി. ഇങ്ങനെ: 'ശരിയാണ്. ഞാനൊരു ഭൗതികവാദിയാണ്. ഒരു മതത്തിലും ദൈവത്തിലും എനിക്ക് വിശ്വാസമില്ല. പക്ഷേ, ഞാനൊരു ജനാധിപത്യ വിശ്വാസിയാണ്. എന്റെ നിലപാടിനെ വിമർശിക്കാനുള്ള നിങ്ങളുടെ അവകാശത്തിനുവേണ്ടി ഞാൻ സമരം ചെയ്യും. ഏതു വിശ്വാസം പുലർത്തുന്നവർക്കും അതിനുള്ള അവകാശം ഉണ്ടായിരിക്കണം. ഇപ്പോൾ മുസ്‌ലിം വിശ്വാസികൾക്ക് തങ്ങളുടെ വിശ്വാസം നില നിറുത്താൻ കഴിയാതെ വരുന്ന സാഹചര്യം ഇന്ത്യയിൽ വളർന്നുകൊണ്ടിരിക്കുന്നു. ഇത് തടയേണ്ടതാണ്. ജനാധിപത്യാവകാശലംഘനം എന്ന നിലക്ക് മാത്രമാണ് ഞങ്ങളിതിൽ ഇടപെടുന്നത്. ഹിന്ദു വിശ്വാസികൾക്ക് ഇതേ അവസ്ഥയുണ്ടായാലും ഞങ്ങൾ ഈ നിലപാടെടുക്കും.' അന്ന് വിശദീകരിക്കാൻ അവസരം ലഭിച്ച ഈ നിലപാടുതന്നെയാണ് ഇപ്പോഴും ഞാൻ തുടരുന്നത്.

അക്കാലത്ത് ഞങ്ങളുടെ സംഘടനയിൽ നിന്ന തെറ്റിപ്പിരിഞ്ഞ് നിന്നിരുന്ന റെഡ് ഫ്ളാഗ് ഗ്രൂപ്പുകാർ ബാബരി മസ്ജിദ് പ്രശ്നത്തിൽ ഞങ്ങ

ളുടെ നിലപാടിനെ അധിക്ഷേപിക്കുക പതിവായിരുന്നു. പൊതുയോഗങ്ങളിൽ എന്നെ 'വേണു മുസലിയാർ' എന്നു പരിഹസിച്ചു വിളിക്കുന്നത് അക്കാലത്ത് അവരുടെ ഒരു രീതിയായിരുന്നു. വ്യവസ്ഥാപിത കമ്മ്യുണിസ്റ്റു പാർട്ടികൾ മാത്രമല്ല, എം.എൽ വിഭാഗത്തിൽപ്പെട്ടവരും ബാബറി മസ്ജിദ് പ്രശ്നത്തിന്റെ ഗൗരവം കുറച്ചു കണ്ടതിന്റെ ഫലമായിരുന്നു ഇത്തരം രീതികൾ.

ബാബറി മസ്ജിദ് പ്രശ്നത്തെ കേന്ദ്രീകരിച്ച് എന്റെ മുൻകൈയിൽ നടന്ന പ്രചരണത്തിൽ ആർ.എസ്.എസ്സുകാർ ഏറെ പ്രകോപിതരായിരുന്നു. പെരുമ്പാവൂർ നടന്ന ഒരു വലിയ പൊതുയോഗത്തിൽ ഞാൻ പ്രസംഗിച്ചുകൊണ്ടിരിക്കുമ്പോൾ 'ഭാരത് മാതാ കീ ജയ്' എന്നു വിളിച്ചുകൊണ്ട് രണ്ട് ചെറുപ്പക്കാർ സ്റ്റേജിനടുത്തേക്ക് ഒരു നാടൻ ബോംബ് എറിഞ്ഞിട്ടു ഓടിക്കളഞ്ഞു. ബോംബ് പൊട്ടി മൈക്ക് സെറ്റിന്റെ ബോക്സ് തകർന്നു. കുറച്ചുനേരത്തെ ആശയക്കുഴപ്പത്തിനു ശേഷം ഞങ്ങൾ യോഗം തുടർന്നു. ആലുവ റെയിൽവേസ്റ്റേഷനു മുൻവശത്ത് റോഡും പരിസരവും നിറഞ്ഞുകവിഞ്ഞ കേൾവിക്കാരുടെ മുന്നിൽ ഞാൻ പ്രസംഗിച്ചുകൊണ്ടു നിന്നപ്പോൾ വണ്ടികൾക്കു പോകാൻ മാത്രം ഒഴിച്ചിട്ടിരുന്ന വഴിയിലൂടെ പത്തുപതിനഞ്ച് ആർ.എസ്.എസ്സുകാർ പ്രകോപനപരമായ മുദ്രാവാക്യങ്ങളുമായി ഒരു ജാഥയായി വന്നു. പെട്ടെന്നൊരു സംഘർഷാവസ്ഥ ഉണ്ടായെങ്കിലും അന്തരീക്ഷം നിയന്ത്രിച്ച് യോഗം തുടരാൻ ഞങ്ങൾക്കു കഴിഞ്ഞു.

അന്നത്തെ അന്തരീക്ഷത്തെക്കുറിച്ചൊരു ധാരണ കിട്ടുന്നതിനുവേണ്ടിയാണ് ഇത്രയും പറഞ്ഞത്. ബാബറി മസ്ജിദ് പ്രശ്നത്തിൽ ഞങ്ങളുടേതു പോലുള്ള ഒരു എം.എൽ. സംഘടന ഇത്രയും മുൻകൈ എടുത്തപ്പോഴും മുസ്ലിം ലീഗ് രംഗത്തേ ഉണ്ടായിരുന്നില്ലെന്നതാണ് വാസ്തവം. ഉത്തർപ്രദേശിൽ മുലായംസിംഗ് യാദവ് ബാബറി മസ്ജിദിന്റെ മകുടത്തിൽ കയറിയ കർസേവകരെ വെടിവെച്ചിടാൻ ധൈര്യപ്പെടുകയും ബീഹാറിൽ ലാലു പ്രസാദ് യാദവ് രഥയാത്ര നടത്തിയ അദ്വാനിയെ അറസ്റ്റു ചെയ്യാൻ ചങ്കൂറ്റം കാണിക്കുകയും ചെയ്ത കാലമായിരുന്നു അത്. എന്നിട്ടും മുസ്ലിംങ്ങൾ ഏറ്റവും സംഘടിത ശക്തിയായിട്ടുള്ള കേരളത്തിൽ അവരുടെ ഏറ്റവും വലിയ രാഷ്ട്രീയ സംഘടനയായ മുസ്ലിം ലീഗ് ബാബറി മസ്ജിദ് പ്രശ്നത്തിൽ സജീവമായി രംഗത്തുവരാതിരുന്നത് ദുരൂഹമായിട്ടാണ് എനിക്ക് തോന്നിയിരുന്നത്. മുന്നണി രാഷ്ട്രീയത്തിലൂടെ ജനാധിപത്യ മതേതര പ്രക്രിയയിൽ സജീവ പങ്കാളിയാവുക വഴി ലീഗ് മതമൗലിക വാദത്തിൽനിന്ന് ഏറെ അകന്നിരുന്നു

എന്നത് ഗുണാത്മകമായ വശമായിരുന്നു. മുസ്ലിം തീവ്രവാദത്തെ തടുത്തുനിറുത്തുന്നതിനായി ലീഗ് കേരളത്തിൽ ഗണ്യമായ പങ്ക് വഹിക്കുകയും ചെയ്തിട്ടുണ്ടെന്നതും ഒരു വസ്തുതയാണ്. ലീഗിന്റെ സജീവ സാന്നിധ്യമില്ലാതിരുന്നെങ്കിൽ മുസ്ലിം തീവ്രവാദം ഇവിടെ നേരത്തെ വളരുമായിരുന്നു. അത് ഹിന്ദു തീവ്രവാദത്തിന് പ്രോത്സാഹജനകമാവുകയും ചെയ്യുമായിരുന്നു. അഥവാ കേരളീയ സമൂഹത്തിന്റെ വർഗ്ഗീയ ധ്രുവീകരണത്തിന് വേഗത കൂട്ടുമായിരുന്നു. കേരളത്തിലെ കമ്മ്യൂണിസ്റ്റുകാർ മുസ്ലിം ലീഗ് വഹിച്ച ഈ ഗുണാത്മകമായ പങ്കിനെ ഒരിക്കലും മനസ്സിലാക്കാൻ ശ്രമിച്ചിട്ടില്ല. പേരുകൊണ്ടും പരിപാടികൊണ്ടും ഒരു മതസമൂഹത്തിന്റെ സംഘടനയായതുകൊണ്ട് അത് വർഗ്ഗീയമാണെന്നുള്ള ഉപരിപ്ലവ ധാരണയാണ് അവരെ നയിച്ചത്. ആദ്യകാലങ്ങളിൽ ഈ സാധാരണ കമ്മ്യൂണിസ്റ്റ് മനോഭാവം എനിക്കുമുണ്ടായിരുന്നുവെങ്കിലും അതിവേഗം ഞാനത് തിരുത്തുകയാണുണ്ടായത്. പക്ഷേ, അപ്പോഴും ബാബറി മസ്ജിദ് പ്രശ്നത്തിൽ ലീഗിന്റെ നിലപാട് നീതീകരിക്കത്തക്കതായി കണക്കാക്കാനാവില്ല.

മുസ്ലിം ലീഗിന്റെ ഈ അലംഭാവത്തിന്റെ പ്രത്യക്ഷഫലമായിരുന്നു 91-92 കാലത്ത് കേരളത്തിൽ സംഭവിച്ച ഐ.എസ്.എസ് രൂപവൽക്കരണം. അബ്ദുൽ നാസർ മഅ്ദനിയുടെ നേതൃത്വത്തിൽ രൂപംകൊണ്ട ഐ.എസ്.എസ്. ആർ.എസ്.എസ്സിന് ബദലായ ഒരു മുസ്ലിം കാഡർ സംഘടനയായിട്ടാണ് പ്രഖ്യാപിക്കപ്പെട്ടത്. ആർ.എസ്.എസ്സിന്റെയും മറ്റും നേതൃത്വത്തിൽ ബാബറി മസ്ജിദ് പ്രശ്നത്തിലൂടെ പ്രകടമായ മുസ്ലിംകൾക്കെതിരായ കടന്നാക്രമണത്തെ ചെറുക്കാൻ മുസ്ലിം ലീഗ് ഉൾപ്പെടെയുള്ള മുസ്ലിം സംഘടനകൾ മുന്നോട്ടു വരാതിരുന്ന സാഹചര്യത്തിൽ സാധാരണക്കാരായ മുസ്ലിം ബഹുജനങ്ങളുടെ വികാരത്തെയാണ് ഐ.എസ്.എസ് പ്രതിഫലിപ്പിച്ചത്. മഅ്ദനിയുടെ പ്രകോപനപരമായ പ്രസംഗങ്ങൾ അന്തരീക്ഷം ചൂടു പിടിപ്പിക്കുകയും ചെയ്തു. 1992 മധ്യമായപ്പോഴേക്കും ഐ.എസ്.എസ് പ്രവർത്തനങ്ങൾ മട്ടാഞ്ചേരിയിലും തിരുവനന്തപുരത്തും ചില കൊലപാതകങ്ങളിൽ വരെയെത്തുകയുണ്ടായി.

എം.എൽ.സംഘടനയിൽനിന്ന് രാജി വെക്കുകയും ഇവിടത്തെ ജനാധിപത്യക്രമത്തെ സൈദ്ധാന്തികമായി അംഗീകരിക്കുകയും ചെയ്യുന്ന നിലപാടിലേക്ക് ഈ ലേഖകൻ എത്തിയ കാലമായിരുന്നു അത്. വർഗ്ഗീയതക്കും അഴിമതിക്കും മറ്റും എതിരെ പ്രവർത്തിക്കുന്ന ഒരു പൊതുവേദി ഉണ്ടാക്കുന്നതിന് മുൻകൈ എടുക്കുകയും ചെയ്തിരുന്നു. ഐ.

എസ്.എസ്സും ആർ.എസ്.എസ്സും ഈ രീതിയിൽ ഏറ്റുമുട്ടുന്നത് തുടർന്നാൽ കേരളത്തിൽ നിലനിന്നുപോരുന്ന മതേതര അന്തരീക്ഷം വളരെ പെട്ടെന്ന് തകരുമെന്ന് തിരിച്ചറിഞ്ഞുകൊണ്ട് അത് തടയാൻ വഴി കണ്ടെത്തുംവിധം ഇടപെടലിന് ആ വേദി തീരുമാനിച്ചു. എന്റെ മുൻകൈയിൽ കൊടുങ്ങല്ലൂർ കേന്ദ്രമാക്കി ഒരു പ്രായോഗിക പദ്ധതി കണ്ടെത്തുന്നതിനുള്ള ശ്രമമാരംഭിച്ചു.

ഐ.എസ്.എസ്. പ്രവർത്തകരായി മാറിയ പല ചെറുപ്പക്കാരെയും കണ്ടു. ബാബറി മസ്ജിദ് പ്രശ്നത്തിൽ കൊടുങ്ങല്ലൂരിലെ വൻ പൊതുയോഗങ്ങളിൽ ഞാൻ പ്രസംഗിക്കുന്നത് കേട്ടിട്ടുള്ളവരിൽ പലരും എന്നോട് ഉള്ളു തുറന്ന് സംസാരിച്ചു. അക്കൂട്ടത്തിൽ കോൺഗ്രസ്സുകാരും ലീഗുകാരും മാർക്സിസ്റ്റുകാരും സി.പി.ഐക്കാരും നക്സലൈറ്റുകളും വരെയുണ്ടായിരുന്നു. തങ്ങളുടെ മതം അപകടത്തിലാണെന്നും മതേതര പാർട്ടികൾക്ക് തങ്ങളെ രക്ഷിക്കാനാകില്ലെന്നും മതത്തിനു വേണ്ടി മരിക്കാൻ വരെ തങ്ങൾ തയ്യാറാണെന്നുമാണ് അവരിൽ ചിലർ പറഞ്ഞത്. ഒരു ലക്ഷ്യത്തിനുവേണ്ടി മരിക്കാൻ തയ്യാറാകുന്നവരെക്കുറിച്ച് എനിക്ക് മനസ്സിലാകുമായിരുന്നു. അവരുടെ വികാരത്തെ ഞാൻ മാനിക്കുകയും ചെയ്തു. ഞങ്ങൾ മതേതരമായ ഒരു ദർശനത്തിനുവേണ്ടി മരിക്കാൻ തയ്യാറായിരുന്നവരാണെങ്കിൽ ഇവരിപ്പോൾ മതപരമായ ഒരു ലക്ഷ്യത്തിനുവേണ്ടി അതേ അർപ്പണത്തിനു തയ്യാറാകുന്നു. ഈ അർപ്പണബോധത്തെ മറി കടക്കാൻ കഴിയുന്ന മതേതരമായ അർപ്പണത്തിനുള്ള സാധ്യതകളാണ് കണ്ടെത്തേണ്ടതെന്ന് എനിക്കു തോന്നി. മഹാത്മാഗാന്ധിയുടെ നവഖാലി പരീക്ഷണത്തിലാണ് എത്തിയത്. പരസ്പരം വെട്ടി മരിക്കുന്നവരുടെ ഇടയിൽ ചെന്ന് മുസ്ലിമിനെ രക്ഷിക്കാൻ ഹിന്ദുവിനോടും തിരിച്ചും ആവശ്യപ്പെട്ടുകൊണ്ട് നിരാഹാരം നടത്തിയ ആ ഒറ്റയാൾ പട്ടാളത്തിന്റെ അനുഭവത്തിൽ നിന്നാണ് നമ്മൾ ഇനി തുടങ്ങേണ്ടതെന്ന് തോന്നി. 'ആക്രമിക്കപ്പെടുന്ന അന്യമതസ്ഥരെ രക്ഷിക്കാൻ വേണ്ടി ത്യാഗത്തിന് തയ്യാറാണെന്ന്' പരസ്യമായി പ്രതിജ്ഞയെടുക്കാൻ സന്നദ്ധതയുള്ള ചെറുപ്പക്കാരെ കണ്ടെത്താൻ ശ്രമമാരംഭിച്ചു. കൊടുങ്ങല്ലൂരിലെ എല്ലാ രാഷ്ട്രീയ പാർട്ടികളും ഏറിയും കുറഞ്ഞും സഹകരിച്ചു. 1992 ഒക്ടോബർ രണ്ടിന് ഗാന്ധിജയന്തി ദിവസം കൊടുങ്ങല്ലൂരിൽ വെച്ച് എം.എൽ.എ മീനാക്ഷി തമ്പാന്റെ അധ്യക്ഷതയിൽ എം.ടി. വാസുദേവൻ നായർ, ബിഷപ്പ് പൗലോസ് മാർ പൗലോസ് തുടങ്ങിയ പ്രമുഖരുടെ സാന്നിദ്ധ്യത്തിൽ ഞാൻ ചൊല്ലിക്കൊടുത്ത മേൽച്ചൊന്ന പ്രതിജ്ഞ മുന്നൂറോളം ചെറുപ്പക്കാർ ഏറ്റുപറഞ്ഞു. ഓരോ

പഞ്ചായത്തിലും വാർഡുകളിലും ഇത്തരം ചെറുപ്പക്കാരുടെ ചെറുസംഘങ്ങൾ ഉയർന്നുവന്നാൽ ഇനിയും ഭീഷണി ഉയർത്തി നിൽക്കുന്ന വർഗ്ഗീയ വിഭജനത്തെ നേരിടാനാവുമെന്നാണ് എനിക്കു തോന്നുന്നത്. അന്ന് മട്ടാഞ്ചേരിയിലും മറ്റു ചില പ്രദേശങ്ങളിലും കൂടി ഈ പ്രവർത്തനം വ്യാപിപ്പിക്കാൻ ശ്രമിച്ചെങ്കിലും അത് കൂടുതൽ വ്യാപകമായില്ല.

ഡിസംബർ ആറിന് ബാബറി മസ്ജിദ് തകർക്കപ്പെട്ടതിനെ തുടർന്ന് കേരളത്തിൽ മുസ്‌ലിംങ്ങൾക്കിടയിൽ മാത്രമല്ല വിപുലമായ മതേതര സമൂഹത്തിലും ശക്തമായ രോഷപ്രകടനം ദൃശ്യമായിരുന്നെങ്കിലും വർഗ്ഗീയ സംഘർഷങ്ങളോ അക്രമപ്രവർത്തനങ്ങളോ ഉണ്ടായില്ലെന്നത് കേരളത്തിന് അഭിമാനിക്കാവുന്ന അവസ്ഥ തന്നെയായിരുന്നു. ബാബറി മസ്ജിദ് പ്രശ്നത്തെ വൈകാരികമാക്കി മാറ്റാൻ തങ്ങൾ അനുവദിക്കാതിരുന്നതുകൊണ്ടാണ് ഈ അവസ്ഥയുണ്ടായതെന്ന് മുസ്‌ലിം ലീഗിന് അവകാശപ്പെടാവുന്നതാണ്. ആർ.എസ്.എസ്സിനൊപ്പം ഐ.എസ്.എസ്സും നിരോധിക്കപ്പെട്ടതോടെ കേരളത്തിൽ മത തീവ്രവാദ പ്രവർത്തനങ്ങൾ പെട്ടെന്ന് തല പൊക്കുകയുണ്ടായില്ല. ഐ.എസ്.എസ് പിരിച്ചുവിട്ട് ഒരു പാർലമെന്ററി ജനാധിപത്യ പാർട്ടി (പി.ഡി.പി) ഉണ്ടാക്കുന്നതായി മഅ്ദനി പ്രഖ്യാപിച്ചതോടെ ഭീഷണസ്വഭാവം കൈവരിച്ചുവന്ന മുസ്‌ലിം തീവ്രവാദ പ്രവണത ഗണ്യമായി കെട്ടടങ്ങുകയുണ്ടായി. ബോംബെ കലാപങ്ങളെ തുടർന്ന് അങ്ങിങ്ങായി ചെറു ഗ്രൂപ്പുകൾ തല പൊക്കിക്കൊണ്ട് മുസ്‌ലിം തീവ്രവാദം നില നിൽക്കുന്നുണ്ടെന്നുള്ള സൂചനകൾ സൃഷ്ടിക്കപ്പെട്ടുകൊണ്ടിരുന്നു.

ബാബറി മസ്ജിദ് തകർക്കപ്പെട്ടപ്പോൾ കോൺഗ്രസ് സർക്കാറാണ് കേന്ദ്രത്തിലുണ്ടായിരുന്നതെന്നും നരസിംഹറാവു സർക്കാർ തടയാതിരുന്നതുകൊണ്ട് മാത്രമാണ് അങ്ങനെ സംഭവിച്ചതെന്നുമുള്ള ധാരണയും മുസ്‌ലിം സമൂഹത്തിനുള്ളിലേക്ക് വ്യാപകമായി കടന്നു ചെല്ലുകയുണ്ടായി. പിന്നീട് നടന്ന ഉപതെരഞ്ഞെടുപ്പുകളിൽ ഈ മുസ്‌ലിം വികാരം കോൺഗ്രസ്സിനെതിരായി പ്രകടമായത് കാണാമായിരുന്നു. കോൺഗ്രസ് വിരുദ്ധ വികാരം കുറച്ചെല്ലാം ഇടതുപക്ഷത്തിനും മറ്റൊരു വിഭാഗം പി.ഡി.പിക്കും അനുകൂലമായിത്തീരുകയാണുണ്ടായത്. മുസ്‌ലിം ബഹുജനങ്ങളുടെ ഇടയിൽ പി.ഡി.പിക്ക് ലഭിച്ച വർദ്ധിച്ച സ്വാധീനം മുസ്‌ലിം ലീഗിനെ അങ്കലാപ്പിലാക്കി.

തീവ്രവാദത്തിനെതിരായ രാഷ്ട്രീയ സമരം ലീഗ് ഊർജ്ജിതപ്പെടുത്തിയത് അതോടുകൂടിയാണ്. ക്രമേണ പി.ഡി.പി സ്വാധീനത്തെ നിയന്ത്രിക്കാനും മുസ്‌ലിം ലീഗിന് തങ്ങളുടെ മേധാവിത്വം ഉറപ്പിക്കാനും കഴി

യുകയുണ്ടായി.

ബാബറി മസ്ജിദ് തകർക്കപ്പെട്ടിട്ടും കോൺഗ്രസ്സിനോടൊപ്പം ലീഗ് തുടരുന്നതിൽ പ്രതിഷേധിച്ച് രൂപം കൊണ്ട ഐ.എൻ.എല്ലിനും പി.ഡി.പിയുടെ അത്രതന്നെ പിന്തുണ നേടാനായില്ല. ഈ പാർലമെന്ററി പാർട്ടികൾ ഭീഷണിയാകാതെ നോക്കാൻ ലീഗിന് കഴിഞ്ഞെങ്കിലും തീവ്രവാദി സ്വാധീനത്തെ കാര്യമായി ചെറുത്തുനിൽക്കാനായില്ല. അങ്ങിങ്ങ് പ്രത്യക്ഷപ്പെട്ട അക്രമപ്രവർത്തനങ്ങളുമായി മുസ്ലിം തീവ്രവാദത്തിനുണ്ടായിരുന്ന ബന്ധം ആദ്യകാലങ്ങളിൽ സംശയാസ്പദമായിരുന്നെങ്കിലും പിന്നീട് സ്ഥിരീകരിക്കപ്പെട്ടിട്ടുണ്ട്. ഐ.എസ്.എസ് നിലനിന്നിരുന്നുവെങ്കിൽ ഉണ്ടാകുമായിരുന്നപോലത്തെ സംഘടിത തീവ്രവാദം ഉണ്ടായില്ലെങ്കിലും ചെറു ഗ്രൂപ്പുകളായിട്ടാണ് ഇത് തല പൊക്കാൻ തുടങ്ങിയത്. ആർ.എസ്.എസ്സുമായി ഈ സംഘങ്ങൾ നേരിട്ട് ഏറ്റുമുട്ടിയില്ലെന്നത് സംഘർഷസാധ്യതകളെ ലഘൂകരിക്കുകയുണ്ടായി. ആർ.എസ്.എസ്സും മാർക്സിസ്റ്റ് പാർട്ടിയും തമ്മിലാണ് ഏറ്റുമുട്ടിയിരുന്നതെന്നതും ഇതിനൊരു കാരണമായിരുന്നിരിക്കാം. മുസ്ലിം തീവ്രവാദം വളർന്നുവന്നതിന്റെയും വരുന്നതിന്റെയും വഴികൾ ഇപ്പോഴും വ്യക്തമല്ല. കണ്ടുപിടിക്കുക എളുപ്പവുമല്ല. തികഞ്ഞ മുസ്ലിമും ഖുറാൻ പണ്ഡിതനുമായ ചേകന്നൂർ മൗലവിയെ അദ്ദേഹത്തിന്റെ പരിഷ്ക്കരണവാദങ്ങളുടെ പേരിൽ തട്ടിക്കൊണ്ടുപോവുകയും വധിക്കുകയും ചെയ്ത സംഭവം ഇവിടെ വളർന്നുവരുന്ന മുസ്ലിം തീവ്രവാദത്തിന്റെ സഹിഷ്ണുതയില്ലായ്മയെയും ഫാസിസ്റ്റ് സ്വഭാവത്തെയും പ്രതിഫലിപ്പിക്കുന്നു.

ബാബ്റി മസ്ജിദ് പ്രശ്നവുമായി ബന്ധപ്പെട്ട് ഹിന്ദു ഭൂരിപക്ഷ വർഗ്ഗീയതയും തീവ്രവാദവും മുസ്ലിം ന്യൂനപക്ഷത്തിനെതിരെ നടത്തുന്ന കടന്നാക്രമണത്തിന്റെ പ്രശ്നം എന്ന നിലക്ക് ഈ വിഷയത്തെ ഞാൻ സമീപിച്ചിരുന്നതുകൊണ്ട് ഈ ന്യൂനപക്ഷ സമൂഹത്തിനുള്ളിലെ വിഭജനവും അഭിപ്രായ വ്യത്യാസങ്ങളും പരിഗണിക്കേണ്ടതില്ല എന്ന നിലപാടാണ് സ്വീകരിച്ചിരുന്നത്. അവർ ഒന്നിച്ചുനിന്ന് കടന്നാക്രമണങ്ങൾക്കെതിരെ ചെറുത്തുനിൽക്കുകയും അവകാശങ്ങൾ സംരക്ഷിക്കുകയുമാണ് വേണ്ടതെന്നും അതിന് സഹായം നൽകുകയാണ് മതേതര ജനാധിപത്യ കക്ഷികളുടെ കടമയെന്നും കരുതുകയും ചെയ്തിരുന്നു. അതുകൊണ്ട് മുസ്ലിം ന്യൂനപക്ഷത്തിനിടയിൽ തീവ്രവാദ പ്രവണത വളർന്നുവരുന്നതിന്റെ സൂചനകൾ കണ്ടിട്ടും അതൊരു പ്രത്യേക പ്രശ്നമായി പരിശോധിക്കാൻ ആദ്യഘട്ടത്തിൽ ഞാൻ മുതിർന്നില്ല. അതേ സമയം മുസ്ലിം തീവ്രവാദം ആഗോള തലത്തിൽ വളർന്നുവരുന്ന ഒന്നാണെന്നും

ആശയപരമായി കേരളത്തിലെ തീവ്രവാദത്തിനും അത്തരമൊരു ബന്ധം വളരുന്നതും പിന്നീടാണ് ശ്രദ്ധിക്കാൻ തുടങ്ങിയത്.

1997 ആരംഭത്തിലോ മറ്റോ കോഴിക്കോട് വെച്ച് എൻ.ഡി.എഫിന്റെ ഒരു വലിയ സമ്മേളനത്തിൽ പങ്കെടുക്കാൻ എന്നെ ക്ഷണിച്ചിരുന്നു. അന്ന് ഈ സംഘടന അധികം അറിയപ്പെടാൻ തുടങ്ങിയിട്ടില്ല. സംഘടനയുടെ ഭാരവാഹികളെ കൂടാതെ മുകുന്ദൻ സി.മേനോനും ആ പരിപാടിയിൽ പങ്കെടുക്കാൻ എന്നോട് ആവശ്യപ്പെടുകയുണ്ടായി. സമ്മേളനത്തിന്റെ അവസാനഘട്ടത്തിലാണെങ്കിലും ഞാനും അതിൽ പങ്കെടുക്കുകയുണ്ടായി. അധികം താമസിയാതെ തിരുവനന്തപുരത്തു വെച്ച് നടന്ന എസ്.എൻ.ഡി.പി യോഗത്തിന്റെ ക്രീമിലെയർ വിരുദ്ധ ജാഥയുടെ സമാപനയോഗത്തിൽ ഞാൻ പങ്കെടുത്തപ്പോൾ അതിൽ പങ്കെടുത്ത മുസ്ലിം ലീഗിന്റെ ഒരു പ്രമുഖ നേതാവ് ഞാൻ എൻ.ഡി.എഫ് യോഗത്തിൽ പങ്കെടുക്കരുതായിരുന്നു എന്ന് സ്വകാര്യമായി പറയുകയുണ്ടായി. അപകടകരമായ ഒരു പ്രവണതയുടെ വക്താക്കളാണ് എൻ.ഡി.എഫുകാരെന്നും എന്നെപ്പോലുള്ള ഒരാൾ അവരുടെ പരിപാടിയിൽ പങ്കെടുത്താൽ അവർക്ക് അത് പ്രോത്സാഹജനകമായിത്തീരുമെന്നും മറ്റും അദ്ദേഹം വിശദീകരിക്കാൻ ശ്രമിച്ചു. പിന്നീട് പല മുസ്ലിം സംഘടനകളുടെ പ്രതിനിധികളും ഇതേ അഭിപ്രായം എന്നെ ബോധ്യപ്പെടുത്താൻ ശ്രമിക്കുകയുണ്ടായി. അങ്ങനെ വന്നപ്പോൾ ഞാൻ ഈ വിഷയത്തെക്കുറിച്ച് കൂടുതൽ അന്വേഷിക്കാൻ തുടങ്ങി. എനിക്ക് പരിചയമുണ്ടായിരുന്ന ചില എൻ.ഡി.എഫ് നേതാക്കളോടുതന്നെ ഇത്തരം വിമർശനങ്ങളെക്കുറിച്ച് ഞാൻ തുറന്നു ചോദിക്കുകയുണ്ടായി. ഇതൊക്കെ ദുഷ്പ്രചാരണമാണെന്നും തങ്ങൾക്ക് ഭീകരവാദ പരിപാടികളൊന്നുമില്ലെന്നും എന്നെ ബോധ്യപ്പെടുത്താനാണ് അവർ ശ്രമിച്ചത്.

എൻ.ഡി.എഫിനെക്കുറിച്ചുള്ള അന്വേഷണത്തിൽ കൂടുതൽ പല വിവരങ്ങളും എനിക്ക് ലഭിക്കുകയുണ്ടായി. സംഘടനാപരമായി ഞങ്ങളുടെ പഴയ നക്സലൈറ്റ് സംഘടനയുടെ രഹസ്യപ്രവർത്തനരീതിയാണ് അവരും അവലംബിക്കുന്നത്. അനുഭാവി ഗ്രൂപ്പുകളിൽ നിന്ന് സമയമെടുത്ത് പരീക്ഷിക്കപ്പെട്ട പ്രവർത്തകരെയാണ് സംഘടനയിലേക്കും ഉയർന്ന തലങ്ങളിലേക്കും തിരഞ്ഞെടുക്കുന്നത്. ചില പ്രത്യേക ഘട്ടങ്ങളിലെത്തുന്നവർക്ക് മാത്രമാണ് ആയുധപരിശീലനവും മറ്റും നൽകുക. അനുഭാവി ഗ്രൂപ്പുകളിൽ തന്നെ ചിട്ടയായി നടക്കുന്ന പഠനക്ലാസുകളിൽ പഠിപ്പിക്കുന്ന ഒരു പ്രധാന കാര്യം യഥാർത്ഥ ഇസ്ലാമായിരിക്കുന്നതിന് പാലിക്കേണ്ട കാര്യങ്ങളും ഇസ്ലാമല്ലാത്ത ആരെയും വിശ്വ

സിക്കാൻ പാടില്ലെന്നുമുള്ളതാണ്. ഈ സംഘടനയുടെ പല തലങ്ങളിലെത്തിയിട്ട് നിബന്ധനകൾ പലതും പാലിക്കാനാകാതെ പുറത്തുപോരുകയും മറ്റു ചില മുസ്‌ലിം സംഘടനകളിൽ പ്രവർത്തിക്കുകയും ചെയ്യുന്ന ചിലരെ എനിക്കു കണ്ടുമുട്ടാനായി. മറ്റു മതസ്ഥർ അടുത്ത സുഹൃത്തുക്കളായിട്ടുള്ള പലർക്കും അവരെയൊന്നും വിശ്വസിക്കാൻ പാടില്ലെന്ന കർക്കശമായ നിർദ്ദേശങ്ങൾ ഉൾക്കൊള്ളാനാകാതെ പിരിഞ്ഞുപോന്ന ചിലർ വിവരിച്ച അനുഭവകഥകൾ അവിശ്വസിക്കേണ്ടതുണ്ടെന്ന് എനിക്ക് തോന്നിയില്ല. ഔപചാരികമായി മറ്റു സംഘടനകളിൽ തുടരുകയും രഹസ്യമായി എൻ.ഡി.എഫ് പ്രവർത്തകരായി മാറുകയും പരിശീലനം നേടുകയും ചെയ്യുന്ന രീതിയും രഹസ്യ ഭീകരവാദ സംഘടനകളെ സംബന്ധിച്ചിടത്തോളം ഫലപ്രദമാണ്. ജനാധിപത്യ സംഘടനകൾക്ക് അങ്ങേയറ്റം അപകടകരവും.

വിവിധ മുസ്‌ലിം സംഘടനകൾ മതേതരത്വത്തിനോടും ജനാധിപത്യത്തോടും എന്തെന്തു നിലപാടുകൾ സ്വീകരിക്കുന്നു എന്നെല്ലാം പരിശോധിക്കാൻ ഞാൻ മെനക്കെട്ടിരുന്നില്ല. പൊതുവിൽ എല്ലാ മുസ്‌ലിം സംഘടനകളും ഞാനടക്കമുള്ള പലരും സ്വീകരിക്കുന്ന മതേതര നിലപാടിനെ പ്രശംസിക്കുന്നതും ഇന്ത്യയിൽ മതേതരത്വം നിലനിറുത്തേണ്ടതിനെപ്പറ്റി ആവേശപൂർവ്വം വാദിക്കുന്നതും കേൾക്കാറുണ്ട്. പക്ഷേ ജമാ അത്തെ ഇസ്‌ലാമിയിലും മറ്റു പല സംഘടനകളിലും പെട്ടവർ ഇറാനിലെ ഇസ്‌ലാമിക വിപ്ലവത്തെ തുടർന്നു രൂപം കൊണ്ട മതാധിഷ്ഠിത ഭരണകൂടത്തെ ഒരു മാതൃകയായി അവതരിപ്പിക്കുന്നതും കാണാറുണ്ട്. അതുകൊണ്ട് ഇത്തരം സംഘടനകളുടെ പ്രതിനിധികൾ ഉള്ള പല വേദികളിലും ഈ നിലപാടിലെ വൈരുദ്ധ്യം ചൂണ്ടിക്കാണിക്കാറുണ്ടെങ്കിലും മറുപടി ലഭിക്കാറില്ല. ഞാൻ എന്റെ നിലപാടുകളുമായി ബന്ധിപ്പിച്ചുകൊണ്ടാണ് ഈ പ്രശ്നം ഉന്നയിക്കാറുള്ളത്. ഹിന്ദു സമുദായത്തിൽ ജനിച്ച ഞാൻ ഹിന്ദുമതാധിഷ്ഠിത ഭരണം വരുന്നതിനെ എതിർത്തുകൊണ്ടാണ് മതേതര നിലപാട് സ്വീകരിക്കുന്നത്. ഇന്ത്യയിൽ മതേതര വ്യവസ്ഥ നില നിൽക്കണം എന്ന് വാദിക്കുന്ന നിങ്ങൾ ഇറാനിലെ മതാധിഷ്ഠിത ഭരണകൂടത്തെ എതിർക്കാനും അവിടെ മതേതരത്വ സമ്പ്രദായം വരണമെന്ന് ആവശ്യപ്പെടാനും തയ്യാറുണ്ടോ എന്നു ഞാൻ ചോദിക്കാറുണ്ട്. അഥവാ അത്തരം നിലപാടെടുക്കാൻ തയ്യാറല്ലെങ്കിൽ ഇന്ത്യയിൽ മതേതരത്വത്തിന് വേണ്ടി വാദിക്കുന്നത് അവസരവാദപരമാണെന്ന് പറയാതിരിക്കാൻ കഴിയില്ലെന്നും ഞാൻ ചൂണ്ടിക്കാണിച്ചിട്ടുണ്ട്. വ്യക്തമായ മറുപടി നൽകാതെ ചോദ്യത്തിൽനിന്ന് ഒഴി

ഞ്ഞുമാറുന്ന രീതിയാണ് കണ്ടുവരാറുള്ളത്.

ജനാധിപത്യത്തെയും മതേതരത്വത്തെയും സംബന്ധിച്ചിടത്തോളം മുസ്‌ലിം ലീഗിന്റെ നിലപാട് ഏറെ മെച്ചപ്പെട്ടതാണ്. തെരഞ്ഞെടുപ്പു രാഷ്ട്രീയത്തിലും മുന്നണിരാഷ്ട്രീയത്തിലും സജീവമായി ഇടപെടുന്ന തുകൊണ്ടാകാം ഇന്ത്യയിലെ മതേതര ജനാധിപത്യ ഭരണഘടനക്കനു സരിച്ച് മാത്രം പ്രവർത്തിക്കുന്നതിനെക്കുറിച്ചേ അവർ ചിന്തിക്കുന്നുള്ളൂ. പ്രവർത്തിക്കുന്നുള്ളൂ എന്നാണ് കാണാൻ കഴിയുക. ഇറാനിയനോ, മറ്റേ തെങ്കിലും ഇസ്‌ലാമികമോ ആയ ഭരണസംവിധാനങ്ങളെ മാതൃകയാ ക്കാൻ അവർ ശ്രമിച്ചുകണ്ടില്ല. പ്രായോഗിക രാഷ്ട്രീയത്തിലില്ലെങ്കിലും മുജാഹിദ്ദീൻ കാരും മറ്റും ഇന്ത്യൻ മതേതര ജനാധിപത്യത്തോടുള്ള പ്രതിബദ്ധത ഉറപ്പിക്കുന്നതു കാണാം. ഇതിൽനിന്ന് വ്യത്യസ്തമായി ജനാധിപത്യത്തെയും മതേതരത്വത്തെയും അടിസ്ഥാനപരമായി നിഷേ ധിക്കുന്ന ഒരു പ്രവണത അടുത്ത കാലത്തായി മുസ്‌ലിം രാഷ്ട്രീയ മണ്ഡലത്തിൽ ശക്തി പ്രാപിച്ചുവരുന്നുണ്ട്.

ഈ പ്രവണതയുടെ കാരണങ്ങൾ അന്വേഷിക്കുമ്പോൾ എനിക്ക് കണ്ടെത്താൻ കഴിഞ്ഞ കാര്യങ്ങൾ മുഖ്യമായും രണ്ടാണ്. ഒന്നാമതായി ഇസ്‌ലാമിന്റെ അടിസ്ഥാന ഘടനയിൽ തന്നെ ഭരണകൂടാധികാരവുമാ യുള്ള അഭേദ്യബന്ധം നില നിൽക്കുന്നുണ്ട്. അതുകൊണ്ട് രാഷ്ട്രീയാ ധികാരത്തിൽനിന്ന് വേർപ്പെടുത്തിക്കൊണ്ട് ഇസ്‌ലാമിനെ കാണാൻ കഴി യില്ലെന്ന സിദ്ധാന്തത്തിന് പൊതുവിൽ സ്വീകാര്യതയുണ്ട് മുസ്‌ലിംകൾക്കി ടയിൽ. രണ്ട്, ഈ സിദ്ധാന്തത്തെ അടിത്തറയാക്കി വികസിപ്പിച്ച മൗദൂ ദിയുടെ സ്വാധീനം. മൗദൂദിയെ പിന്തുടരുന്നവർക്ക് ജനാധിപത്യപരമായ രാഷ്ട്രീയ ഘടനയെ അംഗീകരിക്കാനാവില്ല. മതേതരത്വത്തെക്കുറിച്ച് ചിന്തിക്കാൻ പോലും കഴിയില്ല. സ്വാഭാവികമായും അത്തരക്കാർക്ക് ഇന്ത്യൻ ജനാധിപത്യത്തിൽ വിശ്വാസമുണ്ടാവുകയും സാധ്യമല്ല. ജമാ അത്തെ ഇസ്‌ലാമിക്കാർ ഇന്ത്യൻ ജനാധിപത്യത്തിലും മതേതരത്വ ത്തിലും വിശ്വാസമുള്ളവരാണെന്ന് സ്ഥാപിക്കാൻ ശ്രമിക്കുമ്പോൾ വൈരുദ്ധ്യത്തിൽ ചെന്നു ചാടുന്നതിന്റെ കാരണമിതാണ്.

1997 അവസാനവും 98 ആരംഭത്തിലുമായി കോയമ്പത്തൂരിലുണ്ടായ അക്രമസംഭവങ്ങൾ കേരളത്തിലേക്കും വ്യാപിക്കുമോ എന്ന ഭീതിദമായ അന്തരീക്ഷം സൃഷ്ടിക്കുകയുണ്ടായി. കോയമ്പത്തൂരിലെ മുസ്‌ലിം തീവ്ര വാദി സംഘടനയായ അൽ-ഉമ്മക്കാർ ഒരു ട്രാഫിക് പോലീസുകാരനെ കൊലപ്പെടുത്തിയതിനെത്തുടർന്ന് ഹിന്ദു വർഗ്ഗീയ സ്വഭാവമുള്ള പോലീസ് നടത്തിയ നരനായാട്ടിന് മറുപടിയെന്നോണമാണ് 1998 ആരം

ഭത്തിലെ സ്ഫോടനപരമ്പര സൃഷ്ടിക്കപ്പെട്ടത്. ഇത്തരം തീവ്രവാദ പ്രവർത്തനം സൃഷ്ടിക്കുന്ന ദൂഷ്യഫലങ്ങൾ കോയമ്പത്തൂർ സംഭവത്തെതുടർന്ന് പ്രകടമാവുകയുണ്ടായി. താമസിയാതെ നടന്ന ലോക് സഭാ തെരഞ്ഞെടുപ്പിൽ തമിഴ്നാട്ടിൽ ബി.ജെ.പി സഖ്യത്തിന് അപ്രതീക്ഷിത വിജയം ഉണ്ടാക്കിക്കൊടുക്കുകയാണ് ഈ സംഭവത്തിലൂടെ ഉണ്ടായത്. തീവ്രവാദി പ്രവർത്തനങ്ങൾ ഉദ്ദേശിച്ചതിന് നേരെ വിപരീതഫലം ഉണ്ടാക്കുന്നതിന്റെ നല്ലൊരു മാതൃകയായിരുന്നു കോയമ്പത്തൂർ സംഭവങ്ങൾ.

തീവ്രവാദം ഉണ്ടാകുന്നതിനിടയാക്കുന്ന വസ്തുനിഷ്ഠമായ കാരണങ്ങൾ അംഗീകരിച്ചുകൊണ്ടുതന്നെ തീവ്രവാദപരമായ സമീപന രീതികൊണ്ട് പ്രശ്നങ്ങളൊന്നും പരിഹരിക്കപ്പെടുകയില്ലെന്നും ജനാധിപത്യ രീതിയിലൂടെ മാത്രമേ സാമൂഹിക രാഷ്ട്രീയ പ്രശ്നങ്ങൾക്ക് പരിഹാരം കണ്ടെത്താനാകൂ എന്നുമുള്ള നിലപാട് വ്യക്തമാക്കുന്ന ലേഖനങ്ങൾ ചില ദിനപത്രങ്ങളിലും വാരികകളിലും ഞാനെഴുതുകയുണ്ടായി. മലപ്പുറം ജില്ലയിൽവെച്ച് നടന്ന ജമാ അത്തെ ഇസ്ലാമിയുടെ വൻ സമ്മേളനത്തിൽ പങ്കെടുത്തുകൊണ്ട് തീവ്രവാദപരമായ എന്റെ അനുഭവങ്ങളുടെ അടിസ്ഥാനത്തിൽ തീവ്രവാദം എന്തുകൊണ്ട് വർജ്ജിക്കപ്പെടണം എന്ന എന്റെ വിശദീകരണം പൊതുവിൽ നല്ല രീതിയിലാണ് സ്വീകരിക്കപ്പെട്ടത്. ആ സമ്മേളനത്തിൽ ഞാൻ പങ്കെടുത്തതിനെ പല മുസ്ലിം സുഹൃത്തുക്കളും വിമർശിക്കുകയുണ്ടായി. വിമർശനത്തിന് കാരണമായി ചൂണ്ടിക്കാട്ടിയത് ജമാ അത്തുകാർ ഹിഡൻ അജണ്ടയുള്ളവരാണെന്നതാണ്. കമ്മ്യൂണിസ്റ്റുകാരും ബി.ജെ.പിക്കാരുമെല്ലാം ഹിഡൻ അജണ്ടയുള്ളവരാണ്. ചില ന്യൂനപക്ഷ സംഘടനകളും ഹിഡൻ അജണ്ട നിലനിർത്തുന്നു. സ്വാഭാവികം മാത്രം. ഇതായിരുന്നു എന്റെ വിശദീകരണം. അത് ഭീകരവാദ പ്രവർത്തനങ്ങൾക്ക് വേണ്ടിയാണെങ്കിൽ കർശനമായി എതിർക്കപ്പെടേണ്ടതുതന്നെ. ഹിഡൻ അജണ്ടയും വിമർശിക്കപ്പെടേണ്ടതാണ്. ഏതൊരു സാമൂഹിക രാഷ്ട്രീയ പ്രവർത്തനവും സുതാര്യമായിരിക്കേണ്ടതാണ്. ഹിഡൻ അജണ്ടാരീതി മൊത്തം എതിർക്കപ്പെടേണ്ടതാണ്. സംശയമില്ല.

തെരഞ്ഞെടുപ്പു രാഷ്ട്രീയത്തിൽ പി.ഡി.പി ഉയർത്തിക്കൊണ്ടിരുന്ന വെല്ലുവിളികളെ നേരിടാനുള്ള അവസരമായി കോയമ്പത്തൂർ സംഭവത്തെ മുസ്ലിം ലീഗ് ഉപയോഗപ്പെടുത്തി എന്ന ആരോപണം നിലനിൽക്കത്തക്കതാണ്. നായനാർ സർക്കാറിനെക്കൊണ്ട് മഅ്ദനിയെ പ്രകോപനപരമായ പ്രസംഗത്തിന്റെ പേരിൽ അറസ്റ്റു ചെയ്യിച്ച് കോയമ്പത്തൂർ കേസിൽ ഉൾപ്പെടുത്തിച്ചതിന് പിന്നിൽ ഇടതുപക്ഷത്തോട്

അടുത്തുനിന്നിരുന്ന ഒരു ലീഗ് വിഭാഗത്തിന്റെ പങ്ക് ഏറെക്കുറെ വ്യക്തമാണ്. അവർക്കതിന്റെ ഗുണമുണ്ടാവുകയും ചെയ്തു. മഅ്ദനിയുടെ അഭാവം മറ്റൊരു മുസ്ലിം രാഷ്ട്രീയത്തിന്റെ വളർച്ചയെ ശരിക്കും തളർത്തുകയും ചെയ്തു. കോയമ്പത്തൂർ കേസിൽ പ്രതിയായ ഒരു അൽ-ഉമ്മക്കാരൻ സംഭവത്തിനുശേഷം മഅ്ദനിയെ സമീപിച്ച് സഹായം അഭ്യർത്ഥിച്ചു എന്നതാണ് മഅ്ദനിയെ കേസിൽ ഉൾപ്പെടുത്താനിടയാക്കിയ ഏക തെളിവായി ചാർജ്ജ് ഷീറ്റിൽതന്നെ അവതരിപ്പിച്ചിട്ടുള്ളത്. ആ കേസിൽ മഅ്ദനിയെ ഒരു സാക്ഷിയാക്കാവുന്ന ബന്ധം മാത്രമാണത്.

ദളിത്- മുസ്ലിം ഐക്യം എന്ന മുദ്രാവാക്യം താരതമ്യേന മെച്ചപ്പെട്ട രീതിയിൽ പി.ഡി.പിയുടെ ആദ്യനാളുകളിൽ നടപ്പിലാവുകയുണ്ടായി. ദളിത്, പിന്നോക്ക ന്യൂനപക്ഷ ഐക്യം എന്ന മുദ്രാവാക്യം മുസ്ലിം ലീഗും ഉയർത്തിയിട്ടുണ്ടെങ്കിലും അത് ഏട്ടിലെ പശുവായി അവശേഷിക്കുകയായിരുന്നു. ഇതിൽനിന്ന് വ്യത്യസ്തമായി പല പ്രദേശങ്ങളിലും ദളിത് പ്രവർത്തകരെയും ജനങ്ങളെയും ആകർഷിക്കാൻ പി.ഡി.പിക്ക് കഴിഞ്ഞിരുന്നു. പക്ഷേ, പിൽക്കാലത്ത് ദളിത് പ്രവർത്തകർ ഗണ്യമായ തോതിൽ വിട്ടുപോവുകയും ചെയ്തു. ദളിതരുടെ മോചകരാണ് തങ്ങൾ എന്ന നിലയ്ക്കുള്ള മുസ്ലിം പ്രവർത്തകരുടെ സമീപനമാണ് ഈ അകൽച്ചയ്ക്ക് കാരണമെന്ന് അങ്ങനെ വിട്ടുപോയ ചില ദളിത് പ്രവർത്തരും ഈ ലേഖകനോട് പറഞ്ഞിട്ടുണ്ട്. സ്വന്തം മോചനം സ്വന്തം നേതൃത്വത്തിൽ തന്നെയേ നേടാനാകൂ എന്ന തിരിച്ചറിവുള്ള ദളിത് പ്രവർത്തകർക്ക് ഈ സമീപനവുമായി പൊരുത്തപ്പെടാനാവുമായിരുന്നില്ല.

സമീപകാലത്ത് കേരളത്തിലെ മുസ്ലിം രാഷ്ട്രീയത്തിലുണ്ടായിക്കൊണ്ടിരിക്കുന്ന മാറ്റങ്ങൾ ആഗോളതല സംഭവ വികാസങ്ങളുമായി ബന്ധപ്പെട്ടതാണ്. ഇസ്ലാമിക മത മൗലിക വാദത്തിന്റെ ഏറ്റവും യാഥാസ്ഥിതിക രൂപമായി അഫ്ഗാനിസ്ഥാനിലെ താലിബാന്റെ വളർച്ചയും അതിൽനിന്ന് ബിൻലാദൻ ആഗോള ഇസ്ലാമിക തീവ്രവാദത്തിന്റെ കരുത്തനായ നേതാവായി വളർന്നതും കേരളത്തിലെ മുസ്ലിം തീവ്രവാദത്തിന് പുതിയ കരുത്ത് പകർന്നിട്ടുണ്ട്. ബാബറി മസ്ജിദ് തകർക്കപ്പെട്ടതിനു ശേഷം മാത്രം അത്തരം കടന്നാക്രമണത്തോടുള്ള ചെറുത്തുനിൽപ്പിന്റെ രൂപത്തിലാണ് ഇവിടെ മുസ്ലിം തീവ്രവാദം തല പൊക്കിയത്. ഇന്ത്യയെപ്പോലുള്ള ഒരു ബൃഹത്തായ രാജ്യത്തിലെ ന്യൂനപക്ഷത്തിന്റെ നിലനിൽപ്പിന്റെ പ്രശ്നം എന്ന നിലക്കാണ് ആ തീവ്രവാദത്തിന് അടിസ്ഥാനമുണ്ടായിരുന്നത്. എന്നാൽ ഇപ്പോൾ വളരെ വ്യത്യസ്തമായ ഒരു ആശയ രൂപവൽക്ക

രണമാണ് ആഗോളതലത്തിൽ ഉണ്ടായിരിക്കുന്നത്. അമേരിക്കയിൽ ലോക വ്യാപാരകേന്ദ്രത്തിനും പെൻഡഗണും നേരെ ബിൻലാദന്റെ നേതൃത്വ ത്തിൽ നടത്തിയെന്ന് കരുതപ്പെടുന്ന ഭീകരവാദി ആക്രമണത്തിനു ശേഷം ആഗോള തല മുസ്ലിം തീവ്രവാദത്തിന് പുതിയൊരു പരിവേഷം ലഭിച്ചി ട്ടുണ്ട്. അമേരിക്ക നേതൃത്വം നൽകുന്ന ലോകമുതലാളിത്തത്തെ നേരി ടാനും പരാജയപ്പെടുത്താനും കഴിവുള്ള ഒരു ബദൽ ശക്തിയാണ് തങ്ങ ളെന്ന അമിതാവേശം ഈ തീവ്രവാദത്തെ ആവേശിച്ചിട്ടുണ്ട്. മൗദൂദിയുടെ ഇസ്ലാമിക രാഷ്ട്ര പദ്ധതിക്ക് ഒരു ആഗോളതല പ്രായോഗിക പദ്ധതിയും അതിന്റെ വിജയസാധ്യതയുമാണ് ബിൻലാദനിലൂടെ രൂപംകൊണ്ടിരിക്കു ന്നത്. പരാജയപ്പെട്ടുകഴിഞ്ഞ കമ്മ്യൂണിസത്തിനും പരാജയപ്പെട്ടുകൊ ണ്ടിരിക്കുന്ന മുതലാളിത്തത്തിനും ബദലായി ആഗോളതലത്തിൽതന്നെ ഇസ്ലാമിക ഭരണവും സാമ്പത്തിക വ്യവസ്ഥയും സാധ്യമാകുന്നതിനെ ക്കുറിച്ചുള്ള സ്വപ്നങ്ങളാണ് ഈ തീവ്രവാദി വിഭാഗങ്ങൾ ഇന്ന് താലോ ലിക്കുന്നത്. ഇന്ത്യയിലെ ഹിന്ദു വർഗ്ഗീയ വാദികളെക്കാൾ ഏറെ വലിയ ആഗോളതല ശത്രുക്കളാണ് ഇപ്പോൾ അവരുടെ മുന്നിലുള്ളതെന്ന് ചുരു ക്കം. സമീപകാലത്ത് മറ്റെല്ലായിടത്തുമെന്ന പോലെ കേരളത്തിലും ദൃശ്യ മായിക്കൊണ്ടിരിക്കുന്ന ഈ പരിവർത്തനം ഗൗരവമുള്ള ഒരു വിഷയമാ ണ്.

എല്ലാത്തരം മതമൗലിക വാദങ്ങളുടെയും വളർച്ച മനുഷ്യസമൂഹ ത്തിന്റെ ഭാവിക്കുമുന്നിൽ ഉയർത്തുന്ന വെല്ലുവിളിയുടെ ഗൗരവം ബോധ്യ പ്പെടുത്താനായി പ്രമുഖ എഴുത്തുകാരനായ ആനന്ദ് തന്റെ കൃതികളി ലൂടെ നടത്തിയ ശ്രമങ്ങൾ ഏറെ തെറ്റിദ്ധരിക്കപ്പെടാനിടയാക്കിയത് പരാ മർശിക്കേണ്ടതുണ്ട്. മുസ്ലിം മതമൗലികവാദം സ്വീകരിച്ചുകൊണ്ടിരി ക്കുന്ന ഭീകരസ്വഭാവത്തിൽ ആനന്ദ് ഊന്നാനിടയായത് അദ്ദേഹത്തെ കേരളത്തിലെ വിവിധ മുസ്ലിം വിഭാഗങ്ങളുടെ മാത്രമല്ല ഒരു വിഭാഗം ഇടതുപക്ഷക്കാരുടെയും ശത്രുവാക്കി. ചിലർ അദ്ദേഹത്തെ ഹൈന്ദവ ഫാസിസത്തിന്റെ വക്താവു വരെയാക്കി. ഹിന്ദു വർഗ്ഗീയതക്കെതിരായ നിലപാടിൽ ആനന്ദ് ഒരു വിട്ടുവീഴ്ചയും ചെയ്തിട്ടില്ലെന്നത് ഒരു സത്യ മാണ്. എന്നിട്ടും ആനന്ദിനെക്കുറിച്ച് വളരെ തെറ്റായ ധാരണകൾ സൃഷ്ടി ക്കാനിടയായതിൽ മുസ്ലിം മാധ്യമങ്ങളുടെ പങ്ക് ചെറുതല്ല.

ദേശീയത, ജാതീയത തുടങ്ങി പല വിഷയങ്ങളിലും ആനന്ദിന്റെ നിലപാടുകളോട് അടിസ്ഥാനപരമായി വിയോജിക്കുന്ന ആളാണ് ഈ ലേഖകൻ. ഞാൻ ആസാം, പഞ്ചാബ് തുടങ്ങിയ ദേശീയ പ്രക്ഷോഭ ങ്ങൾക്ക് പിന്തുണ നൽകുകയും കേരള ദേശീയതയെക്കുറിച്ച് വാദിക്കു

കയും ചെയ്തുകൊണ്ടിരുന്ന കാലത്ത് എന്റെ വാദങ്ങളെല്ലാം കേട്ട ശേഷം 'വേണു പറയുന്നതൊന്നും എനിക്ക് മനസ്സിലാകുന്നില്ല' എന്നു പറഞ്ഞിട്ടുള്ള ആളാണ് ആനന്ദ്. ആ വിഷയത്തിൽ ഇപ്പോഴും ആനന്ദിന് വല്ല മാറ്റവും വന്നിട്ടുണ്ടെന്ന് ഞാൻ കരുതുന്നില്ല. അത് അദ്ദേഹത്തിന്റെ വീക്ഷണപരമായ ചട്ടക്കൂട് നിമിത്തം ഉണ്ടാകുന്ന ഒരവസ്ഥയാണ്. അതുകൊണ്ടുതന്നെ കാശ്മീർ പ്രശ്നത്തിൽ കാശ്മീരി ദേശീയതയുടെ പ്രശ്നം ആനന്ദ് പരിഗണിക്കുന്നേയില്ല. അതുവഴി മുസ്ലിം മതമൗലിക വാദത്തിന്റെ പ്രശ്നം മാത്രമായി കാശ്മീർ പ്രശ്നത്തെ ചുരുക്കിക്കാണുകയാണ് ആനന്ദ് ചെയ്തത്. തീർച്ചയായും ഇത് വിമർശിക്കേണ്ട വിഷയമാണ്. പക്ഷേ, വിമർശനത്തിനു പകരം ദുരാരോപണങ്ങൾ ഉന്നയിക്കുന്ന രീതിയാണ് ഇവിടെ കണ്ടുവരുന്നത്. ഇതിപ്പോൾ ആനന്ദിനെ മാത്രം ബാധിക്കുന്ന വിഷയമല്ല. മുസ്ലിം മാധ്യമങ്ങളും ചില ഇടതുപക്ഷ ബുദ്ധിജീവികളും ചേർന്ന് ഇവിടെയുണ്ടാക്കിയെടുത്തിട്ടുള്ള അന്തരീക്ഷത്തിൽ ഒരു ഹിന്ദു വിശ്വാസിയെ മതേതരവാദിയായി അംഗീകരിക്കണമെങ്കിൽ അയാൾ ഭൗതികവാദിയാകണം. പള്ളിയിൽ പോകുന്ന മുസ്ലിമിനും ക്രിസ്ത്യാനിക്കും മതേതരവാദിയാവാൻ താൻ അങ്ങനെയാണെന്ന് പ്രഖ്യാപിച്ചാൽ മതി. ആനന്ദിന് ഒരു മതത്തിലും വിശ്വാസമില്ലെന്നാണ് എന്റെ ധാരണ. എന്നിട്ടും അദ്ദേഹത്തിന് രക്ഷയില്ല.

മുസ്ലിം മതമൗലികവാദം ഉൾപ്പെടെയുള്ള മതമൗലികവാദങ്ങളെക്കുറിച്ചുള്ള എന്റെ നിലപാട് ആനന്ദിന്റേതിൽനിന്ന് ഏറെ ഭിന്നമാണ്. മതങ്ങളുടെ ചരിത്രപ്രമായ പരിണാമത്തെ മനസ്സിലാക്കാൻ മാർക്സിയൻ ചരിത്ര വിശകലന രീതിയാണ് ഏറെ ഫലപ്രദമെന്നാണ് ഞാൻ കരുതുന്നത്. അത് കൂടുതൽ കൂടുതൽ ബോധ്യപ്പെടും വിധം വ്യക്തമായിക്കൊണ്ടിരിക്കുകയുമാണ്. പാശ്ചാത്യലോകത്ത് മുതലാളിത്തവും പാർലമെന്ററി ജനാധിപത്യവും ശക്തിപ്പെട്ടതനുസരിച്ച് രാഷ്ട്രീയാധികാരത്തിലുണ്ടായിരുന്ന ക്രിസ്തുമത മേധാവിത്വം മതേതരഘടനയെ അംഗീകരിക്കുകയും പിൻവാങ്ങുകയുമാണ് ചെയ്തത്. ക്രിസ്തുമതത്തിന്റെ എന്തെങ്കിലും ദൗർബല്യം കൊണ്ടല്ല അത് സംഭവിച്ചത്. ചരിത്രപ്രക്രിയയുടെ അനിവാര്യ നിയമങ്ങൾക്ക് വിധേയമാവുകയാണ് ആ മതം ചെയ്തത്. പൗരസ്ത്യ നാടുകളിൽ മുതലാളിത്തം വൈകി കടന്നുവരികയും സാവധാനം ശക്തിപ്പെടുകയും ചെയ്യുന്നതിനനുസരിച്ച് ഈ രാജ്യങ്ങളിലെ ജനാധിപത്യ വൽക്കരണവും സാവകാശത്തിലാണ് നടക്കുന്നത്. അതേസമയം പൗരസ്ത്യ രാജ്യങ്ങളിലും മുതലാളിത്തവും ജനാ

ധിപത്യ പ്രക്രിയയും മുന്നോട്ടുതന്നെയാണ് ചലിച്ചുകൊണ്ടിരിക്കുന്നത്. ഇസ്ലാം, ഹിന്ദുമതം, ബുദ്ധമതം എന്നീ പൗരസ്ത്യമതങ്ങളിലെല്ലാം ഈ ചരിത്ര പ്രക്രിയയുമായി ബന്ധപ്പെട്ട പരിവർത്തനങ്ങളും കാണാം. ഇസ്ലാമിക ലോകത്ത് പല രാജ്യങ്ങളിലും ജനാധിപത്യ പ്രക്രിയ മുന്നേറിക്കഴിഞ്ഞിട്ടുണ്ട്. അതേ സമയം ചില രാജ്യങ്ങളിൽ ഏറെ പിന്നോക്കാവസ്ഥയും ഫ്യൂഡൽ രാജവാഴ്ചയും തുടരുകയും ചെയ്യുന്നു. എങ്കിലും അത്തരം പിന്നോക്കപ്രദേശങ്ങളിലും പുതിയ ചലനങ്ങൾ ആരംഭിച്ചുകഴിഞ്ഞിട്ടുണ്ട്. ഇസ്ലാമിക ലോകത്തെ പഴയ ശക്തികളും പുതിയ ശക്തികളും തമ്മിലുള്ള മത്സരത്തിന്റെ ഏറ്റവും നല്ല മാതൃക ഇന്നത്തെ ഇറാനാണ്. ഷാ ഭരണകാലത്ത് ആരംഭിച്ച മുതലാളിത്ത വൽക്കരണത്തെ 1979 ലെ ഖുമൈനി വിപ്ലവം തടഞ്ഞുനിറുത്തിയെങ്കിലും ആ പരിവർത്തനത്തെ ഇല്ലാതാക്കാനായില്ല. ഇപ്പോഴത്തെ പ്രസിഡണ്ട് ഖാതമിയുടെ നേതൃത്വത്തിലുള്ള ജനാധിപത്യവാദികളും പഴയ മതമേധാവിത്വശക്തികളും തമ്മിലുള്ള കടുത്ത രാഷ്ട്രീയ സമരമാണ് അവിടെ നടക്കുന്നത്. ജനാധിപത്യ പ്രക്രിയക്ക് പിന്തുണ നൽകുന്നവരാണ് ഭൂരിപക്ഷം ജനങ്ങളുമെന്നതും തെളിഞ്ഞുകഴിഞ്ഞ കാര്യമാണ്. ഏറിയും കുറഞ്ഞും ഈ ജനാധിപത്യവൽക്കരണ പ്രക്രിയ ഇസ്ലാമിക ലോകത്ത് മുഴുവനും വ്യാപിക്കും. താലിബാൻപോലുള്ള പ്രതിഭാസങ്ങൾ ഉയർന്നുവരുമെങ്കിലും അവയുടെ സാന്നിദ്ധ്യം താൽക്കാലികമായിരിക്കും.

ബിൻലാദന്റെയും കൂട്ടരുടെയും ആഗോളതല തീവ്രവാദവും താരതമ്യേന താൽക്കാലിക പ്രതിഭാസമാവുകയേ ഉള്ളൂ. അമേരിക്കൻ മേധാവിത്വത്തിനെതിരായ ചെറുത്തുനിൽപ്പിന്റെ ഒരു രൂപമെന്ന നിലയിലും മുതലാളിത്ത ജനാധിപത്യത്തിലെ ആന്തരികവൈരുദ്ധ്യമായ ഭരണകൂടത്തിന്റെ സ്വേച്ഛാധിപത്യഘടനയും ജനാധിപത്യത്തിന്റെ ലിബറൽ സ്വഭാവവും തമ്മിലുള്ള വൈരുദ്ധ്യം പുറത്തുകൊണ്ടുവരുന്നതിനുള്ള ഒരു രാസത്വരകത്തിന്റെ പങ്ക് വഹിക്കാൻ ഈ തീവ്രവാദത്തിന് കഴിഞ്ഞേക്കും. അതിനപ്പുറം മുതലാളിത്തത്തെ മറി കടന്നുകൊണ്ടുള്ള ഒരു വ്യവസ്ഥയ്ക്കുവേണ്ട കോപ്പൊന്നും അവരുടെ പക്കലില്ല.

ഇറാനിലെ ഇസ്ലാമിക രാഷ്ട്രീയത്തിൽ നടന്നുകൊണ്ടിരിക്കുന്ന ധ്രുവീകരണത്തിന്റെ മറ്റൊരു മാതൃക ഇന്ത്യയിലെ ഹൈന്ദവ രാഷ്ട്രീയത്തിലും കാണാം. ഇവിടെ ഹൈന്ദവരാഷ്ട്രീയത്തിന് പുറത്ത് ശക്തമായ മതേതരരാഷ്ട്രീയം നില നിലനിൽക്കുന്നു എന്നത് ഒരു പ്രധാന വ്യത്യാസമാണ്. എങ്കിലും ഇവിടത്തെ ഹൈന്ദവ സമൂഹത്തെ പ്രതിനിധാനം ചെയ്തുകൊണ്ട് വളർന്നുവന്നിട്ടുള്ള ഹൈന്ദവരാഷ്ട്രീയത്തിൽ

ജനാധിപത്യ പ്രക്രിയയും മതമൗലികവാദവും തമ്മിലുള്ള സമരം പ്രകടമാണ്. ഇറാനിൽ ഇസ്‌ലാമിക മൗലികവാദികൾ പിന്തള്ളപ്പെടുന്നതുപോലെ ഇന്ത്യയിൽ ഹൈന്ദവ മൗലികവാദികളും പിന്തള്ളപ്പെടുമെന്ന് കാണാം.

കേരളത്തിലേക്ക് തിരിച്ചുവരാം. ഏറെക്കാലം കിണഞ്ഞു പരിശ്രമിച്ചിട്ടും ഹൈന്ദവ മൗലികവാദത്തിന് ബഹുജനപിന്തുണ നേടാൻ ഇവിടെ കഴിഞ്ഞിട്ടില്ല. തീവ്രവാദപ്രവർത്തനങ്ങളുമായി ഒരു രാഷ്ട്രീയ ശക്തി എന്ന നിലക്ക് നില നിൽക്കാനും ഇവിടെ വളരാനും എളുപ്പമല്ലെന്ന് അവർക്ക് ബോധ്യമായി കഴിഞ്ഞ ലക്ഷണങ്ങളാണ് അടുത്ത കാലത്ത് കാണാനാവുന്നത്. ഇതിൽനിന്ന് വ്യത്യസ്തമായി നേരത്തെ സൂചിപ്പിച്ചതുപോലെ ആഗോളതല പ്രതിഭാസത്തിന്റെ ഭാഗമായി ഇസ്‌ലാമിക തീവ്രവാദം ഇവിടെ ശക്തിപ്പെടാൻ ശ്രമിക്കുന്നുണ്ട്. ഏറ്റവും അവസാനം മുസ്‌ലിം ലീഗിന്റെ ഭാഗത്തുനിന്നുണ്ടായിരുന്ന ചെറുത്തുനിൽപ്പിൽ സംഭവിച്ചിട്ടുള്ള വീഴ്ചകൾ ആശങ്കാജനകമായ സംഭവവികാസങ്ങളാണ്.

2001 അവസാനം ഉണ്ടായ പത്തനംതിട്ടം സംഭവത്തിൽ ഇസ്‌ലാമിക തീവ്രവാദികളുടെ പങ്ക് ചെറിയ തോതിലായിരുന്നെങ്കിലും നിർണ്ണായകമായിരുന്നു. അപ്പോൾത്തന്നെ നടന്ന ഒന്നാം മാറാട് തീവ്രവാദി പങ്ക് തെളിയിക്കപ്പെടുകയുണ്ടായില്ല. അതേസമയം രണ്ടാം മാറാട് ആയപ്പോഴേക്കും അതൊരു പ്രതികാര പ്രവർത്തനമായിരുന്നെങ്കിലും അതിന്റെ ആസൂത്രണവും നടപ്പാക്കലും തീവ്രവാദി ബന്ധത്തെ സ്പഷ്ടമായി സൂചിപ്പിക്കുന്നുണ്ട്. ഏകപക്ഷീയമായ ആക്രമണത്തിലൂടെ എട്ട് അരയസമുദായക്കാർ കൊല്ലപ്പെട്ട ആ സംഭവത്തിൽ മുസ്‌ലിം സമുദായത്തിലെ എല്ലാ വിഭാഗങ്ങൾക്കും അതിയായ ഖേദമുണ്ടായിരുന്നു. എന്നാൽ ആ അവസ്ഥയെ മറി കടക്കാൻ, മാറാട് നിന്ന് പലായനം ചെയ്ത് അഭയാർത്ഥികളായവരെ പുനരധിവസിപ്പിക്കുക എന്ന പ്രശ്നം ഉന്നയിക്കപ്പെടുകയായിരുന്നു. ചുരുങ്ങിയ സമയം കൊണ്ട് വാദി പ്രതിയാകുന്നതുപോലെ. പുനരധിവാസപ്രശ്നം മുഖ്യ പ്രശ്നമായി മാറി. സംഘ പരിവാർ ശക്തികൾ സി.ബി.ഐ അന്വേഷണം ആവശ്യപ്പെട്ടപ്പോൾ തങ്ങൾക്കത് അപകടം ചെയ്യുമെന്ന് കണ്ട മുസ്‌ലിം ലീഗ് നേതൃത്വം അതിനെ തടയുകയും അങ്ങനെ പുനരധിവാസം നീണ്ടുപോവുകയും ചെയ്തു. പുനരധിവാസ പ്രശ്നം ഇങ്ങനെ വലിയൊരു വിഷയമാക്കി മാറ്റുന്നതിലും എറണാകുളം ഉപതെരഞ്ഞെടുപ്പിൽ അത് പ്രതിഫലിച്ചതിലും പ്രധാന പങ്കു വഹിച്ചത് തീവ്രവാദി വിഭാഗങ്ങളാണ്. മുസ്‌ലിം ലീഗ് ഈ തീവ്രവാദി സമ്മർദ്ദത്തിന് വഴങ്ങുകയായിരുന്നു. നാളിതുവരെ തീവ്രവാദത്തെ ചെറു

ക്കുന്നതിൽ പ്രശംസനീയമായ പങ്കു വഹിച്ചുപോന്നിട്ടുള്ള ലീഗിന്റെ ഈ പുതിയ കീഴടങ്ങൽ നയം ആശങ്കയുളവാക്കുന്ന സംഭവവികാസമാണ്.

ഈ അർത്ഥത്തിൽ കേരളത്തിലെ മുസ്ലിം രാഷ്ട്രീയം ഇന്ന് നിർണ്ണായകമായ ഒരു വഴിത്തിരിവിൽ എത്തിനിൽക്കുകയാണ്. തീവ്രവാദ രാഷ്ട്രീയത്തിന് അത് കീഴടങ്ങുകയാണെങ്കിൽ കേരളത്തിന്റെ മൊത്തം സാമൂഹിക രാഷ്ട്രീയ ഘടനയെ അത് ഗുരുതരമായി ബാധിക്കും. ഈ ഗൗരവാവസ്ഥ തിരിച്ചറിഞ്ഞ് മുസ്ലിം ലീഗ് അതിന്റെ ജനാധിപത്യ പരമായ പങ്ക് ഏറ്റെടുക്കുകയും നിർവ്വഹിക്കുകയും ചെയ്യുമെന്ന് നമുക്ക് പ്രതീക്ഷിക്കാം.

മാധ്യമം ആഴ്ചപ്പതിപ്പ്, പുതുവത്സരപ്പതിപ്പ് 2004

കേരളരാഷ്ട്രീയം:
അരനൂറ്റാണ്ടും അപ്പുറവും

ഇന്ത്യയിലെ ഏറ്റവും രാഷ്ട്രീയപ്രബുദ്ധവും ജനാധിപത്യവൽകൃതവുമായ സംസ്ഥാനം. കേരളത്തിന്റെ ഈ ഖ്യാതി അസ്ഥാനത്തല്ല. കേരളത്തിന്റെ ഏതു മുക്കിലും മൂലയിലുമുള്ള ഏത് സാധാരണക്കാരനും സ്വന്തമായ രാഷ്ട്രീയാഭിപ്രായമുള്ളവനായിരിക്കും. ഇത്തരമൊരു സാമൂഹിക വളർച്ച ചെറിയൊരു കാര്യമല്ല. തികച്ചും അഭിമാനാർഹമായ കാര്യം തന്നെ. പക്ഷേ, ഇതിന് ഒരു മറുവശവുമുണ്ട്. ഒരു സമൂഹമെന്ന നിലയ്ക്ക് കേരളത്തിന് ചാർത്തിക്കൊടുത്തിട്ടുള്ള പുരോഗമന മുഖച്ഛായ യഥാർത്ഥത്തിൽ ഒരു മൂടുപടമായി മാറിക്കൊണ്ടിരിക്കുകയാണ്. നമ്മുടെ ജനാധിപത്യബോധത്തിന്റെ അവസ്ഥ തന്നെ നോക്കുക. അടിയന്തരാവസ്ഥ നടപ്പിലാക്കിയവരെ, വലിയ രാഷ്ട്രീയ പ്രബുദ്ധതയൊന്നും അവകാശപ്പെടാത്ത, ഇന്ത്യയിലെ ഭൂരിപക്ഷം സംസ്ഥാനങ്ങളും ബാലറ്റിലൂടെ തുരത്തിയപ്പോൾ നമ്മൾ വൻ ഭൂരിപക്ഷം നൽകി അവരെ തിരിച്ചാനയിക്കുകയായിരുന്നു. അതൊരു നാണക്കേടിന്റെ പ്രശ്നം മാത്രമല്ല, നമ്മുടെ രാഷത്രീയബോധത്തിന്റെ ഗുരുതരമായ ദുർബലാവസ്ഥയെയാണ് ഇത് പ്രതിഫലിപ്പിച്ചത്. നമ്മുടെ പുരോഗമന മുഖംമൂടിക്ക് താഴെ അറുപിന്തിരിപ്പനായ ഒട്ടേറെ പ്രവണതകൾ ഒളിച്ചിരിപ്പുണ്ട്. പ്രതിപക്ഷ ബഹുമാനത്തിന്റെ അഭാവം നിമിത്തം ഉണ്ടാകുന്ന രാഷ്ട്രീയ സംഘട്ടനങ്ങളുടെയും കൊലപാതകങ്ങളുടെയും വർദ്ധിച്ചുവരുന്ന തോത് ഒരു ജനാധിപത്യ വൽക്കൃത സമൂഹത്തിന്റെ ലക്ഷണമല്ല തന്നെ. കേരളം നടപ്പിലാക്കിയ ഭൂപരിഷ്ക്കരണത്തെക്കുറിച്ച് നാം നിരന്തരം ഊറ്റംകൊള്ളുമ്പോഴും നമ്മുടെ കാർഷിക മേഖല തകർന്നു തരിപ്പണമായതിനെക്കുറിച്ച് ചിന്തിക്കാൻ പോലും നാം തയ്യാറാകുന്നില്ല. പരമ്പരാഗത വ്യവസായങ്ങൾ തകർന്നതും ആധുനിക വ്യവസായങ്ങൾ വളരാതിരിക്കുന്നതും എന്തുകൊണ്ട് എന്ന് നാം പരിശോധിക്കുന്നില്ല. ലോകമെമ്പാടു

മുള്ള വ്യാപാര വ്യവസായ സ്ഥാപനങ്ങളിൽ സമർത്ഥരായ മാനേജർമാരാകാൻ കഴിവുള്ള മലയാളികൾക്ക് കേരളത്തിൽ ഉല്പാദക സംരംഭങ്ങൾ ആരംഭിക്കാനാവുന്നില്ല. എന്തുകൊണ്ടെന്ന് ഗൗരവപൂർവ്വം അന്വേഷിക്കാനും ആരും തയ്യാറല്ല. ഇന്ത്യയിൽ സാമൂഹികമായും സാംസ്കാരികമായും ഏറ്റവും പിന്നോക്കം നിൽക്കുന്ന സംസ്ഥാനങ്ങളെപ്പോലും ലജ്ജിപ്പിക്കുന്ന തോതിലാണ് സ്ത്രീപീഡനങ്ങളും പെൺവാണിഭകേസുകളും ഇവിടെ വർദ്ധിച്ചുകൊണ്ടിരിക്കുന്നത്. കേരള മോഡൽ വികസനത്തിന്റെ പ്രധാന നേട്ടങ്ങളായി കണക്കാക്കപ്പെട്ടിരുന്ന ആരോഗ്യ വിദ്യാഭ്യാസ മേഖലകളുടെ ഇന്നത്തെ പരിതാപകരമായ അവസ്ഥ സ്വാശ്രയ കോളേജ് പ്രതിസന്ധിയിലൂടെയും ഇപ്പോൾ ചിക്കുൻ ഗുനിയയിലൂടെയും തുറന്നു കാട്ടപ്പെട്ടിരിക്കുകയാണല്ലോ.

പട്ടിക നീട്ടുന്നില്ല. ഈ അവസ്ഥയിലേക്ക് നയിച്ച ചരിത്രപശ്ചാത്തലം പരിശോധിച്ചാൽ കാരണങ്ങൾ കണ്ടെത്താനാവുമോ എന്നു നോക്കാം. ഇപ്പോഴത്തെ അവസ്ഥകളെക്കുറിച്ച് കൂടുതൽ വ്യക്തമായി മനസ്സിലാക്കാൻ അത് സഹായകമായേക്കാം. ഇങ്ങനെയൊരു അന്വേഷണത്തിനാണ് ഇവിടെ ശ്രമിക്കുന്നത്.

കഴിഞ്ഞ ഒരു നൂറ്റാണ്ടുകാലത്തെ മലയാളി സമൂഹത്തിന്റെ ചരിത്രം പരിശോധിച്ചാൽ ആദ്യ പകുതിയിലാണ് സാമൂഹിക രാഷ്ട്രീയ മുന്നേറ്റങ്ങളിൽ അധികവും നടന്നിട്ടുള്ളതെന്നു കാണാം. ചാന്നാർ കലാപം മുതൽ ശ്രീനാരായണ , അയ്യങ്കാളി പ്രസ്ഥാനങ്ങളും മലബാർ കലാപവും പാട്ടകുടിയാൻ സമരങ്ങളുമെല്ലാം മലയാളി സമൂഹത്തിന്റെ വർണ്ണ, ജാതി ഫ്യൂഡൽ ഘടനയിൽ സമൂലമായ മാറ്റങ്ങളുണ്ടാക്കുകയായിരുന്നു. നിവർത്തന പ്രക്ഷോഭം ഈ മുന്നേറ്റങ്ങൾക്ക് രാഷ്ട്രീയഭാവം നൽകുകയും ചെയ്തു. തുടർന്ന് മുപ്പതുകളുടെ അവസാനത്തോടുകൂടി ഈ സാമുഹിക പ്രസ്ഥാനങ്ങളെ മറി കടന്നുകൊണ്ട് രാഷ്ട്രീയപാർട്ടികൾ മുൻ കൈ നേടുകയായിരുന്നു.

ബ്രിട്ടീഷ് മലബാറും തിരുവിതാംകൂറും കൊച്ചിയും

ബ്രിട്ടീഷ് മലബാറിലെയും തിരുവിതാംകൂർ, കൊച്ചി നാട്ടുരാജ്യങ്ങളിലെയും രാഷ്ട്രീയാവസ്ഥയിലെ അന്തരം അവിടങ്ങളിലെ സാമൂഹിക ഘടനയിലും വ്യത്യസ്തതകൾ സൃഷ്ടിച്ചിരുന്നു. ബ്രിട്ടീഷ് മലബാറിൽ സ്ഥിരാവകാശ നിയമ (Permanent Settlement Act)ത്തിലൂടെ ജന്മിത്വത്തെ സംരക്ഷിക്കുന്ന നയമാണ് ബ്രിട്ടീഷുകാർ നടപ്പിലാക്കിയിരുന്നത്. തന്മൂലം ജന്മിമാരും പാട്ടക്കുടിയാന്മാരും തമ്മിലായിരുന്നു അവിടെ വൈരുദ്ധ്യം. മാപ്പിള കലാപങ്ങളും മലബാർ കലാപവും പിന്നീട് കമ്മ്യു

ണിസ്റ്റുകാരുടെ നേതൃത്വത്തിൽ നടന്ന പാട്ടകുടിയാൻ സമരങ്ങളുമെല്ലാം ഈ അവസ്ഥയുടെ പ്രതിഫലനങ്ങളായിരുന്നു. ഭരണരംഗത്തെ ബ്രിട്ടീഷ് ആധിപത്യം, വർണ്ണ, ജാതി വിവേചനങ്ങൾ ഭരണ തലത്തിൽ പ്രകടമാക്കുവാൻ അനുവദിച്ചുമില്ല. ഇതിൽനിന്ന് ഏറെ ഭിന്നമായിരുന്നു തിരുവിതാംകൂർ, കൊച്ചി നാട്ടുരാജ്യങ്ങളിലെ അവസ്ഥ. പത്തൊമ്പതാം നൂറ്റാണ്ടിൽതന്നെ രാജാക്കന്മാർ അവിടെ ഭൂപരിഷ്ക്കരണ നടപടികൾ ആരംഭിച്ചിരുന്നു. നാണ്യവിള കൃഷിക്കാരെ പ്രോത്സാഹിപ്പിച്ച് കയറ്റുമതിചുങ്കം വർദ്ധിപ്പിക്കുകയായിരുന്നു ലക്ഷ്യം. ഇത് ഫ്യൂഡൽ ഘടനയിൽ ഗണ്യമായ മാറ്റങ്ങളുണ്ടാക്കുകയും ചെയ്തു. പിന്നോക്ക, ന്യൂനപക്ഷ വിഭാഗങ്ങളിൽ പെട്ട പാട്ട കുടിയാന്മാർ കൂടുതൽ സ്വതന്ത്രരാവുകയും സാമ്പത്തികമായി ഉയരുകയും ചെയ്തു. ഉയരാനാകാത്തവർ, പുതിയ മേച്ചിൽ സ്ഥലങ്ങൾ തേടിയതിന്റെ ഫലമായിട്ടാണ് മധ്യതിരുവിതാംകൂറിൽനിന്ന് വയനാട്ടിലേക്കും, മലബാറിന്റെ കിഴക്കൻ മലയോരങ്ങളിലേക്കും വൻ കുടിയേറ്റങ്ങൾ ഉണ്ടായത്. തിരു-കൊച്ചി മേഖലയിൽ ഫ്യൂഡൽ മാടമ്പി ഭരണം വർണ, ജാതി ഘടനയ്ക്ക് ഇളക്കം തട്ടാൻ അനുവദിക്കാതിരുന്നതുകൊണ്ട് ജാതി വിവേചനം തുടരുകയും ചെയ്തു. ഭരണതലത്തിൽ ഇത് പ്രകടമാവുന്നത് തുടർന്നു. ഉന്നത വിദ്യാഭ്യാസം നേടിയിട്ടു ഡോ. പൽപ്പുവിനെപ്പോലുള്ളവർക്ക് സർക്കാർ ഉദ്യോഗം നിഷേധിക്കപ്പെട്ടത് ഇതുകൊണ്ടാണ്. മലബാറിൽ ഇങ്ങനെ സംഭവിക്കുമായിരുന്നില്ല. സാമ്പത്തികമായി വളർന്നിട്ടും സാമൂഹികമായി അടിച്ചമർത്തൽ തുടർന്ന ഈ അവസ്ഥയിൽനിന്നാണ് ശ്രീനാരായണ പ്രസ്ഥാനം ഉയർന്നുവന്നത്. തെക്കൻ തിരുവിതാംകൂറിൽ അടിയായ്മയെ മറികടന്നുകൊണ്ട് കർഷകത്തൊഴിലാളി സമരത്തിലേക്ക് നീങ്ങിയ ദളിതരുടെ മുന്നേറ്റമാണ് അയ്യങ്കാളി പ്രസ്ഥാനത്തിൽ കണ്ടത്. തിരുവിതാംകൂർ, കൊച്ചി മേഖലയിൽ ഫ്യൂഡൽ ഘടനയെ മറി കടന്നുകൊണ്ടുള്ള മുതലാളിത്ത പ്രവണതകളും ബന്ധപ്പെട്ട ജനാധിപത്യവൽക്കരണവും കൂടുതൽ പ്രകടമായി തുടങ്ങിയിരുന്നു. മലബാറികലാകട്ടെ, 40 കളുടെ അന്ത്യം വരെയും ഫ്യൂഡൽ വിരുദ്ധസമരത്തിന്റെ തലമാണ് നിലനിന്നിരുന്നത്.

പിന്നോക്ക, ദളിത് രാഷ്ട്രീയം

30കളുടെ അവസാനത്തിൽ കോൺഗ്രസ്സ് സോഷ്യലിസ്റ്റ് പാർട്ടി കമ്മ്യൂണിസ്റ്റ് പാർട്ടിയായി രൂപാന്തരം പ്രാപിച്ചതോടെ, കോൺഗ്രസും കമ്മ്യൂണിസ്റ്റുകാരും വിവിധ സാമൂഹിക വിഭാഗങ്ങളെ നേടിയെടുക്കാനുള്ള മത്സരത്തിലായി. വർഗ്ഗസമര രീതി ഉപയോഗിച്ചുകൊണ്ട് ദളിത് പിന്നോക്ക് വിഭാഗങ്ങളിൽ ഭൂരിപക്ഷത്തെയും കമ്മ്യൂണിസ്റ്റുകാർ

ആകർഷിച്ചു. ക്രിസ്ത്യൻ, നായർ വിഭാഗങ്ങളിൽ ഭൂരിപക്ഷവും കോൺഗ്രസ്സിനു പിന്നിലും അണിനിരന്നു. കമ്മ്യൂണിസ്റ്റുകാരും കോൺഗ്രസ്സും മതേതര നിലപാടുകൾ ഉയർത്തിപ്പിടിച്ചിരുന്നതുകൊണ്ട്, ഈ ചേരിതിരിവിന് ഒരിക്കലും വർഗ്ഗീയ സ്വഭാവമുണ്ടായിരുന്നില്ല. എല്ലാ ജാതി-മത വിഭാഗങ്ങളിലും പെട്ടവർ ചെറിയ തോതിലാണെങ്കിലും രണ്ടു പാർട്ടികളിലും അണി നിരന്നിരുന്നതുകൊണ്ടാണ് ഇത് സാധ്യമായത്. മുസ്‌ലിംങ്ങൾ ഭൂരിപക്ഷവും മുസ്‌ലിം ലീഗിൽ അണിനിരന്നെങ്കിലും ചെറുവിഭാഗങ്ങൾ കോൺഗ്രസ്സിലും കമ്മ്യൂണിസ്റ്റു പാർട്ടിയിലും ചേർന്നിരുന്നു. ഇതും അവയുടെ മതേതര സ്വഭാവത്തെ ബലപ്പെടുത്തി.

ഈ രാഷ്ട്രീയവൽക്കരണ പ്രക്രിയയിൽ ദോഷം പറ്റിയത് ദളിത് പിന്നോക്ക വിഭാഗങ്ങൾക്കാണ്. സാമൂഹിക നവോത്ഥാനത്തിന്റെ തലം വിട്ട് നിവർത്തന പ്രക്ഷോഭത്തിൽ രാഷ്ട്രീയാധികാരപ്രശ്നം ഉന്നയിക്കാൻ കെല്പു നേടിയ എസ്.എൻ.ഡി. പി രാഷ്ട്രീയമായി പുറകോട്ടടിക്കുന്ന കാഴ്ചയാണ് പിന്നീട് കണ്ടത്. സാമൂഹിക പ്രസ്ഥാനങ്ങളെ വരുതിയിലാക്കുന്ന കാര്യത്തിൽ കേരളത്തിലെ കമ്മ്യൂണിസ്റ്റു പാർട്ടി പ്രത്യേക മെയ് വഴക്കമാണ് കാണിച്ചത്. മറ്റു സംസ്ഥാനങ്ങളിലെ കമ്മ്യൂണിസ്റ്റുകാരിൽനിന്ന് തികച്ചും വ്യത്യസ്തമായ സമീപനമാണ് ഇവിടുത്തെ കമ്മ്യൂണിസ്റ്റുകാർ ഇക്കാര്യത്തിൽ സ്വീകരിച്ചത്. മഹാരാഷ്ട്രയിലും തമിഴ് നാട്ടിലും കേരളത്തിലേതിലും ഏറെ മുന്നിൽ കമ്മ്യൂണിസ്റ്റു പാർട്ടി രൂപം കൊള്ളുകയും ശക്തമായ ട്രേഡ് യൂണിയൻ പ്രസ്ഥാനം കെട്ടിപ്പെടുക്കുകയും ചെയ്തു. മഹാരാഷ്ട്രയിൽ പിന്നോക്ക വിഭാഗങ്ങളുടെ സത്യശോധക് (മഹാത്മാ ഫൂലെ) പ്രസ്ഥാനവും അംബേദ്കറുടെ ദളിത് പ്രസ്ഥാനവും ഏറെ സജീവമായി രംഗത്തുണ്ടായിരുന്നു. തമിഴ്നാട്ടിൽ രാമസ്വാമി നായ്ക്കരുടെ ദ്രാവിഡകഴകം ഒരു സാമൂഹികവിപ്ലവം തന്നെ സൃഷ്ടിച്ചുകൊണ്ടിരിക്കുകയായിരുന്നു. എന്നാൽ ഈ രണ്ടിടത്തും കമ്മ്യൂണിസ്റ്റുപ്രസ്ഥാനം ഈ സാമൂഹികപ്രസ്ഥാനങ്ങളോട് മുഖം തിരിച്ചുനിന്നു. കേരളത്തിലാകട്ടെ, കമ്മ്യൂണിസ്റ്റ് പാർട്ടി രൂപം കൊണ്ടിട്ട് ആദ്യമെടുത്ത തീരുമാനങ്ങളിലൊന്ന് ശ്രീനാരായണ, അയ്യങ്കാളി പ്രസ്ഥാനങ്ങളോട് ക്രിയാത്മകമായ സമീപനം സ്വീകരിക്കാനും അവയെ സ്വാധീനിക്കാനുമാണ്. അവരതിൽ വിജയിക്കുകയും ചെയ്തു. കോൺഗ്രസ്സിലൂടെയും കോൺഗ്രസ്സ് സോഷ്യലിസ്റ്റ് പാർട്ടിയിലൂടെയും വൈക്കം സത്യാഗ്രഹത്തിലും ഗുരുവായൂർ സത്യാഗ്രഹത്തിലും പങ്കെടുത്ത് ബഹുജനപ്രസ്ഥാനങ്ങളിലൂടെ കടന്നുവന്ന ഒരു നേതൃത്വമാണ് ഇവിടത്തെ കമ്മ്യൂണിസ്റ്റുപാർട്ടിയുടെ തലപ്പത്തെത്തിയത് എന്ന

താവാം ഇത്തരമൊരു നിലപാട് സ്വീകരിക്കാൻ അവരെ പ്രാപ്തരാക്കിയത്. ഏതായാലും ഫലം വളരെ പ്രകടമായിരുന്നു. മഹാരാഷ്ട്രയിലും തമിഴ്നാട്ടിലും കമ്മ്യൂണിസ്റ്റുപ്രസ്ഥാനം പട്ടണങ്ങളിലെ ട്രേഡ് യൂണിയനുകളിൽ മാത്രമായി ഒതുങ്ങിയപ്പോൾ കേരളത്തിൽ, ദളിത് പിന്നോക്ക വിഭാഗങ്ങളിൽ സാമൂഹികാടിസ്ഥാനം ഉറപ്പിക്കാൻ കമ്മ്യൂണിസ്റ്റ് പാർട്ടിക്കായി. അതോടെ ദളിത് പിന്നോക്ക വിഭാഗങ്ങൾക്ക് തങ്ങളുടെ തനതായ രാഷ്ട്രീയാധികാര സങ്കല്പം നഷ്ടമായി. അധസ്ഥിത സാമൂഹികവിഭാഗങ്ങൾ തനതായ നിലയ്ക്ക് രാഷ്ട്രീയാധികാരം പിടിച്ചുപറ്റിയാലേ ജാതിമർദ്ദനത്തിൽ നിന്ന് മോചിതരാകൂ എന്ന അംബേദ്കർ സിദ്ധാന്തം കേരളത്തിലെ ദളിതർക്കിടയിൽ എത്താതിരിക്കാൻ ഇവിടത്തെ കമ്മ്യൂണിസ്റ്റുകാർ നിതാന്ത ജാഗ്രത പുലർത്തുകയുണ്ടായി. അംബേദ്കർ ബ്രിട്ടീഷ് ഏജന്റാണെന്ന പ്രചാരണത്തിന് ഇവിടെ ആക്കം കൂട്ടുകയും ചെയ്തു.

ശ്രീനാരായണ, അയ്യങ്കാളി പ്രസ്ഥാനങ്ങളും മലബാറിലെ മാപ്പിള കലാപങ്ങളും ഉഴുതുമറിച്ചിട്ട മണ്ണിനെ പാകപ്പെടുത്തുന്നതിൽ കമ്മ്യൂണിസ്റ്റുകാർ വിജയിക്കുകയായിരുന്നു. 40-കളിലും 50-കളിലും കേരള രാഷ്ട്രീയത്തെ നിർണ്ണായകമായി സ്വാധീനിച്ചത് കമ്മ്യൂണിസ്റ്റ് പ്രസ്ഥാനമായിരുന്നു. വർണ്ണ-ജാതി വിവേചനത്തിനും ഫ്യൂഡൽ മർദ്ദനത്തിനും എതിരായ സമരങ്ങൾക്ക് പുതിയ ദിശാബോധവും രാഷ്ട്രീയ ഉള്ളടക്കവും നൽകാൻ അവർക്കു കഴിഞ്ഞു. കുട്ടനാട്ടിലും മറ്റ് കാർഷികമേഖലകളിലും അടിയാന്മാരുടെ അവസ്ഥയിൽ കഴിഞ്ഞിരുന്ന കർഷകതൊഴിലാളികളെ സംഘടിതശക്തിയാക്കി മാറ്റുകയും അവരുടെ അവകാശ സമരങ്ങൾക്ക് നേതൃത്വംനൽകുകയും ചെയ്തു. കയർ, നെയ്ത്ത്, ബീഡി, കശുവണ്ടി തുടങ്ങിയ പരമ്പരാഗത മേഖലകളിലെല്ലാം തൊഴിലാളികൾ സംഘടിപ്പിക്കപ്പെട്ടു. അധ്വാനിക്കുന്ന ജനതയിലെ എല്ലാ വിഭാഗങ്ങളും സംഘടിതരായിത്തീർന്നു. അവകാശ സമരങ്ങളുടെ നീണ്ട ചരിത്രം സൃഷ്ടിക്കപ്പെട്ടു. പക്ഷേ, വർണ്ണ-ജാതി സാമൂഹിക പ്രശ്നങ്ങൾക്കെല്ലാം ഒറ്റമൂലിയായി വർഗ്ഗസമരത്തെ അവതരിപ്പിച്ചുകൊണ്ടുള്ള ഈ സമീപനം, പിന്നോക്ക, ദളിത് തൊഴിലാളി വിഭാഗങ്ങളെ ട്രേഡ് യൂണിയൻ സമരങ്ങളുടെ തലത്തിൽ തളച്ചിടുന്നതിലേക്കാണ് എത്തിച്ചത്. ദളിതർ ഇന്നും കേരളത്തിൽ അധികാരവും സമ്പത്തും നിഷേധിക്കപ്പെട്ട വിഭാഗമായി നിലനിൽക്കാൻ തുടങ്ങിയതിന്റെ കാരണമിതാണ്. യു.പി.യിലെയും ബീഹാറിലെയും ദളിതർ രാഷ്ട്രീയബോധത്തിന്റെ കാര്യത്തിൽ കേരളത്തിലെ ദളിത് സമൂഹത്തേക്കാൾ ഏറെ മുന്നിലാ

ണ്. ഇതൊരു വിരോധാഭാസമായി തോന്നാം. പക്ഷേ യാഥാർത്ഥ്യമിതാണ്. പുരോഗമനപരമായ രാഷ്ട്രീയത്തിന്റെ പ്രതിലോമപരമായ പങ്കിന്റെ പ്രത്യക്ഷ ദൃഷ്ടാന്തമാണിത്.

കമ്മ്യൂണിസ്റ്റുകാരും ജനാധിപത്യവും

അവകാശ പോരാട്ടങ്ങളിലൂടെയും കലാ സാഹിത്യരംഗങ്ങളിലെ പ്രവർത്തനങ്ങളിലൂടെയും പുരോഗമനപരവും ജനാധിപത്യപരവുമായ രാഷ്ട്രീയമാണ് തങ്ങൾ വളർത്തിയെടുത്തതെന്ന് കമ്മ്യൂണിസ്റ്റുകാർ അവകാശപ്പെട്ടിരുന്നു. ഇന്ന് അത് തുടരുകയും ചെയ്യുന്നു. അധ്വാനിക്കുന്ന ജനവിഭാഗങ്ങളുടെ പക്ഷം ചേരുന്ന രാഷ്ട്രീയം എന്ന നിലയ്ക്ക് ആ രാഷ്ട്രീയത്തിന് പുരോഗമനസ്വഭാവം ഉണ്ടായിരുന്നു. എന്നാൽ, ബൂർഷ്വാ ജനാധിപത്യത്തിൽനിന്ന് വ്യത്യസ്തമായ യഥാർത്ഥ ജനാധിപത്യത്തിനുവേണ്ടിയാണ് തങ്ങൾ നില കൊള്ളുന്നതെന്ന വാദം, കമ്മ്യൂണിസ്റ്റുകാരുടെ അടിസ്ഥാനപരമായ ജനാധിപത്യ വിരുദ്ധതയെ മൂടിവെക്കുന്നതായിരുന്നു. കമ്മ്യൂണിസ്റ്റുകാർ ലക്ഷ്യം വെക്കുന്ന ഏക പാർട്ടി ഭരണം തികച്ചും ജനാധിപത്യ വിരുദ്ധമായ ഒരു ഘടനയായി മാറുമെന്നത് ഇന്ന് തെളിയിക്കപ്പെട്ട വസ്തുതയാണ്. അക്കാലത്ത്, കേരളത്തിലെ കമ്മ്യൂണിസ്റ്റ് വിരുദ്ധർ, പ്രത്യേകിച്ച് കോൺഗ്രസ്സുകാർ കമ്മ്യൂണിസ്റ്റുകാരുടെ സ്റ്റാലിനിസ്റ്റ് സ്വേച്ഛാധിപത്യത്തെ വിമർശിച്ചുപോന്നിരുന്നു. എന്നാൽ കോൺഗ്രസ്സ് പ്രതിനിധാനം ചെയ്തിരുന്ന ഫ്യൂഡൽ, മുതലാളിത്ത ശക്തികൾ അധ്വാനിക്കുന്ന ജനവിഭാഗങ്ങളുടെ പ്രാഥമികാവകാശങ്ങൾ പോലും നിഷേധിക്കുകയും കമ്മ്യൂണിസ്റ്റുകാർ അവരുടെ അത്തരം അവകാശങ്ങൾക്കുവേണ്ടി പോരാടുകയും ചെയ്ത സാഹചര്യത്തിൽ കോൺഗ്രസ്സ് പ്രചാരണത്തിന് സാധാരണക്കാർക്കിടയിൽ വേരോട്ടം ലഭിച്ചില്ല. പക്ഷേ, ഏകപാർട്ടി ഭരണം ലക്ഷ്യമാക്കിക്കൊണ്ടുള്ള കമ്മ്യൂണിസ്റ്റ് പ്രത്യയശാസ്ത്രത്തിൽ ഊന്നിനിന്നുകൊണ്ടും സ്റ്റാലിനിസ്റ്റ് കേന്ദ്രീകരണം സംഘടനാ രംഗത്ത് പ്രയോഗിച്ചുകൊണ്ടും പ്രവർത്തിച്ച കമ്മ്യൂണിസ്റ്റുകാർക്ക് ജനാധിപത്യ പ്രക്രിയയുടെ പ്രാഥമിക മൂല്യങ്ങൾ ഉൾക്കൊള്ളാൻ ഒരിക്കലുമായില്ല. പ്രതിപക്ഷ ബഹുമാനത്തിന്റെ അഭാവവും ഭിന്നാഭിപ്രായങ്ങളോടുള്ള അസഹിഷ്ണുതയും ഈ പ്രവണതയുടെ പ്രത്യക്ഷ പ്രതിഫലനങ്ങളായി തുടരുകയും ചെയ്യുന്നു. 50–കളോടുകൂടി കേരളീയ സമൂഹത്തിലെ പകുതിയോളം ജനങ്ങളുടെ പിന്തുണ നേടിയ കമ്മ്യൂണിസ്റ്റു പ്രസ്ഥാനം മലയാളികളുടെ പൊതുജീവിതത്തിലെ നിർണ്ണായക ശക്തിയായി മാറിയതുകൊണ്ട് അവരുടെ ദൗർബല്യങ്ങളും പാളിച്ചകളും മലയാളി സമൂഹത്തെ മൊത്തത്തിൽ ബാധിച്ചുകൊണ്ടിരിക്കുന്നതു കാണാം.

ഐക്യകേരള പ്രസ്ഥാനം

ബ്രിട്ടീഷ് മലബാറിലെയും തിരുവിതാംകൂർ, കൊച്ചി നാട്ടുരാജ്യങ്ങളിലെയും മലയാളികൾക്കിടയ്ക്ക് മലയാളി സമൂഹത്തിന്റെ കൂട്ടുത്തരവാദിത്തത്തിലുള്ള ഒരു പ്രദേശം എന്ന നിലയ്ക്ക് ഐക്യകേരള സ്വപ്നം നാമ്പെടുക്കാൻ തുടങ്ങിയിരുന്നു.

വിവിധ കോണുകളിൽനിന്ന് ഈ ആവശ്യം ഉന്നയിക്കുകയും പ്രക്ഷോഭ പരിപാടികൾ ആരംഭിക്കുകയും ചെയ്തിരുന്നു. ഇക്കാര്യത്തിലും സൈദ്ധാന്തികവും പ്രായോഗികവുമായ പദ്ധതികൾ മുന്നോട്ടുവെക്കുന്നതിൽ കമ്മ്യൂണിസ്റ്റുകാർ മുൻകൈ നേടി. അഖിലേന്ത്യാ തലത്തിൽ പാക്കിസ്ഥാൻ പ്രശ്നത്തിന്റെ പശ്ചാത്തലത്തിൽ, ഭാഷാദേശീയതകളുടെ സ്വയം നിർണ്ണയാവകാശത്തിൽ അധിഷ്ഠിതമായ ഫെഡറൽ ഐക്യം എന്ന ആശയം കമ്മ്യൂണിസ്റ്റുപാർട്ടിയുടെ 1943 ൽ കൂടിയ ഒന്നാം കോൺഗ്രസ് ഉന്നയിച്ചിരുന്നു. അതിന്റെ ചുവടു പിടിച്ച് ബംഗാളിനെക്കുറിച്ച് ഭവാനിസെന്നും ആന്ധ്രയെക്കുറിച്ച് സുന്ദരയ്യയും 'ഒന്നേകാൽ കോടി മലയാളികൾ' എന്ന പേരിൽ കേരളത്തെക്കുറിച്ച് ഇ.എം.എസ്സും ഓരോ ചെറിയ പുസ്തകങ്ങൾ പ്രസിദ്ധീകരിച്ചു. ഇ.എം.എസ്സിന്റെ ഈ ലഘുലേഖ 1946 ൽ 'കേരളം മലയാളികളുടെ മാതൃഭൂമി' എന്ന പേരിൽ ഒരു പുസ്തകമായി പ്രസിദ്ധീകരിക്കപ്പെട്ടു. കേരളചരിത്രത്തിന് ഒരു മാർക്സിസ്റ്റ് വ്യാഖ്യാനം എന്നതിനപ്പുറം അക്കാലത്ത് സജീവമായിക്കൊണ്ടിരുന്ന ഐക്യകേരളപ്രസ്ഥാനത്തിന് ഒരു സൈദ്ധാന്തികാടിസ്ഥാനമായി തീരുകയായിരുന്നു ആ പുസ്തകം.

ബ്രിട്ടീഷ് ഇന്ത്യയിലും നാട്ടുരാജ്യങ്ങളിലും വ്യത്യസ്ത രീതിയിൽ പ്രവർത്തിച്ചുകൊണ്ടിരുന്ന കോൺഗ്രസ്സിനേക്കാൾ കമ്മ്യൂണിസ്റ്റു പാർട്ടിക്ക് കേരളത്തിന്റെ വ്യത്യസ്തമേഖലകളുടെ ഏകോപനം സാധ്യമാക്കുക എളുപ്പമായിരുന്നു.

ഐക്യകേരള രൂപവൽക്കരണം വൈകിയത് അഖിലേന്ത്യാ തലത്തിലുള്ള പ്രശ്നങ്ങൾ കൊണ്ടാണ്. പാക്കിസ്ഥാൻ വിഭജനത്തെ തുടർന്നുണ്ടായ വർഗ്ഗീയ കലാപങ്ങൾ ഭാഷാസംസ്ഥാന രൂപവൽക്കരണത്തെ പ്രതികൂലമായി ബാധിക്കുകയാണുണ്ടായത്. ഭാഷാസംസ്ഥാന രൂപവൽക്കരണം വേണ്ടെന്നുവെക്കാൻവരെ നെഹ്റു സർക്കാർ തയ്യാറായി. വീണ്ടും പ്രക്ഷോഭങ്ങൾ ഉയർന്നുവന്നതിനുശേഷമാണ് 1955 ൽ ഒരു കമ്മീഷൻ നിയമിക്കപ്പെടുകയും അതിന്റെ ശുപാർശ പ്രകാരം 1956 നവംബർ 1 ന് കേരളം ഉൾപ്പെടെയുള്ള ഭാഷാസംസ്ഥാനങ്ങളുടെ രൂപവൽക്കരണം നടക്കുകയും ചെയ്തത്.

കമ്മ്യൂണിസ്റ്റ് ഭരണവും വിമോചനസമരവും

മദ്രാസ് സംസ്ഥാനത്തിന്റെ ഭാഗമായി തുടർന്നിരുന്ന മലബാറും തിരു-കൊച്ചി സംസ്ഥാനവും ചേർന്നുകൊണ്ടുള്ള കേരള സംസ്ഥാനം രൂപം കൊണ്ടതിനുശേഷമുള്ളതാണ് ആധുനിക കേരളത്തിന്റെ ചരിത്രം. ഈ ചരിത്രം മനസ്സിലാക്കുന്നതിന് ആവശ്യമായ പശ്ചാത്തല വിവരങ്ങളാണ് ഇതുവരെ കണ്ടത്. തിരു-കൊച്ചി സംസ്ഥാനഭരണം മാറിമാറി വന്ന കൂട്ടുമന്ത്രിസഭകളിലൂടെയാണ് നിലനിന്നുപോന്നത്. കോൺഗ്രസ്സിന് ഒറ്റയ്ക്ക് ഭരിക്കാനുള്ള ശേഷി നഷ്ടപ്പെട്ടുകഴിഞ്ഞിരുന്നു. കമ്മ്യൂണിസ്റ്റുകാർക്ക് മേധാവിത്വമുണ്ടായിരുന്ന മലബാറുകൂടി ചേരുമ്പോൾ കോൺഗ്രസ്സിന്റെ സാധ്യത പിന്നെയും പരുങ്ങലിലാവുകയായിരുന്നു. പിറന്നുവീണ കേരളം ഉടനെ അഭിമുഖീകരിച്ചത് ഒരു തിരഞ്ഞെടുപ്പിനെയാണ്. 1957 ആരംഭത്തിൽ നടന്ന തിരഞ്ഞെടുപ്പിൽ കോൺഗ്രസ്-പി.എസ്.പി കൂട്ടുകെട്ടിനെ പരാജയപ്പെടുത്തി കമ്മ്യൂണിസ്റ്റുപാർട്ടിയും കെ.എസ്.പിയും തമ്മിലുള്ള കൂട്ടുകെട്ട് അധികാരത്തിലേറുകയായിരുന്നു. കെ.എസ്.പി വളരെ ചെറിയൊരു പാർട്ടിയായിരുന്നതുകൊണ്ട് കമ്മ്യൂണിസ്റ്റുകാരുടെ ഒറ്റയ്ക്കുള്ള വിജയമായാണ് അത് കണക്കാക്കപ്പെട്ടത്. സ്വതന്ത്രന്മാരെക്കൂടി ചേർത്ത് കഷ്ടിച്ച് ഭരിക്കാനുള്ള ഭൂരിപക്ഷമാണ് കമ്മ്യൂണിസ്റ്റുകാർക്ക് ലഭിച്ചിരുന്നതെങ്കിലും ഇ.എം.എസ്സിന്റെ നേതൃത്വത്തിൽ കെട്ടുറപ്പുള്ള ഒരു മന്ത്രിസഭയാണ് അധികാരത്തിൽ വന്നത്.

കേരളത്തിലെ പുന്നപ്ര വയലാറിന്റെയും അഖിലേന്ത്യാ തലത്തിൽ തെലുങ്കാനയുടെയും ഓർമ്മകൾ നഷ്ടപ്പെടുന്നതിനു മുൻപുതന്നെ കമ്മ്യൂണിസ്റ്റുപാർട്ടി അധികാരത്തിലെത്തിയത് കമ്മ്യൂണിസ്റ്റ് വിരുദ്ധ ശക്തികളെ അങ്കലാപ്പിലാക്കുകയുണ്ടായി. ഇ.എം.എസ്സ് പറഞ്ഞതുപോലെ, കോൺഗ്രസ്സ് നടപ്പിലാക്കേണ്ടിയിരുന്നതും എന്നാൽ നടപ്പിലാക്കാതെ പോയതുമായ കാര്യങ്ങൾ നടപ്പിലാക്കാനാണ് തങ്ങൾ ശ്രമിക്കുന്നതെന്നത് പൊഴി പറച്ചിലായിരുന്നില്ല. പക്ഷേ, ശത്രുപക്ഷം അത് മുഖവിലയ്ക്കെടുക്കാൻ തയ്യാറായില്ല. പാർലമെന്ററി രാഷ്ട്രീയത്തിന്റെ ചട്ടക്കൂടിനുള്ളിൽ നിന്നുകൊണ്ട് ചെയ്യാവുന്ന കാര്യങ്ങൾ എന്ന നിലയ്ക്ക് ആവിഷ്ക്കരിച്ച ഭൂപരിഷ്ക്കരണബില്ലിനെയും വിദ്യാഭ്യാസ ബില്ലിനെയും കമ്മ്യൂണിസ്റ്റ് വിരുദ്ധശക്തികൾ ആശങ്കയോടെയാണ് കണ്ടത്. കമ്മ്യൂണിസ്റ്റുപാർട്ടിയുടെ സെൽഭരണമാണ് നടക്കുന്നതെന്ന പ്രചരണം കൂടിയായപ്പോൾ കമ്മ്യൂണിസ്റ്റുകാരല്ലാത്ത സാധാരണക്കാർ കൂടി ഭരണത്തിനെതിരായി തിരിയുന്ന അവസ്ഥ വന്നു. ക്രിസ്ത്യൻ- നായർ കൂട്ടുകെട്ടിന്റെ രൂപത്തിൽ വളർന്നുവന്ന വിമോചനസമരം ഒരു പാർട്ടിയെന്ന

നിലയ്ക്ക് കോൺഗ്രസ്സിന് അണിനിരത്താൻ കഴിയുന്നതിലുമെത്രയോ ശക്തമായ രീതിയിലാണ് മുന്നേറിയത്. മത സാമുദായിക കൂട്ടുകെട്ടിന്റെ കരുത്താണവിടെ കണ്ടത്. കലാപാന്തരീക്ഷം സൃഷ്ടിക്കപ്പെട്ടെങ്കിലും പ്രസിഡണ്ടിന്റെ ഭരണഘടനാപരമായ അധികാരമുപയോഗിച്ച് സംസ്ഥാന സർക്കാറിനെ പുറന്തള്ളേണ്ടതായ അന്തരീക്ഷമുണ്ടായിരുന്നില്ല. പിൽക്കാലത്ത് അടിയന്തിരാവസ്ഥാ പ്രഖ്യാപനത്തിൽ പ്രകടമായ കോൺഗ്രസ്സിനുള്ളിലെ ജനാധിപത്യവിരുദ്ധ പ്രവണത അന്ന് കോൺഗ്രസ് പ്രസിഡണ്ടായിരുന്ന ഇന്ദിരാഗാന്ധിയിലൂടെ പ്രയോഗിക്കപ്പെട്ടതാണ് കമ്മ്യൂണിസ്റ്റ് മന്ത്രിസഭ 1959 ൽ പുറത്താക്കപ്പെടാൻ ഇടയാക്കിയത്. അടിയന്തരാവസ്ഥപോലെ തന്നെ ഈ സംഭവവും ഇന്ത്യൻ ജനാധിപത്യത്തിനേറ്റ തീരാകളങ്കങ്ങളിലൊന്നാണ്.

മുന്നണി രാഷ്ട്രീയം

40 ശതമാനത്തിൽ താഴെ വോട്ടു കൊണ്ടാണ് 57 ൽ കമ്മ്യൂണിസ്റ്റു പാർട്ടിക്ക് കേവലഭൂരിപക്ഷം കിട്ടിയത്. മറ്റു ശക്തികൾ ഒന്നിച്ചുനിൽക്കാതിരുന്നതുകൊണ്ടാണ് ഇങ്ങനെ സംഭവിച്ചത്. 60 ലെ തെരഞ്ഞെടുപ്പിലും കമ്മ്യൂണിസ്റ്റുപാർട്ടിക്ക് വോട്ടിംഗ് ശതമാനം കുറഞ്ഞില്ല. അല്പം കൂടിയേ ഉള്ളൂ. പക്ഷേ, കമ്മ്യൂണിസ്റ്റിതരർ ഒത്തുചേർന്നതുകൊണ്ട് വിജയം എളുപ്പമായി.

60-കളിൽ കേരള രാഷ്ട്രീയം മുന്നണി രാഷ്ട്രീയത്തിലേക്കു നീങ്ങിക്കൊണ്ടിരിക്കുന്ന കാഴ്ചയാണ് കാണാവുന്നത്. 70 കൾ പിന്നിടുമ്പോഴേക്കുമാണ് രണ്ടു രാഷ്ട്രീയ ചേരികളെന്ന നിലയ്ക്ക് മുന്നണി രാഷ്ട്രീയം വ്യവസ്ഥാപിതരൂപം കൈവരിക്കുന്നത്. 60 കളുടെ ആദ്യപകുതിയിൽ കമ്മ്യൂണിസ്റ്റുപാർട്ടിയിലും കോൺഗ്രസ്സിലുമുണ്ടായ പിളർപ്പ് മുന്നണി രാഷ്ട്രീയം അനിവാര്യമാക്കിത്തീർക്കുകയായിരുന്നു.

കേരളരാഷ്ട്രീയവുമായി ഒരു തരത്തിലും ബന്ധപ്പെടാത്ത സാർവ്വദേശീയവും അഖിലേന്ത്യാ തലത്തിലുള്ളതുമായ കാരണങ്ങളാണ് 1964 ൽ കമ്മ്യൂണിസ്റ്റുപാർട്ടിയെ പിളർത്തിയത്. 1965 ൽ കേരള നിയമസഭയിലേക്ക് നടന്ന തിരഞ്ഞെടുപ്പിൽ രണ്ട് കമ്മ്യൂണിസ്റ്റുപാർട്ടികൾ പരസ്പരം മത്സരിച്ചപ്പോൾ കേരളത്തിലെ ഇടതുപക്ഷ വോട്ടർമാരിൽ ഭൂരിപക്ഷവും സി.പി.എമ്മിനെയാണ് പിന്തുണയ്ക്കുന്നതെന്ന് വ്യക്തമായി. പക്ഷേ, 1957 ലെപ്പോലെ ഒറ്റയ്ക്കൊരു ഭൂരിപക്ഷം സി.പി.എമ്മിനു നേടാൻ ഒരിക്കലുമാവില്ലെന്ന് വ്യക്തമായി. കാരണം സി.പി.ഐയുടെ വോട്ടുബാങ്ക് ചെറുതാണെങ്കിലും അവഗണിക്കാവുന്നതല്ലെന്ന് തെളിഞ്ഞു. ഈ യാഥാർത്ഥ്യമാണ് 1967 ലെ തിരഞ്ഞെടുപ്പിൽ ഒരു സപ്തകക്ഷി ഇടതുമുന്നണി തട്ടി

ക്കൂട്ടാൻ ഇ.എം.എസ്സിനെ നിർബന്ധിതനാക്കിയത്.

കോൺഗ്രസ്സിലെ പിളർപ്പ് തികച്ചും പ്രാദേശിക കാരണം കൊണ്ടായിരുന്നു പി.ടി.ചാക്കോയ്ക്കെതിരായ ആരോപണങ്ങളെ തുടർന്ന് അദ്ദേഹം മന്ത്രിസഭയ്ക്ക് പുറത്താവുന്നതുമായി ബന്ധപ്പെട്ട സംഭവവികാസങ്ങളാണ് കോൺഗ്രസ് പിളർന്ന് കേരള കോൺഗ്രസ് ഉണ്ടാവുന്നതിലേക്ക് നയിച്ചത്.1965 ലെ തിരഞ്ഞെടുപ്പിൽ പിളർന്ന കോൺഗ്രസ്സും പിളർന്ന കമ്മ്യൂണിസ്റ്റുപാർട്ടിയും പരസ്പരം മത്സരിച്ചപ്പോൾ ആർക്കും ഭൂരിപക്ഷമില്ലാതെ ഗവർണ്ണർഭരണം അനിവാര്യമായി. ഈ അവസ്ഥയുടെ സ്വഭാവം തിരിച്ചറിഞ്ഞ ഇ.എം.എസ് മുന്നണി രൂപവൽക്കരണത്തിന് മുൻകൈയെടുത്തതോടെ മുസ്ലിം ലീഗിനെയും കേരളാ കോൺഗ്രസ്സിനെയും മറ്റ് ചെറുപാർട്ടികളെയുമെല്ലാം ഒന്നിപ്പിച്ചുകൊണ്ട് ഒരു മുന്നണി സാധ്യമായി. കമ്മ്യൂണിസ്റ്റുപാർട്ടികൾക്ക് മുൻകയ്യുണ്ടായിരുന്നതുകൊണ്ട് ഇടതുപക്ഷമുന്നണി എന്ന് ഇതിനു പേരിട്ടു. എങ്കിലും മുസ്ലിം ലീഗും കേരളാ കോൺഗ്രസ്സും ഘടകകക്ഷികളായ ആ മുന്നണിക്ക് വ്യക്തമായ രാഷ്ട്രീയ സ്വഭാവമുണ്ടായിരുന്നില്ലെന്നതാണ് വസ്തുത. ഇ.എം.എസ് തന്ത്രത്തിനു മുന്നിൽ ഒറ്റപ്പെട്ടുപോയ കോൺഗ്രസ്സിന് 1967 ലെ തിരഞ്ഞെടുപ്പിൽ ആകെ ഒൻപത് സീറ്റുകളാണ് കിട്ടയത്. വൻ ഭൂരിപക്ഷത്തോടെ ഇ.എം.എസ്സ് മന്ത്രിസഭ അധികാരത്തിൽ വരികയും ചെയ്തു.

മുന്നണി രൂപവൽക്കരണത്തിൽ മെയ്വഴക്കം കാട്ടിയ ഇ.എം.എസ്സിന് മുന്നണി ഭരണത്തിൽ അതേ മെയ് വഴക്കം നിലനിർത്താനായില്ല. ഒരു ഘടകകക്ഷിക്കെതിരായ അഴിമതി ആരോപണത്തെ നേരിട്ട രീതിയെ ച്ചൊല്ലി മുന്നണി പിളരുകയും ഇ.എം.എസ്. മന്ത്രിസഭ 1969 ൽ രാജി വെക്കുകയും ചെയ്തു. സി.പി.ഐയും കേരള കോൺഗ്രസും മുസ്ലിം ലീഗും കോൺഗ്രസിനോടൊപ്പം ചേർന്ന് ഭരണം ഏറ്റെടുക്കുകയും അച്യുതമേനോൻ മുഖ്യമന്ത്രിയാവുകയും ചെയ്തു. 70 ൽ നിയമസഭ പിരിച്ചുവിട്ട് തിരഞ്ഞെടുപ്പ് നടത്തിയപ്പോൾ കോൺഗ്രസ് -സി.പി.ഐ മുന്നണി നല്ല ഭൂരിപക്ഷത്തോടെ വീണ്ടും അധികാരത്തിലെത്തി. ഇപ്പോഴും മുന്നണിക്ക് രാഷ്ട്രീയ സ്വഭാവം വന്നില്ലെന്നു കാണാം. കോൺഗ്രസ്സുമായി കൂട്ടുകൂടാം എന്ന നിലപാട് സി.പി.ഐക്ക് നേരത്തെ ഉണ്ടായിരുന്നെങ്കിലും ഇടതുപക്ഷവും വലതുപക്ഷവും ചേർന്നുള്ള മുന്നണിയുടെ സ്വഭാവമാണ് അതിനും ഉണ്ടായിരുന്നത്. കേരള കോൺഗ്രസും മുസ്ലിം ലീഗും ആർ.എസ്.പിയുമെല്ലാം വീണ്ടും പിളർന്ന് സി.പി.എമ്മിനോട് ചേർന്നുള്ള മുന്നണിയിലേക്ക് ചേരുന്നുണ്ടെങ്കിലും അതെല്ലാം

താൽക്കാലിക പ്രതിഭാസങ്ങളായിരുന്നു. അടിയന്തരാവസ്ഥയെ തുടർന്നുണ്ടായ പുതിയ ചേരിതിരിവുകളും തിരിച്ചുപോക്കുമെല്ലാം കഴിഞ്ഞ് 1980 കളിൽ എത്തുമ്പോഴാണ് സ്ഥായീസ്വഭാവമുള്ള രണ്ടു മുന്നണികളായി കേരളത്തിലെ രാഷ്ട്രീയകക്ഷികൾ രൂപംകൊള്ളുന്നത്. ഘടകകക്ഷികളിലെ പിളർപ്പുകളും ചേരിമാറ്റങ്ങളും ചെറിയതോതിൽ പിന്നെയും തുടർന്നിട്ടുണ്ടെങ്കിലും ഈ രണ്ടു മുന്നണികളുടെ ഘടനതന്നെയാണ് കേരള രാഷ്ട്രീയത്തിൽ ഇപ്പോഴും ആധിപത്യം ചെലുത്തുന്നത്.

മുന്നണി രാഷ്ട്രീയത്തിന് ഗുണവും ദോഷവുമുണ്ട്. ഏതെങ്കിലും ഒരു രാഷ്ട്രീയപാർട്ടിയുടെ അധികാരകുത്തക സൃഷ്ടിക്കുന്ന ദൂഷ്യങ്ങളെ നിയന്ത്രിക്കാൻ മുന്നണി രാഷ്ട്രീയത്തിന് കഴിയും. ഘടകകക്ഷികളെ ഒരുമിപ്പിച്ചു നിർത്തുന്നതിന് എല്ലാവരും വിട്ടുവീഴ്ചകൾ ചെയ്യുകയും ജനാധിപത്യപരമായ കീഴ് വഴക്കങ്ങൾ പാലിക്കേണ്ടി വരികയും ചെയ്യും. അത് നല്ല കാര്യമാണ്. പക്ഷേ, കാര്യമായ ബഹുജനപിന്തുണയില്ലാത്ത തീരെ ചെറിയ പ്രാദേശിക കക്ഷികളെ മുന്നണി രാഷ്ട്രീയം സംരക്ഷിക്കുക വഴി സങ്കുചിത കക്ഷി രാഷ്ട്രീയ പ്രവണതയും വോട്ടു ബാങ്ക് രാഷ്ട്രീയവും ശക്തിപ്പെടുന്നു. ചെറിയ ഘടകകക്ഷികളുടെ സമ്മർദ്ദത്തിനു വഴങ്ങി പ്രധാന രാഷ്ട്രീയകക്ഷികൾക്കുപോലും തങ്ങളുടെ നയപരമായ നിലപാടുകൾ നലപ്പിലാക്കാനാവാതെ വരികയും മുന്നണികൾ ഭരണകാര്യങ്ങളിൽ കഴിവുകെട്ടവയായി മാറുകയും ചെയ്യുന്ന പ്രവണത മുന്നണി രാഷ്ട്രീയത്തിന്റെ ദോഷവശമാണ്.

മുന്നണി രാഷ്ട്രീയത്തിലൂടെ ശക്തി പ്രാപിച്ചുവന്ന സങ്കുചിത കക്ഷി രാഷ്ട്രീയവും വോട്ടുബാങ്ക് രാഷ്ട്രീയവും കേരളത്തിൽ ഇന്ന് ഉച്ചസ്ഥായിയിലെത്തി നിൽക്കുന്നു. 1940 കളിലും 50 കളിലും കേരളം നേടിയ രാഷ്ട്രീയ പ്രബുദ്ധത ഇന്നെത്തിനിൽക്കുന്നത് ഈ വോട്ടുബാങ്ക് രാഷ്ട്രീയത്തിലാണ്. ജനാധിപത്യ വ്യവസ്ഥയിൽ കക്ഷികളും കക്ഷിരാഷ്ട്രീയവും ഒഴിച്ചുകൂടാനാകാത്ത ഘടകങ്ങളാണ്. പക്ഷേ, സ്വന്തം കക്ഷിയുടെ രാഷ്ട്രീയത്തെ മാത്രം ആശ്രയിക്കുകയും ന്യായീകരിക്കുകയും ചെയ്യുന്ന പ്രവണത ജനങ്ങളിലേക്ക് വ്യാപിക്കുകയും ജനങ്ങൾ മുഴുവൻ വിവിധ കക്ഷികളുടെ വോട്ടുബാങ്ക് മാത്രമായി മാറുകയും ചെയ്യുന്ന അവസ്ഥ അപകടകരമാണ്. കേരളത്തിൽ ദശകങ്ങളായിട്ട് ഈ പ്രവണതയാണ് വളർന്നുവന്നിട്ടുള്ളത്. ഓരോ പൗരനും സ്വന്തം കക്ഷിയുടെ താല്പര്യത്തിന് പുറത്തേക്ക് ചിന്തിക്കാൻ ധൈര്യപ്പെടാത്ത അവസ്ഥ സംജാതമായിരിക്കുന്നു. രാഷ്ട്രീയവൽക്കരണം ഇന്നെത്തിനിൽക്കുന്നത് മുഴുവൻ പൗരന്മാരും വിവിധ കക്ഷികളുടെ അനുയായികൾ മാത്രമാ

വുക എന്നിടത്താണ്. തന്മൂലം ഒരു പൊതു രാഷ്ട്രീയ സമൂഹം ഇല്ലാതായിരിക്കുന്നു. കേരളത്തിന്റെ പൊതു താല്പര്യങ്ങൾക്കുവേണ്ടി ശബ്ദമുയർത്താനും ആളില്ലാതെയായിരിക്കുന്നു. രാഷ്ട്രീയ പ്രബുദ്ധത ഗുരുതരമായ രാഷ്ട്രീയ അപചയത്തിനലേക്ക് നിപതിച്ചതിന്റെ ഫലമാണിത്. ഇന്ന് കേരളം നേരിടുന്ന ഏറ്റവും ഗൗരവമേറിയ രാഷ്ട്രീയപ്രശ്നം ഈ രാഷ്ട്രീയ അപചയത്തിൽനിന്ന് എങ്ങനെ കര കയറാം എന്നതാണ്.

കേരളമോഡൽ വികസനം

1957 ലെ കമ്മ്യൂണിസ്റ്റ് മന്ത്രിസഭ ഒട്ടേറെ ജനപ്രിയ പരിപാടികൾക്ക് തുടക്കം കുറിക്കുകയുണ്ടായി. അവയിൽ ഏറ്റവും പ്രധാനം വിദ്യാഭ്യാസവും ആരോഗ്യപാലനവും പരമാവധി സാർവത്രികവും സൗജന്യവും ആക്കുക എന്ന ലക്ഷ്യം വെച്ചുള്ള പരിപാടികളായിരുന്നു. സർക്കാറിന്റെ റവന്യൂ വരുമാനത്തിൽ സിംഹഭാഗവും ഈ രണ്ടു മേഖലകളിലേക്കായി നീക്കിവെക്കേണ്ടി വരികയും ചെയ്തു. കമ്മ്യൂണിസ്റ്റുകാർ പോയശേഷം വന്ന സർക്കാറിനും പിന്നീട് മാറിമാറിവന്ന സർക്കാറുകൾക്കും ഇത്തരം ജനപ്രിയ പരിപാടികളിൽനിന്ന് പിന്നോട്ടു പോവാൻ ആവാതെ വന്നു. ഇത്തരം ജനപ്രിയ പരിപാടികൾ നടപ്പിലാക്കുന്നതിൽ രാഷ്ട്രീയം നോക്കാതെ മാറിമാറി വന്ന സർക്കാറുകൾ മത്സരിക്കുകയായിരുന്നു. സർക്കാർ ആശുപത്രികളും പ്രാഥമിക ആരോഗ്യകേന്ദ്രങ്ങളും വ്യാപകമായി നിലവിൽ വന്നു. സ്കൂളുകളും കോളേജുകളും എല്ലായിടത്തും നിലവിൽ വന്നു. ഫലമോ സർക്കാറിന്റെ റവന്യൂ വരുമാനത്തിൽ സിംഹഭാഗവും ഉല്പാദനക്ഷമമല്ലാത്ത ഈ രണ്ടു മേഖലകൾക്കായി ചെലവിടേണ്ടി വന്നു. സ്വകാര്യ കോളേജുകളിലും സ്കൂളുകളിലും അധ്യാപക നിയമനം കോഴ വാങ്ങി നടത്താൻ മാനേജ്മെന്റുകളെ അനുവദിച്ചിട്ട് അധ്യാപകരുടെ ശമ്പളബാധ്യത മുഴുവൻ സർക്കാർ ഏറ്റെടുക്കുക എന്ന ഭ്രാന്തൻനയം കൂടി സ്വീകരിച്ചതോടെ സർക്കാറിന്റെ നില കൂടുതൽ പരുങ്ങലിലായി. കൃഷി, വ്യവസായം തുടങ്ങിയ ഉല്പാദന മേഖലകളുടെ വികാസത്തിനു വേണ്ടി ഒന്നും ചെയ്യാൻ കഴിയാത്ത അവസ്ഥയിലായി സർക്കാറുകൾ.

കേരളത്തിന്റെ സാമ്പത്തിക രംഗം ഇങ്ങനെ വലിയൊരു ഊരാക്കുടുക്കിൽ അകപ്പെട്ട സാഹചര്യത്തിൽ, കേരള മോഡൽ എന്ന ലേബലോടുകൂടി ഈ തലതിരിഞ്ഞ വികസനരീതി ആഗോളതലത്തിൽ തന്നെ കൊട്ടിഘോഷിക്കപ്പെട്ടു. ആരോഗ്യ-വിദ്യാഭ്യാസ മേഖലകളുമായി ബന്ധപ്പെട്ട് കേരളത്തിലെ സാമൂഹിക സൂചകങ്ങൾ ആഗോളനിലവാരത്തിലു

ള്ളതാണെന്ന കണ്ടെത്തലാണ് ഈ പ്രചാരണത്തിനു കാരണം. സാമ്പത്തികമായി പിന്നോക്കം നിൽക്കുന്ന ഒരു വികസ്വര രാജ്യത്ത് ഇത്തരം ഉയർന്ന സാമൂഹികസൂചകങ്ങൾ സാധ്യമാവുക എന്നത് അസാധാരണ കാര്യമാണെന്ന നിലയ്ക്കാണ് ഐ.എം.എഫും യു.എൻ.ഏജൻസികളും കേരള മോഡലിനെ പ്രകീർത്തിക്കുകയും പ്രചരിപ്പിക്കുകയും ചെയ്തത്. പക്ഷേ, ഇത്തരം ചർച്ചകൾ ലോകനിലവാരത്തിൽ തന്നെ നടക്കുമ്പോൾ, കേരള മോഡൽ നിലനിൽപ്പിന്റെ പ്രതിസന്ധിയെ നേരിടുകയായിരുന്നു. കാർഷിക, വ്യാവസായിക മേഖലകളിലെ മുരടിപ്പു കാരണം റവന്യൂ വരുമാനം കുറയുകയും ഉല്പാദനക്ഷമമല്ലാത്ത ചെലവുകൾ കൂടിവരികയും ചെയ്യുന്ന അവസ്ഥ തുടരുക അസാധ്യമായിരുന്നു. ഇടതു വലതു വ്യത്യാസമില്ലാതെ രണ്ടു മുന്നണികളും ഈ അവസ്ഥയ്ക്ക് ഉത്തരവാദികളായിരുന്നു. രണ്ടു മുന്നണികളും ഈ നിലനിൽപ്പിന്റെ പ്രതിസന്ധിയെ അഭിമുഖീകരിക്കുകയും ചെയ്തു.

കേരളമോഡൽ വികസനം ആരെങ്കിലും ആസൂത്രണം ചെയ്ത് നടപ്പിലാക്കിയതല്ല. ഇടതുപക്ഷം തങ്ങളുടെ രാഷ്ട്രീയ സമീപനവുമായി ബന്ധപ്പെട്ട ജനപ്രിയ പരിപാടികൾ നടപ്പിലാക്കാൻ ശ്രമിച്ചതാണ് തുടക്കം. അതൊരു ആസൂത്രിത പദ്ധതിയായി അവരും കണ്ടിരുന്നില്ല. വലതുപക്ഷവും ഈ ജനപ്രിയപരിപാടികൾ മത്സരബുദ്ധിയോടെ ഏറ്റെടുത്തപ്പോൾ അതൊരു ഊരാകുടുക്കായി മാറുകയായിരുന്നു. സോവിയറ്റ് യൂണിയന്റെയും മറ്റും തകർച്ചയെ തുടർന്ന് മാറിച്ചിന്തിക്കാൻ തുടങ്ങിയ കേന്ദ്രസർക്കാർ ഉദാരീകരണത്തിൽ ഊന്നുന്ന പുതിയ സാമ്പത്തികനയം നടപ്പിലാക്കാൻ തുടങ്ങിയതോടെയാണ് കേരള മോഡലിന്റെ അശാസ്ത്രീയത ഇവിടെ ചർച്ചയ്ക്കു വിധേയമായത്. ആരോഗ്യ- വിദ്യാഭ്യാസ മേഖലകളിൽ പഴയ സൗകര്യങ്ങൾ നിലനിർത്താൻ തന്നെ പാടു പെടുന്ന അവസ്ഥയിൽ ഈ മേഖലകളിലെ ആധുനിക സൗകര്യങ്ങളുടെ വർദ്ധിച്ച ചെലവുകൾ താങ്ങുന്ന കാര്യം സർക്കാറിന് ചിന്തിക്കാൻ പോലും പറ്റാത്ത അവസ്ഥയാണ് ഉള്ളത്. രണ്ടു മേഖലകളിലും സ്വകാര്യവൽക്കരണം അനുവദിക്കുകയല്ലാതെ മാർഗ്ഗമില്ലെന്ന് രണ്ട് മുന്നണികളും സമ്മതിക്കാൻ ഇടയായതും ഈ പശ്ചാത്തലത്തിലാണ്.

കേരളത്തിലെ കാർഷിക, വ്യാവസായിക മേഖലകളുടെ മുരടിപ്പും ഈ കേരള മോഡൽ വികസനത്തിന്റെ ഭാഗംതന്നെയാണ്. കാർഷിക മേഖലയിൽ ട്രാക്ടറും കൊയ്ത്തുമെതിയന്ത്രങ്ങളും തടയാൻ തുടങ്ങിയത് 50 കൾ മുതൽക്കാണ്. തൊണ്ടുതല്ലു മെഷിൻ തടഞ്ഞുകൊണ്ട് കയർമേഖലയിലും പവർലൂമുകളെ തടഞ്ഞുകൊണ്ട് നെയ്ത്തിന്റെ മേഖ

ലയിലും ആധുനികവൽക്കരണത്തെ തടയുകയായിരുന്നു. യന്ത്രങ്ങൾ വന്നാൽ തൊഴിൽ നഷ്ടപ്പെടുമെന്ന ലളിതയുക്തിയാണ് എല്ലാ മേഖലയിലും പ്രയോഗിച്ചത്. കാർഷികമേഖലയിൽ കൂലി വർദ്ധിക്കുകയും ഉല്പാദന ക്ഷമത വർദ്ധിക്കാതിരിക്കുകയും ചെയ്തപ്പോൾ കൃഷി നഷ്ടത്തിലാവാൻ തുടങ്ങിയപ്പോൾ കർഷകർ കൃഷി ഉപേക്ഷിക്കുകയാണുണ്ടായത്. കൃഷി വൻതോതിൽ കുറഞ്ഞിട്ടും ഉള്ള കൃഷി ചെയ്യാൻ തമിഴ്നാട്ടിൽനിന്ന് ആളെ കൊണ്ടുവരേണ്ട അവസ്ഥയാണിവിടെ. അപ്പോൾ പോലും കൊയ്ത്തുയന്ത്രങ്ങൾ അനുവദിക്കാൻ കുട്ടനാട്ടിലും മറ്റും കർഷകർ യൂണിയനാഫിസിൽ അപേക്ഷ കൊടുത്ത് കാത്തിരിക്കണം. ഇതിൽ ഇടതുപക്ഷ വലതുപക്ഷ യൂണിയനുകൾ തമ്മിൽ യാതൊരു വ്യത്യാസവുമില്ല. യന്ത്രവൽക്കരണത്തെ തടഞ്ഞുകൊണ്ട് ഇക്കാലത്ത് ഒരു വികസനപ്രവർത്തനവും സാധ്യമാവില്ല. നഷ്ടപ്പെടുന്ന തൊഴിലുകൾക്ക് പകരം പുതിയ തൊഴിലുകളുണ്ടാവുക സ്വാഭാവികമാണ്. എന്നാൽ യന്ത്രവൽക്കരണത്തെ തടയുക വഴി ഉള്ള തൊഴിൽകൂടി നഷ്ടപ്പെടുന്ന അവസ്ഥയാണുണ്ടായത്. ഇത്തരം സാമൂഹിക വിരുദ്ധ നിലപാടിനെ ഇടതുപക്ഷ നിലപാടെന്ന് പറയുന്നതിൽ അർത്ഥമില്ല. കാരണം, ഇടതുപക്ഷ വീക്ഷണങ്ങളുടെ ആചാര്യനായ കാൾ മാർക്സ് പഠിപ്പിച്ചത് ഉൽപാദന ശക്തികളുടെ അഥവാ യന്ത്രോപകരണങ്ങളുടെ വികാസമാണ്. ചരിത്രത്തിന്റെ ചാലകശക്തിയെന്നാണ്. യഥാർത്ഥ ഇടതുപക്ഷക്കാർ ചരിത്രത്തിന്റെ ചാലകശക്തിയെ തടഞ്ഞുനിർത്തുക എന്ന മണ്ടത്തരം ചെയ്യാൻ മുതിരില്ല. ഇവിടത്തെ ഇടതുപക്ഷക്കാരുടെ കപടമുഖമാണ് ഈ ഉല്പാദനവിരുദ്ധ സമീപനത്തിൽ കാണാവുന്നത്.

അടിയന്തരാവസ്ഥ

അഖിലേന്ത്യാ തലത്തിലാണ് അടിയന്തരാവസ്ഥ പ്രഖ്യാപിക്കപ്പെട്ടതെങ്കിലും കേരളത്തിൽ അത് വ്യത്യസ്തമായ ഫലങ്ങൾ ഉളവാക്കുകയുണ്ടായി. കേരളത്തിൽ അടിയന്തരാവസ്ഥ നടപ്പിലാക്കപ്പെട്ടത് ഒരു കമ്മ്യൂണിസ്റ്റ് മുഖ്യമന്ത്രിയുടെ നേതൃത്വത്തിലാണെന്നത് ശ്രദ്ധേയമാണ്. അടിയന്തരാവസ്ഥ പ്രഖ്യാപനത്തെ ആരംഭത്തിൽ എതിർക്കാതെ അല്പം വൈകിയാണ് സി.പി.എം ചെറുത്തുനിൽപ് തുടങ്ങിയത്. അടിയന്തരാവസ്ഥപോലുള്ള ഫാസിസ്റ്റ് നടപടിയോട് കമ്മ്യൂണിസ്റ്റുകാരുടെ മൃദുസമീപനം ഉണ്ടായത് യാദൃച്ഛികമായിട്ടല്ല. സോവിയറ്റ് പാർട്ടി നേതാവ് ബ്രഷ്നേവ് ഇന്ത്യൻ പാർലമെന്റിൽ വന്ന്, അടിയന്തരാവസ്ഥയെ ന്യായീകരിച്ച് പ്രസംഗിച്ചപ്പോൾ സി.പി.ഐ മെമ്പർമാർ കയ്യടിച്ച് സ്വാഗതം ചെയ്തത് സ്വാഭാവികം. ഇന്ത്യയിൽ ഇന്ദിരാഗാന്ധി നടപ്പിലാക്കിയ അടി

യന്തരാവസ്ഥയെക്കാൾ എത്രയോ ഭീകരമായ ഒരു ഫാസിസ്റ്റ് സംവിധാനത്തിനാണ് ബ്രഷ് നേവ് നേതൃത്വം നൽകിയിരുന്നതെന്ന് അറിയാത്തവരല്ല ഇവിടത്തെ കമ്മ്യൂണിസ്റ്റു നേതാക്കന്മാർ. അത്തരമൊരു വ്യവസ്ഥയെ ന്യായീകരിക്കുന്നവർക്ക് അടിയന്തരാവസ്ഥയെ എതിർക്കുക എളുപ്പമല്ല. സി.പി.ഐ.ക്കും സി.പി.എമ്മിനും ഇക്കാര്യത്തിലുള്ള അന്തരം വളരെ ലഘുവാണ്. കേരളത്തിലെ മുഖ്യധാരാ പാർട്ടികളാരും തന്നെ അടിയന്തരാവസ്ഥയെ ഗൗരവപൂർവ്വം എതിർക്കാൻ തയ്യാറായിരുന്നില്ലെന്നതാണ് വാസ്തവം. അതുകൊണ്ടുതന്നെയാണ് 1967 ൽ ഇടതുമുന്നണിക്ക് നൽകിയ അത്ര വലിയ ഭൂരിപക്ഷത്തോടെ അടിയന്തരാവസ്ഥ നടപ്പിലാക്കിയ ഭരണമുന്നണിയെ കേരളീയസമൂഹം വിജയിപ്പിച്ചത്.

'നാവടക്കൂ... പണിയെടുക്കൂ' എന്ന മുദ്രാവാക്യത്തിന് എന്താണ് കുഴപ്പം എന്നു ചോദിക്കുന്ന സാധാരണ മലയാളികളെ അക്കാലത്ത് എവിടെയും കാണാമായിരുന്നു. ഈ മുദ്രാവാക്യത്തിലടങ്ങിയ ജനാധിപത്യ വിരുദ്ധത തിരിച്ചറിയാനാകാത്ത ഒരു സമൂഹമായി മലയാളി സമൂഹം ഇന്നും തുടരുകയാണ്. പ്രതിപക്ഷ ബഹുമാനവും ഭിന്നാഭിപ്രായങ്ങളോടുള്ള സഹിഷ്ണുതയുമെല്ലാം ബൂർഷ്വാ ജനാധിപത്യത്തിന്റെ മൂല്യങ്ങളാണെന്ന് അവജ്ഞയോടെ പറഞ്ഞുതള്ളാൻ കഴിയുന്നവരാണ് മലയാളികൾ പൊതുവിൽ. പക്ഷേ, പകരം യഥാർത്ഥ ജനാധിപത്യത്തിന്റെ മൂല്യങ്ങളെന്തെന്ന് ചോദിച്ചാൽ ഇവർക്ക് മറുപടിയില്ലതാനും.

കേരളത്തിൽ അടിയന്തരാവസ്ഥയെ നേരിട്ടെതിർക്കാൻ മുന്നോട്ടുവന്നത് വലതുപക്ഷ തീവ്രവാദികളും (ആർ.എസ്.എസ്സ്) ഇടതുപക്ഷ തീവ്രവാദികളും (നക്സലൈറ്റുകൾ) ആയിരുന്നു. അവരുടെ എതിർപ്പാകട്ടെ യഥാർത്ഥ ജനാധിപത്യ നിലപാടുകളിൽ നിന്നുകൊണ്ടായിരുന്നില്ലതാനും.

മൂല്യത്തകർച്ചയോ?

സമകാലീന കേരള രാഷ്ട്രീയാവസ്ഥയെക്കുറിച്ചുള്ള ഏതു ചർച്ചയിലും ഉയർന്നുകേൾക്കുന്ന വിലാപമാണ് രാഷ്ട്രീയ മൂല്യങ്ങൾ തകർന്നടിഞ്ഞിരിക്കുന്നു എന്നത്. മൂല്യത്തകർച്ചയെക്കുറിച്ച് അർത്ഥപൂർണ്ണമായ ചർച്ച സാധ്യമാവണമെങ്കിൽ മൂല്യസങ്കല്പത്തോടുള്ള സമീപനം വ്യക്തമാക്കപ്പെടണം. ശാശ്വതമായ മൂല്യങ്ങൾ നിലനിൽക്കുന്നുണ്ടെന്നും അവ സംരക്ഷിക്കപ്പെടേണ്ടതുണ്ടെന്നും കരുതുന്നവരുണ്ട്. മതാധിഷ്ഠിത മൂല്യസങ്കല്പങ്ങളും അവയോടുള്ള അന്ധവിശ്വാസപരമായ വിധേയത്വവു

മാണ് ഇത്തരം ചിന്താഗതികൾക്കാധാരം. ശാസ്ത്രീയാന്വേഷണങ്ങൾക്ക് മുതിരുന്നവർ ഇത്തരം വിശ്വാസങ്ങൾ പരിഗണനയ്ക്കെടുക്കാറില്ല. ചരിത്ര വികാസ നിയമങ്ങളെ ആധാരമാക്കി ചിന്തിക്കുന്നവരുടെ മുന്നിൽ ശാശ്വ തമായ മൂല്യങ്ങളില്ല. ഓരോ ചരിത്ര സാഹചര്യങ്ങൾക്കും അനുസൃത മായി അതാത് സമൂഹങ്ങളിൽ സൃഷ്ടിക്കപ്പെടുന്നതും ആധിപത്യം ചെലു ത്തുന്നതുമായ മൂല്യങ്ങളേ ഉള്ളൂ. അതുകൊണ്ട് ഭൂതകാലത്തിൽ, വ്യത്യസ്ത സന്ദർഭങ്ങളിൽ ആധിപത്യം ചെലുത്തിയിരുന്ന ചില മൂല്യ സങ്കല്പങ്ങൾ ഇപ്പോൾ തകർന്നുപോയിരിക്കുന്നു എന്നു വിലപിക്കുന്ന തിൽ അർത്ഥമില്ലെന്ന് ചുരുക്കം.

കേരളത്തിലെ രാഷ്ട്രീയ ചർച്ചകളിൽ മൂന്ന് കാലഘട്ടങ്ങളിലെ രാഷ്ട്രീയ മൂല്യങ്ങളാണ് പരിഗണിക്കപ്പെടാറുള്ളത്. സ്വാതന്ത്ര്യ സമര കാലഘട്ടത്തിലെ ഗാന്ധിയൻ മൂല്യങ്ങൾ, വിപ്ലവ പ്രവർത്തനങ്ങളുടെ കാലഘട്ടത്തിലെ കമ്മ്യൂണിസ്റ്റു മൂല്യങ്ങൾ, നക്സലൈറ്റ് കാലഘട്ട ത്തിലെ മൂല്യസങ്കല്പങ്ങൾ. ഈ മൂല്യസങ്കല്പങ്ങളിലെല്ലാം പൊതു വായിരുന്ന ത്യാഗസന്നദ്ധത, നിസ്വാർത്ഥത, അർപ്പണബോധം തുടങ്ങിയ മൂല്യങ്ങൾ ഇന്ന് രാഷ്ട്രീയരംഗത്ത് അപ്രത്യക്ഷമായിരിക്കുന്നു എന്ന് ഗൃഹാതുരത്വത്തോടെ വിലപിക്കുന്നതു കാണാം. സ്വാതന്ത്ര്യ സമരകാ ലത്ത് രാഷ്ട്രീയാധികാരമില്ലാത്ത ഒരു ജനത രാഷ്ട്രീയാധികാരം നേടു ന്നതിനുവേണ്ടിയുള്ള സമരത്തിലാണ് ഏർപ്പെട്ടിരുന്നത്. അധികാരമോ പ്രതിഫലമോ പ്രതീക്ഷിച്ചുകൊണ്ട് അത്തരം സമരം സാധ്യമാകുമായി രുന്നില്ല. എന്നാൽ അധികാരം ലഭിച്ചതിനുശേഷമുള്ള കാലഘട്ടത്തിൽ പ്രത്യേകിച്ചും ഒരു ജനാധിപത്യ സമൂഹത്തിൽരാഷ്ട്രീയ പ്രവർത്തനം എന്നത് അധികാരം പങ്കുവെക്കുന്നതിനും നില നിർത്തുന്നതിനും വേണ്ടി യുള്ള സമരമാണ്. അപ്പോൾ അധികാരത്തിനുവേണ്ടി യത്നിക്കുന്നത് ഇന്നത്തെ മൂല്യസങ്കല്പത്തിനു വിരുദ്ധമല്ല. എന്നാൽ അധികാര മത്സരം നീതിയുക്തമായും സത്യസന്ധമായും നടത്തണം എന്ന മൂല്യസങ്കല്പം ഉയർത്തിപ്പിടിക്കാവുന്നതാണ്. സായുധസമരം, രഹസ്യപ്രവർത്തനം തുട ങ്ങിയ വിപ്ലവമാർഗ്ഗങ്ങൾ ഉപേക്ഷിച്ച് പാർലമെന്ററി രാഷ്ട്രീയം സ്വീക രിച്ച ഒരു കമ്മ്യൂണിസ്റ്റു പ്രസ്ഥാനത്തിന് വിപ്ലവ കാലഘട്ടത്തിലെ മൂല്യ സങ്കല്പങ്ങൾ നില നിർത്താനാവില്ല. അതിന്റെ ആവശ്യവുമില്ല. അധി കാര രാഷ്ട്രീയത്തിൽ ഇടപെടുമ്പോൾ പരമാവധി നീതിയുക്തമായും സത്യസന്ധമായും പ്രവർത്തിക്കുക എന്ന മൂല്യബോധമേ ഉയർത്തിപ്പി ടിക്കാനാവൂ. നക്സലൈറ്റ് കാലഘട്ടത്തിലെ മൂല്യസങ്കല്പങ്ങൾ ആസ ന്നമായ വിപ്ലവം വിജയിപ്പിക്കുന്നതിനുവേണ്ടിയുള്ള പൂർണ്ണമായ അർപ്പ

ണത്തിൽ അധിഷ്ഠിതമായിരുന്നു. അത്തരമൊരു വിപ്ലവസങ്കല്പത്തിന്റെ അഭാവത്തിൽ അത്തരം മൂല്യങ്ങൾക്കും പ്രസക്തിയില്ല. മതേതരമായ അത്തരം ആദർശസങ്കല്പങ്ങൾക്ക് പകരമായി മതാധിഷ്ഠിതമായ ചില ആദർശസങ്കല്പങ്ങൾ തീവ്രവാദപരമായ അർപ്പണം ആവശ്യപ്പെടുന്നുണ്ട് ഇക്കാലത്ത്. ഇത്തരം സങ്കല്പങ്ങളും കാലത്തിന്റെ മാറ്റങ്ങൾക്കനുസരിച്ച് അപ്രത്യക്ഷമാവുകയോ രൂപാന്തരപ്പെടുകയോ ചെയ്യും.

സ്തംഭനാവസ്ഥ

ഐക്യകേരളം രൂപം കൊണ്ടതിനുശേഷമുള്ള കഴിഞ്ഞ അരനൂറ്റാണ്ട് കാലത്തെ രാഷ്ട്രീയ ചരിത്രം അവലോകനം ചെയ്യുമ്പോൾ കാണാവുന്ന ഒരു കാര്യം കഴിഞ്ഞ നാലു ദശകത്തോളമായി ഇവിടെ നിലനിൽക്കുന്ന രാഷ്ട്രീയവും സാമൂഹികവുമായ സ്തംഭനാവസ്ഥയാണ്. ആരംഭത്തിൽ കണ്ടതുപോലെ, ഇരുപതാംനൂറ്റാണ്ടിന്റെ ആദ്യപകുതിയിൽ ഇവിടത്തെ സാമൂഹിക സാമ്പത്തിക രാഷ്ട്രീയ ഘടനകളിലെല്ലാം കാതലായ മാറ്റങ്ങൾ ഉണ്ടായി. പക്ഷേ, കേരളപ്പിറവിക്കുശേഷം അത്തരം അടിസ്ഥാനപരമായ മാറ്റങ്ങൾ കാര്യമായിട്ട് ഉണ്ടായിട്ടില്ലെന്നു പറയാം. എടുത്തുപറയാവുന്ന ഒരു സംഗതി ഭൂപരിഷ്ക്കരണമാണ്.

1957 ലെ മന്ത്രിസഭ തുടങ്ങിവെച്ചിട്ട് 70 ലെ അച്യുതമേനോൻ മന്ത്രിസഭയുടെ കാലത്ത് പൂർത്തിയാക്കപ്പെട്ടതാണ് ഭൂപരിഷ്ക്കരണ പ്രക്രിയ. ഭൂപരിഷ്ക്കരണം നടപ്പിലാക്കുന്നതിലുള്ള അവകാശം നഷ്ടപ്പെട്ടുപോകാതിരിക്കാനെന്നോണം സി.പി.എം നടത്തിയ മിച്ചഭൂമി സമരം കഴിഞ്ഞാൽ എടുത്തുപറയാവുന്ന വൻ സമരങ്ങളൊന്നും ഇവിടെ നടന്നിട്ടില്ല. ആദിവാസികൾ അടുത്ത കാലത്ത് നടത്തിയ സമരം പ്രാന്ത ജനവിഭാഗങ്ങളോട് പ്രബുദ്ധ കേരളം കാട്ടുന്ന അവഗണനയുടെ ദൃഷ്ടാന്തമെന്ന നിലയ്ക്ക് ശ്രദ്ധേയമായിരുന്നു.

കേരളീയ സമൂഹത്തിന്റെ പൊതുവികാസവുമായി ബന്ധപ്പെട്ട ശ്രദ്ധേയമായ മുന്നേറ്റങ്ങളൊന്നും ഈ കാലയളവിൽ ഇവിടെ നടന്നിട്ടില്ലെന്നതാണ് വാസ്തവം. സാക്ഷരതാ യജ്ഞത്തിന്റെ പൂർത്തീകരണം കേരള മോഡൽ വികസനത്തിന്റെ ഭാഗമായി തുടങ്ങിവെച്ച ഒരു പ്രക്രിയയുടെ പൂർത്തീകരണം മാത്രമായിരുന്നു. കൊട്ടിഘോഷിക്കപ്പെട്ട ജനകീയാസൂത്രണ പരിപാടി രാഷ്ട്രീയമോ സാമ്പത്തികമോ സാമൂഹികമോ ആയ ഘടനകളിലൊന്നിലും മാറ്റമുണ്ടാക്കാൻ പര്യാപ്തമായ ഒന്നായിരുന്നില്ല. രണ്ടു മുന്നണികൾ തമ്മിൽ അധികാരം പിടിച്ചെടുക്കാനും നിലനിർത്താനും വേണ്ടിയുള്ള സാധാരണ രാഷ്ട്രീയക്കളികൾക്കപ്പുറമൊന്നും നടക്കാത്ത ഒരു രാഷ്ട്രീയാന്തരീക്ഷമാണ് ഏറെക്കാലമായി

ഇവിടെ നില നിൽക്കുന്നത്.

കാർഷിക വ്യാവസായിക മേഖലകളിലെ ഗുരുതരമായ സ്തംഭനാവസ്ഥയെ മറി കടക്കാനുള്ള ശ്രമങ്ങൾ അടുത്ത കാലത്ത് ചില ചലനങ്ങൾ സൃഷ്ടിക്കാൻ തുടങ്ങിയിട്ടുണ്ടെന്നതാണ് ശുഭോദർക്കമായ കാര്യം. അടിസ്ഥാന സാമ്പത്തിക മേഖലകളിൽ ഇത്രയ്ക്ക് സ്തംഭനാവസ്ഥ ഉണ്ടായിട്ടും ആർഭാടം നിലനിർത്തുന്ന ഉപഭോക്തൃ സമൂഹമായി നില നിൽക്കാൻ കേരളത്തിനായത് നിയന്ത്രണങ്ങളില്ലാതെ ഗൾഫ് പണം ഒഴുകിയെത്തിയതുകൊണ്ടാണ്. വളരെ നേരത്തേ തന്നെ ആഗോളീകരണ സാമ്പത്തിക ക്രമം ഗൾഫ് നാടുകളിൽ നിലനിന്നതുകൊണ്ടാണ് മലയാളിക്ക് ഈ ആർഭാടജീവിതം സാധ്യമായത് എന്ന വസ്തുത യാതൊരു ലജ്ജയുമില്ലാതെ മൂടിവെച്ചുകൊണ്ട് ആഗോളീകരണ പ്രക്രിയയെ വാതോരാതെ ഭർത്സിക്കാൻ മടിക്കാത്തവരാണ് നാം. ഇത്തരം പൊള്ളയായ പ്രസംഗങ്ങൾ കേരളാന്തരീക്ഷത്തിൽ മുഴങ്ങിക്കൊണ്ടിരിക്കുമ്പോഴും ആഗോള വിപണിയുടെ സാധ്യതകൾ ഉപയോഗപ്പെടുത്താൻ തീവ്രശ്രമങ്ങൾ നടത്തിക്കൊണ്ടിരിക്കുന്ന പുത്തൻ സംരംഭകരുടെ ഒരു തലമുറ ഇവിടെ വളർന്നുവന്നുകൊണ്ടിരിക്കുന്നുണ്ട്.

ഈ പുതിയ പ്രവണതകൾക്കനുകൂലമായ രാഷ്ട്രീയാന്തരീക്ഷവും പതുക്കെ ഇവിടെ രൂപംകൊണ്ടുവരുന്നുണ്ട്. ഇടതുപക്ഷത്തിന്റെ ഉല്പാദന വിരുദ്ധ സമീപനത്തെ തുറന്നെതിർക്കാൻ കഴിയാത്ത ഒരു വലതുപക്ഷമാണിവിടെ ഉണ്ടായിരുന്നത്. ഇടതുപക്ഷ പദ്ധതികൾ പിന്തുടർന്ന് നടപ്പിലാക്കുന്നതിൽ മത്സരിക്കുന്നവരായിരുന്നു അവർ. കോൺഗ്രസ്സിൽ വളർന്നുവന്ന പുതു നേതൃത്വം കമ്മ്യൂണിസ്റ്റുകാരേക്കാൾ കടുത്ത സോഷ്യലിസ്റ്റുകളാവാൻ വെമ്പുന്നവരായിരുന്നു. 1991 ൽ നരസിംഹറാവുവും മൻമോഹൻസിംഗും പുതിയ സാമ്പത്തിക നയം നടപ്പിലാക്കാൻ ശ്രമിച്ചപ്പോൾ അതിനെ ശക്തിയുക്തം എതിർക്കുന്നവരുടെ നിരയിൽ കേരളത്തിലെ പല പ്രമുഖ കോൺഗ്രസുകാരും ഉണ്ടായിരുന്നു. കേരളീയസമൂഹം മൊത്തത്തിൽ ഒരു കപട ഇടതുപക്ഷ സമൂഹമായി തുടരാൻ ഇതൊരു പ്രധാന കാരണമായിരുന്നു. എന്നാൽ കഴിഞ്ഞ യു.ഡി.എഫ് ഭരണകാലത്ത് ഈ സമീപനം അടിസ്ഥാനപരമായി തിരുത്തുമെന്ന പ്രഖ്യാപനവും ചില നടപടികളും ഉണ്ടായി. ഏറെക്കുറെ ഈ തിരുത്തിന് സമാനമായ ചില മാറ്റങ്ങൾ ഇടതുപക്ഷത്തുമുണ്ടായി. ഇന്ത്യയിലെ പാർലമെന്ററി ജനാധിപത്യത്തെ അംഗീകരിച്ചുകൊണ്ട് അതിന്റെ സാധ്യതകളെ ഉപയോഗപ്പെടുത്തിക്കൊണ്ട് സാധ്യമാവുന്ന പ്രവർത്തനങ്ങൾ നടത്താൻ കഴിയുംവിധം ഭരണതലത്തിൽ ഇടപെടാൻ

പാർട്ടിയെ സജ്ജമാക്കുംവിധമുള്ള പ്രത്യയശാസ്ത്രപരമായ ഭേദഗതികൾ സി.പി.എം. തങ്ങളുടെ പരിപാടിയിൽ വരുത്തിയത് കേരളത്തിന്റെ ദീർഘകാല സ്തംഭനാവസ്ഥ പരിഹരിക്കാനുള്ള കാൽവെപ്പ് തന്നെയാണ്. പുതിയ യാഥാർത്ഥ്യങ്ങളെ അംഗീകരിക്കുന്ന ചൈനയെ പിന്തുടരാൻ ബുദ്ധദേവ് ഭട്ടാചാർജി പശ്ചിമബംഗാളിൽ നടത്തുന്ന ശ്രമങ്ങൾക്കൊപ്പമല്ലെങ്കിലും ആ ദിശയിൽ ചില നീക്കങ്ങൾ നടത്താൻ കേരള സി.പി. എമ്മിലെ പരിഷ്ക്കരണവാദികൾ ശ്രമമാരംഭിച്ചിട്ടുള്ളത് ശുഭോദർക്കമാണ്. സർക്കാർ തലത്തിലുള്ള പിന്തുണയൊന്നുമില്ലാതെ വിപണിശക്തികൾ കേരളത്തിന്റെ മുഖഛായ മാറ്റാൻ സജ്ജമായിക്കൊണ്ടിരിക്കുന്ന സാഹചര്യത്തിൽ രാഷ്ട്രീയതലത്തിലും അനുസൃതമായ മാറ്റങ്ങൾ ഉണ്ടാവുന്നത് ഈ പ്രക്രിയയെ ത്വരിതപ്പെടുത്തും.

സ്വതന്ത്രവും മത്സരാധിഷ്ഠിതവുമായ വിപണിയുടെ സഹായത്തോടെ സാമ്പത്തിക രംഗത്ത് ശ്രദ്ധേയമായ മുന്നേറ്റങ്ങൾ നടത്താൻ തക്ക സാഹചര്യം ഇവിടെ സജ്ജമായി വരുന്നുണ്ട്. ഇങ്ങനെ സാധ്യമാകുന്ന സാമ്പത്തിക വളർച്ചയെ തികച്ചും ജനാധിപത്യപരമായ രീതിയിൽ സാമൂഹിക നിയന്ത്രണത്തിലേക്ക് കൊണ്ടുവരുവാനുള്ള ശ്രമങ്ങളാണ് കേരളത്തെപ്പോലെ രാഷ്ട്രീയവൽക്കരിക്കപ്പെട്ട ഒരു സമൂഹത്തിന് നടത്താനുള്ളത്. ഏതെങ്കിലും പ്രത്യേക രാഷ്ട്രീയ പ്രസ്ഥാനത്തിന്റെ മാർഗ്ഗ ദർശനമൊന്നുമില്ലാതെ തന്നെ ഭാവികേരളം ഇത്തരമൊരു ദിശയിലേക്കാണ് പരിണമിക്കാൻ പോകുന്നത് എന്നു കാണാൻ വിഷമമില്ല.

മാതൃഭൂമി ആഴ്ച്ചപ്പതിപ്പ്, ഒക്ടോബർ 2006)

ഭീകരവാദത്തിന്റെ പുതിയ മാനങ്ങൾ

എല്ലാ വിധ കണക്കുകൂട്ടലുകളെയും തെറ്റിച്ചുകൊണ്ടാണ് അഖിലേന്ത്യാതലത്തിൽ സമീപകാലത്തു നടന്ന ഭീകരപ്രവർത്തനങ്ങളുടെ ഒരു പ്രഭവകേന്ദ്രമാണ് കേരളമെന്ന വസ്തുത അനാവരണം ചെയ്യപ്പെട്ടിരിക്കുന്നത്. ഈ സാഹചര്യത്തിൽ ഈ ഭീകരവാദത്തോട് എന്ത് സമീപനമെടുക്കണമെന്ന കാര്യത്തിൽ വലിയ ആശയക്കുഴപ്പം കേരളത്തിൽ മൊത്തത്തിൽതന്നെ പ്രകടമാണുതാനും. അഖിലേന്ത്യാതലത്തിൽ ഹിന്ദു തീവ്രവാദത്തിനും ഈ ഭീകരപ്രവർത്തനങ്ങളിൽ ചെറുതല്ലാത്ത ഒരു പങ്കുണ്ടെന്ന് തെളിഞ്ഞിട്ടുണ്ടെങ്കിലും ഇസ്ലാമിക തീവ്രവാദമാണ് മുഖ്യപ്രതിയായി രംഗത്തുള്ളത്. പാക്കിസ്ഥാൻ താവളമാക്കി ജമ്മുകാശ്മീരിൽ ഭീകരപ്രവർത്തനം നടത്തുന്ന ലഷ്കർ ഇ- തൊയ്ബയിലേക്ക് കേരളത്തിൽനിന്ന് സംഘടിതമായി ചെറുപ്പക്കാർ റിക്രൂട്ട് ചെയ്യപ്പെടുന്നു എന്ന വസ്തുതയാണ് കേരളത്തെ മൊത്തത്തിൽ ഞെട്ടിച്ചിരിക്കുന്നത്. ബാബറി മസ്ജിദ് പ്രശ്നം ഉയർന്നു വന്നതു മുതൽക്കിങ്ങോട്ട് ഹിന്ദു തീവ്രവാദം മുസ്ലിം ന്യൂനപക്ഷത്തിനും സമീപകാലത്ത് ക്രിസ്ത്യൻ ന്യൂനപക്ഷത്തിനും എതിരായി നടത്തിയ കടന്നാക്രമണങ്ങളുടെ പശ്ചാത്തലത്തിൽ മുസ്ലിം ന്യൂനപക്ഷത്തിന്റെ ഭാഗത്തുനിന്നുണ്ടാകുന്ന ചെറുത്തുനിൽപുകൾ എന്ന നിലയ്ക്ക് ഇത്തരം സംഭവങ്ങളെ കണ്ടാൽ മതിയെന്നും ഹിന്ദു തീവ്രവാദം തന്നെയാണ് ഇന്ത്യയിൽ മുഖ്യപ്രതിയെന്നുമുള്ള ഒരു വാദം കേരളത്തിലെ വലിയൊരു വിഭാഗം പൗരാവകാശ, മനുഷ്യാവകാശ പ്രവർത്തകരുടെയും ബുദ്ധിജീവികളുടെയും ഇടയിൽ ശക്തമായി നിലനിൽക്കുന്നുണ്ട്.

ഇന്ത്യയിൽ ഹിന്ദുത്വവാദികൾ ബാബറി മസ്ജിദ് തകർത്തതും അഫ്ഗാനിസ്ഥാനിൽ താലിബാൻ ചരിത്രപ്രധാനമായ ബുദ്ധവിഗ്രഹങ്ങൾ തകർത്തതും സമാനസ്വാഭവമുള്ള പ്രവർത്തനങ്ങളാണ്. ഈ സംഭവങ്ങൾക്കു പിന്നിലുള്ള വ്യത്യസ്ത മതതീവ്രവാദങ്ങളുടെ പൊതുസ്വഭാവത്തെയാണ് ഇത് കാണിക്കുന്നത്. അതിന് കുറെക്കൂടി വിപുലമായ

ഒരു ചരിത്രപശ്ചാത്തലമുണ്ട്. മാർക്സ് ചൂണ്ടിക്കാണിച്ചതുപോലെ, സാമൂഹിക വ്യവസ്ഥകളിലുണ്ടാകുന്ന മാറ്റങ്ങൾക്കനുസരിച്ചാണ് ഓരോ കാലഘട്ടത്തിലും മതങ്ങളുടെ പങ്ക് നിർണ്ണയിക്കപ്പെടുന്നത്. അല്ലാതെ മതങ്ങളല്ല സാമുഹികവ്യവസ്ഥകളെ നിർണ്ണയിക്കുന്നത്. ലോകത്തെല്ലായിടത്തുംതന്നെ ഫ്യൂഡൽ രാജവാഴ്ചയുടെ കാലത്ത് മതങ്ങൾ രാഷ്ട്രീയാധികാരത്തിലെ മുഖ്യഘടകമായിരുന്നു. പടിഞ്ഞാറൻ നാടുകളിൽ മുതലാളിത്തം ശക്തി പ്രാപിച്ചതോടെ അതിന്റെ വിപണി സംരക്ഷിക്കുന്നതിന് സ്ഥിരമായ അതിർത്തികളും മതേതര ഭരണകൂടവും ആവശ്യമായി വന്നു. അപ്പോഴാണ് ദേശീയ, മതേതര, ജനാധിപത്യ ഭരണകൂടങ്ങൾ ഉയർന്നുവരാൻ തുടങ്ങിയത്. ഈ പുതിയ യാഥാർത്ഥ്യവുമായി പടിഞ്ഞാറൻ രാജ്യങ്ങളിലെ മുഖ്യമതമായിരുന്ന ക്രിസ്തുമതം സമരസപ്പെടുകയും പിൻനിരയിലേക്ക് പിൻവാങ്ങുകയും ചെയ്തു. എന്നാൽ കോളനികളായി മാറിയ മൂന്നാം ലോകരാജ്യങ്ങളിൽ മുതലാളിത്തവും ജനാധിപത്യവും തടഞ്ഞുനിർത്തപ്പെട്ടുകൊണ്ട് മതവിഭാഗങ്ങളുടെ സാമൂഹികപങ്ക് കൂടുതൽ ശക്തമായി തുടർന്നു. ഇസ്ലാം, ഹിന്ദു, ബുദ്ധ മതങ്ങളെല്ലാം ഈ വിഭാഗത്തിൽപ്പെടുന്നു. ഇവിടെയെല്ലാം മതമൗലികവാദത്തിൽ നിന്നുടലെടുക്കുന്ന മത തീവ്രവാദം ശക്തിപ്പെടുന്നതിന്റെ പശ്ചാത്തലമിതാണ്.

ഇന്ത്യയിൽ ഹിന്ദു രാഷ്ട്രീയം ബാബറി മസ്ജിദ് പ്രശ്നത്തെ ഹിന്ദു വോട്ടുബാങ്ക് സമാഹരിക്കാനായി ഉപയോഗിക്കയാണുണ്ടായത്. നിയമവിരുദ്ധ പ്രവർത്തനങ്ങളെ ബഹുജനമുന്നേറ്റത്തിന്റെയും കലാപങ്ങളുടെയും സ്വഭാവത്തിൽ നിലനിർത്താൻ ഹിന്ദുത്വശക്തികൾ പ്രത്യേകം ശ്രദ്ധ ചെലുത്തുകയുണ്ടായി. തന്മൂലമാണ് അവർക്ക് ഭീകരവാദ മുദ്ര ലഭിക്കാതിരുന്നത്. എന്നാൽ സമീപകാലത്ത് മഹാരാഷ്ട്രയിലും ഗുജറാത്തിലും നടന്ന ഭീകരവാദ സംഭവങ്ങൾക്ക് പിന്നിൽ ഹിന്ദുത്വ രാഷ്ട്രീയത്തിന്റെ മേലേതട്ടിൽ ബന്ധമുള്ള ഒരു ഹിന്ദു സന്ന്യാസിനിയും ചില മുൻ സൈനിക ഓഫീസർമാരും പങ്കാളികളാണെന്ന കഥ പുറത്തുവന്നതോടെ ഹിന്ദു ഭീകരവാദം ഒരു യാഥാർത്ഥ്യമാണെന്ന് അംഗീകരിക്കപ്പെട്ടിട്ടുണ്ട്. എല്ലാ മുസ്ലിംങ്ങളും ഭീകരവാദികളല്ലെങ്കിലും എല്ലാ ഭീകരരും മുസ്ലിംങ്ങളാണ് എന്ന അദ്വാനി നിർവചനം ഇതോടെ തകർന്നു വീഴുകയും ചെയ്തു.

ബാബറി മസ്ജിദ് തകർക്കപ്പെട്ടതിനെത്തുടർന്ന് ബോംബെയിൽ ഉണ്ടായ ഇസ്ലാമിക തീവ്രവാദ പ്രവർത്തനങ്ങളോട് പ്രതികരിച്ച ഹിന്ദുത്വശക്തികൾ കലാപസ്വഭാവത്തിലാണ് അക്രമങ്ങൾ നടത്തിയത്. ശ്രീകൃഷ്ണ കമ്മീഷൻ അതിന്റെ കൃത്യമായ ചിത്രം അവതരിപ്പിച്ചിട്ടും

നടപടി ഒന്നും ഉണ്ടായില്ല. അതേസമയം ഇസ്ലാമിക തീവ്രവാദികൾക്കെതിരായ വിചാരണയും ശിക്ഷാവിധിയും ശക്തമായ രീതിയിൽത്തന്നെ ഉണ്ടായി.കോയമ്പത്തൂർ സംഭവവികാസങ്ങളിലും ഈ പ്രവണത കാണാം. ഗുജറാത്തിലെ ഗോധ്ര സംഭവത്തെതുടർന്നുണ്ടായ അരാജക അതിക്രമങ്ങളും ഈ കലാപസ്വഭാവത്തിൽ തുടർന്നു. ഒറീസ്സയിൽ ക്രിസ്തുമതത്തിലേക്ക് പരിവർത്തനം ചെയ്ത ദളിത് സമൂഹത്തെ ഗോത്രവർഗ്ഗക്കാരെ കൊണ്ട് ആക്രമിപ്പിക്കുകയാണ് ഹിന്ദുത്വ ശക്തികൾ ചെയ്തത്. ഇത്തരം അക്രമങ്ങളുടെ കലാപസ്വഭാവത്തിന്റെ മറ പറ്റി, ഇവയ്ക്കെതിരായ ശക്തമായ നിയമനടപടികൾ ഉണ്ടാവാതെ പോവുന്നത് മുസ്ലിം തീവ്രവാദത്തിന്റെ വളർച്ചയ്ക്ക് അന്തരീക്ഷമൊരുക്കുന്നു എന്നത് തർക്കമറ്റ വസ്തുതയാണ്.

ബാബറി മസ്ജിദിന് ശേഷമുള്ള ഏതാണ്ടൊരു ദശകക്കാലം ഇസ്ലാമിക തീവ്രവാദം മുഖ്യമായും ഭീകരവാദ സ്വഭാവത്തിലാണ് പ്രവർത്തിച്ചത് എങ്കിലും അവ ഹിന്ദുത്വ തീവ്രവാദത്തോടുള്ള പ്രതികരണവും ചെറുത്തുനിൽപ്പും എന്ന നിലയ്ക്ക് ന്യായീകരിക്കപ്പെടുകയും ചെയ്തു.

ബിൻലാദനും കൂട്ടരും ന്യൂയോർക്ക് ആക്രമണങ്ങൾ നടത്തിയതോടെ ആഗോള ഇസ്ലാമിക് തീവ്രവാദം എന്നൊന്ന് ഉടലെടുത്തു. സിമി 'ഇന്ത്യയുടെ മോചനം ഇസ്ലാമിലൂടെ' എന്നു പറഞ്ഞപ്പോൾ ബിൻലാദൻ പറയുന്നത് 'ലോകത്തിന്റെ മോചനം ഇസ്ലാമിലൂടെ' എന്നാണ്. ജനാധിപത്യം, ദേശീയത, മതേതരത്വം എന്നീ രാഷ്ട്രീയ ഘടനകൾ ദൈവവിരുദ്ധവും അതുകൊണ്ട് വർജ്യവുമായി കാണുന്ന ഒരു രാഷ്ട്രീയ പ്രത്യയശാസ്ത്രമാണ് ഈ ആഗോള ഇസ്ലാമിക തീവ്രവാദത്തിന് പിന്നിലുള്ളത്. എല്ലാത്തിനും അന്തിമാധികാരി അള്ളാഹുവാണെന്ന് സിദ്ധാന്തിക്കുന്ന ഈ കാഴ്ചപ്പാട്, അദൃശ്യനായ ദൈവത്തിനുപകരം നിൽക്കുന്നവരുടെ സ്വേച്ഛാധികാരത്തിലേക്കാണ് എത്തിച്ചേരുന്നത്. ഫലത്തിൽ ഫ്യൂഡൽ അധികാരഘടനയുടെ ചട്ടക്കൂടിനപ്പുറം പോകാൻ ഈ വീക്ഷണത്തിനാവുകയില്ല.

അങ്ങേയറ്റം പിന്തിരിപ്പനും അപകടകാരിയുമായ ഈ ചിന്താഗതി അഫ്ഗാനിസ്ഥാനിലെ അൽഖെയ്ദ - താലിബാൻ കൂട്ടുകെട്ടിലൂടെ പാക്കിസ്ഥാനും കാശ്മീരും വഴിയാണ് ഇന്ത്യയിലും കേരളത്തിലും എത്തിയിട്ടുള്ളത്. ക്രിമിനൽ പശ്ചാത്തലമുള്ളവരെ പണം കൊടുത്ത് റിക്രൂട്ട് ചെയ്യുമ്പോൾ അവിടെ പ്രത്യയശാസ്ത്രത്തിന് എന്തു പ്രസക്തിയെന്ന ചോദ്യം പ്രസക്തമാണ്. ചാവേറുകളായി പോകുന്നവരുടെ അവസ്ഥ അതായിരിക്കാമെങ്കിലും അവർക്ക് നേതൃത്വം നൽകുന്നവർ

ആശയപരമായി സജ്ജരായവർ തന്നെ ആയിരിക്കും.

ഇന്ത്യയിലെ ഭൂരിപക്ഷ ഹിന്ദു തീവ്രവാദത്തിന്റെ കടന്നാക്രമണത്തിന് വിധേയമായ മുസ്‌ലിം ന്യൂനപക്ഷ സമുദായം ഗുരുതരമായ സ്വത്വ പ്രതിസന്ധിയെ നേരിട്ട സന്ദർഭത്തിൽ അവർക്ക് പിന്തുണയും സംരക്ഷണവും നൽകേണ്ടത് മതേതര വിശ്വാസികളുടെയും മതേതര ഭരണസംവിധാനത്തിന്റെയും കടമയാണ്. പൂർണ്ണമായിട്ടല്ലെങ്കിലും ഒരു പരിധി വരെ അതിവിടെ ലഭ്യമാവുകയും ചെയ്തു. ഹിന്ദുത്വ കടന്നാക്രമണത്തോടുള്ള ചെറുത്തുനിൽപ്പിന്റെ രൂപത്തിൽ വളർന്നുവന്ന ന്യൂനപക്ഷ തീവ്രവാദത്തോട് സഹതാപപൂർവ്വമായ ഒരു പരിഗണന ഇവിടെ വളർന്നുവരികയും ചെയ്തു. സ്വാഭാവികമായിരുന്നു അത്. എന്നാൽ ആഗോള ഇസ്‌ലാമിക തീവ്രവാദത്തിന്റെ മുൻകൈയിൽ നടക്കുന്ന തീവ്രവാദ പ്രവർത്തനങ്ങളെ ആ രീതിയിൽ കാണാനാവില്ല. ഇതിനെ രണ്ടിനെയും വേർതിരിച്ച് മനസ്സിലാക്കേണ്ടത് അത്യാവശ്യമാണ്. ഇപ്പോഴാകട്ടെ ഇവയെ തമ്മിൽ വേർപിരിക്കാനാവാത്ത വിധം അവ ഒന്നായിത്തീരുന്നുണ്ട്. കശ്മീർ പ്രശ്നത്തോടും ഗുജറാത്തിലെ അതിക്രമങ്ങളോടും പ്രതികരിച്ചുകൊണ്ട് ആഗോള ഇസ്‌ലാമിക തീവ്രവാദത്തിനും പ്രവർത്തിക്കാം. അഥവാ ഇത്തരം സംഭവങ്ങളെ അവർക്കും ഉപയോഗപ്പെടുത്താം. എന്നിരുന്നാലും ആഗോള ഇസ്‌ലാമിക തീവ്രവാദം മറ്റെല്ലാത്തരം തീവ്രവാദങ്ങളിൽനിന്നും എങ്ങനെ വ്യത്യസ്തമായിരിക്കുന്നുവെന്ന് മനസ്സിലാക്കാൻ വിഷമമില്ല.

ശ്രീലങ്കയിൽ എൽ.ടി.ടി.ഇയും പലസ്തീൻ വിമോചന പ്രസ്ഥാനവും ചാവേറുകളെ സംഘടിതമായി ഉപയോഗപ്പെടുത്തുന്ന ഏറ്റവും ശക്തമായ തീവ്രവാദ പ്രസ്ഥാനങ്ങളാണെങ്കിലും അവ നിശ്ചിതവും പരിമിതവുമായ ഒരു ലക്ഷ്യം നേടുന്നതിനുവേണ്ടി മാത്രമാണ് പ്രവർത്തിക്കുന്നത്. കമ്മ്യൂണിസ്റ്റ് തീവ്രവാദികൾ സൈദ്ധാന്തികമായി ജനാധിപത്യത്തെ തള്ളിക്കളയുകയും ഭീകരവാദം നടപ്പാക്കാൻ ശ്രമിക്കുകയും ചെയ്യുന്നുണ്ടെങ്കിലും നേപ്പാളിലും മറ്റും കണ്ടതുപോലെ, ജനാധിപത്യത്തിലേക്ക് മടങ്ങാൻ അവർ നിർബന്ധിതരാവുന്നുണ്ട്. ഇന്ത്യയിലെ ഹിന്ദുത്വ രാഷ്ട്രീയക്കാർ, ഹിന്ദുരാഷ്ട്രം സ്ഥാപിക്കുക എന്ന ലക്ഷ്യം മുന്നോട്ടുവെക്കുന്നവരാണ്.

ജനാധിപത്യത്തെ തള്ളിക്കളഞ്ഞ് ഭീകരവാദം സ്വീകരിക്കാൻ തയ്യാറാകുന്നവർ അവർക്കിടയിലുണ്ടെങ്കിലും ഹിന്ദുത്വരാഷ്ട്രീയശക്തികളിൽ പ്രബലമായിക്കൊണ്ടിരിക്കുന്ന പ്രവണത ജനാധിപത്യത്തിലേക്കുള്ള ചായ്‌വാണെന്നു കാണാം. എങ്കിലും അവർക്കിടയിലെ തീവ്രവാദത്തിന്റെ അപകടം കുറച്ചുകാണാനും പാടില്ല.

ആഗോള ഇസ്ലാമിക തീവ്രവാദം ലക്ഷ്യം വെക്കുന്നത് ലോകം മുഴുവനും ഇസ്ലാമിക ഭരണം സ്ഥാപിക്കുക എന്നതാണ് ഇതര മതങ്ങൾക്കും ജനങ്ങൾക്കും സ്ഥാനമില്ലാത്ത ഈ ഭരണം ദൈവത്തിന്റെ പേരിലാണ് നടപ്പാക്കപ്പെടുക. മതമേധാവികളോ ഈ രാഷ്ട്രീയത്തിന്റെ തലപ്പത്തുള്ളവരോ നടത്തുന്ന സ്വേച്ഛാധിപത്യ ഭരണമായി അതു മാറും. ഉത്തരേന്ത്യൻ സ്ഫോടനങ്ങൾക്ക് ഉത്തരവാദികളായവരിൽ അറസ്റ്റ് ചെയ്യപ്പെട്ട ചിലരുമായി ചില പത്രക്കാർ നടത്തിയ അഭിമുഖത്തിൽ, അള്ളാഹുവിന്റെ ഹിതാനുസാരം ചെയ്ത പ്രവൃത്തികളിൽ നിരപരാധികൾ കൊല്ലപ്പെടാനിടയായതിൽ തങ്ങൾക്ക് ഖേദമില്ലെന്ന് പറയുകയുണ്ടായി. അത്തരം പ്രവർത്തനങ്ങളിൽ രക്തസാക്ഷിത്വം വരിച്ചാൽ സ്വർഗ്ഗരാജ്യം ലഭിക്കുമെന്നും അവർ വിശ്വസിക്കുന്നു.

ഈ ഇസ്ലാമിക് രാഷ്ട്രീയത്തിന് മനുഷ്യസമൂഹത്തിന്റെ ചരിത്രവികാസ ക്രമത്തിൽ വിലങ്ങുതടിയായി അധികനാൾ നിൽക്കാനാവില്ല. ഫ്യൂഡൽകാലഘട്ടത്തിൽ ഉടലെടുത്ത മതമെന്ന നിലയ്ക്ക് അധികാരഘടനയുമായി അതിനുള്ള ബന്ധമാണ് മതേതര, ജനാധിപത്യവൽക്കരണ പ്രക്രിയയിൽ സ്വാംശീകരിക്കാൻ അത് അമാന്തിക്കുന്നത്. പക്ഷേ, ഈ ചരിത്ര പ്രക്രിയയിൽനിന്ന് വിട്ടുനിൽക്കാൻ അതിനാവില്ല.

കേരളത്തിലെ ഇസ്ലാമിക സമൂഹം വലിയൊരു പരിധി വരെ മതേതര ജനാധിപത്യക്രമത്തിന്റെ ഭാഗമായിക്കഴിഞ്ഞിട്ടുണ്ട്. ഈ പരിവർത്തനത്തിൽ മുസ്ലിം ലീഗ് ഗണ്യമായ പങ്ക് വഹിക്കുകയും ചെയ്തിട്ടുണ്ട്. തീവ്രവാദത്തെ തടഞ്ഞുനിർത്തുന്നതിൽ അവരുടെ പങ്ക് വലുതാണ്. പക്ഷേ, പലവിധ തീവ്രവാദ വിഭാഗങ്ങൾക്ക് ഇടതുപക്ഷം ഉൾപ്പെടെയുള്ള മറ്റു കക്ഷികളിൽനിന്ന് ലഭിക്കുന്ന പിന്തുണ ലീഗിന്റെ തീവ്രവാദ വിരുദ്ധ ശ്രമങ്ങളെ ദുർബലപ്പെടുത്തിയിട്ടുണ്ട്. ആഗോള ഇസ്ലാമിക തീവ്രവാദത്തെ തടഞ്ഞുനിർത്താൻ മുസ്ലിം ലീഗിന് മാത്രമായി കഴിയുകയുമില്ല.

കേരളം ഇന്നു നേരിടുന്ന തീവ്രവാദ ഭീഷണിയുടെ ഗൗരവം തിരിച്ചറിയേണ്ടത് പൊതുസമൂഹം തന്നെയാണ്. പൊതു സമൂഹം പുലർത്തുന്ന ജാഗ്രതകൊണ്ടു മാത്രമേ ഈ ഭീഷണിയെ നേരിടാനാവൂ. കക്ഷി-രാഷ്ട്രീയ താല്പര്യങ്ങൾക്കുവേണ്ടി പരസ്പരം പഴിചാരാതെ കൂട്ടായ ശ്രമങ്ങളാണ് ഇന്നാവശ്യം.

മാതൃഭൂമി ദിനപത്രം നവംബർ 16 2008

കേരളത്തിലെ ഭൂപരിഷ്കരണം
ചില നിരീക്ഷണങ്ങൾ

കേരളത്തിൽ നടന്ന ഭൂപരിഷ്ക്കരണം മാതൃകാപരമെന്ന് കണക്കാക്കപ്പെടുകയും പ്രചരിപ്പിക്കപ്പെടുകയും ചെയ്യുന്നു. കേരളത്തിൽ മാത്രമേ പൂർണ്ണതോതിലുള്ള ഭൂപരിഷ്ക്കരണം നടന്നിട്ടുള്ളു എന്ന പ്രചരണവും കേരളത്തിൽ ശക്തമാണ്. സാങ്കേതികമായി നോക്കിയാൽ ഫ്യൂഡൽ ഭൂബന്ധങ്ങൾ തകർക്കപ്പെടുകയും പകരം മുതലാളിത്ത ഭൂബന്ധങ്ങൾ നിലവിൽ വരികയും ചെയ്താൽ ഭൂപരിഷ്ക്കരണം ഫലവത്തായി എന്നു പറയാം. ആ അടിസ്ഥാനത്തിൽ പരിശോധിച്ചാൽ കേരളത്തിലെ ഭൂപരിഷ്ക്കരണം ലക്ഷ്യം നേടിയിട്ടുണ്ട്. സംശയമില്ല. പക്ഷേ, ഭൂബന്ധങ്ങളിലെ ഇത്തരം മാറ്റങ്ങളുടെ സ്വാഭാവികഫലം കാർഷിക ഉല്പാദനക്ഷമതയിലെ കുതിച്ചുചാട്ടമാണ്. ഭൂബന്ധങ്ങളിലെ മാറ്റം ഫലപ്രദമായി നടക്കുകയും തുടർന്ന് കാർഷിക ഉല്പാദനക്ഷമതയിലെ കുതിച്ചുചാട്ടം നടത്തുകയും ചെയ്തതിന്റെ നല്ല മാതൃക നമുക്ക് കാണാവുന്നത് പഞ്ചാബിലാണ്. ഏറ്റക്കുറച്ചിലുകളോടെ ഈ ലക്ഷ്യത്തിലേക്കടുത്ത മറ്റു പല സംസ്ഥാനങ്ങളെയും കാണാം. എന്നാൽ കേരളത്തിലാകട്ടെ, ഭൂബന്ധങ്ങളുടെ മാറ്റം പൂർത്തിയായെങ്കിലും ആധുനികവൽക്കരണം തടഞ്ഞു നിറുത്തപ്പെട്ടതു നിമിത്തം ഉല്പാദനക്ഷമത കുതിച്ചുചാടിയില്ലെന്നു മാത്രമല്ല, സ്തംഭനത്തിലാവുകയും ചെയ്തു. തികച്ചും അശാസ്ത്രീയമായി യന്ത്രവൽക്കരണത്തെ തടഞ്ഞുനിറുത്തിയതിന്റെ ദുരന്തഫലമാണ് ഇപ്പോൾ കേരളത്തിലെ നെൽവയലുകളിൽ നാം കണ്ടുകൊണ്ടിരിക്കുന്നത്.

1957 ൽ ഒന്നാമത്തെ കമ്മ്യുണിസ്റ്റു മന്ത്രിസഭയ്ക്ക് നേതൃത്വം നൽകുന്ന വേളയിൽ ഇ.എം.എസ്സ് പറയുകയുണ്ടായി, കോൺഗ്രസ് ഗവൺമെന്റ് പ്രഖ്യാപിച്ച കാര്യങ്ങൾ നടപ്പാക്കുക മാത്രമാണ് തങ്ങൾ ചെയ്യുന്നതെന്ന്. നെഹ്റു സർക്കാരിന്റെ അജണ്ടയിൽ പ്രധാന ഘടക

മായിരുന്നു ഭൂപരിഷ്കരണം. പക്ഷെ, കോൺഗ്രസ് നേതൃത്വം നൽകിയ സംസ്ഥാന സർക്കാറുകൾക്ക് ഭൂപരിഷ്ക്കരണം നടപ്പിലാക്കാൻ വലിയ താല്പര്യമുണ്ടായിരുന്നില്ല. കാരണം, ആ സർക്കാരുകളെ നിയന്ത്രിച്ചിരുന്നത് സംസ്ഥാനങ്ങളിലെ ഫ്യൂഡൽ ശക്തികളും താല്പര്യങ്ങളുമായിരുന്നു. തന്മൂലം ഇത്തരം സർക്കാറുകൾ ഭൂപരിഷ്ക്കരണത്തിന്റെ പേരിൽ നാമമാത്രമായ നടപടികളാണ് സ്വീകരിച്ചിരുന്നത്. ഇത്തരം ഒരു പശ്ചാത്തലത്തിലാണ് ഇ.എം.എസ്സ് മന്ത്രിസഭ സമഗ്രമായ ഭൂപരിഷ്ക്കരണത്തിന് വേണ്ടിയുള്ള നിയമനിർമ്മാണത്തിന് തുടക്കം കുറിച്ചത് പരക്കെ ശ്രദ്ധിക്കപ്പെട്ടത്. ഇ.എം.എസ്സ് മന്ത്രിസഭയെ പുറത്താക്കുന്നതിന് കളമൊരുക്കിയ വിമോചന സമരത്തിന് ഒരു ഹേതുവായും ഭൂപരിഷ്ക്കരണം കണക്കാക്കപ്പെടാനിടയായി. ഭൂപരിഷ്ക്കരണത്തിന്റെ ഗുണഭോക്താക്കളാകേണ്ട സാധാരണക്കാർ വൻതോതിൽ വിമോചന സമരത്തിൽ അണിനിരത്തപ്പെട്ടു എന്നതാണ് വാസ്തവം. ഭൂപരിഷ്ക്കരണം നടപ്പിലാക്കാൻ കഴിയുന്നതിനുമുമ്പുതന്നെ ആ മന്ത്രിസഭ പുറന്തള്ളപ്പെടുകയും ചെയ്തു.

തുടർന്ന് അധികാരത്തിൽ വന്ന കോൺഗ്രസ് നേതൃത്വത്തിലുള്ള മന്ത്രിസഭ ഏറെ വെള്ളം ചേർത്ത രൂപത്തിൽ ഭൂപരിഷ്ക്കരണനിയമം തല്ലിക്കൂട്ടിയെടുക്കാൻ നോക്കി. പക്ഷേ, അവർക്കും അത് നടപ്പിലാക്കാൻ അവസരം ലഭിച്ചില്ല. 1967 ൽ ഇടതുമുന്നണി സർക്കാർ സമഗ്രമായ ഭൂപരിഷ്ക്കരണനിയമം ഉണ്ടാക്കാൻ തുടങ്ങിയെങ്കിലും ആഭ്യന്തര കാരണങ്ങൾകൊണ്ട് ആ സർക്കാരും നിലംപതിച്ചു. 1970 കളിൽ നിലവിൽ വന്ന അച്യുതമേനോൻ മന്ത്രിസഭയാണ്, താരതമ്യേന മെച്ചപ്പെട്ട ഒരു ഭൂപരിഷ്കരണ നിയമം പാസാക്കിയെടുക്കുകയും നടപ്പിലാക്കുകയും ചെയ്തത്.

ഇ.എം.എസ്സ് മന്ത്രിസഭ ആരംഭിച്ചുവെച്ചതും അച്യുതമേനോൻ മന്ത്രിസഭ നടപ്പിലാക്കിയതുമായ ഭൂപരിഷ്കരണ പ്രക്രിയക്ക് പ്രധാനപ്പെട്ട ചില ദൗർബല്യങ്ങളുമുണ്ടായിരുന്നു. അവയിലൊന്ന് ഇന്ത്യയിലെ കമ്മ്യൂണിസ്റ്റുകാർ പൊതുവിൽ സ്വീകരിച്ചുപോന്ന വർഗ്ഗ ന്യൂനീകരണ സമീപനമായിരുന്നു. ഭൂപരിഷ്ക്കരണത്തെ ഫ്യൂഡൽ വർഗ്ഗബന്ധങ്ങൾ അവസാനിപ്പിക്കുന്ന പ്രക്രിയയായി ചുരുക്കിക്കണ്ടു. എന്നു പറഞ്ഞാൽ ജന്മിയും പാട്ടക്കുടിയാനും തമ്മിലുള്ള വർഗ്ഗബന്ധം അവസാനിപ്പിക്കുക മാത്രമായി ഭൂപരിഷ്ക്കരണത്തിന്റെ ലക്ഷ്യം. പാട്ടക്കുടിയാന്മാർ പാട്ടത്തുകയുടെ 16 ഇരട്ടി ജന്മിക്ക് ഗഡുക്കളായി നഷ്ടപരിഹാരം നൽകി പാട്ടഭൂമി സ്വന്തമാക്കാനുതകുന്ന നിയമനിർമ്മാണം നടത്തുകയാണ്

ചെയ്തത്. ഭൂപരിഷ്ക്കരണ പ്രക്രിയയിലെ പ്രധാന ഭാഗമാണിത്. തർക്കമില്ല. എന്നാൽ ഇന്ത്യയിലെ വർണ്ണ ജാതി ഘടനയിൽ യഥാർത്ഥ കൃഷിപ്പണി ചെയ്തിരുന്നവരിൽ ഗണ്യമായ വിഭാഗം, ആദ്യകാല ഫ്യൂഡൽ ഘടനയിലെ അടിയാന്മാരായിരുന്ന പട്ടികജാതിക്കാരായിരുന്നു. പാടത്ത് പണിയെടുത്തിരുന്നവർ ഇവരായിരുന്നെങ്കിലും ഇവർക്ക് പാട്ടഭൂമി കൈവശം വെക്കാൻപോലും അവകാശമുണ്ടായിരുന്നില്ല. തന്മൂലം കമ്മ്യൂണിസ്റ്റുകാരുടെ ഭൂപരിഷ്ക്കരണത്തിൽ ദളിതരും ആദിവാസികളും യാതൊരു അവകാശങ്ങളുമില്ലാത്തവരായി മാറി. ജന്മിയുടെ ഭൂമിയിൽ കുടിൽ കെട്ടി താമസിച്ചിരുന്നവർക്ക് പത്ത് സെന്റ് കുടികിടപ്പവകാശമാണ് കിട്ടിയത്. ഇത് കൃഷിഭൂമിയല്ല. മറ്റ് ഇന്ത്യൻ ഗ്രാമങ്ങളിൽ ഏതൊരു ഗ്രാമവാസിക്കും വീട് വെക്കാനുള്ള സ്ഥലം സൗജന്യമായി ലഭിക്കും. ഇവിടെ അങ്ങിനെയൊരു ഗ്രാമഘടന ഉണ്ടായിരുന്നില്ല. തന്മൂലം ഗ്രാമവാസിക്ക് കുടിൽ വെക്കാൻ ജന്മിയെ ആശ്രയിക്കേണ്ടിവരികയായിരുന്നു ഇവിടെ. ജന്മിമാർ കർഷക തൊഴിലാളികൾക്ക് പത്തുസെന്റ് കൊടുത്ത് തങ്ങളുടെ ഉത്തരവാദിത്തത്തിൽ നിന്ന് തടിയൂരുകയായിരുന്നു.

കേരളത്തിലെ ഭൂപരിഷ്ക്കരണം, പരിഹരിക്കാതെ അവശേഷിപ്പിച്ച ഈ അടിസ്ഥാന പ്രശ്നത്തിൽനിന്നാണ് സമീപകാലത്ത് വർദ്ധിച്ചുവരുന്ന ആദിവാസി, ദളിത് സമരങ്ങൾ ഉയർന്നുവരുന്നത്. കൃഷിഭൂമിയിൽ പണിയെടുത്ത് ഉപജീവനം കഴിക്കുന്ന ഇവർക്ക് ഒരു തുണ്ട് കൃഷിഭൂമി പോലുമില്ലെന്ന് പറയുമ്പോൾ കേരളത്തിലെ ഭൂപരിഷ്ക്കരണത്തിന് എന്തു പറ്റി എന്ന് ആരും ചോദിച്ചുപോകും. പക്ഷേ, ശക്തിപ്രാപിച്ചു വരുന്ന ദളിത്, ആദിവാസി സമരങ്ങൾ കേരളത്തിലെ ഭൂപരിഷ്ക്കരണത്തിന്റെ ഈ ദുർബലവശത്തെയാണ് അനാവരണം ചെയ്തുകൊണ്ടിരിക്കുന്നത്.

കമ്മ്യൂണിസ്റ്റുകാരുടെ വർഗ്ഗ ന്യൂനീകരണ സമീപനത്തിന്റെ മറ്റൊരു ഫലമായിരുന്നു മുതലാളിത്ത സംരംഭങ്ങളെന്ന നിലക്ക് വിവിധ തരം എസ്റ്റേറ്റുകളെ ഭൂപരിഷ്ക്കരണത്തിന്റെ പരിധിയിൽ നിന്ന് ഒഴിവാക്കിയത്. കാപ്പി, തേയില, റബ്ബർ, ഏലം, കുരുമുളക് എന്നിങ്ങനെ വിവിധ നാണ്യ വിളത്തോട്ടങ്ങളാണ് ഒഴിവാക്കപ്പെട്ടത്. ജനാധിപത്യ വിപ്ലവത്തിന്റെ കാലഘട്ടത്തിൽ മുതലാളിത്ത സ്ഥാപനങ്ങളെ സ്വതന്ത്രമായി പ്രവർത്തിക്കാൻ അനുവദിക്കുക ആവശ്യം തന്നെയാണ്. പക്ഷേ, കേരളത്തിൽ ഈ ഒഴിവാക്കൽ വലിയൊരു വിഭാഗം ജന്മിമാരും ഭൂവുടമകളും തങ്ങളുടെ മിച്ചഭൂമിയെ സംരക്ഷിക്കുന്നതിനുള്ള ഉപാധിയാക്കി മാറ്റുകയാണുണ്ടായത്. ഇ.എം.എസ് മന്ത്രിസഭയുടെ കാലം മുതൽക്ക് തന്നെ

ഭൂപരിഷ്ക്കരണം സജീവ ചർച്ചാവിഷയമായതുകൊണ്ട്, 1970 ൽ അച്യുതമേനോൻ മന്ത്രിസഭ ഭൂപരിഷ്ക്കരണം നടപ്പിലാക്കി തുടങ്ങിയപ്പോഴേക്കും പഴയ ജന്മിമാരുടെ കൈവശമുണ്ടായിരുന്ന മിച്ചഭൂമിയിൽ ഗണ്യമായ ഭാഗവും സംരക്ഷിക്കുന്നതിനുള്ള വഴികൾ കണ്ടെത്താൻ അവർക്കു കഴിഞ്ഞിരുന്നു. ഭൂപരിഷ്ക്കരണം നടപ്പിലാക്കിയപ്പോൾ യഥാർത്ഥത്തിൽ ലഭിക്കുമായിരുന്ന മിച്ചഭൂമിയുടെയും ലഭിച്ച മിച്ചഭൂമിയുടെയും അളവ് ഗണ്യമായി കുറയുകയാണുണ്ടായത്. ഭൂരഹിത കർഷകർക്ക് പുനർ വിതരണം ചെയ്യാൻ തുച്ഛമായ ഭൂമിയാണ് ലഭ്യമായത്. ദളിത്, ആദിവാസി വിഭാഗങ്ങളിലെ ഭൂരഹിതർക്ക് ഒരു തുണ്ടു കൃഷിഭൂമി പോലും ലഭിക്കാതെ പോയതിന് ഇതും കാരണമാണ്. അച്യുതമേനോൻ മന്ത്രിസഭ ഭൂപരിഷ്ക്കരണം നടപ്പിലാക്കിയതു വഴി ഉണ്ടായ രാഷ്ട്രീയ നഷ്ടം നികത്താനായി സി.പി.എം നടത്തിയ മിച്ചഭൂമി സമരം അവർക്ക് രാഷ്ട്രീയ നേട്ടമുണ്ടാക്കിക്കൊടുത്തു. എങ്കിലും കേരളത്തിൽ ഭൂബന്ധഘടനയിൽ അത് ഗണ്യമായ മാറ്റമൊന്നും ഉണ്ടാക്കിയില്ല.

കേരളത്തിലെ ഭൂപരിഷ്ക്കരണത്തെ മനസ്സിലാക്കാൻ ശ്രമിക്കുമ്പോൾ ഇവിടത്തെ പ്രത്യേക ഭൂഘടനയുടെ കാര്യം അവഗണിക്കാൻ പാടില്ല. മറ്റ് ഇന്ത്യൻ സംസ്ഥാനങ്ങളിലും ലോകമെമ്പാടുമുള്ളപോലെ വിശാലമായ വയലേലകളും അവയ്ക്കിടയിലെ ഗ്രാമങ്ങളും എന്ന ഘടന കേരളത്തിലില്ല. അല്പം വിശാലമായ വയലേലകൾ കുട്ടനാട്ടിലും തൃശ്ശൂരിലെ കോൾനിലങ്ങളിലും പാലക്കാടുമാണ് കാണാവുന്നത്. ബാക്കിയുള്ളയിടങ്ങളിൽ ചെറിയ ചെറിയ കുന്നുകൾക്കിടയിൽ ചെറുവയലുകൾ ചിതറി കിടക്കുന്ന അവസ്ഥയാണുള്ളത്. കരഭൂമിയിൽ തെങ്ങും നാണ്യവിളകളും കൃഷി ചെയ്യുന്നതിനിടയിൽ ചിതറികിടക്കുന്ന വീടുകളാണ് ഗ്രാമജീവിതം.

പിന്നോക്കക്കാരും ന്യൂനപക്ഷക്കാരുമായ ഇടത്തരക്കാർക്കാണ് പാട്ടഭൂമിയിൽ സിംഹഭാഗവും ലഭിച്ചത്. അവരിൽ ചെറിയൊരു വിഭാഗമേ കൃഷിയിൽ തുടരുന്നവരായുണ്ടായുള്ളൂ. ബാക്കിയുള്ളവർ മറ്റു തൊഴിലുകളിലേക്കും കച്ചവടത്തിലേക്കും മറ്റും നീങ്ങുന്നവരായിരുന്നു. ഇത്തരക്കാർ മുഖ്യ വരുമാനമാർഗ്ഗമല്ലാതെയാണ് കൃഷിയും കൃഷിഭൂമിയും നില നിർത്തിപ്പോന്നത്. കേരളത്തിലെ ചെറുകിട ഭൂവുടമകളിൽ ഭൂരിഭാഗവും കൃഷിക്കാരല്ലെന്നതാണ് വാസ്തവം. കാർഷികോൽപാദനക്ഷമതയുടെ മുരടിപ്പിന് ഇതും ഒരു കാരണമാണ്.

കേരളത്തിലെപ്പോലെ കർഷകത്തൊഴിലാളികൾ സംഘടിപ്പിക്കപ്പെടാനിടയായ മറ്റൊരു സംസ്ഥാനവും ഇന്ത്യയിലില്ല. അടിയാന്മാരുടെ അവ

സ്ഥയിൽനിന്ന് അവകാശബോധമുള്ള സംഘടിത ശക്തിയായി അവർ വളർന്നത് കേരളത്തിന്റെ സാമൂഹ്യവികാസത്തിലെ ഒരു നാഴികക്കല്ലു തന്നെയായിരുന്നു. പക്ഷേ, ഈ സംഘടിത ശക്തി ഗണ്യമായ രീതിയിൽ കൂലി കൂടുതൽ നേടാൻ സഹായകമായപ്പോൾ ഉല്പാദന ക്ഷമത വർദ്ധിപ്പിക്കുന്നതിനുവേണ്ടി ഈ സംഘടിത ശക്തി സഹായകമായില്ലെന്നു മാത്രമല്ല, കാർഷികമേഖലയുടെ യന്ത്രവൽക്കരണത്തെ തടഞ്ഞു നിർത്തുന്നതിനായി അത് ഉപയോഗിക്കപ്പെടുകയും ചെയ്തു. ഉല്പാദനക്ഷമതയുമായി പൊരുത്തപ്പെടാത്ത കൂലി കൂടുതൽ കാർഷികോല്പാദനത്തിന്റെ ലാഭം കുറക്കുകയും കൃഷി തൊഴിലെന്ന നിലക്ക് ആകർഷണീയമല്ലാതായി തീരുകയും ചെയ്തു. ഒരു വിഭാഗം കർഷകർ കൃഷിതന്നെ ഉപേക്ഷിച്ചപ്പോൾ മറ്റൊരു വിഭാഗം ധാന്യകൃഷിയിൽ നിന്ന് നാണ്യവിളകൃഷിയിലേക്ക് മാറുകയായിരുന്നു.

തൊഴിലാളികളുടെ തൊഴിൽ നഷ്ടപ്പെടാതിരിക്കാനാണ് യന്ത്രവൽക്കരണത്തെ തടഞ്ഞതെങ്കിലും, കാർഷിക മേഖലയിലെ തൊഴിലാളികൾ, പ്രത്യേകിച്ചും പുതിയ തലമുറ മറ്റു തൊഴിലുകളിലേക്ക് വൻതോതിൽ ചേക്കേറുകയും കൃഷിക്ക് ആവശ്യമായ തൊഴിലാളികളില്ലാതെ വരികയും ചെയ്തിട്ടും യന്ത്രവൽക്കരണത്തിനെതിരായ സമീപനം തുടരുന്നു എന്നത് വിചിത്രമായ അവസ്ഥയാണ്. തൊഴിൽ മേഖലയിൽ ഉണ്ടായിക്കൊണ്ടിരിക്കുന്ന മാറ്റങ്ങൾ വിലയിരുത്തി അതിനനുസൃതമായി യന്ത്രവൽക്കരണത്തോടുള്ള സമീപനം മാറ്റുന്നതിന് യൂണിയൻ നേതൃത്വങ്ങളോ അവയെ നയിക്കുന്ന രാഷ്ട്രീയ നേതൃത്വമോ തയ്യാറായില്ല. വിളഞ്ഞുകിടക്കുന്ന വയലുകളിൽ കൊയ്യാൻ തൊഴിലാളികളില്ല, യന്ത്രങ്ങളുമില്ല എന്ന ഇന്നത്തെ ഗുരുതരാവസ്ഥ ദശകങ്ങളായി ഈ മേഖലയിൽ തുടർന്നു വന്ന അശാസ്ത്രീയവും സാമൂഹ്യദ്രോഹപരവുമായ സമീപനങ്ങളുടെ ഫലമാണ്. കാർഷികമേഖലയിലെ ഈ കുത്തഴിഞ്ഞ അവസ്ഥ, കേരളത്തിൽ നടന്ന ഭൂപരിഷ്ക്കരണ പ്രക്രിയയുടെ തുടർച്ചയായിട്ടുതന്നെയാണ് കാണേണ്ടത്.

കേരളത്തിലെ ഭൂപരിഷ്ക്കരണ പ്രക്രിയ ഗുണഫലങ്ങളൊന്നും ഉളവാക്കിയില്ല എന്നല്ല വിവക്ഷിക്കുന്നത്. ഫ്യൂഡൽ കാർഷിക ബന്ധങ്ങൾ തകർക്കപ്പെടുകയും പാട്ടക്കുടിയാന്മാരെല്ലാം സ്വതന്ത്ര ഭൂവുടുമകളാവുകയും ചെയ്തത് ചരിത്രപരമായി പുരോഗമന നടപടി തന്നെയാണ്. ഭൂബന്ധങ്ങളിൽ ഈ രീതിയിൽ ഉണ്ടാകുന്ന മാറ്റങ്ങൾ സ്വാഭാവികമായും സൃഷ്ടിക്കേണ്ടതായ സാമ്പത്തിക വളർച്ച ഇവിടെ ഉണ്ടായില്ലെന്ന കാര്യമാണ് ചൂണ്ടിക്കാണിക്കാൻ ശ്രമിച്ചത്. ഭൂപരിഷ്ക്കരണത്തെ തുടർന്ന് വിപ

ണിശക്തികളുടെ തടസ്സമില്ലാത്ത പ്രവർത്തനം അനുവദിച്ചിരുന്നുവെങ്കിൽ പഞ്ചാബിലും മറ്റും കണ്ടതുപോലെ, യന്ത്രവൽക്കരണവും ഉല്പാദന വർദ്ധനവും ആ തോതിലല്ലെങ്കിലും ഗണ്യമായ തോതിൽ സംഭവിക്കുമായിരുന്നു. നിലവിലുള്ള തൊഴിലുകൾ നഷ്ടപ്പെടുമെന്ന പേരിൽ അത് അനുവദിക്കപ്പെട്ടില്ല. ആ അവസ്ഥയിൽ സാധ്യമാകുമായിരുന്ന മറ്റൊരു കാര്യമുണ്ട്. നിയന്ത്രണങ്ങൾ ഉള്ളിടത്ത് ആസൂത്രണം ആവശ്യമാണ്. തൊഴിൽ മേഖലയിൽ ഉണ്ടായിക്കൊണ്ടിരിക്കുന്ന മാറ്റങ്ങൾക്കനുസരിച്ച് യന്ത്രവൽക്കരണത്തിന് വേണ്ട നടപടികൾ ആസൂത്രിതമായി നടപ്പിലാക്കേണ്ടതുണ്ടായിരുന്നു. എന്നാൽ ട്രേഡ് യൂണിയൻ നേതൃത്വങ്ങളുടെ ഇടുങ്ങിയ താല്പര്യങ്ങൾക്കപ്പുറത്ത് സാമൂഹ്യ ഉത്തരവാദിത്തത്തോടെ ആസൂത്രിതമായ പദ്ധതികൾ കാർഷികമേഖലയിൽ നടപ്പിലാക്കാൻ യാതൊരു ശ്രമവും ഇവിടെ നടന്നിട്ടില്ല. കമ്പോള നിയമങ്ങൾ പ്രവർത്തിക്കാൻ അനുവദിക്കാതിരിക്കുകയും, ആസൂത്രിത നടപടികൾക്ക് ആരും മുൻകൈ എടുക്കാതിരിക്കുകയും ചെയ്ത സാഹചര്യത്തിൽ കേരളത്തിലെ ഭൂപരിഷ്ക്കരണാനന്തര കാർഷിക മേഖല നാഥനില്ലാക്കളരിയുടെ അവസ്ഥയിൽ ശിഥിലമായിക്കൊണ്ടിരിക്കുന്നു.

അച്യുതമേനോൻ ഫൗണ്ടേഷന്റെ
സെമിനാറിൽ അവതരിപ്പിച്ചത് –2010

അണ്ണ ഹസാരെ:
വഴി തെറ്റിയതെവിടെ?

2011 ൽ ഇന്ത്യൻ രാഷ്ട്രീയത്തിൽ, ലോകശ്രദ്ധ തന്നെ പിടിച്ചുപറ്റിക്കൊണ്ട് ഉയർന്നുനിന്ന അണ്ണ ഹസാരെ പ്രതിനിധാനം ചെയ്ത സിവിൽ സമൂഹ പ്രസ്ഥാനം വർഷാവസാനത്തോടെ, താൽക്കാലികമായിട്ടെങ്കിലും തിരശ്ശീലക്കു പിന്നിലേക്ക് പിൻവാങ്ങാൻ നിർബന്ധിതമായിരിക്കുന്നു. അതോടൊപ്പം ഈ പ്രസ്ഥാനം സൃഷ്ടിച്ച രാഷ്ട്രീയാനുഭവങ്ങൾ ഇന്ത്യയിലെ ജനാധിപത്യസമൂഹത്തിന് രണ്ട് പാഠങ്ങൾ നൽകുകയും ചെയ്തിട്ടുണ്ട്. ഇന്ത്യൻ ജനാധിപത്യം നേരിടുന്ന പ്രതിസന്ധികൾ തരണം ചെയ്യാവുന്നവിധം ആവശ്യമായ നിയമനിർമ്മാണങ്ങൾ നടത്താനുള്ള പ്രതിബദ്ധതയോ ശേഷിയോ നമ്മുടെ പാർലമെന്റിനില്ലെന്നുള്ള പാഠമാണ് ഇപ്പോൾ തെളിഞ്ഞുവന്നിരിക്കുന്നത്. സിവിൽ സമൂഹപ്രസ്ഥാനം പാർലമെന്ററി വ്യവസ്ഥയെ തുരങ്കം വെക്കുകയാണെന്ന പാർലമെന്റംഗങ്ങളുടെയും ഭരണപ്രതിപക്ഷ പാർട്ടികളുടെയും ആരോപണം അടിസ്ഥാനരഹിതമാണെന്നും ബന്ധപ്പെട്ട സംഭവവികാസങ്ങൾ തെളിയിച്ചിരിക്കുന്നു. ഇന്ത്യൻ ജനാധിപത്യത്തിന്റെ മുന്നോട്ടുള്ള പ്രയാണത്തിൽ ഈ രണ്ട് അനുഭവപാഠങ്ങളും നിർണ്ണായകമായ ദിശാസൂചനകൾ നൽകുന്നുണ്ടെന്നാണ് ഈ ലേഖകന്റെ വിലയിരുത്തൽ.

അഴിമതിയിലും കെടുകാര്യസ്ഥതയിലും അധികാരദുർവിനിയോഗത്തിലും മുങ്ങിനിൽക്കുന്ന പാർലമെന്ററി രാഷ്ട്രീയസംവിധാനത്തെ ശുദ്ധീകരിക്കാൻ വേണ്ടി ഒന്നും ചെയ്യാനുള്ള സന്നദ്ധതയോ കഴിവോ പാർലമെന്റിനില്ലെന്നുള്ള സിവിൽ സമൂഹ പ്രതിനിധികളുടെ ആരോപണം സാധൂകരിക്കപ്പെടുംവിധമാണ് പാർലമെന്റിനുള്ളിൽത്തന്നെ നടന്ന സംഭവവികാസങ്ങൾ പരിണമിച്ചത്. അണ്ണ ഹസാരെ ചൂണ്ടിക്കാണിച്ചതുപോലെ തികച്ചും ദുർബലമാക്കപ്പെട്ട ഒരു ലോക്പാൽ പാർലമെന്റിൽ അവതരിപ്പിച്ചിട്ട് അതുപോലും പാസ്സാക്കിയെടുക്കാൻ കഴിയാതെ പോയതിന്റെ പേരിൽ ഭരണപ്രതിപക്ഷപാർട്ടികൾ പരസ്പരം ആരോപണ

പ്രത്യാരോപണങ്ങൾ ഉന്നയിക്കുന്നുണ്ടെങ്കിലും പൊതുസമൂഹത്തിന് മുന്നിൽ പാർലമെന്റ് മൊത്തത്തിൽ തന്നെയാണ് കുറ്റവാളിയായി നിൽക്കുന്നത്. കേന്ദ്രസർക്കാറിന് നേതൃത്വം നൽകുന്ന യു.പി.എക്ക് കൂടുതൽ ഉത്തരവാദിത്തമുണ്ടെങ്കിലും പാർലമെന്റിൽ സാന്നിധ്യമുള്ള ഒരു രാഷ്ട്രീയപാർട്ടിക്കും, പാർലമെന്റിനെ ഇവ്വിധം അപഹാസ്യമായ അവസ്ഥയിലെത്തിച്ചതിന്റെ ഉത്തരവാദിത്തത്തിൽനിന്ന് ഒഴിഞ്ഞുമാറാനാവില്ല.

നാലു ദശകത്തിലധികം കാലമായി നമ്മുടെ പാർലമെന്റ് അവഗണനാ പൂർവ്വം തട്ടിക്കളിച്ച അഴിമതി വിരുദ്ധ നിയമനിർമ്മാണം അഥവാ ലോക്പാൽ ബിൽ പൊതു ജനമധ്യത്തിലേക്ക് കൊണ്ടുവരാനും സമീപകാല ഇന്ത്യൻ രാഷ്ട്രീയത്തിലെ കേന്ദ്രവിഷയമാക്കി മാറ്റാനും അണ്ണാ ടീമിന് കഴിഞ്ഞു എന്നത് ചെറിയ കാര്യമല്ല. ഇന്ത്യയിലെ സിവിൽ സമൂഹപ്രസ്ഥാനത്തിന്റെ ആദ്യവിജയം തന്നെയാണത്. അണ്ണഹസാരെയുടെ ഒന്നും രണ്ടും നിരാഹാരത്തിന്, നേരിട്ടും നെറ്റ് വർക്കുകളിലൂടെയും ലഭിച്ച വൻ ജനപിന്തുണ കേന്ദ്രസർക്കാറിനെയും രാഷ്ട്രീയ പാർട്ടികളെയും അക്ഷരാർത്ഥത്തിൽ ഞെട്ടിക്കുകയാണുണ്ടായത്. ഏറെ അപക്വമായ രീതിയിൽ സർക്കാർ വിലയ വിട്ടുവീഴ്ചകൾക്ക് തയ്യാറായപ്പോൾ, സിവിൽ സമൂഹത്തിന്റെ ഇത്തരം ഇടപെടൽ തങ്ങളുടെ അധികാരക്കുത്തകയെ തകർക്കുന്നതിലേക്കാണ് നയിക്കുക എന്ന വേവലാതിയാണ് മിക്കവാറും രാഷ്ട്രീയപാർട്ടികൾ പ്രകടിപ്പിച്ചത്. പതുക്കെ ഞെട്ടലിൽനിന്ന് മുക്തമായ ഭരണപക്ഷവും പ്രതിപക്ഷവും രാഷ്ട്രീയക്കളികളിലേക്കാണ് നീങ്ങിയത്. ഹസാരെയുടെ രണ്ടാമത്തെ നിരാഹാരവേളയിൽ പ്രതിപക്ഷപാർട്ടികളെല്ലാം സർക്കാറിനെ പ്രതിക്കൂട്ടിലാക്കാൻ അണ്ണാടീമിനൊപ്പം നിന്നതുകാരണം, ഒരു ഒത്തുതീർപ്പു ഫോർമുലയായി പാർലമെന്റിന്റെ പൊതുവികാര പ്രമേയം പാസ്സാക്കിക്കൊണ്ട് നിരാഹാരം അവസാനിപ്പിക്കാനായി. അപ്പോഴേക്കും അഴിമതിക്കെതിരായി ശക്തമായ ഒരു ബിൽ ഉണ്ടാകണമെന്ന ആവശ്യം അഖിലേന്ത്യാ തലത്തിൽതന്നെ ഒരു പൊതുജനവികാരമായി മാറിക്കഴിഞ്ഞിട്ടുണ്ടെന്ന തിരിച്ചറിവാണ് ഭരണ പ്രതിപക്ഷ പാർട്ടികളെ ഒന്നടങ്കം ആ ഒത്തുതീർപ്പു ഫോർമുലയിലേക്ക് നയിച്ചത്. ലോക്പാൽ ബില്ലിൽ ഉൾപ്പെടുത്തേണ്ട പ്രധാന സംഗതികളെ സംബന്ധിച്ചായിരുന്നു ആ ഒത്തുതീർപ്പു പ്രമേയം. ലോക് പാൽ മോഡലിൽ സംസ്ഥാനങ്ങളിൽ ലോകായുക്ത നടപ്പിലാക്കുന്നത് നിർബന്ധമാക്കുക, കേന്ദ്രസർക്കാറിലെ എല്ലാ വിഭാഗം ഉദ്യോഗസ്ഥരെയും ബില്ലിന്റെ പരിധിയിൽ കൊണ്ടുവരിക, ഒരു സേവനാവകാശ നിയമം കൊണ്ടുവരിക എന്നീ കാര്യങ്ങൾ ഉറപ്പുവരുത്തുന്നതായിരുന്നു പ്രസ്തുത പ്രമേ

യം. അപ്പോഴും പ്രധാനമന്ത്രിയെയും സി.ബി.ഐയെയും ബില്ലിന്റെ പരിധിയിൽ കൊണ്ടുവരിക പോലുള്ള അണ്ണാടീമിന്റെ നിർദ്ദേശങ്ങൾ അവശേഷിച്ചിരുന്നു. എങ്കിലും പാർലമെന്റ് മൊത്തത്തിൽ ഇത്രത്തോളം മുന്നോട്ടുവരുന്നത് ശ്രദ്ധേയമായ ഒരു സംഭവവികാസം തന്നെ ആയിരുന്നു.

പരമാധികാരം പാർലമെന്റിൽതന്നെ നിക്ഷിപ്തമായിരിക്കുമ്പോഴും ജനങ്ങളുടെ അഥവാ സിവിൽ സമൂഹത്തിന്റെ ആഗ്രഹാഭിലാഷങ്ങളെ മാനിക്കാൻ പാർലമെന്റിന് ബാധ്യതയുണ്ടെന്ന സംഗതി എല്ലാ രാഷ്ട്രീയപാർട്ടികളും അംഗീകരിക്കുന്നുണ്ട് എന്ന രീതിയിലുള്ള വിശദീകരണങ്ങളും പുറത്തുവരാൻ തുടങ്ങി. പാർലമെന്ററി ജനാധിപത്യത്തിൽ സിവിൽ സമൂഹത്തിന് പുതിയൊരു ഇടം അംഗീകരിക്കപ്പെടുന്ന സുപ്രധാന ചുവടുവെപ്പുതന്നെയായിരുന്നു അത്. അപ്പോൾപ്പോലും സിവിൽ സമൂഹത്തിന് അങ്ങനെ ഒരു ഇടം ഔപചാരികമായി അംഗീകരിച്ചുകൊടുക്കുന്നത് പാർലമെന്ററി സമ്പ്രദായത്തിന് ദോഷകരമായിരിക്കും എന്ന ചിന്താഗതിതന്നെയാണ് പാർലമെന്റ് അംഗങ്ങളിലും അവരുടെ പാർട്ടികളിലും മേധാവിത്വം പുലർത്തുന്നത്. പാർലമെന്ററി ജനാധിപത്യത്തിന്റെ ഘടനയിൽ ഇത്തരമൊരു പുതിയ ഇടം കണ്ടെത്തുക എന്നത് എളുപ്പമായിരിക്കില്ല എന്ന കാര്യവും വിസ്മരിച്ചുകൂടാ. പാർലമെന്ററി ജനാധിപത്യത്തിന്റെ മുന്നോട്ടുള്ള പ്രയാണത്തിൽ സിവിൽ സമൂഹത്തിന് പുതിയൊരു ഇടം എന്നത് ഗൗരവസ്വഭാവമുള്ള അജണ്ടയായി മാറ്റാൻ കഴിഞ്ഞിരിക്കുന്നു എന്നതുതന്നെയാണ് 2011 ൽ ഇന്ത്യയിലെ സിവിൽ സമൂഹപ്രസ്ഥാനം കൈവരിച്ച ചരിത്രപ്രധാനമായ നേട്ടം.

ഈ രാഷ്ട്രീയ സംഭവവികാസങ്ങളുടെ ചരിത്രപരമായ പ്രാധാന്യം അംഗീകരിക്കപ്പെടാതെ പോകാനിടയാകുംവിധം ഗൗരവമുള്ള അനവധി വിമർശനങ്ങളും വിലയിരുത്തലുകളും ഇതിനിടയ്ക്ക് ഉയർന്നുവരികയും ചെയ്തിട്ടുണ്ട്. സിവിൽ സമൂഹ പ്രസ്ഥാനത്തിന്റെ നേതൃത്വബിംബമായി അവതരിപ്പിക്കപ്പെട്ടിട്ടുള്ള അണ്ണാ ഹസാരെ എന്ന വ്യക്തിയെ കേന്ദ്രീകരിച്ചുകൊണ്ടാണ് വിമർശനങ്ങളിൽ വലിയൊരു വിഭാഗം ഉയർന്നുവന്നിട്ടുള്ളത്. മഹാരാഷ്ട്രയിലെ റാലേഗാൻ സിദ്ധി എന്ന ഗ്രാമത്തിൽ, ഏതാണ്ട് നാലു ദശകമായി, കേന്ദ്രീകരിച്ചു പ്രവർത്തിച്ചുപോരുന്ന അണ്ണ ഹസാരെ, ഒരു ഹിന്ദു ക്ഷേത്രത്തെ കേന്ദ്രീകരിച്ച് പ്രവർത്തനം ആരംഭിച്ചതും ഹിന്ദുവായി ഇപ്പോഴും തുടരുന്നതും പഴയ കാല ഗ്രാമത്തലവനെപ്പോലെ പെരുമാറുന്നതും എല്ലാം ചൂണ്ടിക്കാണിച്ച്, അദ്ദേഹം ഒരു ഹിന്ദുത്വവാദിയും സവർണ്ണമേധാവിയും ജനാധിപത്യവിരുദ്ധനുമെല്ലാമാണെന്ന് സമർത്ഥിച്ചുകൊണ്ട്, അദ്ദേഹത്തിന്റെ നേതൃത്വത്തിലുള്ള

പ്രസ്ഥാനം രാജ്യത്തെ അപകടകരമായ ദിശയിലേക്കാണ് നയിക്കുന്നത് എന്നതാണ് ഏറ്റവും പ്രധാനപ്പെട്ട വിമർശനം. ജനാധിപത്യ വൽക്കരണത്തിന്റെ കാര്യത്തിൽ ഇപ്പോഴും പിന്നോക്കാവസ്ഥയിൽ നിൽക്കുന്ന ഇന്ത്യൻ സമൂഹത്തിൽ ബഹുജനങ്ങളെ അണിനിരത്തുന്നതിന് നേതൃത്വബിംബങ്ങൾ ആവശ്യമാണെന്ന ധാരണയുടെ അടിസ്ഥാനത്തിൽ അണ്ണാ ടീമിലെ മറ്റംഗങ്ങൾ അദ്ദേഹത്തെ കണ്ടെത്തുകയായിരുന്നു. ഒരു ബിംബമായി അദ്ദേഹം അവരോധിക്കപ്പെടുകയായിരുന്നു. യഥാർത്ഥത്തിൽ അദ്ദേഹം ഒരു നിമിത്തമാവുകയായിരുന്നു. സിവിൽ സമൂഹ പ്രസ്ഥാനത്തിന്റെ ആശയരൂപവൽക്കരണത്തിൽ അദ്ദേഹത്തിന് പങ്കുണ്ടെങ്കിലും അത് നിർണ്ണായകമല്ല. അതുകൊണ്ടുതന്നെ അണ്ണ ഹസാരെയുടെ വ്യക്തിപരമായ പശ്ചാത്തലവും സ്വഭാവ വിശേഷങ്ങളും ചൂണ്ടിക്കാട്ടി സിവിൽ സമൂഹപ്രസ്ഥാനത്തെ വിലയിരുത്താൻ ശ്രമിക്കുന്നതിൽ അർത്ഥമില്ല.

തനതായ ഒരു ഉൾവിളിയുടെ അടിസ്ഥാനത്തിൽ കുടുംബജീവിതവും വ്യക്തിജീവിതവും ഉപേക്ഷിച്ച് സാമൂഹികസേവനത്തിനുവേണ്ടി സ്വയം അർപ്പിച്ച മനുഷ്യനാണ് അദ്ദേഹം. അദ്ദേഹത്തിന്റെ ജീവചരിത്രത്തിൽനിന്നും അദ്ദേഹത്തിന്റെ ഗ്രാമത്തിന്റെ കഥയിൽനിന്നും ചോദ്യം ചെയ്യപ്പെടാനാവാത്തതാണ് അദ്ദേഹത്തിന്റെ സാമൂഹ്യപ്രതിബദ്ധത എന്ന് വ്യക്തമായി കാണാൻ കഴിയും. അദ്ദേഹം ഒരു ഹിന്ദു മത വിശ്വാസിയായതും ആ വിശ്വാസത്തിൽ തുടരുന്നതും ഒരു കുറ്റമോ തെറ്റോ ആണെന്നു പറയാനാവില്ല. മത വിശ്വാസിയായതുകൊണ്ടുമാത്രം ഒരാൾ മതാധിഷ്ഠിത രാഷ്ട്രീയത്തിന്റെ വക്താവാകുന്നില്ല. ഒരു മതവിശ്വാസി എന്ന നിലയ്ക്ക് അദ്ദേഹത്തിന്റെ പ്രവർത്തനങ്ങൾ തല്പരകക്ഷികൾ ഉപയോഗിക്കാൻ ശ്രമിച്ചിട്ടുണ്ടാകാം. പക്ഷേ, സംഘപരിവാർ രാഷ്ട്രീയത്തിന് അദ്ദേഹം ഒരിക്കലും കീഴടങ്ങിയിട്ടില്ലെന്നുതന്നെയാണ് കാണാൻ കഴിയുന്നത്. അതേസമയം ആധുനികരീതിയിലുള്ള ജനാധിപത്യവൽക്കരണ പരിശീലനമൊന്നും അദ്ദേഹത്തിനു ലഭിച്ചിട്ടില്ല. രാഷ്ട്രീയ സിദ്ധാന്തങ്ങളോ പ്രത്യയശാസ്ത്രങ്ങളോ സ്വാംശീകരിച്ചിട്ടുമില്ല. അതിന്റെയെല്ലാം ഗുണവും ദോഷവും അദ്ദേഹത്തിന്റെ വ്യക്തിത്വത്തിൽ പ്രകടമാണുതാനും. ഈ പരിമിതികളെല്ലാം ഉള്ളപ്പോഴും ഇന്നത്തെ ഇന്ത്യൻ സമൂഹത്തെ ആകർഷിക്കാവുന്ന ഒരു നേതൃത്വബിംബം തന്നെയാണ് അദ്ദേഹമെന്ന് തെളിയിക്കപ്പെടുകയും ചെയ്തിട്ടുണ്ട്. അതുകൊണ്ട് ഹസാരയെ നിലനിർത്തിയതിൽ അണ്ണാടീമിന് തെറ്റുപറ്റിയെന്നു പറയാനാവില്ല.

ഇന്നത്തെ ഇന്ത്യയിൽ നിലനിൽക്കുന്ന താരതമ്യേന മെച്ചപ്പെട്ട മതേ

തര സാമൂഹികാന്തരീക്ഷത്തിന് ശക്തമായ അടിത്തറ പാകിയ മഹാത്മാഗാന്ധിയുടെ മതസൗഹാർദ്ദ ദേശീയവാദത്തിന്റെ ചരിത്രപരമായ പ്രാധാന്യം മനസ്സിലാക്കാതെ സവർണ ഹിന്ദുത്വവാദിയായി അദ്ദേഹത്തെ ചിത്രീകരിച്ചവരാണ് ഇവിടത്തെ പുരോഗമനവാദികൾ. ഗാന്ധിയൻ മതസൗഹാർദ്ദ നിലപാട് സ്വാതന്ത്ര്യസമരകാലത്തുടനീളം ആർ.എസ്സ്.എസ്സിനെ പ്രാന്തവൽക്കരിച്ചുനിർത്തിയതാണെന്നും അതുകൊണ്ടുതന്നെയാണ് അദ്ദേഹം കൊല്ലപ്പെട്ടതെന്നും തിരിച്ചറിയാത്തവരാണ് ഇത്തരക്കാരിൽ പലരും ഇപ്പോഴും. അതുകൊണ്ടുതന്നെ സമാനനിലപാടുകൾ ഇക്കാലത്ത് പ്രചരിപ്പിക്കാൻ ശ്രമിച്ചാൽ ഏറെ വിജയിച്ചെന്നു വരില്ല.

അണ്ണാ ഹസാരെയുടെ ആദ്യത്തെ രണ്ടു നിരാഹാര സന്ദർഭങ്ങളിലും പിന്തുണയുമായി നേരിട്ട് എത്തിയവരിൽ ഭൂരിപക്ഷവും മധ്യവർഗ്ഗക്കാരായിരുന്നു എന്നാണ് മറ്റൊരു വിമർശനം. രാംലീലാ മൈതാനിയിൽ എത്തിയ പതിനായിരക്കണക്കിന് ജനങ്ങളിൽ 65 ശതമാനം മധ്യവർഗ്ഗക്കാർ, 15 ശതമാനം തൊഴിലാളികൾ, 10 ശതമാനം ഗ്രാമീണർ എന്നെല്ലാമാണ് ചില സർവ്വേക്കാർ കണ്ടെത്തിയതത്രേ. ഇതിൽ അസ്വാഭാവികമായിട്ടൊന്നുമില്ല. ഇന്ത്യൻ സമൂഹത്തിൽ മധ്യവർഗ്ഗ ജീവിത നിലവാരം പുലർത്തുന്നവർ 50-60 ശതമാനം വരും. വെള്ളക്കോളർ ജീവനക്കാരും വ്യവസ്ഥാപിത വ്യവസായങ്ങളിലെ തൊഴിലാളികളും കർഷകരുമെല്ലാം മധ്യവർഗ്ഗജീവിതനിലവാരം പുലർത്തുന്നവരാണ്. ഒരു ജനാധിപത്യസമൂഹത്തിൽ സാമൂഹിക രാഷ്ട്രീയ രംഗങ്ങളിലെല്ലാം ഈ ഭൂരിപക്ഷവിഭാഗത്തിന് നിർണ്ണായക പങ്കാളിത്തം ഉണ്ടാവുക സ്വാഭാവികം മാത്രം. ഇവിടെ നേരിട്ടു പിന്തുണ നൽകിയവരെ കൂടാതെ, നെറ്റ് വർക്കുകളിലൂടെ പിന്തുണ നൽകിയ ദശലക്ഷക്കണക്കിനു പേരിലും മധ്യവർഗ്ഗത്തിന് മുൻതൂക്കമുണ്ടാവാൻ സാധ്യതയുണ്ട്. ഇന്ത്യയെപ്പോലുള്ള ഒരു വിശാല ജനാധിപത്യസമൂഹത്തിൽ സിവിൽ സമൂഹ പ്രസ്ഥാനത്തിന്റെ പിന്തുണക്കാരിൽ മധ്യവർഗ്ഗത്തിന് മുൻതൂക്കം വരുന്നു എന്നത് ഏതെങ്കിലും വിധത്തിൽ പ്രസ്ഥാനത്തിന്റെ പ്രാധാന്യത്തിന് മങ്ങലേല്പിക്കുന്നില്ല.

സിവിൽ സമൂഹം എന്നതുകൊണ്ട് അർത്ഥമാക്കുന്നത് എന്ത് എന്നുകൂടി വ്യക്തമാക്കപ്പെടേണ്ടതുണ്ട്. ഒരു ജനാധിപത്യ സമൂഹത്തിലെ ഏറ്റവും പ്രധാനപ്പെട്ട സാമൂഹ്യവിഭജനം അധികാരം കൈയാളുന്നവരും അല്ലാത്തവരും എന്നതാണ്. അധികാരസംവിധാനത്തിന്റെ ഭാഗമായി നിൽക്കുന്നവരെല്ലാം അധികാരം കൈയാളുന്നവരാണ്. ആ സംവിധാനത്തിന് പുറത്തുള്ളവരെല്ലാം അധികാരമില്ലാത്തവരുമാണ്. അധികാരസംവിധാനത്തിനു പുറത്തുള്ളവരെല്ലാം ചേരുന്ന ബഹുഭൂരിപക്ഷമാണ്

യഥാർത്ഥത്തിൽ സിവിൽ സമൂഹം. അധികാരസംവിധാനത്തിന്റെ ഭാഗമല്ലെങ്കിലും സാമ്പത്തികശേഷിയുള്ളവർക്ക് അധികാരസംവിധാനത്തിനു മേൽ സ്വാധീനം ചെലുത്താൻ കഴിയാറുണ്ട്. പക്ഷേ, അതുകൊണ്ടു മാത്രം അവർ അധികാരിവർഗ്ഗമാകുന്നില്ല. എങ്കിലും ഈ വിഭാഗവുമായി ബന്ധപ്പെട്ട, പ്രത്യേകിച്ചും വിപണിയെ നിയന്ത്രിക്കുന്ന സംവിധാനങ്ങൾ അധികാരഘടനയുടെ ഭാഗമാണെന്നു കണക്കാക്കേണ്ടിയിരിക്കുന്നു.

സിവിൽസമൂഹത്തിന് ഇപ്പോഴും പൊതുവായി അംഗീകരിക്കപ്പെട്ട ഒരു നിർവചനം നിലവിലില്ലെന്നതാണ് വസ്തുത. പാർലമെന്ററി ജനാധിപത്യം ലോകവ്യാപകമായിത്തന്നെ നേരിട്ടുകൊണ്ടിരിക്കുന്ന ഘടനാപരമായ പ്രതിസന്ധിയുടെ പശ്ചാത്തലത്തിൽ സിവിൽ സമൂഹം കൂടുതൽ വ്യക്തമായി നിർവ്വചിക്കപ്പെടേണ്ടതുണ്ട്. കാരണം ജനാധിപത്യവ്യവസ്ഥ നേരിടുന്ന അപചയത്തിന് പരിഹാരം കാണുന്നതിൽ സിവിൽ സമൂഹത്തിന് കാര്യമായ പങ്കു വഹിക്കാനുണ്ട്. അധികാരസംവിധാനത്തിനു പുറത്തുള്ള സമൂഹത്തിൽ പലവിധ സാമൂഹിക സാംസ്കാരികസംഘടനകളിലൂടെ ഒരു വിഭാഗം സംഘടിതരായിട്ടാണ് നില നിൽക്കുന്നത്. വലിയൊരു ഭാഗം അസംഘടിരായിത്തന്നെ തുടരുകയും ചെയ്യുന്നു. ഈ മേഖലയിലുള്ള വിവിധതരം സംഘടനകളുടെ കൂട്ടായ്മയാണ് സിവിൽ സമൂഹമെന്ന് ചിലർ നിർവചിക്കുന്നുണ്ട്. പക്ഷേ, സിവിൽ സമൂഹസങ്കല്പത്തെ അങ്ങനെ പരിമിതപ്പെടുത്താൻ പാടില്ല. അധികാര ഘടനയ്ക്ക് പുറത്തുള്ള സംഘടിതരും അല്ലാത്തവരുമായ മുഴുവൻ സമൂഹവുമാണ് സിവിൽ സമൂഹം. ജനാധിപത്യസംവിധാനത്തിലെ അധികാരഘടനയ്ക്ക് സംഭവിക്കുന്ന അപചയങ്ങളെ നേരിടാൻ ഈ സിവിൽ സമൂഹം കൂടുതൽ സജ്ജരാവുക മാത്രമേ തരമുള്ളൂ. ജനാധിപത്യപ്രക്രിയയിലെ സജീവഘടകം എന്ന നിലയ്ക്ക് സിവിൽ സമൂഹത്തിന് ഏതു രീതിയിലുള്ള പങ്കാണ് വഹിക്കാൻ കഴിയുക എന്നത് ഇനിയും തെളിയിക്കപ്പെടേണ്ടിയിരിക്കുന്നു.

കേരളത്തിലെപ്പോലെ വോട്ടുബാങ്ക് രാഷ്ട്രീയം, മുഴുവൻ സമൂഹത്തെയും പങ്കിട്ടെടുത്തിട്ടുള്ള സാഹചര്യത്തിൽ സിവിൽ സമൂഹത്തിന്റെ ഇടം ഏറെ പരിമിതമാണെന്ന ഒരു ധാരണ നിലവിലുണ്ട്. കേരളത്തിൽ എന്ത് സിവിൽ സമൂഹം എന്ന് ചില രാഷ്ട്രീയ നേതാക്കന്മാർതന്നെ പരിഹസിക്കുന്നത് കേട്ടിട്ടുണ്ട്. രാഷ്ട്രീയപാർട്ടി നേതാക്കന്മാർ മാത്രമാണ് അധികാരസംവിധാനത്തിന്റെ ഭാഗമാകുന്നത്. ബാക്കിയുള്ളവരെല്ലാം സിവിൽ സമൂഹത്തിന്റെ ഭാഗമാണ് യഥാർത്ഥത്തിൽ. വോട്ടുബാങ്കിന്റെ ഭാഗമാകുന്നതോടെ അധികാരഘടനയുടെ ഭാഗമാകുന്നു എന്ന മിഥ്യാബോധം സൃഷ്ടിക്കപ്പെടുകയാണ് ചെയ്യുന്നത്. ജനാധി

പത്യ പ്രക്രിയയുടെ ആരോഗ്യകരമായ വളർച്ചയ്ക്ക് ഈ മിഥ്യാബോധം തകർക്കപ്പെടേണ്ടതുണ്ട്.

അധികാരഘടനയ്ക്ക് പുറത്തുള്ള സിവിൽ സമൂഹത്തിൽ എല്ലാത്തരം വർഗ്ഗങ്ങളിലും സാമൂഹികവിഭാഗങ്ങളിലും പെട്ടവർ കാണും. അവർക്കെല്ലാംകൂടി ഒരുമിച്ചുനിൽക്കാനാവുമോ എന്ന ചോദ്യം പ്രസക്തമാണ്. ജനാധിപത്യ സമൂഹത്തിൽ അത് സാധ്യമാണെന്നുതന്നെയാണ് ഉത്തരം. ചില വർഗ്ഗവിഭാഗങ്ങളുടെ പാർട്ടി എന്നു പ്രഖ്യാപിച്ച, നില നിൽക്കുന്ന, വിപ്ലവം പ്രസംഗിക്കുന്ന പാർട്ടിയും തെരഞ്ഞെടുപ്പിനെ അഭിമുഖീകരിക്കുമ്പോൾ തങ്ങളുടെ തല്പരവർഗ്ഗത്തിന്റെ വോട്ടു മാത്രം മതി എന്നു പറയില്ലല്ലോ. എല്ലാ വർഗ്ഗ സാമൂഹിക വിഭാഗങ്ങളുടെയും വോട്ടിനുവേണ്ടി അവർ ശമിക്കും. കിട്ടുന്നതെല്ലാം വാങ്ങുകയും ചെയ്യും. ജനാധിപത്യ വ്യവസ്ഥയിൽ, അധികാരത്തിൽ പങ്കാളികളാവണമെങ്കിൽ, വർഗ്ഗ സാമൂഹിക വിഭജനങ്ങളെയെല്ലാം മറി കടന്ന് വോട്ടു പിടിച്ചേ പറ്റൂ. നേരത്തെ ചൂണ്ടിക്കാണിച്ച സിവിൽ സമൂഹത്തിന്റെ വർഗ്ഗ, സാമൂഹിക വിഭജനങ്ങൾക്കതീതമായ നിലനില്പ്പ് സംഗതമാണെന്നു ചുരുക്കം.

സിവിൽസമൂഹത്തിന്റെ ഈ അതിവിപുലമായ സ്വഭാവത്തെ പ്രതിനിധാനം ചെയ്യുന്നതല്ല, അണ്ണാ ഹസാരെയ്ക്ക് അനുകൂലമായി പ്രതികരിച്ച ജനസഞ്ചയം എന്നതാണ് മറ്റൊരു വിമർശനം. മധ്യവർഗ്ഗമേ മുന്നോട്ടു വന്നുള്ളൂ എന്നതല്ല ഈ വിമർശകരുടെ വാദം. ദളിത് വിഭാഗങ്ങളെ പ്രതിനിധാനം ചെയ്യുന്നില്ലെന്നു മാത്രമല്ല, അവർക്കെതിരായിട്ടുള്ളതാണ് ഈ പ്രസ്ഥാനത്തിന്റെ ആശയപരമായ നിലപാടുകൾ എന്നതാണ് വിമർശനം. മണ്ഡൽ കമ്മീഷൻ റിപ്പോർട്ട് നടപ്പിലാക്കാൻ വി.പി.സിംഗ് സർക്കാർ ശ്രമിച്ചപ്പോൾ ഡൽഹിയിലെ ഏറെ പുരോഗമന തീവ്രവാദങ്ങൾക്ക് ആധിപത്യമുണ്ടായിരുന്ന ജെ.എൻ.യു.വിൽപോലും ഭൂരിഭാഗം വിദ്യാർത്ഥികളും പിന്നോക്കവിഭാഗങ്ങൾക്ക് പുതുതായി സംവരണം ഏർപ്പെടുത്തുന്നതിന് എതിരായി കലാപക്കൊടി ഉയർത്തി. ചില യുവാക്കൾ ആത്മാഹുതി വരെ ചെയ്തു. ആ സവർണ്ണവിഭാഗങ്ങളുടെ പിൻതുടർച്ചക്കാരാണ് സിവിൽ സമൂഹത്തിന്റെ പേരിൽ ഹസാരേയ്ക്ക് പിന്നിൽ അണിനിരത്തിയിട്ടുള്ളതെന്നാണ് വാദം. സിവിൽ സമൂഹപ്രസ്ഥാനത്തിൽ അണിനിരന്നിട്ടുള്ള അനവധി ചെറു ഗ്രൂപ്പുകളിൽ ചിലത് ഇത്തരം നിലപാടുകൾ (ദളിത് പിന്നോക്ക സംവരണത്തിനെതിരായ നിലപാടുകൾ) സ്വീകരിച്ചിട്ടുള്ളതാകാം. സിവിൽ സമൂഹപ്രസ്ഥാനം എന്നത് എല്ലാ സാമൂഹിക വർഗ്ഗ വിഭാഗങ്ങളെയും ഉൾക്കൊള്ളുന്നതായതുകൊണ്ട്,ഇത്തരം വിഭാഗങ്ങളെ ഒഴിവാക്കാനായിട്ടുണ്ടാവില്ല. അതു സ്വാഭാവികമാണ്. അതേസമയം അണ്ണാടീമിന്റെ ഔദ്യോഗിക നിലപാടുകളിൽ

ഇത്തരം പിന്തിരിപ്പൻ സമീപനം കടന്നുകൂടിയിട്ടുണ്ടോ എന്നാണ് പരിശോധിക്കേണ്ടത്. അങ്ങനെ നോക്കുമ്പോൾ ഇത്തരം ആശയപരമായ വ്യതിയാനങ്ങൾ ഒട്ടുംതന്നെ സംഭവിച്ചിട്ടില്ലെന്നു കാണാം.

സിവിൽ സമൂഹപ്രസ്ഥാനം അഴിമതി എന്ന മുദ്രാവാക്യത്തിൽ കേന്ദ്രീകരിച്ചതിനെതിരെയും വിമർശനങ്ങൾ ഉയർന്നിട്ടുണ്ട്. ഒരു ജനാധിപത്യ സമൂഹത്തിലെ ഏറ്റവും ഗൗരവസ്വഭാവമുള്ള പ്രശ്നമല്ല അഴിമതി. മാത്രമല്ല, അതു പൂർണ്ണമായും ഇല്ലായ്മ ചെയ്യാനാവില്ല. പ്രാദേശികതലത്തിൽ ജാഗ്രത പുലർത്തുന്ന സംഘടനകൾക്ക് അഴിമതി തടയാനാകും. ബില്ല് പാസ്സാക്കിയതുകൊണ്ടൊന്നും പരിഹരിക്കാനാവില്ല. ഉന്നതങ്ങളിലെയും കോർപ്പറേറ്റുകളിലെയും അഴിമതി തടയാൻ ലോക് പാലിനൊന്നും ചെയ്യാനാവില്ല എന്നിങ്ങനെ പോകുന്നു ഇത്തരം വിമർശനങ്ങൾ.

ഇന്ത്യൻസമൂഹം നേരിടുന്ന എല്ലാ സാമൂഹിക രാഷ്ട്രീയ പ്രശ്നങ്ങൾക്കും പരിഹാരം കാണാനായി സമഗ്രപദ്ധതി ആവിഷ്ക്കരിച്ചുകൊണ്ട് തുടങ്ങിയ ഒരു പ്രസ്ഥാനമല്ല ഇത്. ഇന്ത്യൻ ജനാധിപത്യം എത്തിനിൽക്കുന്ന പ്രത്യേക ദശാസന്ധിയോട് പ്രതികരിച്ചുകൊണ്ട് സ്വാഭാവികമായി ഉയർന്നുവന്ന ഒരു പ്രസ്ഥാനമാണിത്. ചെറു ചെറു പ്രശ്നങ്ങളിൽ ഇടപെട്ടുകൊണ്ടും തപ്പിത്തടഞ്ഞും യാദൃച്ഛികമായി കൂട്ടിമുട്ടിയുമൊക്കെയാണ് ഈ ടീം രൂപം കൊണ്ടത്. കോമൺ വെൽത്ത് ഗെയിംസ് അഴിമതിയും 2 ജി സ്പെക്ട്രവും മുൻ ചീഫ് ജസ്റ്റിസിനെതിരായ അഴിമതിയാരോപണവുമെല്ലാം കൂടി വന്നപ്പോൾ ഇന്ത്യൻ ജനാധിപത്യം നേരിടുന്ന ഏറ്റവും വലിയ പ്രശ്നം അഴിമതിയാണെന്ന് ഭൂരിപക്ഷം സാധാരണക്കാർക്കും തോന്നിയതുപോലെ ഈ ടീമും അങ്ങനെ ചിന്തിക്കുകയും ലോക് പാൽ ബില്ലിനെ കേന്ദ്രീകരിച്ച് സമരം ആരംഭിക്കുകയുമായിരുന്നു.

ഇന്ത്യൻ ജനാധിപത്യത്തെ ശുദ്ധീകരിക്കാൻ ലക്ഷ്യമിട്ട് ആരംഭിച്ചിട്ടുള്ള ഒരു സിവിൽ സമൂഹപ്രസ്ഥാനത്തിന് ഉണ്ടായിരിക്കേണ്ട രാഷ്ട്രീയപക്വതയും ആശയപരമായ വ്യക്തതയും ഈ പ്രസ്ഥാനത്തിനില്ലെന്ന് തെളിയിക്കപ്പെട്ടു കഴിഞ്ഞു. ഒന്നാമത്തെ നിരാഹാരം നടക്കുന്ന വേദിയിലേക്ക് ഉമാഭാരതിയെപ്പോലൊരു രാഷ്ട്രീയ നേതാവ് വന്നു കയറിയപ്പോൾ ഒരു വട്ടം ചിന്തിക്കാതെ രാഷ്ട്രീയക്കാർ വേദിയിൽ വേണ്ടെന്നു പറഞ്ഞ് ഹസാരെ അവരെ ഇറക്കിവിടുകയായിരുന്നു. കക്ഷി രാഷ്ട്രീയത്തിന്നതീതമായി വിട്ടുവീഴ്ചയില്ലാത്ത നിലപാട് സ്വീകരിക്കുന്ന പ്രസ്ഥാനമാണിതെന്ന പ്രതീതി സൃഷ്ടിക്കാൻ ആ സംഭവം ഏറെ സഹായിച്ചു. സന്ന്യാസി രാംദേവ് കൂടുതൽ ആസൂത്രിതമായി സംഘടിപ്പിച്ച പ്രസ്ഥാനം പെട്ടെന്നുതന്നെ ചീറ്റിപ്പോയത് ബി.ജെ.പിയുടെയും കൂട്ടരു

ടെയും പിന്തുണ അവർക്കുണ്ടെന്നു വ്യക്തമായതോടെയാണ്. അതിൽനിന്ന് ഭിന്നമായി ഹസാരെപ്രസ്ഥാനം കക്ഷി രാഷ്ട്രീയ താല്പര്യങ്ങൾക്ക് അതീതമായി നിലകൊള്ളുന്നു എന്ന അന്തരീക്ഷമാണ് ഈ ജനപിന്തുണ നില നിർത്താൻ സഹായകമായത്.

പാർലമെന്റിന്റെ സംയുക്ത പ്രമേയത്തിലൂടെ പ്രകടമാക്കിയ പൊതുവികാരത്തോട് ഒട്ടും നീതി പുലർത്താതെയാണ് പാർലമെന്റിന്റെ ശൈത്യകാലസമ്മേളനത്തിൽ സർക്കാർ ബില്ല് അവതരിപ്പിച്ചത്. ബില്ല് തീരെ ദുർബലമാണെന്നു പറഞ്ഞ് ഹസാരെ മൂന്നാമത്തെ നിരാഹാരത്തിന് നോട്ടീസ് കൊടുക്കുകയും ചെയ്തു. പക്ഷേ, ഇതിനിട്യ്ക്ക് അണ്ണാ ടീം ഗുരുതരമായ പാളിച്ച വരുത്തിക്കഴിഞ്ഞിരുന്നു. ബില്ല് പാസ്സാക്കുന്നത് നീട്ടിക്കൊണ്ടു പോകുന്നതിൽ പ്രതിഷേധിച്ച് കേന്ദ്രസർക്കാരിന് നേതൃത്വം നൽകുന്ന കോൺഗ്രസ്സിനെതിരെ ഹരിയാണയിലെ ഹിസ്സാർ ഉപതെരഞ്ഞെടുപ്പിൽ പ്രചാരണത്തിനിറങ്ങുകയാണ് ഹസാരെയും സംഘവും ചെയ്തത്. അതോടെ, കക്ഷി രാഷ്ട്രീയത്തിനതീതമായ പ്രസ്ഥാനം എന്ന പ്രതിച്ഛായ തകർന്നുവീണു. ആ വീഴ്ചയിൽനിന്ന് കരകയറാൻ കഴിയാത്ത വിധം വരാനിരിക്കുന്ന സംസ്ഥാന തെരഞ്ഞെടുപ്പുകളിലും കോൺഗ്രസ്സിനെ പരാജയപ്പെടുത്താൻ പരമാവധി ശ്രമിക്കുമെന്നാണ് അണ്ണാ ടീം പ്രഖ്യാപിച്ചുകൊണ്ടിരിക്കുന്നത്. കോൺഗ്രസ്സിനെ പരാജയപ്പെടുത്താൻ ശ്രമിക്കുന്നതല്ല പ്രശ്നം. പാർട്ടി ഏതായാലും കക്ഷി രാഷ്ട്രീയ സമീപനമാവുന്നു എന്നതാണ് പ്രശ്നം. അതോടെ ഇത്തരമൊരു പ്രസ്ഥാനത്തിന്റെ വിശാലമായ പ്രതിച്ഛായയാണ് തകർന്നടിഞ്ഞുപോയത്. പാർലമെന്റിൽ അവതരിപ്പിച്ച ബില്ല് പാസാക്കാനായി പ്രത്യേക ശൈത്യകാല സമ്മേളനം വിളിച്ചു ചേർത്ത ദിവസം തന്നെ ഹസാരെ മൂന്നാം വട്ട നിരാഹാരവും തുടങ്ങി. പക്ഷേ, ജനപിന്തുണ ഗണ്യമായി കുറഞ്ഞത് പ്രകടമായിരുന്നു. ആരോഗ്യപ്രശ്നം പറഞ്ഞാണ് സമരം പിൻവലിച്ചതെങ്കിലും ജനപിന്തുണയിലെ കുറവുതന്നെയായിരുന്നു അതിനു കാരണം. ഇനി ഹസാരെ ടീമിന് ജനപിന്തുണ തിരിച്ചു പിടിക്കുക എളുപ്പമാവില്ല.

ഇന്ത്യൻജനാധിപത്യത്തിൽ സിവിൽ സമൂഹപ്രസ്ഥാനത്തിന്റെ പങ്ക് എന്തായിരിക്കണം എന്നതു സംബന്ധിച്ച് അണ്ണാ ടീമിന് വ്യക്തമായ ധാരണയൊന്നും ഉണ്ടായിരുന്നില്ല. ഇപ്പോഴുമില്ല. ബി.ആർ.പി. ഭാസ്കർ, ആനന്ദ്, എൻ.എം. പിയേഴ്സൺ, ഈ ലേഖകൻ തുടങ്ങി കേരളത്തിലെ അറിയപ്പെടുന്ന 20 ൽ പരം സാമൂഹിക-സാംസ്കാരിക പ്രവർത്തകർ കൂട്ടുചേർന്ന് ഫിഫ്ത് എസ്റ്റേറ്റ് എന്ന ഒരു പ്രസ്ഥാനത്തിന് തുടക്കം കുറിക്കുകയുണ്ടായി. ഇന്ത്യയിലെ പാർലമെന്ററി ജനാധിപത്യത്തെ താങ്ങി

നിർത്തുന്ന നാലു നെടുംതൂണുകൾ പരസ്പരം പ്രതി പ്രവർത്തിച്ച് സ്വയം അതിജീവന ശേഷി സൃഷ്ടിക്കുമെന്ന് അടുത്ത കാലം വരെ കരുതപ്പെട്ടിരുന്നെങ്കിലും സമീപകാല സംഭവവികാസങ്ങൾ ആ പ്രതീക്ഷയെ തകർക്കുകയായിരുന്നു. നാലു നെടുംതൂണുകളും ആടിയുലഞ്ഞുകൊണ്ടിരിക്കുകയാണ്. ഈ അപചയത്തെ തടഞ്ഞുനിർത്തണമെങ്കിൽ ഒരു തിരുത്തൽ ശക്തിയായി അഞ്ചാമതൊരു തൂണ് വളർന്നുവരേണ്ടതുണ്ട്. സിവിൽസമൂഹമാണ് ഈ അഞ്ചാംതൂണിന്റെ ജോലി നിർവ്വഹിക്കേണ്ടത്. അതാകട്ടെ, രാഷ്ട്രീയാധികാരമേഖലയിലേക്ക് പ്രവേശിക്കാതെ പുറത്തുനിന്നുകൊണ്ട് തിരുത്തൽ ശക്തിയായി മാത്രം പ്രവർത്തിച്ചുകൊണ്ടിരിക്കണം. ഇതാണ് ഫിഫ്ത്ത് എസ്റ്റേറ്റ് എന്ന സങ്കല്പത്തിന് ഞങ്ങൾ നൽകിയ നിർവചനം. ഫിഫ്ത്ത് എസ്റ്റേറ്റ് അധികാരഘടനയിലേക്ക് പ്രവേശിക്കുകയില്ലെന്നും അധികാരം ലക്ഷ്യമാക്കാതെ സന്നദ്ധ പ്രവർത്തനത്തിന് തയ്യാറെടുക്കുന്നവരുടെ ജാഗ്രതാ സമിതികൾ– പഞ്ചായത്തുതോറും വാർഡു തോറും – രൂപവൽക്കരിച്ച് എല്ലാ തലത്തിലുമുള്ള ഭരണസംവിധാനം സുതാര്യവും കാര്യക്ഷമവുമാക്കിക്കൊണ്ട് അഴിമതിയും കെടുകാര്യസ്ഥതയും തടയാൻ ശ്രമിക്കുമെന്നുമാണ് പദ്ധതിയിട്ടിരിക്കുന്നത്. സിവിൽ സമൂഹത്തിൽനിന്ന് ഉടലെടുക്കുന്ന ഈ അഞ്ചാംതൂണ് ജനാധിപത്യസമ്പ്രദായത്തിന്റെ അവിഭാജ്യഘടകമായി മാറുകയും ചെയ്യും. ഇത്തരമൊരു തിരുത്തൽ പ്രക്രിയയില്ലാതെ പാർലമെന്ററി ജനാധിപത്യത്തിന് ചരിത്രത്തിന്റെ പരീക്ഷണങ്ങളെ അതിജീവിക്കാനാവില്ല. നിലവിലുള്ള അറിയാനുള്ള അവകാശബില്ലും ലോക്പാൽ ബില്ലും പാസ്സായാൽ അതും പ്രായോഗികമായി ഉപകരിക്കപ്പെടുമെങ്കിൽ ഇത്തരം ജാഗ്രതാ സമിതികളുടെ ശൃംഖലകൾ രാജ്യവ്യാപകമായിത്തന്നെ രൂപം കൊള്ളുകയും പ്രവർത്തന നിരതമാവുകയും ചെയ്യേണ്ടതുണ്ട്. ഇത്തരമൊരു സിവിൽ സമൂഹ പ്രസ്ഥാനമാണ് ഇന്ന് ഇന്ത്യൻ ജനാധിപത്യത്തിന് ആവശ്യമായിട്ടുള്ളത്. അണ്ണാ ടീമിന്റെ നേതൃത്വത്തിലുള്ള പ്രസ്ഥാനത്തിന് അങ്ങനെയൊരു പ്രസ്ഥാനമായി സ്വയം രൂപാന്തരം പ്രാപിക്കാനാവുമോ എന്ന് കാണേണ്ടിയിരിക്കുന്നു. പ്രത്യയശാസ്ത്രപരമായ കടുംപിടുത്തങ്ങളൊന്നുമില്ലാതെ അനുഭവങ്ങളിൽനിന്ന് പഠിക്കാൻ തയ്യാറുള്ളവരാണ് ഈ ടീമെന്ന് പ്രത്യക്ഷത്തിൽ കാണാവുന്നതുകൊണ്ട് അത്തരമൊരു സാധ്യത തള്ളിക്കളഞ്ഞുകൂടാ.

ബജറ്റ് സമ്മേളനത്തിൽത്തന്നെ ലോക്പാൽ ബിൽ പാസ്സാക്കിയെടുക്കും എന്നു പ്രധാനമന്ത്രി ഉൾപ്പെടെ സർക്കാർ വക്താക്കൾ ആവർത്തിച്ചു പറയുന്നത് അംഗീകരിച്ചാൽത്തന്നെ പാസ്സാകുന്ന ബിൽ അഴിമതി തടയാൻ എത്രത്തോളം സഹായിക്കും എന്നത് വലിയ ചോദ്യം

തന്നെയാണ്. ഇപ്പോൾ അവതരിപ്പിക്കപ്പെട്ടിട്ടുള്ള ബിൽ വിഭാവനം ചെയ്യുന്ന ലോക്പാൽ സംവിധാനം സ്വതന്ത്ര അസ്തിത്വമില്ലാത്തതും പൂർണ്ണമായും സർക്കാർ നിയന്ത്രണത്തിൽ നിൽക്കുന്നതുമായിരിക്കും. ലോക്പാൽ അംഗങ്ങളെ നിയമിക്കുന്നത് സർക്കാറിന് മേധാവിത്വമുള്ള സംവിധാനമാണ്. സ്വതന്ത്രമായ അന്വേഷണ സംവിധാനമല്ല, മേലെത ട്ടിലുള്ള ഉദ്യോഗസ്ഥർ മാത്രമേ അന്വേഷണ പരിധിയിൽ വരുന്നുള്ളു എന്നു മാത്രമല്ല അവർക്കെതിരെ അന്വേഷണം നടത്തുന്നതിന് മുൻപ് വകുപ്പുതലത്തിൽ ഒരു പ്രാഥമിക അന്വേഷണം നടത്തണമെന്ന ഉപാ ധിയുണ്ട്. അപ്പോൾ അധികം കേസുകളും ലോക്പാൽ അന്വേഷണ ത്തിന് എത്തില്ലെന്ന്തന്നെയാണ് അതിന്റെ അർത്ഥം. ലോക് പാൽ അന്വേഷണം നടത്തുന്നതും സർക്കാർ സംവിധാനങ്ങൾ വഴി മാത്രമാണു താനും. ഇങ്ങനെ നോക്കുമ്പോൾ ഈ ബിൽ പാസ്സാക്കുന്നതുകൊണ്ട് അഴിമതിക്കെതിരായി ഫലപ്രദമായ ഒരു നടപടിയും പുതുതായി ഉണ്ടാ വില്ലെന്ന് ചുരുക്കം. മേലേത്തട്ടിലുള്ള ഉദ്യോഗസ്ഥർ കൂടുതൽ സംരക്ഷി ക്കപ്പെടുകയും ചെയ്യും.

ലോക്സഭയിൽ സർക്കാറിന് ഭൂരിപക്ഷമുണ്ടായിരുന്നതുകൊണ്ട് പ്രതി പക്ഷം അവിടെ ബിൽ പാസ്സാകാൻ അനുവദിക്കുകയായിരുന്നു. എന്നാൽ രാജ്യസഭയിൽ സർക്കാറിന് ഭൂരിപക്ഷമില്ലെന്നു കണ്ട് പ്രതിപക്ഷം അന വധി ഭേദഗതികൾ കൊണ്ടുവന്ന് പ്രശ്നം സൃഷ്ടിക്കുകയാണ് ചെയ്ത ത്. സർക്കാറിന് സമ്മതമില്ലാത്ത ചില ഭേദഗതികൾ അവിടെ പാസ്സാ ക്കിയെടുക്കാൻ പ്രതിപക്ഷത്തിനു കഴിയുമായിരുന്നു. അത് തടയാൻ വേണ്ടി സർക്കാർ പക്ഷം രാജ്യസഭയിൽ ബിൽ വോട്ടിനിടുന്നത് ഒഴിവാ ക്കാനുള്ള നീക്കങ്ങളാണ് നടത്തിയത്. സംസ്ഥാന ലോകായുക്ത അനി വാര്യമാക്കുന്ന ഖണ്ഡിക പൂർണ്ണമായി എടുത്തുകളയണമെന്ന തൃണ മൂൽ ഗോൺഗ്രസ്സ് നിലപാട് സർക്കാരിന് തലവേദന സൃഷ്ടിച്ച ഘടക മാണ്. ഇപ്പോൾ, ആ ഖണ്ഡിക പൂർണ്ണമായി ഒഴിവാക്കാതെ, ഫെഡ റൽ സംവിധാനം സംസ്ഥാനങ്ങൾക്ക് നൽകുന്ന അധികാരത്തിൽ കൈ കടത്താത്തവിധം മാറ്റങ്ങൾ വരുത്തി തൃണമൂലിന്റെ പിന്തുണ നേടി ബിൽ പാസ്സാക്കിയെടുക്കാനാണ് ഭരണപക്ഷം ശ്രമം നടത്തുന്നത്. ഈ ഭേദഗതികൾക്ക് ബില്ലിന്റെ പൊതുസ്വഭാവത്തിൽ മാറ്റമൊന്നുമുണ്ടാവി ല്ല. അതു തീരെ ദുർബലമായി തുടരുക തന്നെയായിരിക്കും.

അണ്ണാടീമിന്റെ ഭാഗത്തുനിന്ന് 34 ഭേദഗതികൾ നിർദ്ദേശിക്കപ്പെട്ടിരുന്നു. അവയിൽനിന്ന് പ്രധാനപ്പെട്ട നാലെണ്ണമെങ്കിലും സർക്കാർ സ്വീകരിക്കു കയാണെങ്കിൽ അല്പമെങ്കിലും പ്രവർത്തനക്ഷമമായ ഒരു ലോക്പാൽ നിലവിൽ വരുമെന്ന് ടീമിന്റെ വക്താക്കൾ ചൂണ്ടിക്കാട്ടുന്നുണ്ട്. ഈ നാലു

ഭേദഗതി നിർദ്ദേശങ്ങൾ ഇവയാണ്. ലോക്പാൽ അംഗങ്ങളെ തെരഞ്ഞെടുക്കുകയും നീക്കം ചെയ്യുകയും ചെയ്യുന്നത് സർക്കാറിൽനിന്ന് സ്വതന്ത്രമായ സംവിധാനത്തിലൂടെയാക്കുക, സി.ബി.ഐയെ ലോക്പാലിനു കീഴിൽ കൊണ്ടുവരികയോ അല്ലെങ്കിൽ ലോക്പാലിന് സ്വതന്ത്ര അന്വേഷണ ഏജൻസി ഉണ്ടാക്കാൻ അവസരമൊരുക്കുകയോ ചെയ്യുക, മുഴുവൻ സർക്കാർ ഉദ്യോഗസ്ഥന്മാരെയും ലോക്പാൽ അന്വേഷണ പരിധിയിൽ ആക്കുക, സാധാരണ കുറ്റകൃത്യങ്ങൾ അന്വേഷണ വിധേയമാക്കുന്ന രീതിയിൽത്തന്നെയുള്ള അന്വേഷണ സംവിധാനം ഉറപ്പു വരുത്തുക. അണ്ണാ ടീം നിർദ്ദേശിച്ചിട്ടില്ലാത്ത ഒരു പ്രധാന വിഷയം സി.പി.എം മുന്നോട്ടുവെച്ചിട്ടുള്ള ഭേദഗതികളിൽ ഉണ്ട്., സർക്കാറും കോർപ്പറേറ്റുകളും തമ്മിൽ ഉണ്ടാക്കുന്ന കരാറുകൾ ലോക്പാലിന്റെ അന്വേഷണപരിധിയിൽ വരുമെന്നതുകൊണ്ട് ഇത്തരം കരാറുകളെല്ലാം അന്വേഷണ പരിധിയിൽ സ്വാഭാവികമായും വരുന്നതാണ്. എങ്കിലും അക്കാര്യം പ്രത്യേകം ഉറപ്പു വരുത്തുന്നത് നല്ലതു തന്നെയാണ്.

ഇന്നത്തെ നിലയിൽ ഇത്തരം പ്രയോജനപ്രദമായ നിർദ്ദേശങ്ങളൊന്നും സ്വീകരിക്കപ്പെടാതെ തന്നെയാവും ലോക്പാൽ ബിൽ പാസ്സാവുക. അതുകൊണ്ട് ഫലപ്രദമായ ഒരു ലോക്പാൽ ബില്ലിനുവേണ്ടിയുള്ള സിവിൽസമൂഹത്തിന്റെ സമരം ദീർഘകാലാടിസ്ഥാനത്തിൽത്തന്നെ തുടരേണ്ടിവരും എന്ന കാര്യത്തിൽ സംശയമില്ല. ഇത്തരം ഒരു സമരത്തിന് തുടക്കം കുറിക്കുകയും ബഹുജനശ്രദ്ധയിലേക്ക് ഗൗരവപൂർവ്വം കൊണ്ടുവരികയും ചെയ്ത ചരിത്രപരമായ കടമയാണ് അണ്ണാ ഹസാരെയും സംഘവും നിർവ്വഹിച്ചിട്ടുള്ളത്. അവർ ഈ പ്രസ്ഥാനത്തെ മുന്നോട്ടു കൊണ്ടുപോകുന്നതിൽ വിജയിച്ചാലും ഇല്ലെങ്കിലും സിവിൽ സമൂഹ പ്രസ്ഥാനം ഇന്ത്യൻ ജനാധിപത്യത്തിന്റെ മുന്നോട്ടുള്ള പ്രയാണത്തിൽ ഒരു നിർണ്ണായകഘടകമായിത്തീരും എന്ന് ഉറപ്പിച്ചുപറയാൻ കഴിയും.

(മാതൃഭൂമി ആഴ്ചപ്പതിപ്പ്, 2012)

ഇന്ത്യൻ കമ്മ്യൂണിസം എന്തുകൊണ്ട് പരാജയപ്പെട്ടു?

വികസിത മുതലാളിത്ത രാജ്യങ്ങളിലൊന്നിലാണ് കമ്മ്യൂണിസ്റ്റു വിപ്ലവം നടക്കുകയെന്ന മാർക്സിന്റെ വിലയിരുത്തൽ യാഥാർത്ഥ്യമാകാതിരുന്ന പശ്ചാത്തലത്തിലാണ് സാമ്രാജ്യത്വശൃംഖലയിലെ ദുർബലകണ്ണിയെന്ന് ലെനിൻ വിലയിരുത്തിയ റഷ്യയിൽ വിപ്ലവസാധ്യത ലെനിൻ പ്രവചിച്ചത്. റഷ്യൻപാത വ്യത്യസ്ത രീതിയിൽ പിന്തുടർന്ന മാവോയ്ക്ക് ചൈനയിലും വിപ്ലവലക്ഷ്യം നേടാനായി. ചൈനീസ് അവസ്ഥയോട് പല രീതിയിൽ സാദൃശ്യമുണ്ടായിരുന്ന ഇന്ത്യയിലും ആ രീതിയിലുള്ള ഒരു വിപ്ലവത്തിന്റെ സാധ്യത കാണാൻ കഴിയുമായിരുന്നു. റഷ്യയിലും ചൈനയിലും കമ്മ്യൂണിസ്റ്റു ലക്ഷ്യം നേടുന്നതിൽ വിപ്ലവങ്ങൾ വിജയിച്ചില്ലെങ്കിലും ഏറെ പിന്നോക്കാവസ്ഥയിലായിരുന്ന ആ സമൂഹങ്ങളെ സാമ്പത്തികതലത്തിലെങ്കിലും ഗണ്യമായി മുന്നോട്ടു നയിക്കാൻ ആ പരിവർത്തനങ്ങൾ സഹായകമായി. ചൈനയിൽ കമ്മ്യൂണിസ്റ്റുപാർട്ടി രൂപം കൊണ്ട കാലഘട്ടത്തിൽത്തന്നെ ഇന്ത്യയിലും കമ്മ്യൂണിസ്റ്റ് പ്രസ്ഥാനത്തിന് തുടക്കം കുറിച്ചുവെങ്കിലും അതിബൃഹത്തും സങ്കീർണ്ണവുമായ ഇന്ത്യൻ സമൂഹത്തിൽ ഗണ്യമായ സ്വാധീനം ചെലുത്താൻ കഴിയുന്ന ഒരു രാഷ്ട്രീയശക്തിയായി വളരാൻ പോലും ഇന്ത്യയിലെ കമ്മ്യൂണിസ്റ്റ് പ്രസ്ഥാനത്തിനായില്ലെന്ന യാഥാർത്ഥ്യം നമ്മുടെ മുന്നിലുണ്ട്.

കമ്മ്യൂണിസ്റ്റ് ലക്ഷ്യം നേടുന്നതിന് മാർക്സിസം അവതരിപ്പിച്ച രാഷ്ട്രീയ സാമ്പത്തിക പദ്ധതികൾ അടിസ്ഥാനപരമായി പാളിപ്പോയെങ്കിലും മാർക്സിന്റെ ചരിത്ര സാമൂഹിക വിശകലനരീതി റഷ്യൻചൈനീസ് സമൂഹങ്ങളെ മനസ്സിലാക്കുന്നതിനും താരതമ്യേന ഫലപ്രദമായ രീതിയിൽ ഇടപെടുന്നതിനും അവിടങ്ങളിലെ കമ്മ്യൂണിസ്റ്റു നേതൃത്വങ്ങളെ സഹായിക്കുകയുണ്ടായി. എന്നാൽ ഇന്ത്യയിലെ കമ്മ്യൂണിസ്റ്റു നേതൃത്വം ആരംഭം മുതൽക്കേ ഇന്ത്യൻ സമൂഹത്തിന്റെ ചലനനിയമങ്ങളും സവിശേഷതകളും മനസ്സിലാക്കുന്നതിൽ അമ്പേ പരാജയപ്പെട്ടു

കയായിരുന്നു. പാശ്ചാത്യ സാഹചര്യങ്ങളിൽനിന്ന് ഉടലെടുത്ത മാർക്സിന്റെ വർഗ്ഗസിദ്ധാന്തം തികച്ചും യാന്ത്രികമായി ഇന്ത്യൻ സാഹചര്യത്തിൽ പ്രയോഗിക്കാൻ ശ്രമിച്ച ഇവിടുത്തെ കമ്മ്യൂണിസ്റ്റുകാർക്ക് ഇവിടത്തെ വർണ്ണജാതി വ്യവസ്ഥയെ മനസ്സിലാക്കാൻ അല്പംപോലും കഴിഞ്ഞില്ല. ലോകനിലവാരത്തിൽത്തന്നെ നോക്കിയാൽ താരതമ്യേന ചലനാത്മകമായി പ്രവർത്തിച്ചുകൊണ്ടിരിക്കുന്ന ഇന്ത്യൻ ജനാധിപത്യ പ്രക്രിയയിൽ സജീവമായി ഇടപെട്ടുകൊണ്ട് മർദ്ദിത ജാതി വിഭാഗങ്ങൾ ഉൾപ്പെടെയുള്ള വിവിധ സാമൂഹിക വിഭാഗങ്ങൾ സ്വത്വ രാഷ്ട്രീയം ഉപയോഗിച്ചുകൊണ്ട് താന്താങ്ങളുടെ രാഷ്ട്രീയാധികാര പങ്കാളിത്തം പിടിച്ചുപറ്റുന്നത് നോക്കിനിന്ന് അന്തം വിടാൻ മാത്രമേ ഇന്ത്യയിലെ കമ്മ്യൂണിസ്റ്റുകാർക്കു കഴിയുന്നുള്ളൂ.

മാർക്സും ലെനിനും സൃഷ്ടിച്ച ജനാധിപത്യത്തെക്കുറിച്ചുള്ള വികലമായ ധാരണകൾ കുറെക്കൂടി പ്രാകൃതരൂപത്തിൽ മനസ്സിലാക്കിയ ഇന്ത്യൻ കമ്മ്യൂണിസ്റ്റുകാർ, അരനൂറ്റാണ്ടിലധികം ഇന്ത്യൻ ജനാധിപത്യത്തിൽ പ്രവർത്തിച്ചിട്ടും മെയ് വഴക്കത്തോടെ അതിൽ ഇടപെടാനോ, അതിനെ മെച്ചപ്പെടുത്തിയെടുക്കുന്നതിന് ക്രിയാത്മകമായി നിർദ്ദേശങ്ങളും പ്രായോഗിക പദ്ധതികളും മുന്നോട്ടു വെക്കുന്നതിനോ ആവാതെ നിസ്സഹായരായി നോക്കിനിൽക്കുകയാണ് ചെയ്യുന്നത്.കമ്മ്യൂണിസ്റ്റു പ്രസ്ഥാനത്തിന്റെ ചരിത്രത്തിലേക്ക് തിരിഞ്ഞുനോക്കിയാൽ അനവധി തവണ യാഥാർത്ഥ്യങ്ങൾക്ക് നിരക്കാതെയുള്ള തീരുമാനങ്ങളെടുത്ത് പരാജയമടഞ്ഞതിന്റെ കഥകൾ കാണാം. ഇന്നും അതേചരിത്രം ആവർത്തിച്ചുകൊണ്ടിരിക്കുകയും ചെയ്യുന്നു.

1942 ൽ മഹാത്മാഗാന്ധിയുടെ നേതൃത്വത്തിൽ കോൺഗ്രസ്സ് ക്വിറ്റിന്ത്യാസമരം ആരംഭിച്ചപ്പോൾ, രണ്ടാം ലോകയുദ്ധത്തിൽ ബ്രിട്ടൻ ഉൾപ്പെടെയുള്ള അച്ചുതണ്ടു ശക്തികളുമായി സോവിയറ്റ് യൂണിയൻ സഖ്യമുണ്ടാക്കിയതിന്റെ പേരിൽ ഇന്ത്യയുടെ മേൽ കൊളോണിയൽ ആധിപത്യം ഉറപ്പിച്ചിരുന്ന ബ്രിട്ടന് അനുകൂലമായി ക്വിറ്റിന്ത്യാ സമരത്തെ എതിർക്കാൻ ഇന്ത്യയിലെ അവിഭക്ത കമ്മ്യൂണിസ്റ്റുപാർട്ടി മുന്നോട്ടുവന്നു. അവരുടെ മുന്നിൽ ഇന്ത്യയുടെ കൊളോണിയൽ അവസ്ഥയും ഇന്ത്യൻ സ്വാതന്ത്ര്യ സമരവും ഒന്നും പ്രശ്നമായിരുന്നില്ല. സ്റ്റാലിന്റെ സോവിയറ്റുയൂണിയൻ ലോകയുദ്ധത്തിൽ സ്വീകരിക്കുന്ന രാഷ്ട്രീയതന്ത്രങ്ങളെ പിന്തുണയ്ക്കുക മാത്രമായിരുന്നു അവരുടെ ലക്ഷ്യം.

മുസ്ലിം ലീഗ്, പാക്കിസ്താൻ വിഭജനപ്രശ്നം ഉന്നയിച്ച കാലത്ത് സോവിയറ്റ് യൂണിയനിൽ ഭാഷാദേശീയതകൾക്ക് വേറിട്ടുപോകാൻ ഉൾപ്പെടെയുള്ള സ്വയം നിർണ്ണയാവകാശം നൽകിയിട്ട് അവയെ സ്വമേ

ധയാ ഐക്യപ്പെടുത്തുകയാണ് ലെനിന്റെ നേതൃത്വത്തിൽ ചെയ്തതെന്ന് ചൂണ്ടിക്കാട്ടി, നിർദ്ദേശിക്കപ്പെട്ട പാക്കിസ്ഥാൻ മേഖലകളിലെ ഭാഷാദേശീയതകൾക്ക് അപ്രകാരം ഐക്യപ്പെടാനും വേറിട്ടുപോകാനും അനുവദിക്കണമെന്ന പ്രമേയം കമ്മ്യൂണിസ്റ്റുപാർട്ടി 1943 ലെ ഒന്നാം കോൺഗ്രസ്സിൽ പാസ്സാക്കി. സ്റ്റാലിൻ ഭാഷാദേശീയതകളെ ഉരുക്കുമുഷ്ടി ഉപയോഗിച്ച് അടിച്ചമർത്തുകയായിരുന്നു എന്ന ചരിത്രസത്യം മൂടിവെച്ചു. അധികം താമസിയാതെ ഈ നിലപാട് അവർ വിഴുങ്ങുകയും ചെയ്തു. ഒരു വിശദീകരണവും നൽകാതെ.

ഇന്ത്യയ്ക്ക് സ്വാതന്ത്ര്യം കിട്ടിയപ്പോൾ പി.സി.ജോഷിയുടെ നേതൃത്വത്തിൽ കമ്മ്യൂണിസ്റ്റുപാർട്ടി അതിനെ സ്വാഗതം ചെയ്യുകയും ഇന്ത്യൻ നാഷണൽ കോൺഗ്രസ്സിനെ ദേശീയശക്തിയായി അംഗീകരിച്ച് പിന്തുണയ്ക്കുകയും ചെയ്തു. പക്ഷേ, ഏതാനും മാസങ്ങൾ കഴിഞ്ഞപ്പോഴേക്കും 1948 ഫിബ്രവരിയിൽ നടന്ന രണ്ടാം കോൺഗ്രസ്സിൽവെച്ച് ബി.ടി രണദിവെയുടെ നേതൃത്വത്തിൽ അംഗീകരിക്കപ്പെട്ട കൽക്കത്ത തീസിസ് എന്നറിയപ്പെടുന്ന നിലപാടനുസരിച്ച് ഇന്ത്യൻ സ്വാതന്ത്ര്യം മിഥ്യയായി. ഇന്ത്യൻ നാഷണൽ കോൺഗ്രസ്സ് സാമ്രാജ്യത്വസേവ ചെയ്യുന്ന പാർട്ടിയും. ഉടൻ വിപ്ലവത്തിനുള്ള ആഹ്വാനവും. ഒരു കൊല്ലം കഴിഞ്ഞപ്പോഴേക്കും, കൽക്കത്താ തീസിസ് സൃഷ്ടിച്ച സാഹസിക സംരംഭങ്ങളുടെ തിക്താനുഭവങ്ങളുടെ പശ്ചാത്തലത്തിൽ, രാജേശ്വരറാവുവിന്റെ നേതൃത്വത്തിൽ തെലുങ്കാനയിൽ നടന്നുകൊണ്ടിരുന്ന ചൈനീസ് മാതൃകയിലുള്ള ജനകീയയുദ്ധം ഇന്ത്യയ്ക്ക് മാതൃകയായി പ്രഖ്യാപിക്കപ്പെട്ടു. 1951 ലെത്തിയപ്പോഴേക്കും സ്റ്റാലിന്റെ ഇടപെടലിലൂടെ, ഇന്ത്യയിലെ പാർലമെന്ററി സമ്പ്രദായത്തിൽ സജീവമായി ഇടപെട്ടുകൊണ്ട് വിപ്ലവലക്ഷ്യം തേടുന്നതിനെക്കുറിച്ചുള്ള ഒരു പ്രത്യയശാസ്ത്രനിലപാട് സ്വീകരിക്കുകയും ചെയ്തു. പാർലമെന്റിൽ പങ്കെടുക്കുന്നത് അടവുപരമായ താൽക്കാലിക നടപടി മാത്രമാണെന്നും വിപ്ലവലക്ഷ്യം കൈവിടാതെ വിപ്ലവപാർട്ടിയായി തുടരുമെന്നും അണികളെ ബോധ്യപ്പെടുത്തിക്കൊണ്ടായിരുന്നു തിരഞ്ഞെടുപ്പു രാഷ്ട്രീയത്തിലേക്കുള്ള പ്രവേശം. രണ്ടുമൂന്നു വർഷത്തെ ചുരുങ്ങിയ കാലയളവിനുള്ളിൽ പരസ്പരവിരുദ്ധമായ നാലു നിലപാടുകൾ എടുത്ത മറ്റൊരു നേതൃത്വം എവിടെയെങ്കിലും ഉണ്ടായിട്ടുണ്ടോ എന്നറിയില്ല. കഴിഞ്ഞ അറുപതു കൊല്ലമായിട്ട് ഒരു തെരഞ്ഞെടുപ്പു പാർട്ടി മാത്രമായി അന്നത്തെ അവിഭക്ത പാർട്ടിയും ഇപ്പോഴത്തെ രണ്ടു മുഖ്യധാരാ കമ്മ്യൂണിസ്റ്റു പാർട്ടികളും പ്രവർത്തിച്ചുപോരുന്നുവെങ്കിലും വിപ്ലവപാർട്ടികളെന്ന പൊയ്മുഖം നിലനിർത്താൻ കിണഞ്ഞുശ്രമിച്ചുകൊണ്ടിരിക്കുകയും ചെയ്യുന്നതിലെ പൊരുത്തക്കേ

ടുകൾ പരിഹരിക്കാൻ ഇപ്പോഴും അവയ്ക്കായിട്ടുമില്ല. ഒരു വശത്ത് ഭരണഘടനയെ പിടിച്ച് ആണയിട്ടുകൊണ്ട് എം.എൽ.എമാരും എം.പിമാരും ആവുക. മറുവശത്ത് പാർലമെന്റേതര സമരങ്ങൾ എന്ന ഓമനപ്പേരിട്ട്, അക്രമസമരങ്ങളും നിയമവിരുദ്ധ പ്രവർത്തനങ്ങളും നടത്തിക്കൊണ്ട് വിപ്ലവപാർട്ടി പരിവേഷം നിലനിർത്തുക. സത്യദീക്ഷയോ, തത്ത്വദീക്ഷയോ ഇല്ലാത്ത ഇത്തരം പ്രവർത്തനശൈലികൾ ഒരു ജനാധിപത്യ സമൂഹത്തിന് ഒട്ടും ചേരുന്നതല്ല. പക്ഷേ ഈ കാപട്യം മൂടിവെക്കാനായി ജനാധിപത്യത്തെ ബൂർഷ്വാ ജനാധിപത്യമെന്ന് മുദ്ര കുത്തുകയും അവഹേളിക്കുകയും ചെയ്യുന്ന രീതിയാണ് സ്വീകരിച്ചുപോന്നിട്ടുള്ളത്. അതുവഴി ജനാധിപത്യവിരുദ്ധമായ അക്രമസമരങ്ങൾക്ക് പുരോഗമനപരിവേഷം നിലനിർത്താനും അവർ ശ്രമിച്ചുപോന്നിട്ടുണ്ട്. പക്ഷേ, ഇത്തരം കാപട്യങ്ങൾ അധികനാൾ തുടരാനാവില്ലെന്ന യാഥാർത്ഥ്യമാണ് കമ്മ്യൂണിസ്റ്റുപാർട്ടികളുടെ മുന്നിൽ പ്രത്യയശാസ്ത്ര പ്രതിസന്ധികളും മറ്റുമായി അരങ്ങേറിക്കൊണ്ടിരിക്കുന്നത്. പാർട്ടിയും ഭരണകൂടവും ഒന്നല്ല, രണ്ടായി പ്രവർത്തിക്കണം എന്ന് പാർട്ടി സെക്രട്ടറി പ്രകാശ് കാരാട്ട് പറയുകയും എന്നാൽ പ്രത്യയശാസ്ത്രപ്രമേയം അതേക്കുറിച്ച് ഒന്നും പറയാതെ പഴയ നിലപാട് ആവർത്തിക്കുകയും ചെയ്യുന്നത് ഈ ആശയക്കുഴപ്പത്തിന്റെ ലക്ഷണമാണ്.

രണ്ടാം ലോകമഹായുദ്ധത്തോടുകൂടി, രാജ്യങ്ങൾക്കിടയിൽ നിലനിന്നിരുന്ന വെട്ടിപ്പിടിത്ത രാഷ്ട്രീയത്തിന് ചരിത്രപരമായ അന്ത്യം കുറിച്ചുവെന്നും രാജ്യങ്ങൾക്കിടയിലെ ജനാധിപത്യം എന്ന പുതിയ ചരിത്ര പ്രക്രിയക്ക് തുടക്കമായി എന്നും യാഥാസ്ഥിതിക കമ്മ്യൂണിസ്റ്റുകാർക്ക് ഇപ്പോഴും അംഗീകരിക്കാനാവുന്നില്ല. ഐക്യരാഷ്ട്രസഭയിലെ വീറ്റോ അധികാരവും അമേരിക്കയുടെ ലോകപോലീസ് ചമയലും പഴയ വെട്ടിപ്പിടുത്ത രാഷ്ട്രീയത്തിന്റെ അവശിഷ്ടങ്ങളാണെങ്കിലും അവയ്ക്ക് അധികനാൾ തുടരാനാവില്ല. രാജ്യങ്ങൾ തമ്മിലുള്ള വ്യാപാരബന്ധത്തിൽ നിലനിന്നിരുന്ന കൈയൂക്കുള്ളവൻ കാര്യക്കാരൻ എന്ന അവസ്ഥയ്ക്ക് അന്ത്യം കുറിക്കുന്ന നടപടിയുടെ തുടക്കമാണ് ലോകവ്യാപാരത്തിന് പൊതു ചട്ടങ്ങൾ ഉണ്ടാക്കാനുള്ള ലോകവ്യാപാരസംഘടനയുടെ ശ്രമങ്ങൾ. ഇപ്പോൾ വികസിത രാജ്യങ്ങൾക്ക് മേധാവിത്വ അവസ്ഥയുണ്ടെങ്കിലും വീറ്റോ അധികാരമില്ലാതെ പൊതു സമ്മതാടിസ്ഥാനത്തിൽ തീരുമാനങ്ങളെടുക്കുന്ന ലോകവ്യാപാരസംഘടനയുടെ രീതികൾ, വ്യാപാര രംഗത്തും ജനാധിപത്യം അനിവാര്യമാക്കിത്തീർക്കും.

വെട്ടിപ്പിടിത്ത രാഷ്ട്രീയത്തിന്റെ തുടർച്ചയായി നില നിൽക്കുന്ന വ്യാപാര രംഗത്തെ കഴുത്തറപ്പൻ മത്സരത്തിനും അതേപടി തുടരാനാ

വില്ലെന്നാണ് സമീപകാല ആഗോളസാമ്പത്തിക പ്രതിസന്ധികൾ തെളിയിച്ചുകൊണ്ടിരിക്കുന്നത്. കമ്മ്യൂണിസ്റ്റുകാർ ലക്ഷ്യം വെച്ചപോലെ വിപണിയെ നിർമ്മാർജ്ജനം ചെയ്യുക അസാധ്യവും അപ്രായോഗികവുമാണ്. കഴുത്തറപ്പൻ മത്സരത്തിനും ചരിത്രമുന്നേറ്റത്തിൽ പിടിച്ചുനിൽക്കാനാവില്ല. ആരോഗ്യകരവും ജനാധിപത്യപരവുമായ സാമൂഹിക നിയന്ത്രണത്തിന് വിധേയമാകുന്ന വിപണിയുടെ രാഷ്ട്രീയമാണ് ഇരുപത്തൊന്നാം നൂറ്റാണ്ടിൽ നാം കാണാൻ പോകുന്നത്. ഈ പുതിയ യാഥാർത്ഥ്യങ്ങൾക്കുനേരെ കണ്ണടച്ചുകൊണ്ടു വിപണിക്കുവേണ്ടിയുള്ള വെട്ടിപ്പിടുത്തങ്ങൾ ലോകയുദ്ധത്തിലേക്ക് നയിക്കുന്നതിനെക്കുറിച്ച് പറഞ്ഞ ലെനിന്റെ സാമ്രാജ്യത്വ സിദ്ധാന്തങ്ങൾ അതേപടി ഉരുവിടാൻ ശ്രമിക്കുന്ന സി.പി.എമ്മിന്റെ പുതിയ പ്രത്യയശാസ്ത്ര പ്രമേയം അവരുടെ ആശയപരമായ പാപ്പരത്തത്തെയാണ് പ്രതിഫലിപ്പിക്കുന്നത്.

ഇതിനെക്കാൾ അമ്പരപ്പിക്കുന്നതാണ് ഇന്ത്യൻ ജനാധിപത്യത്തോടുള്ള അവരുടെ നിഷേധാത്മക സമീപനം. നേരത്തേ സൂചിപ്പിച്ചതുപോലെ ബൂർഷ്വാ ജനാധിപത്യത്തിൽ ജനങ്ങൾക്ക് മിഥ്യാപരമായ ജനാധിപത്യാവകാശങ്ങളാണുള്ളതത്രെ. അവ ഉപയോഗപ്പെടുത്താനുള്ള കഴിവുകൾ ജനങ്ങൾക്ക് നിഷേധിക്കപ്പെടുകയും ചെയ്യുന്നുവത്രേ. ഇതിനുപകരം, യഥാർത്ഥ ജനാധിപത്യം സാധ്യമാകണമെങ്കിൽ മുഴുവൻ ജനങ്ങളുടെയും സാമ്പത്തിക ശാക്തീകരണം സംഭവിക്കണം. പഴയ സോഷ്യലിസ്റ്റ് സങ്കല്പം തന്നെയാണിത്. മുഴുവൻ സമൂഹത്തിന്റെയും സാമ്പത്തികശാക്തീകരണം എങ്ങനെ സാധ്യമാവും എന്നതാണ് പ്രശ്നം. ഇന്ത്യയിൽ ഇപ്പോൾ നില നിൽക്കുന്ന ജനാധിപത്യ സമ്പ്രദായത്തിന് ആ ലക്ഷ്യം നേടാനാവില്ല എന്നുതന്നെയാണ് വിലയിരുത്തൽ. പിന്നെയുള്ള ബദൽ സോവിയറ്റ് മോഡൽ സാമ്പത്തിക കേന്ദ്രീകരണം തന്നെ. പൊതുമേഖലാ കേന്ദ്രീകരണം. എന്നാൽ ചൈനയിലെപ്പോലെ വിപണിയാകാം. പക്ഷേ, അത് കേന്ദ്രീകൃത നിയന്ത്രണത്തിലാകണം. ജനാധിപത്യപരമായ അവകാശങ്ങളും ബഹുസ്വരതയുമെല്ലാം അനുവദിക്കപ്പെടുന്നത്, തൊഴിലാളി വർഗ്ഗഭരണകൂടത്തിനു കീഴിൽ സോഷ്യലിസം ശക്തിപ്പെടുത്തുക എന്ന ലക്ഷ്യത്തോടെയായിരിക്കുമത്രെ. ഇന്ന് ചൈനയിൽ നിലനിൽക്കുന്നത് ഒരു ടെക്നോക്രാറ്റ് നേതൃത്വത്തിന്റെ സ്വേച്ഛാധിപത്യ ഭരണമാണ്. അതാകട്ടെ, ആന്തരിക സംഘർഷങ്ങൾകൊണ്ട് തകർച്ചയുടെ വക്കിലാണുതാനും. ചൈനയിൽ നിലനിൽക്കുന്ന സ്വേച്ഛാധിപത്യപരമായ മുതലാളിത്തം (Authoritarian Capitalsim) കൂടുതൽ വികസനസാധ്യത നൽകുന്നതുകൊണ്ട് ഇന്ത്യയ്ക്ക് പരീക്ഷിക്കാവുന്ന മാതൃകയാണെന്ന് കരുതുന്ന മുതലാളിത്തത്തിന്റെ വക്താക്കളുണ്ട്.

പക്ഷേ, ഈ മാതൃക അതിജീവനശേഷിയുള്ളതല്ലെന്നതാണ് ഏറ്റവും പ്രധാന സംഗതി. തൊഴിലാളികൾക്കും മറ്റ് അധ്വാനിക്കുന്ന ജനവിഭാഗങ്ങൾക്കും സംഘടനാ അവകാശങ്ങളും മറ്റും നിഷേധിച്ചുകൊണ്ടുള്ള ഭീകരമായ. സ്വേച്ഛാധിപത്യഭരണമാണ് നില നിൽക്കുന്നത്. അത്തരം ഘടനകൾ ആന്തരികമായി തകരാൻ ബാധ്യസ്ഥമാണ്. അതുകൊണ്ടു തന്നെ അതിനെ ഒരു മാതൃകയാക്കാൻ സാമാന്യബുദ്ധിയുള്ള ആരും തയ്യാറാവുകയില്ല. ഇന്ത്യൻജനാധിപത്യത്തിന്റെ അവസ്ഥയെക്കുറിച്ചു കൂടി നോക്കാം. തുല്യമായ സാമ്പത്തിക ശാക്തീകരണം ഇല്ലാത്തതു കൊണ്ട് അതിവിപുലമായ ഉച്ചനീചത്വം ജനാധിപത്യത്തെ പ്രഹസനമാക്കുന്നു എന്ന വിമർശനത്തിൽ കാമ്പുണ്ട്. പക്ഷേ, ഈ അവസ്ഥയെ മറി കടക്കനായി, സാമ്പത്തിക കേന്ദ്രീകരണം കൊണ്ടുവന്നാൽ അത് ഒരു തരത്തിലും ജനാധിപത്യാവകാശങ്ങളെ ശക്തിപ്പെടുത്തുന്നില്ല. മറിച്ച് ജനാധിപത്യാവകാശങ്ങളെ പൂർണ്ണമായി നിഷേധിക്കുന്നതിലേക്കാണ് അത് നയിക്കുക. കേന്ദ്രീകരണത്തിനു പകരം സഹകരണസംഘങ്ങളും മറ്റു രൂപങ്ങളും പ്രയോജനപ്രദമല്ല. കാരണം അവയൊക്കെ പുതിയ അധികാരിവർഗ്ഗങ്ങളെ സൃഷ്ടിക്കുകയല്ലാതെ, അധികാര വികേന്ദ്രീകരണത്തിലേക്ക് നയിക്കുന്നില്ല എന്നതാണ് വസ്തുത.

ഇന്ത്യയെപ്പോലുള്ള ജനാധിപത്യസമൂഹങ്ങളിൽ ജനാധിപത്യത്തിന്റെ നാലുതൂണുകൾക്ക് സംഭവിക്കുന്ന അപചയമാണ് മറികടക്കപ്പെടേണ്ടത്. അതിനുള്ള മാർഗ്ഗം സിവിൽ സമൂഹത്തിന്റെ ജാഗ്രതയോടുകൂടിയ ഇടപെടലാണെന്നും ഇന്ത്യൻജനാധിപത്യസമ്പ്രദായം തെളിയിച്ചുകഴിഞ്ഞിട്ടുണ്ട്. അത് തീർച്ചയായും ജനാധിപത്യ സമ്പ്രദായത്തിന്റെ ഘടനയിൽതന്നെ പുതിയ തലങ്ങൾ സൃഷ്ടിച്ചേക്കാം. ജനാധിപത്യഭരണസമ്പ്രദായത്തെ പൂർണ്ണമായും സുതാര്യമാക്കുക എന്ന ലക്ഷ്യത്തിലേക്കാണ് അത് നീങ്ങുക. വിപണിയുടെ മേലുള്ള ജനാധിപത്യപരമായ സാമൂഹികനിയന്ത്രണം കൂടി സാധ്യമായാൽ ഇന്ത്യൻ ജനാധിപത്യത്തിൽ സാമൂഹികനീതിയുടെ ഘടകം കൂടി പ്രായോഗികതലത്തിലെത്തും. ഇത്തരം പ്രായോഗികമായ സാധ്യതകൾ നിലനിൽക്കുന്ന ഇന്ത്യൻ ജനാധിപത്യത്തിനു പകരം ചൈനയിലെ ടെക്നോക്രാറ്റ് സ്വേച്ഛാധിപത്യത്തെ അവതരിപ്പിക്കാൻ തയ്യാറായ സി.പി.എം നേതൃത്വത്തിന്റെ തൊലിക്കട്ടി അപാരംതന്നെ.

(മാതൃഭൂമി ദിനപത്രം, 2 ഏപ്രിൽ 2012)

പി.ജി.യോട് യോജിച്ചും വിയോജിച്ചും

പലതുകൊണ്ടും സവിശേഷതകൾ നിറഞ്ഞ ഒരു വ്യക്തിത്വമായിരുന്നു പി.ഗോവിന്ദപ്പിള്ളയുടേത്. അദ്ദേഹത്തിന്റെ മാനസികവ്യാപാരങ്ങൾ അടുത്തറിയാൻ കഴിഞ്ഞിട്ടുള്ള ആരെങ്കിലും ഉണ്ടെന്നു തോന്നുന്നില്ല. അദ്ദേഹത്തിന്റെ ചിന്തകളിലെയും നിലപാടുകളിലെയും പൊരുത്തക്കേടുകൾ എന്നെ ഏറെ അത്ഭുതപ്പെടുത്തിയിട്ടുണ്ട്. 1969 ആദ്യത്തിൽ അദ്ദേഹവുമായി അടുത്തു പരിചയപ്പെടാനിടയായതുമുതൽ കഴിഞ്ഞ 43 വർഷത്തിനുള്ളിൽ ഞങ്ങൾ തമ്മിൽ ശത്രുതാപരമായ സ്വഭാവത്തിലുള്ള പരസ്യമായ ആശയപോരാട്ടങ്ങൾ നടന്നിട്ടുണ്ട്. പക്ഷേ, അപ്പോഴെല്ലാം ആരംഭം മുതൽക്കേ ഞങ്ങൾക്കിടയിൽ വളർന്നുവന്നിരുന്ന നിർവചനങ്ങൾക്കൊന്നും വഴങ്ങാത്ത ഒരാത്മബന്ധം യാതൊരു കോട്ടവും കൂടാതെ നിലനിന്നുപോന്നിട്ടുണ്ട്. അത് അധികവും ബാഹ്യമായി പ്രകടിപ്പിക്കപ്പെട്ട ഒരു ബന്ധമായിരുന്നില്ല. അങ്ങനെ പ്രകടിതമാവാൻ സാഹചര്യങ്ങൾ അനുവദിച്ചിരുന്നുമില്ല.

പി.ജിയുടെ ചിന്താപദ്ധതികൾ ഏതെല്ലാം ദിശകളിൽ എത്രത്തോളം നീങ്ങിക്കൊണ്ടിരിക്കുന്നു എന്ന് ആർക്കും മനസ്സിലാക്കാനാകാത്ത അവസ്ഥയിലാണ് സ്ഥിതിഗതികൾ. തന്റെ ബൗദ്ധിക പരിണാമത്തിൽ ഊന്നിക്കൊണ്ടുള്ള ഒരു ആത്മകഥ എഴുതാൻ അദ്ദേഹം ആഗ്രഹിച്ചിരുന്നു. അതു തുടങ്ങുകയും കുറെയൊക്കെ മുന്നോട്ടു പോവുകയും ചെയ്തിട്ടുണ്ട് എന്നാണറിഞ്ഞത്. എന്നാൽ അതിന്റെ അവസാനഭാഗങ്ങളിലേ കമ്മ്യൂണിസ്റ്റു പ്രസ്ഥാനത്തിന്റെ ഇപ്പോഴത്തെ അവസ്ഥയെക്കുറിച്ചെല്ലാമുള്ള അദ്ദേഹത്തിന്റെ വിലയിരുത്തലുകളും നിരീക്ഷണങ്ങളും നമുക്ക് ലഭിക്കുമായിരുന്നുള്ളു. അതേതായാലും ഇനി സംഭവിക്കില്ല. ഇക്കാര്യത്തിൽ നാം എന്നും ഇരുട്ടിലായിരിക്കും എന്നർത്ഥം. ജോണി ലൂക്കോസ് ഭാഷാപോഷിണിയിൽ പി.ജിയുമായി നടത്തിയ അഭിമുഖത്തിൽ പറയുന്ന കാര്യങ്ങളിൽനിന്നുള്ള ചില സൂചനകൾ കണ്ടെത്താനേ നിർവ്വാഹമുള്ളു.

കമ്മ്യൂണിസത്തിന്റെ അടിസ്ഥാനം തന്നെ ജനാധിപത്യമാണെന്നും കമ്മ്യൂണിസ്റ്റുപാർട്ടി എപ്പോഴും ജനാധിപത്യത്തിന്റെ കൂടെ നിൽക്കണമെന്നും അങ്ങനെ ചെയ്യാതിരുന്നതുകൊണ്ടാണ് സോവിയറ്റു വ്യവസ്ഥ തകർന്നതെന്നും പി.ജി. പരാമർശിച്ചിട്ടുണ്ട്. ചൈനയിൽ ജനാധിപത്യത്തിനു തുടക്കമിട്ടെങ്കിലും ഭിന്നാഭിപ്രായം പറയാനും, എതിർക്കാനും ബദൽനയങ്ങൾ അവതരിപ്പിക്കാനും അതിനുവേണ്ടി പ്രചാരം നടത്താനുമൊക്കെ അവസരമുണ്ടായാലേ ജനാധിപത്യമാകൂ എന്നും അദ്ദേഹം പറയുന്നുണ്ട്. തന്നെക്കുറിച്ചുള്ള അദ്ദേഹത്തിന്റെ സ്വയം വിലയിരുത്തൽ മാർക്സിസത്തിന്റെയും കമ്മ്യൂണിസത്തിന്റെയും മാനവിക വാദപരമായ അന്തസ്സത്തയെ തകർക്കാൻ നിരന്തരം നടന്നുകൊണ്ടിരുന്ന ശ്രമങ്ങളെ തന്നാൽ കഴിയാവുന്ന വിധം പ്രതിരോധിക്കാൻ ശ്രമിച്ച പശ്ചാത്തപിക്കാത്ത കമ്മ്യൂണിസ്റ്റ് എന്നാണ്.കമ്മ്യൂണിസത്തിനും മാർക്സിസത്തിനും എതിരായ വിമർശന ഗ്രന്ഥങ്ങളാണ് താൻ ഏറ്റവുമധികം വായിച്ചിട്ടുള്ളതെന്നും അദ്ദേഹം പറയുന്നുണ്ട്. പക്ഷേ, അതിന്റെ ഫലം ഇവിടത്തെ കമ്മ്യൂണിസ്റ്റുകാർക്കോ സമൂഹത്തിനോ ലഭിച്ചുമില്ല.

എം.എൽ.എയും ദേശാഭിമാനി പത്രാധിപരും എന്ന നിലയ്ക്ക് വളരെ തിരക്കിട്ട പ്രവർത്തനങ്ങളിൽ പി.ജി ഏർപ്പെട്ടിരുന്ന കാലത്താണ് അദ്ദേഹത്തിന്റെ ആവശ്യപ്രകാരം ഞാൻ തിരുവനന്തപുരത്ത് എത്തുന്നത്. പഠിക്കുമ്പോൾതന്നെ എഴുതിത്തുടങ്ങിയിരുന്ന എന്നെ ശ്രദ്ധിച്ചിരുന്ന പി.ജി ഞാൻ സി.പി.എം അനുഭാവി കൂടിയാണെന്നറിഞ്ഞപ്പോൾ ദേശാഭിമാനി ബുക്സ്റ്റാളിനുവേണ്ടി പുസ്തകങ്ങൾ തർജ്ജമ ചെയ്യാനും എഡിറ്റു ചെയ്യാനുമെല്ലാമായിട്ടാണ് വിളിപ്പിച്ചത്. ഏൽപ്പിച്ച പുസ്തകങ്ങളുടെ തർജ്ജമ ചെയ്തുകൊടുക്കുകയും ചെയ്തു. ചുരുങ്ങിയ സമയംകൊണ്ടുതന്നെ പി.ജിയുടെ കുടുംബാംഗം പോലെ ഞാൻ അടുക്കുകയും ചെയ്തു. ദേശാഭിമാനി വാരിക തുടങ്ങുന്ന കാലമായിരുന്നു അത്. വാരികയുടെ എഡിറ്റോറിയൽ ടീമിൽ ചേരണമെന്നും അതിനായി പാർട്ടി അംഗത്വമെടുക്കണമെന്നും ഒരുദിവസം പി.ജി. എന്നോട് പറഞ്ഞു. അപ്പോഴേക്കും ഞാൻ നക്സലൈറ്റുകളുമായി ബന്ധപ്പെടുകയും അവരുടെ രാഷ്ട്രീയ നിലപാടുകളെക്കുറിച്ച് ഗൗരവപൂർവ്വം പഠിക്കാൻ തുടങ്ങുകയും ചെയ്തിരുന്നു. അതുകൊണ്ട് ഉടനെ പി.ജിക്ക് മറുപടി കൊടുത്തില്ല. താമസിയാതെ തന്നെ വാരികയിൽ ചേരാനാവില്ലെന്ന് അറിയിക്കുകയും രാഷ്ട്രീയ അഭിപ്രായ വ്യത്യാസം വ്യക്തമാക്കുകയും ചെയ്തു. പി.ജി. എന്നെ ഉപദേശിക്കാനൊന്നും ശ്രമിച്ചില്ല. നല്ലവണ്ണം ആലോചിച്ചിട്ടാണോ തീരുമാനം എന്നുമാത്രം ചോദിച്ചു. ഔദ്യോഗിക

ബന്ധം അവസാനിച്ചെങ്കിലും പി.ജിയും കുടുംബവുമായുള്ള ബന്ധം അതേ പടി തുടർന്നു. ഇങ്ക്വിലാബ് എന്ന പേരിൽ നക്സലൈറ്റു രാഷ്ട്രീയ പ്രചാരണത്തിനുള്ള മാസിക തുടങ്ങിയപ്പോൾ പി.ജിയെക്കൊണ്ട് അതിൽ ലേഖനമെഴുതിക്കുകയും ചെയ്തു. അതിനിടയ്ക്ക് 'പ്രപഞ്ചവും മനുഷ്യനും' ഇറങ്ങിയപ്പോൾ പുസ്തകം വായിച്ച് ഏറെ പുകഴ്ത്തി സംസാരിക്കുകയും ചെയ്തു.

ഏതാനും മാസങ്ങൾക്കുശേഷം 1970 നവംബറിൽ എനിക്കു നേരിട്ടു ബന്ധമില്ലാതിരുന്ന ഒരു നക്സലൈറ്റ് ആക്രമണകേസുമായി ബന്ധപ്പെട്ട് അറസ്റ്റു ചെയ്യപ്പെട്ടു ഞാൻ പോലീസ് കസ്റ്റഡിയിലായിരുന്നപ്പോൾ എന്നെ വിടുവിക്കാനായി പി.ജി. ജയറാം പടിക്കലിനെ കാണുകയുണ്ടായി. പടിക്കൽ എന്നോട് ഇതേക്കുറിച്ച് പറഞ്ഞിട്ട് ചോദിച്ചത് എന്റെ കാര്യത്തിൽ പി.ജി.ക്ക് ഇത്ര താല്പര്യമെന്താണെന്നാണ്. ഞാൻ ജയിലിലായിരുന്നപ്പോൾ എനിക്കാവശ്യമുള്ള പുസ്തകങ്ങളും അത്യാവശ്യത്തിനു പണവും പതിവായി കത്തുകളും പി.ജിയുടെ അറിവോടെത്തന്നെ രാജമ്മചേച്ചി എനിക്ക് അയച്ചുതരുമായിരുന്നു. പി.ജി.യും ഞാനും തമ്മിലുള്ള രാഷ്ട്രീയ ഭിന്നത അവരുടെ പരിഗണനയിലില്ലെന്ന് രാജമ്മചേച്ചി പറയുമായിരുന്നു. ഒരനുജനെപ്പോലെയാണ് അവരെന്നെ കണക്കാക്കിയിരുന്നത്. 1975 ജനുവരിയിൽ ജയിൽ മോചിതനാവുമ്പോൾ ആദ്യംചെല്ലുന്നതും അവരുടെ വീട്ടിലേക്കാണ്. ഞാൻ അറസ്റ്റു ചെയ്യപ്പെട്ടപ്പോൾ എന്റെ റൂമിലുണ്ടായിരുന്ന പുസ്തകങ്ങളും മറ്റും കൂടെ താമസിച്ചിരുന്നവർ എത്തിച്ചതും പി.ജിയുടെ വീട്ടിലായിരുന്നു.

അടിയന്തരാവസ്ഥ പ്രഖ്യാപിക്കപ്പെട്ടതിനുശേഷം 1976 ഫിബ്രവരിയിൽ നടന്ന കായണ്ണ പോലീസ് സ്റ്റേഷനാക്രമണത്തെത്തുടർന്ന് നക്സലൈറ്റുകൾക്കു നേരെ പോലീസിന്റെ നരനായാട്ടു നടക്കുന്ന കാലം. തിരുവന്തപുരത്തെ ചില പ്രധാന സഖാക്കൾ അറസ്റ്റു ചെയ്യപ്പെട്ടു എന്ന സംശയം തീർക്കാനായി ഞാൻ തിരുവനന്തപുരത്തു എത്തിയതായിരുന്നു. നാലു വർഷത്തിലധികം കാലം തിരുവനന്തപുരം ജയിലിലും ദിവസേനയുള്ള കോടതി വിചാരണയിലുമായി കഴിഞ്ഞ എന്നെ കണ്ടാൽ തിരുവനന്തപുരത്തെ നല്ലൊരു വിഭാഗം പോലീസുകാർക്കും തിരിച്ചറിയാൻ കഴിയുമായിരുന്നു. അതുകൊണ്ടാണ് വെളുപ്പിനുതന്നെ പി.ജിയുടെ വീട്ടിൽ ഞാനെത്തിയത്. 'നല്ല സമയത്താണ് വേണു എത്തിയത്' എന്നു പറഞ്ഞുകൊണ്ട് സന്തോഷത്തോടെയാണ് പി.ജി. എന്നെ സ്വീകരിച്ചത്. പി.ജിയ്ക്ക് ചിക്കൻപോക്സ് പിടിച്ച് മാറിയിട്ടേ ഉണ്ടായിരുന്നുള്ളൂ. രാമജമ്മ ചേച്ചിക്ക് തുടങ്ങുകയും ചെയ്തു. അതുകൊണ്ട് അവിടെ മറ്റാ

രുമില്ല. ആരും വരികയുമില്ല. അതുകൊണ്ടാണ് എനിക്കു താമസിക്കാൻ പറ്റിയ സമയമെന്ന് പി.ജി. പറഞ്ഞത്. അന്നത്തെ രാഷ്ട്രീയസാഹചര്യത്തിൽ എന്നെപ്പോലെ പോലീസ് വേട്ടയാടിക്കൊണ്ടിരിക്കുന്ന ഒരാൾ സാധാരണ രാഷ്ട്രീയനേതാക്കന്മാരുടെ വീട്ടിൽ കയറിച്ചെന്നാൽ അവരുടെ മുഖത്തു പ്രകടമാവുക അമ്പരപ്പും ഭയവുമായിരിക്കും. എന്നാൽ പി.ജിയുടെ മുഖത്ത് അന്നു കണ്ടതു കൂസലില്ലായ്മയും യഥാർത്ഥ സന്തോഷവും തന്നെയായിരുന്നു.

അടിയന്തരാവസ്ഥയിലെ കർശനമായ പത്രസെൻഷർഷിപ്പ്, പത്രങ്ങളുടെ വിശ്വാസ്യതയെ കാര്യമായി തകർത്തിരുന്നു. കായണ്ണ പോലീസ് സ്റ്റേഷനാക്രമണവും അങ്ങാടിപ്പുറം ബാലകൃഷ്ണനും ഒരു പോലീസ് ഓഫീസറും വെന്തു മരിക്കാനിടയായ സംഭവവും നടന്നിട്ടു പത്രക്കാർക്കു റിപ്പോർട്ടു ചെയ്യാനാകാതെ വന്നത് ഈ പ്രതിസന്ധിയെ കൂടുതൽ മൂർച്ഛിപ്പിക്കുകയായിരുന്നു. ഇതു പരിഹരിക്കാനായി ആഭ്യന്തരമന്ത്രി കെ.കരുണാകരൻ പത്രാധിപന്മാരുടെ ഒരു യോഗം വിളിച്ചിരിക്കുകയായിരുന്നു. ഞാൻ ചെന്നതിന്റെ പിറ്റേദിവസം ആ യോഗം കഴിഞ്ഞുവന്ന പി.ജി. പൊട്ടിച്ചിരിച്ചുകൊണ്ടാണ് എത്തിയത്. പത്രാധിപന്മാരുടെ യോഗത്തിൽ കെ.കരുണാകരൻ പറഞ്ഞ ഒരു പ്രധാന സംഗതി കെ.വേണു ഉൾപ്പെടെ നക്സലൈറ്റുകളെല്ലാം അറസ്റ്റു ചെയ്യപ്പെട്ടു എന്ന വാർത്തയായിരുന്നു. കെ.വേണുവിനെയും അറസ്റ്റു ചെയ്തോ എന്ന് പി.ജി. എടുത്തു ചോദിച്ചപ്പോൾ കരുണാകരൻ അത് ഉറപ്പിച്ചുപറഞ്ഞു. അതുകേട്ടപ്പോൾ ചിരി ഒതുക്കാൻ നന്നേ പാടു പെട്ടു എന്ന് പി.ജി. വിശദീകരിച്ചത് പൊട്ടിചിരിച്ചുകൊണ്ടായിരുന്നു. അഭിമാനം നിറഞ്ഞ ഒരു വിജയത്തിളക്കം ആ മുഖത്തു പ്രകടമായി കാണാമായിരുന്നു. എന്റെ മനസ്സിൽ ഇപ്പോഴും തങ്ങിനിൽക്കുന്ന ഒരു ചിത്രമാണിത്. അപകടം നിറഞ്ഞ ഇത്തരം സന്ദർഭങ്ങളിലും ഭവിഷ്യത്തുകളെക്കുറിച്ചു വ്യാകുലപ്പെടാതെ തുറന്ന സമീപനം സ്വീകരിക്കാൻ കഴിയുന്ന ഒരു മനസ്സ് പി.ജിയുടെ സവിശേഷ ഗുണമായിരുന്നു.

പി.ജിയുടെ വീടിനടുത്തുള്ള എന്റെ ഒരു പഴയ സുഹൃത്തിനെ പി.ജി തന്നെ പോയി വിളിച്ചുകൊണ്ടുവന്നു. അയാളെ വിട്ട് എനിക്കറിയേണ്ട വിവരങ്ങൾ ശേഖരിക്കുകയും ചെയ്തു. പുസ്തകമോ പണമോ എന്തെങ്കിലും ആവശ്യമുണ്ടെങ്കിൽ ഓഫീസിലേക്ക് ആളെ വിട്ടാൽ മതി എന്നു പറഞ്ഞുകൊണ്ടാണ് പി.ജി. എന്നെ യാത്രയാക്കിയത്. ഒരു മാസംകഴിഞ്ഞു ഞാനൊരാളെ അയച്ചപ്പോൾ, ഒരു ടൈപ്പ് ചെയ്ത കത്താണു കൊടുത്തയച്ചത്. അയൽപ്പക്കത്തുനിന്ന് ഞാൻ അയച്ച ആൾ കണ്ട ആളു

കളെ പോലീസ് ചോദ്യം ചെയ്തതിനെത്തുടർന്ന് അയാളെയും അറസ്റ്റു ചെയ്തിട്ടുണ്ടെന്നും അടുത്ത ഊഴം തന്റേതായിരിക്കുമെന്നും അതു കൊണ്ട് എന്നോട് സൂക്ഷിക്കണമെന്നുമാണ് കത്തിലുണ്ടായിരുന്നത്. ശങ്കിച്ചതുപോലെ പി.ജിയെ ജയറാം പടിക്കൽ മൂന്നാലുദിവസം ചോദ്യം ചെയ്തു.

എനിക്ക് പി.ജി. ഷെൽട്ടർ തന്ന വിവരം പരസ്യമായത് പി.ജിയുടെ പിൽക്കാലജീവിതത്തെ വല്ലാതെ ബാധിക്കുകയുണ്ടായി. ഈ സംഭവ ത്തിന്റെ പേരിൽ ഔപചാരികമായി അദ്ദേഹത്തിന് പാർട്ടിയിൽനിന്ന് നട പടികളൊന്നും നേരിടേണ്ടിവന്നില്ലെന്നു പറയുന്നുണ്ട്. പക്ഷേ, പി.ജി തന്നെ ജോണി ലൂക്കോസുമായുള്ള സംഭാഷണത്തിൽ പറയുംപോലെ ഈ സംഭവത്തിനുശേഷം അദ്ദേഹം പാർട്ടിയിൽ വല്ലാതെ ഒറ്റപ്പെട്ടു. ആ അവസ്ഥയിൽ നിന്നുള്ള മോചനം എന്ന നിലയ്ക്കാണ് ധാർവാറിൽ നാടൻ പാട്ടു ഗവേഷണത്തിനു പോയതത്രെ. പക്ഷേ, അധികം താമ സിയാതെ 1983 ൽ അദ്ദേഹത്തിന് ദേശാഭിമാനി പത്രാധിപസ്ഥാനം നഷ്ട മായി. അടിയന്തരാവസ്ഥയ്ക്ക് ശേഷമുള്ള ഘട്ടത്തിൽ നക്സലൈറ്റ് വിരുദ്ധ പ്രചാരണത്തിന്റെ ഉത്തരവാദിത്തം പി.ജിയുടെ തലയിൽ കെട്ടി വയ്ക്കുകയുമുണ്ടായി.

ധാർവാറിലെ ഗവേഷണകാലത്ത് കണ്ണൂർ ജയിലിലേക്ക് എനിക്ക് പി.ജി ഒരു നീണ്ട കത്തെഴുതുകയുണ്ടായി. പാർട്ടിയുമായി ചില പ്രശ്ന ങ്ങളൊക്കെ ഉണ്ടെങ്കിലും ഞങ്ങളുടെ നിലപാടുമായി ഒട്ടും യോജിക്കാ നാവുന്നില്ലെന്ന നിലപാടാണ് അതിൽ വിശദീകരിച്ചിരുന്നത്. പുസ്തക ങ്ങളും മറ്റു സഹായങ്ങളും ആവശ്യപ്പെടാൻ മടിക്കരുതെന്ന് ഈ കത്തിലും ഓർമ്മിപ്പിച്ചിരുന്നു. കണ്ണൂർ ജയിലിൽ വെച്ച് ഞാനെഴുതിയ വിപ്ലവത്തിന്റെ ദാർശനിക പ്രശ്നങ്ങൾ എന്ന പുസ്തകത്തിനുവേണ്ടി ലെനിന്റെ ഫിലോസഫിക്കൽ നോട്ടുബുക്ക്, ഹേഗലിന്റെ സയൻസ് ഓഫ് ലോജിക്, ആൽത്തൂസറുടെ കൃതികൾ എന്നിവയെല്ലാം പി.ജിയാണ് എനിക്ക് ജയിലിലേക്ക് അയച്ചുതന്നത്.

ഏറ്റവും ചെറുപ്പക്കാരനായ എം.എൽ.എ ആവുകയും മൂന്നാലുത വണ അസംബ്ലിയിലേക്ക് മത്സരിക്കുകയും ചെയ്ത പി.ജിയെ പിന്നീ ടൊരിക്കലും മത്സരിപ്പിച്ചില്ല. 1998 ൽ ജയിക്കാൻ സാധ്യതയില്ലാത്ത ഒരു പാർലമെന്റ് സീറ്റിൽ മാത്രമാണ് മത്സരിപ്പിച്ചത്. 'ചിന്ത' യുടെ പത്രാധി പസ്ഥാനം. ഫിലിം ഡെവലെപ്മെന്റ് കോർപ്പറേഷന്റെ ചെയർമാൻസ്ഥാനം, സി-ഡിറ്റിന്റെ ഡയറക്ടർ സ്ഥാനം തുടങ്ങിയ പദ വികൾ കൊണ്ട് അദ്ദേഹത്തിന് തൃപ്തിപ്പെടേണ്ടിവന്നു. മെച്ചപ്പെട്ട പദ

വികൾക്കോ സ്ഥാനങ്ങൾക്കോ വേണ്ടി നിലപാടുകളിൽ വിട്ടുവീഴ്ച ചെയ്യാനോ ആരുടെയെങ്കിലും മുന്നിൽ തലകുനിക്കാനോ പി.ജി. തയ്യാറായിട്ടില്ല. എനിക്ക് ഷെൽട്ടർ തന്നതിനെക്കുറിച്ചുള്ള വിശദീകരണം തികച്ചും രാഷ്ട്രീയമായിരുന്നു. അദ്ദേഹം പടിക്കലിനോടുതന്നെ പറഞ്ഞതിങ്ങനെയാണ്. സന്ദർഭവശാൽ താൻ മന്ത്രിയെപ്പോലുള്ള അധികാര സ്ഥാനത്തെത്തിയാലും, രാഷ്ട്രീയകാരണങ്ങൾകൊണ്ട് ഒളിവിൽ പോവുകയോ പീഡനത്തിന് വിധേയനാവുകയോ ചെയ്യുന്ന ഒരാളെ ഒരിക്കലും വഞ്ചിക്കുകയില്ല. തന്റെ ഉദ്യോഗസ്ഥർക്കുപോലും പറഞ്ഞുകൊടുക്കുകയുമില്ല. അതുരാഷ്ട്രീയവും വിപ്ലവപരവുമായ ധാർമ്മികതയാണ്. ഈ നിലപാട് അഭിമാനപൂർവ്വം അദ്ദേഹം ഉയർത്തിപ്പിടിക്കുകയാണ് ചെയ്തത്. ആദ്യകാല കമ്മ്യൂണിസ്റ്റു പ്രസ്ഥാനം സൃഷ്ടിച്ച മൂല്യബോധത്തിൽ വെള്ളം ചേർക്കാതെ നിലനിർത്തുകയാണ് അദ്ദേഹം ചെയ്തത്.

1989 ലെ ചൈനീസ് വിദ്യാർത്ഥി കലാപത്തിന്റെ ആദ്യഘട്ടത്തിൽ അതിനെ പിന്തുണച്ചുകൊണ്ട് പി.ജി 'ചിന്ത' യിൽ എഴുതി. ചൈനീസ് പാർട്ടിയുടെ ജനറൽ സെക്രട്ടറി പോലും സമരത്തെ അനുകൂലിക്കുകയാണ് ചെയ്തത്. ചൈനീസ് പാർട്ടിയോ സി.പി.എമ്മോ മറിച്ചൊരു നിലപാടു സ്വീകരിച്ചിരുന്നുമില്ല. പക്ഷേ ചൈനയിൽ ടിയാനെൻമെൻ സ്ക്വയറിൽ കലാപം അടിച്ചമർത്തപ്പെട്ടതോടെ കലാപത്തിനെതിരായി ഔദ്യോഗിക നിലപാട് ആവശ്യമായിരുന്നു. അതനുസരിച്ച് സി.പി.എമ്മും നിലപാടെടുത്തു. പി.ജിക്ക് നിലപാടു തിരുത്തേണ്ടി വന്നു. ആ സമയത്തു ഞാൻ തിരുവനന്തപുരത്ത് എത്തിയപ്പോൾ പി.ജിക്കു ഫോൺ ചെയ്തു ചോദിച്ചു. 'ചേട്ടന് ഇനിയെങ്കിലും ഇതിൽ നിന്നൊന്നു വിട്ടു പോന്നുകൂടെ' എന്ന് പി.ജി.യുടെ മറുപടി ഉടൻ വന്നു. 'എനിക്ക് ഒരു കമ്മ്യൂണിസ്റ്റുകാരനായി മരിക്കണം... വേണൂ...' ആ സംഭാഷണം അവസാനിപ്പിച്ചത് 'വേണുവൊക്കെ രക്ഷപ്പെട്ടു' എന്ന അപ്രതീക്ഷിത പ്രസ്താവനയോടെയായിരുന്നു. ഇല്ലാത്ത സാമ്പത്തികാരോപണങ്ങൾ ഉന്നയിച്ചും മറ്റും തേജോവധംചെയ്യാനും തകർക്കാനുമുള്ള ശ്രമങ്ങൾ നടക്കുന്നുണ്ടായിരുന്നു. ആ സാഹചര്യത്തിൽ മാന്യമായ രീതിയിൽ പാർട്ടിയിൽ നിന്നു പുറത്തുവരണമെന്ന് വിചാരിച്ചാലും നടക്കില്ലായിരുന്നു.

1991 ൽ ഞാൻ നക്സലൈറ്റ് പ്രസ്ഥാനം വിട്ട ശേഷം ഒരു കമ്മ്യൂണിസ്റ്റുകാരന്റെ ജനാധിപത്യ സങ്കല്പം' എന്ന പുസ്തകം എഴുതാനുള്ള തയ്യാറെടുപ്പിന്റെ ഭാഗമായി റോസാലക്സംബർഗിന്റെ ഒരു പുസ്തകം ആവശ്യമുണ്ടായിരുന്നു. അതിനുവേണ്ടി ഞാൻ പി.ജിയുടെ വീട്ടിലെത്തി.എഴുതാൻ പോകുന്ന പുസ്തകത്തിന്റെ ഉള്ളടക്കത്തെക്കുറിച്ച് പി.

ജിയോട് പറയുകയും ചെയ്തു. 'യു ഗോ എഹെഡ്' എന്നു പറഞ്ഞു കൊണ്ട് പ്രോത്സാഹിപ്പിക്കുകയാണ് ചെയ്തത്. പക്ഷേ, പുസ്തകം ഇറങ്ങിയപ്പോൾ അതിനെ ശക്തമായി വിമർശിച്ചുകൊണ്ട് പ്രസംഗിച്ചു നടക്കുകയും ചെയ്തു. ആ പുസ്തകം ഇറങ്ങിയ സമയത്ത് ഏറ്റവുമധികം വിറ്റഴിക്കപ്പെടുന്ന പുസ്തകം എന്ന റിപ്പോർട്ട് ചില പത്രങ്ങളിൽ വന്നിരുന്നു. ആ റിപ്പോർട്ട് ഇ.എം.എസ്സിനെ കാണിച്ചു പുസ്തകത്തിന്റെ ഒരു കോപ്പിയും അദ്ദേഹത്തിന് എത്തിച്ചുകൊടുത്ത്, ദേശാഭിമാനി വാരാന്തപ്പതിപ്പിൽ നാല് ആഴ്ചയായിട്ട് ഒരു മറുപടി എഴുതിപ്പിച്ചത് പി.ജി. തന്നെയായിരുന്നു. ആ പുസ്തകത്തിന്റെ ഉള്ളടക്കത്തോട് പൊതുവിൽ യോജിക്കുന്ന ആളാണ് പി.ജി. സ്റ്റാലിനിസത്തെ വിമർശിക്കുന്നതിലും ജനാധിപത്യത്തിനുവേണ്ടി വാദിക്കുന്നതിലും അനുകൂല നിലപാടാണ് തനിക്കുള്ളതെന്ന് ഭാഷാപോഷിണി സംഭാഷണത്തിൽ പി.ജി. പറയുന്നുണ്ട്. എന്നിട്ടും അതേ ഉള്ളടക്കമുള്ള എന്റെ പുസ്തകത്തെ വിമർശിച്ചു നടന്നതു പാർട്ടിയെ തൃപ്തിപ്പെടുത്താനായിരുന്നു എന്നു വ്യക്തമായിരുന്നു.

മാർക്സിന്റെ തൊഴിലാളി വർഗ്ഗ സർവ്വാധിപത്യ സംവിധാനം ലെനിൻ നടപ്പാക്കിയപ്പോൾ അത് ഏക പാർട്ടി സ്വേച്ഛാധിപത്യവും സോഷ്യൽ ഫാസിസവുമായി മാറിയെന്നും ജനാധിപത്യത്തിലേക്കു തിരിച്ചു വരണമെങ്കിൽ തൊഴിലാളി വർഗ്ഗ സർവ്വാധിപത്യ സങ്കല്പം കൈയൊഴിയുകയല്ലാതെ മാർഗ്ഗമില്ലെന്നുമാണ് എന്റെ പുസ്തകത്തിന്റെ ഉള്ളടക്കമെന്നു വിശദീകരിച്ചപ്പോഴാണ് ആ നിലപാടുകളുമായി മുന്നോട്ടു പോകാൻ പി. ജി. പ്രോത്സാഹിപ്പിച്ചത്. എന്നിട്ട്, പാർട്ടി ലൈനിനുവേണ്ടി അതിനെ തള്ളിപ്പറയേണ്ടി വരികയും ചെയ്യുന്നു. ഇതിലടങ്ങിയിട്ടുള്ള ബുദ്ധിപരമായ സത്യസന്ധതയില്ലായ്മ ഗുരുതരമായ ഒരു പ്രശ്നമാണ്. ഇത്തരം സത്യസന്ധതയില്ലായ്മയെ കമ്മ്യൂണിസ്റ്റ് മൂല്യബോധമായി കണക്കാക്കാനാവുന്നതെങ്ങനെ? പാർട്ടിക്കൂറു പാലിക്കൽ മാത്രമാണ് കമ്മ്യൂണിസ്റ്റു ബോധം എന്നു വ്യാഖ്യാനിച്ചാൽ മാത്രമേ ഇതിനെ സാധൂകരിക്കാനാവൂ. പക്ഷേ, ഇത്തരം പാർട്ടിക്കൂറ് എന്ന സങ്കല്പം മാർക്സിന്റെ ശാസ്ത്രീയമായ ചരിത്ര വിശകലന രീതിക്കു ചേരുന്നില്ലെന്നു മാത്രമല്ല, അതിനു വിരുദ്ധം കൂടിയാണ്. ചരിത്രം വികസിക്കുന്നത് വസ്തുനിഷ്ഠ നിയമങ്ങൾക്കനുസൃതമായിട്ടാണെന്നും, വ്യക്തികൾക്കോ ഗ്രൂപ്പുകൾക്കോ ഒന്നും ചരിത്രത്തെ നയിക്കാനോ നിയന്ത്രിക്കാനോ കഴിയില്ലെന്നുമാണ് മാർക്സിസ്റ്റ് വിശകലന രീതി തെളിയിച്ചത്. എന്നാൽ ഇതിനു കടകവിരുദ്ധമായ ഒരു സിദ്ധാന്തമാണ് മുന്നണിപ്പട സങ്കല്പത്തിലൂടെ ലെനിൻ അവതരിപ്പിച്ചത്. ഒരു സമൂഹത്തിലെ ഒന്നോ രണ്ടോ

ശതമാനം മാത്രം വരുന്നത്ര, ചെറുതായ, വിപ്ലവം തൊഴിലാക്കിയവരുടെ ഒരു സംഘത്തിനു തൊഴിലാളി വർഗ്ഗത്തിന്റെ മുന്നണിപ്പട എന്ന പേരിട്ട്, ചരിത്രത്തെ നയിക്കാൻ കെൽപ്പുള്ളവർ എന്ന ലേബലൊട്ടിക്കുകയാണ് ലെനിൻ ചെയ്തത്. കഴിഞ്ഞ ഒരു നൂറ്റാണ്ടുകാലത്തെ ലെനിനിസ്റ്റ് മുന്നണിപ്പടകളുടെ ചരിത്രം തെളിയിച്ചത് ചരിത്രത്തിന്റെ ചവറ്റുകൂട്ടയിലാണ് അവയുടെ സ്ഥാനമെന്നാണ്. പി.ജി.അവകാശപ്പെടുംപോലെ മാർക്സിസത്തിന്റെയും കമ്മ്യൂണിസത്തിന്റെയും മാനവികാന്തസ്സത്തയ്ക്കെതിരായ ആക്രമണങ്ങളെ പ്രതിരോധിക്കാൻ ശ്രമിച്ചയാൾ എന്നു താൻ വിലയിരുത്തപ്പെടണം എന്ന അദ്ദേഹത്തിന്റെ ആഗ്രഹവുമായി ഈ അന്ധമായ പാർട്ടിക്കൂറ് പൊരുത്തപ്പെടുകയില്ല. അന്ധമായ പാർട്ടിക്കൂറ് പുലർത്തുന്നവർ മാർക്സിസത്തിന്റെ മാനവിക അന്തസ്സത്തയെ തുരങ്കം വെയ്ക്കുകയാണ് ചെയ്യുന്നത്.

പി.ജിയുടെ ജീവിതത്തിന്റെ ഏറ്റവും പ്രധാന ഘടകമായിരുന്ന ബൗദ്ധികജീവിതത്തിന്റെ ചരിത്രം പരിശോധിച്ചാൽ ഈ അന്ധമായ പാർട്ടിക്കൂറ് അദ്ദേഹത്തിന്റെ ബൗദ്ധികജീവിതത്തെ ഗണ്യമായി മുരടിപ്പിച്ചിട്ടുണ്ടെന്നു കാണാം. പി.ജിയുടെ പുസ്തകശേഖരത്തിന്റെ വൈപുല്യവും വൈവിധ്യവും ഏറെ ചർച്ച ചെയ്തു കഴിഞ്ഞിട്ടുള്ള കാര്യമാണ്. പി.ജി. ഈ പുസ്തകങ്ങളെല്ലാം ലൈബ്രറിയിൽ സമാഹരിക്കുക മാത്രമല്ല മനസ്സിലേക്കും ബുദ്ധിയിലേക്കും സ്വാംശീകരിച്ചിട്ടുണ്ടെന്നും നമുക്കറിയാം. പക്ഷേ, ഈ ബൗദ്ധിക സമ്പത്ത് സമൂഹത്തിന് പ്രയോജനപ്പെടുംവിധം ഉപയോഗപ്പെട്ടിട്ടില്ലെന്നും നമുക്കറിയാം. ആ ബൗദ്ധിക സമ്പത്തെല്ലാം അദ്ദേഹത്തിന്റെ മസ്തിഷ്കത്തോടൊപ്പം മൺമറഞ്ഞു കഴിഞ്ഞിരിക്കുന്നു. അഥവാ നമുക്ക് നഷ്ടപ്പെട്ടിരിക്കുന്നു. ഈ ബൗദ്ധിക സമ്പത്ത് ഉപയോഗപ്പെടുത്താൻ സമൂഹത്തിനു കഴിഞ്ഞില്ലെന്നു പറഞ്ഞ് സമൂഹത്തെ കുറ്റപ്പെടുത്തുന്നതിൽ അർത്ഥമില്ല. പി.ജി സമാഹരിച്ച ബൗദ്ധിക സമ്പത്ത് എങ്ങനെ ഉപയോഗപ്പെടുത്തണമെന്നു തീരുമാനിക്കാൻ പി.ജിക്കു മാത്രമേ കഴിയുമായിരുന്നുള്ളൂ. അദ്ദേഹത്തിന് അത് എന്തുകൊണ്ട് കഴിഞ്ഞില്ല എന്നാണ് പരിശോധിക്കേണ്ടത്. ഇതാകട്ടെ പി.ജിയുടെ മാത്രം പ്രശ്നമല്ല, പൊതുവിൽ കമ്മ്യൂണിസ്റ്റ് പ്രസ്ഥാനത്തിലും ഇന്ത്യയിലെയും കേരളത്തിലെയും കമ്മ്യൂണിസ്റ്റു പ്രസ്ഥാനത്തിൽ പ്രത്യേകമായും നില നിൽക്കുന്ന പ്രശ്നമാണ്.

ബൗദ്ധികവും സർഗ്ഗാത്മകവുമായ കഴിവുള്ളവർ കമ്മ്യൂണിസ്റ്റു പ്രവർത്തകരായി തീരുമ്പോൾ അവരുടെ ഇത്തരത്തിലുള്ള കഴിവുകൾക്കെന്തു സംഭവിക്കുന്നു എന്ന കാര്യമാണ് പരിശോധനാവിഷയമാ

കേണ്ടത്. ചരിത്രപരമായി രൂപം കൊള്ളുകയും വളരുകയും ചെയ്യുന്ന ഒരു പ്രക്രിയയുടെ ഫലമാണ് പാർട്ടികൾ. എത്ര കഴിവുള്ള വ്യക്തികളായാലും പാർട്ടിയിൽ ചേരുമ്പോൾ അതിനു കീഴ്പ്പെടുകയേ നിർവ്വാഹമുള്ളു. കമ്മ്യൂണിസ്റ്റു പാർട്ടികളിൽ ഏറ്റവും തലപ്പത്തുള്ളവർക്കു മാത്രമേ തങ്ങളുടെ സർഗ്ഗാത്മകമായ ചിന്തകൾ പ്രയോഗിക്കാൻ കഴിയൂ. അവർക്കുപോലും സംഘടനാപരവും ആശയപരവുമായ ചട്ടക്കൂടുകളെ മറി കടക്കാനാവുകയില്ല. തലപ്പത്തെത്താവർക്ക് അത്രപോലും കഴിയില്ല. തങ്ങളുടെ കഴിവുകളെല്ലാം പാർട്ടി ചട്ടക്കൂടിനു കീഴ്പ്പെടുത്തി നിർത്തുക മാത്രമേ തരമുള്ളൂ.

തന്റെ വ്യക്തിതാല്പര്യങ്ങൾ പൊതു താല്പര്യത്തിനും പാർട്ടിതാല്പര്യത്തിനും കീഴ്പ്പെടുത്താൻ, അഥവാ സ്വയം അർപ്പിക്കാൻ തയ്യാറായിട്ടാണ് ഒരാൾ കമ്മ്യൂണിസ്റ്റുപാർട്ടിയിൽ പ്രവർത്തിക്കാൻ തയ്യാറാവുന്നത്. അതുകൊണ്ട് ഈ കീഴ്പ്പെടലിൽ അസ്വാഭാവികമായി ഒന്നും അനുഭവപ്പെടില്ല. മാത്രമല്ല, സർഗ്ഗാത്മകമായ കഴിവുള്ളവർ, തങ്ങളുടെ സർഗ്ഗചിന്തകൾ പാർട്ടിയിൽ നിന്ന് വിരുദ്ധമായി തീരുമോ എന്ന് എപ്പോഴും ഉത്കണ്ഠപ്പെട്ടുകൊണ്ടിരിക്കുകയും ചെയ്യും. അങ്ങനെ സ്വയം നിയന്ത്രിച്ചു നിർത്തുന്നതിൽ അവർ സംതൃപ്തരായിരിക്കുകയും ചെയ്യും. ഫലത്തിൽ ഇത്തരം സർഗ്ഗാത്മകമായ കഴിവുകളുള്ളവരുടെ ബൗദ്ധിക പ്രവർത്തനങ്ങൾ മുരടിച്ചുപോവുകയാണുണ്ടാവുക.

പി.ജി. പറയുന്നുണ്ട്, താൻ വായിച്ച പുസ്തകങ്ങളിലധികവും മാർക്സിസത്തെ വിമർശിക്കുന്നവയാണെന്ന്. ആ വിമർശനങ്ങൾക്കൊക്കെ പി.ജിക്ക് മറുപടി കാണും. അല്ലെങ്കിൽ കമ്മ്യൂണിസ്റ്റായി തുടരാനാവില്ലല്ലോ. ആ മറുപടികൾ ഇപ്പോഴത്തെ പാർട്ടിലൈനുമായി പൊരുത്തപ്പെട്ടതാണോ അല്ലയോ എന്നത് പി.ജിക്കു മാത്രമേ അറിയൂ. അതദ്ദേഹം വെളിപ്പെടുത്തിയിട്ടില്ല. പാർട്ടിലൈനിൽനിന്നു വ്യത്യസ്തമായ പല അഭിപ്രായങ്ങളും അദ്ദേഹം നിലനിർത്തുന്നുണ്ടെന്നു ചില സൂചനകളിൽനിന്നു മനസ്സിലാക്കാനേ കഴിയൂ. ഇ.എം.എസ്സിന്റെ സംഭാവനയെക്കുറിച്ച് പറയുമ്പോൾ, കേരള മോഡൽ അദ്ദേഹത്തിന്റെ സംഭാവനയാണെന്നും അതിനു പറ്റിയ ഒരു സിദ്ധാന്തം ഉണ്ടാക്കാൻ അദ്ദേഹത്തിനു കഴിയാതെ പോയെന്നും ചൂണ്ടിക്കാട്ടുന്നുണ്ട്. ജനാധിപത്യപരമായ മാർഗ്ഗങ്ങളിലൂടെ സോഷ്യലിസ്റ്റു ക്രമത്തിലേക്ക് ക്രമേണ പരിവർത്തനപ്പെടുന്ന പദ്ധതിയെക്കുറിച്ചാണ് പി.ജി പറയുന്നത്. പടിഞ്ഞാറൻ നാടുകളിൽ സോഷ്യൽ ഡെമോക്രസി എന്ന പേരിൽ പ്രയോഗത്തിലുള്ള രാഷ്ട്രീയ പരിപാടിയാണിത്. എന്നാൽ ലെനിൻ ഈ

സോഷ്യൽ ഡമോക്രസി ആശയത്തെ ബൂർഷ്വാ രാഷ്ട്രീയം എന്നു പറഞ്ഞുകൊണ്ട് അധിക്ഷേപിച്ചിട്ടുണ്ട്. പാർലമെന്ററി രാഷ്ട്രീയപാർട്ടികൾ ഉൾപ്പെടെയുള്ള കമ്മ്യൂണിസ്റ്റുപാർട്ടികൾ, സി.പി.എം. ഉൾപ്പെടെ സോഷ്യൽ ഡെമോക്രസിയെ തള്ളിപ്പറയുന്നുമുണ്ട്. സി.പി.എം സമീപ കാലത്ത് പാർട്ടിപ്പരിപാടിയിൽ ചില മാറ്റങ്ങൾ വരുത്തിയത് പരാമർശിച്ചുകൊണ്ട് സി.പി.എം. ഇപ്പോൾ ഒരു സോഷ്യൽ ഡെമോക്രാറ്റിക് പാർട്ടിയായിരിക്കുകയാണെന്ന് മാതൃഭൂമി ദിനപത്രത്തിൽ ഞാനൊരു ലേഖനമെഴുതി. ഉടനെ പി.ജി. സോഷ്യൽ ഡെമോക്രസിയെ തള്ളിപ്പറഞ്ഞുകൊണ്ട് എനിക്ക് മറുപടി എഴുതി. ഇ.എം.എസ്സിന്റെ കേരള മോഡലിന് സിദ്ധാന്തം വേണമെന്ന് പറയുന്ന പി.ജി. സോഷ്യൽ ഡെമോക്രസിയെ തള്ളിപ്പറയുന്നത് വിചിത്രമാണ്. ബുദ്ധിപരമായ സത്യസന്ധതയാണ് ഇവിടെയും ചോദ്യം ചെയ്യപ്പെടുന്നത്.

ജോണി ലൂക്കോസ് സംഭാഷണത്തിൽ പി.ജി ഒരിടത്ത് പറയുന്നുണ്ട് സ്റ്റാലിൻ കഴിവുള്ള മറ്റു നേതാക്കളെയൊക്കെ കൊന്നൊടുക്കിയപ്പോൾ ഇ.എം.എസ് നിസ്തേജരാക്കുകയാണ് ചെയ്തതെന്ന്. സി.പി.ഐയിലേക്കു പോയ, ഇ.എം.എസ്സിനെക്കാൾ കഴിവുള്ളവരെന്ന് പി.ജി. പറയുന്ന എൻ.ഇ. ബൽറാം, കെ.ദാമോദരൻ, പി.ആർ.നമ്പ്യാർ തുടങ്ങിയവരെയാണ് പി.ജി ഉദ്ദേശിച്ചത്. യഥാർത്ഥത്തിൽ പി.ജിയും അത്തരത്തിൽ നിസ്തേജനാക്കപ്പെട്ടയാളാണ്. പക്ഷേ, അത് പി.ജി. പറയുന്നില്ല. പകരം തനിക്കിത്രയേ കഴിവുകളുള്ളൂ. ചെറുപ്പം മുതലേ, അർഹിക്കുന്നതിൽ കവിഞ്ഞ പ്രശസ്തിയും അംഗീകാരവും കിട്ടുകയാണുണ്ടായതെന്നും ഇപ്പോഴത്തെ അവസ്ഥ അർഹിക്കുന്നതു തന്നെയാണെന്നും തനിക്കു നഷ്ടബോധമൊന്നുമില്ലെന്നും പി.ജി. പറയുന്നു. തന്റെ വിജ്ഞാന സമ്പത്തിനനുസരിച്ച് സംഭാവനകൾ താൻ നൽകിയിട്ടില്ലെന്ന വിമർശനത്തിന് മുൻകൂട്ടി മറുപടി പറയുകയാണ് പി.ജി. ചെയ്യുന്നത്. പുസ്തകങ്ങൾ അധികം വായിച്ചതുകൊണ്ടു വിശേഷമില്ലെന്നും അതൊക്കെ സ്വാംശീകരിക്കാൻ തനിക്കിത്രയേ ആയിട്ടുള്ളു. അത്ര കഴിവേ തനിക്കുള്ളു എന്നാണ് പി.ജി. പറയുന്നത്. കമ്മ്യൂണിസ്റ്റുപാർട്ടിക്ക് സ്വയം അർപ്പിക്കാൻ ചെറുപ്പകാലത്ത് എടുത്ത തീരുമാനത്തോടുള്ള പ്രതിബദ്ധതയാണ് മറ്റെന്തിനെക്കാളും പി.ജിയിൽ മുഴച്ചുനിൽക്കുന്നത്. പക്ഷേ, ഇതിലൂടെ സംഭവിക്കുന്നത് മാർക്സിയൻ മാനവിക സത്തയുടെ സംരക്ഷണമല്ല, മറിച്ച് ആരംഭതീരുമാനത്തിൽ അന്ധമായി ഉറച്ചുനിൽക്കുക എന്ന ഫ്യൂഡൽ ധാർമ്മികതയുടെ സംരക്ഷണമാണ്. നമ്മുടെ നാട്ടിൽ കമ്മ്യൂണിസ്റ്റു നേതാക്കൾക്കിടയ്ക്കും പ്രവർത്തകർക്കിടയിലും മാത്രമല്ല, ഇടതു

സമൂഹത്തിൽ പൊതുവിലും നില നിൽക്കുന്നതാണ് ഈ ഫ്യൂഡൽ ധാർമ്മികത. ഇ.എം.എസ്സും അച്യുതമേനോനും, എം.എൻ. വിജയനും ഇപ്പോൾ പി.ജിയുമെല്ലാം ഇത്തരം ഫ്യൂഡൽ ധാർമ്മികതയിലൂടെ അംഗീകാരം നേടുന്നതു സ്വാഭാവിക പ്രക്രിയയായി തുടരുന്നു. ഫ്യൂഡൽ ധാർമ്മികതയ്ക്കു പകരം ആധുനിക ജനാധിപത്യ മൂല്യങ്ങൾ സമൂഹത്തിൽ വേരുറയ്ക്കാത്തതാണ് ഇതിനു കാരണം.

വ്യക്തി താല്പര്യങ്ങളെ മറി കടന്നുകൊണ്ടുള്ള സാമൂഹിക പ്രതിബദ്ധത സാക്ഷാൽക്കരിക്കുന്നതിൽ പി.ജി അസാധാരണ മാതൃകയാണ് സൃഷ്ടിച്ചിട്ടുള്ളത്. തികച്ചും അസാധാരണമായ കഴിവുകളുള്ള ഒരു വ്യക്തി പൂർണ്ണമായ സാമൂഹിക സമർപ്പണത്തിലൂടെ ഒന്നുമല്ലാതായി തീരുന്ന കാഴ്ചയാണ് നാം കണ്ടത്. വ്യക്തിയും സമൂഹവും തമ്മിലുള്ള ആരോഗ്യകരമായ പ്രതിപ്രവർത്തനത്തിലൂടെ നേടുന്ന സന്തുലനം ഒരു യഥാർത്ഥ ജനാധിപത്യ പ്രക്രിയയിലേ സാധ്യമാകൂ. പി.ജിയുടെ ആദ്യത്തെ സാമൂഹിക സമർപ്പണം പാർട്ടിയിലാണ്. പാർട്ടിയിലൂടെ മാത്രമേ അദ്ദേഹത്തിന്റെ യഥാർത്ഥ സാമൂഹിക സമർപ്പണം സാക്ഷാൽക്കരിക്കപ്പെടൂ. പക്ഷേ, പാർട്ടിക്കുള്ളിലെ ജനാധിപത്യം ഏകപക്ഷീയമായ കേന്ദ്രീകരണത്തിൽ അധിഷ്ഠിതമായതുകൊണ്ട്, വ്യക്തികൾക്ക് അർഹമായ പരിഗണന കിട്ടാതെ പോകുന്നു. പി.ജിയെപ്പോലെ അസാധാരണമായ കഴിവുകളുള്ള ഒരുവ്യക്തിത്വത്തെ മനസ്സിലാക്കാനോ ഉൾക്കൊള്ളാനോ കഴിയാത്തവിധം ദുർബലമായിരുന്നു അദ്ദേഹം ഉൾപ്പെട്ടിരുന്ന പാർട്ടികമ്മിറ്റികൾ. പി.ജി. സ്വയം വിലയിരുത്തുന്നതുപോലെ തനിക്ക് ഉള്ള കഴിവുകൾക്കുള്ള അംഗീകാരം കിട്ടിയിട്ടുണ്ടെന്നും കഴിവില്ലാത്തതുകൊണ്ടാണ് കൂടുതൽ അംഗീകാരം കിട്ടാതെ പോയത് എന്നുമുള്ള അഭിപ്രായം വസ്തുതകൾക്ക് നിരക്കുന്നതല്ല. അർഹമായ അംഗീകാരത്തിന്റെ ചെറിയൊരു അംശം മാത്രമേ അദ്ദേഹത്തിനു കിട്ടിയിട്ടുള്ളൂ. അദ്ദേഹത്തിന്റെ യഥാർത്ഥ കഴിവുകൾക്ക് കമ്മിറ്റിതലത്തിൽ അംഗീകാരം ലഭിക്കാതിരുന്നതുകൊണ്ട് ആ കഴിവുകൾ സമൂഹത്തിനു ലഭിക്കാതെ പോവുകയും ചെയ്തു. ഇത്തരം നഷ്ടങ്ങൾ ഭാവിയിലും ഒഴിവാക്കപ്പെടണമെങ്കിൽ പാർട്ടിയിലും സമൂഹത്തിലും യഥാർത്ഥ ജനാധിപത്യ പ്രക്രിയ വികസിച്ചു വരികതന്നെ വേണം.

(മാതൃഭൂമി ആഴ്ചപ്പതിപ്പ്, ഡിസംബർ 2012)

മുസിരിസ്
പട്ടണം ഉൽഖനനം

2012 മെയ്മാസത്തിലോ മറ്റോ ആണ് പട്ടണം ഉൽഖനനം കാണാനായി ഞാൻ പോയത്. ഇടതുമുന്നണി സർക്കാറിന്റെ കാലത്ത് കൊടുങ്ങല്ലൂർ കേന്ദ്രമാക്കി ആംരഭിച്ചിരുന്ന മുസ്രിസ് പദ്ധതിയുടെ ഭാഗമായി ഈ ഉൽഖനനം ആരംഭിച്ചതിനെക്കുറിച്ച് കേട്ടിരുന്നു. പക്ഷേ, ഗൗരവത്തിൽ എടുത്തിരുന്നില്ല. മുസിരിസ് ടൂറിസം പ്രൊജക്ടിന്റെ ഭാഗമായി പറവൂരിൽ വി.ഡി. സതീശൻ എം.എൽ.എ സംഘടിപ്പിച്ച ഒരു സെമിനാറിൽ എം.ജി.എസ്. നാരായണനോടൊപ്പം ഞാനും പങ്കെടുക്കുകയുണ്ടായി. അന്ന് പട്ടണം ഉൽഖനനത്തിന് നേതൃത്വം നൽകിയിരുന്ന ആർക്കിയോളജിസ്റ്റായ ഡോക്ടർ ശെൽവകുമാർ ഉൽഖനനത്തെക്കുറിച്ച് വിശദമായ ഒരു റിപ്പോർട്ട് അവതരിപ്പിക്കുകയുണ്ടായി. ശെൽവകുമാറിനെ പരിചയമുണ്ടായിരുന്ന എം.ജി.എസ് ഉൽഖനനത്തെക്കുറിച്ച് നിഷേധാത്മകമായി ഒന്നും പറഞ്ഞതുമില്ല. സെമിനാറിൽ ചർച്ച കേന്ദ്രീകരിച്ചത് കൊടുങ്ങല്ലൂർ കേന്ദ്രമായുള്ള മുസിരിസ് സങ്കല്പവുമായി പട്ടണത്തിനുള്ള ബന്ധമെന്ത് എന്നതായിരുന്നു. കൊടുങ്ങല്ലൂരിന് വടക്ക് മതിലകം വരെയും തെക്ക് പറവൂർവരെയും കിഴക്ക് മാളവരെയുമുള്ള മുസിരിസ് വ്യാപ്തിയെക്കുറിച്ചുള്ള പരാമർശങ്ങൾ ചർച്ചയിൽ ഉണ്ടാവുകയും ചെയ്തു.

പട്ടണം ഉൾഖനനത്തെക്കുറിച്ചുള്ള ഡോ.ശെൽവകുമാറിന്റെ റിപ്പോർട്ട് എന്നെ വല്ലാതെ ആകർഷിക്കുകയുണ്ടായി. താമസിയാതെ ഉൽഖനനം കാണുകയും ചെയ്തു. അവിടെ നടക്കുന്ന പ്രവർത്തനങ്ങളെക്കുറിച്ച് മനസ്സിലാക്കിയപ്പോൾ കേരള ചരിത്രത്തെക്കുറിച്ച് നിലവിലുള്ള ധാരണകൾ പലതിനെയും അട്ടിമറിക്കുന്നതും അഭ്യൂഹങ്ങൾക്കപ്പുറത്ത് കേരളപ്പഴമയെ സംബന്ധിച്ച് വസ്തുനിഷ്ഠവും നിർണ്ണായകവുമായ അനവധി വിവരങ്ങൾ പുറത്തുകൊണ്ടുവരുന്നതുമായയ ഈ കണ്ടെത്തലു

കൾ കേരളീയസമൂഹത്തിന് മുന്നിൽ ഇപ്പോഴും തമസ്ക്കരിക്കപ്പെട്ടു നിൽക്കുന്നത് എന്തുകൊണ്ടാണ് എന്ന ചോദ്യമാണ് എന്നെ വല്ലാതെ അലട്ടിയത്. കേരള ചരിത്രത്തെക്കുറിച്ച് ഗൗരവപൂർവ്വം പഠിക്കുന്ന പല രുമായും ഇതേക്കുറിച്ച് അന്വേഷിച്ചപ്പോൾ വ്യത്യസ്തങ്ങളായ പല അഭി പ്രായങ്ങളും കേട്ടു. പ്രബലമായ ഒരു നിരീക്ഷണപ്രകാരം കേരളചരി ത്രവുമായി ബന്ധപ്പെട്ട് നിലവിലുള്ള ശക്തമായ ചില ധാരണകളെ പൊളി ക്കുന്നതാണ് പട്ടണം കണ്ടെത്തലുകൾ എന്നതുകൊണ്ട് ബന്ധപ്പെട്ട കക്ഷികൾ പട്ടണം ഉൽഖനനത്തിന് വാർത്താപ്രാധാന്യം ലഭിക്കാതിരി ക്കാൻ ഇടപെടുന്നണ്ടത്രെ. ഇളംകുളം കുഞ്ഞൻപിള്ള മുതൽ എം.ജി. എസ് നാരായണന്റെ നേതൃത്വത്തിലുള്ള സമകാലീന കേരള ചരിത്ര കാരന്മാർവരെയുള്ളവർ സ്ഥാപിച്ചിട്ടുള്ള കേരളചരിത്രധാരണകൾ പ്രകാരം ഏ.ഡി ഒമ്പതാം നൂറ്റാണ്ടിനുമുൻപ് കേരളചരിത്രത്തിൽ കാര്യ മായി എടുത്തുകാണിക്കാൻ ഒന്നുമില്ലത്രെ. 9-12 നൂറ്റാണ്ടുകാലത്തെ കൊടുങ്ങല്ലൂർ കേന്ദ്രമാക്കിയുള്ള ചേരമാൻ പെരുമാൾ ഭരണത്തിനു മുമ്പ് കൃത്യമായ തെളിവുകളോടുകൂടി രേഖപ്പെടുത്താൻ പറ്റിയ ചരിത്രമില്ലെ ന്നാണ് ഈചരിത്രകാരന്മാരുടെ വിലയിരുത്തൽ. പട്ടണം കണ്ടെത്തലു കളിൽ തെളിയുന്നതുപോലെ 2000-2500 വർഷങ്ങൾക്കുമുമ്പ് അവിടെ ഒരു നാഗരിക സംസ്കാരം നിലനിന്നിരുന്നു എന്നുവന്നാൽ, മുകളിൽ പറഞ്ഞചരിത്രസിദ്ധാന്തം പാടെ പൊളിച്ചെഴുതേണ്ടി വരും. അതുകൊണ്ട് ഇന്നത്തെ ചരിത്രകാരന്മാരിൽ മേധാവിത്തം പുലർത്തുന്ന വിഭാഗം പട്ടണം ഉൽഖനനത്തെയും അതിന്റെ കണ്ടെത്തലുകളെയും അവഗണി ക്കുകയും തമസ്കരിക്കാൻ ശ്രമിക്കുകയും ചെയ്യുകയാണുണ്ടായതെ ന്നാണ് ചരിത്രകാരന്മാർക്കിടയിൽ തന്നെയുള്ള പ്രബല വാദം.

ആരംഭത്തിൽ എനിക്ക് ഈ വാദം അപ്പടി സ്വീകരിക്കാൻ തോന്നിയി ല്ല. എം.ജി.എസ്സുമായി വ്യക്തിപരമായി അടുപ്പവും ചരിത്രകാരനെന്ന നിലയ്ക്കും സാമൂഹിക - രാഷ്ട്രീയ പ്രശ്നങ്ങളിൽ സ്വതന്ത്രമായി അഭി പ്രായം പറയുന്ന ആൾ എന്ന നിലയ്ക്കുള്ള ബഹുമാനവും ഉണ്ടായിു ന്നതുകൊണ്ടും മുകളിൽ പറഞ്ഞ ആരോപണങ്ങളെക്കുറിച്ച് സ്പഷ്ട മായ തെളിവുകൾ ലഭ്യമല്ലാത്തതുകൊണ്ടും ഈ വിഷയത്തെപ്പറ്റി നേരിട്ട് സംസാരിക്കാൻ ഞാൻ തയ്യാറായില്ല. വിദേശങ്ങളിലെ ചരിത്രഗവേഷണ പ്രസിദ്ധീകരണങ്ങളിലും ഇന്ത്യയിൽ ചില ഇംഗ്ലീഷ് പത്രങ്ങളിലും ആനു കാലികങ്ങളിലും പട്ടണം ഉൽഖനനത്തെക്കുറിച്ച് നല്ല റിപ്പോർട്ടുകൾ പ്രസിദ്ധീകരിക്കപ്പെട്ടിട്ടുണ്ടെങ്കിലും മലയാളത്തിൽ അർഹിക്കുന്ന പ്രാധാ ന്യത്തോടെ ഇത് റിപ്പോർട്ട് ചെയ്യപ്പെട്ടിട്ടില്ല. നാളിതുവരെയില്ലാത്തവിധം

മലയാളി സമൂഹത്തിന് മുഴുവനും അഭിമാനിക്കാവുന്ന ഈ ഗവേഷണം അർഹിക്കുന്ന പ്രാധാന്യത്തോടെ എത്തേണ്ടിയിരുന്നത് മലയാളികളുടെ മുന്നിലാണ്. പക്ഷേ അതാണ് ഉണ്ടാവാതെ പോയത്. ചിലയിടത്ത് പ്രസിദ്ധീകരിക്കപ്പെട്ടപ്പോൾതന്നെ ആർക്കിയോളജിക്കൽ സർവ്വെ ഓഫ് ഇന്ത്യയുടെ മേൽനോട്ടത്തിലല്ല അത് നടക്കുന്നത് എന്നതുകൊണ്ട് അതിന് ആധികാരികതയില്ലെന്ന വാദത്തിനായിരുന്നു പ്രാധാന്യം. 2010 സെപ്തംബറിൽ ആഴ്ച്ചപ്പതിപ്പിൽ പട്ടണം ഉൽഖനനത്തിന് നേതൃത്വം നൽകുന്ന KCHR (Kerala Council for Historical Research) ഡയറക്ടർ പി.ജെ.ചെറിയാനും സി.എസ് മീനാക്ഷിയും ചേർന്ന് പട്ടണം ഗവേഷണത്തെക്കുറിച്ച് എഴുതിയ ചെറുതെങ്കിലും പ്രധാന വിവരങ്ങളെല്ലാം ഉൾക്കൊള്ളിച്ച ഒരു ലേഖനം പ്രസിദ്ധീകരിക്കപ്പെട്ടെങ്കിലും ശ്രദ്ധിക്കപ്പെടാതെ പോയി. അർഹിക്കുന്ന പ്രാധാന്യം അപ്പോഴും ലഭിച്ചില്ല.

2013 ലെ ഉൽഖനന സീസണിൽ ഞാൻ വീണ്ടും സ്ഥലം സന്ദർശിച്ചപ്പോൾ എന്റെ സംശയങ്ങൾ ശക്തിപ്പെടുകയാണ് ഉണ്ടായത്. പട്ടണം ഉൽഖനനത്തെക്കുറിച്ചുള്ള വിശദാംശങ്ങൾ പഠിച്ച്, നിലവിലുള്ള കേരളീയചരിത്ര പണ്ഡിതന്മാരുടെ നിലപാടുകളെ അതെങ്ങനെ തകർക്കുന്നു എന്നു കണ്ടെത്തണമെന്ന് ഞാൻ ആഗ്രഹിച്ചതാണ്. പക്ഷേ, പല കാരണങ്ങൾകൊണ്ടും അത് നടന്നില്ല. ഇപ്പോൾ ആഴ്ചപ്പതിപ്പിലെ എം.ജി.എസ്സിന്റെ മുസ്സിരിസ്സ് ലേഖനം (91:41) കണ്ടപ്പോൾ പ്രതികരിക്കാതിരിക്കാൻ കഴിയാത്തതുകൊണ്ടാണ് ഈ കുറിപ്പ്. പട്ടണം ഉൽഖനനത്തെ തമസ്കരിക്കുന്നതിൽ എം.ജി.എസ്സിന്റെ പങ്കിനെക്കുറിച്ച് മുകളിൽ പരാമർശിക്കപ്പെട്ട ആരോപണം തികച്ചും ശരിയാണെന്നാണ് എം.ജി.എസ്സിന്റെ ഈ ലേഖനം പകൽവെളിച്ചംപോലെ തെളിയിക്കുന്നത്. പട്ടണം ഉൽഖനനത്തെ അവഹേളനപരമായും വികൃതവൽക്കരിച്ചും അവതരിപ്പിക്കുന്നതിന് അദ്ദേഹം സ്വീകരിക്കുന്ന രീതി അങ്ങേയറ്റം തരം താണതായിപ്പോയി. എം.ജി.എസ്സിനെപ്പോലെ പ്രഗൽഭനും പണ്ഡിതനുമായ ഒരു ചരിത്രകാരൻ എന്തിന് ഈ നിലവാരത്തിലേക്ക് താഴുന്നു എന്ന് എത്ര ആലോചിച്ചിട്ടും പിടി കിട്ടുന്നില്ല. എം.ജി.എസ്സിനെപ്പോലുള്ള ചരിത്രകാരന്മാർ സ്വീകരിക്കേണ്ടതായ ശാസ്ത്രീയ വിശകലനരീതി അല്പം പോലും അദ്ദേഹം ഈ ലേഖനത്തിൽ സ്വീകരിച്ചിട്ടില്ല. വിശദീകരിക്കാം.

കേരള ടൂറിസംവകുപ്പിലെ ചില ഉദ്യോഗസ്ഥർ ടൂറിസ്റ്റുകളെ ആകർഷിക്കാനായി മുസിരിസ്സിനെക്കുറിച്ച് തയ്യാറാക്കിയ ഒരു പ്രചാരണ ലഘുലേഖയെ ആധാരമാക്കിയാണ് എം.ജി.എസ്. ഈ നീണ്ട ലേഖനമെഴുതിയിരിക്കുന്നത്. അദ്ദേഹം തന്നെ പറയുന്നുണ്ട്, അറിയപ്പെടുന്ന ചരി

ത്രകാരന്മാരുടെയോ വിദഗ്ദ്ധരുടെയോ പേരുകൾ അതിലില്ലെന്ന്. ചില വകുപ്പ് ഉദ്യോഗസ്ഥരുടെ പേര് മാത്രമാണ് ആ ലഘുലേഖയിലുള്ളത്. ചില ടൂറിസം വകുപ്പ് ഉദ്യോസ്ഥർ ചേർന്നു തയ്യാറാക്കിയ ഒരു പ്രചാരണ ലഘുലേഖയിലെ ചരിത്രപരമായ പരാമർശങ്ങളിലെ ശരി തെറ്റുകളെക്കുറിച്ച് ഒരു പ്രമുഖ ചരിത്രകാരൻ വിശദമായ പരിശോധന നടത്തുന്നതിൽ എന്ത് അർത്ഥമാണുള്ളത്? സാമാന്യ ബുദ്ധിയുള്ള ആർക്കും എം.ജി.എസ്സിന്റെ ഈ രീതി മനസ്സിലാവില്ല. പക്ഷേ, അദ്ദേഹത്തിന്റെ ലക്ഷ്യം ആ ലഘുലേഖയുടെ പൊള്ളത്തരം തുറന്നുകാട്ടുക എന്നതല്ല, മറിച്ച് ഈ ലഘുലേഖാചർച്ചയ്ക്കിടയിൽ അങ്ങിങ്ങ് പട്ടണം ഉൽഖനനത്തെക്കുറിച്ച് നിരുത്തരവാദപരമായ പരാമർശങ്ങൾ നടത്തിക്കൊണ്ട്, ഈ ലഘുലേഖപോലെ ആധികാരികമല്ലാത്ത എന്തോ ചിലതൊക്കെയാണ് പട്ടണം ഉൽഖനനം പദ്ധതിയിൽ നടന്നുകൊണ്ടിരിക്കുന്നതെന്ന് വരുത്തിതീർക്കുകയാണ്. ഈ ലക്ഷ്യം നേടാനുള്ള ഒരു പുകമറ മാത്രമാണ് ഈ ലഘുലേഖ. ഈ ലഘുലഖേയുമായി ബന്ധപ്പെട്ട് അദ്ദേഹം ഉന്നയിക്കുന്ന വിമർശനങ്ങളും പരാമർശങ്ങളും പരിശോധിക്കുന്നതിൽ യാതൊരു അർത്ഥവുമില്ല.

സംഘകാലത്തെ മുചിരിപത്തനമാണ് ഇപ്പോൾ ഉൽഖനനം നടന്ന പട്ടണമെന്ന ലഘുലേഖയിലെ പരാമർശത്തെ പിടിച്ചാണ് പട്ടണം ഉൽഖനനത്തെക്കുറിച്ചുള്ള എം.ജി.എസ്സിന്റെ അഭിപ്രായങ്ങളും നിരീക്ഷണങ്ങളും ഈ ലേഖനത്തിൽ ഉൾച്ചേർത്തിരിക്കുന്നത്. ഈ ഖനനത്തിന് നേതൃത്വം നൽകുന്ന KCHR ൽ പുരാവസ്തു ഗവേഷകർ ഇല്ലാത്തതുകൊണ്ട് തഞ്ചാവൂരിലെ തമിഴ് സർവ്വകലാശാലയിലെ ഒന്നാംതരം പുരാവസ്തു ഗവേഷകനായ ഡോ. ശെൽവകുമാറിനെ ഖനന ചുമതല ഏല്പിച്ചത് ഒരു നല്ല കാര്യം തന്നെയാണ് എന്നു പറയുന്ന എം.ജി.എസ്സ് അവിടെ നടന്ന ഖനനത്തെപ്പറ്റി പറയുന്നതുകൂടി നോക്കുക. ‘ഒരു പറമ്പിന്റെ മൂലയിൽ നാല് ചെറിയ കുഴികളുണ്ടാക്കിയാണ് പരിശോധിച്ചത്. അവയിൽനിന്ന് റോമൻ കാലഘട്ടം തുടങ്ങി പല കാലത്തുമുള്ള കലപ്പൊട്ടുകളും പേരുകളും ചില നാണയങ്ങളും പുറത്തുവന്നു. പിൽക്കാലത്തെ അറബി ചൈനീസ് കലപ്പൊട്ടുകളും കണ്ടെത്താനിടയായി. അക്കൂട്ടത്തിൽ ജൈന സാന്നിദ്ധ്യം സൂചിപ്പിക്കുന്ന ഒരു പേരും (ചമണ – ശ്രമണ) കിട്ടി.’

“ആ റിപ്പോർട്ടുകൾ വിസ്തരിച്ച് പരിശോധിച്ചതിൽ മുചിരി – മുസിരിസ് എന്ന പേരോ അവിടുത്തെ കപ്പലുകളുടെ ഭാഗങ്ങളോ കാണാൻ കഴിഞ്ഞില്ല. കേരളത്തിന്റെ കടൽക്കരയിൽ പല ഭാഗത്തും ഇത്തരം തെളിവുകൾ

സുലഭമാണ്. പ്രൊഫ.നൊബോരു കരാഷിമയും ചില ചൈനീസ് - ജാപ്പാനീസ് - ദ്രാവിഡ ഭാഷാവിദഗ്ദ്ധരും ചെന്നൈ കാലിക്കറ്റ് വിദഗ്ദ്ധരും ചേർന്ന് മംഗലാപുരം മുതൽ തിരുവനന്തപുരം വരെ നടത്തിയ ഒരന്വേഷണത്തിൽ ഒട്ടേറെ പ്രാചീനമായ കലപ്പൊട്ടുകൾ ഏതാണ്ട് ഉപരിതലത്തിൽ തന്നെ കണ്ടെത്തിയിരുന്നു. അവർ അതെല്ലാം പ്രസിദ്ധീകരിച്ചിട്ടുണ്ട്. "

കേരളത്തിന്റെ തീരപ്രദേശങ്ങളിലുടനീളം ഉപരിതലത്തിൽ ചില ഭാഷാശാസ്ത്രജ്ഞന്മാരും മറ്റും നടത്തിയ പരിശോധനയിൽ കിട്ടിയ കലപ്പൊട്ടുകൾക്കും നാണയങ്ങൾക്കും മറ്റും സമാനമായി പട്ടണത്തിൽ ഡോ.ശെൽവകുമാറിന്റെ നേതൃത്വത്തിൽ ഉണ്ടാക്കിയ നാലു കുഴികളിൽനിന്ന് കുറച്ചു കലപ്പൊട്ടുകളും നാണയങ്ങളും കിട്ടുക മാത്രമാണ് ഉണ്ടായത് എന്നാണ് എം.ജി.എസ്സ് വിലയിരുത്തുന്നത്. മുചിരി - മുസിരിസ് പേരുകളൊന്നും അവിടെ നിന്നു കിട്ടിയില്ല. കപ്പലുകളുടെ ഭാഗങ്ങളൊന്നും അവിടെനിന്ന് കിട്ടിയില്ല എന്നിങ്ങനെ കിട്ടാത്ത കാര്യങ്ങളെക്കുറിച്ചു പറയുന്ന എം.ജി.എസ്. യഥാർത്ഥത്തിൽ അവിടെ കണ്ടെടുക്കപ്പെട്ട പ്രധാന ചരിത്രാവശിഷ്ടങ്ങളെക്കുറിച്ചൊന്നും പറയുന്നുമില്ല. പട്ടണം ഖനനത്തിൽ യഥാർത്ഥത്തിൽ സംഭവിച്ചതെന്താണെന്നു നോക്കാം.

പട്ടണത്തിൽ 2007 മുതൽ KCHR ന്റെ നേതൃത്വത്തിൽ, ഡോ. ശെൽവകുമാർ മാത്രമല്ല, കേരളത്തിലെയും ഇന്ത്യയിലെ വിവിധ പ്രദേശങ്ങളിലെയും ലോകത്തിലെ വിവിധ രാജ്യങ്ങളിലെയും സർവ്വകലാശാലകളിലെയും അനവധി ശാസ്ത്രജ്ഞർ, ഗവേഷകർ, ഗവേഷണ വിദ്യാർത്ഥികൾ എന്നിങ്ങനെ നിരവധി പേരുടെ കൂട്ടായ വൻ ഗവേഷണ സംരംഭമാണ് നടന്നുകൊണ്ടിരിക്കുന്നത്. വിദേശത്തും ഇന്ത്യയിലും കേരളത്തിലുമായി അനവധി പ്രബന്ധങ്ങളും റിപ്പോർട്ടുകളും പ്രസിദ്ധീകരിച്ചുകഴിഞ്ഞു. എം.ജി.എസ് പറയുംപോലെ ഈ റിപ്പോർട്ടുകൾ മുഴുവനും വേണ്ട. അവയിൽ ചിലതെങ്കിലും വിസ്തരിച്ചു പഠിച്ചിരുന്നെങ്കിൽ പട്ടണം ഖനനത്തെക്കുറിച്ച് അദ്ദേഹം അവതരിപ്പിച്ചതുപോലെത്തെ ഒരു ചിത്രം വരയ്ക്കാൻ കഴിയുമായിരുന്നില്ല. ഒന്നുകിൽ അദ്ദേഹം ആ റിപ്പോർട്ടുകൾ പഠിക്കുന്നതു പോകട്ടെ, കണ്ടിട്ടുപോലുമുണ്ടാവില്ല. അഥവാ കണ്ടിട്ടുണ്ടെങ്കിൽ ബുദ്ധിപരമായ സത്യസന്ധത കാറ്റിൽപറത്തിക്കൊണ്ട് തികച്ചും വാസ്തവ വിരുദ്ധ പ്രസ്താവനകളാണ് അദ്ദേഹം നടത്തിയിട്ടുള്ളത്.

2007 മുതൽ ഓരോ വർഷവും ഫിബ്രവരി - മെയ് മാസങ്ങളിലെ സീസൺ ഖനനങ്ങളാണ് നടന്നുകൊണ്ടിരിക്കുന്നത്. എം.ജി.എസ് പറ

യുന്നതുപോലെ ഒരു പറമ്പിന്റെ മൂലയിൽ നാല് ചെറിയ കുഴികളല്ല ഉണ്ടാക്കിയത്. 4 X4 മീറ്ററിൽ 3–3 മീറ്റർ ആഴത്തിൽ 41 ട്രെഞ്ചുകളാണ് ഏഴു സീസണിലായി ഉണ്ടാക്കിയത്. അവയിൽനിന്ന് ലക്ഷക്കണക്കിന് പാത്രക്കഷണങ്ങളും ലോഹവസ്തുക്കളും മുത്തുമണികളും നാണയ ത്തുട്ടുകളും കുപ്പിമണികളുമെല്ലാം സമാഹരിച്ച് ഓരോന്നും തരം തിരിച്ച് വിവരങ്ങളടങ്ങിയ ലേബലൊട്ടിച്ച് വിശദമായ ഗവേഷണത്തിന് ഉതകും വിധം ശേഖരിച്ചുവെച്ചിരിക്കുന്നു. ഓരോ സീസണിലും തുറക്കുന്ന ട്രെഞ്ചു കൾ സീസൺ അവസാനത്തിൽ മൂടുകയാണ് പതിവ്. ഓരോ ട്രെഞ്ചും ശാസ്ത്രീയമായ സൂക്ഷ്മതയോടെ ചെത്തിയിറക്കുന്നതു കൊണ്ട് മൂന്നു മീറ്ററോളം ഉയരത്തിലുള്ള ചുവരുകളിൽ കാലഗണനയ്ക്ക് സഹായക മാംവിധം മണ്ണടരുകൾ കാണാം. ഒരു ട്രെഞ്ചിന്റെ മൂലയിൽ മൂന്നുമീറ്റ റോളം ആഴത്തിൽ ഒരു കെട്ടിടത്തിന്റെ മൂലഭാഗം ഏതാനും വരി ഇഷ്ടിക കൊണ്ട് കണിശമായ രീതിയിൽ പണിതത് കാണാമായിരുന്നു. 16 ഇഞ്ച് നീളവും ഏഴ് ഇഞ്ച് വീതിയും രണ്ട് ഇഞ്ച് കനവുമുള്ള ചുട്ടെടുത്ത ചുവന്ന ഇഷ്ടികകളാണ് ഉപയോഗിച്ചിരുന്നത്. ചെങ്കല്ലും ചുണ്ണാമ്പും കളിമണ്ണും ചേർന്ന മിശ്രിതം കൊണ്ടാണ് ഇഷ്ടികകൾ പണിതിരുന്ന ത്. കാർബൺ ഡേറ്റിംഗ് പ്രകാരം നടത്തിയ കാലഗണനപ്രകാരം ഈ കെട്ടിടഭാഗങ്ങളുടെ പഴക്കം 2000– 2500 വർഷങ്ങൾക്കിടയിലാണെന്ന് കണക്കാക്കപ്പെട്ടിരിക്കുന്നു. മുൻവർഷങ്ങളിലെ മറ്റൊരു ട്രെഞ്ചിൽനിന്ന് ആഞ്ഞിലിമരത്തിന്റെ ഒറ്റത്തടിയിൽ ഉണ്ടാക്കി.യ 20 അടിയോളം നീള മുള്ള വഞ്ചി കണ്ടെടുത്തിരുന്നു. ആദ്യം നടത്തിയ കാലഗണനപ്രകാരം ഈ വഞ്ചിയുടെ പഴക്കം 2100 വർഷമെന്നാണ് കണക്കാക്കപ്പെട്ടത്. പിന്നീട് അമേരിക്കയിലെ ജോർജിയ സർവ്വകലാശാലയിൽ പുതിയ രീതി കൾ ഉപയോഗിച്ചു നടത്തിയ കണിശമായ കാലഗണനപ്രകാരം ആ വഞ്ചിയുടെ കാലം 56 ബി.സി - എ.ഡി 72 എന്നാണ്. രണ്ടും തമ്മിൽ വലിയ അന്തരമില്ലെന്നു കാണാം. മറ്റു ചില ട്രെഞ്ചുകളിൽ മൂന്നുമീറ്റർ ആഴത്തിൽ ഇഷ്ടികകൾ കൊണ്ട് പണിത വഞ്ചി അടുപ്പിക്കാൻ പറ്റിയ കടവുകളുടെ ഭാഗങ്ങളും വഞ്ചി കെട്ടാനുള്ള മരക്കുറ്റികൾ സ്ഥാപിച്ചിട്ടു ള്ളതും കണ്ടെത്തിയിട്ടുണ്ട്. കക്കൂസിനായി ഉപയോഗിച്ചതെന്ന് കണ ക്കാക്കപ്പെടുന്ന വിലയ ജാറുകളുടെ ഭാഗങ്ങളും കണ്ടെടുക്കാനായിട്ടു ണ്ട്.

ഏഴു സീസണിലായി പട്ടണം ഉൽഖനനത്തിൽ കണ്ടെടുത്ത ചരി ത്രാവശിഷ്ടങ്ങളുടെ വിശദമായ പരിശോധനയിലേക്ക് ഇവിടെ കടക്കു ന്നില്ല. ഒരു സാധാരണ നിരീക്ഷകന്റെ തലത്തിൽനിന്ന് നോക്കുമ്പോൾ

കാണുന്ന ചില കാര്യങ്ങൾ ചൂണ്ടിക്കാട്ടുക മാത്രമാണ് ചെയ്യുന്നത്. കാല ഗണനയുടെ കാര്യത്തിലും മറ്റും തുടർന്നുള്ള പഠനങ്ങളിൽ ചെറിയ വ്യത്യാസങ്ങൾ കണ്ടേക്കാമെങ്കിലും 2000 ഓളം വർഷത്തെ പഴക്കമുള്ള അതിലധികവും ആകാവുന്ന, തുറമുഖ നാഗരികതയുടെ വസ്തുനിഷ്ഠ മായ ചരിത്രാവശിഷ്ടങ്ങളാണ് പട്ടണം ഖനനത്തിലൂടെ അനാവരണം ചെയ്യപ്പെട്ടിരിക്കുന്നത്. എം.ജി.എസ്സിനെപോലുള്ളവർക്ക് കണ്ണടച്ച് ഇരു ട്ടാക്കാനാവുമെങ്കിലും കണ്ണുതുറന്നിരിക്കുന്നവർക്ക് ഈ യാഥാർ ത്ഥ്യത്തെ നിഷേധിക്കാനാവില്ല.

ലോകനിലവാരത്തിൽത്തന്നെ അംഗീകാരമുള്ള എ.എസ്.ഐ.(ആർ ക്കിയോളജിക്കൽ സർവ്വേ ഓഫ് ഇന്ത്യ) പോലുള്ള സ്ഥാപനങ്ങൾ ഇന്ത്യ യിലുള്ളപ്പോൾ അതിന്റെ മേൽനോട്ടത്തിലായിരുന്നു ഈ ഖനനം നട ക്കേണ്ടിയിരുന്നതെന്ന് എം.ജി.എസ് പറയുന്നുണ്ട്. ഖനനത്തിന്റെ ചുമ തല എ.എസ്.ഐ.യെ ഏൽപ്പിക്കാത്തതുകൊണ്ടാണ് പട്ടണം ഗവേഷ ണത്തിന്റെ ആധികാരികത നഷ്ടപ്പെടുന്നതെന്ന വാദം പലയിടത്തും ഉയർന്നുകേട്ടിട്ടുണ്ട്. എ.എസ്.ഐ മെച്ചപ്പെട്ട സ്ഥാപനമാണെങ്കിലും നമ്മുടെ പൊതു മേഖലാ സ്ഥാപനങ്ങൾക്കെല്ലാം സംഭവിച്ചിട്ടുള്ളതു പോലെ ഉദ്യോഗസ്ഥ മേധാവിത്വത്തിന്റെ നീരാളിപ്പിടിത്തം കാരണം എ. എസ്.ഐ ഏറ്റെടുത്ത പല ഖനന പദ്ധതികളും നടക്കാതെ പോവു കയോ മുടങ്ങികിടക്കുകയോ ചെയ്തിട്ടുള്ളതു കാണാം. അതിവിടെ വിഷയമല്ല. ഓരോ വർഷവും ഖനനം നടത്തുന്നതിനുള്ള ലൈസൻസ് എ.എസ്.ഐയിൽനിന്ന് വാങ്ങിക്കൊണ്ടാണ് KCHR പട്ടണം ഖനനം നടത്തുന്നത്. ഏതാനും വർഷങ്ങളായിട്ട് എ.എസ്.ഐ. തൃശ്ശൂർ സർക്കിൾ പട്ടണം ഖനനത്തിലെ സജീവ പങ്കാളിയാണ്. എ.എസ്.ഐ യുടെ അഖിലേന്ത്യാ മേധാവി പട്ടണം ഖനനസ്ഥലം സന്ദർശിക്കുകയും അവിടെ നടക്കുന്ന പ്രവർത്തനങ്ങളിൽ സംതൃപ്തി പ്രകടിപ്പിക്കുകയും ചെയ്തിട്ടുണ്ട്. അതുകൊണ്ട് KCHR ഖനനത്തിന് ആധികാരികതയി ല്ലെന്ന് ആരോപിക്കുന്നതിൽ അർത്ഥമില്ല.

വെറുമൊരു പുരാവസ്തു ഗവേഷണമായിട്ടല്ല KCHR പട്ടണഖന നത്തെ സമീപിക്കുന്നത് എന്ന കാര്യവും ശ്രദ്ധേയമാണ്. വിവിധ ശാസ്ത്ര ശാഖകളെ സമന്വയിപ്പിച്ചുകൊണ്ട് ഒരു പൈതൃക സംസ്കാരത്തിന്റെ എല്ലാ വശങ്ങളും കണ്ടെത്താനുള്ള ശ്രമമാണ് KCHR നടത്തുന്നത്. 2013 ൽ ഞാൻ ഖനനസ്ഥലം സന്ദർശിച്ച സമയത്ത് ഹൈദരാബാദിലെ മോളിക്യുലാർ ബയോളജി ഇൻസ്റ്റിറ്റ്യൂട്ടിൽ നിന്നുള്ള ഒരു ശാസ്ത്ര ജ്ഞൻ ട്രെഞ്ചുകളിൽനിന്ന് ജൈവാവശിഷ്ടങ്ങൾ ശേഖരിക്കുന്നുണ്ടാ

യിരുന്നു. പരിശോധനയിലൂടെ പട്ടണം പ്രദേശത്ത് എത്തിയിരുന്ന മനുഷ്യവംശങ്ങൾ ഏതെല്ലാമായിരുന്നു എന്ന് കണ്ടെത്തുകയാണ് അതിന്റെ ഉദ്ദേശ്യം. പട്ടണം പ്രദേശത്തെ ഒരു പുരാവസ്തു മേഖലയായി സംരക്ഷിക്കാൻ കഴിയുംവിധം ആ പ്രദേശത്തെ ജനങ്ങളെ ബോധവൽക്കരിക്കാൻ നടത്തുന്ന ശ്രമങ്ങളും ശ്ലാഘനീയമാണ്.

പട്ടണം ഖനനത്തിന് ലോകവ്യാപകമായി ലഭിച്ചുകൊണ്ടിരിക്കുന്ന അംഗീകാരങ്ങളും ശ്രദ്ധേയമാണ്. പട്ടണം ഖനനം തുടങ്ങി അധികം താമസിയാതെ തന്നെ ബ്രിട്ടീഷ് മ്യൂസിയം ഈ ഖനനവുമായി സഹകരിക്കാനും പിന്നീട് പങ്കാളികളാകാനും തയ്യാറായി. ബ്രിട്ടീഷ് മ്യൂസിയവും KCHRഉം സംയുക്തമായി നടത്തിയ പഠനഗവേഷണ സംരംഭങ്ങൾക്ക് ബ്രിട്ടീഷ് അക്കാദമി അവാർഡ് നൽകി അംഗീകരിക്കുകയുണ്ടായി. പല ഗവേഷണമേഖലകളിലും സഹകരിച്ചുകൊണ്ടിരുന്ന ഓക്സ്ഫഡ് യൂണിവേഴ്സിറ്റി പട്ടണം ഖനനത്തിൽ പൂർണ്ണ പങ്കാളിയാവാൻ തീരുമാനിച്ചത് കഴിഞ്ഞ ദിവസങ്ങളിലാണ്.

പുരാവസ്തു ശാസ്ത്രത്തിൽ ലോകനിലവാരത്തിൽതന്നെ നേതൃ പദവിയിലിരിക്കാൻ അർഹതയുള്ളയാളും ഓക്സ്ഫെഡ് സർവ്വകലാശാലയിലെ പുരാവസ്തു ശാസ്ത്ര ഇൻസ്റ്റിറ്റ്യൂട്ട് ഡയറക്ടറുമായ ക്രിസ് ഗോസ്ഡെനും സംഘവുമാണ് പട്ടണം ഖനനത്തിൽ നേരിട്ട് പങ്കാളികളാവാൻ വരുന്നത്. പട്ടണം ഖനനത്തിൽ നേരിട്ട് പങ്കാളികളാവാൻ കഴിയുന്നതിലുള്ള ആവേശം പ്രകടിപ്പിച്ചുകൊണ്ടാണ് അവർ വരുന്നത്. പൗരാണിക പാശ്ചാത്യ പൗരസ്ത്യ ബന്ധത്തെ സംബന്ധിക്കുന്ന സുപ്രധാന തെളിവുകളാണ് പട്ടണം ഖനനത്തിലൂടെ വെളിച്ചം കണ്ടുകൊണ്ടിരിക്കുന്നതെന്ന തിരിച്ചറിവാണ് ഈ ആവേശത്തിന് അടിസ്ഥാനം. ഇന്ത്യയിലും പുറത്തുമുള്ള മുറ്റ പല യൂണിവേഴ്സിറ്റികളും പട്ടണംഖനനത്തിന് സഹകരിക്കുകയും പല രീതിയിലുള്ള പങ്കാളിത്തത്തിൽ ഏർപ്പെടുകയും ചെയ്തുകൊണ്ടിരിക്കുമ്പോൾ കേരളത്തിലെ ചരിത്രകാരന്മാർ ഈ ഖനനത്തെ കണ്ടില്ലെന്നു നടിക്കുകയും തമസ്കരിക്കാൻ ശ്രമിക്കുകയും ചെയ്യുന്നു എന്നത് ഒരു വിരോധാഭാസമാണ്. പക്ഷേ നാം കണ്ടുകൊണ്ടിരിക്കുന്ന യാഥാർത്ഥ്യവുമാണ്. ഈ അവസ്ഥയ്ക്ക് ഗുണകരമായ മാറ്റമുണ്ടാകുമെന്ന് പ്രതീക്ഷിക്കാനെങ്കിലും നമുക്ക് കഴിയുമോ എന്ന ചോദ്യം അവശേഷിക്കുകയാണ്.

കൊടുങ്ങല്ലൂർ ആസ്ഥാനമായി നില നിന്ന ചേരമാൻ പെരുമാൾ ഭരണകാലത്തെക്കുറിച്ച് ഇളംകുളം മുതൽ എം.ജി.എസ് വരെയുള്ളവർ സ്ഥാപിച്ച ചരിത്രവ്യാഖ്യാനങ്ങളെയൊന്നും പട്ടണം ഖനനം ഒരു തര

ത്തിലും ബാധിക്കുന്നില്ല. ചേരമാൻ പെരുമാൾ കാലത്തിനുമുമ്പുണ്ടായിരുന്ന കേരളത്തെക്കുറിച്ചുള്ള അഭ്യൂഹങ്ങളെ മാത്രമാണ് അത് ബാധിക്കുന്നത്. പട്ടണം ഖനനത്തിലൂടെ അനാവരണം ചെയ്യപ്പെടുന്ന തുറമുഖ നാഗരികതയുമായി കൊടുങ്ങല്ലൂരിനുള്ള ബന്ധം, ഈ പട്ടണം നാഗരികതയായിരുന്നു മുസിരിസ് എന്ന അഭ്യൂഹത്തിന്റെ ശരിതെറ്റുകൾ തുടങ്ങിയവയൊക്കെ ഇനിയും നടക്കുന്ന ഗവേഷണങ്ങളിലൂടെയും ചരിത്രകാരന്മാർ തമ്മിലുള്ള ആരോഗ്യകരമായ ആശയവിനിമയത്തിലൂടെയും ഭാവിയിൽ പരിഹരിക്കേണ്ട വിഷയങ്ങളാണ്.

കൊടുങ്ങല്ലൂരിന്റെ നാടൻ പാരമ്പര്യത്തെ പിന്തള്ളി മുസിരിസ് എന്ന വൈദേശിക പേരിന് മേധാവിത്വം നൽകുന്ന മുസിരിസ് പദ്ധതി ആവിഷ്ക്കരിച്ച മുൻ ഇടതുമുന്നണി സർക്കാറുകളുടെ കൊളോണിയൽ വിധേയത്വത്തെക്കുറിച്ചൊക്കെ എം.ജി.എസ് പറയുന്നതിനെപ്പറ്റി രണ്ടു വാക്കു കൂടി. 1996– 2001 കാലത്തെ ഇടതുമുന്നണി ഭരണകാലത്തിന്റെ അവസാനഘട്ടത്തിലാണ് ഉന്നത വിദ്യാഭ്യാസ വകുപ്പിന്റെ കീഴിൽ KCHR എന്ന ചരിത്രഗവേഷണകേന്ദ്രം രൂപവൽക്കരിക്കുകയും സി.പി.എംകാരനും യുവചരിത്രകാരനുമായ പി.ജെ.ചെറിയാനെ അതിന്റെ ഡയറക്ടർ സ്ഥാനം ഏല്പിക്കുകയും ചെയ്തത്. അതൊരു സി.പി.എം. പരിപാടിയായി വ്യാഖ്യാനിക്കപ്പെടുകയും ചെയ്തു. അന്നു മുതൽക്കെ എം.ജി. എസ്സിനെപ്പോലുള്ളവർ KCHR നോട് ശത്രുതാപരമായ സമീപനം സ്വീകരിച്ചുപോരുകയും ചെയ്തു. സി.പി.എമ്മിന്റെ അണിയറ നീക്കങ്ങളെയും ചരടുവലികളെയും കുറിച്ച് അറിയാവുന്ന ഒരാളെന്ന നിലയ്ക്ക് ഞാനും സംശയത്തോടെയാണ് അതിനെ നോക്കിക്കണ്ടിരുന്നത്. കാത്തിരുന്നു കാണാം എന്നതായിരുന്നു എന്റെ സമീപനം. പിന്നീട് 2006 ലെ ഇടതുമുന്നണി സർക്കാർ വന്നപ്പോൾ വിദ്യാഭ്യാസ–സാംസ്കാരിക വകുപ്പുകൾ കൈകാര്യം ചെയ്തിരുന്ന മന്ത്രിയായിരുന്ന എം.എ. ബേബിയും ധനകാര്യ മന്ത്രിയായിരുന്ന തോമസ് ഐസക്കും ചേർന്ന് മുസിരിസ് പദ്ധതിക്ക് രൂപം നൽകുകയും അതിൽനിന്ന് പട്ടണം ഖനനത്തിനുവേണ്ടി KCHRന് ഫണ്ട് അനുവദിക്കുകയും ചെയ്തു. എം.ജി. എസ്സിനെ വീണ്ടും പ്രകോപിതനാക്കിയ സംഭവമാണിത്. ആദ്യഘട്ടത്തിൽ ഞാനും സംശയത്തോടെയാണ് നോക്കിക്കണ്ടത്. യഥാർത്ഥത്തിൽ ബേബിയുടെയും ഐസക്കിന്റെയും ചെറിയാന്റെയും രാഷ്ട്രീയത്തോട് എം.ജി.എസ്സിനുള്ള തിനേക്കാൾ ആഴത്തിലുള്ള വിയോജിപ്പ് എനിക്കുണ്ട്. പക്ഷേ, അത് ചരിത്രഗവേഷണവുമായി കൂട്ടിക്കുഴക്കേണ്ടതില്ല. തീർച്ചയായും എല്ലാത്തരം ഗവേഷണങ്ങളെയും രാഷ്ട്രീയ വീക്ഷണ

ങ്ങൾ സ്വാധീനിക്കുമെന്നത് ഒരു വസ്തുതയാണ്. സ്ഥാപനങ്ങളിൽ ആളുകളെ നിയമിക്കുന്നതിലും മറ്റും അത് സ്വാധീനം ചെലുത്തുകയും ചെയ്യാം. പക്ഷേ, ഇവിടെ അത്തരം പരിഗണനകളെക്കാളെല്ലാം ഉയർന്നു നിൽക്കുന്നത് പട്ടണം ഖനനം തന്നെയാണ്. ചെറിയാന്റെ നേതൃത്വത്തിൽ KCHR മെച്ചപ്പെട്ട രീതിയിൽ പ്രവർത്തിച്ചതുകൊണ്ടുതന്നെയാണ് പട്ടണം ഖനനം ഇന്നത്തെ രീതിയിൽ പുരോഗമിച്ചതും. ബ്രിട്ടീഷ് മ്യൂസിയം, ബ്രിട്ടീഷ് അക്കാദമി, ഓക്സ്ഫെഡ് യൂണിവേഴ്സിറ്റി, ജോർജിയ യൂണിവേഴ്സിറ്റി തുടങ്ങിയയുടെയെല്ലാം സജീവ സഹകരണവും പ്രായോഗിക പങ്കാളിത്തവും നേടിയെടുത്തതും. ഹാരപ്പ മോഹൻജോദാരോയ്ക്കു ശേഷം ഇന്ത്യയിൽ നടക്കുന്ന ഏറെ ചരിത്രപ്രാധാന്യമുള്ള ഉൽഖനനങ്ങളിൽ ഒന്നാണ് ഇപ്പോൾ പട്ടണം ഉൽഖനനം. ഇനിയും ഈ ഗവേഷണത്തിന് ഏറെ മുന്നോട്ടു പോകാനുണ്ടെങ്കിലും അതിനെ ഇന്നത്തെ അവസ്ഥയിൽ എത്തിച്ചതിന് ചെറിയാനും KCHRഉം എല്ലാ പിന്തുണയും അഭിനന്ദനവും അർഹിക്കുന്നു. യുവചരിത്രകാരന്മാരിൽനിന്ന് ചെറിയാനെപ്പോലൊരാൾ ഉയർന്നുവരുമ്പോൾ എം.ജി.എസ്സിനെപ്പോലൊരാൾ എല്ലാ വിധ പിന്തുണയും നൽകി പ്രോത്സാഹിപ്പിക്കുകയാണ് ചെയ്യേണ്ടിയിരുന്നത്. പകരം അദ്ദേഹം ഒരു മാടമ്പി പ്രമാണിയെപ്പോലെ 'ഇവനൊക്കെ ആരെടാ എന്നെ വെല്ലുവിളിക്കാൻ ' എന്ന മട്ടിൽ പ്രതികരിച്ചത് ദുഃഖകരമായിപ്പോയി.

പട്ടണം ഖനനം ഇന്നത്തെ ഉന്നതിയിലെത്തും എന്ന് സങ്കൽപ്പിക്കാതെയാണെങ്കിലും മുസിരിസ് പ്രൊജക്ടിന് തുടക്കം കുറിക്കുകയും പട്ടണം ഖനനത്തിന് അവസരം ഉണ്ടാക്കിക്കൊടുക്കുകയും ചെയ്ത എം.എ.ബേബിയേയും തോമസ് ഐസക്കിനെയും ആത്മാർത്ഥമായി അഭിനന്ദിക്കട്ടെ. തുറന്ന മനസ്സ് നഷ്ടപ്പെട്ടിട്ടില്ലാത്ത കേരള ചരിത്രകാരന്മാരാണ് പട്ടണം ഖനനത്തിലൂടെ അനാവരണം ചെയ്യപ്പെടുന്ന കേരളപ്പഴമയെ സംബന്ധിക്കുന്ന പുതിയ പരികല്പനകൾക്ക് രൂപം നൽകേണ്ടത്. മുഴുവൻ മലയാളികൾക്കും അഭിമാനിക്കാവുന്ന വിധം ഈ പരികല്പനകൾ മുഴുവൻ സമൂഹത്തിലേക്കും എത്തിക്കേണ്ടത് മാധ്യമങ്ങളാണ്.

(മാതൃഭൂമി ആഴ്ചപ്പതിപ്പ്, ജനുവരി 2014)

ഇന്ത്യൻ ഫാസിസം:
പ്രതിരോധത്തിന്റെ വഴികൾ

സമകാലീന ഇന്ത്യനവസ്ഥയെക്കുറിച്ചുള്ള ഏതൊരു പരിശോധനയിലും ഉയർന്നുനിൽക്കുന്നത് സംഘപരിവാർ ഫാസിസം ആയിരിക്കും. എന്നാൽ, ഈ സംഘപരിവാർ ഫാസിസത്തെ മനസ്സിലാക്കുന്ന കാര്യത്തിൽ വ്യത്യസ്ത സമീപനങ്ങളായിരിക്കും മുഴച്ചുനിൽക്കുന്നത്. ഇരുപതാംനൂറ്റാണ്ടിന്റെ ആദ്യദശകങ്ങളിൽ യൂറോപ്പിൽ ഉയർന്നുവന്ന സങ്കുചിത ദേശീയവാദത്തിൽ ഊന്നിക്കൊണ്ട് ഭരണകൂടാധികാരത്തെ സ്വേച്ഛാപരമായി കേന്ദ്രീകരിക്കുന്ന ഫാസിസ്റ്റ് രീതിയാണ് സംഘപരിവാറും പ്രയോഗിക്കാൻ ശ്രമിക്കുന്നതെന്ന് പറയാം. പക്ഷേ, ഈ സാദൃശ്യം ഇവിടെ അവസാനിക്കുന്നു. സംഘപരിവാർ ഫാസിസത്തിന് ഇന്ത്യയിലെ സാഹചര്യത്തിന്റെ തനതായ ചരിത്രവുമായി അഭേദ്യബന്ധമുണ്ട്. പാശ്ചാത്യ ഫാസിസത്തിന് അല്പം പോലും അവകാശപ്പെടാനില്ലാത്ത മറ്റൊരു ചരിത്രമാണിത്. നൂറ്റാണ്ടുകൾ, അല്ല സഹസ്രാബ്ദങ്ങൾ തന്നെ പിന്നിട്ട ബ്രാഹ്മണിസത്തിന്റെ ചരിത്രമാണ് സംഘപരിവാർ ഫാസിസത്തിന്റെ പശ്ചാത്തലമൊരുക്കുന്നത്. ബ്രാഹ്മണിസം ഒരിക്കലും നേരിട്ട് അധികാരം കൈകാര്യം ചെയ്യാതെ, പിന്നിൽനിന്ന് അധികാരത്തെ നിയന്ത്രിച്ചിട്ടേയുള്ളു. മാത്രമല്ല, ഇന്ത്യൻ ഉപഭൂഖണ്ഡത്തിൽ മുഴുവൻ പരന്നുകിടക്കുന്ന ഒരു ബൃഹത് സമൂഹത്തെ വെള്ളം ചോരാത്ത അറകൾ പോലുള്ള ശ്രേണീബദ്ധമായ ഒരു ചട്ടക്കൂടിനുള്ളിൽ ഒതുക്കിനിർത്തുകയാണ് ബ്രാഹ്മണിസം ചെയ്തത്. വർണ്ണജാതി വ്യവസ്ഥ എന്നു വിളിക്കപ്പെടുന്ന ഇത്തരമൊരു സാമൂഹിക ഘടന ഇന്ത്യൻ ഉപഭൂഖണ്ഡത്തിലല്ലാതെ ലോകത്ത് മറ്റൊരിടത്തും നിലനിന്നിട്ടില്ല. ആന്തരികമായ പരിഷ്ക്കരണങ്ങളൊന്നും സാധ്യമാവാത്ത വിധം ആന്തരിക ജനാധിപത്യത്തിന് അല്പം പോലും ഇടം നൽകാതെ ആചാരബദ്ധമായി ആവി

ഷ്ക്കരിച്ചിട്ടുള്ള ഈ വർണ്ണജാതി വ്യവസ്ഥയെ ഉപയോഗിച്ചുകൊണ്ടാണ് സംഘപരിവാർ തങ്ങളുടെ മോഡൽ ഫാസിസം കെട്ടിപ്പെടുക്കാൻ ശ്രമിക്കുന്നത്.

ഇരുപതാംനൂറ്റാണ്ടിൽ മുസ്സോളിനി, ഹിറ്റ്ലർ ഫാസിസത്തിന്റെ മുന്നേറ്റം കണ്ട് ആവേശിതനായ ഗോൾവാൾക്കറാണ് ആർ.എസ്.എസ്സിനെ ഉപയോഗിച്ച് ഇന്ത്യൻ ദേശീയവാദം വളർത്താനുള്ള പ്രയോഗവും സിദ്ധാന്തവും ആവിഷ്ക്കരിക്കാൻ ശ്രമിച്ചത്. യൂറോപ്പിൽ മുതലാളിത്തത്തിന്റെ വളർച്ച ആവശ്യമാക്കിയ, മതേതരവും ജനാധിപത്യപരവുമായ സ്ഥായിയായ ഭരണകൂടത്തിനായുള്ള സാമൂഹികാടിത്തറയായി ഭാഷയെ ആധാരമാക്കിയുള്ള ദേശീയ രാഷ്ട്രങ്ങളാണ് രൂപം കൊണ്ടത്. ലാറ്റിൻ ഭാഷയുടെ വരേണ്യമേധാവിത്വത്തെ വെല്ലുവിളിച്ചുകൊണ്ടാണ് ഈ പ്രാദേശിക ഭാഷാ രാഷ്ട്രങ്ങൾ ഉയർന്നുവന്നത്. ഇന്ത്യൻ ഉപഭൂഖണ്ഡത്തിൽ അവർണ്ണജാതിക്കാർ വേദേതിഹാസങ്ങൾ ഉരുവിടാനോ പഠിക്കാനോ പാടില്ലെന്നുള്ള സംസ്കൃതമേധാവിത്വ ചട്ടത്തെ ചോദ്യം ചെയ്തുകൊണ്ടുള്ള ആദ്യത്തെ കലാപമായിരുന്ന ഭക്തിപ്രസ്ഥാനത്തിലൂടെയാണ് ഇവിടെയും പ്രാദേശിക ഭാഷകൾ വളർന്നുവരാൻ തുടങ്ങിയത്. ബ്രിട്ടീഷ് കൊളോണിയൽ മേധാവിത്വം പുറത്തുനിന്ന് അടിച്ചേൽപ്പിക്കപ്പെട്ടില്ലായിരുന്നെങ്കിൽ, ഒരു പക്ഷേ, ഭക്തിപ്രസ്ഥാനത്തിലൂടെ തുടക്കം കുറിച്ച ഇന്ത്യൻ നവോത്ഥാന പ്രക്രിയ ഇന്ത്യൻ ഉപഭൂഖണ്ഡത്തിൽ അനവധി ഭാഷാദേശീയ രാഷ്ട്രങ്ങൾക്ക് ജന്മം നൽകുമായിരുന്നില്ലെന്ന് പറയാനാവില്ല.

പാശ്ചാത്യനാടുകളിൽ നാടുവാഴികളെയും ജന്മിമാരെയും ഇല്ലായ്മ ചെയ്തുകൊണ്ടാണ് ജനാധിപത്യ വൽക്കരണപ്രക്രിയ മുന്നേറിയതെങ്കിൽ, ഇവിടെ കൊളോണിയൽ മേധാവിത്വത്തിനെതിരായ സ്വാതന്ത്ര്യ സമരത്തിന് നേതൃത്വം നൽകിയത് നാടുവാഴികളും (1857 ലെ ഒന്നാം സ്വാതന്ത്ര്യ സമരത്തിൽ ബഹാദൂർഷായും ഝാൻസി റാണിയും) സവർണ്ണമേധാവിത്ശക്തികളുമായിരുന്നു. ബാലഗംഗാധരതിലകന്റെ നേതൃത്വത്തിലുള്ള കോൺഗ്രസ് ആ രീതിയിൽതന്നെ മുന്നോട്ടു പോയിരുന്നെങ്കിൽ കോൺഗ്രസ് ഒരു തികഞ്ഞ ഹിന്ദു പാർട്ടിയാവുകയും ആർ.എസ്.എസ്സ് രൂപവൽക്കരണം ആവശ്യമില്ലാതെ വരുകയും ചെയ്യുമായിരുന്നു. വിഭജനത്തെ തുടർന്ന് പാക്കിസ്ഥാൻ ഒരു ഇസ്ലാമിക രാഷ്ട്രമായതുപോലെ ഇന്ത്യ ഹിന്ദു രാഷ്ട്രവുമാവുമായിരുന്നു.

പക്ഷേ, ചരിത്രം മറ്റൊരു വഴിക്കാണ് തിരിഞ്ഞത്. ഗാന്ധിജിയുടെ ഇടപെടലോടെ ഹിന്ദു കോൺഗ്രസ്സ് അപ്രത്യക്ഷമായി., വ്യത്യസ്ത മത

ങ്ങളുടെ സാഹോദര്യവും സഹവർത്തിത്വവുമെന്ന നിലപാട് ഇന്ത്യൻ മതേതരത്വത്തിന് അടിത്തറ പാകി. താൻ ഒരു സനാതന ഹിന്ദുവാണെന്ന് പറഞ്ഞതിന്റെ പേരിൽ ഗാന്ധിജിയെ ഒരു മൃദു ഹിന്ദുത്വവാദിയായി ചിത്രീകരിക്കുന്ന രീതിയുണ്ട്. ക്ഷേത്രത്തിൽ പോയി ചന്ദനവും തൊട്ടു വരുന്ന ഒരു സാധാരണ ഹിന്ദു വിശ്വാസിയെ ഹിന്ദുത്വവാദിയായി ചിത്രീകരിക്കുന്ന അപകടകരമായ ഒരു പ്രവണതയും ഇവിടെയുണ്ട്. ഹിന്ദു മതാധിഷ്ഠിത രാഷ്ട്രം വേണമെന്നു പറയുന്നതാണ് ഹിന്ദുത്വവാദം. അതിനൊരു മൃദുസ്വഭാവം ചാർത്താൻ ശ്രമിക്കുന്നത് ബാലിശമാണ്. ഹിന്ദു രാഷ്ട്രവാദം ഉന്നയിക്കാത്ത ഒരു ഹിന്ദു വിശ്വാസി ഒരിക്കലും ഹിന്ദുത്വവാദിയാവില്ല. അതുകൊണ്ടാണ് മൃദു ഹിന്ദുത്വപ്രയോഗം, അത് ഗാന്ധിജിയുടെ നേരെയായാലും കോൺഗ്രസ്സിന് നേരെയായാലും കപടവും വഞ്ചനാപരവും ആകുന്നത്. ഗാന്ധിജിയും കോൺഗ്രസ്സും ഒരിക്കലും ഹിന്ദു രാഷ്ട്രത്തിനുവേണ്ടി നില കൊണ്ടിട്ടില്ല. ഇസ്ലാമിക രാഷ്ട്രവാദത്തെ ഗൗരവപൂർവ്വം തള്ളിക്കളയുന്ന മുസ്ലിം ലീഗിനെ ഒരു ഇസ്ലാമിക പാർട്ടിയായി ചിത്രീകരിക്കാൻ പാടില്ലെന്ന് പറയുന്നതും അതുകൊണ്ടുതന്നെ.

ഗാന്ധിജിയുടെ കോൺഗ്രസ്സും പിന്നീട് നെഹ്റുവിയൻ കോൺഗ്രസ്സും ഇന്ത്യയെ ഹിന്ദു രാഷ്ട്രമാക്കാതെ രക്ഷിച്ചുനിർത്തിയത് ചെറുകാര്യമല്ല, പക്ഷേ, ഇന്ത്യയിലെ ജാതി വ്യവസ്ഥയെ നേരിടുന്ന കാര്യത്തിൽ അവർക്ക് ഒട്ടും മുന്നോട്ടുപോവാനാവില്ല. ഗാന്ധിജിയുടെ ശ്രമങ്ങൾ ഭാഗികവും അപക്വവുമായി അവസാനിച്ചു. നെഹ്റുവാകട്ടെ, പാശ്ചാത്യ മതേതര നിലപാടുകളിൽ ഉറച്ചുനിന്നെങ്കിലും ജനാധിപത്യ പ്രക്രിയയിലൂടെ വർണ്ണജാതി വ്യവസ്ഥ തനിയെ അപ്രത്യക്ഷമായിക്കൊള്ളും എന്ന നിലപാടാണ് സ്വീകരിച്ചത്. ഇന്നും കോൺഗ്രസ്സിന്റെ നിലപാട് അതുതന്നെ ആയതുകൊണ്ട്, ജാതി രാഷ്ട്രീയം ഉയർന്നു വന്നിടങ്ങളിലെല്ലാം കോൺഗ്രസ്സ് കാഴ്ചക്കാരായി മാറുന്നതും അതുകൊണ്ടാണ്.

1930 ലെ ലാഹോർ സമ്മേളനത്തിൽ വെച്ച് കോൺഗ്രസ്സ് പൂർണ്ണസ്വരാജ് പ്രഖ്യാപിച്ചപ്പോൾ ഡോ. അംബേദ്കർ ചോദിച്ചു: അത് ആരുടെ സ്വരാജ് ആയിരിക്കുമെന്ന്. അന്നത്തെ സാഹചര്യത്തിൽ ഒരു സാമൂഹിക വിപ്ലവത്തിലൂടെ അധഃസ്ഥിത ജാതി വിഭാഗങ്ങൾക്ക് അടിമാവസ്ഥയിൽനിന്ന് മോചനം ലഭിക്കുന്നില്ലെങ്കിൽ സ്വതന്ത്ര ഇന്ത്യ ഒരു ബ്രാഹ്മണ ഇന്ത്യ ആവുകയും അധഃസ്ഥിതർ എന്നും അടിമകളായി തുടരുകയും ചെയ്യുമെന്നാണ് ഡോ. അംബേദ്കർ പറഞ്ഞത്. ഇതിൽ പ്രകോപിത

രായി കോൺഗ്രസ്സ് നേതൃത്വം മാത്രമല്ല, കമ്മ്യുണിസ്റ്റുകാർ വരെ വിവിധ രാഷ്ട്രീയ നേതൃത്വങ്ങൾ അംബേദ്കറെ ബ്രിട്ടീഷ് ഏജന്റ് എന്ന് മുദ്ര കുത്തി. ഇന്ത്യൻ സാമൂഹിക വ്യവസ്ഥയുടെ ആന്തരികഘടനയെക്കുറിച്ച് ശാസ്ത്രീയവും സൂക്ഷ്മവുമായ പഠനം നടത്തിയിട്ടാണ് അംബേദ്കർ നിലപാടുകൾ മുന്നോട്ടു വെച്ചത്. പക്ഷേ, സമാന നിലപാടുകളിലെത്തിയ ഡോ. രാംമനോഹർ ലോഹ്യയുടെയും അംബേദ്കറുടെയും നിലപാടുകൾക്ക് സ്വാതന്ത്ര്യസമരകാലത്ത് പ്രാമുഖ്യം കിട്ടിയില്ല. അധഃസ്ഥിത ജാതികൾക്കും രാഷ്ട്രീയാധികാരത്തിൽ സംവരണം ആവശ്യപ്പെട്ട് അംബേദ്കറും, എതിർത്ത് ഗാന്ധിജിയും വട്ടമേശസമ്മേളനത്തിൽ നിലപാടെടുക്കുന്നതും ഗാന്ധിജിയുടെ അനിശ്ചിതകാല നിരാഹാരത്തെത്തുടർന്ന് പൂനാ കരാറിൽ അംബേദ്കർ കീഴടങ്ങിക്കൊടുക്കുന്നതുമെല്ലാം ചരിത്രം.

ഇന്ത്യൻസ്വാതന്ത്ര്യ സമരത്തിന്റെ ഇത്തരമൊരു പശ്ചാത്തലത്തിലാണ് ആർ.എസ്.എസ്സിന്റെ രൂപവൽക്കരണവും പ്രവർത്തനവും പരിശോധിക്കേണ്ടത്. കോൺഗ്രസ്സ് ഒരു ഹിന്ദു പാർട്ടിയാവില്ലെന്ന് ഉറപ്പായതോടെയാണ് ഡോ. ഹെഡ്ഗേവാർ ആർ.എസ്.എസ്സ് രൂപവൽക്കരണത്തിന് മുൻകൈയെടുത്തത്. ഹെഡ്ഗേവാറും തുടർന്ന് നേതൃത്വമേറ്റെടുത്ത ഗോൾവാൾക്കറും ജർമനിയിലെയും ഇറ്റലിയിലെയും പോലെ ഭാഷാധിഷ്ഠിത ദേശീയബോധം ഇവിടെ സാധ്യമല്ലെന്ന് മനസ്സിലാക്കി. ഭാഷാ, വംശീയ, വർണ്ണ, ജാതി, ലിംഗ വ്യത്യാസങ്ങൾക്കെല്ലാം അതീതമായി ഹിന്ദു സംസ്കാരത്തിലധിഷ്ഠിതമായി ഒരു ഹിന്ദു ദേശീയ രാഷ്ട്രം വളർത്തിക്കൊണ്ടുവരുന്നതിനെക്കുറിച്ചാണ് ചിന്തിച്ചത്. ഇത്തരം പ്രഖ്യാപനങ്ങളിൽ വ്യാമോഹിതരാകേണ്ടതില്ല. മനുസ്മൃതിയെ ആധാരമാക്കിയുള്ള രാഷ്ട്ര നിർമ്മാണമാണ് ലക്ഷ്യമാക്കുന്നതെന്ന് അവർ വ്യക്തമാക്കുന്നുണ്ട്. ഇന്ത്യൻ ഭരണഘടന പ്രഖ്യാപിച്ചപ്പോൾ അത് മനുസ്മൃതി ആധാരമാക്കിയുള്ളതല്ല. മനുസ്മൃതിയെക്കുറിച്ച് ഒരു വാക്കുപോലും അതു പറയുന്നില്ല എന്നെല്ലാമായിരുന്നു ഗോൾവാൾക്കറുടെയും കൂട്ടുകാരുടെയും പരാതി. മാത്രമല്ല, ഹിന്ദുക്കളല്ലാത്ത മറ്റു ന്യൂനപക്ഷ മത വിഭാഗങ്ങളോടുള്ള അവരുടെ സമീപനവും അവർ അർത്ഥശങ്കയ്ക്കിടയില്ലാതെ പ്രഖ്യാപിച്ചിരുന്നു. ഒന്നുകിൽ അവർ ഹിന്ദു സംസ്കാരത്തിൽ ലയിച്ചു ചേരണം. അതിനു തയ്യാറില്ലാത്തവർ ഒന്നുകിൽ രാജ്യത്തിനു പുറത്തുപോകണം, അല്ലെങ്കിൽ ഇവിടെ, പൗരത്വം പോലുമില്ലാതെ രണ്ടാം കിടക്കാരായി ജീവിക്കണം. ഹിറ്റ്ലർ, മുസ്സോളിനി ഫാസിസത്തിന്റെ പല സ്വഭാവങ്ങളും അവർ ഉൾക്കൊള്ളാൻ ശ്രമിച്ചിരുന്നു എന്നു

വ്യക്തം. എന്നാൽ നേരത്തെ സൂചിപ്പിച്ചതുപോലെ അധികാരം കൈകാര്യം ചെയ്യുന്ന കാര്യത്തിൽ ഇവർ യൂറോപ്യൻ ഫാസിസ്റ്റുകളിൽ നിന്ന് വ്യത്യസ്തമാണ്. ഹിന്ദു രാഷ്ട്രം ലക്ഷ്യം വെക്കുന്ന ആർ. എസ്സ്.എസ്സ് നേരിട്ട് അധികാരം കൈയ്യാളുന്ന ഒരു സംഘടനയാവില്ലത്രേ. അധികാരശക്തികളെ നിശ്ചയിക്കുകയും നിയന്ത്രിക്കുകയും ചെയ്യുന്ന ഒരു അദൃശ്യ ശക്തി ആയിരിക്കും അത്. അണുവിട മാറ്റമില്ലാത്ത ബ്രാഹ്മണിക മേധാവിത്വത്തിന്റെ ശൈലിയാണിത്. ഈ ഇന്ത്യൻ ഫാസിസത്തെ ഇന്ത്യൻ രീതിയിൽത്തന്നെയാണ് നേരിടേണ്ടത്.

ഇന്ത്യൻ ഫാസിസത്തെ നേരിടാനുള്ള ഇന്ത്യൻ രീതികൾ കണ്ടെത്തുന്ന കാര്യത്തിലും ഏറെ മുന്നേറിയത് അംബേദ്കർ തന്നെ ആയിരുന്നു. ആന്തരികമായി പരിവർത്തന വിധേയമല്ലാത്ത ഇന്ത്യൻ ജാതി വ്യവസ്ഥയുടെ സവിശേഷഘടനയെക്കുറിച്ച് സൂക്ഷ്മ പഠനം നടത്തിയ അംബേദ്കർ ജാതിഘടന തകർക്കാൻ അധഃസ്ഥിത ജാതി സമൂഹങ്ങൾക്ക് അർഹമായ രാഷ്ട്രീയാധികാരം ലഭ്യമാക്കുക മാത്രമേ വഴിയുള്ളൂ എന്ന നിഗമനത്തിലാണ് എത്തിയത്. പാർലമെന്ററി ജനാധിപത്യവും സാർവത്രിക വോട്ടവകാശവും ഉറപ്പു വരുത്തുന്ന ഒരു ഭരണഘടനാ നിർമ്മാണത്തിൽ അദ്ദേഹം കേന്ദ്രീകരിച്ചതും അതുകൊണ്ടുതന്നെ. പക്ഷേ, ഇന്ത്യൻ ഭരണഘടന പ്രവർത്തനക്ഷമമായതിനു ശേഷം നാല്പതുവർഷം കഴിയേണ്ടിവന്നു, ഒന്നു രണ്ടു സംസ്ഥാനങ്ങളിലെങ്കിലും ദളിത് -പിന്നോക്ക വിഭാഗങ്ങൾ രാഷ്ട്രീയാധികാരത്തിലേക്കെത്താൻ.

1980 കളിൽ പഴയ പാർട്ടി പ്രവർത്തനത്തിന്റെ ഭാഗമായി ന്യൂഡൽഹിയിൽ ഞാൻ പോകാറുള്ളപ്പോൾ ബി.എസ്.പി കെട്ടിപ്പടുക്കുന്നതിൽ മുഴുകിയിരുന്ന ദളിത് ഐ.എ.എസ്, ഐ.പി.എസ് ഉദ്യോഗസ്ഥന്മാരിൽ ചിലരെ പരിചയപ്പെടാനിടയായിട്ടുണ്ട്. ഭരണഘടന പ്രകാരം ഈ ഉയർന്ന ഉദ്യോഗങ്ങളിൽ ദളിത് ആദിവാസി വിഭാഗങ്ങൾക്ക് 22 ശതമാനം സംവരണം അനുവദിച്ചിരുന്നെങ്കിലും 11 ശതമാനത്തിലേ അവർ നിയമിതരായിരുന്നുള്ളു. അർഹരായ അപേക്ഷകർ അത്രയേ ഉണ്ടായിരുന്നുള്ളു. സംവരണമില്ലാത്തതുകൊണ്ട് ജനസംഖ്യയിൽ 50 ശതമാനം വരുന്ന പിന്നോക്കക്കാർക്ക് ഈ ഉയർന്ന ജോലിയിൽ 4 ശതമാനം മാത്രമേ കിട്ടിയിരുന്നുള്ളൂ. അതുകൊണ്ട് ദളിതർക്ക് ലഭിച്ച 11 ശതമാനം വലിയൊരു സാന്നിദ്ധ്യം തന്നെയായിരുന്നു. പക്ഷേ, ഐ.എ.എസ്, ഐ.പി.എസ് ജോലികളിൽ 75 ശതമാനവും കൈയടക്കിയിരുന്ന സവർണ്ണർക്ക് ഈ 11 ശതമാനത്തെ സഹിക്കാനാകുമായിരുന്നില്ല. ഉന്നത സ്ഥാനത്തുള്ള

ഈ ദളിത് ഉദ്യോഗസ്ഥർ നേരിട്ടിരുന്ന പീഡനങ്ങൾ ഭീകരമായിരുന്നു. ഇവർക്കു കീഴെ വരുന്ന സവർണ്ണരായ ഉദ്യോഗസ്ഥരുടെ പരിഹാസവും അവഗണനയുമെല്ലാം അസഹ്യമായിരുന്നു എന്നു ഞാൻ പരിചയപ്പെട്ട ഉദ്യോഗസ്ഥർ പറയുമായിരുന്നു. ഈ യാഥാർത്ഥ്യം മനസ്സിലാക്കി ക്കൊണ്ടാണ് ബി.എസ്.പി നേതാവ് കാൻഷിറാം ഇവരിൽനിന്ന് ഒട്ടേറെ പേരെ പാർട്ടി കെട്ടിപ്പടുക്കാൻ തെരഞ്ഞെടുത്തത്. ചിലർ ജോലി രാജി വെച്ചുപോലും പാർട്ടി കെട്ടിപ്പെടുക്കാൻ മുന്നോട്ടു വന്നു.

ഹൈദരാബാദ് യൂണിവേഴ്സിറ്റിയിലെ രോഹിത് വെമുല ആത്മഹ ത്യചെയ്തപ്പോൾ ഗവേഷണവിദ്യാർത്ഥിയുടെ തലത്തിലെത്തിയ സമർത്ഥനായ ഒരു വിദ്യാർത്ഥി എന്തിനിത് ചെയ്തു എന്ന് പലരും അത്ഭുതപ്പെടുന്നത് കാണാമായിരുന്നു. പക്ഷേ, ജോലി ഉപേക്ഷിച്ചും അല്ലാതെയും ബി.എസ്.പി പ്രവർത്തനത്തിനിറങ്ങിയ ദളിത് ഐ.എ.എ സ്, ഐ.പി.എസ് ഉദ്യോഗസ്ഥർ നേരിടേണ്ടി വന്ന പീഡനകഥകളുമായി ബന്ധപ്പെടുത്തി നോക്കുമ്പോൾ വെമുലയുടെ ആത്മഹത്യയിൽ അത്ഭു തപ്പെടാനൊന്നുമില്ല. ആ പീഡനത്തിന്റെ രൂക്ഷത ദളിതരല്ലാത്തവർക്ക് മനസ്സിലാവുകയില്ല. അത് ദളിതരായി ജനിച്ച്, പീഡനങ്ങൾ ഏറ്റുവാങ്ങി ജീവിച്ചവർക്ക് തന്നെയേ മനസ്സിലാകൂ. ഒരു വിദ്യാർത്ഥിയുടെ ആത്മ ഹത്യ എന്നതിനപ്പുറം ജാതി വ്യവസ്ഥ സൃഷ്ടിക്കുന്ന സാമൂഹിക വിവേ ചനത്തിന്റെയും പീഡനത്തിന്റെയും രൂക്ഷതയിലേക്കാണ് ഈ സംഭവം വിരൽ ചൂണ്ടുന്നത്. സംഘപരിവാർ ഫാസിസത്തിന്റെ നീരാളിക്കൈകൾ നീണ്ടെത്തുന്നതിന്റെ ഒരു ദൃഷ്ടാന്തവും കൂടിയാണിത്.

ഇന്ത്യയിലെ ജാതി വ്യവസ്ഥയോട് ക്രിയാത്മകമായി പ്രതികരിക്കാൻ തയ്യാറായ അംബേദ്കറുടെയും രാംമനോഹർ ലോഹ്യയുടെയും രാഷ്ട്രീയം ഇന്ത്യയിൽ സജീവമാകുന്നത് എൺപതുകളിലാണ്. രണ്ട് തലത്തിലായി സംഭവിച്ച സവർണ്ണ മുന്നേറ്റങ്ങളോട് പ്രതികരിച്ചു കൊണ്ടാണ് ഈ രണ്ട് രാഷ്ട്രീയവും സജീവമാകുന്നത്. ബാബറി മസ്ജിദ് മുൻ നിർത്തി ഹിന്ദു വർഗ്ഗീയ വാദം വളർത്തിക്കൊണ്ടുവരാൻ സംഘപരിവാർ നടത്തിയ ശ്രമമായിരുന്നു ഒന്ന്. മറ്റേത് സവർണ്ണ സർക്കാർ ഉദ്യോഗസ്ഥരും സവർണ്ണ കോളേജ് വിദ്യാർത്ഥികളും ഉത്ത രേന്ത്യൻ സംസ്ഥാനങ്ങളിൽ ഉയർത്തിക്കൊണ്ടുവന്ന സംവരണ വിരുദ്ധ പ്രക്ഷോഭം. ഈ സവർണ്ണ മുന്നേറ്റങ്ങൾക്കുള്ള ആദ്യത്തെ മറുപടിയാ യിരുന്നു മണ്ഡൽ കമ്മീഷൻ റിപ്പോർട്ട് നടപ്പിലാക്കൽ. പിന്നോക്ക വിഭാ ഗങ്ങൾക്ക് ഐ.എ.എസ്, ഐ.പി.എസ് ജോലികളിൽ 27 ശതമാനം സം വരണം നിർദ്ദേശിച്ച മണ്ഡൽ കമ്മീഷൻ റിപ്പോർട്ട് 1990 ൽ വി.പി.സിംഗ്

സർക്കാർ നടപ്പിലാക്കാൻ തയ്യാറായതിന് പിന്നിൽ പ്രവർത്തിച്ചത്. യു.പിയിലും ബീഹാറിലും രാഷ്ട്രീയാധികാര ശക്തികളായി വളർന്നുവന്ന ലോഹ്യാ സോഷ്യലിസ്റ്റുകളായിരുന്നു. മണ്ഡൽ കമ്മീഷൻ റിപ്പോർട്ട് നടപ്പിലാക്കാനുള്ള തീരുമാനം പ്രഖ്യാപിക്കപ്പെട്ട സമയത്ത് സന്ദർഭവശാൽ ഞാൻ ഡൽഹിയിലെ ജെ.എൻ.യു വിൽ എത്തിച്ചേരുകയുണ്ടായി. അവിടത്തെ അന്തരീക്ഷം ഞെട്ടിക്കുന്നതായിരുന്നു. വിദ്യാർത്ഥികളെയൊന്നും പുറത്തു കാണാനില്ല. മതിലുകളിലും ചുമരുകളിലുമെല്ലാം നിറയെ വി.പി.സിംഗ് വിരുദ്ധ മുദ്രാവാക്യങ്ങൾ. ജെ.എൻ.യു വിലെ ബഹുഭൂരിപക്ഷം വിദ്യാർത്ഥികളും മണ്ഡൽ കമ്മീഷൻ റിപ്പോർട്ടിനെതിരായിരുന്നു. ഐ.എ.എസ്സിനും ഐ.പി.എസ്സിനും തയ്യാറെടുത്തുകൊണ്ടിരുന്ന സവർണ്ണ വിദ്യാർത്ഥികളായിരുന്നു അധികംപേരും. അവരെ സംബന്ധിച്ചിടത്തോളം ഈ ഉയർന്ന ഉദ്യോഗങ്ങളിൽ 27 ശതമാനം സംവരണമെന്നത് അവരുടെ നിലനിൽപ്പിന്റെ പ്രശ്നമായിരുന്നു. വിവിധ നക്സലൈറ്റ് ഗ്രൂപ്പുകളുടെ കൂട്ടായ്മയ്ക്ക് വിദ്യാർത്ഥി യൂണിയനിൽ മുൻകൈയുണ്ടായിരുന്ന കാലം. പക്ഷേ, മണ്ഡൽ റിപ്പോർട്ട് വന്നതോടെ ഇവരുടെയെല്ലാം പുരോഗമന വിപ്ലവ പൊയ്മുഖങ്ങളെല്ലാം കൊഴിഞ്ഞു വീണു. എന്റെ പാർട്ടിക്കാരായിരുന്ന ചില ദളിത് വിദ്യാർത്ഥികളുടെ റൂമിൽ ചെന്നപ്പോഴാണ് അവരെല്ലാം അകത്ത് അടച്ചിരിക്കുകയാണെന്ന് കണ്ടത്. പുറത്തിറങ്ങിയാൽ ചിലപ്പോൾ ആക്രമണമുണ്ടാകാം. ഡൽഹി യൂണിവേഴ്സിറ്റിയിലും മറ്റും മണ്ഡൽ റിപ്പോർട്ടിനെതിരായി സവർണ്ണ വിദ്യാർത്ഥികൾ ആത്മാഹുതി വരെ നടത്തിയ കാലമായിരുന്നു അത്.

ഇപ്പോഴത്തെ ജെ.എൻ.യു വിദ്യാർത്ഥിസമരത്തിന്റെ റിപ്പോർട്ടുകൾ കണ്ടപ്പോൾ 1990 ലെ ജെ.എൻ.യു അനുഭവമാണ് എന്റെ മനസ്സിൽ പൊന്തിവന്നത്. കനയ്യകുമാർ സി.പി.ഐ.ക്കാരനായിരിക്കുമ്പോൾതന്നെ അംബേദ്കറുടെ പ്രാധാന്യം മനസ്സിലാക്കുകയും അത്തരമൊരു രാഷ്ട്രീയത്തിനുവേണ്ടി നിലകൊള്ളുകയും ചെയ്യുന്നു എന്നത് ശുഭോദർക്കം തന്നെയാണ്. കനയ്യകുമാർ ബീഹാറുകാരനായതുകൊണ്ടുതന്നെ ലോഹ്യയെയും അംബേദ്കറെയും മനസ്സിലാക്കാതെ മുന്നോട്ടു പോവാനാവില്ലതന്നെ. ബീഹാറിന്റെ സൃഷ്ടിയായ കനയ്യകുമാറിന് സി.പി.ഐ രാഷ്ട്രീയവും അംബേദ്കറിസവും ഒരുമിച്ച് എത്രത്തോളം കൊണ്ടുപോവാനാവുമെന്നത് കണ്ടറിയേണ്ടതാണ്. അംബേദ്കർ ബ്രിട്ടീഷ് ഏജന്റാണെന്ന പഴയ നിലപാടെല്ലാം സി.പി.ഐ. തിരുത്തിയിട്ടുള്ളത് ഗുണം ചെയ്തേക്കാം.

ജെ.എൻ.യു വിദ്യാർത്ഥി മുന്നേറ്റത്തിൽ കനയ്യകുമാറിന്റെ പങ്കും

അതേ തുടർന്ന് കമ്മ്യൂണിസ്റ്റു നേതാക്കന്മാർ മുൻ നിരയിൽ വന്നതും സംഘപരിവാർ ഫാസിസത്തിനെതിരായ സമരത്തിൽ കമ്മ്യൂണിസ്റ്റുകാരുടെ പങ്ക് പർവ്വതീകരിച്ച് അവതരിപ്പിക്കാനിടയായി. ബ്രാഹ്മണിക ഫാസിസത്തിനെതിരായി കമ്മ്യൂണിസ്റ്റുകാർക്ക് എന്തു ചെയ്യാൻ കഴിയുമെന്നുള്ളത് അവരുടെ നിലപാടുകളുടെയും സമീപനത്തിന്റെയും അടിസ്ഥാനത്തിലുള്ള പ്രവർത്തനങ്ങളുടെയും പരിശോധനയിലൂടെ വിലയിരുത്തപ്പെടേണ്ടതാണ്. പ്രത്യയശാസ്ത്രചട്ടക്കൂടിൽനിന്നു മാത്രം സാമൂഹിക രാഷ്ട്രീയ പ്രശ്നങ്ങൾ നോക്കിക്കാണാൻ ശ്രമിക്കുന്ന കമ്മ്യൂണിസ്റ്റുകാർക്ക് ജാതിവ്യവസ്ഥയെ മനസ്സിലാക്കാൻ സഹായിക്കുന്ന ഒരു പ്രത്യയശാസ്ത്രമില്ല. നിലവിലുള്ള പ്രത്യയശാസ്ത്രപ്രകാരം സാമ്പത്തികാടിത്തറയിലെ വർഗ്ഗവൈരുദ്ധ്യങ്ങളും മറ്റും പരിഹരിച്ചാൽ സ്വാഭാവികമായി പരിഹരിക്കപ്പെടുന്ന ഉപരിഘടനയിലെ ഒരു സാംസ്കാരിക പ്രശ്നം മാത്രമാണ് ജാതി. പാശ്ചാത്യ മാർക്സിസ്റ്റുകൾപോലും ദേശീയത, ലിംഗ പ്രശ്നങ്ങൾ, ജനാധിപത്യം തുടങ്ങിയ സാമൂഹിക പ്രതിഭാസങ്ങൾ കൈകാര്യം ചെയ്യാൻ വർഗ്ഗസമീപനം അപര്യാപ്തമാണെന്ന് തിരിച്ചറിയുന്നുണ്ട്. അവയെക്കാളെല്ലാം കൂടുതൽ സങ്കീർണ്ണമായ ജാതി പ്രശ്നം മനസ്സിലാക്കുന്നതിന് വർഗ്ഗസമീപനം ഒട്ടുംതന്നെ ഉപകരിക്കില്ലെന്ന് തിരിച്ചറിയാൻ ഇന്ത്യയിലെ കമ്മ്യൂണിസ്റ്റുകാർ ഇതുവരെ തയ്യാറായിട്ടില്ല. ജാതി പ്രശ്നത്തോടും ലിംഗപ്രശ്നത്തോടുമെല്ലാം കൂടുതൽ ക്രിയാത്മക സമീപനം ആവശ്യമാണെന്നൊക്കെ അവർ പ്രമേയം പാസ്സാക്കും. എന്നാൽ ആശയപരമായി എങ്ങനെ കൈകാര്യം ചെയ്യണമെന്നറിയാതെ പഴയ ശൈലികൾ തുടരുക തന്നെയാണ് അവർ ചെയ്തുകൊണ്ടിരിക്കുന്നത്.

ബോംബെയിൽ 1920 കളിൽ ട്രേഡ് യൂണിയൻ രംഗത്ത് കമ്മ്യൂണിസ്റ്റു പ്രസ്ഥാനം വേരുറപ്പിക്കാൻ തുടങ്ങിയ കാലത്ത് ജാതിപ്രശ്നം നേരിടാൻ ബുദ്ധിമുട്ടിയതിനെക്കുറിച്ച് സാമൂഹിക ശാസ്ത്രജ്ഞയും ദളിത് പ്രവർത്തകയുമായ ഗെയിൽ ഓം വേദിത് മഹാരാഷ്ട്രയിലെ ജാതി വിരുദ്ധ പ്രസ്ഥാനത്തെക്കുറിച്ച് നടത്തിയ ഗവേഷണ പഠനത്തിൽ ചൂണ്ടിക്കാണിക്കുന്നുണ്ട്. ബോംബെയിലെ വൻകിട തുണിമില്ലുകളിൽ തറികളിൽ നൂൽ പൊട്ടിയാൽ അവ യോജിപ്പിക്കുമ്പോൾ തുപ്പൽ പുരട്ടുന്ന സമ്പ്രദായമുണ്ടായിരുന്നു. ഈ ജോലി ചെയ്യുന്നവർ അയിത്ത ജാതിക്കാരാവാൻ പാടില്ലെന്ന നിബന്ധനമില്ലുകൾ പാലിച്ചിരുന്നു. അയിത്ത ജാതിക്കാരുടെ തുപ്പലുള്ള വസ്ത്രങ്ങൾ സവർണ്ണജാതിക്കാർ വാങ്ങുകയില്ല എന്നതുകൊണ്ടായിരുന്നു ഈ നിബന്ധന. വർഗ്ഗസമീപനം സ്വീക

രിക്കുന്ന യൂണിയനുകൾക്ക് അംഗീകരിക്കാനാവാത്ത ഈ നിബന്ധനയ്ക്ക് വഴങ്ങാൻ എസ്.എ. ഡാങ്കെ നയിച്ചിരുന്ന കമ്മ്യൂണിസ്റ്റ് യൂണിയനുകൾ നിർബന്ധിതരായി. ഇതിന്റെ ഫലമായി, ജാതിപ്രശ്നം തൊടാൻ പറ്റാത്ത ഒരു വിഷയമെന്ന നിലയ്ക്ക് അതിനോട് മഹാരാഷ്ട്രയിലെ കമ്മ്യൂണിസ്റ്റുകാർ നിഷേധാത്മക സമീപനം സ്വീകരിക്കുകയും ചെയ്തു. കേരളത്തിലെ ശ്രീനാരായണ പ്രസ്ഥാനത്തെക്കാൾ ഉശിരൻ സ്വഭാവമുണ്ടായിരുന്ന മഹാരാഷ്ട്രയിലെ വൻ ജാതി വിരുദ്ധ പ്രസ്ഥാനമായ മഹാത്മാ ഫൂലെയുടെ സത്യശോധക് പ്രസ്ഥാനത്തോട് മഹാരാഷ്ട്രയിലെ കമ്മ്യൂണിസ്റ്റുകാർ മുഖം തിരിച്ചുനിന്നു. ഫലമാകട്ടെ, കമ്മ്യൂണിസ്റ്റുപ്രസ്ഥാനത്തിന് മഹാരാഷ്ട്രയിലെ ഗ്രാമാന്തരങ്ങളിലേക്ക് കടന്നു ചെല്ലാൻ കഴിഞ്ഞില്ല. ഇതുതന്നെ തമിഴ് നാട്ടിലും സംഭവിച്ചു. കേരളത്തിനേതിനെക്കാൾ ഏറെ മുമ്പ് കമ്മ്യൂണിസ്റ്റ് ട്രേഡ് യൂണിയൻ പ്രസ്ഥാനം സംഘടിപ്പിക്കപ്പെട്ട തമിഴ്നാട്ടിൽ സാമൂഹിക വിപ്ലവത്തിന് ചുക്കാൻ പിടിച്ച രാമസ്വാമി നായ്ക്കരുടെ ദ്രാവിഡകഴകത്തോട് പി. രാമമൂർത്തിയുടെ നേതൃത്വത്തിലുണ്ടായിരുന്ന കമ്മ്യൂണിസ്റ്റു പ്രസ്ഥാനവും മുഖം തിരിച്ചുനിന്നു. പട്ടണങ്ങളിലെ ട്രേഡ് യൂണിയനുകളിൽ മാത്രമായി തമിഴ്നാട്ടിലെ കമ്മ്യൂണിസ്റ്റു പ്രസ്ഥാനവും ഒതുങ്ങി.

കേരളത്തിൽ മാത്രമാണ് ഇതിൽനിന്ന് വ്യത്യസ്തമായി ശ്രീനാരായണ, അയ്യങ്കാളി പ്രസ്ഥാനങ്ങളിൽ കടന്നുകൂടാൻ കമ്മ്യൂണിസ്റ്റുപ്രസ്ഥാനം ശ്രമിക്കുകയും ദളിത്, പിന്നോക്ക സാമൂഹികാടിസ്ഥാനം സൃഷ്ടിക്കുന്നതിൽ കമ്മ്യൂണിസ്റ്റുകാർ വിജയിക്കുകയും ചെയ്തതെന്ന് ഈ ലേഖകൻ ചൂണ്ടിക്കാണിച്ചിട്ടുണ്ട്. ബോംബെയിലെയും മദ്രാസിലെയും ബുദ്ധിജീവി ഗ്രൂപ്പുകളിൽനിന്നാണ് അവിടങ്ങളിൽ കമ്യൂണിസ്റ്റ് പ്രസ്ഥാനം ഉടലെടുത്തതെങ്കിൽ, ഇവിടെ കോൺഗ്രസ്, കോൺഗ്രസ് സോഷ്യലിസ്റ്റ് പ്രസ്ഥാനങ്ങളിലൂടെയും ഗുരുവായൂർ സത്യാഗ്രഹം, വൈക്കം സത്യാഗ്രഹം തുടങ്ങിയ സാമൂഹിക നവോത്ഥാനപ്രവർത്തനങ്ങളിലൂടെയും കടന്നുവന്ന ബഹുജനപ്രവർത്തകരാണ് കേരളത്തിൽ കമ്യൂണിസ്റ്റ് പ്രസ്ഥാനത്തിന് രൂപം നൽകിയതെന്നും ചൂണ്ടിക്കാണിച്ചിരുന്നു. അടിയാന്മാരുടെ അവസ്ഥയിൽ കഴിഞ്ഞിരുന്ന ദളിത് കർഷക തൊഴിലാളികളെയും ശ്രീനാരായണീയരായ ചകിരിത്തൊഴിലാളികളെയും കർഷകത്തൊഴിലാളികളെയുമെല്ലാം ട്രേഡ് യൂണിയൻ വിലപേശലിന് സജ്ജരാക്കി സംഘടിപ്പിച്ചത് കമ്യൂണിസ്റ്റുകാർ ചെയ്ത ഗുണോത്മകമായ സാമൂഹിക ഇടപെടൽ തന്നെയായിരുന്നു. പക്ഷേ, അതോടൊപ്പം കമ്യൂണിസ്റ്റുകാർ നടത്തിയ രാഷ്ട്രീയ ഇടപെടൽ വഞ്ചനാപരവും പ്രതിലോമപ

രവുമായിരുന്നു. അത് പിൽക്കാലത്താണ് തിരിച്ചറിയപ്പെടുന്നത്.

1980കളുടെ രണ്ടാം പകുതിയിൽ എന്റെ നേതൃത്വത്തിലുണ്ടായിരുന്ന സംഘടന ഡോ. അംബോദ്കറെക്കുറിച്ച് പഠിക്കാൻ തീരുമാനിക്കുകയുണ്ടായി. കമ്യൂണിസ്റ്റ് തീവ്രവാദപ്രവർത്തനങ്ങളിലേക്ക് ഇറങ്ങിയിട്ട് പതിനഞ്ചു വർഷമായിട്ടും അംബേദ്കറെക്കുറിച്ചോ ജാതിപ്രശ്നത്തെക്കുറിച്ചോ ഞങ്ങൾ ചിന്തിച്ചിരുന്നില്ലെന്ന് ഓർക്കുമ്പോൾ ഇപ്പോൾ അത്ഭുതം തോന്നും. കമ്യൂണിസ്റ്റ് പ്രത്യയശാസ്ത്രക്കുരുക്കിൽപ്പെട്ടുപോയാലുണ്ടാകുന്ന ഒരവസ്ഥയാണിത്. ഞങ്ങൾ അക്കാലത്ത് ദേശീയത, ലിംഗനീതി തുടങ്ങിയ വിഷയങ്ങളിൽ വർഗസമീപനം അപര്യാപ്തമാണെന്ന് ചിന്തിക്കാൻ തുടങ്ങിയിരുന്നു. അതുകൊണ്ടുകൂടിയാണ് ജാതിപ്രശ്നത്തിലേക്കും ശ്രദ്ധതിരിക്കാനായത്. മഹാരാഷ്ട്രയിലെ സഖാക്കൾ അവിടത്തെ പ്രമുഖനായ കമ്യൂണിസ്റ്റുസൈദ്ധാന്തികനായിരുന്ന ശരത് പാട്ടീൽ മാർക്സിന്റെയും മഹാത്മാഫൂലെയുടെയും അംബേദ്കറുടെയും നിലപാടുകൾ ഒരുമിച്ച് ഉയർത്തിപ്പിടിക്കുന്ന ഒരു പ്രസ്ഥാനത്തിനുവേണ്ടി വാദിക്കുന്ന ഒരു പുസ്തകം പ്രസിദ്ധീകരിച്ചിരുന്നത് ഞങ്ങളുടെ ശ്രദ്ധയിൽപ്പെടുത്തിയിരുന്നു. കുറച്ച് സജീവമായിരുന്ന ദളിത് പാന്തർ ഗ്രൂപ്പുകളുടെ അബേദ്കർ നിലപാടുകളും ശ്രദ്ധിച്ചിരുന്നു. അംബേദ്കറെക്കുറിച്ച് കേന്ദ്രസമിതിയിലെ ഒരു ഉപസമിതി നടത്തിയ പഠനത്തിലൂടെ, ഇന്ത്യൻ ജനാധിപത്യത്തിന് യഥാർത്ഥ മാർഗ്ഗദർശനം നടത്തിയിട്ടുള്ളത് അംബേദ്കറാണെന്ന് ഞങ്ങൾ കണ്ടെത്തുകയായിരുന്നു. അതനുസരിച്ച് അംബേദ്കറെ ബ്രിട്ടീഷ് ഏജന്റ് എന്ന് കമ്യൂണിസ്റ്റുപ്രസ്ഥാനം മുദ്രകുത്തിയതിന് ഇന്ത്യയിലെ മുഴുവൻ കമ്യൂണിസ്റ്റ് പ്രസ്ഥാനത്തിനുവേണ്ടി സ്വയം വിമർശനം നടത്തിക്കൊണ്ടും ഇന്ത്യൻ ജനാധിപത്യത്തിന് വഴികാട്ടിയായി അംബേദ്കറെ ഉയർത്തിപ്പിടിച്ചുകൊണ്ടും ഉള്ള ഒരു രേഖ ഞങ്ങൾ തയ്യാറാക്കി. നാഗ്പൂരിലുള്ള അംബേദ്കർ സമാധിസ്ഥലത്ത് വെച്ച് ആ രേഖയുടെ ഹിന്ദി, മറാത്തി, ഇംഗ്ലീഷ് പരിഭാഷകൾ ഒരുമിച്ച് പ്രസിദ്ധപ്പെടുത്തുകയുണ്ടായി. ആദ്യമായിട്ടാണ് ഒരു കമ്യൂണിസ്റ്റ് സംഘടന അംബേദ്കറെ അംഗീകരിക്കുന്നതെന്ന് പറഞ്ഞ് അവിടെ ക്ഷണിക്കപ്പെട്ടിരുന്ന അംബേദ്കർ സംഘടനകളും ദളിത് പാന്തർ ഗ്രൂപ്പുകളും അനുമോദിക്കുകയുണ്ടായി. എന്നാൽ ഞങ്ങളുടെ രേഖ കണ്ടിട്ട് ബോംബെയിൽനിന്നും കൽക്കത്തയിൽനിന്നുമെല്ലാം ഒരു ബ്രിട്ടീഷ് ഏജന്റിനെ മഹാനായി ചിത്രീകരിച്ചതിലുള്ള അമർഷം പ്രകടിപ്പിക്കുന്ന കമ്യൂണിസ്റ്റ് യാഥാസ്ഥിതിക പ്രതികരണങ്ങളും വരികയുണ്ടായി.

മലയാളത്തിൽ ഈ രേഖ ലഘുലേഖയാക്കി കേരളത്തിൽ പൊതു

വിലും കുട്ടനാട്ടിൽ പ്രത്യേകിച്ചും പ്രചരിപ്പിക്കുകയുണ്ടായി. കുട്ടനാട്ടിലെ ദളിതർക്കിടയിൽ ഞങ്ങൾക്ക് വ്യാപകമായി ബന്ധങ്ങൾ ഉണ്ടായിരുന്നതുകൊണ്ട് അവിടെ അനവധി യോഗങ്ങൾ സംഘടിപ്പിച്ച് അംബേദ്കറെക്കുറിച്ചുള്ള പുതിയ നിലപാടുകൾ അവതരിപ്പിച്ചു. ഞാൻ പങ്കെടുത്ത പല പൊതുയോഗങ്ങളും കഴിഞ്ഞ് അവിടത്തെ സഖാക്കളുടെ വീടുകളിലാണ് തങ്ങാറുള്ളത്. അവിടെ സി.പി.ഐ.യുടെയും സി.പി.എമ്മിന്റെയും പല പ്രാദേശിക നേതാക്കൾ എന്നെ കാണാൻ വരും. എന്റെ പ്രസംഗം കേട്ടതുകൊണ്ടാണ് അവർ വരുന്നത്. അവർ പറയും: “സഖാവേ ഞങ്ങൾക്കിതൊന്നും അറിയില്ലായിരുന്നു, അംബേദ്കർ ബ്രിട്ടീഷ് ഏജന്റായിരുന്നു എന്നുതന്നെയാണ് വിശ്വസിച്ചിരുന്നത്. പക്ഷേ, ഞങ്ങൾക്കൊന്നും ചെയ്യാനാവില്ല.” ഇങ്ങനെ പറയുമ്പോൾ പലരും പൊട്ടിക്കരയുകപോലും ചെയ്തിട്ടുണ്ട്. സംഘടിക്കാനും നട്ടെല്ലുയർത്തി നിൽക്കാനും കൂലി കൂടുതൽ നേടാനും തങ്ങൾക്ക് നേതൃത്വം നൽകിയ കമ്യൂണിസ്റ്റ് പ്രസ്ഥാനത്തോടുള്ള കടപ്പാട് ഒരു വശത്തും അംബേദ്കറെപ്പോലുള്ള ഒരു മഹാനെ ഇത്ര നീചമായി തെറ്റിദ്ധരിപ്പിച്ചതിലുള്ള പ്രയാസം മറുവശത്തുമായി അവർ അനുഭവിക്കുന്ന സംഘർഷം അവരുടെ മുഖത്ത് പ്രകടമായിരുന്നു.

നാല്പതുകളിലെയും അമ്പതുകളിലെയും കേരളത്തിലെ കമ്യൂണിസ്റ്റ് പ്രസ്ഥാനത്തെക്കുറിച്ച് കൂടുതൽ പഠിക്കണമെന്ന് തോന്നിയത് അപ്പോഴാണ്. ഓരോ മർദിത ജാതി വിഭാഗവും സ്വയം സംഘടിച്ച് ആത്മാഭിമാനം വീണ്ടെടുക്കണമെന്ന അംബേദ്കർ നിലപാട് വർഗസമരത്തിൽ വെള്ളം ചേർക്കാൻ ഇടയാക്കും എന്ന ആശങ്കയാണ് കമ്യൂണിസ്റ്റുകാരെ അംബേദ്കർക്കെതിരാക്കിയതെന്ന പൊതുധാരണ നിലനിൽക്കുന്നുണ്ട്. പക്ഷേ, മർദിത ജാതിവിഭാഗങ്ങൾ സ്വന്തമായി അധികാരം പിടിച്ചുപറ്റണമെന്ന അംബേദ്കർ നിലപാടാണ് കമ്യൂണിസ്റ്റുകാരെ അംബേദ്കറുടെ ശത്രുവാക്കിയതെന്ന് കരുതേണ്ടിയിരിക്കുന്നു. പക്ഷേ, ഇത്തരം ഗൗരവ സ്വഭാവമുള്ള പ്രശ്നങ്ങൾ ആരോഗ്യകരമായ ചർച്ചയ്ക്ക് വിധേയമാക്കാൻ കമ്യൂണിസ്റ്റുകാർ ഒരിക്കലും ശ്രമിച്ചിട്ടില്ല. മറിച്ച് അംബേദ്കറുടെ രാഷ്ട്രീയ നിലപാടുകൾ കേരളത്തിലെ ദളിത് പിന്നോക്ക വിഭാഗങ്ങളിൽ സ്വാധീനം ചെലുത്താതിരിക്കാനുള്ള ഗൂഢനീക്കങ്ങളും കുതന്ത്രങ്ങളുമാണ് കമ്യൂണിസ്റ്റുകാർ പ്രയോഗിച്ചത്. അംബേദ്കർ ബ്രിട്ടീഷ് ഏജന്റ് ആണെന്ന പ്രചാരണം ഈ ഗൂഢനീക്കങ്ങളുടെ പ്രത്യക്ഷരൂപം മാത്രമായിരുന്നു. ശ്രീനാരായണപ്രസ്ഥാനത്തോടുള്ള സമീപനത്തിലും ഈ രീതി കാണാം. ഒരുവശത്ത് ശ്രീനാരായണീയരിൽ ഭൂരിപക്ഷം വരുന്ന

അധ്വാനിക്കുന്ന വിഭാഗങ്ങളെ ട്രേഡ് യൂണിയനുകളിൽ സംഘടിപ്പിച്ചിട്ട് ശ്രീനാരായണഗുരുവിനെ ബൂർഷ്വാ പ്രതിനിധിയായി അവതരിപ്പിക്കുമ്പോൾ ഉണ്ടാകുന്ന രാഷ്ട്രീയ പ്രത്യാഘാതത്തെക്കുറിച്ച് ഇ.എം.എസ്. കൃത്യമായും കണക്കുകൂട്ടിയാണ് അത് ചെയ്തത്. തൊഴിലാളികൾക്ക് ഒരു ബൂർഷ്വാ പ്രതിനിധിയെ എങ്ങനെ ആരാധ്യനായി കണക്കാക്കാനാവും? കുമാരനാശാനെ ബ്രിട്ടീഷ്ദാസനായും അവതരിപ്പിച്ചതോടെ ചിത്രം പൂർത്തിയായി.

മഹാരാഷ്ട്രയിലെയും തമിഴ്നാട്ടിലെയും ജാതിവിരുദ്ധപ്രസ്ഥാനങ്ങളെ അവഗണിച്ച കമ്യൂണിസ്റ്റ് പാർട്ടിക്കാരിൽനിന്ന് വ്യത്യസ്തമായി കേരളത്തിലെ ജാതിവിരുദ്ധ പ്രസ്ഥാനങ്ങളായിരുന്ന അയ്യങ്കാളി, ശ്രീനാരായണ പ്രസ്ഥാനങ്ങളെ കേരളത്തിലെ കമ്യൂണിസ്റ്റ് പ്രസ്ഥാനം കൂടെ നിർത്തുകയല്ല ചെയ്തത്. അവയെ തകർക്കുകയാണ് ഉണ്ടായത്. അഥവാ സമർത്ഥനീക്കങ്ങളിലൂടെ അവയുടെ രാഷ്ട്രീയപ്രസക്തി ചോർത്തിക്കളയുകയാണ് ചെയ്തത്. 1930കളിൽ സാമുദായികാടിസ്ഥാനത്തിൽ രാഷ്ട്രീയാധികാരം ആവശ്യപ്പെട്ടുകൊണ്ട് നിവർത്തനപ്രക്ഷോഭത്തിന് നേതൃത്വം നൽകിയ എസ്.എൻ.ഡി.പി. 1950കളിൽ വെറുമൊരു മരണാനന്തര സമിതിയുടെ തലത്തിലേക്ക് കൂപ്പുകുത്തിയത് കമ്യൂണിസ്റ്റുകാരുടെ ഗൂഢനീക്കങ്ങളുടെ ഫലമായിരുന്നു എന്ന് കാണാൻ കഴിയും. കമ്യൂണിസ്റ്റുകാരുടെ ഇത്തരം നിഗൂഢവും കപടവുമായ ഇടപെടലുകൾ കേരളത്തിന്റെ സാമൂഹ്യരാഷ്ട്രീയ പരിണാമത്തിൽ എങ്ങനെയെല്ലാം സ്വാധീനം ചെലുത്തി എന്നത് ഗൗരവപൂർവമുള്ള പഠനം അർഹിക്കുന്ന വിഷയമാണ്.

ഇന്നത്തെ വസ്തുനിഷ്ഠാവസ്ഥയുടെ അടിസ്ഥാനത്തിൽ പരിശോധിച്ചാൽ കേരളത്തിലെ ദളിത് പിന്നോക്ക വിഭാഗങ്ങൾ ബിഹാറിലെയും യു.പി.യിലെയും ദളിത് പിന്നോക്ക വിഭാഗങ്ങളേക്കാൾ രാഷ്ട്രീയമായി ഏറെ പിന്നിലാണെന്നും കാണാം. ഈ അവസ്ഥയ്ക്കു മാറ്റമുണ്ടാക്കുവാൻ നടത്തിയ ശ്രമങ്ങളൊന്നും ഫലമുണ്ടാക്കിയില്ല. നേരത്തെ സൂചിപ്പിച്ച നക്സലൈറ്റ് ഇടപെടലും ദളിത് സമൂഹത്തിൽനിന്നുതന്നെ രണ്ടു തലമുറകളായിട്ടെങ്കിലും ഉയർന്നുവന്ന ബുദ്ധിപരമായി ഉയർന്ന നിലവാരം പുലർത്തുന്ന ദളിത് സാമൂഹ്യപ്രവർത്തകരും എഴുത്തുകാരും നടത്തിയ ഇടപെടലുകളും ദളിത് വിഭാഗങ്ങളിലെ ചെറിയ വിഭാഗങ്ങൾക്കിടയിൽ തങ്ങൾ നേരിടുന്ന സാമൂഹ്യ രാഷ്ട്രീയ പ്രതിസന്ധിയെക്കുറിച്ച് തിരിച്ചറിവുണ്ടാക്കാൻ സഹായിച്ചിട്ടുണ്ട്. പക്ഷേ, ഒരുവശത്ത് കമ്യൂണിസ്റ്റ് വഞ്ചനയും മറുവശത്ത് രാഷ്ട്രീയ നിഷ്ക്രിയത്വവും ദളിത് പൊതുസ

മൂഹത്തെ രാഷ്ട്രീയമായ അനിശ്ചിതത്വങ്ങളിലേക്ക് തള്ളിവിടുകയാണ് ചെയ്തത്. സംഘപരിവാർ ഫാസിസത്തെ അഭിമുഖീകരിക്കുന്ന ദളിത് പിന്നോക്ക വിഭാഗങ്ങൾക്ക് മാർഗദർശനം നൽകാൻ അംബേദ്കർ - ലോഹ്യ രാഷ്ട്രീയത്തിന് മാത്രമേ കഴിയൂ എന്ന ഇന്ത്യൻ സാഹചര്യം തന്നെയാണ് കേരളത്തിലുമുള്ളത്. പക്ഷേ, അംബേദ്കർ - ലോഹ്യ രാഷ്ട്രീയത്തിന്റെ പ്രകടമായ അഭാവം കേരളത്തിലെ ദളിത് പിന്നോക്കവിഭാഗങ്ങളെ രാഷ്ട്രീയമായ ശൂന്യതയിലേക്കാണ് തള്ളിവിട്ടത്. ലക്ഷ്യബോധമില്ലാതെ പല വഴികളിലേക്ക് അവർ അലഞ്ഞുതിരിയാൻ ഇടയായതും അതുകൊണ്ടുതന്നെ. ഇടതുപക്ഷത്തിന്റെ കൂടെനിന്ന ദളിതരിൽ ഗണ്യമായ വിഭാഗം കോൺഗ്രസ്സ് പക്ഷത്തേക്ക് തിരിഞ്ഞു. മറ്റൊരു വിഭാഗം സംഘപരിവാർപക്ഷത്തേക്കും. ഇടതുപക്ഷത്തിനൊപ്പം അവശേഷിക്കുന്നവർ തികഞ്ഞ ആശയക്കുഴപ്പത്തിലുമാണ്. പിന്നോക്കക്കാരിൽ നിന്ന് ശ്രദ്ധേയമായ ഒരു വിഭാഗമാണ് സംഘപരിവാർ പക്ഷത്തേക്ക് ചാഞ്ഞിട്ടുള്ളത്. ഇടതുപക്ഷത്തും കോൺഗ്രസ് പക്ഷത്തുമായി അവശേഷിക്കുന്നവർക്കിടയിൽ തികഞ്ഞ ആശയക്കുഴപ്പവുമുണ്ട്.

ഇരുപതാം നൂറ്റാണ്ടിന്റെ ആദ്യദശകങ്ങളിൽ സാമൂഹ്യനവോത്ഥാന പ്രക്രിയയിലൂടെ തനതായ നിലയ്ക്ക് ഏറെ മുന്നേറിയ കേരളത്തിലെ ദളിത്-പിന്നോക്ക സമൂഹങ്ങൾ ഇത്തരമൊരു രാഷ്ട്രീയശൂന്യതയിലേക്കെത്തുന്നതിൽ കമ്യൂണിസ്റ്റുകാരുടെ പങ്ക് ഏറെക്കുറെ വ്യക്തമാണ്. എന്നാല് ഇന്ത്യയിലെ വർണജാതി വ്യസ്ഥയെയും അതിൽനിന്ന് വളർന്നുവരുന്ന സംഘപരിവാർ ഫാസിസത്തെയും മനസ്സിലാക്കുന്നതിൽ അമ്പേ പരാജയപ്പെട്ട ഇന്ത്യയിലെ കമ്യൂണിസ്റ്റുകാർ തങ്ങളുടെ വർഗ സമീപനം നടപ്പിലാക്കാൻവേണ്ടി സ്വീകരിച്ച കപടവും വഞ്ചനാപരവുമായ നടപടികളുടെ പ്രതിലോമസ്വഭാവം തിരിച്ചറിയുകയോ തിരുത്തുകയോ ചെയ്യുമെന്ന് പ്രതീക്ഷിക്കുന്നതിൽ അർത്ഥമില്ല. സംഘപരിവാർ രാഷ്ട്രീയത്തെ നേരിടാൻ തനതായ രഷ്ട്രീയപദ്ധതിയൊന്നും ഇല്ലാതിരുന്ന സാഹചര്യത്തിൽ കേരളത്തിൽ ബി.ജെ.പി. വേരുറപ്പിക്കാൻ ശ്രമിച്ചപ്പോൾ സി.പി.എം. തങ്ങളുടെ ഫാസിസ്റ്റ് ഗുണ്ടായിസം പ്രയോഗിച്ച് അവരെ നേരിടാനാണ് ശ്രമിച്ചത്. അതേ നാണയത്തിൽ ബി.ജെ.പി. തിരിച്ചടിച്ചപ്പോൾ രണ്ടുദശകത്തിലധികംകാലം കൊലപാതകപരമ്പരകളാണ് കേരളം കണ്ടത്. കൊലപാതകങ്ങളുടെ എണ്ണം നോക്കി ആരു ജയിച്ചു എന്നു പറയാനാവാത്ത സാഹചര്യമാണുണ്ടായത്. എങ്കിലും സംഘടനാപരമായി ദുർബലരായിരുന്ന ആർ.എസ്.എസ്. ബി.ജെ.പി. ചേരിയെ തടുത്തുനിർത്താൻ തങ്ങൾക്കായി എന്ന് സി.പി.എമ്മിന് വാദിക്കാൻ

അവസരം ലഭിച്ചു. ഈ വാദം യാഥാർത്ഥ്യത്തിനു നിരക്കുന്നതായിരുന്നില്ലെങ്കിലും ഈ സാഹചര്യം ഒരുവിഭാഗം മുസ്ലീങ്ങൾക്കിടയിൽ വലിയ തെറ്റിദ്ധാരണ സൃഷ്ടിക്കാൻ അവസരമുണ്ടാക്കി. ആർ.എസ്.എസിന്റെയും മറ്റും അക്രമരാഷ്ട്രീയം നേരിടാൻ സി.പി.എമ്മിന് മാത്രമേ കഴിയൂ എന്നും അവർക്ക് പിന്തുണ നൽകണമെന്നുമുള്ള ചിന്തയാണ് ഈ മുസ്ലീം വിഭാഗങ്ങളിൽ വളർന്നുവന്നത്. ഇപ്പോഴും ഈ ധാരണ നിലനിൽക്കുന്നുണ്ട്. സംഘപരിവാർ രാഷ്ട്രീയത്തെ നേരിടാൻ സി.പി. എം. രാഷ്ട്രീയത്തിനാവുന്നില്ലെന്ന് നാം കണ്ടു. മാത്രമല്ല, ഇപ്പോൾ ബി. ജെ.പി. സ്വന്തം നിലയ്ക്ക് കേന്ദ്രാധികാരം പിടിച്ചുപറ്റുകയും കേരളത്തിൽ അവരുടെ സാമൂഹികാടിസ്ഥാനത്തെ ഗണ്യമായി വിപുലീകരിക്കുകയും ചെയ്ത സാഹചര്യതത്തിൽ സി.പി.എമ്മിന്റെ ഗുണ്ടാരാഷ്ട്രീയത്തിനും ഒന്നും ചെയ്യാനാവില്ലെന്ന് നമ്മൾ കണ്ടുകൊണ്ടിരിക്കുകയാണ്. തങ്ങളുടെ സാമൂഹ്യ അടിത്തറയായിരുന്ന ദളിത്, പിന്നോക്കവിഭാഗങ്ങൾനിന്ന് വൻതോതിലുണ്ടാകുന്ന ചോർച്ച തടയാനാകാതെ സി.പി.എം. നേരിടുന്ന പ്രതിസന്ധിയുടെ സ്വഭാവവും നമ്മൾ കണ്ടു.

ജനാധിപത്യവും മതേതരത്വവും പരസ്പര പൂരകമാണ്. യഥാർത്ഥ ജനാധിപത്യനിലപാടെടുക്കുന്നവർക്കു മാത്രമേ യഥാർത്ഥ മതേതരത്വ നിലപാടും സ്വീകരിക്കാനാവൂ. കമ്യൂണിസ്റ്റുകാരുടെ ഭൗതികവാദ നിലപാട് മതേതരനിലപാട് എന്ന നിലയ്ക്ക് സംഘപരിവാറിനെതിരായ ശക്തമായ ആയുധമാണെന്നും പലരും കണക്കാക്കുന്നുണ്ട്. പക്ഷേ, സംഘപരിവാറിന് മുന്നിൽ അതും ഫലപ്രദമല്ലെന്നാണ് കേരളം തെളിയിച്ചത്. ശോഭായാത്രയുടെയും മറ്റും പിന്നാലെ ദളിത്, പിന്നോക്ക ഹിന്ദുകുടുംബങ്ങൾ ഒഴുകുന്നതുകണ്ട് അങ്കലാപ്പിലായ കമ്യൂണിസ്റ്റുകാർ മതപരമായ ചടങ്ങുകൾ നേരിട്ട് ഏറ്റെടുത്ത് നടത്താൻവരെ തയ്യാറാവുന്ന അവസരവാദ നിലപാടുകളിലേക്ക് കൂപ്പുകുത്തുകയാണ് ചെയ്തത്. എല്ലാ കമ്യൂണിസ്റ്റ് പാർട്ടികളും തങ്ങളുടെ പ്രത്യയശാസ്ത്രം (വൈരുധ്യാധിഷ്ഠിത) ഭൗതികവാദമാണെന്ന് പ്രഖ്യാപിക്കുന്നവരാണ്. ഭൗതികവാദനിലപാട് സ്വാഭാവികമായും മതവിരുദ്ധ നിലപാടാണ്. ഒരു ജനാധിപത്യ വ്യവസ്ഥയിൽ മതപരമായ നിലപാടെടുക്കാമെന്നതുപോലെ വ്യക്തികൾക്കും സംഘടനകൾക്കും മതവിരുദ്ധനിലപാടെടുക്കാം. അത്തരം നിലപാടുകൾ ഉയർത്തിപ്പിടിക്കാനും പ്രചരിപ്പിക്കാനും എല്ലാവർക്കും അവകാശമുണ്ട്. എന്നാൽ ജനാധിപത്യവ്യവസ്ഥയിലായാലും അധികാരത്തിൽ വരുന്ന ഒരു പാർട്ടി മതവിരുദ്ധ നിലപാട് പ്രഖ്യാപിച്ചാൽ അത് മതിവിശാസികളുടെ ജനാധിപത്യാവകാശങ്ങളെ ബാധിക്കുമോ എന്ന

ആശങ്ക സ്വാഭാവികമാണ്. കമ്യൂണിസ്റ്റ് രാജ്യങ്ങളിൽ മതങ്ങൾ നിരോധിക്കപ്പെട്ടില്ലെങ്കിലും വിശ്വാസികളുടെ അവകാശങ്ങൾ പൂർണമായി സംരക്ഷിക്കപ്പെട്ടില്ലെന്നത് ഒരു വസ്തുതയാണ്. പുരോഹിതന്മാരും വിശ്വാസികളും പീഡിപ്പിക്കപ്പെടുകയും ചെയ്തിട്ടുണ്ട്. ജനാധിപത്യവ്യവസ്ഥിതിയിൽ വിശ്വാസികളുടെയും അവിശ്വാസികളുടെയും ജനാധിപത്യ അവകാശങ്ങൾ പരമാവധി സംരക്ഷിക്കപ്പെടുന്നതിന് അധികാരമേൽക്കുന്നവർ മതേതര നിലപാടെടുക്കേണ്ടിവരുന്നത് അതുകൊണ്ടാണ്. കമ്യൂണിസ്റ്റുകാരുടെ ഭൗതികനിലപാട് മതേതരനിലപാടല്ല. അത് രണ്ടും രണ്ടാണ്. മതഫാസിസ്റ്റുകളെ നേരിടുന്നതിന് മതവിരുദ്ധ നിലപാടല്ല, മതേതരനിലപാടാണാവശ്യം. എല്ലാ മതങ്ങൾക്കും വിശ്വാസികൾക്കും അവിശ്വാസികൾക്കും തുല്യമായ ജനാധിപത്യഅവകാശങ്ങൾ ഉറപ്പുവരുത്തുന്നതിന് മതേതര-ജനാധിപത്യഭരണകൂടമാണ് ആവശ്യം. ഇന്ത്യൻ ഭരണഘടന ഇത്തരമൊരു മതേതര ജനാധിപത്യ ഭരണകൂടത്തിന് ശക്തമായ അടിത്തറ പാകിയിരിക്കുന്നു എന്നതാണ് സംഘപരിവാർ ഫാസിസത്തിനെതിരായ കരുത്തുറ്റ പ്രതിരോധം. ഇന്ത്യയിലെ കമ്യൂണിസ്റ്റുകാർ തങ്ങളുടെ നിലപാടുകൾ ഇത്തരമൊരു ജനാധിപത്യ-മതേതര ഭരണകൂടത്തിന് ചേരുംപടി സ്വയം രൂപാന്തരപ്പെടുത്തിയില്ലെങ്കിൽ സംഘപരിവാർ ഫാസിസത്തിനെതിരായ സമരത്തിൽ അവർക്ക് ഫലപ്രദമായ പങ്കൊന്നും വഹിക്കാനാവില്ല.

കേരളത്തിൽ കമ്യൂണിസ്റ്റ് പ്രസ്ഥാനം ശക്തിപ്രാപിച്ചു വന്നകാലം മുതൽക്കേ, അവരുടെ ജനാധിപത്യവിരുദ്ധ നിലപാടുകൾക്കെതിരായ രാഷ്ട്രീയസമരം കാര്യമായി നടന്നിട്ടില്ല. 1960കളുടെ അവസാനം മുതൽ കേരളത്തിലെ കോൺഗ്രസ്സിനെ പുനരുജ്ജീവിപ്പിച്ച യുവനേതൃത്വം സോഷ്യലിസ്റ്റ് മോഹവലയത്തിൽപ്പെട്ടവരായിരുന്നു. അവർ സ്വയം സോഷ്യലിസ്റ്റാവാൻ കമ്യൂണിസ്റ്റുകാരുമായി മത്സരിക്കുകയായിരുന്നു. അതുകൊണ്ടുതന്നെ കമ്യൂണിസ്റ്റ് ഫാസിസത്തെ രാഷ്ട്രീയമായി തുറന്നുകാട്ടാൻ അവർക്ക് ഒരിക്കലും ആയിട്ടില്ല. ഇപ്പോൾ കേരളത്തിൽ നടന്ന നിയമസഭാ തെരഞ്ഞെടുപ്പിന്റെ സാഹചര്യത്തിൽ ബി.ജെ.പി. ഒരു മൂന്നാംമുന്നണിയായി ഉയർന്നുവന്നിട്ടുള്ള സാഹചര്യത്തിൽ ജനാധിപത്യമുന്നണി തങ്ങൾ സംഘപരിവാർ ഫാസിസത്തെയും കമ്യൂണിസ്റ്റ ഫാസിസത്തെയും എതിർചേരിയിൽ നിർത്തിക്കൊണ്ട് ഇന്ത്യൻ മതേതര ജനാധിപത്യത്തെ സംരക്ഷിക്കാനുള്ള അന്തിമ രാഷ്ട്രീയസമരമാണ് നടത്തുന്നതെന്ന് പ്രഖ്യാപിക്കുകയാണ് ചെയ്യേണ്ടിയിരുന്നത്. തിരഞ്ഞെടുപ്പ് അന്തരീക്ഷത്തിന് പുതിയൊരു രാഷ്ട്രീയ ഉള്ളടക്കം അത് നൽകു

മായിരുന്നു. അഖിലേന്ത്യാതലത്തിൽ പുതുതായി ഉയർന്നുവരേണ്ട രാഷ്ട്രീയാന്തരീക്ഷത്തിന് പിന്തുണ നൽകാനും അത്തരം ഇടപെടൽ സഹായകമാകുമായിരുന്നു. തിരഞ്ഞെടുപ്പിലെ ജയപരാജയങ്ങൾക്കപ്പുറം കേരളത്തിന്റെയും ഇന്ത്യയുടെയും മതേതര ജനാധിപത്യഭാവി ലക്ഷ്യം വെക്കുന്ന രാഷ്ട്രീയ ഇടപെടലുകളാണ് ഇന്നാവശ്യം.

ഇത്തരം രാഷ്ട്രീയ ഇടപെടലിന്റെ അഭാവത്തിൽ നടന്ന കേരളത്തിലെ നിയമസഭാ തിരഞ്ഞെടുപ്പ് ഫലം ഇടതുമുന്നണിയ്ക്ക് വലിയ ഭൂരിപക്ഷം നൽകിയെങ്കിലും മുകളിൽ പറഞ്ഞതുപോലുള്ള സാമുദായികചേരിതിരിവുകളുടെ പ്രതിഫലനം കൂടിയാണത്. സീറ്റുകളുടെ കാര്യത്തിൽ ഇടതുമുന്നണിക്ക് ലഭിച്ച ഗണ്യമായ മുന്നേറ്റം വോട്ടിന്റെ കാര്യത്തിൽ പ്രതിഫലിക്കുന്നില്ലെന്ന കാര്യം പ്രധാന്യമേറിയ ഒരു വസ്തുതയാണ്. 2011ലെ തിരഞ്ഞെടുപ്പിൽ ഭരണം ലഭിക്കാതിരുന്ന സാഹചര്യത്തിൽ ഇടതുമുന്നണിക്കു ലഭിച്ച വോട്ടുവിഹിതം (45.19%) പോലും 2016ൽ (43.3%) ലഭിച്ചിട്ടില്ല. ഇടതുമുന്നണിക്കു ലഭിച്ച വൻ ഭൂരിപക്ഷത്തിനടിസ്ഥാനം കേരളത്തിൽ ഇതുവരെ ഇല്ലാതിരുന്ന ത്രികോണ മത്സരമാണ്. 50ഓളം മണ്ഡലങ്ങളിൽ എൻ.ഡി.എ. സ്ഥാനാർത്ഥികൾ 25,000ൽ കൂടുതൽ വോട്ടുപിടിച്ചിട്ടുണ്ട്. ഇതാണ് ഇടതുമുന്നണി ഭൂരിപക്ഷത്തിന് അടിസ്ഥാനമായത്.

ഇടതുമുന്നണിക്ക് വലിയ വോട്ടുചോർച്ച സംഭവിച്ചിട്ടില്ലെന്നും ബി.ജെ.പി. മുന്നണിയുടെ വോട്ടിലുണ്ടായ 9 ശതമാനത്തോളം വരുന്ന വർദ്ധനവ് യു.ഡി.എഫിൽ നിന്നുള്ളതാണെന്നുമാണ് പൊതുവിലയിരുത്തൽ. വസ്തുതകളുമായി ഇവിടെയും ഒരു പൊരുത്തക്കേടുണ്ട്. യു.ഡി.എഫിന് ലഭിച്ചിരുന്ന മുസ്‌ലിം വോട്ടിൽ ഗണ്യമായ ചോർച്ചയുണ്ടായിട്ടുണ്ടെന്നും അത് ഇടതുപക്ഷത്തിനാണ് ലഭിച്ചിട്ടുള്ളതെന്നും പൊതുവെ അംഗീകരിക്കപ്പെടുന്നുണ്ട്. എന്നിട്ടും ഇടതുമുന്നണിയുടെ വോട്ടുശതമാനം 2011ലേതിലും താഴെ നിൽക്കുന്നതിന്റെ അർത്ഥം അവർക്കും പരമ്പരാഗത വോട്ടുകൾ (ദളിത്, പിന്നോക്ക വോട്ടുകൾ) നഷ്ടപ്പെട്ടിട്ടുണ്ടെന്നും അത് ബി.ജെ.പി. മുന്നണിക്കാണ് ലഭിച്ചിട്ടുള്ളതെന്നുമാണ്. പക്ഷേ ആ നഷ്ടം നികത്താൻ അവർക്ക് മുസ്ലിം വോട്ടുകൾ കിട്ടി. യു.ഡി.എഫിനാകട്ടെ പരമ്പരാഗത മുന്നോക്കവോട്ടുകളും ചെറിയ തോതിൽ ദളിത്, പിന്നോക്ക വോട്ടുകളും ചോർന്നതോടൊപ്പം മുസ്‌ലിം വോട്ടുകൾ ഗണ്യമായി നഷ്ടപ്പെട്ടു. പകരമൊന്നും കിട്ടിയില്ലതാനും. ഭരണവിരുദ്ധവികാരം ഒരു പരിധിവരെ സ്വാധീനിച്ചിട്ടുണ്ടെങ്കിലും ഇത്തരം പതിവില്ലാത്ത സാമൂദായി അടിയൊഴുക്കുകളാണ് കേരളത്തിലെ തെരഞ്ഞെടുപ്പു ഫലത്തെ നിർണ്ണ

യിച്ചിട്ടുള്ളത്.

ആസ്സാമിൽ വൻഭൂരിപക്ഷത്തോടെയുള്ള ഭരണവും തിരുവനന്തപുരം ജില്ലയിലെ കേരളത്തിലെ ആദ്യസീറ്റും കേരളത്തിൽ ഏഴു സീറ്റുകളിൽ രണ്ടാം സ്ഥാനത്തെത്തിയതും എൻ.ഡി.എ.യ്ക്ക് ആത്മവിശ്വാസം നൽകുന്ന ഘടകങ്ങൾ തന്നെയാണ്. പക്ഷെ, ബംഗാൾ, തമിഴ്നാട് തുടങ്ങിയ ഭാഷാസംസ്ഥാനങ്ങളിൽ എൻ.ഡി.എയ്ക്ക് യാതൊരു മുന്നേറ്റവും നടത്താനാവുന്നില്ലെന്നതും ഇന്ത്യനവസ്ഥയുടെ സങ്കീർണ്ണാവസ്ഥയിലേക്ക് തന്നെയാണ് വെളിച്ചം വീശുന്നത്. ഈ സങ്കീർണ്ണതകളെക്കുറിച്ച് കൂടുതൽ മനസ്സിലാക്കാൻ കഴിയുംവിധം സമീപകാല സംഭവവികാസങ്ങളിലേക്ക് ഒന്നെത്തിനോക്കാം.

യുവതലമുറ രാഷ്ട്രീയമായി ജാഗരൂകരാവുന്നതിന്റെയും അവർക്കിടയിലേക്ക് അംബേദ്കർ രാഷ്ട്രീയം കടന്നുവരുന്നതിന്റെയും സൂചനകൾ ജെ.എൻ.യു. ഹൈദരാബാദ് സർവ്വകലാശാലാ സംഭവവികാസങ്ങളിൽ പ്രകടമായെന്ന് കാണുന്നത് പ്രതീക്ഷയ്ക്ക് വകനൽകുന്ന കാര്യങ്ങളാണ്. പക്ഷേ, അതേക്കുറിച്ച് അതിമോഹം ആവശ്യമില്ല. ഫെമിനിസത്തിനും അംബേദ്കറിസത്തിനുമെല്ലാം അനുകൂലമായി ചിന്തിക്കുന്ന, ഇടതുപക്ഷചായ്‌വുള്ള വിദ്യാർത്ഥികളെയും അധ്യാപകരെയുമെല്ലാം ചില സർവ്വകലാശാലകളിൽ കാണാമെങ്കിലും ഇതൊക്കെ കമ്യൂണിസ്റ്റ് പാർട്ടിയുടെ നിലപാടു മാറ്റത്തിന്റെ സൂചനയായി കാണുന്നതിലർത്ഥമില്ല. കേരളംപോലെ കമ്യൂണിസ്റ്റ് പാർട്ടിക്ക് മേധാവിത്വമുള്ള സ്ഥലങ്ങളിൽ ഇടതുപക്ഷവിദ്യാർത്ഥി സംഘടനകളിൽ ഇത്തരം മാറ്റത്തിന്റെ ചെറിയ സൂചനകൾപോലും കാണാൻ കഴിയില്ല. ഇങ്ങനെയുള്ളയിടങ്ങളിൽ കമ്യൂണിസ്റ്റ് പാർട്ടി വിദ്യാർത്ഥിസംഘടനകളെ നേരിട്ട് നിയന്ത്രിക്കുന്നതും ഇത്തരം പ്രധാനപ്പെട്ട വിഷയങ്ങളിൽ കമ്യൂണിസ്റ്റ് പാർട്ടികൾ നിലപാടുമാറ്റത്തിന് സന്നദ്ധരല്ലെന്നതുമാണ് ഈ അവസ്ഥയ്ക്ക് കാരണം.

സർവകലാശാലാമുന്നേറ്റങ്ങൾ ചായക്കോപ്പയിലെ കൊടുങ്കാറ്റാകാതിരിക്കണമെങ്കിൽ സംഘപരിവാർ ഫാസിസത്തിനെതിരായ മതേതര ജനാധിപത്യമുന്നേറ്റത്തെ സഹായിക്കാൻ കഴിയുന്ന എന്തെങ്കിലും ദിശാസൂചകമെങ്കിലും അവ സൃഷ്ടിച്ചിട്ടുണ്ടാകണം. രോഹിത് വെമുലയിലൂടെ അംബേദ്കർ രാഷ്ട്രീയം അഖിലേന്ത്യാതലത്തിൽ ചർച്ചാവിഷയമായി എന്നത് ശരിയായ ഒരു ദിശാസൂചകം തന്നെയാണ്. കനയ്യകുമാറിലൂടെ അംബേദ്കർ രാഷ്ട്രീയം കുറച്ചുകൂടി ശ്രദ്ധ പിടിച്ചുപറ്റി. സംഘപരിവാർ ഫാസിസത്തിനെതിരായി അംബേദ്കർ രാഷ്ട്രീയത്തിന്റെ പങ്കെ

ന്തായിരിക്കും, അതിന്റെ പ്രായോഗികരൂപം എന്തായിരിക്കണം തുടങ്ങിയ വിഷയങ്ങളൊന്നും ചർച്ച ചെയ്യപ്പെടുകയോ ഉയർന്നുവരികയോ ചെയ്തില്ല. എങ്കിലും സംഘപരിവാർ ഫാസിസത്തിനെതിരായി അംബേദ്കർ രാഷ്ട്രീയത്തിന് വലിയൊരു പങ്ക് വഹിക്കാനുണ്ട് എന്ന സന്ദേശം കൂടുതൽ വിപുലമായ മേഖലയിലേക്ക് എത്തിക്കാൻ ഈ സർവ്വകലാശാല മുന്നേറ്റങ്ങൾക്കായി എന്നത് പ്രധാനമാണ്. രാജ്യദ്രോഹപ്രശ്നമുന്നയിച്ച് ഹിന്ദുദേശീയബോധത്തെ തട്ടിയുണർത്താമെന്ന സംഘപരിവാർ കണക്കുകൂട്ടലുകൾ പാളിപ്പോവുകയും ചെയ്തു. അതേസമയം വിദ്യാർത്ഥികൾക്കിടയിൽനിന്ന് ഉയർന്നുവന്ന കമ്യൂണിസ്റ്റ് – മാവോയിസ്റ്റ് തീവ്രവാദ മുദ്രാവാക്യങ്ങളും മുസ്‌ലിം തീവ്രവാദവുമെല്ലാം സംഘപരിവാർ ശക്തികൾക്ക് രാജ്യദ്രോഹമുദ്രാവാക്യം ഉയർത്താൻ അവസരമൊരുക്കി എന്ന വസ്തുത നിഷേധിക്കാനാവില്ല. ഇന്ത്യൻ ജനാധിപത്യത്തെയും ഭരണഘടനയെയും സംരക്ഷിക്കാൻ പ്രതിജ്ഞാബദ്ധരായവർക്കു മാത്രമേ സംഘപരിവാർ ഫാസിസത്തെ നേരിടാനാകൂ. ജനാധിപത്യഭരണസംവിധാനത്തെയും ഭരണഘടനയെയുമെല്ലാം തകർക്കാൻ കച്ചകെട്ടി ഇറങ്ങുന്ന തീവ്രവാദി രാഷ്ട്രീയക്കാർക്ക് ഏതു വിഭാഗത്തിൽപ്പെട്ടതായാലും ഇന്ത്യൻ ജനാധിപത്യത്തെ സംരക്ഷിക്കാൻ കഴിയുമെന്ന് കരുതുന്നതിൽ എന്തർത്ഥമാണുള്ളത്?

ഡൽഹിയിൽ ആവർത്തിച്ച് ഉയർന്നുവന്ന സിവിൽ സമൂഹമുന്നേറ്റങ്ങളും ഇപ്പോഴത്തെ സർവകലാശാലാ മുന്നേറ്റങ്ങളും പോലുള്ള ജനകീയ പ്രക്ഷോഭങ്ങളും അസഹിഷ്ണുത രാഷ്ട്രീയം വ്യാപകമാകാൻ തുടങ്ങിയപ്പോൾ സാഹിത്യകാരന്മാരും കലാകാരന്മാരും ബുദ്ധിജീവികളും ശാസ്ത്രജ്ഞന്മാരുമെല്ലാം നടത്തിയ വിവിധ രീതിയിലുള്ള പ്രതിഷേധ പ്രകടനങ്ങളും നമ്മുടേതുപോലുള്ള ജനാധിപത്യ സമൂഹത്തിൽ പൊതുജനാഭിപ്രായ രൂപവത്കരണത്തിൽ പ്രധാനപ്പെട്ട പങ്കാണ് വഹിക്കുന്നത്. ജനാധിപത്യസമ്പ്രദായത്തിലെ ഏറ്റവും ചലനാത്മകമായ ഒരു ഘടകമാണിത്. എന്നിരുന്നാലും സംഘപരിവാർ ഫാസിസത്തിനെതിരായ ഇത്തരം അഭിപ്രായരൂപവത്ക്കരണപ്രക്രിയകളെല്ലാം യഥാർത്ഥത്തിൽ ഒരു സമൂർത്തശക്തിയായി മാറണമെങ്കിൽ തിരഞ്ഞെടുപ്പിൽ ഇതെല്ലാം സംഘപരിവാർ ഫാസിസത്തിനെതിരായ വോട്ടായി മാറണം. സംഘപരിവാർ ഫാസിസത്തിനെതിരായും ജനാധിപത്യശക്തികൾക്കനുകൂലമായുമുള്ള ഈ അഭിപ്രായ രൂപവത്കരണങ്ങളെല്ലാം വോട്ടായി ക്രോഡീകരിക്കപ്പെടാനുള്ള സാധ്യതയും അതിലേക്കുള്ള വഴികളുമാണ് പരിശോധിക്കാനുള്ളത്. അസംഖ്യം രാഷ്ട്രീയ പാർട്ടികളുള്ള ഇന്ത്യയിൽ

വിശാലമായ ഒരു ജനാധിപത്യചേരിയിൽ അണിനിരക്കേണ്ട പാർട്ടികളും അവയുടെ സമീപനവും എന്തായിരിക്കണം എന്നാണ് പരിശോധിക്കേണ്ടത്.

ഇന്ത്യയിലെ രാഷ്ട്രീയപാർട്ടികളെ പൊതുവിൽ മൂന്നുവിഭാഗമായിത്തിരിക്കാം. 1. മതേതരജനാധിപത്യപാർട്ടികൾ, 2. കമ്മ്യൂണിസ്റ്റ് ഫാസിസ്റ്റ് പാർട്ടികൾ, 3. മതാധിഷ്ഠിത ഫാസിസ്റ്റ് പാർട്ടികൾ.. ഈ ഓരോ വിഭാഗങ്ങളെക്കുറിച്ചും അവയിലെ ഉപവിഭാഗങ്ങളെക്കുറിച്ചും ചെറുതായിട്ടൊന്നു പരിശോധിക്കാം.

ഇന്ത്യൻ ഭരണഘടനയെ അംഗീകരിക്കുകയും അതിന് വിധേയമായി പ്രവർത്തിക്കുമെന്ന് പ്രഖ്യാപിക്കുക മാത്രമല്ല പ്രവർത്തനത്തിൽ തെളിയിച്ചിട്ടുള്ളവരുമാണ് ജനാധിപത്യപാർട്ടികൾ. അവർക്കിടയിൽ തന്നെ രണ്ട് ഉപവിഭാഗങ്ങളുണ്ട്. ആദ്യത്തേത് കോൺഗ്രസ് ഉൾപ്പെടെയുള്ള സാധാരണ മതേതര ജനാധിപത്യപാർട്ടികൾ. ഇന്ത്യയിലെ രാഷ്ട്രീയപാർട്ടികളിൽ ഭൂരിപക്ഷവും ഈ വിഭാഗത്തിൽപ്പെടുന്നവയാണ്. രണ്ടാമത്തെ വിഭാഗം അംബേദ്കർ, ലോഹ്യ നിലപാടുകളെടുക്കുന്ന മതേതര ജനാധിപത്യപാർട്ടികളാണ്. ഉത്തർപ്രദേശിലെ ബി.എസ്.പി., റിപ്പബ്ലിക്കൻ പാർട്ടി ഗ്രൂപ്പുകൾ എന്നിവയാണ് അംബേദ്കർ നിലപാടെടുക്കുന്നുവർ. യു.പി.യിലെ എസ്.പി., ബിഹാറിലെ ആർ.ജെ.ഡി., ജനതാദൾ (യു), ജനതാദൾ (എസ്) തുടങ്ങിയ ജനതാദൾ പരിവാർ പാർട്ടികൾ ലോഹ്യ നിലപാടെടുക്കുന്നവയാണ്. ഇന്നത്തെ ഇന്ത്യൻ സാഹചര്യത്തിൽ സംഘപരിവാർ ഫാസിസത്തെ നേരിടുന്നതിൽ അംബേദ്കർ, ലോഹ്യാനിലപാടുകളുടെ പ്രാധാന്യം നേരത്തെ ചൂണ്ടിക്കാണിച്ചിരുന്നുവല്ലോ. ഈ പ്രാധാന്യം കണക്കിലെടുത്തുകൊണ്ടുതന്നെയാണ് ഈ വിഭാഗം പാർട്ടികളെ പ്രത്യേക വിഭാഗമായി പരിഗണിക്കുന്നത്. കോൺഗ്രസ് ഉൾപ്പെടെയുള്ള ജനാധിപത്യ പാർട്ടികൾക്ക് ഈ നിലപാട് ഇല്ല എന്നതുതന്നെയാണ് അവയുടെ ദൗർബല്യം.

കമ്യൂണിസ്റ്റ് പാർട്ടികൾ എന്ന രണ്ടാമത്തെ വിഭാഗത്തിൽ ഇന്ത്യയിലെ എല്ലാ കമ്യൂണിസ്റ്റ് പാർട്ടികളും നക്സലൈറ്റ് ഗ്രൂപ്പുകളും മാവോയിസ്റ്റുകളും എല്ലാം ഉൾപ്പെടുന്നു. സമീപവർഷങ്ങളിൽ സി.പി.ഐ തങ്ങളുടെ അടിസ്ഥാന നിലപാടിൽ കാര്യമായ മാറ്റം വരുത്തിയതൊഴിച്ചാൽ മറ്റു കമ്യൂണിസ്റ്റ് പാർട്ടികളും ഗ്രൂപ്പുകളുമൊക്കെ തൊഴിലാളി വർഗ സർവാധിപത്യം തങ്ങളുടെ ലക്ഷ്യമായി പ്രഖ്യാപിക്കുന്നവരാണ്. തൊഴിലാളി വർഗസർവാധിപത്യം ഫലത്തിൽ ഏകപാർട്ടി സ്വേച്ഛാധിപത്യമാണെന്നും അത് പ്രയോഗത്തിൽ സോഷ്യൽ ഫാസിസമായിട്ടാണ് നില

നിൽക്കുകയെന്നും മുൻ സോഷ്യലിസ്റ്റ് രാജ്യങ്ങളുടെ അനുഭവങ്ങൾ അർത്ഥശങ്കയ്ക്കിടയില്ലാത്തവിധം തെളിയിച്ചിട്ടുള്ളതാണ്. ഈ ഫാസിസ്റ്റ് പ്രത്യയശാസ്ത്രത്തിന്റെ പ്രതിഫലനമാണ് എതിരാളികളെ മാത്രമല്ല, സ്വന്തം അണികളായ വിമതരെപ്പോലും ശാരീരികമായി ഉന്മൂലനം ചെയ്യുന്ന സി.പി.എമ്മിന്റെ അക്രമരാഷ്ട്രീയം. ഇത്തരം ഫാസിസ്റ്റ്ലക്ഷ്യം പരസ്യമായി പ്രഖ്യാപിക്കുന്ന സി.പി.എമ്മിനെയും മറ്റ് കമ്യൂണിസ്റ്റ് ഗ്രൂപ്പുകളെയും ജനാധിപത്യപാർട്ടികളായി കണക്കാക്കുന്നത് രാഷ്ട്രീയകാപട്യമാണ്. ഇത്തരം പാർട്ടികൾ തങ്ങൾ ജനാധിപത്യപാർട്ടികളാണെന്ന് അവകാശപ്പെടുന്നത് രാഷ്ട്രീയ വഞ്ചനയാണ്. ഇന്ത്യൻ ജനാധിപത്യത്തെയും ഭരണഘടനയെയും അംഗീകരിച്ചു പ്രവർത്തിക്കുന്ന പാർട്ടികളെ മത്രമേ ജനാധിപത്യപാർട്ടികളായി കണക്കാക്കാവൂ. സിപിഎം അവരുടെ ഭരണഘടനയിൽ ഇന്ത്യൻ ഭരണഘടനയെ അംഗീകരിക്കുന്നു എന്ന ഒരു ഖണ്ഡിക കൂട്ടിച്ചേർത്തിട്ടുണ്ട്. പക്ഷേ, പാർട്ടിപരിപാടി പറയുന്നത് ഇന്ത്യൻ ഭരണകൂടം കുത്തക ബൂർഷ്വാ, ഫ്യൂഡൽ താൽപര്യങ്ങളെ സംരക്ഷിക്കുന്ന ഒന്നാണെന്നും അതിനെ മാറ്റി തൽസ്ഥാനത്ത് തൊഴിലാളി നേതൃത്വത്തിലുള്ള ഭരണകൂടം സ്ഥാപിക്കലാണ് തങ്ങളുടെ ലക്ഷ്യമെന്നുമാണ്. സി.പി.എം ജനാധിപത്യത്തെ മനസ്സിലാക്കുന്നത് ഒരു ഭരണകൂടരൂപം മാത്രമായിട്ടാണ്. തന്മൂലം അത് ഒരു ഭരണവർഗ്ഗഉപകരണം മാത്രമാണ്. മനുഷ്യസമൂഹത്തിന്റെ അടിസ്ഥാനപരമായ ഒരു സാമൂഹിക പ്രക്രിയയായി ജനാധിപത്യത്തെ അവർ മനസ്സിലാക്കുന്നില്ല. അതുകൊണ്ടാണ് ഇന്ത്യൻ ഭരണഘടനയെയും ജനാധിപത്യത്തെയും അവർ അംഗീകരിക്കുന്നു എന്നു പറയുന്നത് കപട നിലപാടാവുന്നത്. ഇന്ത്യൻ ജനാധിപത്യത്തെ തകർത്ത് മറ്റൊരു ഭരണകൂടം സ്ഥാപിക്കാൻ ലക്ഷ്യം വെക്കുന്ന ഒരു പാർട്ടിയ്ക്ക് ഇന്ത്യൻ ജനാധിപത്യത്തെ സംരക്ഷിക്കാൻ എങ്ങനെ കഴിയും? കഴിയില്ല തന്നെ. അതുകൊണ്ടാണ് സംഘപരിവാർ ഫാസിസത്തിനെതിരെ സി.പി.എമ്മിനും മറ്റും ഫലപ്രദമായ ഒരു പ്രവർത്തനവും സാധ്യമല്ലെന്ന് പറയുന്നത്. സംഘപരിവാർ ഫാസിസത്തിനെതിരായ ജനാധിപത്യശക്തികളുടെ മുന്നണിയിൽ കമ്യൂണിസ്റ്റ് ഫാസിസ്റ്റുകൾക്ക് സ്ഥാനമുണ്ടാവരുതെന്ന് പറയുന്നതും അതുകൊണ്ടു തന്നെ.

സി.പി.ഐ. കഴിഞ്ഞ വർഷങ്ങളിൽ തങ്ങളുടെ പാർട്ടി പരിപാടിയിൽ അടിസ്ഥാനപരമായ മാറ്റങ്ങൾ വരുത്തിയിട്ടുണ്ട്. തൊഴിലാളി വർഗസർവാധിപത്യമെന്ന ലക്ഷ്യം എടുത്തുകളഞ്ഞു. പാർലമെന്ററി ജനാധിപത്യത്തിലൂടെ ജനാധിപത്യവിപ്ലവം പൂർത്തീകരിക്കുമെന്നും, പ്രതിപക്ഷ

പാർട്ടികൾക്ക് നിലനിൽക്കാനും പ്രവർത്തിക്കാനും അവസരം നൽകുന്ന ജനാധിപത്യ സോഷ്യലിസത്തിലേക്കു മുന്നേറുന്നതിനെ കുറിച്ചുമാണ് സി.പി.ഐ. പറയുന്നത്. ഫലത്തിൽ സി.പി.ഐ. ജനാധിപത്യത്തിലൂടെ സോഷ്യലിസം ലക്ഷ്യമാക്കുന്ന ഒരു സോഷ്യൽ ഡെമോക്രാറ്റിക് പാർട്ടി ആയിരിക്കുകയാണ്. അതൊരു നല്ല കാര്യമാണ്. പക്ഷേ, ഈ നില പാടുമാറ്റവും ഗൗരവപൂർവ്വം സി.പി.ഐ. ഉൾക്കൊണ്ടിരുന്നുവെങ്കിൽ സി.പി.എമ്മിനെപ്പോലുള്ള ഒരു ഫാസിസ്റ്റ് പാർട്ടിക്ക് കീഴെ അവർക്കെങ്ങിനെ തുടരാനാവുന്നു എന്ന ചോദ്യം അവശേഷിക്കുന്നു.

അടുത്ത വിഭാഗത്തിൽ വരുന്ന മതാധിഷ്ഠിത ഫാസിസ്റ്റുകളിലും രണ്ടു വിഭാഗമുണ്ട്. രാഷ്ട്രീയ പാർട്ടി എന്ന നിലയ്ക്ക് ബി.ജെ.പി. പ്രതിനിധാനം ചെയ്യുന്ന സംഘപരിവാർ ഫാസിസം തന്നെ പ്രധാനം. ഹിന്ദുരാഷ്ട്രവാദം ഉന്നയിക്കുക വഴി ഇന്ത്യയിൽ ആദ്യമായി മതാധിഷ്ഠിത രാഷ്ട്രവാദം സജീവവിഷയമായിരിക്കുകയാണല്ലോ. ഇതോടൊപ്പം തീരെ ദുർബലരൂപത്തിലാണെങ്കിലും ഇസ്ലാമിക മതാധിഷ്ഠിത രാഷ്ട്രവാദത്തിന് ഒരിക്കലും ജനാധിപത്യപരമാവാൻ കഴിയില്ല. മേധാവിത്തത്തിൽ വരുന്ന മതക്കാർക്കുമാത്രം പൂർണ അധികാരങ്ങളും അവകാശങ്ങളും ലഭ്യമാകുമ്പോൾ മറ്റു മതവിഭാഗത്തിൽപ്പെടുന്നവർ രണ്ടാംകിട പൗരന്മാരാകും. ലോകം മുഴുവൻ ഒരൊറ്റ ഇസ്ലാമിക രാഷ്ട്രമാണെന്ന് സങ്കൽപിക്കുന്ന ഐ.എസ്, അൽഖയ്ദ തുടങ്ങിയവയുടെ സ്വാധീനം ഇന്ത്യയിൽ പ്രകടമാകുവാൻ തുടങ്ങിയിട്ട് നാളുകളേറെയായി. ഇത്തരം ഇസ്ലാമിക ഫാസിസത്തിന്റെ സാന്നിധ്യം ഇന്ത്യയിൽ ഹിന്ദുരാഷ്ട്രീയ ഫാസിസ്റ്റുകളെ സഹായിക്കുകയാണ് ചെയ്യുക. അവ പരസ്പരം പ്രചോദിപ്പിക്കുകയും ചെയ്യും.

സംഘപരിവാർ ഫാസിസം ഉയർത്തിയിട്ടുള്ള ഭീഷണി തന്നെയാണ് ഇവിടെ മുഖ്യപ്രശ്നം. ഈ വെല്ലുവിളി നേരിടുവാൻ മതേതര ജനാധിപത്യശക്തികളുടെ ഏറ്റവും വിശാലമായ മുന്നണിയാണ് രൂപം കൊള്ളേണ്ടത്. യഥാർത്ഥ മതേതര-ജനാധിപത്യ ശക്തികൾ തന്നെയാണ് ഈ മുന്നണിയിൽ അണിനിരക്കേണ്ടത്. സംഘപരിവാർ ഫാസിസത്തോടൊപ്പം കമ്യൂണിസ്റ്റ് ഫാസിസത്തെയും പൊതുശത്രുവായി കണ്ടുകൊണ്ടുള്ള ഒരു ജനാധിപത്യ മുന്നണിയാണ് കാലഘട്ടം ആവശ്യപ്പെടുന്നത്. ജനാധിപത്യപാർട്ടികൾ ഏറെയുണ്ടെങ്കിലും വലുപ്പം കൊണ്ടും സാർവത്രിക സാന്നിധ്യംകൊണ്ടും ഇന്ത്യൻ നാഷണൽ കോൺഗ്രസ് മറ്റെല്ലാം ജനാധിപത്യ പാർട്ടികളെയും അപേക്ഷിച്ച് ഏറെ മുന്നിൽത്തന്നെയാണ്. സ്വാതന്ത്ര്യസമരകാലഘട്ടം മുതൽക്കുതന്നെ ഇന്ത്യയിലെ

മതേതരത്വത്തിനും ജനാധിപത്യത്തിനും അടിത്തറപാകുന്ന കാര്യത്തിൽ കോൺഗ്രസ് വഹിച്ച പങ്ക് ആർക്കും നിഷേധിക്കാനാവില്ലല്ലോ. കോൺഗ്ര സിന് മതേതരത്വത്തെയും ജനാധിപത്യത്തെയും സംരക്ഷിക്കുന്ന കാര്യ ത്തിൽ പല വീഴ്ചകളും സംഭവിച്ചിട്ടുണ്ട്. അടിയന്തിരാവസ്ഥയും ബാബറി മസ്ജിദ് ഹിന്ദുക്കൾക്ക് തുറന്നുകൊടുത്തതും ബാബരി മസ്ജിദ് തകർക്കുന്നത് തടയാതിരുന്നതും പോലുള്ള നിരവധി വീഴ്ചകൾ ചൂണ്ടി ക്കാണിക്കാം. ഹിന്ദു പ്രീണനവും മുസ്ലിം പ്രീണനവും കോൺഗ്രസ്സിന്റെ പേരിൽ ആരോപിക്കപ്പെട്ടിട്ടുണ്ട്. ഇതെല്ലാമുള്ളപ്പോഴും ഇപ്പോഴും ഇന്ത്യ യിലെ മതേതരജനാധിപത്യത്തിന്റെ ശക്തമായ അടിത്തറ കോൺഗ്രസ്സ് തന്നെയാണ്. അതുകൊണ്ട് കോൺഗ്രസിനെ മാറ്റിനിർത്തിക്കൊണ്ടുള്ള ഒരു മതേതരജനാധിപത്യമുന്നണിയെക്കുറിച്ച് ആലോചിക്കുന്നത് യാഥാർത്ഥ്യങ്ങൾക്ക് നിരക്കുന്നതായിരിക്കില്ല. മറിച്ച്, സംഘപരിവാർ ഫാസിസത്തിനെതിരായി സാധ്യമായ മതേതര ജനാധിപത്യമുന്നണി യിലെ ഏറ്റവും പ്രധാനഘടകം കോൺഗ്രസ് തന്നെയായിരിക്കും.

സംഘപരിവാർ ഫാസിസത്തിന്റെ അടിത്തറ തന്നെയായ ബ്രാഹ്മ ണിസത്തെ നേരിടുന്നതിൽ ഗാന്ധിജിക്കും നെഹ്റുവിനും കോൺഗ്ര സിന് പൊതുവിലും കഴിയാതെ പോയതിനെപറ്റി ആരംഭത്തിൽ സൂചി പ്പിച്ചിരുന്നുവല്ലോ. ഇപ്പോഴും അംബേദ്കർ, ലോഹ്യാ രാഷ്ട്രീയം ഉൾക്കൊ ള്ളുന്ന കാര്യത്തിൽ കോൺഗ്രസിന്റെ പരാജയം തുടർന്നുകൊണ്ടിരി ക്കുക തന്നെയാണ്. യു.പി.യിലും ബിഹാറിലും കോൺഗ്രസ്സിന്റെ അടി ത്തറ നഷ്ടപ്പെട്ടത് എന്തുകൊണ്ട് എന്ന് പരിശോധിക്കാനും ഉത്തരം കണ്ടെത്താനും കോൺഗ്രസ്സിന് കഴിഞ്ഞിട്ടില്ല. കഴിഞ്ഞ ബിഹാർ തെര ഞ്ഞെടുപ്പിൽ ലോഹ്യാസോഷ്യലിസ്റ്റുകളുമായി സഖ്യമുണ്ടാക്കുവാൻ കോൺഗ്രസ് തയ്യാറായത് പ്രായോഗികതലത്തിൽ നടത്തിയ ഒരു തിരു ത്തലായിരുന്നു. പക്ഷേ, അടുത്തവർഷം നടക്കാനിരിക്കുന്ന യു.പി. തെര ഞ്ഞെടുപ്പിൽ ബിഹാറിലെ മഹാസഖ്യത്തെപ്പോലെ സഖ്യം ഉണ്ടാക്കു വാൻ കോൺഗ്രസ് മുൻകൈയെടുക്കുമെന്ന് പ്രതീക്ഷിക്കേണ്ടതില്ല. സ്വന്തം അടിത്തറ ശക്തിപ്പെടുത്താനും മറ്റും ശ്രമിച്ച് ബി.ജെ.പി. വിരു ദ്ധവോട്ടുകൾ ശിഥിലീകരിക്കുന്നതിലേക്കാണ് കാര്യങ്ങൾ നീങ്ങുന്നത്.

സംഘപരിവാർ ഫാസിസത്തിനെതിരായ മുന്നണി ഉണ്ടാക്കുന്നതിൽ രാഷ്ട്രീയമായി മുൻകൈയെടുക്കാനുള്ള ശേഷി അംബേദ്കർ ലോഹ്യ രാഷ്ട്രീയത്തെ പ്രതിനിധാനം ചെയ്യുന്നവർക്കുതന്നെയാണ്. ബിഹാ റിലെ മഹാസഖ്യം മാതൃകയിലുള്ള മുന്നണി അഖിലേന്ത്യാതല ത്തിൽതന്നെ രൂപം കൊള്ളേണ്ടതുണ്ട്. പക്ഷേ, ബിഹാറിനും യു.പി.ക്കും

പുറത്ത് അംബേദ്കർ, ലോഹ്യരാഷ്ട്രീയം വേരൂന്നിയിട്ടില്ലെന്നത് ഒരു വസ്തുതയാണ്. എന്നാൽ മധ്യപ്രദേശ്, രാജസ്ഥാൻ, ഗുജറാത്ത് തുടങ്ങിയ സംസ്ഥാനങ്ങളിൽ കോൺഗ്രസ് ഗണ്യമായ തിരിച്ചുവരവ് നടത്തിക്കൊണ്ടിരിക്കുകയാണ്. സംഘപരിവാർ ഫാസിസത്തെ ആ തിരിച്ചുവരവ് തെളിയിക്കുന്നുണ്ട്. പക്ഷേ, അംബേദ്കർ ലോഹ്യരാഷ്ട്രീയത്തിന്റെ അഭാവത്തിൽ ഈ തിരിച്ചുവരവിന്റെ കരുത്ത് ചോർന്നുപോകുന്നുണ്ടുതാനും.

ഇതിനിടെ പശ്ചിമബംഗാളിൽ സാഹചര്യങ്ങളുടെ സമ്മർദ്ദം നിമിത്തവും കോൺഗ്രസ്സിന്റെ ഗതികെട്ട അവസ്ഥ നിമിത്തവുമാണെന്ന് പറയാം കോൺഗ്രസ്, സി.പി.എം. സഖ്യമുണ്ടായത്. തൃണമുൽ കോൺഗ്രസ് ഫാസിസത്തിനെതിരെയാണ് ഈ സഖ്യമെന്നാണ് വിശദീകരണം. സി.പി.എമ്മിന്റെ 35 വർഷം നീണ്ട ഭരണകാലത്ത് അവർ സ്വീകരിച്ച ഫാസിസ്റ്റ് നടപടികൾക്ക് മറുപടിയെന്നോണം തൃണമൂൽ കോൺഗ്രസ് മറ്റ് ശക്തികൾക്കെതിരായി ബലപ്രയോഗം നടത്തുന്നു എന്നത് ഒരു വസ്തുതയാണ്. അത്രസമയം തൃണമൂൽ കോൺഗ്രസിന്റെ രാഷ്ട്രീയനയങ്ങളിലോ നിലപാടുകളിലോ ഫാസിസ്റ്റ് രാഷ്ട്രീയം ഇല്ലെന്നത് കണക്കിലെടുക്കേണ്ടതുണ്ട്. ഈ സാഹചര്യത്തിൽ തൃണമൂൽ കോൺഗ്രസ്സിന്റെയും സി.പി.എമ്മിന്റെയും ഫാസിസം അടിസ്ഥാനപരമായി വ്യത്യസ്തമാണെന്നും കാണാവുന്നതാണ്. സി.പി.എം. ഫാസിസം രാഷ്ട്രീ പ്രത്യയശാസ്ത്ര നിലപാടുകളിൽനിന്ന് ഉടലെടുക്കുന്നതാണെങ്കിൽ, തൃണമൂലിന്റേത് സാഹചര്യസൃഷ്ടിയാണ്. നിലനിൽപിന്റെ രാഷ്ട്രീയം മാത്രമാണ് ഈ സഖ്യത്തിന് അടിസ്ഥാനമെന്ന് വ്യക്തമാണ്. ഈ കൂട്ടുകെട്ട് രണ്ടുകൂട്ടർക്കും ഗുണം ചെയ്തില്ലെന്ന് തിരഞ്ഞെടുപ്പ് ഫലം തെളിയിക്കുകയും ചെയ്തിരിക്കുന്നു. അഖിലേന്ത്യാതലത്തിൽ ഉണ്ടാകേണ്ട ഫാസിസ്റ്റ് വിരുദ്ധമുന്നണിക്ക് ഇതൊരു മാതൃകയാകില്ലെന്ന് ഉറപ്പിക്കാം.

സംഘപരിവാർ ഫാസിസത്തിനെതിരായി മതേതര ജനാധിപത്യ ശക്തികളുടെ ഐക്യപ്പെടൽ എത്രത്തോളം ഫലപ്രദമാകുമെന്ന് കാണാനിരിക്കുന്നത് 2019ൽ നടക്കാനിരിക്കുന്ന ലോകസഭാ തെരഞ്ഞെടുപ്പിലൂടെയാണ്. അതിനുമുൻപേ നടന്നതും നടക്കാനിരിക്കുന്നതുമായ നിയമഭാതെരഞ്ഞെടുപ്പുകൾ അതിലേക്കുള്ള തയ്യാറെടുപ്പുകളായി കണ്ടാൽ മതി. സംഘപരിവാർ ഫാസിസം എന്ന പൊതുശത്രുവിനെതിരായി യഥാർത്ഥ മതേതര ജനാധിപത്യശക്തികൾ മുഴുവൻ ഒന്നിക്കുക എന്നത് ലളിതമായ രാഷ്ട്രീയമാണ്. പക്ഷേ, നടപ്പിലാവാൻ ബുദ്ധിമുട്ടുള്ള ഒരു

രാഷ്ട്രീയം കൂടിയാണത്. പാർലമെന്ററി രാഷ്ട്രീയത്തിൽ ശക്തിപ്രാപി ച്ചുവന്നിട്ടുള്ള വോട്ടുബാങ്ക് രാഷ്ട്രീയം ഓരോ പാർട്ടിയും തങ്ങളുടെ വോട്ട് ബാങ്ക് ശക്തിപ്പെടുത്തുവാൻ മാത്രമായി ഒതുങ്ങാൻ നിർബന്ധി തമായ അന്തരീക്ഷം സൃഷ്ടിക്കുന്നുണ്ട്. ബിഹാർ ഇത്തരം വിഭാഗീയ തയെ മറികടന്നുവെങ്കിലും യു.പി. ഉൾപ്പെടെ മറ്റു പല സംസ്ഥാനങ്ങ ളിലും സ്ഥിതി അതല്ല. ബിഹാർ അവസ്ഥയിലും ആശങ്കകൾ ഉയർന്നി ട്ടുണ്ട്. എങ്കിലും പൊതുവായ ഒരു ഐക്യസാധ്യത നിലനിൽക്കുന്നു ണ്ടുതാനും. അത് എത്രത്തോളം ഫലപ്രദമായി ഉപയോഗിക്കപ്പെടും എന്നത് കാണാനിരിക്കുന്നതേയുള്ളൂ.

അംബേദ്കർ, ലോഹ്യരാഷ്ട്രീയത്തിന്റെ വ്യാപനസാധ്യതയാണ് മറ്റൊരു പ്രധാനഘടകം. രോഹിത് വെമുലയിലൂടെ അംബേദ്കർ രാഷ്ട്രീയം ശ്രദ്ധിക്കപ്പെട്ടതിനപ്പുറം അതൊരു രാഷ്ട്രീയശക്തിയാവണ മെങ്കിൽ ദളിത്, പിന്നോക്ക സമൂഹങ്ങൾ രാഷ്ട്രീയമായി സംഘടിക്കേ ണ്ടതുണ്ട്. അതെളുപ്പമല്ല. സർവകലാശാലകളിലൂടെ ഉണ്ടായ അന്തരീ ക്ഷം, തെരഞ്ഞെടുപ്പ് രാഷ്ട്രീയത്തിന്റെ തലത്തിലേക്ക് പരിണമിക്കുക യില്ലെന്ന് ഉറപ്പാണല്ലോ. എങ്കിലും ദളിത് – പിന്നോക്ക വിഭാഗങ്ങളിലേക്ക് ചെറിയ തോതിലെങ്കിലും കടന്നെത്തുന്ന അംബേദ്കർ, ലോഹ്യരാ ഷ്ട്രീയം ഹിന്ദുസമൂഹത്തെ ജനാധിപത്യവത്കരിക്കുന്നതിൽ പ്രധാന പ്പെട്ട പങ്ക് വഹിക്കും. ഹിന്ദു സമൂഹത്തിന്റെ ഈ ജനാധിപത്യവത്ക രണം തന്നെയായിരിക്കും സംഘപരിവാർ ഫാസിസത്തിനെതിരായ ഏറ്റവും ശക്തമായ പ്രതിരോധം.

(മാതൃഭൂമി ആഴ്ചപ്പതിപ്പ്, ജൂൺ 2016)

ചൈനീസ് ഫാസിസം : പുതിയ സ്റ്റാലിൻ

ഷിജിൻ പിങ്ങിനെ പുതിയ പ്രസിഡണ്ടായി തിരഞ്ഞെടുത്തുകൊണ്ട് സമാപിച്ച ചൈനീസ് കമ്മ്യൂണിസ്റ്റു പാർട്ടിയുടെ പത്തൊമ്പതാം കോൺഗ്രസ്സ് ഔപചാരികമായ ഒരു ചടങ്ങു മാത്രമായിരുന്നു. എല്ലാം മുൻകൂട്ടി തീരുമാനിക്കപ്പെട്ട തിരക്കഥ അനുസരിച്ചുള്ള അരങ്ങേറ്റം മാത്രമായിരുന്നു. അഞ്ചുവർഷം മുമ്പ് ഷി പ്രസിഡണ്ടായി അധികാരമേറ്റതിനുശേഷം നടപ്പിലാക്കിയ ഭരണ നേതൃത്വരീതികൾ പരിശോധിച്ചാൽ അടുത്ത അഞ്ചു വർഷം, ഒരുപക്ഷേ, പിന്നീടും അദ്ദേഹം എന്തു ചെയ്യാൻ പോകുന്നു എന്നു മനസ്സിലാക്കാവുന്നതേയുള്ളൂ. പാർട്ടിക്കുള്ളിലും ഭരണരംഗത്തും നിലനിന്നിരുന്ന വ്യാപകമായ അഴിമതിക്കെതിരായ കർക്കശമായ നടപടികൾ സ്വീകരിച്ചുകൊണ്ട് ചൈനയിൽ മാവോയ്ക്ക് ശേഷമുള്ള ഏറ്റവും കരുത്തനായ നേതാവെന്ന അംഗീകാരത്തിന്റെ പ്രതിഫലനമായിട്ടാണ് ഷിജിൻ പുതുയുഗ ചിന്ത എന്ന പ്രയോഗം പാർട്ടി ഭരണഘടനയിൽ ചേർത്തിരിക്കുന്നത്. മാവോയ്ക്കു ശേഷം ഇപ്പോഴത്തെ ചൈനയിലേക്ക് രാജ്യത്തെയും പാർട്ടിയെയും നയിക്കുന്നതിൽ നിർണ്ണായക പങ്കു വഹിച്ച ഡെങ്ങ് സിയാവോ പിങ്ങിന് ലഭിക്കാത്ത പദവിയാണ് ഇപ്പോൾ ഷിയ്ക്ക് ലഭിച്ചിരിക്കുന്നത്. മാവോയുടെ കാലത്ത് മാവോയെ കേന്ദ്രീകരിച്ച് വളർന്നു വന്നിരുന്ന വ്യക്തിപൂജാ അന്തരീക്ഷത്തിന് സമാനമെന്ന് തോന്നാവുന്ന ഒരന്തരീക്ഷം സംഘടിതമായി സൃഷ്ടിക്കപ്പെടുന്നത് ഇപ്പോഴത്തെ ചൈനയിൽ കാണാം. 'ഷിദാദ', 'ഷിപപ്പാ' തുടങ്ങിയ പ്രയോഗങ്ങളും ഷിയുടെ വലിയ കട്ടൗട്ടുകളും ഷിയെ പ്രകീർത്തിക്കുന്ന ബാനറുകളുമെല്ലാം പാർട്ടി കോൺഗ്രസ്സിന് മുന്നോടിയായി വ്യാപകമായി പ്രചരിപ്പിക്കപ്പെട്ടിരുന്നു.

പ്രത്യക്ഷത്തിൽ നിരുപദ്രവകരമെന്ന് തോന്നാവുന്ന ഈ അന്തരീക്ഷ നിർമ്മിതിയും മറ്റും ചൈനയിലെ സാമ്പത്തികവും രാഷ്ട്രീയവുമായ

ഘടന എത്തിനിൽക്കുന്ന അവസ്ഥയിലേക്കുള്ള വ്യക്തമായ സൂചനകളാണ്. രണ്ടു തവണയിൽ കൂടുതൽ പ്രസിഡണ്ട് പദവിയിൽ ആരും തുടരാൻ പാടില്ലെന്നും 68 വയസ്സ് കഴിഞ്ഞവർ നേതൃത്വത്തിലുണ്ടാവാൻ പാടില്ലെന്നും ഇടക്കാലത്ത് ഭരണഘടനയിൽ എഴുതി ചേർത്തതും കർക്കശമായി നടപ്പിലാക്കപ്പെട്ടുകൊണ്ടിരിക്കുന്നതുമായ ചട്ടങ്ങൾ മറികടന്നുകൊണ്ട് 2022 ൽ നടക്കാനിരിക്കുന്ന അടുത്ത കോൺഗ്രസ്സിൽ മൂന്നാംതവണയും ഷി പ്രസിഡണ്ടായി തുടരാൻ മുൻകൂട്ടി ആസൂത്രണം ചെയ്തുകൊണ്ടുള്ള കരുനീക്കങ്ങളാണ് നടക്കുന്നതെന്ന് നിരീക്ഷകർ ചൂണ്ടിക്കാട്ടുന്നു. അതോടൊപ്പം അടുത്ത സ്ഥാനാരോഹണത്തോടൊപ്പം മാവോയ്ക്കു മാത്രം നൽകപ്പെട്ടിരുന്ന പാർട്ടി ചെയർമാൻ പദവിയും ഷിയ്ക്ക് നൽകപ്പെടാനിടയുണ്ടത്രെ. ഇത്തരമൊരു ലക്ഷ്യംവെച്ചുകൊണ്ട് ഷി തന്നെയാണ് കരുക്കൾ നീക്കിക്കൊണ്ടിരിക്കുന്നതെന്നും ചൂണ്ടിക്കാണിക്കപ്പെടുന്നു. കഴിഞ്ഞ അഞ്ചുവർഷം ഷി നടത്തിക്കൊണ്ടിരുന്ന പ്രവർത്തനശൈലി വിലയിരുത്തിക്കൊണ്ടാണ് ഇത്തരം വിലയിരുത്തൽ രൂപം കൊള്ളുന്നത്.

ഷിയുടെ പുതുയുഗ ചിന്ത ലക്ഷ്യമാക്കുന്നത് ചൈനീസ് വിപ്ലവത്തിന്റെ നൂറാം വാർഷികമാവുമ്പോഴേക്കും അതായത് അടുത്ത മൂന്നു ദശകക്കാലം കൊണ്ട് ചൈനയെ ലോകത്തിലെ ഏറ്റവും ആധുനികവും ശക്തവുമായ രാജ്യമാക്കുക എന്നതാണ്. കഴിഞ്ഞ രണ്ടു ദശകത്തിലധികമായി ലോകത്തിലെ ഏറ്റവും ഉയർന്ന സാമ്പത്തികവളർച്ച തോത് നില നിർത്തുന്ന രാജ്യമെന്ന നില്യക്ക് ഇതൊരു അസാധ്യ ലക്ഷ്യമായി ആരും കണക്കാക്കുകയില്ല. അമേരിക്കയെ പിൻതള്ളിക്കൊണ്ട് ചൈന ലോകത്തിലെ ഏറ്റവും വലിയ സാമ്പത്തികശക്തിയാവാൻ അധികകാലം വേണ്ടതില്ല. എന്നാൽ, ജനസംഖ്യാനുപാതികമായി, വികസിത മുതലാളിത്ത രാജ്യങ്ങൾക്കൊപ്പം സാമ്പത്തികനിലവാരം നേടുക ചൈനയെ സംബന്ധിച്ചിടത്തോളം അത്ര എളുപ്പമായിരിക്കില്ല. മാത്രമല്ല ഡെങ്സിയോവോ പിങ്ങിന്റെ കാലത്ത് തുടങ്ങിവെച്ച പരിഷ്ക്കരണ ശ്രമങ്ങളുടെ തുടർച്ചയാണ് ഇതെല്ലാമെങ്കിലും ഇതിനിടയ്ക്ക് ഒട്ടേറെ ആന്തരിക പ്രതിസന്ധികൾ ഉയർന്നുവരികയുണ്ടായി. അവയ്ക്കെല്ലാം പരിഹാരം കണ്ടെങ്കിലും നിരന്തരം പുതിയ പ്രശ്നങ്ങൾ ഉയർന്നു വരുന്നുണ്ട്. അങ്ങനെയുള്ള പല പ്രശ്നങ്ങളും നേരിടാൻ കഴിയുന്ന രീതിയിലുള്ള പ്രവർത്തനരീതികൾ ആവിഷ്ക്കരിച്ചു നടപ്പിലാക്കാനാണ് ഷി ജിൻ പിങ്ങ് ശ്രമിച്ചുകൊണ്ടിരിക്കുന്നത്. അതുകൊണ്ടുതന്നെ ഇത്തരം ശ്രമങ്ങളുടെ ഭാവിയെക്കുറിച്ച് എന്തെങ്കിലും ഉറപ്പിച്ചുപറയുക എളുപ്പമ

ല്ല.

മാവോയുടെ കാലത്ത് തുറന്ന വിപണിയില്ലാതെ പൊതുമേഖലാ സമ്പ്രദായങ്ങളും കമ്മ്യൂണുകളുമൊക്കെയായി നിലനിർത്താൻ ശ്രമിച്ചിരുന്ന പദ്ധതികളുടെ സ്ഥാനത്ത് കമ്മ്യൂണുകൾ പിരിച്ചുവിട്ട് എല്ലാ മേഖലകളിലും തുറന്ന വിപണിയെ വ്യാപിപ്പിക്കുന്ന രീതിയാണ് ഡെങ്ങ് സിയാവോ പിങ്ങ് സ്വീകരിച്ചത്. കർഷകർക്കെല്ലാം ഭൂമി തിരിച്ചുനൽകുകയും സ്വകാര്യമേഖലയിൽ വ്യവസായ സംരംഭങ്ങൾ തുടങ്ങാൻ അനുവാദവും പ്രോത്സാഹനവും നൽകുകയും ചെയ്യുന്ന മുതലാളിത്ത രീതിയാണ് ഡെങ്ങ് സിയാവോ പിങ്ങ് നടപ്പിലാക്കിയത്. 1978 മുതൽ ഇത്തരം നീക്കങ്ങൾ നടപ്പിലാക്കിയതിന്റെ തുടർച്ചയായി 84 ൽ ഭരണഘടനാ ഭേദഗതി ചെയ്ത് സ്വകാര്യ സംരംഭകർക്ക് തങ്ങളുടെ കീഴിലുള്ള തൊഴിലാളികളുടെ വേതനവും മറ്റു വ്യവസ്ഥകളും തീരുമാനിക്കാനുള്ള പൂർണ്ണമായ അവകാശം നൽകുകയാണ് ചെയ്തത്. വ്യവസായ വ്യാപാര സംരംഭങ്ങളെ പ്രോത്സാഹിപ്പിക്കാൻ വേണ്ടിയാണ് അത് ചെയ്തത്. പക്ഷേ, തൊഴിലാളികൾ യാതൊരു അവകാശങ്ങളുമില്ലാതെ കൂലിയടിമകളാക്കപ്പെടുകയും ചെയ്തു.

1949 ൽ അധികാരമേറ്റതോടുകൂടി ചൈനീസ് പാർട്ടിയുടെ ഭാഗമെന്ന നിലയ്ക്ക് രൂപവൽക്കരിക്കപ്പെട്ട അഖില ചൈനീസ് ട്രേഡ് യൂനിയൻ ഫെഡറേഷൻ (ACPTU)എന്ന സർക്കാർ നിയന്ത്രണത്തിലുള്ള ട്രേഡ് യൂണിയൻ സംഘടന മാത്രമാണ് ഇന്നുംചൈനയിലുള്ളത്. തൊഴിലാളി സമരങ്ങൾ ഉയർന്നുവരാതെ നോക്കാനും സമരങ്ങൾ ഉയർന്നുവന്നാൽ അവയെ ഒത്തുതീർപ്പിലെത്തിക്കാൻ പറ്റുന്ന മധ്യസ്ഥ പണി ചെയ്യാനുമാണ് ഈ സർക്കാർ ട്രേഡ് യൂണിയൻ ഉപയോഗിക്കപ്പെട്ടത്. അല്ലാതെ തൊഴിലാളികളെ ട്രെഡ്യൂണിയനുകളിൽ അണി നിരത്തലായിരുന്നില്ല അതിന്റെ ജോലി. ഫലത്തിൽ ചൈനയിലെ തൊഴിലാളികൾക്ക് സ്വതന്ത്ര ട്രേഡ് യൂണിയൻ സംഘടിപ്പിക്കാനോ സമരം ചെയ്യാനോ ഉള്ള അവകാശം ഒരിക്കലും ലഭിച്ചില്ല. ഇപ്പോഴുമില്ല.

തൊഴിലാളി വർഗ്ഗത്തിന്റെ ഭരണം നില നിൽക്കുന്നു എന്നു പറയപ്പെടുന്ന ലോകത്തിലെ ഏറ്റവും വലിയ തൊഴിലാളി വർഗ്ഗം നില നിൽക്കുന്ന ഈ സമൂഹത്തിലെ തൊഴിലാളികളുടെ അവസ്ഥയിതാണ്. 84 ലെ നിയമഭേദഗതിക്കു ശേഷമുള്ള കാലഘട്ടത്തിൽ 10-14 മണിക്കൂർ വരെ തുച്ഛ വേതനത്തിന് പണിയെടുക്കുകയല്ലാതെ തൊഴിലാളികൾക്ക് മറ്റൊന്നും ചെയ്യാനാകുമായിരുന്നില്ല.

നിലനിൽപ്പിനുവേണ്ടിയുള്ള ചെറുത്തുനിൽപ്പുസമരങ്ങളിലേക്ക്

നീങ്ങാൻ പ്രാദേശിക തലങ്ങളിൽ തൊഴിലാളികൾ നിർബന്ധിതരാവുകയായിരുന്നു. ഇത്തരം സമരങ്ങൾ സ്വയമേവ പൊട്ടിമുളയ്ക്കുകയും വ്യാപകമാവുകയും ചെയ്തപ്പോൾ തൊഴിലാളികൾക്ക് തൊഴിൽസമയം ക്രമീകരിക്കാനും മിനിമം കൂലി നിശ്ചയിക്കാനുമുള്ള തീരുമാനങ്ങൾ എടുക്കുമെന്നു പറഞ്ഞ് സർക്കാർ ട്രേഡ് യൂണിയൻ വഴി വാഗ്ദാനങ്ങൾ കൊടുത്ത് തൊഴിലാളികളെ സമരങ്ങളിൽനിന്ന് പിന്തിരിപ്പിക്കും. സർക്കാർനടപടികൾ നീട്ടിക്കൊണ്ടുപോവുകയും നടപ്പിലാക്കാതിരിക്കുകയും ചെയ്യും. തൊഴിലാളികൾ വീണ്ടും സമരത്തിനിറങ്ങും. 1990 കളിൽ ചൈനയിൽ ഇത്തരം സമരങ്ങൾ പ്രാദേശിക തലങ്ങളിൽ വ്യാപകമായിരുന്നു.

ഇതോടൊപ്പം പ്രാദേശികതലങ്ങളിൽ ജനകീയ സമരങ്ങളും വ്യാപകമായി പൊട്ടിപ്പുറപ്പെടാൻ തുടങ്ങിയിരുന്നു. ഇതിനു മറ്റൊരു കാരണം കൂടിയുണ്ടായിരുന്നു. സ്വകാര്യസംരംഭങ്ങളെയും വിപണിയെയും പ്രോത്സാഹിപ്പിക്കാൻ തുടങ്ങിയപ്പോൾ ഇവയ്ക്കാവശ്യമായ പരസ്യങ്ങൾ പ്രസിദ്ധപ്പെടുത്തുന്നതിന് അച്ചടി, ദൃശ്യമാധ്യമങ്ങൾ വ്യാപകമായി ആവശ്യമായി വന്നു. മാവോയിസ്റ്റ് കാലഘട്ടത്തിൽ മാധ്യമങ്ങളെല്ലാം സർക്കാർ നിയന്ത്രണത്തിലായിരുന്നു. സ്വകാര്യമാധ്യമങ്ങൾ അനുവദിക്കപ്പെട്ടിരുന്നില്ല. എന്നാൽ 1980 കളിൽ ഡെങ്ങിന്റെ സ്വകാര്യവൽക്കരണം വൻതോതിൽ മുന്നേറിയപ്പോൾ ഈ സർക്കാർ മാധ്യമങ്ങൾ വിപണിക്കു വഴങ്ങുന്നതായിരുന്നില്ല. സർക്കാർപത്രങ്ങളെയും ടി.വി ചാനലുകളെയും മറി കടന്നുകൊണ്ട് പ്രാദേശികതലത്തിൽ പത്രങ്ങളും ദൃശ്യമാധ്യമങ്ങളും അനുവദിക്കാൻ സർക്കാർ നിർബന്ധിതരാവുകയായിരുന്നു. സർക്കാറിനെയോ പാർട്ടിയെയോ വിമർശിക്കുന്നതരത്തിൽ ഒന്നും അവർ പ്രസിദ്ധീകരിക്കാൻ പാടില്ലെന്ന നിബന്ധന ശക്തമായിരുന്നു. ലംഘിക്കപ്പെട്ടാൽ മാധ്യമം അടച്ചുപൂട്ടപ്പെടും. എങ്കിലും പ്രാദേശികപ്രശ്നങ്ങൾ, ഭരണത്തിനെതിരെയും പാർട്ടിക്കെതിരെയും വരെ പ്രാദേശിക തലത്തിൽ ഉന്നയിക്കാനും അനുവാദമുണ്ടായിരുന്നു. അങ്ങനെയാണ് ട്രേഡ് യൂണിയൻ സമരങ്ങളോടൊപ്പം പല വിധത്തിലുള്ള ജനകീയ സമരങ്ങളും വ്യാപകമായത്. ഇത്തരം സമരങ്ങൾ ജനങ്ങളുടെ ജനാധിപത്യബോധത്തെ വളർത്താൻ സഹായിക്കുന്നതായിരുന്നു. സ്വകാര്യസ്വത്തും വിപണിയും പ്രവർത്തിക്കുന്നിടത്ത് ജനാധിപത്യാന്തരീക്ഷം അനിവാര്യമായിത്തീരുന്നത് ഇങ്ങനെയാണ്.

1980 കളിൽ ഡെങ്ങിന്റെ മുതലാളിത്തവൽക്കരണ ശ്രമങ്ങളെ തുടർന്ന് സ്വാഭാവികമായും ഉയർന്നുവന്ന ഈ ജനാധിപത്യാന്തരീക്ഷമാണ് 1989

ലെ ടിയാനൻമെൻ വിദ്യാർത്ഥി കലാപത്തിലേക്ക് നയിച്ചത്. മാവോയുടെ കാലത്തെ പാർട്ടിയിൽ നടന്നിരുന്ന മുതലാളിത്ത പാതക്കാരും സോഷ്യ ലിസ്റ്റ് പാതക്കാരും എന്ന രണ്ടു ചേരിയുടെ തുടർച്ച ഈ കാലഘട്ട ത്തിലും പ്രകടമായി. വിദ്യാർത്ഥികളെയും മറ്റു ജനാധിപത്യവാദിക ളെയും അനുകൂലിക്കുന്ന പാർട്ടിക്കുള്ളിലെ ജനാധിപത്യക്കാരുടെ നേതാവ് അന്നത്തെ പ്രധാനമന്ത്രിയായിരുന്ന ഷാവോസിയാങ്ങ് ആയി രുന്നു, പാർട്ടിയിലെ മറ്റനവധി പേരും അദ്ദേഹത്തോടൊപ്പമുണ്ടായിരു ന്നുവെന്ന് അദ്ദേഹം വീട്ടുതടങ്കലിലായിരുന്നപ്പോൾ എഴുതി പുറത്തെ ത്തിച്ച ഓർമ്മക്കുറിപ്പുകളിൽ പറയുന്നുണ്ട്. ജനാധിപത്യവാദികളെ അടി ച്ചൊതുക്കാൻ ഉദ്യോഗസ്ഥ മേധാവിത്വത്തോടൊപ്പം നിന്ന് ഡെങ്ങ് സിയാവോ പിങ്ങ് തയ്യാറാവുകയായിരുന്നു. ഗോർബച്ചേവ് അക്കാലത്ത് സോവിയറ്റ് യൂണിയനിൽ ചെയ്തുകൊണ്ടിരുന്നതു പോലുള്ള പാർട്ടി യിലെ പരിഷ്കാരങ്ങൾ അപകടം സൃഷ്ടിക്കുമെന്ന് ഡെങ്ങ് വിലയിരു ത്തിയിരുന്നതായി കാണാം. അതോടെ ചൈനീസ് പാർട്ടിയിൽ ജനാധി പത്യ വിരുദ്ധ ശക്തികൾ മുൻകൈ നേടുകയായിരുന്നു. അവിടന്നിങ്ങോട്ട് ആ വിഭാഗം തന്നെയാണ് മുൻകൈ നില നിർത്തിപ്പോന്നത്.

ഈ സ്ഥിതി വിശേഷം അസാധാരണമായ ഒരവസ്ഥയെ സൃഷ്ടി ക്കുകയാണ് ചെയ്തത്. സോവിയറ്റ് യൂണിയനിൽ ഉൾപ്പെടെയുള്ള മുൻ സോഷ്യലിസ്റ്റ് രാജ്യങ്ങളിൽ ജനാധിപത്യവൽക്കരണത്തിനു വേണ്ടി നില നിന്നവരാണ് സ്വകാര്യവൽക്കരണത്തിലേക്കും വിപണിയിലേക്കും മറ്റും നീങ്ങിയത്. മറുഭാഗം പൊതുമേഖലയെ സംരക്ഷിക്കുന്ന ഉദ്യോഗസ്ഥ മേധാവികൾക്കൊപ്പമാണ് നില കൊണ്ടത്. എന്നാൽ ചൈനയിൽ വിദ്യാർത്ഥി കലാപത്തിനുശേഷം പാർട്ടിയിൽ പിടി മുറുക്കിയ ഉദ്യോ ഗസ്ഥ മേധാവികൾ തന്നെയാണ് ചൈനയിലെ സ്വകാര്യവൽക്കരണ ത്തിന് നേതൃത്വം നൽകുന്നതും. പക്ഷേ, അതുവഴി കൂടുതൽ നേട്ടമു ണ്ടാക്കാമെന്നാണ് അവർ കണ്ടെത്തിയത്. പൊതുമേഖലാ സ്ഥാപനങ്ങ ളിൽ പകുതിയോളം സ്വകാര്യവൽക്കരിച്ചപ്പോൾ, അവയുടെ മേൽനോട്ടം വഹിച്ചിരുന്ന ഉദ്യോഗസ്ഥ മേധാവികളോടൊപ്പം ഈ വിഭാഗം പാർട്ടി നേതാക്കന്മാർക്കും അത്തരം സ്ഥാപനങ്ങൾ സ്വന്തം വരുതിയിൽ നിർത്താനോ വിഹിതം പങ്കിട്ടെടുക്കാനോ അവസരം ലഭിക്കുകയായിരു ന്നു. അവശേഷിക്കുന്ന പൊതുമേഖലാ സ്ഥാപനങ്ങളെ കോർപ്പറേറ്റ് വൽക്കരിക്കുമ്പോഴും നേട്ടമുണ്ടാക്കാൻ പറ്റുമായിരുന്നു. പാർട്ടിയുടെ കേന്ദ്രീകൃത ഘടനയ്ക്ക് കോട്ടം തട്ടിയ്ക്കാതെ അധികാരം നില നിർത്തി യപ്പോൾ പൊതുമേഖലയെയും സ്വകാര്യമേഖലയെയും ഒരുമിച്ച് ഉപ

യോഗപ്പെടുത്താൻ കഴിയുകയും രണ്ടിൽ നിന്നും നേട്ടങ്ങളുണ്ടാക്കാനാവുകയുമാണ് സംഭവിച്ചത്. ആ അടിസ്ഥാനത്തിൽ ചൈനയിൽ ഡെങ്ങും കൂട്ടരും ആരംഭിച്ച പരീക്ഷണം പുതിയൊരു തലത്തിൽ എത്തുകയായിരുന്നു.

പാർട്ടിനേതൃത്വം സ്ഥിതിഗതികൾ നിയന്ത്രണത്തിൽ നിർത്തിയെങ്കിലും ചൈനയിലെ അന്തരീക്ഷം സങ്കീർണ്ണമാവുകയായിരുന്നു. നേരത്തെ സൂചിപ്പിച്ചതുപോലെ പ്രാദേശിക സമരങ്ങൾ വൻതോതിൽ വർദ്ധിച്ചു വരികയായിരുന്നു. 1990– കൾ ഇത്തരം സമരങ്ങളുടെ മുന്നേറ്റത്തിന്റെ ഘട്ടമായിരുന്നു. സംഘടിക്കാനുള്ള അവകാശം നേടുന്നതിലൊന്നും വിജയം വരിക്കാൻ കഴിഞ്ഞില്ലെങ്കിൽ തൊഴിൽ സമയത്തിലും മറ്റും നിയന്ത്രണങ്ങൾ കൊണ്ടുവരാനും മിനിമം കൂലി നിശ്ചയിച്ച് പ്രഖ്യാപിക്കാനുമെല്ലാം നേതൃത്വത്തെ നിർബന്ധിക്കാൻ ഇത്തരം സമരങ്ങൾക്കായി. ഈ സമരങ്ങൾക്ക് കേന്ദ്രീകൃത നേതൃത്വമൊന്നുമുണ്ടായിരുന്നില്ലെങ്കിലും അവയുടെ വ്യാപ്തി നേതൃത്വത്തെ അങ്കലാപ്പിലാക്കാൻ പര്യാപ്തമായിരുന്നു.

ഇരുപത്തൊന്നാം നൂറ്റാണ്ടിന്റെ ആരംഭത്തോടെ ഇന്റർനെറ്റ് പ്രചാരത്തിൽ വന്നപ്പോൾ ചൈനീസ് പാർട്ടി നേതൃത്വം പുതിയ വെല്ലുവിളിയെ നേരിടുകയായിരുന്നു. സാമൂഹിക മാധ്യമങ്ങളുടെ സ്വാധീനത്തെ തടഞ്ഞുനിറുത്താൻ ഇപ്പോഴും വലിയ വെല്ലുവിളികളാണ് നേതൃത്വത്തിന് മുന്നിലുള്ളത്. ഗൂഗിൾ, യൂട്യൂബ്, ഫേസ് ബുക്ക്, ടിറ്റർ തുടങ്ങിയവയെല്ലാം ചൈനയിൽ നിരോധിക്കപ്പെട്ടിരിക്കുകയാണ്. എന്നാൽ സർക്കാർ നിയന്ത്രണത്തിലുള്ള നെറ്റ് വർക്കുകൾ ഉപയോഗിച്ച് ജനങ്ങൾക്കിടയിൽ സർക്കാർ ഭാഗത്തുനിന്നുള്ള പ്രചാരണങ്ങൾ നടത്തുന്നുമുണ്ട്.

ആഗോളതലത്തിലുള്ള നെറ്റ് വർക്കുകളെ ഒഴിവാക്കി സർക്കാറിന്റെ മേൽനോട്ടത്തിൽ സ്വകാര്യ നെറ്റ് വർക്കുകൾ പ്രവർത്തിക്കാൻ അനുവാദം നൽകുന്നുമുണ്ട്. അവയിലൂടെ ജനങ്ങൾക്ക് നെറ്റ് വർക്കുകൾ ഉപയോഗിക്കാനും പ്രാദേശിക തല പരിപാടികളും വിവരങ്ങളുമെല്ലാം കൈമാറാനും അവസരം ഒരുക്കുന്നുമുണ്ട്. എന്നാൽ സർക്കാറിന്റെ നെറ്റ് വർക്കുകളെ ഉപയോഗിച്ച് പ്രത്യക്ഷമല്ലാത്ത (വൈറൽ) നെറ്റ് വർക്ക് ശ്യംഖലകൾ സ്വകാര്യമേഖലയിൽ വ്യാപകമായി പ്രവർത്തിക്കുന്നുണ്ട്. ഇവ ഉപയോഗിച്ചുകൊണ്ട് ജനങ്ങളിൽ പലർക്കും സർക്കാർ നിയന്ത്രണങ്ങളെ മറി കടന്നുകൊണ്ട് ആഗോള നെറ്റ് വർക്കുകൾ ഉപയോഗിക്കാൻ കഴിയുന്നുണ്ട്. അതുവഴി ലോകത്ത് നടന്നുകൊണ്ടിരിക്കുന്നതെന്താണെന്ന് മനസ്സിലാക്കാനും ലോക സമൂഹവുമായി ബന്ധങ്ങൾ നില

നിർത്താനും കഴിയുന്ന ചൈനക്കാരുടെ എണ്ണം വർദ്ധിച്ചുവരുകയാണ്. ചൈനീസ് നേതൃത്വം ഏറ്റവുമധികം ഭയപ്പെടുന്നത് ഈ സൈബർ ലോകത്തെതന്നെയാണ്.

1980 കളിലും 90 കളിലും അസംഘടിതരായ കോടിക്കണക്കിന് തൊഴിലാളികളെക്കൊണ്ട് കുറഞ്ഞ വേതനത്തിൽ കൂടുതൽ സമയം പണിയെടുപ്പിച്ചു ഉണ്ടാക്കിയ ഉല്പ്പന്നങ്ങൾ ലോകമെമ്പാടുമുള്ള വിപണികളിൽ കുറഞ്ഞ വിലയ്ക്ക് വിറ്റാണ് ചൈന ലോകത്തിന്റെ ഫാക്ടറിയാവുകയും വ്യവസായങ്ങൾ നടത്താൻ ബഹു രാഷ്ട്ര കുത്തകകളെ ചൈനയിലേക്ക് ആകർഷിക്കുകയും ചെയ്തത്. ഗ്രാമങ്ങളിലെ യന്ത്രവൽക്കരണവും മറ്റ് പരിഷ്ക്കാരങ്ങളും കർഷകരിൽ ഗണ്യമായ വിഭാഗത്തെ തൊഴിൽ രഹിതരാക്കിയപ്പോൾ അവരെല്ലാം നഗരങ്ങളിലേക്ക് പ്രവഹിക്കുകയായിരുന്നു. നഗരങ്ങളിൽ തൊഴിൽ ശക്തി കുമിഞ്ഞുകൂടിയപ്പോൾ തൊഴിലാളികൾക്ക് വില പേശൽ സാധ്യമല്ലാതാവുകയും ചെയ്തു. ഇരുപത്തൊന്നാം നൂറ്റാണ്ടിന്റെ ആദ്യദശകത്തിൽ ഈ അവസ്ഥയ്ക്ക് മാറ്റം വരാൻ തുടങ്ങി. ഗ്രാമങ്ങളിൽനിന്നുള്ള കർഷകരുടെ പ്രവാഹം കുറഞ്ഞുവരികയും നിലയ്ക്കുകയും ചെയ്തതോടൊപ്പം നഗരങ്ങളിൽ ഫാക്ടറികളുടെ എണ്ണം വർദ്ധിച്ചുവരുകയും ചെയ്തപ്പോൾ തൊഴിലാളിക്ഷാമം രൂക്ഷമാവാൻ തുടങ്ങി. തൊഴിലാളികൾക്കുവേണ്ടി മുതലാളിമാർ മത്സരിക്കാൻ തുടങ്ങിയപ്പോൾ അവരുടെ കൂലി വർദ്ധിക്കാൻ തുടങ്ങി. സേവനവ്യവസ്ഥകൾ മെച്ചപ്പെടാനും തുടങ്ങി. ഈ അവസ്ഥ ഏറിയും കുറഞ്ഞും ഇപ്പോഴും തുടരുന്നുണ്ടെങ്കിലും ഇപ്പോഴും തൊഴിലാളികൾക്ക് അവകാശങ്ങളൊന്നും ലഭ്യമായിട്ടില്ല. വിദേശ കോർപ്പറേറ്റുകൾക്കും തദ്ദേശീയ കോർപ്പറേറ്റുകൾക്കും മറ്റു മുതലാളിമാർക്കും വേണ്ടി ചൈനയിലെ കോടിക്കണക്കിന് തൊഴിലാളികളെ കൂലി അടിമകളാക്കി നിലനിർത്തിക്കൊടുക്കുന്ന പണിയാണ് ചൈനീസ് കമ്മ്യൂണിസ്റ്റു പാർട്ടി ചെയ്തുകൊണ്ടിരിക്കുന്നത്.

ഈ തൊഴിലാളികളെതന്നെ ഉപയോഗപ്പെടുത്തിക്കൊണ്ട് സാങ്കേതിക വിദഗ്ദ്ധരെയും വിദഗ്ദ്ധ മാനേജ്മെന്റുകളെയും ഉപയോഗപ്പെടുത്തിക്കൊണ്ട് ചൈനയിലെ അടിസ്ഥാന സൗകര്യങ്ങൾ വികസിപ്പിക്കുന്നതിലും പാശ്ചാത്യ നഗരങ്ങളെ വെല്ലുന്ന ചൈനീസ് നഗരസംവിധാനങ്ങൾ വളർത്തിക്കൊണ്ടു വരുന്നതിലും ചൈനീസ് നേതൃത്വം വിജയിച്ചിരിക്കുന്നു. തികച്ചും ടെക്നോക്രാറ്റുകൾ എന്നു വിളിക്കാവുന്ന ഒരു മതുലാളി വർഗ്ഗമാണ് ചൈനീസ് കമ്മ്യൂണിസ്റ്റ് പാർട്ടിയുടെ പേരിൽ ഇന്ന് ചൈനയെ ഭരിക്കുന്നത്.

ജനങ്ങളുടെയും തൊഴിലാളികളുടെയും ഭാഗത്തുനിന്നുണ്ടാകുന്ന ചെറുത്തുനിൽപ്പുകളുടെയും സമരങ്ങളുടെയും തോത് വർഷം പ്രതി വൻതോതിൽ വർദ്ധിച്ചുകൊണ്ടിരിക്കുന്നത് നേതൃത്വത്തെ ഗണ്യമായി അലോസരപ്പെടുത്തുന്നുണ്ട്. അതിനെ നേരിടേണ്ടതെങ്ങിനെ എന്നതു സംബന്ധിച്ച് നേതൃത്വത്തിന് വ്യത്യസ്ത അഭിപ്രായങ്ങളുമുണ്ട്. ഒരു വിഭാഗം ജനാധിപത്യ പ്രക്രിയയെ പടിപടിയായി വ്യാപിപ്പിച്ചുകൊണ്ട് പാർലമെന്ററി ജനാധിപത്യത്തിലേക്ക് രാജ്യം ആസൂത്രിതമായി നീങ്ങേണ്ടതുണ്ട് എന്ന് ചിന്തിക്കുന്നവരാണ്. ഇവർ താരതമ്യേന ദുർബല വിഭാഗമാണ്. മറുപക്ഷമാകട്ടെ, ജനാധിപത്യം അരാജകത്വത്തിലേക്ക് നയിക്കുമെന്നും ആ സാധ്യതയെ ശക്തമായി തടഞ്ഞുകൊണ്ട് ചൈനീസ് മോഡൽ സോഷ്യലിസം വളർത്തിക്കൊണ്ടുവരാനായി കമ്മ്യൂണിസ്റ്റു പാർട്ടി നേതൃത്വം ശക്തമായി തുടരണമെന്നും വാദിക്കുന്നവരാണ്. ഡെങ്ങ് സിയാവോ പിങ്ങിനു ശേഷം നേതൃത്വത്തിൽ വന്ന ജിയാങ്ങ് സെമിനും ഹു ജിന്താവോയും ഈ ചിന്താഗതിയെ പിന്തുണയ്ക്കുന്നവരായിരുന്നെങ്കിലും താരതമ്യേന മിതവാദികളായിരുന്നു. അടിച്ചമർത്തൽ നടപടികൾ തുടർന്നിരുന്നുവെങ്കിലും കാർക്കശ്യം കുറവായിരുന്നു.

2007 ൽ ചൈനീസ് പാർട്ടിയുടെ ഏറ്റവും ഉയർന്ന ഘടകമായ പോളിറ്റ് ബ്യൂറോ സ്റ്റാൻഡിംഗ് കമ്മിറ്റിയിൽ എത്തിയ ഷി ജിൻ പിങ്ങ് 2012 ൽ പ്രസിഡണ്ടായത് പാർട്ടി അഭിമുഖീകരിക്കുന്ന വെല്ലുവിളികളെ നേരിടുന്നതിന് ശക്തവും കേന്ദ്രീകൃതവുമായ നേതൃത്വം വേണമെന്ന ചിന്താഗതിക്ക് ഊന്നൽ നൽകിക്കൊണ്ടാണ്. മാവോയുടെ നേതൃത്വകാലത്ത് ഭിന്ന വീക്ഷണങ്ങൾ തമ്മിൽ പാർട്ടിക്കുള്ളിൽ സമരം ചെയ്യാൻ അനുവദിക്കുകയും പ്രോത്സാഹിപ്പിക്കുകയും ചെയ്യുന്ന രീതിയാണ് സ്വീകരിച്ചത്. മുതലാളിത്ത പാതക്കാരെന്ന് മുദ്ര കുത്തി പാർട്ടി നേതൃത്വത്തിൽനിന്ന് ഒഴിവാക്കി നിർത്തിയ ഡെങ്ങ് സിയാവോ പിങ്ങിന് വീണ്ടും നേതൃത്വത്തിൽ എത്താൻ കഴിഞ്ഞത് മാവോയുടെ ഈ ശൈലി നിമിത്തമാണ്. എതിരാളികളെ പൂർണ്ണമായും തകർക്കുന്ന സ്റ്റാലിന്റെ രീതിയിൽ നിന്നും തികച്ചും വ്യത്യസ്തമായിരുന്നു മാവോയുടെ രീതി. ഷിജിൻപിങ്ങ് സ്റ്റാലിൻശൈലിയിലേക്ക് തിരിച്ചുപോയിരിക്കുകയാണ്.

ഷിജിൻ പിങ്ങ് അധികാരമേൽക്കുന്നതിന് മുൻപുള്ള വർഷങ്ങളിൽ നേതൃത്വം അഭിമുഖീകരിച്ചിരുന്ന പ്രശ്നങ്ങൾ മുഖ്യമായും പ്രാദേശിക ജനകീയ തൊഴിലാളി സമരങ്ങളുടെ വർദ്ധിച്ചു വരുന്ന തോതായിരുന്നു. സർക്കാർ നിയന്ത്രണങ്ങൾ ഇവയെല്ലാം മറി കടന്നുകൊണ്ട് ഇത്തരം സമരങ്ങൾ സംഘടിപ്പിക്കുന്നതിലും നിലനിർത്തുന്നതിലും സാമൂഹിക

മാധ്യമങ്ങളുടെ പങ്ക് വർദ്ധിച്ചുവരുന്നതും വലിയൊരു തലവേദനയായിരുന്നു. അതോടൊപ്പം പൊതുമേഖല- സ്വകാര്യമേഖലകളെയെല്ലാം അവിഹിതമായി ഉപയോഗപ്പെടുത്തി സാമ്പത്തിക നേട്ടങ്ങളുണ്ടാക്കാൻ പാർട്ടിക്കാർ കൂടുതൽ കൂടുതലായി വൈദഗ്ദ്ധ്യം നേടിവന്നതോടെ അഴിമതി വൻതോതിൽ വ്യാപകമാവുന്നത് എല്ലാവരെയും ആശങ്കപ്പെടുത്തിക്കൊണ്ടിരുന്നു. ഇത്തരമൊരു സാഹചര്യത്തിൽ ഇടപെടുന്നതിന് തന്റെതായ ഒരു രീതി വികസിപ്പിച്ചെടുക്കുകയാണ് ഷി ചെയ്തത്.

അഴിമതിക്കെതിരായ ശക്തമായ നടപടികൾ പാർട്ടിയിലും സമൂഹത്തിലുമുള്ള ഭൂരിപക്ഷത്തെ ആകർഷിക്കുന്ന പ്രവർത്തനമാണ്. അതുകൊണ്ടുതന്നെയാണ് ഷി ആ മേഖലയിൽ കേന്ദ്രീകരിച്ചത്. അഴിമതിക്കാരെ വെച്ചു പൊറുപ്പിക്കാത്ത നേതാവെന്ന പേര് സമ്പാദിക്കാനാവുന്നതോടെ, അഴിമതി വിരുദ്ധ നടപടികളുടെ മറവിൽ വിമതരെയും തന്റെ വരുതിയിൽ നിൽക്കാത്തവരെന്ന് സംശയിക്കുന്നവരെയുമെല്ലാം ഒതുക്കാനുള്ള ഒരു തുറുപ്പുചീട്ടായും അഴിമതി വിരുദ്ധ പ്രവർത്തനങ്ങളെ ഉപയോഗപ്പെടുത്താം. ഷി അതുതന്നെയാണ് ചെയ്തതെന്നാണ് നിരീക്ഷകർ കണ്ടെത്തിയിട്ടുള്ളത്. മാത്രമല്ല, ഷി ഉപയോഗിച്ചുകൊണ്ടിരുന്നത് സ്റ്റാലിൻരീതിയാണെന്നും ചൂണ്ടിക്കാണിക്കപ്പെട്ടിട്ടുണ്ട്.

സോവിയറ്റ് യൂണിയനിൽ സ്റ്റാലിൻ സ്വീകരിച്ചത്, തന്റെ നേതൃത്വത്തിന് ഭീഷണി ആവുന്നവരെയും വിമതരെന്ന് സംശയിക്കപ്പെടുന്നവരെയും മുഴുവനും പാർട്ടിയിൽനിന്നും പുറത്താക്കുക, കേസുകളിൽ പെടുത്തി ജയിലിലിടക്കുക, രാജ്യദ്രോഹക്കുറ്റം ചുമത്തി വധശിക്ഷക്ക് വിധേയരാക്കുക എന്നിങ്ങനെയുള്ള നടപടികളിലൂടെ ഉന്മൂലനം ചെയ്യുക എന്നതാണ്. ഈ രീതിയിലുള്ള സ്റ്റാലിന്റെ ക്രൂരതകളുടെ വ്യക്തമായ വിവരങ്ങൾ ലഭ്യമാണ്. കമ്മ്യൂണിസ്റ്റുപാർട്ടിയുടെ ജനാധിപത്യ കേന്ദ്രീകരണം എന്നറിയപ്പെടുന്ന കേന്ദ്രീകൃത ഘടനയാണ് സ്റ്റാലിനെ ഇതിന് പ്രാപ്തനാക്കിയത്. മുകളിൽനിന്നുള്ള തീരുമാനത്തെ ചോദ്യം ചെയ്യാതെ നടപ്പിലാക്കാൻ മാത്രമേ താഴെയുള്ളവർക്ക് അധികാരമുള്ളു എന്നതുകൊണ്ട് താഴെ നിന്നുള്ള ജനാധിപത്യം എന്നത് ഒരു കെട്ടുകഥ മാത്രമായിരുന്നു. ലോകത്തെമ്പാടുമുള്ള കമ്മ്യൂണിസ്റ്റുപാർട്ടിയിൽ സംഭവിച്ചിട്ടുള്ളതും സംഭവിച്ചുകൊണ്ടിരിക്കുന്നതും ഇതുതന്നെയാണ്. അധികാരം ലഭിക്കുന്ന പാർട്ടികളിൽ ഇത് ഭീകരരൂപം കൈവരിക്കുന്നു എന്നു മാത്രം. ചൈനീസ് പാർട്ടിയിലും ഇപ്പോൾ കണ്ടുകൊണ്ടിരിക്കുന്നത് ഇതുതന്നെയാണ്.

കഴിഞ്ഞ അഞ്ചുവർഷത്തിനുള്ളിൽ ഒരു ലക്ഷം പേർക്കെതിരെ അഴി

മതി വിരുദ്ധ നടപടികൾ ആരംഭിക്കുകയും കേസുകൾ പല തലങ്ങളിൽ ശിക്ഷിക്കൽ ഉൾപ്പെടെ എത്തുകയും ചെയ്തിട്ടുണ്ട്. ഇതിൽ 120 പേർ പാർട്ടിയിലെ ഉയർന്ന പദവിയിലുള്ളവരാണ്. ഷിയുടെ ഗൂഢലക്ഷ്യങ്ങൾ പ്രകടമാക്കുന്ന പല കേസുകളുമുണ്ട് ഇവയിൽ. ഏറ്റവും ശ്രദ്ധേയമായത് നാലു വർഷംമുമ്പ് വലിയ വാർത്തയായ ഒരു കേസാണ്. അതിവേഗം പാർട്ടിയുടെ ഉയർന്ന നേതൃത്വത്തിലേക്ക് കുതിച്ചെത്തിക്കൊണ്ടിരുന്ന, ജനങ്ങളെ എളുപ്പത്തിൽ കൈയിലെടുക്കാൻ കഴിയുന്ന ആകർഷണീയ വ്യക്തിത്വമുള്ള യുവനേതാവായിരുന്നു ബോഷിലാൽ. പ്രതിഭകൊണ്ട് ശ്രദ്ധേയയായ ഭാര്യയും ഓക്ഫോഡിൽ പഠിച്ചിരുന്ന സമർത്ഥനായ മകനും ഉൾപ്പെടുന്ന മാതൃകാ കുടുംബത്തെ ജനങ്ങൾ പ്രതീക്ഷയോടെയാണ് കണ്ടിരുന്നത്. പക്ഷേ, എല്ലാം മാസങ്ങൾക്കുള്ളിൽ തകർന്നുവീണു. മകനെ ദുർനടപ്പുകാരനായി ചിത്രീകരിക്കുന്ന റിപ്പോർട്ടുകൾ വന്നു. ഭാര്യ ഒരു വിദേശ വ്യവസായിയുടെ കൊലപാതകത്തിൽ പ്രതിയായി. ബോയ്ക്ക് അഴിമതി ആരോപണത്തിൽ ജീവപര്യന്തം ശിക്ഷയും. ഇത്തരം അനവധി സംഭവങ്ങൾ നിരീക്ഷകർ ചൂണ്ടിക്കാട്ടുന്നു. ഇത്തരം നടപടികൾ എതിരാളികളെ തകർക്കുന്നതോടൊപ്പം മറ്റുള്ളവർക്കെല്ലാം താക്കീതുമാകുന്നു. അഴിമതി വിരുദ്ധനും കരുത്തനുമായ നേതാവായി ഷി ഉയർന്നുവന്നത് ഇങ്ങനെയാണ്.

ഇന്നത്തെ ചൈനീസ് സാഹചര്യത്തിൽ ഇത്തരം ഏകപക്ഷീയമായ കേന്ദ്രീകൃതാധികാരത്തിന് എത്രനാൾ തുടരാനാകും എന്നതാണ് ഉയർന്നുവരുന്ന പ്രധാന ചോദ്യം. മനുഷ്യചരിത്രം കാണിച്ചുതരുന്നത് ഏകപക്ഷീയമായ അധികാര കേന്ദ്രീകരണങ്ങളൊന്നും അധികനാൾ തുടർന്നിട്ടില്ലെന്നതാണ്. സാമ്പത്തികവും രാഷ്ട്രീയവുമായ കേന്ദ്രീകരണമാണ് സോവിയറ്റ് മോഡൽ സോഷ്യലിസ്റ്റ് രാജ്യങ്ങളെ തകർച്ചയിലേക്കു നയിച്ചത്. മാർക്കറ്റ് സോഷ്യലിസം എന്ന പേരിട്ട് ചൈനയിൽ സാമ്പത്തിക മേഖലയിൽ സൃഷ്ടിച്ച് സ്വകാര്യവൽക്കരണം സാമ്പത്തിക കേന്ദ്രീകരണത്തിന് ഗണ്യമായ അയവ് വരുത്തി. ചൈനീസ് സമ്പദ് വ്യവസ്ഥ തകരാതെ പിടിച്ചുനിൽക്കുകയും വളരുകയും ചെയ്തത് അതുകൊണ്ടുതന്നെയാണ്. പക്ഷേ, രാഷ്ട്രീയ രംഗത്തും ജനാധിപത്യ വൽക്കരണത്തിനുള്ള ശ്രമങ്ങൾ ഉയർന്നുവന്നെങ്കിലും കേന്ദ്രീകരണത്തിന്റെ ശക്തികൾ വിജയിക്കുകയായിരുന്നു. ഇപ്പോൾ ഷി ജിൻ പിങ്ങിന്റെ നേതൃത്വത്തിൽ, നാളിവതുവരെ ചൈനീസ് കമ്മ്യൂണിസ്റ്റ് പാർട്ടിയുടെ ചരിത്രത്തിൽ കാണാത്ത തരം ഏകപക്ഷീയ അധികാര കേന്ദ്രീകരണമാണ് സംഭവിച്ചുകൊണ്ടിരിക്കുന്നത്.

പ്രാദേശിക തലങ്ങളിൽ വിപണിയുമായി ബന്ധപ്പെട്ട് ഉയർന്നു വന്ന രാഷ്ട്രീയ വികേന്ദ്രീകരണ പ്രവണതകൾ ഈ അധികാര കേന്ദ്രീകരണത്തെ സന്തുലതയിലെത്തിക്കാൻ പര്യാപ്തമല്ല. മാത്രമല്ല, ഈ പ്രാദേശിക പ്രവണതകളെ പരമാവധി നിയന്ത്രിക്കാനാണ് ഷി ശ്രമിച്ചുകൊണ്ടിരിക്കുന്നത്. ഒന്നുകിൽ പാർട്ടിക്കുള്ളിൽ നിന്നുതന്നെ രാഷ്ട്രീയ വികേന്ദ്രീകരണത്തിന്റെ ശക്തികൾ ഉയർന്നുവരണം. അല്ലെങ്കിൽ ജനകീയ മുന്നേറ്റങ്ങളിലൂടെയായിരിക്കും അത് സംഭവിക്കുക.

(മാതൃഭൂമി ആഴ്ചപ്പതിപ്പ്, നവമ്പർ 2017)

പുരുഷാധിപത്യത്തിനെതിരെ പുതിയ സമരമുഖങ്ങൾ

മലയാളസിനിമാരംഗത്ത് കഴിഞ്ഞവർഷം ആദ്യം ഒരു യുവനടി ആക്രമിക്കപ്പെട്ടതിനെ തുടർന്ന് അവൾക്കൊപ്പം എന്ന് ഉറക്കെ പ്രഖ്യാപിച്ചുകൊണ്ട് ഉയർന്നുവന്ന സിനിമാരംഗത്തെ സ്ത്രീകൂട്ടായ്മ, കേരളത്തിലെ സ്ത്രീപുരുഷ ബന്ധത്തിന്റെ അവസ്ഥയെക്കുറിച്ച് ഗൗരവമേറിയ ഒരു ചർച്ചയ്ക്കും അന്വേഷണത്തിനും സാഹചര്യമൊരുക്കുന്ന വിധം പുതിയൊരു അന്തരീക്ഷം സൃഷ്ടിക്കാൻ കാരണമായിട്ടുണ്ട്. ഈ വിഷയം മനുഷ്യസമൂഹത്തിന്റെ പൊതു പരിണാമ ചരിത്രവുമായി അഭേദമായി ബന്ധപ്പെട്ടുകിടക്കുന്ന ഒന്നാണ്. അതേ സമയം ഇന്ത്യൻ സാഹചര്യത്തിലും ഈ വിഷയത്തിന് തനതായ സവിശേഷ ചരിത്രമുണ്ടുതാനും. തിരുവനന്തപുരത്ത് നടന്ന ഫിലിം ഫെസ്റ്റിവെലിന്റെ ഒരു വേദിയിൽവെച്ച് ഈ സ്ത്രീ കൂട്ടായ്മയിലെ ചിലർ പങ്കെടുത്ത ഒരു ചർച്ചയുടെ സന്ദർഭത്തിൽ തനതായ അഭിപ്രായങ്ങൾ നിലനിർത്തുന്ന യുവനടിമാരിൽ ഒരാളായ പാർവ്വതി, മമ്മൂട്ടി അവതിപ്പിച്ച ഒരു കഥാപാത്രം (കസബ സിനിമയിൽ) നടത്തുന്ന സ്ത്രീ വിരുദ്ധ സംഭാഷണങ്ങളെക്കുറിച്ച് വിമർശനപരമായി അഭിപ്രായപ്പെട്ടത് സുപ്പർസ്റ്റാറിനെ അവഹേളിക്കുകയായിരുന്നു എന്നു പറഞ്ഞുകൊണ്ട് അദ്ദേഹത്തിന്റെ ആരാധക വൃന്ദങ്ങൾ സാമൂഹിക മാധ്യമങ്ങളിൽ ഉറഞ്ഞുതുള്ളുക മാത്രമല്ല, പാർവ്വതിയെ നേരിട്ടു വിളിച്ച് ഭീഷണിപ്പെടുത്തുന്നതിലേക്കും അസഭ്യങ്ങൾ ചൊരിയുന്നതിലേക്കും വരെ എത്തുകയുണ്ടായി.

ഒരു പുരോഗമന സമൂഹമെന്ന് സ്വയം വിലയിരുത്തുകയും മറ്റുള്ളവർ പൊതുവിൽ അങ്ങനെത്തന്നെ നോക്കിക്കാണുകയും ചെയ്യുന്ന മലയാളിസമൂഹത്തിനുള്ളിൽനിന്ന് ഇത്തരം പ്രതികരണങ്ങൾ ഉയർന്നുവന്നത് അതിശയകരമാണെന്ന രീതിയിൽ, എന്തുകൊണ്ട് ഇങ്ങനെ സംഭവിക്കുന്നു എന്ന്, ഈ സ്ത്രീ കൂട്ടായ്മയിൽനിന്നുതന്നെ ചിലർ സംശയ

ങ്ങളും ചോദ്യങ്ങളും ഉന്നയിക്കുകയുണ്ടായി. പ്രസക്തമാണ് ഈ ചോദ്യം. വിപ്ലവരാഷ്ട്രീയത്തിലും ജനാധിപത്യ വൽക്കരണത്തിലുമെല്ലാം ഏറെ മുന്നിലെത്തി എന്നവകാശപ്പെടുന്ന മലയാളികൾക്കിടയിലെ സ്ത്രീപുരുഷ ബന്ധങ്ങൾ ഫ്യൂഡൽ അവസ്ഥയിൽതന്നെ തുടരുകയാണെന്ന യാഥാർത്ഥ്യം പലരും ചൂണ്ടിക്കാണിച്ചിട്ടുള്ളതാണ്. പക്ഷേ, കേരളത്തിന്റെ സമൂഹികചരിത്രത്തിൽ സംഭവിച്ചിട്ടുള്ള ഈ വിപര്യയത്തിന്റെ കാരണങ്ങൾ തേടിയുള്ള അന്വേഷണം നേരത്തെതന്നെ ആരംഭിച്ചിരുന്നുവെങ്കിലും അതിൽ കാര്യമായ പുരോഗതിയൊന്നും ഉണ്ടായിട്ടില്ലെന്നതും ഒരു വസ്തുതയാണ്. ആ ദിശയിലുള്ള ചെറിയൊരു അന്വേഷണത്തിന് തുടക്കം കുറിക്കാനാണ് ഇവിടെ ശ്രമിക്കുന്നത്.

വിഷയത്തിലേക്ക് കടക്കുന്നതിനുമുമ്പ്, ഈ വിഷയവുമായി ബന്ധപ്പെട്ട്, അന്താരാഷ്ട്രതലത്തിൽ തന്നെ ഉണ്ടായ ചില സംഭവവികാസങ്ങളെക്കുറിച്ച് സൂചിപ്പിക്കുന്നത് കേരളത്തിലെ അവസ്ഥയെ താരതമ്യം ചെയ്യാൻ സഹായകമായേക്കും. അമേരിക്കയിൽ ഹോളിവുഡിലെ സിനിമാ രാജാവുതന്നെയായ പ്രമുഖ നിർമ്മാതാവ് ഹാർവി വിൻസ്റ്റിനെതിരായി ഒരു നടി ഇക്കഴിഞ്ഞ (2017) ഒക്ടോബറിൽ ലൈംഗികാതിക്രമത്തിന്റെ സ്വന്തം അനുഭവം വെളിപ്പെടുത്തുകയുണ്ടായി. ചില പത്രങ്ങൾ അതേറ്റെടുത്ത് വലിയ വിഷയമാക്കിയതോടെ അത് സൃഷ്ടിച്ച ഭൂകമ്പം ലോകനിലവാരത്തിലേക്ക് വ്യാപിക്കുകയായിരുന്നു. മറ്റു പല നടികളും വിൻസ്റ്റീന്റെ ലൈംഗിക വിക്രിയകളെക്കുറിച്ചുള്ള കഥകൾ വെളിപ്പെടുത്തയിതോടെ ഹോളിവുഡിൽ കലാപാന്തരീക്ഷമാണ് ഉയർന്നുവന്നത്. സിനിമാമേഖലയിലെ നടന്മാർ ഉൾപ്പെടെ മറ്റു പല പ്രമുഖന്മാർക്കുമെതിരായി ലൈംഗികാതിക്രമങ്ങളുമായി ബന്ധപ്പെട്ട ആരോപണങ്ങളുടെ പ്രവാഹം തന്നെ ഉണ്ടായി. അനവധി കേസുകളുണ്ടായി. ആരോപിതരായ പ്രമുഖർ ഉൾപ്പെടെ അനവധി പേർ സിനിമാരംഗത്ത് നിന്ന് പുറത്തായി.

ഇത് സിനിമാരംഗത്തു മാത്രമായി ഒതുങ്ങിനിന്നില്ല. മാധ്യമരംഗത്തേക്കും രാഷ്ട്രീയത്തിലേക്കും നീതിന്യായരംഗത്തേക്കും വരെയും അത് വ്യാപിച്ച് മൂടിവെയ്ക്കപ്പെട്ടിരുന്ന അനവധി ലൈംഗികാക്രമണങ്ങൾ പുറത്തുവന്നു. പ്രമുഖർ പലരും കുടുങ്ങി. ഇതിനിടയ്ക്ക് ഒരു പ്രമുഖ നടി എനിക്കും ഈ അനുഭവമുണ്ട് എന്ന അർത്ഥത്തിൽ 'മീ ടൂ' എന്ന പ്രയോഗം ഒരു മുദ്രാവാക്യമായി സാമൂഹിക മാധ്യമങ്ങളിലൂടെ പ്രചരിപ്പിച്ചപ്പോൾ ദശലക്ഷക്കണക്കിന് സ്ത്രീകളാണ് ലോകവ്യാപകമായി അതിൽ പങ്കു ചേർന്നത്. വർഷങ്ങൾക്കു മുമ്പ് അമേരിക്കയിലെ ഒരു സാമൂഹിക

പ്രവർത്തകയോട് 13 വയസ്സുള്ള ഒരു പെൺകുട്ടി താൻ നേരിട്ട ലൈംഗികാതിക്രമത്തെക്കുറിച്ചു പറഞ്ഞപ്പോൾ ആ കുട്ടിയെ സമാധാനിപ്പിക്കാനായി 'മീ ടു ' എന്ന് ആ കുട്ടിയോട് പറയണമെന്ന് ആഗ്രഹിച്ചതാണെന്ന് പറഞ്ഞുകൊണ്ട് അവരായിരുന്നു ഈ പ്രയോഗം പ്രചാരത്തിൽ കൊണ്ടുവന്നത്. പക്ഷേ, അതറിയാതെ ഇപ്പോഴത്തെ പ്രമുഖ നടി അത് ഏറ്റെടുത്തപ്പോൾ, പ്രത്യേകിച്ചും ഹോളിവുഡ് സംഭവങ്ങളുടെ പശ്ചാത്തലത്തിൽ ലോകവ്യാപകമായി ഏറ്റെടുക്കപ്പെടുകയായിരുന്നു.

അമേരിക്കയിൽ നടന്നതുപോലുള്ള വെളിപ്പെടുത്തലുകൾ, ഏറെക്കുറെ എല്ലാ യൂറോപ്യൻ രാജ്യങ്ങളിലും ഓസ്ട്രേലിയയിലും കാനഡയിലും ചില ലാറ്റിനമേരിക്കൻ രാജ്യങ്ങളിലും ജപ്പാനും ഫിലിപ്പിൻസും പോലുള്ള ഏഷ്യൻരാജ്യങ്ങളിലും ആവർത്തിക്കുകയായിരുന്നു. പല പ്രമുഖരുടെയും മുഖംമൂടികൾ തകർന്നുവീണു. ലോകവ്യാപകമായി സ്ത്രീപുരുഷ സമത്വത്തിനുവേണ്ടി സ്ത്രീകളുടെ ഭാഗത്തുനിന്ന് നടന്നുകൊണ്ടിരിക്കുന്ന പലവിധ സംരംഭങ്ങളിൽ എന്തുകൊണ്ടും നിർണ്ണായകമായ ഒരു മുന്നേറ്റമാണ് ഹോളിവുഡ് സംഭവവികാസങ്ങളെ തുടർന്ന് ഉണ്ടായതെന്ന് നിസ്സംശയം പറയാം.

ഹോളിവുഡിൽനിന്ന് ആരംഭിച്ച സ്ത്രീകൾക്കെതിരായി പുരുഷന്മാരുടെ ഭാഗത്തുനിന്നുണ്ടാകുന്ന ലൈംഗികാതിക്രമങ്ങൾ തുറന്നു കാട്ടിയ ഈ പ്രസ്ഥാനം നിഷേധാത്മകതലത്തിലാണ് എത്തിനിൽക്കുന്നതെന്ന വിമർശനവുമായി ഫ്രാൻസിലെ ഒരു പ്രമുഖ നടിയുടെ മുൻകൈയിൽ 100 ഓളം പേർ ഒരു പ്രസ്താവനയുമായി ഇക്കഴിഞ്ഞ ദിവസം രംഗത്തു വന്നിട്ടുണ്ട്. സ്ത്രീകളോട് ലൈംഗികാഗ്രഹം പ്രകടിപ്പിക്കാനും അവരെ അതിന് പ്രേരിപ്പിക്കാനും പുരുഷന്മാർക്ക് അവകാശമുണ്ടെന്നും പരിശുദ്ധ ധാർമ്മികവാദത്തിന് പ്രസക്തിയില്ലെന്നും അവർ സമർത്ഥിക്കുന്നു. സ്ത്രീകളെ ഒന്ന് തൊട്ടതിന്റെ പേരിൽ ലൈംഗികാക്രമണകേസും ശിക്ഷയും നിർത്തണമെന്നും അവർ പറയുന്നു. മൊത്തത്തിലുള്ള പുരുഷാധിപത്യാന്തരീക്ഷത്തെ ലഘൂകരിച്ചുകാണുന്ന ഇവരുടെ രീതി ശരിയല്ലെങ്കിലും ലൈംഗികാക്രമണമാവുന്നത് എവിടം മുതൽ എന്ന് പരിധി നിർണ്ണയിക്കേണ്ടതുണ്ട്.

ഇന്ത്യയിലും കേരളത്തിലും ഈ മുന്നേറ്റത്തിന്റെ സ്വാധീനം പ്രകടമായില്ല. പരോക്ഷമായി എന്തെങ്കിലും സംഭവിച്ചിട്ടുണ്ടോ എന്നറിയില്ല. മലയാളസിനിമാരംഗത്ത് സമാനമായ ഒരു പൊട്ടിത്തെറി സംഭവിക്കാൻ ഇടയാക്കുന്ന പശ്ചാത്തലം നിലനിൽക്കുന്നുണ്ടെന്നാണ് പുറത്തുനിന്ന് നോക്കുന്നവർക്ക് കാണാൻ കഴിയുക. യുവനടി ആക്രമിക്കപ്പെട്ടതുമായി

ബന്ധപ്പെട്ട ഗൂഢാലോചനയിൽ നടൻ ദിലീപ് പ്രതിയാക്കപ്പെട്ടതിനെത്തുടർന്ന്, പ്രമുഖ താരങ്ങളെല്ലാം ഉൾപ്പെടുന്ന 'അമ്മ' എന്ന സംഘടന ദിലീപനൊപ്പം നിൽക്കാൻ വ്യഗ്രത കാട്ടിയപ്പോൾ ഒരു പ്രമുഖ നടനും സിനിമയിലെ സ്ത്രീകൂട്ടായ്മയും മാത്രമാണ് നടിയോടൊപ്പം നിന്നത് എന്നത് നൽകുന്ന സൂചന മലയാള സിനിമാരംഗത്ത് ആരോഗ്യകരമല്ലാത്ത അന്തരീക്ഷം നിലനിൽക്കുന്നു എന്നുതന്നെയാണ്. എന്നിരുന്നാലും ഹോളിവുഡിലും ലോകനിലവാരത്തിലും നടിമാരും പ്രമുഖ വനിതകളും നടത്തിയ വെളിപ്പെടുത്തലുകളുടെ തലത്തിലേക്ക് ഇന്ത്യൻ സിനിമയും മലയാളസിനിമയും എത്തിയിട്ടില്ലെന്നു കാണാം. അത് വ്യക്തികളുടെ പ്രശ്നമല്ല; ചരിത്രപരവും സാമൂഹികവുമായ അന്തരീക്ഷമാണ് നിർണ്ണായകമായിട്ടുള്ളത്. ഇത്തരം കാര്യങ്ങളിൽ കേരളത്തിന്റെ സാമൂഹികാന്തരീക്ഷം പിന്നോക്കാവസ്ഥയിൽ തന്നെയാണെന്നതാണ് യാഥാർത്ഥ്യം. അപ്പോഴും, ഈ സ്ത്രീകൂട്ടായ്മ യുവനടിയോടൊപ്പം ഉറച്ചുനിൽക്കാനായി എടുത്ത ധീരനിലപാട് വലിയൊരു കാൽവെപ്പുതന്നെയാണ്. പൊതുസമൂഹം അവരോടൊപ്പം നിൽക്കേണ്ടതുണ്ട്.

സ്ത്രീപുരുഷ ബന്ധത്തിന്റെ കാര്യത്തിൽ മലയാളി സമൂഹത്തിന്റെ പിന്നോക്കാവസ്ഥയുടെ ചരിത്രപശ്ചാത്തലം അന്വേഷിക്കാൻ ശ്രമിക്കുമ്പോൾ ആദ്യം തിരിച്ചറിയേണ്ടത്, മറ്റ് സാമൂഹിക വിഭാഗങ്ങളുടെ ചരിത്രത്തിൽനിന്ന് ഏറെ വ്യത്യസ്തമായ പരിണാമകഥയാണ് സ്ത്രീപുരുഷ ബന്ധത്തിന്റെ ചരിത്രത്തിന് പറയാനുള്ളത് എന്നാണ്. ഒരുപക്ഷേ, അതിന്റെ ജൈവികാടിസ്ഥാനമായിരിക്കാം ഈ അന്തരത്തിന് ഹേതു. ജീവിലോകത്തിന്റെ ചരിത്രത്തിലേക്ക് അത് നീണ്ടുകിടക്കുന്നു. അത്തരം വിശദാംശങ്ങളിലേക്കൊന്നും പോകാതെ ആ സുദീർഘ ചരിത്രത്തിലേക്ക് ഒരു വിഹഗ വീക്ഷണം നടത്തിക്കൊണ്ട് വിഷയത്തിലേക്ക് വരാം.

ജീവിലോകത്തിൽ വംശങ്ങളുടെ നിലനിൽപ്പിനുള്ള ഉപാധിയെന്ന നിലയ്ക്കാണ് ലിംഗവ്യത്യാസവും ഭിന്നലിംഗബന്ധങ്ങളും ഉരുത്തിരിഞ്ഞു വന്നത്. ലിംഗവ്യത്യാസമില്ലാതെ വംശപുനരുല്പാദനം സാധ്യമാണ്. പക്ഷേ, പുതുതലമുറയിൽ വൈവിധ്യങ്ങളും സങ്കരോർജ്ജവും ഉണ്ടാകണമെങ്കിൽ ഓരോ ജീവജാതിയിലെയും രണ്ട് ലിംഗ വിഭാഗങ്ങളിലെ പകുതി വീതം ജനിതകഘടകങ്ങൾ കൂടിച്ചേർന്ന് പുതിയ ചേരുവകൾ സൃഷ്ടിക്കപ്പെടണം. ജീവിലോകത്ത് അങ്ങേയറ്റം വൈവിധ്യമാർന്ന ഉഭയലിംഗ ബന്ധങ്ങൾ കാണാം. ഒരു പൊതുനിയമവും അവിടെ പ്രവർത്തിക്കുന്നില്ല. പക്ഷി മൃഗാദികളുടെ തലത്തിൽ കാണുന്ന ആൺപെൺ ബന്ധങ്ങളിലെ വൈവിധ്യവും അതിവിപുലമാണ്. പൊതുവിൽ ആൺ

ജാതികൾക്കാണ് കൂടുതൽ കരുത്തും ലൈംഗികബന്ധത്തിൽ മുൻകൈയും കാണുന്നതെങ്കിലും തിരിച്ചുള്ള അവസ്ഥകളും ദൃശ്യമാണ്. പുതുതലമുറയ്ക്ക് ജന്മം നൽകുന്നതിലും വളർത്തുന്നതിലും പെൺജാതികളാണ് പ്രധാന പങ്ക് വഹിക്കുന്നതെങ്കിലും കൂടുതൽ ഭാരം ചുമക്കേണ്ടി വരുന്ന ആൺവിഭാഗങ്ങൾ അപൂർവ്വമായെങ്കിലും കാണാം. മനുഷ്യർ വരെയുള്ള ജന്തുലോകത്ത് ആൺപെൺ സ്വഭാവങ്ങളെയും ലൈംഗികതയെയും നിർണ്ണയിക്കുന്നത് മുഖ്യമായും ജനിതക ഘടകങ്ങളാണ്. മനുഷ്യവംശത്തിലും ജനിതക ഘടകങ്ങളുടെ പങ്ക് പ്രധാനമാണെങ്കിലും ഭാഷയും അതുവഴി രൂപംകൊണ്ട ആശയലോകവും സൃഷ്ടിച്ച സാമൂഹികപരിണാമത്തിന് വിധേയമായിട്ടാണ് സ്ത്രീപുരുഷ ബന്ധങ്ങൾ പരിണമിച്ചതും പരിണമിച്ചുകൊണ്ടിരിക്കുന്നതും. ആ പരിണാമം ഒരു സവിശേഷ ചരിത്രമാണ്.

മനുഷ്യവംശം സാമൂഹിക ജീവിതം ആരംഭിച്ചതിനുശേഷമുള്ള ദീർഘകാല ഗോത്ര ചരിത്രത്തിൽ ഓരോ കൂട്ടായ്മകളിലെയും ആൺ പെൺ ബന്ധങ്ങൾക്ക് ക്രമീകരണങ്ങളൊന്നുമുണ്ടായിരുന്നില്ലെന്നാണ് നരവംശ ശാസ്ത്രജ്ഞർ കരുതുന്നത്. പ്രായവ്യത്യാസമൊന്നും നോക്കാതെ ആൺ പെൺ ലൈംഗിക ബന്ധങ്ങൾ നടന്നിരുന്നതുകൊണ്ട് അച്ഛന്മാരെ തിരിച്ചറിയാൻ കഴിയുമായിരുന്നില്ലെന്നതുകൊണ്ട് അമ്മമാരെ കേന്ദ്രീകരിച്ചുകൊണ്ടാണ് ആദ്യകാലഗണങ്ങളും ഗോത്രങ്ങളും നിലനിന്നിരുന്നതെന്നും കരുതപ്പെടുന്നു. ഇത്തരം ഗോത്രഘടനകളിൽ പിന്നെയും പല മാറ്റങ്ങളും വന്നിട്ടുണ്ടെങ്കിലും നിർണ്ണായകമായ മാറ്റമുണ്ടായത് ഏതാണ്ട് പതിനായിരം വർഷങ്ങൾക്കുമുമ്പ് നവീന ശിലായുഗാരംഭത്തോടുകൂടി ഗോത്രങ്ങൾ സ്ഥിര താമസത്തിലേക്കും ഗ്രാമങ്ങളാകുന്നതിലേക്കും നീങ്ങിയതോടെ സ്വത്തു ബന്ധങ്ങൾ ഉടലെടുത്തതോടെയാണ്. ഈ സ്വത്തു ബന്ധങ്ങളിൽ പുരുഷന്മാർ ആധിപത്യം സ്ഥാപിക്കാൻ തുടങ്ങിയതോടെ അതുവരെ ഗോത്രതലത്തിൽ മേധാവിത്വത്തിലുണ്ടായിരുന്ന സ്ത്രീകൾ പിൻതള്ളപ്പെടുകയും രാജവാഴ്ചയിലേക്കും സ്വകാര്യസ്വത്ത് സമ്പ്രദായത്തിലേക്കും എത്തിയതോടെ പുരുഷാധിപത്യം പൂർണ്ണമാവുകയും ചെയ്തു.

ഭൂമി ഉൾപ്പെടെയുള്ള സ്വകാര്യ സ്വത്തിന്റെ ഉടമകളായി തീർന്ന പുരുഷസമൂഹം തങ്ങളുടെ സ്വത്ത് തങ്ങളുടെ മക്കൾക്കുതന്നെ ലഭിക്കത്തക്കവിധം ദായക്രമം സൃഷ്ടിച്ചെടുക്കാനുള്ള ശ്രമത്തിലാണ് ഏകദാമ്പത്യ ബന്ധങ്ങളെ പ്രോത്സാഹിപ്പിക്കുകയും സ്ത്രീകളുടെ മേൽ ഏകപക്ഷീയമായി ചാരിത്ര്യസങ്കല്പം അടിച്ചേൽപ്പിക്കുകയും ചെയ്തത്. ദായക്രമം

ഉറപ്പിക്കുന്നതിനപ്പുറം സ്ത്രീ സമൂഹത്തെ പൂർണ്ണമായും പുരുഷ സമൂഹത്തിന് കീഴപ്പെടുത്താൻ കഴിയുന്ന ശക്തമായൊരു ഉപകരണ മായി ഈ ചാരിത്ര്യ സങ്കല്പം മാറുകയാണുണ്ടായത്. സ്ത്രീകൾ ഭർത്താവല്ലാതെ മറ്റൊരു പുരുഷനുമായും ബന്ധപ്പെടാൻ പാടില്ല. എന്നാൽ പുരുഷന് അത്തരം വിലക്കുകളൊന്നുമില്ല. സ്ത്രീയെ ലൈംഗി കമായി ആക്രമിക്കുന്ന പുരുഷന് ചാരിത്ര്യഭംഗമൊന്നും സംഭവിക്കു ന്നില്ല. എന്നാൽ സ്ത്രീയുടെ ജീവിതം അതോടെ തകരുന്നുവെന്ന അന്ത രീക്ഷം സൃഷ്ടിക്കപ്പെടുന്നു. സ്ത്രീകൾക്ക് ഒരിടത്തും തല പൊക്കാനാ കാത്ത അന്തരീക്ഷം സൃഷ്ടിക്കപ്പെട്ടത് ഈ സമർത്ഥ പദ്ധതിയിലൂടെ യാണ്. ലോക വ്യാപകമായിതന്നെ നടപ്പിലാക്കപ്പെട്ട പുരുഷ പദ്ധതി യാണിത്. രാഷ്ട്രീയാധികാരസംവിധാനങ്ങളിലൊന്നും സ്ത്രീക്ക് ഒരു പദവിയും നൽകപ്പെട്ടില്ല. ഗ്രീക്ക് ജനാധിപത്യത്തിന്റെ കാലത്ത് അടിമ കൾക്കൊപ്പം വോട്ടവകാശമില്ലാത്തവരായിരുന്നു സ്ത്രീകൾ. ഇന്ത്യയിൽ മനുസ്മൃതി സ്ത്രീകളുടെ സാമൂഹിക പദവി നിശ്ചയിച്ചത് അയിത്ത ജാതികളായിരുന്ന ചണ്ഡാളർക്കൊപ്പമാണ്.

മനുഷ്യസമൂഹത്തിന്റെ പൊതു ചരിത്രം പരിശോധിക്കുമ്പോൾ ദൈവ ദത്താധികാരം കൈയാളുന്ന രാജാവിന്റെ കീഴിലെ പ്രജ മാത്രമായി കഴി ഞ്ഞിരുന്ന സാധാരണ മനുഷ്യർ സ്വന്തം അസ്തിത്വമുള്ള പൗരരായി മാറു ന്നത് സമീപകാലത്ത് ജനാധിപത്യ പ്രക്രിയ പുതിയ തലത്തിലേക്ക് വിക സിക്കുമ്പോൾ മാത്രമാണ്. അതുതന്നെ സുദീർഘമായൊരു പ്രക്രിയയി ലൂടെയാണ് സംഭവിച്ചത്. ഇപ്പോഴും ആ പ്രക്രിയ പരിണാമഘട്ടത്തിൽത ന്നെയാണ് താനും. സാർവ്വത്രിക വോട്ടവകാശത്തിന്റെ പ്രശ്നം ഉന്നയി ക്കപ്പെട്ടപ്പോൾ പുരുഷന്മാർക്ക് മാത്രം എന്ന് പ്രത്യേകം എടുത്തു പറ യുന്ന സമ്പ്രദായം അടുത്ത കാലംവരെയും നിലനിന്നിരുന്നു. സ്ത്രീസമൂ ഹവും വലിയൊരു പരിധിവരെ അതിനോട് പൊരുത്തപ്പെട്ടുപോവുകയാ ണുണ്ടായത്. അടിമകളും, അടിയാന്മാരും കർഷകരും തൊഴിലാളികളു മെല്ലാം അടിച്ചമർത്തലുകൾക്കെതിരായി ചെറുത്തുനിൽപ്പുകൾ നടത്തുക സ്വാഭാവികമായിരുന്നെങ്കിൽ, അടിച്ചമർത്തപ്പെട്ട ഒരു സാമുഹിക വിഭാഗ മെന്ന നിലയ്ക്ക് സ്ത്രീ സമൂഹത്തിന്റെ തനതായ നിലയ്ക്കുള്ള ചെറു ത്തുനിൽപ്പുകൾ ചരിത്രത്തിൽ എടുത്തുകാണിക്കാവുന്ന വിധം ഉണ്ടായി ട്ടില്ലെന്നതും ഒരു യാഥാർത്ഥ്യമാണ്. ഇതിന് ചില സവിശേഷ കാരണങ്ങ ളുണ്ടെന്നും കാണാം. സ്വകാര്യ സ്വത്തു സമ്പ്രദായത്തോടെ വ്യാപകമാ യിത്തീർന്ന കുടുംബഘടനയുടെ അവിഭാജ്യ ഘടകമായി സ്ത്രീകൾ മാറി യതോടെ അവർക്ക് വ്യതിരിക്തമായ സാമൂഹികാസ്തിത്വം അസാധ്യമാ

യിത്തീരുകയാണുണ്ടായത്. ശാരീരിക സവിശേഷതകൾകൊണ്ട് ഗർഭധാരണവും കുഞ്ഞുങ്ങളെ വളർത്തലും അതുവഴി കുടുംബം നിലനിർത്തലും തങ്ങളുടെ ബാധ്യതയാണെന്ന ബോധം, പുരുഷസമൂഹം അടിച്ചേൽപ്പിച്ചതാണെങ്കിലും സ്ത്രീകളിൽ ശക്തമായി സ്വാധീനം ചെലുത്തുകയുണ്ടായി. അത്തരം ചിന്തയുടെ സ്വാധീനം ഇപ്പോഴും ലോകവ്യാപകമായിതന്നെ പല രൂപഭാവങ്ങളിൽ തുടരുന്നതു കാണാം.

പുരുഷസമൂഹം പ്രജാപദവിയിൽനിന്ന് പൗരപദവിയിലേക്ക് വളരാൻ പൊരുതിയപ്പോൾ സ്ത്രീകൾ തനതായ നിലയ്ക്ക് അത്തരമൊരു പദവിക്കുവേണ്ടി യത്നിച്ചതായി കാണാനാവില്ല. പൊതുസമരത്തിന്റെ ഭാഗമായി ഒരു ചെറുവിഭാഗം സ്ത്രീകൾ പങ്കെടുത്തിട്ടുണ്ടാകാമെങ്കിലും യൂറോപ്പിലെ പല രാജ്യങ്ങളിലും സാർവ്വത്രിക വോട്ടവകാശം പുരുഷന്മാർക്ക് മാത്രമായി നടപ്പിലാക്കിയതിനു ശേഷം പത്തൊമ്പതാം നൂറ്റാണ്ടിന്റെ രണ്ടാം പകുതിയിലാണ് ചില യൂറോപ്യൻ രാജ്യങ്ങളിലെ ഒരു ചെറുവിഭാഗം സ്ത്രീകൾ തങ്ങൾക്കും വോട്ടവകാശം വേണമെന്ന് വാദിക്കാൻ തുടങ്ങിയത്. ഇരുപതാം നൂറ്റാണ്ട് അവസാനമായപ്പോഴേക്കുമാണ് ഭൂരിപക്ഷം യൂറോപ്യൻ രാജ്യങ്ങളിലും സ്ത്രീകൾക്ക് വോട്ടവകാശം ലഭ്യമായത്. സ്ത്രീകൾക്ക് തുല്യ വേതനം ഇപ്പോഴും അപ്രാപ്യമാണ്.

ദീർഘകാലമായി തങ്ങൾ പുരുഷസമൂഹത്താൽ അടിച്ചമർത്തപ്പെട്ടുകൊണ്ടിരിക്കുകയാണെന്നും അർഹമായ സാമൂഹിക പദവിയും അവകാശങ്ങളും തങ്ങൾക്ക് ലഭിച്ചിട്ടില്ലെന്നും തിരിച്ചറിഞ്ഞുകൊണ്ട് ആ അവകാശങ്ങൾക്കുവേണ്ടി പൊരുതാൻ വികസിത മുതലാളിത്ത രാജ്യങ്ങളിലെ ഒരു ചെറുവിഭാഗം സ്ത്രീകളെങ്കിലും മുന്നോട്ടുവരുന്നത് ഇരുപതാംനൂറ്റാണ്ടിന്റെ പകുതിയോടുകൂടിയും അതിനുശേഷവുമാണ്. ചരിത്ര യാഥാർത്ഥ്യങ്ങൾ ഈ വിധമാണെങ്കിലും മനുഷ്യസമൂഹത്തിന്റെ പകുതി വരുന്ന സ്ത്രീ സമൂഹം അവർക്കർഹമായ സാമൂഹിക പദവികളും അവകാശങ്ങളും നേടുമ്പോൾ മാത്രമേ മനുഷ്യസമൂഹം ഒരു ജനാധിപത്യ വൽക്കൃതസമൂഹമാവുകയുള്ളു എന്ന വസ്തുതയും നമ്മുടെ മുന്നിലുണ്ട്. പല നിലവാരത്തിലും രൂപത്തിലുമാണെങ്കിലും ഈ പ്രക്രിയ ലോകവ്യാപകമായിതന്നെ നടന്നുകൊണ്ടിരിക്കുന്നതിന്റെ ഭാഗമാണ് ഇന്ത്യയിലെയും കേരളത്തിലെയും സ്ത്രീ സമൂഹത്തിന്റെ പരിണാമവ്യവസ്ഥകളും.

ഇരുപതാംനൂറ്റാണ്ടിന്റെ മധ്യത്തിൽ ഇന്ത്യയ്ക്ക് ജനാധിപത്യ ഭരണഘടന ലഭ്യമായതോടെ സ്ത്രീകളുടെ വോട്ടവകാശം ഉൾപ്പെടെയാണ് ജനാധിപത്യ വ്യവസ്ഥ നിലവിൽ വന്നത്. സ്ത്രീകൾക്ക് തുല്യവേതനം സർക്കാർ തലത്തിലെങ്കിലും ഉറപ്പു വരുത്തപ്പെടുകയും ചെയ്തു. പക്ഷേ,

സാമൂഹിക സാംസ്കാരികമേഖലകളിൽ പാശ്ചാത്യ സമൂഹങ്ങളിലെ സ്ത്രീസമൂഹം കൈവരിച്ചുകൊണ്ടിരിക്കുന്ന പുരോഗതി പരിശോധിക്കുമ്പോൾ ഇന്ത്യൻ അവസ്ഥ ഏറെ പിന്നിലാണെന്നു കാണാം. സ്ത്രീപുരുഷ ബന്ധത്തിന്റെ കാര്യത്തിൽ ഇന്ത്യ ഇപ്പോഴും ഫ്യൂഡൽ ഘട്ടത്തിൽ തന്നെയാണ്. കേരളം ഇക്കാര്യത്തിൽ കൂടുതൽ പിന്നിലാണെന്നു കാണാം.

പുരുഷ മേധാവിത്വത്തിൽ അധിഷ്ഠിതമായി ഇപ്പോൾ നിലനിൽക്കുന്ന സാമൂഹിക ഘടനയിൽനിന്നുള്ള മോചനത്തിലൂടെ മാത്രമേ യഥാർത്ഥ സ്ത്രീ- പുരുഷസമത്വം സാധ്യമാവൂ എന്ന നിലപാടെടുക്കുന്ന സ്ത്രീവാദ പ്രസ്ഥാനങ്ങൾ വികസിതരാജ്യങ്ങളിൽ ശക്തി പ്രാപിച്ചു വരുന്നുണ്ടെങ്കിലും ഇന്ത്യ ഉൾപ്പെടെയുള്ള വികസ്വര രാജ്യങ്ങളിൽ ഇത്തരം ചിന്താഗതികൾ ഇപ്പോഴും പൊതുസമൂഹത്തിലേക്ക് എത്തിയിട്ടില്ല. വൻ നഗരങ്ങളിലെ ചെറിയ സ്ത്രീ കൂട്ടായ്മകളിൽ മാത്രമാണ് ഇത്തരം ചിന്താഗതികൾ എത്തിയിട്ടുള്ളത്. ഇത്തരം ഗ്രൂപ്പുകൾക്ക് ഇത്തരം ചിന്താഗതികളെ സമൂഹത്തിലെത്തിച്ച് സാമൂഹിക പ്രസ്ഥാനങ്ങളാക്കി മാറ്റാനുള്ള ശേഷിയില്ല. അതുകൊണ്ടുതന്നെ പൊതുസമൂഹം സ്ത്രീ പുരുഷ ബന്ധത്തിന്റെ കാര്യത്തിൽ തികച്ചും യാഥാസ്ഥിതിക ധാരണകളിൽ തന്നെയാണ് തുടരുന്നത്. യഥാർത്ഥത്തിൽ ഈ യാഥാസ്ഥിതിക ധാരണകൾക്ക് അടിസ്ഥാനമാവുന്നത് വിവിധ മതങ്ങൾ സ്ത്രീ പുരുഷ ബന്ധത്തെ സംബന്ധിച്ച് സ്വീകരിച്ചുപോരുന്ന നിലപാടുകളാണ്. അഖിലേന്ത്യാ തലത്തിൽ ഹിന്ദുമത രീതികളും ആചാരങ്ങളുമാണ് ഇപ്പോഴും സ്ത്രീ പുരുഷ ബന്ധത്തിന്റെ സ്വഭാവങ്ങൾ നിർണ്ണയിക്കുന്നത്. എന്നാൽ, ഹിന്ദുമതത്തിന് അങ്ങനെയൊരു പൊതു ചട്ടക്കൂട് ഇല്ലാത്തിനാൽ വിവിധ ജാതിസമൂഹങ്ങൾ നിലനിർത്തിപ്പോരുന്ന ആചാരങ്ങളാണ് പ്രധാന ഘടകമായി വർത്തിക്കുന്നത്. നഗരവൽക്കരണത്തിന്റെ ഫലമായി സംഭവിച്ചുകൊണ്ടിരിക്കുന്ന ആധുനീകരണം ഇത്തരം ആചാരപരമായ ചട്ടക്കൂടുകളിൽ അങ്ങിങ്ങായി ചെറു മാറ്റങ്ങൾ വരുത്തുന്നതും കാണാം.

കേരളത്തിലേക്കുവരുമ്പോൾ, സമൂഹത്തിന്റെ പകുതി മാത്രമേ ഹിന്ദു സമൂഹമായിട്ടുള്ളു. ഏറെക്കുറെ ബാക്കി പകുതി ക്രിസ്ത്യൻ, മുസ്ലിം മതസമൂഹങ്ങളാണ്. ഈ രണ്ട് മതങ്ങളുടെയും സംഘടിത ചട്ടക്കൂട് ശക്തമായിതന്നെ നില നിൽക്കുകയും അതനുസരിച്ച് സ്ത്രീ പുരുഷ ബന്ധങ്ങൾ കർക്കശമായി നിയന്ത്രിക്കപ്പെടുകയും ചെയ്യുന്നു. പാശ്ചാത്യ ലോകത്ത് ആധിപത്യത്തിലുള്ള ക്രിസ്തു മതം സമൂഹത്തിന്റെ പൊതു പുരോഗതിയുമായി പൊരുത്തപ്പെടും വിധം മാറ്റത്തിന് തയ്യാറാവുന്നു

ണ്ടെങ്കിൽ, കേരളത്തിലെ ക്രിസ്തു മതം കുടുംബബന്ധങ്ങൾ ഉൾപ്പെടെയുള്ള സാമൂഹിക കാര്യങ്ങളിലെല്ലാം തികച്ചും യാഥാസ്ഥിതിക സമീപനം തുടരുന്നുതാണാം. മുസ്ലിംങ്ങളാകട്ടെ ആഗോളതലത്തിൽ കൂടുതൽ മത മൗലിക നിലപാടുകളിലേക്ക് നീങ്ങുന്നതിന്റെ സ്വാധീനം ഇവിടെയും കാണാം. മുസ്ലിം ലീഗ് പോലുള്ള ഒരു രാഷ്ട്രീയ പാർട്ടി മുസ്ലിം സമൂഹത്തെ മതേതര ജനാധിപത്യ രാഷ്ട്രീയത്തിൽ പിടിച്ചു നിർത്താൻ ശ്രമിക്കുന്നുണ്ടെങ്കിലും പലപ്പോഴും യാഥാസ്ഥിതിക സമ്മർദ്ദങ്ങൾക്ക് അവരും കീഴ്പ്പെടാൻ നിർബന്ധിതരാവുന്നതു കാണാം. ചുരുക്കത്തിൽ ചരിത്രപരമായി വളർന്നുവന്ന പുരുഷ മേധാവിത്ത സാമൂഹിക ഘടന ജാതി മതസമൂഹങ്ങളുടെ പിൻബലത്തിൽ ഇന്ത്യയിലും കേരളത്തിലും വലിയ കോട്ടമൊന്നും കൂടാതെ തുടരുക തന്നെയാണ്.

പഴയ ഫ്യൂഡൽ രാഷ്ട്രീയഘടനയിൽനിന്ന് പുരോഗമനപരമായ ജനാധിപത്യ രാഷ്ട്രീയഘടനയിലേക്ക് സമൂഹം പരിണമിച്ചതോടെ കുടുംബബന്ധങ്ങളിലും മറ്റും ജനാധിപത്യ വൽക്കരണ പ്രവണത പ്രകടമാവേണ്ടതാണ്. പക്ഷേ, ജനാധിപത്യത്തോടൊപ്പം വളർന്നുവന്ന വോട്ടുബാങ്ക് രാഷ്ട്രീയം സാമൂഹിക മാറ്റങ്ങളിലേക്ക് നയിക്കുന്ന പരിഷ്ക്കരണങ്ങൾക്ക് പിന്തുണ നൽകുന്നതിൽനിന്ന് രാഷ്ട്രീയ പാർട്ടികളെ പിന്തിരിപ്പിച്ചുനിർത്തുന്നതു കാണാം. സ്ത്രീ പുരുഷ സമത്വവും മറ്റും പറഞ്ഞാൽ വോട്ടു നഷ്ടപ്പെടും എന്നതുകൊണ്ടും രാഷ്ട്രീയപാർട്ടികൾ പൊതുവിൽ പുരുഷന്മാരുടെ നിയന്ത്രണത്തിലായതുകൊണ്ടും സ്ത്രീ പുരുഷസമത്വം ഒരു ചർച്ചാവിഷയമായി ഒരിക്കലും ഉന്നയിക്കപ്പെടാറില്ല. ഒരു പഴയ ചരിത്രം പറയാം. പത്തൊമ്പതാം നൂറ്റാണ്ടിന്റെ അവസാനം യൂറോപ്യൻ രാജ്യങ്ങളിൽ മാർക്സിസം ആധാരമാക്കി വളർന്നുവന്ന പ്രബല കമ്മ്യൂണിസ്റ്റു പാർട്ടികൾ, സാർവ്വത്രിക വോട്ടവകാശത്തിൽ സ്ത്രീകളെ കൂടി ഉൾപ്പെടുത്തേണ്ടതുണ്ടെന്ന് പാർട്ടി രേഖകളിൽ നിലപാടെടുത്തിരുന്നു. പക്ഷേ, തിരഞ്ഞെടുപ്പിൽ പങ്കെടുത്തിരുന്ന ആ പാർട്ടികൾ സ്ത്രീകളുടെ വോട്ടവകാശ പ്രശ്നം തിരഞ്ഞെടുപ്പു പ്രചാരണ വേദികളിൽ പരാമർശിക്കാറില്ല. വോട്ടു നഷ്ടപ്പെടും എന്ന ഭയം തന്നെയായിരുന്നു കാരണം.

കേരളത്തിന്റെ സവിശേഷ സാഹചര്യത്തിൽ ശ്രീനാരായണ -അയ്യങ്കാളി പ്രസ്ഥാനങ്ങളെ തുടർന്നുണ്ടായ സാമൂഹിക നവോത്ഥാനാന്തരീക്ഷവും ആ പശ്ചാത്തലം ഉപയോഗപ്പെടുത്തിക്കൊണ്ട് വളർന്നുവന്ന കമ്മ്യൂണിസ്റ്റു പ്രസ്ഥാനവുമാണ് മറ്റു പല സംസ്ഥാനങ്ങളിലും കാണാത്തവിധം കേരളീയ സമൂഹത്തെ പുരോഗമനോന്മുഖമാക്കിയത്. അധ്വാ

നിക്കുന്ന ജനവിഭാഗങ്ങളെല്ലാം സംഘടിത ശക്തികളാവുകയും അവ കാശങ്ങൾ പൊരുതി നേടാൻ കഴിവുള്ളവരാവുകയും ചെയ്തതാണ് കേരളീയ സമൂഹത്തെ പ്രബുദ്ധമാക്കുന്നതിൽ പ്രധാന പങ്കു വഹിച്ച ത്. കമ്മ്യുണിസ്റ്റു പ്രസ്ഥാനം കെട്ടിപ്പടുത്ത സാമൂഹികവും രാഷ്ട്രീയ വുമായ സാമൂഹിക സംവിധാനം ഉപയോഗിച്ച് നില നിന്നിരുന്ന ഫ്യൂഡൽ ധാർമ്മികതയെ പൊളിച്ചെഴുതാൻ കഴിയുമായിരുന്നു. ജാതി, മത വിഭ ജനങ്ങൾക്കതീതമായ ജീവിതശൈലിയോടൊപ്പം അത്തരം വിവാഹങ്ങ ളെക്കൂടി ആദ്യകാല കമ്മ്യുണിസ്റ്റു പ്രസ്ഥാനം പ്രോത്സാഹിപ്പിച്ചപ്പോൾ അത്തരമൊരു പൊളിച്ചെഴുത്തിന് തുടക്കം കുറിക്കുന്ന പ്രതീതി സൃഷ്ടി ച്ചിരുന്നു. പക്ഷേ, 1951 ലെ നയപ്രഖ്യാപനത്തോടുകൂടി തെരഞ്ഞെടുപ്പു രാഷ്ട്രീയത്തിൽ സജീവമായതിനെതുടർന്ന് അത്തരം പൊളിച്ചെഴുത്തു കളിൽനിന്ന് പ്രസ്ഥാനം പിൻവാങ്ങുന്ന കാഴ്ചയാണ് കണ്ടത്. മാത്രമ ല്ല, അക്കാലത്ത് കമ്മ്യുണിസ്റ്റ് വിരുദ്ധ രാഷ്ട്രീയ പ്രചാരണങ്ങളിലെ ഒരു പ്രധാന വിഷയം കമ്മ്യുണിസ്റ്റു രാജ്യങ്ങളിൽ സ്ത്രീകൾ പൊതു സ്വത്താക്കി മാറ്റപ്പെടുമെന്നതായിരുന്നു. അത്തരം സാഹചര്യത്തിൽ സ്ത്രീ പുരുഷ സമത്വത്തെക്കുറിച്ചെല്ലാം പ്രചരിപ്പിക്കുന്നത് വോട്ട് നഷ്ട പ്പെടുത്തുമെന്ന് വിലയിരുത്തിക്കൊണ്ടാണ് ധാർമ്മിക സദാചാര വിഷ യങ്ങളിൽനിന്ന് കമ്മ്യുണിസ്റ്റുകാർ പിൻവാങ്ങിയത്. ക്രമേണ സ്ത്രീ പുരുഷ ബന്ധങ്ങൾ, ലൈംഗികത തുടങ്ങിയ വിഷയങ്ങളിലൊക്കെ നില വിലുള്ള ഫ്യൂഡൽ സദാചാര മൂല്യങ്ങളെ സംരക്ഷിക്കുന്ന മറ്റൊരു മത ത്തിന്റെ അവസ്ഥയിലേക്ക് കമ്മ്യുണിസ്റ്റു പ്രസ്ഥാനം പരിണമിക്കുകയാ ണുണ്ടായത്. ഒരു വശത്ത് പ്രബുദ്ധ രാഷ്ട്രീയവും മറുവശത്ത് യാഥാ സ്ഥിതിക സദാചാര സങ്കല്പങ്ങളും കേരളത്തിൽ ഒരുമിച്ച് കാണാനിട യാവുന്നതിന്റെ ചരിത്ര പശ്ചാത്തലം ഇതാണ്.

1980 കളിൽ കേരളത്തിൽ നക്സലൈറ്റ് പ്രസ്ഥാനം സജീവമായി രുന്ന കാലത്ത് അതുമായി ബന്ധപ്പെട്ടുകൊണ്ട് മാനുഷി എന്ന സ്ത്രീ വാദ സംഘടന ഉയർന്നുവന്നപ്പോഴാണ് സ്ത്രീ വിമോചനം , സ്ത്രീ - പുരുഷ സമത്വം, വിവാഹപൂർവ്വ ലൈംഗിക ബന്ധം, സ്വതന്ത്രരതി തുട ങ്ങിയ വിഷയങ്ങളൊക്കെ ഒരു വിഭാഗം വിദ്യാർത്ഥികളുടെയും യുവാ ക്കളുടെയുമെല്ലാം ഇടയിൽ സജീവ ചർച്ചാവിഷയമായത്. ഒരു ചുരുങ്ങിയ കാലത്തെ സജീവതയ്ക്കുശേഷം ആ പ്രസ്ഥാനം പുറകോട്ടടിച്ചതോടെ അത്തരം ചർച്ചകളും നിലച്ചു. ചില സ്ത്രീവാദ സംഘടനകളും സ്ത്രീ വാദ നിലപാടുകളെടുക്കുന്ന എഴുത്തുകാരും തങ്ങളുടെതായ രീതിയിൽ ഇത്തരം വിഷയങ്ങൾ ഉന്നയിക്കുന്നത് തുടർന്നുപോന്നെങ്കിലും

അതൊന്നും സമൂഹത്തിലേക്ക് ഒട്ടും ഇറങ്ങിച്ചെല്ലുന്നില്ലെന്നതാണ് യാഥാർത്ഥ്യം.

കോൺഗ്രസ്സ് പോലുള്ള ജനാധിപത്യപാർട്ടികളുടെയും കമ്മ്യൂണിസ്റ്റുപാർട്ടികളുടെയും കീഴിൽ ലക്ഷക്കണക്കിന് സ്ത്രീകളെ പ്രകടനങ്ങളിലും മറ്റും അണി നിരത്താൻ കഴിയുന്ന സ്ത്രീസംഘടനകളുണ്ട്. പക്ഷേ, അവയൊന്നും തന്നെ സമൂഹത്തിൽ മേധാവിത്വം പുലർത്തുന്ന പുരുഷമേധാവിത്വത്തെ തിരിച്ചറിയുകയോ അതിനെതിരായ സമരം തങ്ങളുടെ പദ്ധതിയായി കാണുകയോ ചെയ്യുന്നില്ല. കമ്മ്യൂണിസ്റ്റുപാർട്ടികൾ ഉൾപ്പെടെയുള്ള എല്ലാ രാഷ്ട്രീയ പാർട്ടികളും പുരുഷ മേധാവിത്വത്തിന്റെ ശക്തമായ കേന്ദ്രങ്ങളായതുകൊണ്ട് അവയുടെ നേതൃത്വങ്ങളൊന്നും സ്ത്രീവാദപരമായ ഒരു ചിന്തയെയും പ്രോത്സാഹിപ്പിക്കുകയില്ല. അതിനെ മറി കടക്കാൻ കഴിവുള്ള സ്ത്രീ നേതൃത്വങ്ങളൊന്നും വളർന്നുവരുന്നില്ലതാനം. രാഷ്ട്രീയതലത്തിൽ നേതൃതലത്തിലെത്തുന്ന അപൂർവ്വം സ്ത്രീകൾ പുരുഷമേധാവിത്വ സമ്പ്രദായത്തോട് ചേർന്നു നിൽക്കുന്നവരായിരിക്കുകയും ചെയ്യും.

പണ്ട് കേരളത്തിൽ പ്രാദേശികതലങ്ങളിൽ ന്യായമായ പല ആവശ്യങ്ങളും നേടിയെടുക്കാനും പ്രകടമായ അനീതികളെ ചെറുക്കാനുമായി ജനകീയകൂട്ടായ്മകൾ ഉയർന്നുവരാറുണ്ട്. എന്നാൽ കഴിഞ്ഞ ഏതാനും ദശകങ്ങളായി അത്തരം പ്രവണതകൾ ഏറെക്കുറെ പൂർണ്ണമായും അപ്രത്യക്ഷമായിരിക്കുന്നു. ആ ഇടത്തേക്കാണ് കുറച്ചുകാലമായി സദാചാര സംരക്ഷകർ ചമഞ്ഞുകൊണ്ടുള്ള ഗുണ്ടാസംഘങ്ങൾ പ്രത്യക്ഷപ്പെടാൻ തുടങ്ങിയത്. ഇത് ഒറ്റപ്പെട്ട സംഘങ്ങളല്ല. സമീപകാലത്ത് ഇന്ത്യയിൽ ശക്തിപ്പെട്ടുവന്നിട്ടുള്ള മതാധിഷ്ഠിത ഫാസിസ്റ്റ് രാഷ്ട്രീയത്തിന്റെ ശക്തികളാണ് അതിനു പിന്നിലുള്ളത്. ഗോസംരക്ഷകരായും ചെറുത്തു നിൽക്കുന്ന ദളിതരെ അടിച്ചമർത്തുന്നവരായും കാലഹരണപ്പെട്ട ആചാരങ്ങൾക്കും വിശ്വാസങ്ങൾക്കുമെതിരെ ധീരമായ നിലപാടെടുക്കാൻ തയ്യാറാവുന്ന സ്വതന്ത്ര ചിന്തകർക്കുനേരെ നിറയൊഴിക്കുന്നവരായും തങ്ങൾക്കിഷ്ടപ്പെടാത്ത സിനിമകൾക്കും കലാരൂപങ്ങൾക്കുമെതിരെ ആക്രമണങ്ങൾ നടത്തുന്നവരായുമൊക്കെ അഖിലേന്ത്യാ തലത്തിൽ ഭരണനേതൃത്വത്തിന്റെ ഒത്താശയോടെ അഴിഞ്ഞാട്ടം നടത്തുന്ന ഹിന്ദുത്വവാദികളായ ഗുണ്ടാസംഘങ്ങളുടെ കേരളമോഡലാണ് സദാചാര ഗുണ്ടായിസവുമായി ഇവിടെ രംഗത്തുവന്നിട്ടുള്ളവരിൽ ഒരു വിഭാഗം. കേരളത്തിൽ ഇവരോടൊപ്പം തന്നെ നിൽക്കുന്ന മറ്റൊരു വിഭാഗത്തെ കയറൂരിവിടുന്നത് ഇസ്ലാമിക മൗലികവാദികളാണ്. അദ്ധ്യാപകന്റെ കൈ വെട്ടാനും എതി

രാളികളെ ഒളിഞ്ഞിരുന്ന് വകവരുത്താനും സദാചാര സംരക്ഷകരായി നിരപരാധികളെ ആക്രമിക്കാനുമെല്ലാം സജീവമായി രംഗത്തുള്ള ഈ വിഭാഗവും അപകടകാരികൾ തന്നെയാണ്. രണ്ടു കൂട്ടർക്കും കേരളത്തിലെ ഹിന്ദു സമൂഹത്തിലും മുസ്‌ലിം സമൂഹത്തിലും കാര്യമായ സാമൂഹികാടിസ്ഥാനമൊന്നുമില്ലെങ്കിലും സദാചാര ഗുണ്ടകളെ എവിടെയും രംഗത്തിറക്കാനുള്ള സംഘടനാസംവിധാനങ്ങളൊക്കെ അവർക്കുണ്ട്. പഴയകാല ജനകീയ കൂട്ടായ്മകൾ പ്രാദേശിക തലത്തിൽ സജീവമായിരുന്നെങ്കിൽ ഇത്തരക്കാർ തല പൊക്കുമായിരുന്നില്ല.

ഈ സദാചാര ഗുണ്ടായിസത്തോടുള്ള പുതു തലമുറയുടെ സർഗ്ഗാത്മക പ്രതികരണമായിരുന്നു ചുംബനസമരം. കാലഹരണപ്പെട്ട സദാചാര സങ്കല്പങ്ങൾക്കെതിരെ ആശയങ്ങളും സിദ്ധാന്തങ്ങളും നിരത്തിവെച്ച് പോരുന്നതിനെക്കാളും പ്രയോഗതലത്തിലുള്ളതും ശക്തവുമായ പ്രഹരമാണ് ചുംബനസമരം ഏല്പിച്ചത്. മുകളിൽ സൂചിപ്പിച്ച കേരളത്തിലെ രണ്ടു വിഭാഗം മത ഫാസിസ്റ്റുകളും ചുംബനസമരത്തെ നേരിടാൻ ഒരുമിച്ചെത്തിയത് എല്ലാവരും കണ്ടതാണ്. ശത്രുക്കൾ ചമഞ്ഞ് നടക്കുന്ന ഈ രണ്ട് മതഫാസിസ്റ്റുകളും അവരുടെ അടിസ്ഥാന നിലപാടുകളെ വെല്ലുവിളിക്കുന്ന ചുംബനസമരക്കാരെ പൊതു ശത്രുവായി കണ്ട് ഒന്നിക്കുകയായിരുന്നു. മറ്റുള്ളവർക്ക് ഇത് നൽകുന്ന രാഷ്ട്രീയ പാഠം വളരെ വലുതാണ്. യുവതലമുറയ്ക്ക് വലിയൊരു മുന്നേറ്റമുണ്ടാക്കാൻ കഴിയുമായിരുന്ന നല്ലൊരു തുടക്കമായിരുന്നു ഈ ചുംബനസമരം. പരസ്പരം താല്പര്യമുള്ള ആണും പെണ്ണും തമ്മിലുള്ള ബന്ധത്തെ തടയാൻ ഒരു സാമൂഹിക ശക്തിക്കും കഴിയില്ലെന്ന വിളംബരമായിരുന്നു അത്. എല്ലാ മത യാഥാസ്ഥിതിക വിഭാഗങ്ങളും ഉൾപ്പെടുന്ന യാഥാസ്ഥിതിക സമൂഹം കണ്ണിലെണ്ണയൊഴിച്ചിരുന്ന് കാത്തുസൂക്ഷിച്ചുപോന്നിരുന്ന ചാരിത്ര്യസങ്കല്പമാണ് അവിടെ പൊളിഞ്ഞുവീണത്. അതുകൊണ്ടുതന്നെയാണ് മതഫാസിസ്റ്റുകൾ അതിനെ നേടിരാൻ ഒരുമിച്ചത്. പൊതുസമൂഹത്തിലേക്ക് അതിന്റെ സന്ദേശം വേണ്ട രീതിയിൽ എത്തിയില്ലെങ്കിലും പുതിയ സാഹചര്യങ്ങൾക്കുള്ള വാതിൽ തുറക്കുകയാണ് സംഭവിച്ചത്. പക്ഷേ, അതിനിടയ്ക്ക് അതിന്റെ മുൻനിരയിലുണ്ടായിരുന്ന ചിലർ ഒരു പെൺവാണിഭകേസിൽ അറസ്റ്റു ചെയ്യപ്പെടുകയും മറ്റും ചെയ്തത് ആ സാധ്യതകളെ പുറകോട്ടടിക്കുകയായിരുന്നു. ചരിത്രത്തിൽ ഇത്തരം മുന്നേറ്റങ്ങളും തിരിച്ചടികളും ആരുടെയും ആസൂത്രണങ്ങൾക്കും വഴങ്ങാതെ സംഭവിച്ചുപോവുകയാണുണ്ടാവുന്നത്. തികച്ചും സ്വാഭാവികമാണത്. ഒട്ടും പ്രതീക്ഷിക്കാത്തവിധം പുതിയ മുന്നേറ്റങ്ങൾ സംഭവിക്കുകയും ചെയ്യും.

ഈ പശ്ചാത്തലത്തിലാണ് നടിയുടെ ധീരമായ ചെറുത്തുനിൽപ്പിനെ തുടർന്നുണ്ടായ സിനിമയിലെ സ്ത്രീകൂട്ടായ്മയിൽ നിന്നുയർന്നുവന്ന വിമർശനങ്ങളോടുള്ള സാമൂഹിക മാധ്യമങ്ങളിലെ സദാചാര ഗുണ്ടായിസം മാതൃകയിലുള്ള പ്രതികരണങ്ങളെ വിലയിരുത്തേണ്ടത്. മമ്മൂട്ടിയുടെ കഥാപാത്രത്തിന്റെ സ്ത്രീവിരുദ്ധതയെക്കുറിച്ച് പാർവ്വതി പറഞ്ഞപ്പോൾ, അത് മമ്മൂട്ടിയെക്കുറിച്ചുള്ള വിമർശനമാണെന്ന് തെറ്റിദ്ധരിച്ചതുകൊണ്ടുമാത്രമല്ല, ഈ പ്രത്യാക്രമണങ്ങൾ ഉണ്ടായത്. മമ്മൂട്ടിയുടെ സംഭാഷണം കേട്ടപ്പോൾ കൈയടിച്ചവരായിരിക്കും അവരിൽ പലരും. അറിഞ്ഞും അറിയാതെയും അവരിൽ അന്തർലീനമായിട്ടുള്ള സ്ത്രീവിരുദ്ധതയാണ് ഇതിലൂടെ പ്രകടമായത്. മലയാളിസമൂഹത്തിന്റെ പൊതു അവസ്ഥയുടെ പ്രതിഫലനം കൂടിയാണിതെന്ന് പറയാവുന്നതാണ്.

ബഹുഭൂരിപക്ഷത്തിനും എഴുതാനും വായിക്കാനും അറിയാം എന്നതുകൊണ്ടുമാത്രം ഒരു സമൂഹം പുരോഗമന സമൂഹമാവില്ല. ബന്ധുക്കളല്ലാത്ത ഒരാണും പെണ്ണും സംസാരിച്ചാൽ, സ്പർശിച്ചാൽ അതെല്ലാം ലൈംഗികമായി മനസ്സിലാക്കപ്പെടുന്ന ഒരു പ്രാകൃത ചിന്താശൈലിയാണ് മലയാളി സമൂഹത്തിൽ ഇപ്പോഴും നിലനിൽക്കുന്നത്. സഹോദരീസഹോദന്മാരോ ഭാര്യാഭർത്താക്കന്മാർപോലുമോ ഒരുമിച്ച് പോകുമ്പോൾ അവിഹിതക്കാരാണെന്ന് ആരോപിച്ച് ആക്രമിക്കാൻ മുതിരുന്ന സദാചാരഗുണ്ടകൾ ഈ മാനസികാവസ്ഥയെ തന്നെയാണ് പ്രതിഫലിപ്പിക്കുന്നത്. ഇത്തരം മാനസികാവസ്ഥ കുട്ടിക്കാലം മുതൽക്കേ പരിശീലിപ്പിക്കപ്പെടുന്നതിൽ നിന്ന് സൃഷ്ടിക്കപ്പെടുന്നതാണ്.

മാതാപിതാക്കൾ ആൺകുട്ടികൾക്ക് എല്ലാ സ്വാതന്ത്ര്യവും അനുവദിച്ചുകൊടുക്കുമ്പോൾ, പെൺകുട്ടികൾ അടക്കവും ഒതുക്കവും അച്ചടക്കവുമുള്ള കുട്ടികളാവണമെന്ന് നിരന്തരം ഓർമ്മിപ്പിച്ചുകൊണ്ടിരിക്കും. ആൺകുട്ടികളെ മാത്രമായും പെൺകുട്ടികളെ മാത്രമായും പഠിപ്പിക്കുന്ന വിദ്യാഭ്യാസ സ്ഥാപനങ്ങൾ ഏറെയുണ്ട് കേരളത്തിൽ. രണ്ടു കൂട്ടരും ഒരുമിച്ചുള്ള സ്ഥാപനങ്ങളിൽ പോലും അവരെ ഇടപഴകാൻ അനുവദിക്കാറില്ല. ശൈശവകാലം മുതൽക്കേ ആൺകുട്ടികളെയും പെൺകുട്ടികളെയും ഇടപഴാകാൻ അനുവദിക്കുന്ന വിദ്യാലയങ്ങളിൽ പഠിച്ചുവന്നവർ കൂടുതൽ ആരോഗ്യകരമായ സാമൂഹിക ബന്ധങ്ങളിൽ ഏർപ്പെടാൻ കഴിയുന്നവരാണെന്ന് പല പഠനങ്ങളും തെളിയിച്ചു കഴിഞ്ഞിട്ടുള്ളതാണ്. പക്ഷേ, ഇത്തരം പാഠങ്ങൾ പഠിക്കാൻ മലയാളിസമൂഹം തയ്യാറാകുന്നില്ല.

ആൺ-പെൺ ആകർഷണം പ്രകൃതിയുടെ സൃഷ്ടിയാണ്. അത്

ക്യത്രിമമായി തടയാൻ പാടില്ല. വളർച്ചയുടെ ഓരോ ഘട്ടത്തിലും ആൺകുട്ടികളും പെൺകുട്ടികളും തമ്മിലുള്ള ആകർഷണത്തിന്റെ സ്വഭാവം മാറി മാറി വരും. ആൺകുട്ടികളും പെൺകുട്ടികളും ഇടപഴകിക്കഴിയുന്ന അന്തരീക്ഷത്തിൽ ഓരോ ഘട്ടത്തിലും രൂപം കൊള്ളുന്ന വൈകാരികാവശ്യങ്ങൾ സ്വാഭാവികമായി പരിഹരിക്കപ്പെടുന്നു. ആരോഗ്യകരമായ മാനസികാവസ്ഥ രൂപം കൊള്ളുകയും ചെയ്യുന്നു. ഇങ്ങനെ ഇടപഴകാൻ അവസരം ലഭിക്കാതെ ആൺകുട്ടികളും പെൺകുട്ടികളും പ്രായപൂർത്തി ആകുന്നതുവരെയും അതിനുശേഷവും ജീവിക്കാൻ ഇടയാകുമ്പോൾ അവരിൽ രൂപം കൊള്ളുന്ന മാനസികാവസ്ഥയെ ലൈംഗികപട്ടിണി എന്നു വിളിക്കാം. പല മാനസിക വൈകൃതങ്ങൾക്കും ഇത് ഇടയാക്കുന്നു. ഒളിഞ്ഞുനോട്ടം ഈ അവസ്ഥയുടെ ലക്ഷണമാണ്. മലയാളികൾ ഒളിഞ്ഞുനോട്ടക്കാരായി അറിയപ്പെടുന്നതും ഇതുകൊണ്ടുതന്നെ. ഇന്ത്യയിലെ പല നഗരങ്ങളിലും മലയാളികളെ തിരിച്ചറിയുന്നത് അവരുടെ ഒളിഞ്ഞുനോട്ടം കണ്ടിട്ടാണെന്ന് പലരും പറയാറുണ്ട്. സാമൂഹികമാധ്യമങ്ങളിൽ പാർവ്വതിക്കും മറ്റും എതിരായി ഉറഞ്ഞുതുള്ളിയവരും ഈ ഒളിഞ്ഞുനോട്ടക്കാർ തന്നെയാണെന്ന് കാണാവുന്നതേയുള്ളു.

പാർവ്വതിയും മറ്റും ഉന്നയിച്ച ഒരു പ്രധാന സംഗതി, മമ്മൂട്ടിയുടെ കഥാപാത്രം പറയുന്നതുപോലെ സ്ത്രീ വിരുദ്ധ സംഭാഷണങ്ങൾ ഒഴിവാക്കുകയോ ഭേദഗതി ചെയ്യുകയോ വേണമെന്ന നിർദ്ദേശമാണ്. തിരക്കഥാകൃത്തുക്കളുടെയും സംവിധായകരുടെയും ആവിഷ്കാര സ്വാതന്ത്ര്യത്തിലുള്ള കൈ കടത്തലായി ഇതിനെ വ്യാഖ്യാനിക്കാം. അത്തരം അഭിപ്രായങ്ങൾ തള്ളിക്കളയാനും ഇടയാവുന്നത് സ്വാഭാവികമാണ്.

ഇത്തരം അനുഭവങ്ങൾ വെളിപ്പെടുത്തിയ ചിലർ, തങ്ങളുടെ അഭിപ്രായങ്ങൾ അധികപക്ഷവും സംവിധായകരും ബന്ധപ്പെട്ടവരും സ്വീകരിക്കുകയും അതിനനുസരിച്ച് മാറ്റങ്ങളുണ്ടാക്കുകയും ചെയ്യാറുണ്ടെന്നാണ്. ഉന്നയിക്കപ്പെടുന്ന നിർദ്ദേശങ്ങളുടെ ഗൗരവസ്വഭാവമനുസരിച്ചിരിക്കും പ്രതികരണങ്ങൾ എന്ന് കരുതാം. വ്യക്തമായ ചില നിർദ്ദേശങ്ങൾ സ്വീകരിക്കപ്പെടാതെ പോയപ്പോൾ ബന്ധപ്പെട്ട സിനിമയിലെ അഭിനയം തന്നെ വേണ്ടെന്നു വെച്ച ചില നടികളുടെ അനുഭവസാക്ഷ്യങ്ങൾ കാണുകയുണ്ടായി. സ്ത്രീ വിരുദ്ധതയ്ക്കെതിരായ ഒരു സമര മാർഗ്ഗമാണത്. വേണ്ടതുതന്നെയാണ്. വ്യക്തമായ ധാരണയും ദൃഢനിശ്ചയവുമുള്ള കുറച്ചു പേർക്കു മാത്രം ചെയ്യാവുന്നതാണത്.

നമ്മുടേതുപോലുള്ള ഒരു തുറന്ന ജനാധിപത്യ സമൂഹത്തിൽ നിയമവിധേയമായ ചട്ടക്കൂടിനുള്ളിൽ നിന്നുകൊണ്ട് നടക്കുന്ന ആവിഷ്കാര

സ്വാതന്ത്ര്യത്തിൽ ഇടപെടാൻ മറ്റുള്ളവർക്കാവില്ല. ആവിഷ്ക്കരിക്കപ്പെടേണ്ടത് എന്തായിരിക്കണം എന്നു നിർബന്ധിക്കാൻ മറ്റുള്ളവർക്ക് അവകാശമില്ല. ആവിഷ്കാരം നടത്തുന്നവർക്ക് ഏതു വിഷയം തിരഞ്ഞെടുക്കാനും ഏതു രീതിയിലും അവതരിപ്പിക്കാനുമുള്ള സ്വാതന്ത്ര്യമുണ്ട്. എന്നാൽ അത്തരം ആവിഷ്കാരങ്ങൾ അനുഭവിക്കുന്ന ഉപഭോക്താക്കൾക്ക് അവയെക്കുറിച്ച് എന്തഭിപ്രായവും പറയാനുള്ള സ്വാതന്ത്ര്യവും ഉണ്ട്. ഈ സ്വാതന്ത്ര്യം കാര്യമായി ഉപയോഗിക്കപ്പെടുന്നില്ലെന്നതാണ് യാഥാർത്ഥ്യം. സിനിമകളെക്കുറിച്ചുള്ള പതിവുശൈലിയിലുള്ള വിമർശനങ്ങളും വിലയിരുത്തലുമല്ലാതെ അവ സൃഷ്ടിക്കുന്ന സാമൂഹികസ്വാധീനത്തെക്കുറിച്ചുള്ള ഗൗരവപൂർവ്വമുള്ള വിലയിരുത്തലുകളൊന്നും കാണാറില്ല.

സിനിമകളെക്കാൾ സാമൂഹികജീവിതത്തെ ആഴത്തിൽ സ്വാധീനിച്ചുകൊണ്ടിരിക്കുന്നത് ചെറിയ സ്ക്രീനിലെ നിതാന്തസാന്നിദ്ധ്യമായ സീരിയലുകളാണ്. അവയെക്കുറിച്ചുള്ള നിരൂപണങ്ങളോ വിലയിരുത്തലുകളോ ഒന്നും കാണാറില്ല. അവ ചെയ്തുകൊണ്ടിരിക്കുന്ന സമൂഹദ്രോഹം അതീവ ഗുരുതരസ്വഭാവമുള്ളതാണ്. സമൂഹം കയ്യൊഴിക്കേണ്ടതായ അന്ധവിശ്വാസങ്ങളെയും കാലഹരണപ്പെട്ട ആചാരാദികളെയും എല്ലാം സമൂഹത്തിൽ ഉറപ്പിച്ചുനിർത്താൻ പര്യാപ്തമായ രീതിയിലുള്ള ആസൂത്രിത പദ്ധതികളാണ് അവതരിപ്പിക്കപ്പെടുന്നത്. കുറെ പേർക്ക് തൊഴിൽ നൽകുന്ന, ഫലപ്രദമായ ഒരു സാമ്പത്തിക വിനിമയ മേഖല എന്നു മാത്രം കരുതിക്കൊണ്ടാണ് ആ മേഖലയിൽ പലരും പ്രവർത്തിക്കുന്നതെന്നു പറയാം. പക്ഷേ, സമൂഹത്തിൽ അത് സൃഷ്ടിക്കുന്ന പ്രതിലോമപരമായ പങ്ക് ഗൗരവപൂർവ്വം വിലയിരുത്തപ്പെടേണ്ടിയിരിക്കുന്നു.

ഇതുവരെയുള്ള നമ്മുടെ പരിശോധനയിൽ കണ്ടത് ഇന്ത്യയിലും കേരളത്തിലും പുരുഷമേധാവിത്വം ശക്തമായിത്തന്നെ നില നിൽക്കുന്നു എന്നാണ്. അപ്പോൾ സിനിമയിലും സീരിയലിലുമെല്ലാം പുരുഷമേധാവിത്വം ആ രീതിയിൽ തന്നെ പ്രകടമാവുന്നതിനെ വിമർശിക്കാനാവുമോ എന്ന ചോദ്യം പ്രസക്തമാണ്. എന്നാൽ വളരെ സമർത്ഥമായ രീതിയിൽ യാഥാർത്ഥ്യങ്ങളെ വളച്ചൊടിച്ച് അവതരിപ്പിക്കുന്നത് കാണാം.

നിത്യജീവിതത്തിൽ നമുക്കു ചുറ്റുമുള്ള സമൂഹത്തെ നിരീക്ഷിച്ചാൽ കാണാവുന്ന ഒരു കാര്യം ജീവിതത്തിൽ നിരന്തരം അഭിമുഖീകരിക്കുന്ന ബുദ്ധിമുട്ടുകളെയും പ്രതിസന്ധികളെയും തന്റേടത്തോടെ നേരിട്ടുകൊണ്ടിരിക്കുന്ന സാധാരണ സ്ത്രീകളെയാണ്. തൊട്ടതിനൊക്കെ കരഞ്ഞു

പിഴിഞ്ഞിരിക്കുന്നവരല്ല അവർ. എന്നാൽ ഭൂരിപക്ഷം സീരിയലുകളിലെയും സ്ത്രീകഥാപാത്രങ്ങൾ തീരെ ദുർബലരും എന്ത് ബുദ്ധിമുട്ടുണ്ടായാലും കരഞ്ഞും വാവിട്ടു നിലവിളിച്ചും മാത്രം പ്രതികരിക്കുന്നവരുമായിരിക്കും. സ്ത്രീകൾ ദുർബലരാണെന്നും അവർക്ക് പുരുഷന്മാരോടൊപ്പം നിൽക്കാനാവില്ലെന്നുമുള്ള ദീർഘകാലമായി പുരുഷാധിപത്യസമൂഹം പ്രചരിപ്പിച്ചുകൊണ്ടിരിക്കുന്ന ധാരണ ഉറപ്പിക്കലാണ് ഈ ശൈലിയുടെ ലക്ഷ്യം.

ഒരു ജനാധിപത്യസമൂഹത്തിൽ വ്യക്തികളുടെ പൗരാവകാശത്തിന്റെ അടിസ്ഥാനം ശാരീരികമോ മാനസികമോ ബുദ്ധിപരമോ ഒക്കെ ആയ കഴിവുകളും കഴിവുകേടുകളുമല്ലെന്നും ജാതി, മത, ലിംഗ വ്യത്യാസങ്ങൾക്കതീതമായി ഈ സമൂഹത്തിൽ നിലവിലുള്ള എല്ലാ പൗരന്മാരുടെയും അവകാശം സമാനമാണെന്നുമുള്ള വസ്തുത മൂടിവെക്കാൻ കൂടിയാണ് ഒരു വിഭാഗത്തെ ഇങ്ങനെ ദുർബലരായി അവതരിപ്പിക്കുന്നത്.

സീരിയലുകളും മറ്റും അവതരിപ്പിക്കുന്ന സ്ത്രീ പുരുഷ ബന്ധങ്ങളെ സംബന്ധിച്ച ആശയങ്ങളെക്കുറിച്ചുള്ള സജീവമായ പരിശോധന ആവശ്യമാണ്. ഗൗരവപൂർവ്വം ചർച്ച ചെയ്യപ്പെടേണ്ടവയല്ല അവയൊക്കെ എന്ന നിലവിലുള്ള രീതി മാറേണ്ടതുണ്ട്. കാരണം അവ സമൂഹത്തിൽ ചെലുത്തുന്ന സ്വാധീനം വലുതാണ് എന്നതുകൊണ്ടുതന്നെ. കെട്ടുതാലി സംരക്ഷിക്കലാണ് ജീവിതദൗത്യമെന്ന് വിശ്വസിക്കുകയും വിശ്വസിപ്പിക്കുകയും ചെയ്യുന്ന സ്ത്രീകഥാപാത്രങ്ങളാണ് സീരിയലുകളിൽ നിറഞ്ഞുനിൽക്കുന്നതെന്ന് പലരും പറയാറുണ്ട്. കൃത്യമായ ഒരു സന്ദേശമാണ് അത് നൽകുന്നത്. ദൃശ്യമാധ്യമങ്ങളെക്കുറിച്ചുള്ള ഗൗരവമേറിയ സാമൂഹിക വിമർശനങ്ങൾ ആരംഭിക്കേണ്ട കാലം അതിക്രമിച്ചിരിക്കുന്നു.

മലയാള സിനിമാരംഗത്തെ സ്ത്രീകൂട്ടായ്മ ആരംഭിച്ചുവെച്ച ചർച്ചകൾ സിനിമയുടെയും മറ്റ് ദൃശ്യമാധ്യമങ്ങളുടെയും സാമൂഹിക ഇടപെടലുകളെക്കുറിച്ചും ഉത്തരവാദിത്തത്തെക്കുറിച്ചും ഗൗരവ സ്വഭാവത്തോടുകൂടിയതും സംവാദാത്മകവുമായ ചർച്ചകൾക്ക് നിമിത്തമാകുമെന്ന് പ്രതീക്ഷിക്കാം.

(മാതൃഭൂമി ആഴ്ചപ്പതിപ്പ്, ജനുവരി 2018)

●

* 9 7 8 9 3 8 9 2 5 0 1 5 2 *

FCW - #0028 - 061026 - C0 - 216/140/15 - PB - 9789389250152 - Matt Lamination